AF813946

പകിട കളിക്കുന്ന ദൈവം

സ്ഫടികഗോളങ്ങൾ മുതൽ ലൈറ്റ്കോണുകൾ വരെ

Pakida Kalikkunna Daivam
Sphadikagolangal muthal lightconukal vare

Sabu Jose

CHINTHA PUBLISHERS
Thiruvananthapuram

First Edition
March 2022

Published & Typesetting
Chintha Publishers, Thiruvananthapuram

Printed at
Akshara offset, Thiruvananthapuram

Cover Design
Vinod Mangoes

ISBN - 978-93-93468-57-4

CO - 3092 / 5958

Email: chinthapublishers@gmail.com
Website: www.chinthapublishers.com

A version is available at National Libraries
Kolkata, Mumbai, Chennai and Delhi

Distribution
DESHABHIMANI BOOKHOUSE
H O Thiruvananthapuram 695035

Branch
Head Office Kunnukuzhi • Statue Thiruvananthapuram
KSRTC Bus Terminal Thampanoor • Saphalyam Complex Thiruvananthapuram
KSRTC Bus Station Alappuzha • KSRTC Bus Station Ernakulam
Machingal Lane Thrissur • IG Road Kozhikode
Mavoor Road Kozhikode • NGO Union Building Kannur
Central Bus Terminal Complex Thavakkara Kannur

പകിട കളിക്കുന്ന ദൈവം

സ്ഫടികഗോളങ്ങൾ മുതൽ ലൈറ്റ്കോണുകൾ വരെ

സാബു ജോസ്

ചിന്ത പബ്ലിഷേഴ്സ്
തിരുവനന്തപുരം-695 035

സാബു ജോസ്

അദ്ധ്യാപകൻ, ഗവേഷകൻ, ശാസ്ത്രലേഖകൻ. 15 ശാസ്ത്ര പുസ്തകങ്ങൾ എഴുതിയിട്ടുണ്ട്. 2018 ലെ ജോസഫ് മുണ്ടശ്ശേരി അവാർഡ് ജേതാവാണ്. ചിന്ത പബ്ലിഷേഴ്സ് പ്രസിദ്ധീകരിച്ച *ദൈവത്തിന്റെ മനസ്സ്* എന്ന പുസ്തകത്തിനാണ് അവാർഡ് ലഭിച്ചത്. *ജീവന്റെ സമവാക്യങ്ങൾ, അവസാനത്തിന്റെ ആരംഭം, സൂക്ഷ്മ പ്രപഞ്ചത്തിലെ ചലനനിയമങ്ങൾ, പ്രപഞ്ചം കണ്ണാടിനോക്കുമ്പോൾ, ബിഗ് ലീപ്* എന്നിവയാണ് ചിന്ത പ്രസിദ്ധീകരിച്ച മറ്റു പുസ്തകങ്ങൾ. മലയാളത്തിലെ ഒട്ടുമിക്ക ആനുകാലികങ്ങളിലും ഇ-മാഗസിനുകളിലും ശാസ്ത്രലേഖനങ്ങൾ എഴുതുന്നുണ്ട്.

വിലാസം : മറ്റത്തിൽ
വേങ്ങേരി മഠം
ചൂലൂർ പി ഒ
കോഴിക്കോട്

ഫോൺ : 9656363145

ഇ-മെയിൽ : sabu9656@gmail.com

ഉള്ളടക്കം

ഓൺ ദ ഹെവൻസ് 9
പ്രകൃതിയുടെ ചലന നിയമങ്ങൾ 27
ഭൂമിയെക്കുറിച്ചും ജീവനെക്കുറിച്ചും 35
ജീവന്റെ നീർച്ചാലുകൾ 45
അവ്യക്തതയും ബിഗ് ബാങ് തിയറിയും 57
ഡേ സീറോ നല്കുന്ന മുന്നറിയിപ്പ് 67
മൃത്യുവിന്റെ വ്യാകരണം 79
മരണമായി മാറിയ പ്രതിഭ 94
കേരളം–ലോലമാകുന്ന പരിസ്ഥിതിയും ഭൗമദിനാചരണവും 102
ഇന്ത്യൻ ലിഗോയും ഗുരുത്വാകർഷണ തരംഗങ്ങളും 112
പ്രകാശത്തേക്കാൾ വേഗമുള്ള ടാക്കിയോൺ 126
ചാന്ദ്രയാത്രയുടെ അൻപതാണ്ടുകൾ 133
പുരുഷന്റെ പരീക്ഷണശാലയല്ല സ്ത്രീയുടെ സുരക്ഷിത ഇടം 152
ജീവൻ കൊടുക്കുന്നതും ജീവനെടുക്കുന്നതും പ്രകാശമാണ് 162
ആത്മാവിന്റെ രഹസ്യങ്ങൾ 171
കുരങ്ങൻ പരിണമിച്ചല്ല മനുഷ്യൻ ഉണ്ടായത് 180
ഇന്റലിജന്റ് ഡിസൈനിങ് 196
സൈബോർഗ് 206
ആപേക്ഷികത 213
വിരദ്വാരങ്ങളും സമയസഞ്ചാരവും 223
തകർക്കാൻ പറ്റാത്ത ഗുരുത്വാകർഷണം 228
മൾട്ടിവേഴ്സ് 236
തുന്നിച്ചേർത്ത മഹാപ്രപഞ്ചം 244
ലോക്കാലിറ്റി 253
സമാന്തര പ്രപഞ്ചങ്ങളുടെ ഇടനാഴികൾ 262

പ്രസാധകക്കുറിപ്പ്

ആകാശഗോളങ്ങൾ എന്ന അമ്പരപ്പിക്കുന്ന യാഥാർത്ഥ്യത്തെ ഉൾക്കൊള്ളാനുള്ള ശേഷി നമുക്കുണ്ടോ? നാം വസിക്കുന്ന ഭൂമി എങ്ങനെ പിറന്നു, അതിൽ ജീവോല്പത്തി എപ്രകാരമുണ്ടായി, പ്രപഞ്ചം എന്നാൽ എന്ത്? എപ്രകാരമുണ്ടായി, എപ്രകാരമാണ് അത് വികസിക്കുന്നത്? ഇതിനെല്ലാമുള്ള ഉത്തരം മനുഷ്യമസ്തിഷ്കത്തിന്റെ വികാസത്തെയും അറിവിന്റെ മണ്ഡലത്തിലുണ്ടാകുന്ന കുതിച്ചുചാട്ടങ്ങളെയും ആശ്രയിച്ചിരിക്കും. ഊർജ്ജതന്ത്രത്തിന്റെയും ഗണിതത്തിന്റെയും സൂത്രവാക്യങ്ങളിൽ കുരുങ്ങിക്കിടക്കുന്ന ശാസ്ത്ര കണ്ടെത്തലുകളുടെ ഉള്ളറകളിലേക്കുള്ള സഞ്ചാരമാണ് ഈ പുസ്തകം. ഒരു വിജ്ഞാനസമൂഹമായി മാറാൻ വെമ്പൽകൊള്ളുന്ന കേരളത്തിൽ ഏതൊരു സത്യാന്വേഷിയും അവശ്യം വായിച്ചിരിക്കേണ്ട പുസ്തകമാണിത്. പ്രപഞ്ചം, ജീവൻ, കണികകൾ, പരിണാമം, ഭൂമിയിലല്ലാതെ മറ്റെവിടെയെങ്കിലും ജീവനുണ്ടോ, അന്യഗ്രഹ ജീവികൾ യാഥാർത്ഥ്യമാണോ തുടങ്ങിയ ശാസ്ത്ര സമസ്യകളിലേക്കു തുറക്കുന്ന ഈ വാതായനത്തിലൂടെ നിങ്ങൾക്കും നോക്കാം.

ചിന്ത പബ്ലിഷേഴ്സ്

ഓൺ ദ ഹെവൻസ്

ഭൂമി ഗോളാകാരമാണെന്ന വസ്തുത ബി സി 300 കളിൽത്തന്നെ ചിലരെങ്കിലും വിശ്വസിച്ചിരുന്നു. ബി സി 340 ൽ അരിസ്റ്റോട്ടിൽ എഴുതിയ *ഓൺ ദ ഹെവൻസ്* എന്ന പുസ്തകത്തിൽ ഭൂമിയുടെ ആകൃതിയെക്കുറിച്ച് പ്രതിപാദിച്ചിട്ടുണ്ട്. ഒരു പരന്നപാത്രം എന്ന ആശയത്തേക്കാൾ ഉരുണ്ട പന്ത് എന്ന പ്രയോഗമാണ് അനുയോജ്യമെന്ന് അരിസ്റ്റോട്ടിൽ വാദിച്ചു. ചന്ദ്രഗ്രഹണസമയത്ത് ചന്ദ്രനിൽ പതിക്കുന്ന ഭൂമിയുടെ നിഴൽ നിരീക്ഷിച്ച അരിസ്റ്റോട്ടിൽ നിഴൽ വക്രാകൃതിയുള്ളതായി കാണപ്പെടുന്നത് ഭൂമി ഗോളാകാരമായതുകൊണ്ടാണെന്ന് സിദ്ധാന്തിച്ചു. ഭൂമി വൃത്താകാരമായ ഒരു പാത്രം പോലെ ആയിരുന്നെങ്കിൽ നിഴൽ ദീർഘവൃത്താകൃതിയിൽ ആകുമായിരുന്നു. അതുമാത്രമല്ല അരിസ്റ്റോട്ടിലിന്റെ വാദത്തിന് ബലം നല്കിയത്. ഗ്രീക്ക് സഞ്ചാരികൾ തെക്കോട്ട് യാത്ര ചെയ്യുമ്പോൾ ധ്രുവനക്ഷത്രത്തിന്റെ സ്ഥാനത്തിലും വ്യത്യാസമുണ്ടാകുന്നതായി നിരീക്ഷിച്ചിരുന്നു. തെക്കോട്ടുപോകുന്തോറും ധ്രുവനക്ഷത്രം ചക്രവാളത്തിനരികിലേക്ക് നീങ്ങുന്നതായി അനുഭവപ്പെട്ടു. ധ്രുവനക്ഷത്രത്തിന്റെ ഈ സ്ഥാനപ്പകർച്ച ഉപയോഗിച്ച് അരിസ്റ്റോട്ടിൽ ഭൂമിയുടെ ചുറ്റളവ് കണക്കുകൂട്ടി. ഈജിപ്തിലും ഗ്രീസിലും വച്ച് നിരീക്ഷിക്കുമ്പോൾ ധ്രുവനക്ഷത്രത്തിന്റെ ആപേക്ഷിക സ്ഥാനാന്തരണമുപയോഗിച്ചു നടത്തിയ കണക്കുകൂട്ടലിൽ ഭൂമിയുടെ ചുറ്റളവ് 4 ലക്ഷം സ്റ്റേഡിയം ആണെന്നാണ് അരിസ്റ്റോട്ടിൽ കണക്കാക്കിയത്. ഒരു സ്റ്റേഡിയം എന്നത് ഏകദേശം 200 മീറ്ററാണ്. ആധുനിക കാലത്തെ കണക്കുകൂട്ടൽ അനുസരിച്ച് ഭൂമിയുടെ ചുറ്റളവ് അരിസ്റ്റോട്ടിൽ കണക്കുകൂട്ടിയതിന്റെ പകുതിയോളമേ ഉള്ളൂ.

ഭൂമി ഉരുണ്ടതാണെന്ന് അനായാസമായി സ്ഥാപിക്കാൻ കഴിയുന്ന മറ്റൊരു നിരീക്ഷണ തെളിവുകൂടി ഗ്രീക്കുകാർക്കുണ്ടായിരുന്നു. കടലിൽ

ദൂരെനിന്നു വരുന്ന കപ്പലിന്റെ കൊടിമരം, പുകക്കുഴൽ എന്നിങ്ങനെ ഉയർന്നുനില്ക്കുന്ന ഭാഗങ്ങൾ ആദ്യമാദ്യം ദൃഷ്ടിഗോചരമാകുന്നത് ഒരു വക്രതയാർന്ന പ്രതലത്തിൽക്കൂടി സഞ്ചരിക്കുന്നതുകൊണ്ടാണെന്ന് അവർ കരുതി. ഭൂമിയുടെ ആകൃതിയെക്കുറിച്ച് ഏറ്റവും കൃത്യമായതും അതിന്റെ ചുറ്റളവിനെക്കുറിച്ച് ആധുനിക കണക്കുകൂട്ടലുകളോട് ഏറ ക്കുറെ ചേർന്നുനില്ക്കുന്നതുമായ സിദ്ധാന്തങ്ങൾ അവതരിപ്പിക്കാൻ അരിസ്റ്റോട്ടിലിനു കഴിഞ്ഞു. അക്കാലത്ത് ശാസ്ത്രത്തിന്റെയും തത്ത്വചി ന്തയുടെയും അവസാനത്തെ വാക്കായിരുന്നു അദ്ദേഹം. എന്നാൽ ഗോളാ കാരമായ ഭൂമി പ്രപഞ്ചത്തിന്റെ മദ്ധ്യത്തിൽ ഉറച്ചുനില്ക്കുകയാണെന്നും മറ്റ് ആകാശഗോളങ്ങളെല്ലാം വർത്തുളപഥത്തിൽ ഭൂമിയെ പ്രദക്ഷിണം വയ്ക്കുകയുമാണെന്നാണ് അദ്ദേഹം കരുതിയത്. അതിനുള്ള കാരണവും അദ്ദേഹം തന്നെ വിശദമാക്കി. വർത്തുളപാതയാണ് ഏറ്റവും പൂർണ്ണമായ സഞ്ചാരപഥമെന്നും പ്രപഞ്ചത്തിന്റെ കേന്ദ്രമായ ഭൂമിയെ പ്രദക്ഷിണം ചെയ്യുന്നതിന് ഖഗോള വസ്തുക്കൾ ഏറ്റവും പൂർണ്ണമായ പഥം സ്വീകരി ച്ചിരിക്കുമെന്നും അദ്ദേഹം വ്യക്തമാക്കി.

അരിസ്റ്റോട്ടിലിന്റെ ആശയം മുന്നൂറ് വർഷങ്ങളോളം മാറ്റമില്ലാതെ തുടർന്നു. പിന്നീട് ക്രിസ്തുവർഷം ആദ്യനൂറ്റാണ്ടിൽ ക്ലോഡിയസ് ടോളമി ഈ ആശയത്തെ കുറേക്കൂടി വിശദീകരിക്കാൻ ശ്രമിച്ചു. ഒരു സമ്പൂർണ്ണ പ്രപഞ്ചമാതൃകയായിരുന്നു ടോളമിയുടെ ലക്ഷ്യം. ടോളമിയുടെ മാതൃക യിലും ഭൂമി തന്നെയായിരുന്നു പ്രപഞ്ചത്തിന്റെ കേന്ദ്രം. ഭൂമിക്കുചുറ്റും എട്ട് സ്ഫടികഗോളങ്ങളുണ്ട്. അവയിലോരോന്നിലും ചന്ദ്രൻ, സൂര്യൻ, ഗ്രഹങ്ങൾ (ബുധൻ, ശുക്രൻ, ചൊവ്വ, വ്യാഴം, ശനി എന്നിങ്ങനെ അഞ്ച് ഗ്രഹങ്ങൾ മാത്രമേ അന്ന് അറിയുമായിരുന്നുള്ളൂ) എന്നീ ഖഗോള വസ്തു ക്കൾ ക്രമീകരിച്ചിരിക്കും. സ്ഫടികഗോളത്തിനുള്ളിലൂടെയാണ് ഇവയുടെ സഞ്ചാരം. എന്നാൽ ഗ്രഹങ്ങളുടെ കാര്യത്തിൽ ചെറിയ വ്യത്യാസമുണ്ട്. സ്ഫടികഗോളങ്ങൾക്കുള്ളിൽ തന്നെയുള്ള ചെറിയ ഗോളങ്ങളിലൂടെയും ഗ്രഹങ്ങൾ സഞ്ചരിക്കും. ഗ്രഹങ്ങളുടെ സഞ്ചാരപഥം കൃത്യമായി വിശ ദീകരിക്കാൻ കഴിയാതെ വന്നപ്പോൾ ടോളമി സ്വീകരിച്ച കുറുക്കുവഴിയാണ് ചെറിയ ഗോളങ്ങളെന്ന അടവ് നയം. എട്ടാമത്തെയും അവസാനത്തെയും സ്ഫടികഗോളത്തിൽ നക്ഷത്രങ്ങളെ ഉറപ്പിച്ചിരിക്കും. അവയ്ക്ക് സ്വത ന്ത്രമായി സഞ്ചരിക്കാൻ കഴിയില്ല. അതുകൊണ്ടാണ് നക്ഷത്രങ്ങൾക്ക് സ്ഥാനമാറ്റം ഉണ്ടാകാത്തത്. എന്നാൽ സ്ഫടികഗോളമൊന്നാകെ കറ ങ്ങുന്നുണ്ടുതാനും. അതുകൊണ്ടാണ് രാത്രിയുടെ അവസാനയാമങ്ങളിൽ നക്ഷത്രങ്ങളൊന്നാകെ സ്ഥാനം മാറുന്നതും അവയ്ക്കിടയിലുള്ള അകലം വ്യത്യാസപ്പെടാത്തതും. എട്ടാമത്തെയും അവസാനത്തേതുമായ ഗോള ത്തിനപ്പുറമെന്താണെന്ന് ടോളമി വ്യക്തമാക്കുന്നില്ല. ഇനി അതെന്താണെ ങ്കിലും മനുഷ്യന് ഒരിക്കലും കാണാൻ കഴിയില്ലെന്ന ലക്ഷ്മണരേഖ വരച്ച ടോളമി അന്വേഷണത്തിനുള്ള ചെറിയ സാദ്ധ്യതപോലും അടച്ചു മുദ്ര വച്ചു. ടോളമിയുടെ മാതൃക ഇന്ന് പരിഹാസ്യമായി തോന്നുമെങ്കിലും

അദ്ദേഹത്തിന്റെ കാലത്തും തുടർന്നുള്ള ഏതാനും നൂറ്റാണ്ടുകളിലും ആകാശവസ്തുക്കളുടെ സ്ഥാനം ഏറക്കുറെ കൃത്യമായി പ്രവചിക്കുന്നതിന് വാനനിരീക്ഷകരെ സഹായിച്ചിരുന്നു. ഇത്തരം പ്രവചനങ്ങളിലും ഖഗോള വസ്തുക്കളുടെ സ്ഥാനത്തിലും എന്തെങ്കിലും അപ്രതീക്ഷിത മാറ്റമുണ്ടാകുമ്പോൾ എടുത്തുപയോഗിക്കാൻ പറ്റുന്ന ചില പൊടിക്കൈകളും തന്റെ മാതൃകയിൽ ടോളമി ഉൾക്കൊള്ളിച്ചിരുന്നു.

ചിലകാലങ്ങളിൽ ചന്ദ്രന്റെ വലിപ്പം വർദ്ധിക്കുന്നതിനു കാരണം അപ്പോഴെല്ലാം ചന്ദ്രൻ തന്റെ സ്വാഭാവിക സഞ്ചാരപഥത്തിൽനിന്ന് വ്യതിചലിച്ച് ഭൂമിയുടെ രണ്ടുമടങ്ങ് അടുത്തേക്ക് എത്തുന്നതുകൊണ്ടാണെന്നായിരുന്നു അദ്ദേഹത്തിന്റെ വാദം. ബുധന്റെ സഞ്ചാരപഥത്തിലെ അപശ്രുതിയെപ്പറ്റിയും അദ്ദേഹം വിചിത്രമായ ചില വ്യാഖ്യാനങ്ങളാണ് നല്കിയത്. അത് തിരുത്തിയെഴുതാൻ ഇരുപതാം നൂറ്റാണ്ടുവരെ കാത്തിരിക്കേണ്ടി വന്നു എന്നതും ചരിത്രം. പൊതുവെ സ്വീകാര്യമായിരുന്നെങ്കിലും ടോളമിയുടെ മാതൃക ലോകമൊട്ടാകെ അംഗീകരിക്കപ്പെട്ടിട്ടൊന്നുമില്ലായിരുന്നു. ഇന്ത്യയിലും ചൈനയിലുമെല്ലാം ഇതിനു സമാന്തരമായി വിവിധ മാതൃകകൾ വാനനിരീക്ഷകർ ഉപയോഗപ്പെടുത്തിയിരുന്നു. എന്നാൽ ക്രിസ്തുമതത്തിന് ടോളമിയുടെ മാതൃക നന്നേ ബോധിച്ചു. എട്ടാമത്തെയും അവസാനത്തെയും സ്ഫടികഗോളത്തിനപ്പുറം മനുഷ്യന് എത്തിച്ചേരാൻ കഴിയാത്ത തലത്തിൽ തങ്ങളുടെ വിശ്വാസപ്രമാണമനുസരിച്ചുള്ള സ്വർഗ്ഗവും നരകവും സ്ഥാപിക്കാൻ ധാരാളം ഇടമുണ്ടല്ലോ. പിന്നീട് നൂറ്റാണ്ടുകൾക്കുശേഷം പ്രത്യക്ഷപ്പെട്ട ഇസ്ലാംമതത്തിനും അതിനപ്പുറമൊന്നും ചിന്തിക്കാൻ കഴിഞ്ഞില്ല. ഇന്നും സ്വർഗ്ഗവും നരകവുമെല്ലാം ആകാശത്തിലാണെന്നു കരുതുന്നവർ അങ്ങനെയല്ലെന്നു ചിന്തിക്കുന്നവരുടെ അനേകം മടങ്ങുണ്ടെന്നറിയുമ്പോഴാണ് ടോളമിയുടെ പ്രപഞ്ചമാതൃകയുടെ സ്വാധീനശക്തി വ്യക്തമാകുന്നത്.

ക്രിസ്തുവർഷം 1514 ൽ പോളിഷ് പാതിരിയായ നിക്കോളാസ് കോപ്പർനിക്കസ് കുറേക്കൂടി ലളിതമായ ഒരു പ്രപഞ്ചമാതൃക അവതരിപ്പിച്ചു. എന്നാൽ കത്തോലിക്കാവിശ്വാസപ്രമാണങ്ങൾക്കെതിരായ തന്റെ മാതൃക പരസ്യമായി അവതരിപ്പിക്കാൻ അദ്ദേഹം ധൈര്യപ്പെട്ടിരുന്നില്ല. അജ്ഞാത കർതൃകം എന്ന നിലയിലായിരുന്നു കോപ്പർനിക്കസിന്റെ മാതൃക ആദ്യമായി അവതരിപ്പിക്കപ്പെട്ടത്. ഈ മാതൃകയിൽ പ്രപഞ്ചത്തിന്റെ കേന്ദ്രം ഭൂമിയല്ല, മറിച്ച് സൂര്യനാണ്. എന്നാൽ സൂര്യൻ പ്രപഞ്ചകേന്ദ്രത്തിൽ ചലിക്കാതെ നില്ക്കുകയാണ്. ഭൂമിയും മറ്റുഗ്രഹങ്ങളും വൃത്തപഥത്തിലൂടെ സൂര്യനുചുറ്റും സഞ്ചരിക്കുകയാണ്. പക്ഷേ, ഒരു നൂറ്റാണ്ടെങ്കിലും കഴിഞ്ഞാണ് കോപ്പർനിക്കസിന്റെ മാതൃക ആരെങ്കിലും ഗൗരവത്തിലെടുക്കുന്നത്. ജർമ്മൻ ജ്യോതിശാസ്ത്രജ്ഞനായ യൊഹാൻ കെപ്ലറും, ഇറ്റാലിയൻ ജ്യോതിശാസ്ത്രജ്ഞനായ ഗലീലിയോ ഗലീലിയും കോപ്പർ നിക്കസ് മാതൃകയുടെ ആരാധകരായിരുന്നു. കോപ്പർ നിക്കസ് മാതൃകയിലെ പ്രവചനങ്ങളിൽ പലതും നിരീക്ഷണത്തെളിവുകളുമായി

യോജിക്കുന്നില്ലെങ്കിലും ടോളമിയുടെ ഭൂകേന്ദ്ര പ്രപഞ്ചവ്യവസ്ഥയേക്കാൾ മികച്ചതായിരുന്നു കോപ്പർ നിക്കസിന്റെ സൂര്യകേന്ദ്രം പ്രപഞ്ചമാതൃക. എന്നാൽ ഈ മാതൃകയിൽ ടോളമി നല്കിയതുപോലെ ഭൂമിക്ക് കേന്ദ്ര സ്ഥാനം നല്കുന്നില്ല. ഭൂമിക്ക് കേന്ദ്രസ്ഥാനമില്ലെങ്കിൽ എല്ലാം സൃഷ്ടിക്കപ്പെട്ടത് ഭൂമിക്കും അതിലെ വിശിഷ്ട സൃഷ്ടിയായ മനുഷ്യനും വേണ്ടിയാണെന്ന മതവിശ്വാസത്തിനെതിരാകും. അതുകൊണ്ടുതന്നെ കോപ്പർനിക്കസ് മാതൃകയുടെ വക്താക്കൾക്കെല്ലാം കണിശമായ മതവിചാരണ നേരിടേണ്ടിവന്നു. ലക്ഷക്കണക്കിനാളുകൾ കാരാഗൃഹവാസം അനുഭവിച്ചു. നിരവധിപേർക്ക് ജീവൻ നഷ്ടമായി. 1609 ൽ ഗലീലിയോ ദൂരദർശിനി ഉപയോഗിച്ച് വാനനിരീക്ഷണം നടത്താനാരംഭിച്ചതോടെ അരിസ്റ്റോട്ടിൽ-ടോളമി പ്രപഞ്ചമാതൃകകളുടെ ചരമക്കുറിപ്പ് എഴുതാനാരംഭിച്ചതും ശാസ്ത്രചരിത്രം. ദൂരദർശിനി ഉപയോഗിച്ച് വ്യാഴത്തിന്റെ ഉപഗ്രഹങ്ങളെ നിരീക്ഷിച്ച ഗലീലിയോക്ക് ഒരുകാര്യം വ്യക്തമായി. ടോളമി പറയുന്നതുപോലെയല്ല കാര്യങ്ങളുടെ ഗതി. ഈ ഉപഗ്രഹങ്ങൾ ഭൂമിയെയല്ല, വ്യാഴത്തെയാണ് പ്രദക്ഷിണം ചെയ്യുന്നത്. അങ്ങനെ വരുമ്പോൾ ഭൂമി എങ്ങനെ എല്ലാത്തിന്റെയും കേന്ദ്രമാകും? സൂര്യൻ കേന്ദ്രമായാൽ ഈ പ്രശ്നം പരിഹരിക്കപ്പെടും. മാത്രവുമല്ല സൂര്യകേന്ദ്രീകൃതമായ കോപ്പർനിക്കസ് മാതൃക താരതമ്യേന ലളിതവുമാണ്.

ഇക്കാലത്തുതന്നെ യൊഹാൻ കെപ്ളറും ചില നിരീക്ഷണങ്ങൾ നടത്തി. അദ്ദേഹം കോപ്പർനിക്കസ് മാതൃകയിൽ ചില പരിഷ്കാരങ്ങൾ വരുത്തി അവതരിപ്പിച്ചു, കോപ്പർനിക്കസ് മാതൃകയിൽ ഗ്രഹങ്ങൾ സൂര്യനുചുറ്റും സഞ്ചരിക്കുന്നത് വൃത്തപഥത്തിലാണ്. എന്നാൽ കെപ്ളർ ഗ്രഹങ്ങളുടെ സഞ്ചാരപഥം ദീർഘ വൃത്താകാരമാണെന്ന് സ്ഥാപിച്ചു. ആധുനിക നിരീക്ഷണങ്ങൾ കെപ്ളറുടെ രീതിയാണ് ശരിയെന്ന് സ്ഥിരീകരിച്ചിട്ടുണ്ട്. കെപ്ളർ അവതരിപ്പിച്ച ഗ്രഹചലന സിദ്ധാന്തങ്ങൾക്ക് ഇന്നും പ്രസക്തിയുണ്ട്. എന്നാൽ ഗ്രഹങ്ങൾ സൂര്യനുചുറ്റും സഞ്ചരിക്കുന്നത് സൂര്യന്റെ കാന്തശക്തികാരണമാണെന്നാണ് കെപ്ളർ വിശ്വസിച്ചിരുന്നത്. അതെന്തായാലും വൃത്തപഥമെന്ന പൂർണ്ണതയുള്ള മാർഗ്ഗത്തിൽനിന്ന് ദീർഘവൃത്തമെന്ന പൂർണ്ണതകുറഞ്ഞ പഥത്തിലേക്ക് ഖഗോള പിണ്ഡങ്ങളുടെ പാതയെ മാറ്റിപ്രതിഷ്ഠിക്കാൻ കെപ്ളറിന് കഴിഞ്ഞു. ഭൂമിയുടെയും സൂര്യന്റെയും കേന്ദ്രസ്ഥാനത്തിന് ഇളക്കം സംഭവിച്ചു തുടങ്ങുന്നതും കെപ്ളറിനു ശേഷമാണ്.

പിന്നീട് ഭൗതികശാസ്ത്രത്തിൽ വലിയൊരു വിപ്ളവത്തിന് തിരികൊളുത്തിയത് 1687 ൽ ഐസക്ന്യൂട്ടൺ *പ്രിൻസിപിയ മാത്തമാറ്റിക്ക* പ്രസിദ്ധീകരിച്ചപ്പോഴാണ്. ഈ ഗ്രന്ഥത്തിൽ ഖഗോളവസ്തുക്കൾ സ്ഥലത്തിലും കാലത്തിലും എങ്ങനെയാണ് സഞ്ചരിക്കുക എന്നു വിശദീകരിക്കുക മാത്രമല്ല അവയുടെ ചലനത്തിന്റെ സമവാക്യങ്ങൾ രൂപീകരിക്കുക കൂടിയാണ് ചെയ്തത്. ഇതുകൂടാതെ ഈ ഗ്രന്ഥത്തിലൂടെ ന്യൂട്ടൺ പ്രപഞ്ചിക ഗുരുത്വനിയമങ്ങളും അവതരിപ്പിച്ചു. ന്യൂട്ടന്റെ ഗുരുത്വനിയമങ്ങൾ

അനുസരിച്ച് പ്രപഞ്ചത്തിലുള്ള വസ്തുക്കളെല്ലാം പരസ്പരം ആകർഷിക്കുന്നുണ്ട്. ഈ ആകർഷണബലം വസ്തുക്കളുടെ ഭാരത്തിനും അവ തമ്മിലുള്ള അകലത്തിനും ആനുപാതികമായിരിക്കും. അതായത് ഭാരം കൂടുതലുള്ള വസ്തുക്കളുടെ ഗുരുത്വാകർഷണബലം കുറഞ്ഞവയെ അപേക്ഷിച്ച് അധികമായിരിക്കും. രണ്ടുവസ്തുക്കൾ തമ്മിലുള്ള അകലം കൂടുന്നതിനനുസരിച്ച് അവയ്ക്കിടയിലുള്ള ഗുരുത്വാകർഷണ ബലം കുറഞ്ഞുവരും. വസ്തുക്കൾ ഭൂമിയിൽ പതിക്കുന്നതിനും ഉപഗ്രഹങ്ങൾ ഗ്രഹങ്ങളെയും, ഗ്രഹങ്ങൾ സൂര്യനെയും പ്രദക്ഷിണം ചെയ്യുന്നതിനും കാരണം ഗുരുത്വാകർഷണ ബലമാണ്. കോപ്പർനിക്കസിന്റെയും കെപ്ളറുടെയും മാതൃകകളോട് ചേർന്നു നില്ക്കുന്നതും എന്നാൽ അവയുടെ ഏറ്റവും പരിഷ്കൃത രൂപവുമായിരുന്നു ന്യൂട്ടൺ സൃഷ്ടിച്ച പ്രപഞ്ചമാതൃക. പ്രപഞ്ചത്തിന്റെ കേന്ദ്രം സൂര്യനാണെന്ന കോപ്പർനിക്കസിന്റെ പരികല്പന ന്യൂട്ടൺ പൊളിച്ചെഴുതി. നക്ഷത്രങ്ങളെല്ലാം സൂര്യൻമാരാണെന്ന് ന്യൂട്ടൺ സ്ഥാപിച്ചു. ആകാശത്തിലെ നക്ഷത്രങ്ങളുടെ ആപേക്ഷിക സ്ഥാനം മാറാത്തത് അവ സ്ഫടികഗോളത്തിൽ ഒട്ടിച്ചുവച്ചിരിക്കുന്നതുകൊണ്ടല്ല, മറിച്ച് ഭൂമിയിൽനിന്നും നക്ഷത്രങ്ങളിലേക്കുള്ള ദൂരം വളരെ അധികമായതുകൊണ്ട് അവയുടെ സഞ്ചാരം നിരീക്ഷിക്കാൻ കഴിയാത്തതുകൊണ്ടാണെന്നും ന്യൂട്ടൺ വ്യാഖ്യാനിച്ചു. എന്നാൽ ആകാശത്തിൽ കാണപ്പെടുന്ന ഏതാനും നക്ഷത്രങ്ങൾ മാത്രമേ ഉള്ളൂ എങ്കിൽ അവയുടെ ആകർഷണം കാരണം നക്ഷത്രങ്ങളെല്ലാം ഒരു പൊതു ഗുരുത്വകേന്ദ്രത്തെ ആധാരമാക്കി ഭ്രമണം ചെയ്യേണ്ടിവരുമെന്ന സൈദ്ധാന്തിക വ്യാഖ്യാനവുമായി 1691 ൽ റിച്ചാർഡ് ബെന്റ്ലി എന്ന ചിന്തകൻ ന്യൂട്ടനുമായി സംവാദത്തിനെത്തി. എന്നാൽ ആകാശത്തിൽ ദൃശ്യമായ ഏതാനും നക്ഷത്രങ്ങളല്ല പ്രപഞ്ചത്തിലുള്ളതെന്നും അനന്തമായ എണ്ണം നക്ഷത്രങ്ങൾ അനന്തമായി വ്യാപിച്ചിരിക്കുന്ന സ്ഥലത്തിലും കാലത്തിലും ചിതറിക്കിടക്കുകയാണെന്ന വിശദീകരണമാണ് ന്യൂട്ടൺ നല്കിയത്. അതുകൊണ്ടുതന്നെ പൊതുവായ ഒരു ഗുരുത്വകേന്ദ്രം എന്ന വാദം നിലനില്ക്കില്ല. പ്രപഞ്ചത്തിന് ഒരു കേന്ദ്രമുണ്ടാകുമെന്ന ചിന്തകൾക്ക് ഒരു പര്യവസാനം കൂടിയായിരുന്നു ന്യൂട്ടന്റെ കണ്ടെത്തലുകൾ.

ഒരു അനന്തപ്രപഞ്ചത്തിൽ കേന്ദ്രബിന്ദു എന്നൊന്നില്ല. മറ്റൊരു തരത്തിൽ പറഞ്ഞാൽ ഏതൊരു സ്ഥാനത്തെയും കേന്ദ്രമായി പരിഗണിക്കാൻ കഴിയും. കാരണം ഏതൊരു സ്ഥാനത്തെയും ആധാരമാക്കി നോക്കിയാൽ അതിന്റെ എല്ലാവശങ്ങളിലും അനന്തം നക്ഷത്രങ്ങളെ കണ്ടെത്താൻ കഴിയും. പുറമേനിന്ന് അനന്തം എണ്ണം നക്ഷത്രങ്ങളെ ഈ വ്യവസ്ഥയിലേക്ക് കൂട്ടിച്ചേർത്താലും ഇവിടെനിന്ന് നീക്കം ചെയ്താലും ഈ വ്യവസ്ഥയിൽ മാറ്റമൊന്നുമുണ്ടാകില്ല. എന്നാൽ അനന്തമായതും സ്ഥിരമായതുമായ ഇത്തരമൊരു ന്യൂട്ടോണിയൻ പ്രപഞ്ച സങ്കല്പനത്തിന് ഇന്ന് പ്രസക്തി നഷ്ടപ്പെട്ടു കഴിഞ്ഞു. ഇരുപതാം നൂറ്റാണ്ടിലാണ് പ്രപഞ്ചം വികസിക്കുകയോ, ചുരുങ്ങുകയോ ചെയ്യേണ്ടതിന്റെ ആവശ്യകത ശാസ്ത്ര

ലോകത്തിന് ബോദ്ധ്യപ്പെടുന്നത്. ആൽബർട്ട് ഐൻസ്റ്റൈന്റെ സമവാക്യങ്ങൾ നിർദ്ധാരണം ചെയ്യുമ്പോഴാണ് ഈ നിഗമനത്തിൽ ശാസ്ത്രലോകം എത്തിയത്. ഫ്രീഡ്മാൻ, ലെമറ്റർ, ഗാമോവ് എന്നിവരുടെ ഗണിതക്രിയകളും എഡ്വിൻ ഹബിളിന്റെ നിരീക്ഷണവും ഒത്തുചേർന്നപ്പോൾ പ്രപഞ്ചം വികസിക്കുന്നതായി ശാസ്ത്രലോകത്തിനു മനസ്സിലായി. പ്രപഞ്ചം അനന്തകാലം മുതൽ അനന്തകാലം വരെ മാറ്റമില്ലാതെ തുടരുന്ന പ്രതിഭാസമല്ലെന്നും അതിന്റെ ഉത്ഭവത്തിന് അത്ര പ്രായമൊന്നുമില്ലെന്നും വ്യാഖ്യാനിക്കപ്പെട്ടു.

ന്യൂട്ടന്റെ ഗുരുത്വനിയമങ്ങൾ ആശ്രയിച്ചാൽ പ്രപഞ്ചം വികസിച്ചുകൊണ്ടിരിക്കുകയാണ് എന്ന നിഗമനത്തിൽ എത്തിച്ചേരാൻ കഴിയില്ല. എന്നാൽ ഗ്രഹചലനങ്ങളും ഖഗോളപിണ്ഡങ്ങളുടെ പരസ്പര ആകർഷണവും ന്യൂട്ടന്റെ നിയമങ്ങൾ അനുസരിച്ചാണ് സംഭവിക്കുന്നത്. ഈ പൊരുത്തക്കേട് മാറ്റുന്നതിന് ന്യൂട്ടന്റെ നിയമങ്ങളിൽ ചില ഭേദഗതികൾ വരുത്തുകയാണ് ആധുനിക ഭൗതികശാസ്ത്രജ്ഞർ ചെയ്തത്. ഗുരുത്വബലം വലിയ ദൂരങ്ങളിൽ വികർഷണസ്വഭാവം കാണിക്കുന്നതായി പരിഗണിച്ചാൽ ന്യൂട്ടന്റെ ഗ്രഹചലനങ്ങളും ഗുരുത്വനിയമങ്ങളും അനുസരിച്ചുതന്നെ പ്രപഞ്ചവികാസത്തെയും വിശദീകരിക്കാൻ കഴിയും. സമീപങ്ങളായ നക്ഷത്രങ്ങൾ തമ്മിലുള്ള ആകർഷണബലം വിദൂരനക്ഷത്രങ്ങളുടെ വികർഷണം കാരണം നിർവ്വീര്യമാക്കപ്പെടും എന്നു വേണമെങ്കിൽ ഈ സമീപനത്തെ വ്യാഖ്യാനിക്കാൻ കഴിയും. എന്നാൽ ഇവിടെ മറ്റൊരു പ്രശ്നം ദ്രവ്യത്തിന്റെ സാന്ദ്രത മറ്റുമേഖലകളെ അപേക്ഷിച്ച് കൂടുതലാണെങ്കിൽ സാന്ദ്രത കൂടിയ മേഖലകളിൽ നക്ഷത്രങ്ങൾ ഗുരുത്വാകർഷണം കാരണം തകർന്നടിഞ്ഞ് ഒരു ബിന്ദുവിലേക്കൊതുങ്ങുകയും സാന്ദ്രത കുറഞ്ഞ മേഖലകളിലെ നക്ഷത്രങ്ങൾ വികർഷണം കാരണം ചിതറിത്തെറിക്കുകയും വേണം. എന്നാൽ ഇങ്ങനെ സംഭവിക്കുന്നില്ല.

ജർമ്മൻ ചിന്തകനായ ഹെൻറിച്ച് ഓൾബേഴ്സ് സ്ഥിരപ്രപഞ്ചത്തിന് മറ്റൊരു പ്രഹരംകൂടി ഏല്പിച്ചു. 1823 ൽ പ്രസിദ്ധീകരിച്ച ഒരു ലേഖനത്തിൽ അദ്ദേഹം മുന്നോട്ടുവച്ച ഓൾബറുടെ പ്രഹേളിക ശാസ്ത്രലോകത്തിൽ വലിയ ചർച്ചയായി. ഒരു അനന്ത, സ്ഥിര പ്രപഞ്ചത്തിൽ അനന്തം നക്ഷത്രങ്ങളുണ്ടെങ്കിൽ അവയിൽനിന്നുള്ള പ്രകാശം പ്രപഞ്ചമൊട്ടാകെ വ്യാപിക്കേണ്ടതും അക്കാരണത്താൽ രാത്രി–പകൽ ഭേദമില്ലാതെ ഏതു സമയവും ആകാശം പ്രകാശമാനവുമായിരിക്കണം. എന്നാൽ ഇങ്ങനെ സംഭവിക്കുന്നില്ല. വിദൂരനക്ഷത്രങ്ങളിൽ നിന്നുള്ള പ്രകാശത്തെ നക്ഷത്രാന്തര മാധ്യമം ആഗിരണം ചെയ്തിരിക്കാമെന്ന് സ്ഥിരപ്രപഞ്ചത്തിന്റെ വക്താക്കൾക്ക് വ്യാഖ്യാനിക്കാമെങ്കിലും അവിടെയും പ്രശ്നം തീരുന്നില്ല. നക്ഷത്രാന്തര മാധ്യമം പ്രകാശത്തെ ആഗിരണം ചെയ്തിട്ടുണ്ടെങ്കിൽ അത് ക്രമേണ ജ്വലിക്കാനാരംഭിക്കുകയും നക്ഷത്രങ്ങളെപ്പോലെ തിളങ്ങുകയും വേണം. ഇത് സംഭവിക്കുന്നില്ല. ഓൾബറുടെ പ്രഹേളിക പരിഹരിക്കണമെങ്കിൽ ഒന്നുകിൽ നക്ഷത്രങ്ങൾ അനന്തകാലം അവിടെയില്ലെന്ന് സമ്മ

തിക്കണം. അല്ലെങ്കിൽ നക്ഷത്രങ്ങളെപ്പോലെ ജ്വലിക്കാൻ ആവശ്യമുള്ള പ്രകാശം ഇതുവരെ നക്ഷത്രാന്തര മാധ്യമം ആഗിരണം ചെയ്തിട്ടില്ലെന്നു വ്യാഖ്യാനിക്കണം. അതുമല്ലെങ്കിൽ വിദൂരനക്ഷത്രങ്ങളിൽനിന്നുള്ള പ്രകാശം ഇതുവരെ നമ്മുടെ കണ്ണുകളിലെത്തിയിട്ടില്ലെന്നു പറയണം. ഇതിൽ ഏതുകാരണമായാലും അത് അനന്തകാലം നിലനില്ക്കുന്ന ഒരു സ്ഥിര പ്രപഞ്ചമെന്ന വാദത്തിന് നിലനില്പുണ്ടാകില്ല. പ്രപഞ്ചത്തിന് ഒരു തുടക്കമുണ്ടാകേണ്ടത് അനിവാര്യമാണ്.

പ്രപഞ്ചോല്പത്തിയെക്കുറിച്ച് നൂറ്റാണ്ടുകൾ മുമ്പുമുതൽ തന്നെ ചർച്ചകൾ തുടങ്ങിയിരുന്നു. ജൂത, ക്രിസ്ത്യൻ, ഇസ്ലാം വിശ്വാസങ്ങളനുസരിച്ച് പ്രപഞ്ചത്തിന് ഒരു ഉല്പത്തിയുണ്ടെന്നു മാത്രമല്ല അതിന് അധികം പഴക്കവുമില്ല. പ്രപഞ്ചത്തിന് ഒരു തുടക്കമുണ്ടെങ്കിൽ അതിനൊരു സ്രഷ്ടാവ് വേണമെന്ന ലളിതയുക്തിയല്ലാതെ ശാസ്ത്രീയ നിഗമനങ്ങളൊന്നുമല്ല ഇത്തരമൊരു വിശ്വാസത്തിന്റെ അടിസ്ഥാനം. പ്രപഞ്ചസൃഷ്ടി നടന്നത് ക്രിസ്തുവിന് മുമ്പ് 5000–ാമാണ്ടിലാണെന്നാണ് സെന്റ് അഗസ്റ്റ്യൻ വിശദീകരിക്കുന്നത്. *ബൈബിൾ* പഴയനിയമത്തിലെ ഉല്പത്തി പുസ്തകത്തെ ആധാരമാക്കിയാണ് ഇത്തരമൊരു നിഗമനത്തിൽ അദ്ദേഹം എത്തിച്ചേർന്നത്. ഏറ്റവും രസകരമായ വസ്തുത കഴിഞ്ഞ ഹിമയുഗം അവസാനിച്ചത് ബി സി 10,000 ൽ ആണെന്നറിയുമ്പോഴാണ്. ഈ കാലഘട്ടത്തിൽ ഭൂമിയിൽ നാഗരികത ഉടലെടുത്തുകഴിഞ്ഞിരുന്നു. എന്നാൽ അരിസ്റ്റോട്ടിലിനെപ്പോലെയുള്ള ഗ്രീക്ക് ചിന്തകർക്ക് പ്രപഞ്ചസൃഷ്ടി എന്ന ആശയം സ്വീകാര്യമായിരുന്നില്ല. കാരണം ഇത്തമൊരു ആശയം ഒരു അനാവശ്യ ദൈവിക പരിവേഷത്തിന്റെ ഇടപെടലുണ്ടാക്കുമെന്ന് അവർ കരുതിയിരുന്നു. പ്രപഞ്ചവും ഭൂമിയും മനുഷ്യവർഗ്ഗവും എല്ലാക്കാലവും ഉണ്ടായിരുന്നെന്നും ഇനിയും എല്ലാക്കാലവും ഉണ്ടായിരിക്കുമെന്നുമാണ് അവർ വിശ്വസിച്ചത്. തുടക്കവും ഒടുക്കവുമില്ലാത്ത ഒരു അനന്തപ്രപഞ്ചത്തിന് സ്രഷ്ടാവിന്റെ ആവശ്യമില്ല. എന്നാൽ ഭൗതികശാസ്ത്രം പ്രപഞ്ചത്തിന് ഒരു തുടക്കമുണ്ടെന്ന് വിശദീകരിച്ചപ്പോൾ അത് അതീത ഭൗതികത്തിലേക്കുള്ള വഴുതിപ്പോക്കോ, ദൈവശാസ്ത്രവുമായുള്ള ഒരു ഒത്തുതീർപ്പോ ആകാമെന്ന് ആശങ്കപ്പെട്ടവരും ശാസ്ത്രലോകത്തെ സഹയാത്രികരായുണ്ട്. 1929 ൽ എഡ്വിൻ ഹബിളിന്റെ നിരീക്ഷണങ്ങൾ വിദൂരനക്ഷത്രസമൂഹങ്ങൾ തമ്മിൽനിന്ന് അതിവേഗതയിൽ പറന്നകലുകയാണെന്നു സാക്ഷ്യപ്പെടുത്തി. പ്രപഞ്ചം വികസിച്ചുകൊണ്ടിരിക്കുകയാണെങ്കിൽ അതിന്റെ വികാസവേഗത കണക്കുകൂട്ടാൻ കഴിഞ്ഞാൽ ഈ പ്രയാണത്തെ പിന്നോട്ട് കണക്കാക്കിയാൽ അതിനൊരു തുടക്കമുണ്ടാകുമെന്ന് കാണാൻ കഴിയും. ദ്രവ്യോർജ്ജ സാന്ദ്രത അനന്തമായ ഒരു ബിന്ദുവിൽ നിന്നാകണം പ്രപഞ്ചം ഉത്ഭവിച്ചത്. ആധുനികകാലത്തെ കണക്കുകൂട്ടലുകളിൽനിന്നും പ്രപഞ്ചം ഉത്ഭവിച്ചത് ഏകദേശം 1382 കോടി വർഷങ്ങൾക്കു മുമ്പാണ് എന്ന നിഗമനത്തിൽ എത്താൻ കഴിയും. എന്നാൽ ദ്രവ്യോർജ്ജസാന്ദ്രത അനന്തമായ ഒരു വൈചിത്ര്യ ബിന്ദുവിലുണ്ടായ

മഹാവിസ്ഫോടനത്തെ നിത്യജീവിതത്തിലെ ഉദാഹരണങ്ങളുമായി താരതമ്യം ചെയ്ത് വിശദീകരിക്കാൻ സാധിക്കില്ല. ന്യൂട്ടന്റെ ക്ലാസിക്കൽ ഭൗതികത്തിനും ഇരുപതാം നൂറ്റാണ്ടിൽപ്പിറന്ന ഏറ്റവും സമഗ്രമെന്ന് പറയാൻ കഴിയുന്ന ഐൻസ്റ്റൈന്റെ സാമാന്യ ആപേക്ഷികതയ്ക്കും വൈചിത്ര്യബിന്ദുവും അതിലുണ്ടായ മഹാവിസ്ഫോടനവും വിശദീകരിക്കാൻ കഴിയില്ല. കാരണം മഹാവിസ്ഫോടനം ക്വാണ്ടം ബലതന്ത്രപരമായ ഒരു സാദ്ധ്യതമാത്രമാണ്. ഉന്നത ഊർജ്ജനിലയിൽ സൂക്ഷ്മലോകത്തിന്റെ ചര്യകൾ വിവരിക്കാനായി നിരവധി ശാസ്ത്രജ്ഞർ ചേർന്ന് രൂപംകൊടുത്ത ഗണിതപ്രമാണങ്ങളാണ് ക്വാണ്ടം മെക്കാനിക്സ്. ഇരുപതാം നൂറ്റാണ്ടിന്റെ ആദ്യദശകങ്ങളിൽ രൂപംകൊള്ളുകയും ഇപ്പോഴും വികസനത്തിന്റെ പാതയിൽ ആയിരിക്കുകയും ചെയ്യുന്ന ക്വാണ്ടം ഭൗതികത്തിന്റെ ഭാഷയിൽ പ്രപഞ്ചോല്പത്തി വിവരിക്കാൻ കഴിയും. തുടർന്നിങ്ങോട്ടുള്ള സ്ഥൂലപ്രപഞ്ചത്തിന്റെ വികാസം വിവരിക്കുന്നതിന് സാമാന്യആപേക്ഷികതയും പ്രപഞ്ചത്തിന്റെ സമീപ ഇടങ്ങളിലെ പ്രവർത്തനങ്ങളെക്കുറിച്ച് വിശദീകരിക്കുന്നതിന് ക്ലാസിക്കൽ ഭൗതികവും പര്യാപ്തമാണ്. എന്നാൽ ഈ പ്രമാണങ്ങളൊന്നുംതന്നെ ഒരു സ്രഷ്ടാവിനുള്ള ഇടം നല്കുന്നുമില്ല. മഹാവിസ്ഫോടനം സ്പേസിന്റെ മാത്രം തുടക്കമല്ല. കാലത്തിന്റെ തുടക്കവും അതിൽനിന്നാണുണ്ടായത്. സ്പേസ്ടൈം- സ്ഥലകാലം- എന്നാണ് ആധുനിക ശാസ്ത്രം പ്രാപഞ്ചിക തിരശ്ശീലയെ വിളിക്കുന്നത്. സ്ഥലവും കാലവും ഉത്ഭവിച്ച മഹാവിസ്ഫോടനത്തിന് മുമ്പ് എന്നത് അർത്ഥശൂന്യമായ ഒരു പ്രയോഗം മാത്രമാണ്. ഇല്ലാത്ത സ്ഥലകാലത്തിൽ എവിടെയാണ് ഒരു സ്രഷ്ടാവിന് ഇടം നല്കുക? ഇനി അത്തരമൊരു സാങ്കല്പിക ഇടത്തിലുള്ള സാങ്കല്പിക സ്രഷ്ടാവ് എന്തിനാണ് മഹാവിസ്ഫോടനത്തിനായി കാത്തിരുന്നത്? അത് ആ ശക്തിയുടെ സ്വകാര്യതയായി പരിഗണിച്ചാൽത്തന്നെ എന്തിനാണിത്രയും നക്ഷത്രങ്ങളും സ്പേസിന്റെ അനന്തവിശാലതയും? എന്തിനാണ് ഈ പ്രപഞ്ചത്തെ വികസിപ്പിച്ചു കൊണ്ടിരിക്കുന്നത്? എന്താണിതിന്റെ അവസാനം? ഇത്തരം ചോദ്യങ്ങൾക്കൊന്നും ഉത്തരം നല്കാൻ മതങ്ങൾ അനുശാസിക്കുന്ന വിശ്വാസപ്രമാണങ്ങൾക്ക് കഴിയില്ലെന്നിരിക്കെ പ്രപഞ്ചത്തിന്റെ ഉത്ഭവത്തിനും പരിണാമത്തിനും ഒരു സ്രഷ്ടാവിന്റെ ആവശ്യവുമില്ല.

നമ്മുടെ സൂര്യനും സമീപത്തുള്ള നക്ഷത്രങ്ങളുമെല്ലാം ക്ഷീരപഥം എന്ന നക്ഷത്രസമൂഹത്തിലെ അംഗങ്ങളാണ്. ഇരുപതാം നൂറ്റാണ്ടിന്റെ പൂർവ്വാർദ്ധത്തിൽ പോലും പ്രപഞ്ചമെന്നാൽ ഈ ഗാലക്സി മാത്രമാണെന്നാണ് ആളുകൾ കരുതിയിരുന്നത്. 1924 ൽ എഡ്വിൻ ഹബിൾ എന്ന അമേരിക്കൻ ജ്യോതിശാസ്ത്രജ്ഞൻ നമ്മുടെ മാതൃഗാലക്സിയായ ക്ഷീരപഥം പ്രപഞ്ചത്തിലെ കോടിക്കണക്കിന് നക്ഷത്രസമൂഹങ്ങളിൽ ഒന്നുമാത്രമാണെന്ന് വിശദീകരിച്ചു. ഈ നക്ഷത്രങ്ങൾക്കിടയിൽ ശൂന്യസ്ഥലത്തിന്റെ വലിയ ഇടനാഴികളുണ്ടെന്നും ഹബിൾ സമർത്ഥിച്ചു. അതിനായി ഗാലക്സികൾക്കിടയിലുള്ള ദൂരം കണക്കുകൂട്ടാനാണ് അദ്ദേഹം ആദ്യ

മായി ശ്രമിച്ചത്. ഭൂമിയുടെ സൂര്യനുചുറ്റുമുള്ള സഞ്ചാരത്തെ ആധാരമാക്കി നക്ഷത്രങ്ങളുടെ ആപേക്ഷികസ്ഥാനം കണക്കുകൂട്ടി സമീപനക്ഷത്രങ്ങൾക്ക് ഭൂമിയിൽനിന്നുള്ള അകലം കണ്ടെത്താൻ കഴിയും. എന്നാൽ ഗാലക്സികൾ വളരെ അകലെ ആയതിനാൽ ഭൂമിയുടെ ചലനം അവയുടെ ആപേക്ഷിക സ്ഥാനത്തിൽ മാറ്റമുണ്ടാക്കില്ല. അവ ഒരു സ്ഥലത്ത് ഉറച്ചിരിക്കുകയാണെന്നു തോന്നും. അതിനാൽ അവയിലേക്കുള്ള ദൂരം കണ്ടെത്തുന്നതിന് മറ്റുമാർഗ്ഗങ്ങളെ ആശ്രയിക്കേണ്ടിവരും.

നക്ഷത്രങ്ങളുടെ പ്രത്യക്ഷശോഭ രണ്ടുകാരണങ്ങളെയാണ് ആശ്രയിച്ചിരിക്കുന്നത്. അവയുടെ കേവല കാന്തികമാനവും അവയ്ക്ക് ഭൂമിയിൽനിന്നുള്ള അകലവുമാണവ. സമീപനക്ഷത്രങ്ങളുടെ പ്രത്യക്ഷശോഭയും അവയിലേക്കുള്ള ദൂരവും കണ്ടെത്തിക്കഴിഞ്ഞാൽ നക്ഷത്രത്തിന്റെ കേവലശോഭ കണക്കുകൂട്ടാൻ കഴിയും. മറ്റൊരു രീതിയിൽ പറഞ്ഞാൽ നക്ഷത്രത്തിന്റെ കേവലശോഭയും പ്രത്യക്ഷശോഭയും കണ്ടെത്താൻ കഴിഞ്ഞാൽ നക്ഷത്രത്തിലേക്കുള്ള ദൂരം കണക്കാക്കാൻ കഴിയും. ഹബിൾ ആദ്യം ചെയ്തത് ക്ഷീരപഥത്തിലെ നക്ഷത്രങ്ങളെ അവയുടെ ശോഭയനുസരിച്ച് വർഗ്ഗീകരിക്കുകയായിരുന്നു. ഇത്തരം വിവിധ ഗ്രൂപ്പുകളിലുള്ള നക്ഷത്രങ്ങൾ എല്ലാ ഗാലക്സികളിലും ഉണ്ടാകുമെന്ന് അദ്ദേഹം വാദിച്ചു. സമീപത്തുള്ള ഇത്തരം നക്ഷത്രങ്ങളിലേക്കുള്ള ദൂരം കണക്കാക്കാൻ കഴിഞ്ഞാൽ സമാനശോഭയുള്ള നക്ഷത്രങ്ങളുള്ള ഗാലക്സികൾക്കിടയിലുള്ള ദൂരവും കണക്കുകൂട്ടാൻ കഴിയും. ഈ രീതി ഉപയോഗിച്ച് ഒൻപത് നക്ഷത്രസമൂഹങ്ങൾക്കിടയിലുള്ള ദൂരം ഹബിൾ കണക്കുകൂട്ടി. പ്രപഞ്ചത്തിലെ പതിനായിരം കോടിയിൽപ്പരമുള്ള നക്ഷത്രസമൂഹങ്ങളിൽ ഒന്നുമാത്രമാണ് നമ്മുടെ മാതൃഗാലക്സിയായ ക്ഷീരപഥമെന്ന് ഇന്ന് നമുക്കറിയാം. ഓരോ നക്ഷത്രസമൂഹത്തിലും പതിനായിരം കോടിയിൽപ്പരം നക്ഷത്രങ്ങളുമുണ്ടാകും. ഏകദേശം ഒരു ലക്ഷം പ്രകാശവർഷം വ്യാസമുള്ള ഒരു സർപ്പിളഗാലക്സിയാണ് ക്ഷീരപഥം. സാവധാനം ഭ്രമണം ചെയ്യുന്ന ഈ ഗാലക്സിയുടെ സർപ്പിള കരങ്ങൾക്ക് അതിന്റെ കേന്ദ്രത്തെ ഒരു തവണ പ്രദക്ഷിണം ചെയ്യുന്നതിന് ഏകദേശം 10 കോടി ഭൗമവർഷങ്ങൾ ആവശ്യമാണ്. നമ്മുടെ മാതൃനക്ഷത്രമായ സൂര്യൻ ക്ഷീരപഥത്തിലെ ശരാശരി വലിപ്പമുള്ള ഒരു മഞ്ഞനക്ഷത്രമാണ്. ക്ഷീരപഥത്തിന്റെ കേന്ദ്രത്തിൽനിന്നും 26,000 പ്രകാശവർഷം അകലെ ഒരു ബാഹ്യസർപ്പിള കരത്തിലാണ് സൂര്യന്റെ സ്ഥാനം. പ്രപഞ്ചത്തിന്റെ കേന്ദ്രം ഭൂമിയാണെന്നുള്ള അരിസ്റ്റോട്ടിൽ–ടോളമി മാതൃകകളിൽനിന്ന് ആധുനിക ഭൗതികശാസ്ത്രം ബഹുദൂരം മുന്നിലായിക്കഴിഞ്ഞു.

ആകാശത്തിൽ വലിയ ദൂരങ്ങളിലുള്ള നക്ഷത്രങ്ങൾ തിളങ്ങുന്ന ബിന്ദുക്കളായാണ് കാണപ്പെടുന്നത്. ഒരു ശരാശരി ദൂരദർശിനി ഉപയോഗിച്ചാലും ഈ സ്ഥിതിക്ക് മാറ്റമൊന്നുമുണ്ടാകില്ല. അതുകൊണ്ടു തന്നെ നക്ഷത്രത്തിന്റെ വലിപ്പവും ആകൃതിയും കണ്ടുപിടിക്കാൻ കേവലം നിരീക്ഷണം കൊണ്ടുമാത്രം കഴിയില്ല. നക്ഷത്രങ്ങളുടെ ഒരു സവിശേഷത

മാത്രമേ നമുക്ക് കൃത്യമായി നിരീക്ഷിക്കാൻ കഴിയൂ. അവയിൽനിന്നു പുറപ്പെടുന്ന പ്രകാശത്തിന്റെ നിറംമാത്രം സൂര്യപ്രകാശത്തെ ഒരു സ്ഫടികപ്രിസത്തിലൂടെ കടത്തിവിട്ടാൽ അത് ഘടകവർണ്ണങ്ങളായി വേർതിരിയുമെന്ന് ന്യൂട്ടൺ കണ്ടെത്തിയിട്ടുണ്ട്. വർണ്ണരാജിയെന്നോ മഴവില്ലെന്നോ അതിനെ വിളിക്കാം. ഒരു ദൂരദർശിനി ഉപയോഗിച്ച് ദൂരെയുള്ള നക്ഷത്രത്തെയോ ഗാലക്സിയെയോ നിരീക്ഷിച്ചാൽ ഈ നക്ഷത്രത്തിന്റെയും ഗാലക്സിയുടെയും വർണ്ണരാജി ദർശിക്കാൻ കഴിയും. വ്യത്യസ്ത നക്ഷത്രങ്ങളുടെ വർണ്ണരാജിയും വ്യത്യസ്തമായിരിക്കും. ശാസ്ത്രീയ മാർഗ്ഗങ്ങളിലൂടെ ഈ വർണ്ണരാജി വിശകലനം ചെയ്താൽ നക്ഷത്രത്തിന്റെ താപനില കണ്ടെത്താൻ കഴിയും. അതുകൂടാതെ വർണ്ണരാജി സൂക്ഷ്മമായി വിശകലനം ചെയ്താൽ ചില വർണ്ണങ്ങൾ ചില നക്ഷത്രങ്ങളുടെ സ്പെക്ട്രത്തിൽ കാണപ്പെടുന്നില്ലെന്നും മനസ്സിലാകും. ഇങ്ങനെ കാണപ്പെടാത്ത വർണ്ണങ്ങൾ വ്യത്യസ്ത നക്ഷത്രങ്ങളിൽ വ്യത്യസ്തതോതിലായിരിക്കും. മൂലകങ്ങൾ ചില പ്രത്യേക വർണ്ണങ്ങളെ ആഗിരണം ചെയ്യും. ഒരു നക്ഷത്രത്തിന്റെ വർണ്ണരാജി പരിശോധിക്കുമ്പോൾ അതിൽ ഏതു വർണ്ണങ്ങളാണ് ആഗിരണം ചെയ്യപ്പെട്ടിരിക്കുന്നതെന്നു മനസ്സിലാക്കാൻ കഴിയും. അതിലൂടെ പ്രസ്തുത നക്ഷത്രത്തിൽ ഏതു മൂലകമാണ് കൂടുതലായി അടങ്ങിയിരിക്കുന്നതെന്നും കണ്ടെത്താൻ കഴിയും. 1920 കളിൽ ജ്യോതിശാസ്ത്രജ്ഞർക്ക് ഒരു കാര്യം ബോദ്ധ്യമായി. ക്ഷീരപഥത്തിനുവെളിയിലുള്ള നക്ഷത്രങ്ങൾ നിരീക്ഷിച്ചപ്പോൾ അവയുടെ വർണ്ണരാജി വിദ്യുത്കാന്തിക സ്പെക്ട്രത്തിലെ ചുമപ്പുരാശിയിലേക്ക് നീങ്ങുന്നതായി മനസ്സിലായി. ഈ നക്ഷത്രങ്ങൾ അതിവേഗത്തിൽ നമ്മളിൽനിന്ന് അകന്നുപോകുന്നതുകൊണ്ടാണ് ഇങ്ങനെ സംഭവിക്കുന്നതെന്ന വിശദീകരണമാണ് ഈ പ്രതിഭാസത്തിന് ജ്യോതിശാസ്ത്രജ്ഞർ നല്കിയത്. അകന്നുപോകുന്ന വസ്തുവിൽനിന്നും പുറപ്പെടുന്ന പ്രകാശതരംഗങ്ങളുടെ ആവൃത്തി കുറയുകയും തരംഗങ്ങൾ ചുമപ്പുരാശിയിലേക്ക് നീങ്ങുകയും ചെയ്യുന്നതുകൊണ്ടാണിങ്ങനെ സംഭവിക്കുന്നത്. ഡോപ്ളർ ഇഫക്ട് എന്നാണീ പ്രതിഭാസം അറിയപ്പെടുന്നത്. ഡോപ്ളർ ഇഫക്ട് ഉപയോഗിച്ച് അകന്നുപോകുന്ന ഗാലക്സികളുടെ വേഗത കണക്കാക്കാൻ കഴിയും. ഇതേ സങ്കേതമുപയോഗിച്ചുതന്നെയാണ് പൊലീസ് ഉദ്യോഗസ്ഥർ ഹൈവേകളിൽ വാഹനങ്ങളുടെ വേഗത കണക്കാക്കുന്നത്.

നിരന്തരമായ നിരീക്ഷണങ്ങൾക്കൊടുവിൽ എഡ്വിൻ ഹബിൾ നക്ഷത്രസമൂഹങ്ങളുടെ ഒരു കാറ്റലോഗ് തയ്യാറാക്കി. അദ്ദേഹം നിരീക്ഷിച്ച ഗാലക്സികളെല്ലാം ചുമപ്പുനീക്കമാണ് പ്രദർശിപ്പിച്ചത്. ഇതിന്റെ വിപരീത പ്രതിഭാസമായ നീലനീക്കം പ്രദർശിപ്പിക്കുന്ന ഒരു ഗാലക്സി പോലും അദ്ദേഹം കണ്ടെത്തിയില്ല. ഇതിൽനിന്നും നക്ഷത്രസമൂഹങ്ങളെല്ലാം പരസ്പരം അകന്നുപോവുകയാണെന്ന് അദ്ദേഹം കണക്കുകൂട്ടി. നക്ഷത്രസമൂഹങ്ങൾ ഇങ്ങനെ അകന്നുപോകുന്നത് അവയുടെ ദൂരത്തിന് ആനുപാതികമായിട്ടാണെന്നും അദ്ദേഹത്തിനു മനസ്സിലായി. അതായത് ദൂരം

കൂടുന്നതിനനുസരിച്ച് ഗാലക്സികൾ അകന്നുപോകുന്നതിന്റെ വേഗതയും വർദ്ധിക്കും. അതിൽനിന്നും പ്രപഞ്ചം വികസിക്കുകയാണെന്ന നിഗമനത്തിലാണ് ഹബിൾ എത്തിച്ചേർന്നത്. പ്രപഞ്ചം സ്ഥിരമാണെന്ന ഐൻസ്റ്റൈന്റെ വാദത്തിന് വലിയ തിരിച്ചടിയായിരുന്നു ഹബിളിന്റെ കണ്ടുപിടിത്തം.

പ്രപഞ്ചം വികസിക്കുകയാണെന്ന കണ്ടുപിടിത്തം ഇരുപതാം നൂറ്റാണ്ടിലെ ഏറ്റവും വലിയ ബൗദ്ധിക വിപ്ളവമായാണ് കണക്കാക്കുന്നത്. അതിനുമുമ്പ് ആരുടെയും വിദൂര സ്വപ്നങ്ങളിൽപ്പോലും ഇത്തരമൊരു ആശയം ഉണ്ടായിരുന്നില്ല. ഐസക്ന്യൂട്ടനെപ്പോലെയുള്ള പ്രതിഭാശാലികൾപ്പോലും ഇത്തരമൊരു സാദ്ധ്യത പരിഗണിച്ചില്ല. പ്രപഞ്ചം സ്ഥിരമാണെന്നും ക്രമേണ ദ്രവ്യത്തിന്റെ ഗുരുത്വബലത്തിന് കീഴടങ്ങി പ്രപഞ്ചം ചുരുങ്ങാനാരംഭിക്കുമെന്നാണ് അദ്ദേഹം വിശ്വസിച്ചിരുന്നത്. എന്നാൽ ഹബിളിന്റെ നിരീക്ഷണങ്ങൾ പ്രപഞ്ചം വികസിച്ചുകൊണ്ടിരിക്കുകയാണെന്ന് അംഗീകരിക്കാൻ പര്യാപ്തമായിരുന്നു. എന്നാൽ ഈ വികാസം താരതമ്യേന കുറഞ്ഞ വേഗതയിലാണെങ്കിൽ ഏറെ വൈകാതെ വികാസം അവസാനിക്കുകയും പ്രപഞ്ചം ചുരുങ്ങാനാരംഭിക്കുകയും ചെയ്യും. എന്നാൽ പ്രപഞ്ചത്തിന്റെ വികാസം ഒരു നിർണ്ണായക മൂല്യം കഴിഞ്ഞാൽ പിന്നീടൊരിക്കലും ഒരു സങ്കോചം സാദ്ധ്യമാകില്ല. അത് വികസിച്ചുകൊണ്ടേയിരിക്കും. ഭൂമിയിൽനിന്നും വിക്ഷേപിക്കുന്ന ഒരു റോക്കറ്റിന്റെ സഞ്ചാരവുമായി ഇതിനെ താരതമ്യം ചെയ്യാൻ കഴിയും. റോക്കറ്റിന്റെ വേഗത താരതമ്യേന കുറവായിരുന്നാൽ ഒരു നിശ്ചിത ഉയരത്തിനപ്പുറം പറക്കാൻ അതിനു കഴിയില്ല. ക്രമേണ വേഗത കുറഞ്ഞുവരികയും ഒടുവിൽ സഞ്ചാരം തടസ്സപ്പെട്ട് ഭൂമിയിലേക്ക് തിരിച്ചുള്ള പ്രയാണമാരംഭിക്കുകയും ചെയ്യും. എന്നാൽ റോക്കറ്റിന് ഒരു നിർണ്ണായക വേഗതയുണ്ടെങ്കിൽ (ഭൂമിയുടെ കാര്യത്തിൽ ഇത് സെക്കന്റിൽ 11.6 കിലോമീറ്ററാണ്) അതൊരിക്കലും തിരിച്ചുവരില്ല.

പതിനേഴാം നൂറ്റാണ്ടുമുതൽ ഇരുപതാം നൂറ്റാണ്ടിന്റെ തുടക്കം വരെ ന്യൂട്ടന്റെ നിയമങ്ങളായിരുന്നു പ്രപഞ്ചത്തെ ഭരിച്ചത്. ഇതൊരു സ്ഥിരപ്രപഞ്ചമാണെന്ന കാര്യത്തിലും ആർക്കും സംശയമുണ്ടായില്ല. 1916 ൽ ആൽബർട്ട് ഐൻസ്റ്റൈൻ പൊതു ആപേക്ഷികതാസിദ്ധാന്തം അവതരിപ്പിച്ചു. ഈ സിദ്ധാന്തത്തിലെ സമവാക്യങ്ങൾ നിർദ്ധാരണം ചെയ്യുമ്പോൾ ഒന്നുകിൽ പ്രപഞ്ചം ഗുരുത്വബലത്തിന് കീഴടങ്ങി ചുരുങ്ങേണ്ടിവരും. അല്ലെങ്കിൽ അത് വികസിച്ചുകൊണ്ടിരിക്കണം. എന്നാൽ സ്ഥിരപ്രപഞ്ചത്തിന്റെ ബാധയിൽനിന്ന് ഐൻസ്റ്റൈന്റെ മസ്തിഷ്കവും മുക്തമായിരുന്നില്ല. ഗുരുത്വബലത്തിനു കീഴടങ്ങി പ്രപഞ്ചം ചുരുങ്ങാതിരിക്കുന്നതിനുവേണ്ടി അദ്ദേഹം തന്റെ സമവാക്യത്തിൽ കോസ്മോളജിക്കൽ കോൺസ്റ്റന്റ് എന്നൊരു അചരം കൂടി ഉൾപ്പെടുത്തി. ഐൻസ്റ്റൈന്റെ പിഴവ് ഭൗതിക ശാസ്ത്രത്തിലായിരുന്നില്ല, മറിച്ച് ചിന്താപരമായിരുന്നു. പിന്നീട് റഷ്യൻ ഭൗതികശാസ്ത്രജ്ഞനായ അലക്സാണ്ടർ ഫ്രീഡ്മാൻ കോസ്മോളജി

ക്കൽ കോൺസ്റ്റന്റ് ഇല്ലാതെ തന്നെ ഐൻസ്റ്റൈന്റെ സമവാക്യങ്ങൾ നിർദ്ധാരണം ചെയ്തു. അതോടെ തന്റെ സമവാക്യങ്ങളിൽ നിന്ന് ഈ അചരത്തെ പിൻവലിക്കാൻ ഐൻസ്റ്റൈൻ നിർബ്ബന്ധിതനായി.

പൊതു ആപേക്ഷികതയിലെ സമവാക്യങ്ങൾ അരേഖീയവും നിർദ്ധാരണം ചെയ്യാൻ വിഷമമേറിയതുമാണ്. അലക്സാണ്ടർ ഫ്രീഡ്മാൻ ഇതിന് ഒരു ഉപായം കണ്ടെത്തി. പ്രപഞ്ചം ഏതുദിശയിൽ നിരീക്ഷിച്ചാലും ഐക്യരൂപമുള്ളതായി കാണപ്പെടുമെന്ന് അദ്ദേഹം പ്രവചിച്ചു. ഈ പരികല്പനയുടെ അടിസ്ഥാനത്തിൽ ഐൻസ്റ്റൈന്റെ സമവാക്യങ്ങൾ നിർദ്ധാരണം ചെയ്താൽ പ്രപഞ്ചം ഒരിക്കലും സ്ഥിരമായിരിക്കില്ല. 1922 ലാണ് ഫ്രീഡ്മാൻ ഈ നിഗമനത്തിൽ എത്തിയത്. ഏഴുവർഷത്തിനുശേഷം എഡ്വിൻ ഹബിളിന്റെ നിരീക്ഷണത്തെളിവുകൾ ഫ്രീഡ്മാന്റെ ഊഹം ശരിവച്ചു. പ്രപഞ്ചം വികസിച്ചുകൊണ്ടിരിക്കുകയാണെന്ന് ഐൻസ്റ്റൈന് അംഗീകരിക്കേണ്ടിവന്നു. എന്നാൽ ശക്തമായ തെളിവുകളുടെ അഭാവം സ്ഥിരപ്രപഞ്ചത്തിന്റെ വക്താക്കൾക്ക് ആശ്വാസമായി. എന്നാൽ ഇത് അധികകാലം നിലനിന്നില്ല. 1965 ൽ അമേരിക്കൻ ഭൗതികശാസ്ത്രജ്ഞരായ അർനോ പെൻസിയാസ്, റോബർട്ട് വിത്സൻ എന്നിവർ പരഭാഗവികിരണങ്ങളെ കണ്ടെത്തിയതോടെ സ്ഥിരപ്രപഞ്ചമാതൃകയുടെ ശവപ്പെട്ടിയിലെ അവസാനത്തെ ആണിയും അടിച്ചു കഴിഞ്ഞു. ഇക്കാലത്തുതന്നെ അമേരിക്കൻ ശാസ്ത്രജ്ഞരായ ബോബ് ഡിക്കും ജിം പീബിൾസും മൈക്രോവേവ് വികിരണങ്ങളിൽ പഠനം നടത്തിയിരുന്നു. അലക്സാണ്ടർ ഫ്രീഡ്മാൻ, ജോർജ് ഗാമോവ് തുടങ്ങിയവരുടെ നിഗമനങ്ങളെ ആധാരമാക്കിയായിരുന്നു ഇവരുടെ പഠനങ്ങൾ. പ്രപഞ്ചം വികസിച്ചുകൊണ്ടിരിക്കുകയാണെങ്കിൽ അതിനൊരു തുടക്കം, അതിസാന്ദ്രമായ ഒരു ബിന്ദുവിൽനിന്നുള്ള ത്വരിതവികാസം ഉണ്ടാകണമെന്ന് അവർ കരുതി. അത്തരമൊരു വിസ്ഫോടനം സംഭവിച്ചാൽ അതിന്റെ അവശിഷ്ട ഊർജ്ജം പ്രപഞ്ചത്തിലാകമാനം വ്യാപിക്കണം. ആദ്യ നക്ഷത്രങ്ങളുടെ പ്രകാശം പ്രപഞ്ചത്തിലാകമാനം വ്യാപിക്കാതിരിക്കുന്നതിനും അവർ ഉത്തരം കണ്ടെത്തി. പ്രപഞ്ചം വികസിക്കുന്നതുകൊണ്ട് ആദ്യനക്ഷത്രങ്ങളുടെ പ്രകാശം നമ്മുടെ കണ്ണുകളിലെത്താൻ സമയമായില്ല. മാത്രവുമല്ല വികസിക്കുന്ന പ്രപഞ്ചത്തിൽ സഞ്ചരിക്കുന്ന പ്രകാശതരംഗങ്ങളുടെ ആവൃത്തി കുറയുന്നതുകൊണ്ട് അവയുടെ തരംഗദൈർഘ്യം വർദ്ധിക്കുകയും ചുമപ്പുനീക്കം പ്രദർശിപ്പിക്കുകയും ചെയ്യും. ആദ്യകാല നക്ഷത്രങ്ങളുടെ പ്രകാശം ഇൻഫ്രാറെഡ് ബാൻഡും പിന്നിട്ട് മൈക്രോവേവുകളായാണ് പ്രപഞ്ചത്തിൽ നിറഞ്ഞുനില്ക്കുന്നതെന്ന് അവർ കണ്ടെത്തി. പെൻസിയാസ്, വിത്സൺ എന്നിവരുടെ കണ്ടുപിടിത്തങ്ങളോട് ചേർത്തു വായിക്കാൻ കഴിയുന്നവയായിരുന്നു ഡിക്കിന്റെയും പീബിൾസിന്റെയും കണ്ടുപിടിത്തം. എന്നാൽ 1978 നോബേൽ പുരസ്കാരം ലഭിച്ചത് പെൻസിയാസിനും വിത്സനുമായിരുന്നു.

പ്രപഞ്ചത്തിൽ എല്ലായിടവും ഒരുപോലെ കാണപ്പെടുന്നു എന്നുപ

റയുമ്പോൾ അതിൽ നിരീക്ഷകന് വലിയ പ്രാധാന്യമുണ്ട്. നിരീക്ഷകൻ ഉറച്ച ഒരു പ്രതലത്തിൽനിന്ന് നോക്കുമ്പോൾ നാലു ദിശകളിലുമുള്ള ഗാലക്സികൾ പലായനം ചെയ്യുന്നതായി കാണാൻ കഴിയും. അതിനർത്ഥം നിരീക്ഷകൻ പ്രപഞ്ചത്തിന്റെ കേന്ദ്രത്തിലാണെന്നാണല്ലോ. എന്നാൽ ഇത് ശരിയല്ല. പ്രപഞ്ചത്തിന്റെ ഏതുകോണിൽ ഉള്ള ഗാലക്സിയിൽനിന്ന് നിരീക്ഷിച്ചാലും ഇതേ അനുഭവം തന്നെയായിരിക്കും ഉണ്ടാവുക. എന്നാൽ ഈ പ്രസ്താവനയ്ക്ക് അനുകൂലമായോ പ്രതികൂലമായോ ഉള്ള തെളിവുകൾ നിരത്താൻ കഴിയില്ലെന്നതാണ് യാഥാർത്ഥ്യം. ഫ്രീഡ്മാന്റെ ഗണിത സൂത്രങ്ങളനുസരിച്ച് വ്യാഖ്യാനിക്കാൻ കഴിയുമെന്നല്ലാതെ നിരീക്ഷണത്തെളിവുകൾ അസാദ്ധ്യമാണ്. ഒരു ബലൂൺ ഊതിവീർപ്പിക്കുമ്പോൾ അതിലുള്ള ചിത്രങ്ങൾ അകന്നുപോകുന്നതുമായി ഗാലക്സികളുടെ പ്രയാണത്തെ താരതമ്യം ചെയ്യാൻ കഴിയും. ഇവിടെ ചിത്രങ്ങളെല്ലാം പരസ്പരം അകലുകയാണ്. ഒരു ചിത്രത്തെയും കേന്ദ്രമായി കണക്കാക്കാൻ കഴിയില്ല. എന്നാൽ ഏതെങ്കിലും ഒരു ചിത്രത്തെ ആധാരമായി പരിഗണിച്ചാൽ അതിൽനിന്ന് മറ്റുചിത്രങ്ങൾ അകന്നുപോകുന്നതായി തോന്നും ഫ്രീഡ്മാന്റെ മാതൃകയനുസരിച്ച് അകന്നുപോകുന്ന ഗാലക്സികൾ അവയ്ക്കിടയിലുള്ള ദൂരത്തിന് ആനുപാതികമായി അകലുന്നതിന്റെ വേഗതയും വർദ്ധിക്കും. ദൂരംകൂടുന്നതിനനുസരിച്ച് ഗാലക്സികൾ അകന്നുപോകുന്നതിന്റെ വേഗത കൂടിവരും. എഡ്വിൻ ഹബിൾ പിന്നീട് നിരീക്ഷണങ്ങളിലൂടെ ഫ്രീഡ്മാന്റെ കണക്കുകൂട്ടലുകൾ ശരിയാണെന്നു തെളിയിച്ചു.

ഫ്രീഡ്മാന്റെ മാതൃക ഗണിതപരമായി പൂർണ്ണതയുള്ളതായിരുന്നെങ്കിലും അതിന് വേണ്ടത്ര പ്രചാരം ലഭിച്ചില്ല. പിന്നീട് ഹബിളിന്റെ കണ്ടുപിടിത്തത്തെ ആധാരമാക്കി 1935 ൽ അമേരിക്കൻ ഭൗതിക ശാസ്ത്രജ്ഞനായ ഹോവാർഡ് റോബർട്ട്സണും ബ്രിട്ടീഷ് ഗണിത ശാസ്ത്രജ്ഞനായ ആർതർ വാക്കറും ഫ്രീഡ്മാന്റെ മാതൃകയോട് സമാനമായ രീതികൾ അവതരിപ്പിച്ചപ്പോഴാണ് ഫ്രീഡ്മാന്റെ ഗണിതസൂത്രങ്ങൾ വീണ്ടും ശ്രദ്ധയാകർഷിക്കുന്നത്. യഥാർത്ഥത്തിൽ ഫ്രീഡ്മാൻ ഒരു മാതൃക മാത്രമേ അവതരിപ്പിച്ചിരുന്നുള്ളൂവെങ്കിലും അദ്ദേഹത്തിന്റെ പരികല്പനകൾ മൂന്ന് മാതൃകകളുടെ നിർമ്മിതിക്കുകാരണമായി. പ്രപഞ്ചം വികസിച്ചുകൊണ്ടിരിക്കുകയാണ്. എന്നാൽ ക്രമേണ ഗുരുത്വബലം ശക്തിയാർജ്ജിക്കുകയും പ്രപഞ്ചവികാസത്തിന്റെ വേഗത കുറയുകയും ചെയ്യും. അധികം വൈകാതെ പ്രപഞ്ചവികാസം അവസാനിക്കും. തുടർന്ന് പ്രപഞ്ചം ചുരുങ്ങാനാരംഭിക്കും. ഗാലക്സികൾ തമ്മിലുള്ള അകലം കുറഞ്ഞുകുറഞ്ഞ് ഒടുവിൽ പൂജ്യത്തിലെത്തും. പ്രപഞ്ചമൊന്നാകെ ഒരു ബിന്ദുവിൽ എത്തിച്ചേരും. ഇതാണ് ഫ്രീഡ്മാന്റെ സങ്കല്പനങ്ങൾ ഉപയോഗിച്ചുള്ള ഒരു മാതൃക. രണ്ടാമത്തെ മാതൃകയിൽ പ്രപഞ്ചവികാസത്തെ തടഞ്ഞുനിർത്താൻ ഗുരുത്വബലത്തിന് കഴിയില്ല. എന്നാൽ ഇപ്പോഴുള്ള വികാസവേഗതയിൽ ചെറിയ കുറവുണ്ടാകും. പിന്നീട് സ്ഥിരമായ വേഗതയിൽ

പ്രപഞ്ചം വികസിച്ചുകൊണ്ടിരിക്കും. മൂന്നാമത്തെ മാതൃകയിലും പ്രപഞ്ചം വികസിച്ചുകൊണ്ടേയിരിക്കും. പ്രപഞ്ചവികാസത്തിന്റെ വേഗത കുറഞ്ഞു കുറഞ്ഞുവരും. എന്നാൽ ഒരിക്കലും പൂജ്യത്തിലെത്തുകയില്ല.

ഫ്രീഡ്മാന്റെ ഒന്നാമത്തെ മാതൃകയിൽ പ്രപഞ്ചം അനന്തമായിരിക്കില്ല. എന്നാൽ അതിനൊരു അതിർത്തി ഉണ്ടാവുകയുമില്ല. ഗുരുതാകർഷണം സ്പേസിനെ വളയ്ക്കുന്നതുകൊണ്ട് ഈ മാതൃകയിൽ പ്രപഞ്ചം ഒരു ഗോളത്തിന്റെ ഉപരിതലത്തോട് സമാനമായിരിക്കും. ഈ പ്രപഞ്ചത്തിൽ സഞ്ചരിക്കുന്ന സമയസഞ്ചാരി തിരിച്ചു പുറപ്പെട്ടസ്ഥലത്തുതന്നെ എത്തിച്ചേരും. എന്നാൽ സഞ്ചാരിയുടെ വേഗത പ്രകാശ വേഗതയിലായിരിക്കണം. ഇത് അസാദ്ധ്യവുമാണ്. സാമാന്യ ആപേക്ഷികതയും ഹൈസൻബെർഗിന്റെ അനിശ്ചിതത്ത്വ സിദ്ധാന്തവും സംയോജിപ്പിച്ചാൽ സ്ഥലവും കാലവും അനന്തമല്ലാത്തതും എന്നാൽ അതിരുകളില്ലാത്തതുമായ ഒരു മാതൃക ഗണിതപരമായി തെളിയിക്കാൻ കഴിയും.

എന്നാൽ ഫ്രീഡ്മാന്റെ ഏതു മാതൃകയാണ് നമ്മുടെ പ്രപഞ്ചത്തെ വിശേഷിപ്പിക്കാൻ പര്യാപ്തമായത്? പ്രപഞ്ചം വികസിച്ചുകൊണ്ടിരിക്കുകയാണെന്നും വികാസവേഗത വർദ്ധിക്കുകയാണെന്നും തെളിഞ്ഞിട്ടുണ്ട്. പ്രപഞ്ചത്തിന്റെ ശരാശരി സാന്ദ്രത അതിന്റെ ക്രാന്തിക സാന്ദ്രതയേക്കാൾ കുറവായാൽ പ്രപഞ്ചം ക്രമേണ ചുരുങ്ങാനാരംഭിക്കും. എന്നാൽ ശരാശരിസാന്ദ്രത ക്രാന്തികസാന്ദ്രതയ്ക്ക് തുല്യമോ അതിൽ കുറവോ ആയാൽ പ്രപഞ്ചവികാസം ഒരിക്കലും നിലയ്ക്കില്ല. ആധുനിക കണക്കുകൂട്ടലുകളിൽ പ്രപഞ്ചത്തിന്റെ ശരാശരിസാന്ദ്രത ക്രാന്തികസാന്ദ്രതയേക്കാൾ അല്പം കുറവാണെന്നാണ് മനസ്സിലാകുന്നത്. അതിനർത്ഥം പ്രപഞ്ചത്തിന് ഇനിയൊരു തിരിച്ചുപോക്ക് അസാദ്ധ്യമാണെന്നാണ്. അത് എക്കാലവും വികസിച്ചുകൊണ്ടിരിക്കും. ഇപ്പോഴത്തെ ധാരണയനുസരിച്ച് ഓരോ നൂറുകോടി വർഷം കഴിയുന്തോറും പ്രപഞ്ചത്തിന്റെ വലിപ്പം അഞ്ചുമുതൽ പത്ത് ശതമാനംവരെ വർദ്ധിക്കുന്നുണ്ടെന്നാണ് കരുതുന്നത്. പ്രപഞ്ചത്തിലാകെയുള്ള നക്ഷത്രങ്ങളുടെ പിണ്ഡം പരിഗണിച്ചാൽ അതിന് പ്രപഞ്ചവികാസത്തെ തടഞ്ഞുനിർത്തുന്നതിനാവശ്യമായ ഗുരുത്വാകർഷണ ബലത്തിന്റെ ഒരു ശതമാനത്തിൽ താഴെ മാത്രമേ സൃഷ്ടിക്കാൻ കഴിയൂ. അതുമാത്രവുമല്ല ഗാലക്സികളിൽനിന്ന് നക്ഷത്രങ്ങൾ ചിതറിത്തെറിച്ചു പോകാതിരിക്കാൻ ആവശ്യമായ ഗുരുത്വബലംപോലും നക്ഷത്രങ്ങൾ സൃഷ്ടിക്കുന്നില്ല. ഇവിടെയാണ് ഡാർക്ക്മാറ്റർ എന്ന അദൃശ്യ ദ്രവ്യത്തിന്റെ സാദ്ധ്യത ശാസ്ത്രജ്ഞർ മുന്നോട്ടുവയ്ക്കുന്നത്. ആകെ പ്രപഞ്ചദ്രവ്യത്തിന്റെ 85 ശതമാനവും ഡാർക്ക് മാറ്ററാണെന്നാണ് കരുതുന്നത്. ഗുരുത്വാകർഷണ സ്വഭാവം മാത്രം പ്രകടിപ്പിക്കുന്ന ഈ ദ്രവ്യരൂപം വിദ്യുത്കാന്തിക വികിരണങ്ങളോട് പ്രതിപ്രവർത്തിക്കാത്തതിനാൽ അത് കണ്ടെത്തുന്നത് വളരെ പ്രയാസമേറിയ കാര്യമാണ്. വിദൂര ഗാലക്സികളിൽ നിന്നുവരുന്ന പ്രകാശ രശ്മികൾക്കുണ്ടാകുന്ന ഗ്രാവിറ്റേഷണൽ ലെൻസിങ് കണക്കുകൂട്ടിയാണ് ഡാർക്ക് മാറ്ററിന്റെ സാന്നിദ്ധ്യവും

തോതും നിർണ്ണയിക്കുന്നത്. ഡാർക്ക് മാറ്റർ പ്രപഞ്ചത്തിൽ ഇല്ലായിരുന്നെങ്കിൽ പ്രപഞ്ചത്തിന്റെ വികാസവേഗത നമുക്ക് സങ്കല്പിക്കാൻ കഴിയുന്നതിലും ഏറെയായിരിക്കും. പ്രപഞ്ചത്തിൽ നക്ഷത്രസമൂഹങ്ങളോ ഗ്രഹകുടുംബങ്ങളോ അവയിലെ ജീവനോ രൂപീകരിക്കപ്പെടുമായിരുന്നില്ല. ഗണിത പ്രമാണങ്ങളുടെയോ ഇത്തരമൊരു ലേഖനത്തിന്റെയോ വിദൂര സാദ്ധ്യതപോലും ഉണ്ടാവുകയില്ല.

ഫ്രീഡ്മാന്റെ നിർദ്ധാരണങ്ങൾ അനുസരിച്ചാൽ ഏതാണ്ട് 1000 കോടിക്കും 2000 കോടി വർഷത്തിനും മുമ്പ് ഗാലക്സികൾ തമ്മിലുള്ള അകലം പൂജ്യമായിരിക്കും. ആ സമയത്ത് പ്രപഞ്ചത്തിന്റെ സാന്ദ്രതയും സ്ഥലകാലത്തിന്റെ വക്രതയും അനന്തമായിരിക്കും. ഫ്രീഡ്മാന്റെ നിർദ്ധാരണങ്ങൾ ആപേക്ഷികതയിലേക്ക് പ്രക്ഷേപിച്ചാൽ പ്രപഞ്ചം ഒരു ബിന്ദുവിൽ, ഒരു സിംഗുലാരിറ്റിയിൽ ആയിരിക്കുമെന്ന് സാരം. നമുക്കറിയാവുന്ന ഭൗതികശാസ്ത്ര പ്രമാണങ്ങളെല്ലാം സിംഗുലാരിറ്റിയിൽ തകർന്നടിയും. സിംഗുലാരിറ്റിയിൽനിന്നാണ് പ്രപഞ്ചം ഉത്ഭവിക്കുന്നത്. ബിഗ്ബാങ് എന്നു വേണമെങ്കിൽ നമുക്കതിനെ വിളിക്കാം. പുതിയ കണക്കുകൂട്ടലുകൾ അനുസരിച്ച് ബിഗ്ബാങ് സംഭവിച്ചത് 1382 കോടി വർഷങ്ങൾക്കുമുമ്പാണ്. ബിഗ്ബാങ്ങിന് മുൻപ് എന്താണുണ്ടായിരുന്നത് എന്ന് കണ്ടുപിടിക്കാനുള്ള നിയമങ്ങളൊന്നും ഭൗതികശാസ്ത്രത്തിലില്ല. സ്ഥലം മാത്രമല്ല കാലവും ആരംഭിച്ചത് മഹാവിസ്ഫോടനത്തിലാകുമ്പോൾ അതിന് മുൻപ് എന്നു പറയുന്നതിൽ അർത്ഥമൊന്നുമില്ല. സ്ഥലത്തിനുമാത്രമല്ല കാലത്തിനും ഒരു തുടക്കമുണ്ടെന്നാണ് മഹാവിസ്ഫോടന സിദ്ധാന്തം പറയുന്നത്.

കാലത്തിന് ഒരു തുടക്കമുണ്ടാവുക എന്നത് പൊതുവെ ആർക്കും തന്നെ സ്വീകാര്യമായ കാര്യമല്ല. അതുമാത്രവുമല്ല അത് ദൈവികമായ ഇടപെടലിനെ ചോദ്യം ചെയ്യുകയും ചെയ്യും. പ്രപഞ്ചംതന്നെ ഒരു ദൈവസൃഷ്ടിയാണെന്ന് വിശ്വസിക്കുന്ന മഹാഭൂരിപക്ഷത്തിന് മഹാവിസ്ഫോടനത്തിനുമുമ്പ് ഒരു ദൈവംപോലും ഇല്ലെന്ന് എങ്ങനെ വിശ്വസിക്കാൻ കഴിയും. പൊതുവെ മഹാവിസ്ഫോടനത്തിന് പച്ചക്കൊടി കാണിച്ചിരുന്ന കത്തോലിക്കാ സഭ 1951 ൽ മഹാവിസ്ഫോടനം വിശ്വാസത്തിന് എതിരാണെന്ന് പ്രഖ്യാപിച്ചു. മഹാവിസ്ഫോടനമെന്നാൽ ഉത്സവപ്പറമ്പിലെ വെടിക്കെട്ടുപോലെ എന്തോ ആണെന്നും അതിനു തിരികൊളുത്താൻ ഒരു വെടിക്കെട്ടുകാരൻ ആവശ്യമായതുപോലെ മഹാവിസ്ഫോടനത്തിനും തിരികൊളുത്താൻ ഒരു ബാഹ്യ ഇടപെടൽ വേണ്ടേ എന്ന മതവിശ്വാസിയുടെ ചോദ്യം ന്യായമാണ്. മതനിയമങ്ങൾ കൊണ്ട് പ്രക്ഷാളനം ചെയ്യപ്പെട്ട മസ്തിഷ്കത്തിൽ ക്വാണ്ടം ആന്ദോളനങ്ങൾക്കും സിംഗുലാരിറ്റികൾക്കും എവിടെയാണ് സ്ഥാനം. ഒരിക്കൽ കേവലം കമ്യൂണിസ്റ്റ് ആശയമെന്ന് പരിഹസിച്ച സ്ഥിരസ്ഥിതി പ്രപഞ്ചമാതൃകയാണ് ഇതിലും ഭേദമെന്ന് സഭയ്ക്ക് തോന്നിയിരിക്കണം. എന്നാൽ ന്യൂട്ടന്റെ കാലത്തുള്ള സ്ഥിരപ്രപഞ്ചമല്ല സ്ഥിരസ്ഥിതി പ്രപഞ്ചമാതൃക. 1948 ൽ ഓസ്ട്രിയക്കാരായ ഹെർമൻ ബോണ്ടി, തോമസ് ഗോൾഡ്, ബ്രിട്ടീഷുകാരനായ ഫ്രെഡ്

ഹോയ്ൽ എന്നിവർ ചേർന്നാണ് ഈ മാതൃക അവതരിപ്പിച്ചത്. ഈ മാതൃകയനുസരിച്ച് പ്രപഞ്ചത്തിൽ ഗാലക്സികൾ അകന്നു പോകുന്നതിനനുസരിച്ച് അവയ്ക്കിടയിലുള്ള സ്പേസിൽ പുതിയ ഗാലക്സികൾ രൂപം കൊള്ളും. പ്രപഞ്ചത്തിൽ പുതിയ ദ്രവ്യം സൃഷ്ടിക്കപ്പെടണമെങ്കിൽ സാമാന്യ ആപേക്ഷികതയിൽ ചെറിയ മാറ്റം വരുത്തേണ്ടിവരും. എന്നാൽ പ്രപഞ്ചത്തിൽ പുതിയദ്രവ്യം രൂപംകൊള്ളുന്നത് വളരെ ചെറിയ തോതിലാണ്. ഒരു ക്യൂബിക് കിലോമീറ്ററിൽ ഒരു വർഷത്തിൽ ഒരിക്കൽ ഒരു ആറ്റം എന്ന തോതിലാണ് ദ്രവ്യ രൂപീകരണം നടക്കുന്നത്. എന്നാൽ അധികകാലമൊന്നും സ്ഥിരസ്ഥിതി പ്രപഞ്ച മാതൃകയ്ക്ക് പിടിച്ചുനില്ക്കാൻ കഴിഞ്ഞില്ല. 1950 കളിൽ മാർട്ട് റൈലിന്റെ നേതൃത്വത്തിൽ കേംബ്രിഡ്ജിലെ ഗവേഷകർ റേഡിയോ വികിരണങ്ങളിൽ നടത്തിയ പഠനങ്ങൾ പുതിയൊരു സംഗതി പുറത്തുകൊണ്ടുവന്നു. പ്രപഞ്ചത്തിന്റെ വലിയദൂരങ്ങളിൽനിന്നു വരുന്ന റേഡിയോ തരംഗങ്ങൾ സമീപ ഗാലക്സികളിൽ നിന്നുള്ള റേഡിയോ തരംഗങ്ങളെ അപേക്ഷിച്ച് ദുർബ്ബലമാകുന്നത് സ്വാഭാവികമാണ്. എന്നാൽ അവയുടെ അളവിൽ വ്യത്യാസമുണ്ടായാൽ, സ്ഥിരസ്ഥിതി മാതൃകയുടെ നിർഭാഗ്യമെന്നുപറയട്ടെ ശാസ്ത്രജ്ഞരുടെ കണ്ടെത്തൽ ആ വഴിക്കായിരുന്നു. ഇതിനു പുറമെ അമേരിക്കൻ ജ്യോതിശാസ്ത്രജ്ഞരായ ആർനോ പെൻസിയാസ്, റോബർട്ട് വിത്സൻ എന്നിവർ ചേർന്ന് 1963 ൽ പരഭാഗവികിരണങ്ങളെ കണ്ടെത്തിയതോടെ സ്ഥിരസ്ഥിതി പ്രപഞ്ചമാതൃകയുടെ അവസാന പ്രതീക്ഷയും അസ്തമിച്ചു. പ്രപഞ്ചം അതിന്റെ തുടക്കത്തിൽ അത്യധികം സാന്ദ്രമായിരുന്നെന്ന നിഗമനത്തിൽ ഒടുവിൽ ശാസ്ത്രലോകം എത്തിച്ചേർന്നു. 1965 ൽ റഷ്യൻ ശാസ്ത്രജ്ഞരായ എവ്ജിനി ലിഫ്ഷിറ്റ്സ്, ഐസക് ഖലാറ്റ്നിക്കോവ് എന്നിവർ ഫ്രീഡ്മാന്റെ മാതൃകയിൽനിന്നു ഭിന്നമായി സിംഗുലാരിറ്റികൾ ഇല്ലാത്ത മാതൃകകൾ നിർമ്മിക്കാൻ പരിശ്രമിച്ചെങ്കിലും അവരുടെ നിർദ്ധാരണങ്ങളെല്ലാം ഫ്രീഡ്മാന്റെ നിർദ്ധാരണം ശരിയാണെന്ന നിഗമനത്തിലേക്കാണ് നയിച്ചത്. ഒടുവിൽ 1970 ൽ സ്ഥിരസ്ഥിതി പ്രപഞ്ചമെന്ന മാതൃക അതിന്റെ വക്താക്കൾ തന്നെ പിൻവലിച്ചു.

ലിഫ്ഷിറ്റ്സ്, ഖലാറ്റ്നിക്കോവ് എന്നിവരുടെ പഠനങ്ങൾക്ക് പ്രപഞ്ചവിജ്ഞാന മേഖലയിൽ വലിയ സ്ഥാനമുണ്ട്. മഹാവിസ്ഫോടനം വസ്തുതാപരമായി ശരിയാണെന്ന് തെളിയിക്കാൻ ഇവരുടെ പഠനങ്ങൾക്ക് കഴിഞ്ഞു. ഇതിൽനിന്ന് വിഭിന്നമായി 1965 ൽ ബ്രിട്ടീഷ് ഭൗതികശാസ്ത്രജ്ഞനായ റോജർ പെൻറോസ് സാമാന്യ ആപേക്ഷികതയിലെ ലൈറ്റ് കോണുകൾ എന്ന പരികല്പനയെ ആധാരമാക്കി തമോദ്വാരങ്ങളെക്കുറിച്ച് പഠനം നടത്തി. ഭീമൻ നക്ഷത്രങ്ങളുടെ ജീവിതാന്ത്യത്തിൽ അവ ഗുരുത്വബലത്തിനു കീഴടങ്ങി വ്യാപ്തം പൂജ്യമായ ഒരു ബിന്ദുവിൽ എത്തിച്ചേരുമെന്ന് അദ്ദേഹം കണ്ടെത്തി. സ്ഥലകാല വക്രത ഈ ബിന്ദുവിൽ അനന്തമായിരിക്കും. പെൻറോസിന്റെ ഈ കണ്ടുപിടിത്തത്തിന് ബിഗ് ബാങ്ങുമായി പ്രത്യക്ഷത്തിൽ ബന്ധമൊന്നുമില്ല. പിന്നീട് 1970 ൽ ബ്രിട്ടീഷ് ഗണിത

ശാസ്ത്രജ്ഞനായ സ്റ്റീഫൻ ഹോക്കിങ്, പെൻറോസിന്റെ സിദ്ധാന്തത്തിൽ ചില കൂട്ടിച്ചേർക്കലുകൾ വരുത്തുകയും ഇരുവരും ചേർന്ന് പുതിയൊരു പ്രബന്ധം അവതരിപ്പിക്കുകയും ചെയ്തു. പെൻറോസിന്റെ വൈചിത്ര്യ ബിന്ദുവിലേക്ക് ചുരുങ്ങുന്ന പ്രതിഭാസത്തിന്റെ വിപരീത ഗതി പരിഗണി ച്ചാൽ അതൊരു മഹാവിസ്ഫോടനം തന്നെയായിരിക്കും. അതിനാൽ മഹാ വിസ്ഫോടനം പ്രപഞ്ചത്തെ സംബന്ധിച്ചിടത്തോളം സംഭവിക്കാൻ കഴി യാത്ത പ്രതിഭാസമാണെന്ന സ്ഥിരപ്രപഞ്ച വക്താക്കളുടെ വാദങ്ങൾ നിലനില്ക്കാതെയായി.

പ്രപഞ്ചോല്പത്തിയുമായി ബന്ധപ്പെട്ട് നിലവിലുള്ള ശാസ്ത്ര സിദ്ധാന്തം മഹാവിസ്ഫോടന മാതൃകയാണ്. അതിന്റെ വർത്തമാന ചരി ത്രമെഴുതുന്നത് സാമാന്യ ആപേക്ഷികതാപ്രമാണത്തിന്റെ ഭാഷ ഉപയോ ഗിച്ചാണ്. എന്നാൽ പ്രപഞ്ചത്തിന്റെ ഭാവി എന്തായിരിക്കുമെന്ന് കൃത്യമായി പ്രവചിക്കാൻ ശാസ്ത്രലോകത്തിന് കഴിഞ്ഞിട്ടില്ല. ഫ്രീഡ്മാന്റെ മാതൃക കളും ഹബിൾ സ്ഥിരാങ്കത്തിന്റെ മൂല്യവർദ്ധനവും പരിഗണിച്ച് വികസി ക്കുന്ന പ്രപഞ്ചത്തിന്റെ ഭാവിയെക്കുറിച്ച് ഏറക്കുറെ തൃപ്തികരമായ നിഗ മനത്തിലേക്ക് ശാസ്ത്രലോകം എത്തിക്കൊണ്ടിരിക്കുകയാണ്. എന്നാൽ ഒരു കാര്യം ഉറപ്പാണ്. പ്രപഞ്ചത്തിന് ഒരു തിരിച്ചുപോക്ക് ഉണ്ടാകില്ല. അതുകൊണ്ടുതന്നെ തുടക്കം ഒടുക്കം, വീണ്ടും തുടക്കം എന്ന രീതിയി ലുള്ള ഒരു ചാക്രിക പ്രപഞ്ചമെന്ന പരികല്പനയ്ക്കും നിലനില്പില്ല.

പ്രകൃതിയുടെ ചലന നിയമങ്ങൾ

നിലനില്പിനു വേണ്ടിയുള്ള മനുഷ്യന്റെ പ്രവർത്തനങ്ങളിൽനിന്ന് ഉരുത്തിരിഞ്ഞുണ്ടായതാണ് മറ്റേതു പ്രവർത്തനരീതിയും പോലെ ശാസ്ത്രവും. മറ്റു ജന്തുക്കളെപ്പോലെ തന്നെ നിലനില്പായിരുന്നു മനുഷ്യന്റെയും പ്രധാന ജീവിത പ്രശ്നം. മൃഗപരിപാലനം, കൃഷി തുടങ്ങിയ പ്രവർത്തനങ്ങളിലൂടെ ആഹാരത്തിന് പ്രകൃതിയെ ആശ്രയിക്കണമെന്ന സാഹചര്യത്തിൽനിന്ന് ക്രമേണ കരകയറിയതോടെ ആ സ്ഥിതി മാറി. തുടർന്നാണ് മനുഷ്യൻ അതുവരെയുള്ള പ്രവർത്തനങ്ങളിൽ അന്തർല്ലീനമായിരുന്ന കല, ശാസ്ത്രം മുതലായവയെ തിരിച്ചറിയാനും വളർത്താനും തുടങ്ങിയത്.

സ്വയം ഉല്പാദനം നടത്താൻ തുടങ്ങിയതോടെയാണ് പ്രകൃതിയുടെ ചലന നിയമങ്ങൾ എന്നനിലയിൽ മനുഷ്യൻ ശാസ്ത്രത്തെ ഉപയോഗിക്കാൻ ആരംഭിച്ചത്. എന്നാൽ 15,000 മുതൽ 8000 വരെ വർഷം മുമ്പുനടന്ന ഈ വക കാര്യങ്ങളെക്കുറിച്ച് ചരിത്രരേഖകളൊന്നുമില്ല. ഇന്നറിയപ്പെടുന്ന രീതിയിലുള്ള ഭാഷകളൊന്നും രൂപപ്പെട്ടിരുന്നില്ല. ഉല്പാദന പ്രവർത്തനം ഊർജ്ജിതവും അനുസ്യൂതവുമായപ്പോഴാണ് ഭാഷ ഒഴിച്ചുകൂടാനാവാത്തതായത്. ഭക്ഷണസമ്പാദനം മാത്രമായിരുന്നു ഭാഷ കൈകാര്യം ചെയ്തിരുന്ന വിഷയം. ആഹാര കാര്യത്തിൽ സ്വാശ്രയം നേടാൻ ആരംഭിച്ച ഉല്പാദന പ്രവർത്തനം ജന്തുക്കളെയും സസ്യങ്ങളെയും കുറിച്ചു മാത്രമല്ല പൊതുവിൽ പ്രകൃതിയെക്കുറിച്ച് പലതും കണ്ടുപിടിക്കാൻ മനുഷ്യനെ നിർബ്ബന്ധിതനാക്കി. അഥവാ പ്രകൃതിയെക്കുറിച്ചുള്ള അന്വേഷണം – ശാസ്ത്രം – വളർന്നുകൊണ്ടിരിന്നു.

ഗണിതം, ജീവശാസ്ത്രം, ജ്യോതിശാസ്ത്രം, ഭൂമിശാസ്ത്രം എന്നിങ്ങനെ പല വിഭാഗങ്ങളായി വേർതിരിച്ചുപറയാൻ കഴിയുമെങ്കിലും ഇവയെല്ലാം ഭൗതികശാസ്ത്രം എന്ന വലിയൊരു മേല്ക്കൂരയുടെ തണലി

ലാണുള്ളത്. സ്വതന്ത്രമായ നിലനില്പ് ഇവയ്ക്കൊന്നിനുമില്ല. അതിസൂക്ഷ്മകണികകളുടെ ക്വാണ്ടം തലം മുതൽ നക്ഷത്രസമൂഹങ്ങളുടെ സ്ഥലകാല നൈരന്തര്യം വരെ ഭൗതികശാസ്ത്രത്തിന്റെ വിഷയങ്ങളാണ്. പ്രകൃതിയും ജീവനും, ദൃശ്യവും അദൃശ്യവും, കലയും സാഹിത്യവും എല്ലാം നിലനില്ക്കുന്നത് ഭൗതിക ശാസ്ത്രത്തിന്റെ സമവാക്യങ്ങളെ ആധാരമാക്കിയാണ്. ഭൗതിക ശാസ്ത്രത്തിന്റെ തുടക്കവും വളർച്ചയും ഭാവിയുമൊക്കെയാണ് ഈ ലേഖനത്തിൽ ചർച്ചചെയ്യുന്നത്.

പ്രപഞ്ചത്തിലുള്ളതെല്ലാം നിർമ്മിതമായിരിക്കുന്ന ദ്രവ്യം, ഊർജ്ജം എന്നിവയുടെ സ്വഭാവസവിശേഷതകളെക്കുറിച്ചും സ്ഥലകാലത്തിൽ അവയുടെ പരസ്പര പ്രവർത്തങ്ങളെക്കുറിച്ചുമുള്ള പഠനമാണ് ഭൗതികശാസ്ത്രം. ഊർജ്ജം, ബലം, സ്ഥലകാലം തുടങ്ങിയ അടിസ്ഥാന ആശയങ്ങളും ഇവയിൽനിന്ന് ഉരുത്തിരിയുന്ന ദ്രവ്യം, ദ്രവ്യമാനം, ചാർജ്ജ് മുതലായവയും ചലനവും ഭൗതികശാസ്ത്രത്തിന്റെ പ്രതിപാദ്യ വിഷയങ്ങളാണ്. ഏറ്റവും പുരാതനമായ പാഠ്യവിഷയങ്ങളിൽ ഒന്നാണ് ഭൗതിക ശാസ്ത്രം ജ്യോതിശാസ്ത്രത്തെക്കൂടി ഉൾക്കൊള്ളുന്നതുകൊണ്ട് ഭൗതിക ശാസ്ത്രത്തെ ഏറ്റവും പഴക്കം ചെന്ന പാഠ്യവിഷയമെന്നു കരുതുന്നതിൽ തെറ്റില്ല. പതിനാറാം നൂറ്റാണ്ടിലെ ശാസ്ത്രീയ വിപ്ലവ കാലത്ത് ഭൗതിക ശാസ്ത്രം സ്വതന്ത്രനിലനില്പുള്ള ആധുനിക ശാസ്ത്രമായി ഉരുത്തിരിഞ്ഞുവന്നു. എങ്കിലും ഗണിതാത്മക ഭൗതികം, ക്വാണ്ടം, രസതന്ത്രം തുടങ്ങിയ ആധുനിക ശാസ്ത്രശാഖകളിൽ ഭൗതികശാസ്ത്രത്തിന്റെ സീമകൾ നിർവ്വചിക്കുക പ്രയാസം തന്നെയാണ്. നൂതന സാങ്കേതിക വിദ്യകൾക്ക് കാരണമാകുന്നു എന്നതുകൊണ്ടും, ഭൗതിക ശാസ്ത്രത്തിലെ കണ്ടെത്തലുകൾ മറ്റു ശാസ്ത്രങ്ങൾ, ഗണിതം, തത്ത്വചിന്ത തുടങ്ങിയവയുടെ പുരോഗതികു കാരണമാകുന്നു എന്നതുകൊണ്ടും ഭൗതിക ശാസ്ത്രത്തിന് മറ്റു ശാസ്ത്രവിഷയങ്ങളേക്കാൾ മേൽക്കോയ്മയുണ്ട്. പ്രകൃതി എന്നർത്ഥം വരുന്ന ഫ്യൂസിസ് (Phusis) എന്ന ഗ്രീക്ക് പദത്തിൽനിന്നാണ് ഫിസിക്സ് എന്ന ഇംഗ്ലീഷ് പദം ഉത്ഭവിച്ചത്. പ്രാചീന ഭാരതത്തിലെ വൈശേഷിക ദർശനമനുസരിച്ച് പ്രകൃതിയിലുള്ള എല്ലാം നിർമ്മിതമായിരിക്കുന്നത് പഞ്ചഭൂതങ്ങളായ പൃഥ്വി, ജലം, വായു, അഗ്നി, ആകാശം എന്നിവയാലാണ്. ഭൂതങ്ങളെ സംബന്ധിച്ചത് എന്ന അർത്ഥത്തിൽ ഭൗതികം എന്ന പേര് ലഭിച്ചു എന്ന് വാദിക്കുന്നവരുണ്ട്. ഭവിച്ച കാര്യങ്ങളെ സംബന്ധിച്ചത് എന്ന അർത്ഥത്തിൽ ഭൗതികം എന്ന പേരു ലഭിച്ചു എന്നും വാദിക്കുന്നവരുണ്ട്. നാം ജീവിക്കുന്ന പ്രപഞ്ചത്തെ ശാസ്ത്രീയമായി നിരീക്ഷിക്കുകയും പഠിക്കുകയും ചെയ്തതിന്റെ ഫലമായി ആർജ്ജിക്കാൻ കഴിഞ്ഞ അറിവുകളുടെ സമാഹാരമാണ് ഭൗതികശാസ്ത്രമെന്ന് സാമാന്യമായി പറയാം. ഇത്തരം പഠനങ്ങൾ വഴി എത്തിച്ചേരുന്ന നിഗമനങ്ങളുടെ സാമാന്യവല്ക്കരണമാണ് നിയമങ്ങളായും സിദ്ധാന്തങ്ങളായും രൂപമെടുക്കുന്നത്. നാം ജീവിക്കുന്ന ലോകത്തെക്കുറിച്ച് കൂടുതൽ വ്യക്തമായി മനസ്സിലാക്കാൻ അവ നമ്മളെ സഹായിക്കുന്നു. പ്രപഞ്ചത്തെക്കു

റിച്ചുള്ള അടിസ്ഥാന നിയമങ്ങളെല്ലാം ഭൗതികശാസ്ത്രത്തിൽനിന്നാണെന്നതിനാൽ മറ്റു ശാസ്ത്രവിഭാഗങ്ങളെല്ലാം ഭൗതികശാസ്ത്രവുമായി ബന്ധപ്പെട്ടു കിടക്കുന്നു.

മൗലിക കണികകളുടെ അതിസൂക്ഷ്മലോകംമുതൽ ഗാലക്സികൾ അടങ്ങിയ മഹാപ്രപഞ്ചംവരെ ഭൗതികശാസ്ത്രത്തിന്റെ വിഷയങ്ങളാണ്. പ്രപഞ്ചത്തിലെ അടിസ്ഥാനവസ്തുതകളായ ഊർജ്ജം, ബലങ്ങൾ, സ്ഥലം, കാലം എന്നിവ ഉൾപ്പടെ സകലതും ഭൗതിക ശാസ്ത്രത്തിന്റെ വ്യാപ്തിയിൽ ഉൾപ്പെടുന്നു. പ്രകൃതി പ്രതിഭാസങ്ങൾ വിശദീകരിക്കുക, ചുറ്റും കാണുന്ന കാര്യങ്ങളെ അവയുടെ മൂലകാരണങ്ങളുമായി ബന്ധിക്കുക. ഈ കാര്യകാരണബന്ധങ്ങളുടെ പഠനത്തിലൂടെ പ്രകൃതി എന്തുകൊണ്ടാണ് ഇപ്രകാരം എന്നു വ്യക്തമാക്കുന്ന സിദ്ധാന്തങ്ങൾക്കു രൂപം കൊടുക്കുക എന്നിവയാണ് ഭൗതിക ശാസ്ത്രത്തിന്റെ ലക്ഷ്യം. ചരിത്രാതീതകാലം മുതൽ തന്നെ മനുഷ്യർ സ്വയം അറിയാതെ തന്നെ പല ഭൗതികശാസ്ത്ര തത്ത്വങ്ങളും പ്രയോജനപ്പെടുത്തിയിരുന്നു. എങ്കിലും പതിനെട്ടാം നൂറ്റാണ്ടോടുകൂടിയാണ് ഭൗതികം ഒരു ശാസ്ത്രശാഖയായി പരിഗണിക്കപ്പെട്ടത്. അതുവരെ ഭൗതിക ശാസ്ത്രജ്ഞരെ ചിന്തകരോ, ജ്യോതിശാസ്ത്രജ്ഞരോ, ഗണിതശാസ്ത്രജ്ഞരോ, കലാകാരൻമാരോ മാത്രമായാണ് കണക്കാക്കിയിരുന്നത്.

പ്രാചീനകാലം മുതൽ തന്നെ മനുഷ്യർ പ്രപഞ്ചരഹസ്യങ്ങൾ വെളിച്ചത്തുകൊണ്ടുവരാൻ ശ്രമിച്ചുകൊണ്ടിരുന്നു. എന്നാൽ പ്രാചീനകാല സിദ്ധാന്തങ്ങൾ എല്ലാം തന്നെ തത്ത്വചിന്തയിൽ അധിഷ്ഠിതമായിരുന്നു. അവയൊന്നും തന്നെ പരീക്ഷണങ്ങൾക്കു വിധേയമാക്കുകയോ, തെളിയിക്കപ്പെടുകയോ ചെയ്തിരുന്നില്ല. പ്രകൃതി നിയന്ത്രിക്കപ്പെടുന്നത് സംഖ്യകളാലാണെന്ന് പൈഥഗോറസ് വാദിച്ചു. സംഖ്യകളെ ദൈവങ്ങളാക്കിക്കൊണ്ട് അദ്ദേഹം ഒരു മതവും (Pythagorian Brotherhood) സ്ഥാപിച്ചു. എല്ലാ വസ്തുക്കളും നേത്രഗോചരമല്ലാത്ത അസംഖ്യം സൂക്ഷ്മ കണികകൾക്കൊണ്ട് നിർമ്മിതമാണെന്ന ആശയം മുന്നോട്ടവച്ചത് ഡെമോക്രിറ്റസ് ആയിരുന്നു. ഈ കണികകളെ ആറ്റങ്ങൾ എന്നാണ് അദ്ദേഹം വിളിച്ചത്. നാലുതരം ആറ്റങ്ങൾ ഉണ്ടെന്ന് അദ്ദേഹം വിശ്വസിച്ചു. വരണ്ടതും ഭാരമുള്ളതുമായ ശിലാ ആറ്റങ്ങൾ, ഈർപ്പവും ഭാരവുമുള്ള ജല ആറ്റങ്ങൾ, തണുത്തതും മൃദുവുമായ വായു ആറ്റങ്ങൾ, ചൂടുള്ളതും വഴുക്കുന്നതുമായ അഗ്നി ആറ്റങ്ങൾ എന്നിങ്ങനെയുള്ള നാലുതരം ആറ്റങ്ങളുടെ സമ്മേളന ഫലമായാണ് പ്രകൃതിയിലെ എല്ലാ ദ്രവ്യരൂപങ്ങളും സൃഷ്ടിക്കപ്പെട്ടതെന്നും അദ്ദേഹം പഠിപ്പിച്ചിരുന്നു. അക്കാലത്ത് ഗ്രീക്ക് ദാർശനികരുടെ ആശയങ്ങൾ വിമർശനങ്ങൾക്കതീതമായിരുന്നു. പ്ലേറ്റോയുടെ ശിഷ്യനായ അരിസ്റ്റോട്ടിൽ ധാരാളം ഭൗതിക ദർശനങ്ങൾ അവതരിപ്പിച്ചിരുന്നു. പ്രകൃതി എന്നർത്ഥമുള്ള ഗ്രീക്ക് പദത്തിൽനിന്ന് ഫിസിക്സ് എന്ന പേര് രൂപപ്പെടുത്തിയതും അരിസ്റ്റോട്ടിലാണ്. ബി സി 340 ൽ തന്നെ ഭൂമി ഉരുണ്ടതാണെന്ന് അദ്ദേഹം വാദിച്ചിരുന്നു. എന്നാൽ ഭൂമി നിശ്ചലമാ

ണെന്നും സൂര്യനും ചന്ദ്രനും നക്ഷത്രങ്ങളുമെല്ലാം ഭൂമിക്കു ചുറ്റും വൃത്തപഥത്തിൽ കറങ്ങുകയാണെന്നുമാണ് അദ്ദേഹം കരുതിയത്.

പ്രകൃതി പഠനത്തിന് ഒരു ശാസ്ത്രീയ അടിത്തറ നല്കിയത് ഗ്രീക്ക് ചിന്തകനായ ആർക്കിമെഡിസ് ആയിരുന്നു. ബലതന്ത്രത്തിന്റെ അടിസ്ഥാന ആശയങ്ങൾ രൂപീകരിച്ചത് ആർക്കിമെഡിസ് ആണ്. ഉത്തോലകങ്ങൾ, താഴ്ന്ന പ്രതലത്തിൽനിന്ന് ജലം ഉയർത്തിക്കൊണ്ടുവരുന്നതിനുള്ള ആർക്കിമെഡിസ് സ്ക്രൂ തുടങ്ങിയ യാന്ത്രിക ഉപകരണങ്ങൾ അദ്ദേഹം രൂപകല്പനചെയ്തു. ഓൺ *ദ ഇക്വിലിബ്രിയം ഓഫ് പ്ലെയിൻസ്* എന്ന പുസ്തകത്തിലൂടെ അദ്ദേഹം ഉത്തോലക നിയമം അവതരിപ്പിച്ചു. ഇതേ പുസ്തകത്തിൽത്തന്നെ ഒരു വസ്തുവിന്റെ ഗുരുത്വകേന്ദ്രം കണ്ടെത്തുന്നതിനുള്ള മാർഗ്ഗങ്ങളെക്കുറിച്ചും പ്രതിപാദിക്കുന്നുണ്ട്. 'ഉറച്ചുനില്ക്കാൻ ഒരിടവും വേണ്ടത്ര നീളമുള്ള ഒരു ദണ്ഡും തന്നാൽ ഈ ഭൂമിയെത്തന്നെ ഞാൻ പൊക്കിമാറ്റാം' എന്ന് ആർക്കിമെഡിസ് ഒരിക്കൽ പറയുകയുണ്ടായി. ഒരു ശാസ്ത്രകാരന്റെ ആത്മവിശ്വാസം നിറഞ്ഞ വാക്കുകളായിരുന്നു അത്. ഗോളങ്ങൾ, സ്തംഭങ്ങൾ തുടങ്ങിയ ഘനരൂപങ്ങളുടെ വിസ്തീർണ്ണവും വ്യാപ്തവും കണ്ടുപിടിക്കാനുള്ള സൂത്രങ്ങളും ആർക്കിമെഡിസ് വികസിപ്പിച്ചെടുത്തു. ദ്രാവകത്തിൽ മുക്കുന്ന ഒരു ഖരപദാർത്ഥത്തിന് എത്രമാത്രം ഭാരക്കുറവുണ്ടാകുമെന്ന് കണ്ടുപിടിച്ചത് ആർക്കിമെഡിസ് ആണ്. ഒരു ദ്രവത്തിൽ പൂർണ്ണമായോ, ഭാഗികമായോ മുങ്ങിയിരിക്കുന്ന ഒരു വസ്തുവിനുണ്ടാകുന്ന ഭാരനഷ്ടം ആ വസ്തു ആദേശം ചെയ്യുന്ന ദ്രവത്തിന്റെ ഭാരത്തിന് തുല്യമായിരിക്കും എന്ന് അദ്ദേഹം പരീക്ഷണത്തിലൂടെ കണ്ടെത്തി. *ഓൺ ഫ്ളോട്ടിങ് ബോഡീസ്* എന്ന ഗ്രന്ഥത്തിൽ അദ്ദേഹം പ്രസിദ്ധീകരിച്ച ഈ തത്ത്വം ആർക്കിമെഡിസ് തത്ത്വമെന്ന പേരിൽ ലോകപ്രശസ്തമായി.

ബി സി രണ്ടാം നൂറ്റാണ്ടിൽ ഹിപ്പാർക്കസ് നക്ഷത്രങ്ങളുടെ സ്ഥാനങ്ങളെപ്പറ്റി പഠനം നടത്തി. 1080 നക്ഷത്രങ്ങളുടെ ഒരു ലഘുലേഖയും വിഷുവങ്ങളുടെ പുരസ്സരണവും അദ്ദേഹം തയ്യാറാക്കുകയും കണ്ടെത്തുകയും ചെയ്തു. ക്രിസ്തുവർഷത്തിന്റെ തുടക്കത്തിൽ ക്ലോഡിയസ് ടോളമി പ്രപഞ്ചത്തിന്റെ കേന്ദ്രം ഭൂമിയാണെന്ന് ആരോപിച്ചുകൊണ്ടുള്ള ഒരു പ്രപഞ്ചമാതൃക അവതരിപ്പിച്ചു. അദ്ദേഹത്തിന്റെ *ഒപ്റ്റിക്സ്* എന്ന പുസ്തകത്തിൽ പ്രകാശത്തിന് വിവിധ മാദ്ധ്യമങ്ങളിലുണ്ടാകുന്ന അപവർത്തനത്തെപ്പറ്റി പ്രതിപാദിക്കുന്നുണ്ട്. ഭൗതികശാസ്ത്രത്തിന്റെ വികസനത്തിന് പൗരാണിക ഗ്രീക്ക് സംസ്കാരം നല്കിയ മഹത്തായ സംഭാവനകളിൽ ഏറ്റവും അവസാനത്തേതായിരുന്നു ടോളമിയുടെ സംഭാവനകൾ.

ക്രിസ്ത്വബ്ദം ഒന്നാം നൂറ്റാണ്ടുമുതൽ പതിനഞ്ചാം നൂറ്റാണ്ടുവരെ ഭൗതിക ശാസ്ത്രചരിത്രത്തിലെ ഇരുണ്ടകാലഘട്ടം എന്നാണറിയപ്പെടുന്നത്. ഗ്രീക്ക് സംസ്കാരത്തിന്റെ അപചയവും ക്രിസ്തുമതത്തിന്റെ വികസനവും ആരംഭിച്ച കാലഘട്ടമായിരുന്നു അത്. അലക്സാൻഡ്രിയൻ പാഠ്യധാരയുമായി ബന്ധപ്പെടുത്തി പറയാവുന്ന അവസാനത്തെ പേര്

ഹെപാഷ്യേ എന്ന ഗണിതാദ്ധ്യാപികയുടേതാകാം. റോമൻ ചക്രവർത്തിയായ ജൂലിയന്റെ കാലത്താണ് ഹെപാഷ്യേ ജീവിച്ചിരുന്നത്. ജൂലിയൻ ചക്രവർത്തിയുടെ മരണശേഷം ക്രിസ്തുവർഷം 415 ൽ ബിഷപ്പ് കൈറില്ലോസിന്റെ നേതൃത്വത്തിൽ ഒരു വലിയ ഗ്രീക്ക് വിരുദ്ധ പ്രക്ഷോഭമുണ്ടായി. ക്രിസ്ത്യൻ വിപ്ലവകാരികൾ ഹെപാഷ്യയെ വധിച്ചു. ഗ്രീസിൽ അവശേഷിച്ചിരുന്ന ഗ്രന്ഥശാലകളെല്ലാം തകർക്കപ്പെട്ടു. ടോളമിയുടെ പ്രപഞ്ചമാതൃക *ബൈബിളു*മായി നന്നായി ചേരുമെന്നതിനാൽ ക്രൈസ്തവ മേധാവികൾ എതിരില്ലാതെ സ്വീകരിച്ചു.

എ ഡി ഏഴാം നൂറ്റാണ്ടോടെ അറേബ്യൻ സാമ്രാജ്യം ശക്തമായി. ആൾജിബ്ര, ആൽക്കഹോൾ, അമാൽഗം, ആൽക്കലി, അൽമനാക്, ആൽക്കെമി തുടങ്ങി ധാരാളം ശാസ്ത്രനാമങ്ങളുടെ പിറവിക്ക് അറേബ്യൻ കാലഘട്ടം സാക്ഷിയായി. ഗണിതത്തിൽ ധാരാളം സംഭാവനകൾ അറബികൾ നല്കിയെങ്കിലും ജ്യോതിശാസ്ത്രത്തിലും രസതന്ത്രത്തിലും അവരുടെ പഠനങ്ങൾ വിചിത്രങ്ങളായ ലക്ഷ്യങ്ങൾ കാരണം വഴിതെറ്റിപ്പോയി. ഭൗതികശാസ്ത്രത്തിൽ കാര്യമായ ഒരു സംഭാവനയും അറബികളിൽ നിന്നുണ്ടായിട്ടില്ല. ചെങ്കിസ്ഖാന്റെ ആക്രമണവും ക്രൈസ്തവരുടെ എതിർപ്പും പന്ത്രണ്ടാം നൂറ്റാണ്ടോടെ അറേബ്യൻ സാമ്രാജ്യത്തിന്റെ അപചയത്തിനു കാരണമായി. ഈ കാലഘട്ടത്തിൽ യൂറോപ്പിൽ ഒരുണർവ്വ് പ്രകടമായിത്തുടങ്ങി. എ ഡി 1100 ൽ പാരീസ് സർവ്വകലാശാല സ്ഥാപിക്കപ്പെട്ടു. തുടർന്ന് ഓക്സ്ഫോഡ്, കേംബ്രിഡ്ജ് സർവ്വകലാശാലകളും സ്ഥാപിക്കപ്പെട്ടു. എന്നിരുന്നാലും ശാസ്ത്രപഠനം ക്രിസ്ത്യൻ പള്ളികളുടെ കർശന നിരീക്ഷണത്തിൻ കീഴിലായിരുന്നു. അരിസ്റ്റോട്ടിൽ ഭൗതികശാസ്ത്രത്തിൽ അത്രയൊന്നും മികവ് പുലർത്താതിരുന്നതുകൊണ്ടുതന്നെ അറേബ്യൻ പരിഭാഷകളിലൂടെ യൂറോപ്പിലെത്തിയ ഗ്രീക്ക് ഭൗതികശാസ്ത്രപഠനങ്ങളൊന്നും ശാസ്ത്രത്തിന്റെ വളർച്ചയ്ക്ക് വളമായില്ല. പതിനഞ്ചാം നൂറ്റാണ്ടിന്റെ മദ്ധ്യത്തോടെ അച്ചടിയന്ത്രം കണ്ടുപിടിക്കപ്പെട്ടു. അറിവിന്റെ പെട്ടെന്നുള്ള വ്യാപനത്തിന് ഇത് സഹായകമായി. വിജ്ഞാനത്തിന്റെ ചരിത്രത്തിലെ ഒരു മഹാസംഭവമായി അച്ചടിയുടെ കണ്ടുപിടിത്തം വിലയിരുത്തപ്പെടുന്നു. എങ്കിലും അപ്പോഴും ഭൗതികശാസ്ത്രം ഉറക്കത്തിൽനിന്ന് ഉണർന്നിരുന്നില്ല.

1514 ൽ പോളിഷ് പുരോഹിതനായ നിക്കോളാസ് കോപ്പർനിക്കസ് സൂര്യനെ കേന്ദ്രമാക്കിയുള്ള ഒരു പ്രപഞ്ചമാതൃകയുമായി മുന്നോട്ടുവന്നു. പള്ളിയെ ഭയന്ന് അദ്ദേഹം തന്റെ മാതൃക രഹസ്യമായി വിതരണം ചെയ്യുകയാണുണ്ടായത്. ശതാബ്ദങ്ങളായി ക്രിസ്തുമതം ഉറക്കിക്കിടത്തിയ ശാസ്ത്രബോധത്തിന്റെ ഉയർത്തെഴുന്നേല്പായിരുന്നു അത്. പതിനേഴാം നൂറ്റാണ്ടിൽ ജർമ്മൻകാരനായ യൊഹാൻ കെപ്ലർ, കോപ്പർനിക്കസിന്റെ സിദ്ധാന്തം പരിഷ്കരിച്ചു. ഗ്രഹങ്ങൾ വൃത്താകൃതിയിലല്ല, മറിച്ച് ദീർഘവൃത്താകൃതിയിലാണ് സഞ്ചരിക്കുന്നതെന്ന് കെപ്ലർ ഗണിതപരമായി അനുമാനിച്ചു. നിരീക്ഷണങ്ങൾ ഈ വാദം സാധൂകരിക്കുകയും ചെയ്തു. ഇക്കാ

ലത്തുതന്നെ ഇറ്റലിക്കാരനായ ഗലീലിയോ ഗലീലി ഭൗതികശാസ്ത്ര ത്തിന്റെ ക്ലാസിക്കൽ കാലഘട്ടത്തിന് തുടക്കംകുറിച്ചു. പതിനേഴാം നൂറ്റാണ്ടിന്റെ ആദ്യദശകങ്ങളിൽ ഗലീലിയോ ബലതന്ത്രത്തിൽ പലനിയമങ്ങളും ആവിഷ്കരിച്ചു. 1609 ൽ ഗലീലിയോ നക്ഷത്ര നിരീക്ഷണം ആരംഭിച്ചു. അകലെയുള്ള വസ്തുക്കളെ 32 മടങ്ങ് വലുതാക്കികാണിക്കുന്നതിനുള്ള കഴിവ് ഗലീലിയോയുടെ ദൂരദർശിനിക്കുണ്ടായിരുന്നു. അരിസ്റ്റോട്ടിലിന്റെ പ്രപഞ്ചസിദ്ധാന്തങ്ങൾ തെറ്റാണെന്നും കോപ്പർനിക്കസിന്റെ വാദങ്ങളാണ് ശരിയെന്നും ഗലീലിയോ കണ്ടെത്തി. എന്നാൽ ഭൂമി സ്വയം കറങ്ങുകയും സൂര്യനു ചുറ്റും അത് കറങ്ങുകയും ചെയ്യുന്നു എന്ന സത്യം *ബൈബിളിന്* എതിരായിരുന്നു. ഇക്കാരണത്താൽ അദ്ദേഹം ക്രിസ്തീയ സഭയ്ക്ക് അനഭിമതനായിത്തീർന്നു. ദൈവവിരോധിയായി മുദ്രകുത്തപ്പെട്ട ഗലീലിയോക്ക് മതവിചാരണ നേരിടേണ്ടിവന്നു. ആറുമാസം നീണ്ടുനിന്ന വിചാരണയ്ക്കൊടുവിൽ ജീവൻ രക്ഷിക്കാൻവേണ്ടി തന്റെ കണ്ടെത്തലുകൾ ഗലീലിയോ തള്ളിപ്പറഞ്ഞു.

1687 ൽ ഐസക് ന്യൂട്ടൺ *ഭൗതിക ദർശനത്തിന്റെ ഗണിതസിദ്ധാന്തങ്ങൾ* (Philosophiae Naturalis Principia Mathematica) പ്രസിദ്ധീകരിച്ചു. ഭൗതിക ശാസ്ത്രശാഖയിൽ പ്രസിദ്ധീകരിക്കപ്പെട്ട ഏറ്റവും ശ്രദ്ധേയമായ ഗ്രന്ഥമാണിത്. ഇതിൽ വസ്തുക്കളുടെ ചലനത്തെപ്പറ്റിയുള്ള ഭൗതികനിയമങ്ങളും അവയെ കുറിക്കുന്ന ഗണിത സൂത്രങ്ങളും ന്യൂട്ടൺ അവതരിപ്പിച്ചു. മാത്രമല്ല, പ്രപഞ്ചത്തിലെ ഓരോ വസ്തുവും മറ്റുള്ളവയെ ആകർഷിക്കുമെന്നും ഈ ആകർഷണബലം വസ്തുക്കളുടെ ദ്രവ്യമാനത്തിനും അകലത്തിനുമനുസരിച്ച് വ്യത്യാസപ്പെട്ടിരിക്കുന്നുവെന്നുമുള്ള പ്രപഞ്ച ഗുരുത്വാകർഷണ നിയമം അദ്ദേഹം മുന്നോട്ടുവച്ചു. ചലനനിയമങ്ങൾ, ഗുരുത്വാകർഷണ നിയമം എന്നീ ഭൗതിക സിദ്ധാന്തങ്ങളായിരുന്നു ഈ ഗ്രന്ഥത്തിലെ പ്രധാന പ്രതിപാദ്യം. ബലതന്ത്രത്തിലെന്നപോലെ ഫോട്ടോണിക്സിലും ന്യൂട്ടൺ ധാരാളം സംഭാവനകൾ നല്കി. ധവളപ്രകാശം നിറങ്ങളുടെ ഒരു സംഘാതമാണെന്ന് പ്രിസമുപയോഗിച്ചുള്ള പരീക്ഷണങ്ങളിലൂടെ അദ്ദേഹം തെളിയിച്ചു. പ്രകാശത്തിന്റെ സ്വഭാവം വിശദീകരിക്കുന്നതിനായി ന്യൂട്ടൺ കണികാസിദ്ധാന്തം ആവിഷ്കരിച്ചു. പ്രകാശത്തെക്കുറിച്ചുള്ള തന്റെ പഠനങ്ങളും സിദ്ധാന്തങ്ങളും *ഒപ്റ്റിക്സ്* എന്ന ഗ്രന്ഥത്തിലൂടെയാണ് ന്യൂട്ടൺ അവതരിപ്പിച്ചത്.

പത്തൊമ്പതാം നൂറ്റാണ്ടിന്റെ ആദ്യപാദങ്ങളിൽ വൈദ്യുത കാന്തികത, താപഗതികം എന്നീ മേഖലകളിൽ നിരവധി കണ്ടെത്തലുകൾ ഉണ്ടായി. 1820 ൽ ഹാൻസ് ക്രിസ്റ്റ്യൻ ഏഴ്സ്റ്റഡ് എന്ന ശാസ്ത്രജ്ഞൻ വൈദ്യുതിയും കാന്തികതയും തമ്മിൽ ബന്ധപ്പെട്ടിരിക്കുന്നുവെന്ന് കണ്ടുപിടിച്ചു. വൈദ്യുതിയും കാന്തികതയും വ്യത്യസ്ത ശക്തികളാണെന്നായിരുന്നു അതുവരെയുണ്ടായിരുന്ന വിശ്വാസം. വൈദ്യുതിയുടെ കാന്തികതയെ ആധാരമാക്കി നിരവധി കണ്ടുപിടിത്തങ്ങളാണ് പിന്നീടുണ്ടായത്. ഏഴ്സ്റ്റഡിന്റെ കണ്ടുപിടിത്തങ്ങളെ അടിസ്ഥാനപ്പെടുത്തിയാണ് വൈദ്യു

തിയുടെ സാന്നിദ്ധ്യം അറിയാനുള്ള ഉപകരണമായ ഗാൽവനോമീറ്റർ കണ്ടുപിടിച്ചത്. ഏഴ്സ്റ്റഡിന്റെ പിൻഗാമികളിൽ ശ്രദ്ധേയനായ ആന്ദ്രേ ആംപിയർ, ഡൊമിനിക് ആൽഗോളുമായി ചേർന്ന് ആദ്യത്തെ സോളിനോയ്ഡ് നിർമ്മിച്ചു. ആംപിയർ വൈദ്യുതിയുടെ തീവ്രത അളക്കാനുള്ള അമ്മീറ്റർ എന്ന ഉപകരണം നിർമ്മിച്ചു. ആംപിയർ എന്ന ശാസ്ത്രജ്ഞനോടുള്ള ആദരസൂചകമായി വൈദ്യുതിയുടെ അളവിന് ആംപിയർ എന്നാണ് വിളിക്കുന്നത്. 1847 ൽ ജെയിംസ് ജൂൾ താപഗതികത്തിൽ അനേകം കണ്ടെത്തലുകൾ നടത്തി. ഊർജ്ജ സംരക്ഷണനിയമം ആവിഷ്കരിച്ചു. മൈക്കൽ ഫാരഡെ വൈദ്യുതിയേയും കാന്തികതയേയും പരസ്പരം പരിവർത്തനം ചെയ്യാൻ സാധിക്കും എന്നു കണ്ടെത്തി. 1865 ൽ ബ്രിട്ടീഷ് ശാസ്ത്രജ്ഞനായ ജെയിംസ് ക്ലാർക്ക് മാക്സ്വെൽ വൈദ്യുതകാന്തിക ബലങ്ങളെ ഏകോപിപ്പിക്കുകയും പ്രകാശം ഒരു വിദ്യുത്കാന്തിക തരംഗമാണെന്ന് തെളിയിക്കുകയും ചെയ്തു.

ഇരുപതാം നൂറ്റാണ്ടിന്റെ ആദ്യപാദങ്ങളിൽ ക്ലാസിക്കൽ ഭൗതികത്തിലെ പലസിദ്ധാന്തങ്ങളും പൊളിച്ചെഴുതപ്പെടുകയോ, നവീകരിക്കപ്പെടുകയോ ചെയ്തു. നവീനഭൗതികത്തിന്റെ ഉദയത്തിന് ഇരുപതാം നൂറ്റാണ്ട് സാക്ഷ്യം വഹിച്ചു. 1900 മുതൽ മാക്സ് പ്ലാങ്ക്, ആൽബർട്ട് ഐൻസ്റ്റൈൻ, നീൽസ് ബോർ തുടങ്ങിയ ഭൗതികശാസ്ത്രജ്ഞർ ക്വാണ്ടം സിദ്ധാന്തത്തിന്റെ സഹായത്തോടെ വിവിധ പരീക്ഷണഫലങ്ങൾ വിശദീകരിക്കാനാരംഭിച്ചു. 1905 ൽ ഐൻസ്റ്റൈൻ അവതരിപ്പിച്ച വിശിഷ്ട ആപേക്ഷികതാ സിദ്ധാന്തം ശാസ്ത്രഗതിയെ തിരിച്ചുവിട്ടു. സ്വതന്ത്രമായി ചലിച്ചുകൊണ്ടിരിക്കുന്ന എല്ലാ നിരീക്ഷകരെയും സംബന്ധിച്ചിടത്തോളം അവരുടെ വേഗത എത്ര തന്നെയായാലും ഭൗതികശാസ്ത്ര നിയമങ്ങൾ ഒന്നു തന്നെയാണ്. എല്ലാ നിരീക്ഷകർക്കും അവർ എത്രതന്നെ വേഗതയിൽ സഞ്ചരിച്ചാലും പ്രകാശവേഗത ഒന്നുതന്നെയായിരിക്കും. ഇവ ആപേക്ഷികതയുടെ വിശിഷ്ട സിദ്ധാന്തത്തിന്റെ മൗലിക തത്ത്വങ്ങളാണ്. ഈ മൗലിക തത്ത്വങ്ങൾ അംഗീകരിക്കുമ്പോൾ സ്ഥലവും കാലവും നിരീക്ഷകന്റെ ചലനത്തെ ആശ്രയിച്ചിരിക്കുന്നു എന്നു വരുന്നു. ഈ ആശയങ്ങൾ ഭൗതികശാസ്ത്രത്തിൽ വിപ്ലവകരമായ മാറ്റങ്ങളുണ്ടാക്കി. ഈ ആശയത്തിൽനിന്ന് രൂപം കൊണ്ടതാണ് ഐൻസ്റ്റൈന്റെ പ്രസിദ്ധമായ $E = mc^2$ എന്ന സമീകരണം. ദ്രവ്യത്തെ ഊർജ്ജമായും ഊർജ്ജത്തെ ദ്രവ്യമായും മാറ്റാൻ കഴിയുമെന്ന് ഐൻസ്റ്റൈൻ തെളിയിച്ചു.

1907 ൽ ഹെർമൻ മിൻകോവ്സ്കി എന്ന ശാസ്ത്രജ്ഞൻ ചതുർമ്മാനപ്രപഞ്ചം എന്ന ആശയം മുന്നോട്ടുവച്ചു, ഈ പ്രപഞ്ചവീക്ഷണം സ്ഥലകാലങ്ങളെ വേർപിരിയാനാകാത്ത വിധം കൂട്ടിയിണക്കുന്നു. നമ്മുടെ പ്രപഞ്ചം വിശദീകരിക്കപ്പെടേണ്ടത് ഒരു ത്രിമാന സ്ഥലത്തല്ല, മറിച്ച് ഒരു ചതുർമ്മാന സ്ഥലകാല സംയോഗത്തിലാണ്. 1911 ൽ ബ്രിട്ടീഷ് ശാസ്ത്രജ്ഞനായ ഏണസ്റ്റ് റൂഥർഫോർഡ് ആറ്റത്തിന് ഒരു ആന്തരഘടനയുണ്ടെന്ന് വ്യക്തമാക്കി. ആറ്റത്തിന് വളരെ ചെറുതും പോസിറ്റീവ്

ചാർജ്ജുള്ളതുമായ ഒരു കേന്ദ്രമുണ്ടെന്ന് റൂഥർഫോർഡ് കണ്ടെത്തി. ആറ്റത്തിന്റെ ഭാരം മുഴുവൻ അണുകേന്ദ്രത്തിൽ – ന്യൂക്ലിയസിൽ –കേന്ദ്രീകരിച്ചിരിക്കുന്നു. ന്യൂക്ലിയസും അതിനു ചുറ്റു വലം വയ്ക്കുന്ന നെഗറ്റീവ് ചാർജ്ജുള്ള ഇലക്ട്രോണുകളും ചേർന്നുണ്ടായതാണ് ആറ്റമെന്ന് റൂഥർഫോർഡ് പരീക്ഷണങ്ങളിലൂടെ സ്ഥിരീകരിച്ചു. എന്നാൽ റൂഥർഫോർഡ് അണുമാതൃകയിൽ ചില പോരായ്മകൾ ഉണ്ടായിരുന്നു. റൂഥർഫോർഡിന്റെ ശിഷ്യനായ നീൽസ് ബോർ ഈ മാതൃക പരിഷ്കരിച്ച് ഒരു പുതിയ അണുമാതൃക അവതരിപ്പിച്ചു. ഈ മാതൃക ബോർ ആറ്റം മോഡൽ എന്ന പേരിലാണ് അറിയപ്പെടുന്നത്

വിശിഷ്ട ആപേക്ഷികതാ സിദ്ധാന്തത്തിന് ത്വരിതപ്പെട്ടതോ ഗുരുത്വാകർഷണത്തിന് വിധേയമാകുന്നതോ ആയ ചലനം വിശദീകരിക്കാൻ കഴിഞ്ഞിരുന്നില്ല. മിൻകോവ്സ്കിയുടെ ചതുർമ്മാന പ്രപഞ്ചം എന്ന ആശയത്തെ ഉപയോഗിച്ചുകൊണ്ട് 1915 ൽ ഐൻസ്റ്റൈൻ സാമാന്യ ആപേക്ഷികതാ സിദ്ധാന്തം പ്രസിദ്ധീകരിച്ചു. സാമാന്യ ആപേക്ഷികതാ സിദ്ധാന്തത്തിന് ത്വരിത ചലനങ്ങളേയും ഗുരുത്വാകർഷണത്തിന് വിധേയമായ ചലനങ്ങളേയും വിശദീകരിക്കാൻ കഴിഞ്ഞു. സാമാന്യ ആപേക്ഷികതാ സിദ്ധാന്തം ഗുരുത്വാകർഷണത്തെക്കുറിച്ച് തികച്ചും നവീനമായ ഒരു കാഴ്ചപ്പാടാണ് മുന്നോട്ടു വച്ചത്. ദ്രവ്യത്തിന്റെ സാന്നിദ്ധ്യം സമീപത്തുള്ള സ്ഥലകാലത്തെ വളയ്ക്കുന്നു. സഞ്ചാരം സുഗമമാക്കുന്നതിന് വസ്തുക്കൾ ഈ വക്രപഥത്തിലൂടെ (Geodesic) സഞ്ചരിക്കുന്നു. ന്യൂട്ടന്റെ ഗുരുത്വാകർഷണ സിദ്ധാന്തത്തിനു വിശദീകരിക്കാൻ കഴിയാത്ത പ്രതിഭാസങ്ങൾ വിശദീകരിക്കാൻ ഐൻസ്റ്റൈന്റെ സാമാന്യ ആപേക്ഷികതാ സിദ്ധാന്തത്തിനു കഴിഞ്ഞു. 1916 ൽ കാൾ ഷ്വാർസ്ചൈൽഡ് എന്ന ശാസ്ത്രജ്ഞൻ പ്രപഞ്ചത്തിൽ തമോദ്വാരങ്ങൾ നിലനില്ക്കുന്നുണ്ടെന്ന് കണ്ടെത്തി. ആപേക്ഷികതാസിദ്ധാന്തമുപയോഗിച്ച് പൂർണ്ണമായി വിശദീകരിക്കാൻ കഴിയാത്ത പ്രതിഭാസമാണിത്. 1932 ൽ കേംബ്രിഡ്ജിലെ ഭൗതികശാസ്ത്രജ്ഞനായ ജെയിംസ് ചാഡ്വിക് അണുകേന്ദ്രത്തിൽ ന്യൂട്രോൺ എന്നുവിളിക്കുന്ന മറ്റൊരു കണം കൂടിയുണ്ടെന്ന് കണ്ടെത്തി. 1969 ൽ പ്രോട്ടോണുകളും ന്യൂട്രോണുകളും മറ്റും ചെറുകണങ്ങളാൽ നിർമ്മിതമാണെന്ന് മറെ ജെൽമാൻ എന്ന ഭൗതികശാസ്ത്രജ്ഞൻ തെളിയിച്ചു. ഈ ചെറുകണങ്ങളെ ക്വാർക്കുകൾ എന്നാണ് വിളിക്കുന്നത്. നവീന ഭൗതികത്തിലെ രണ്ടു മഹത്തായ ശാഖകളായ ആപേക്ഷികതയെയും ക്വാണ്ടം ബലതന്ത്രത്തെയും സംയോജിപ്പിക്കുന്നതിനുള്ള ശ്രമങ്ങളാണ് ഇപ്പോൾ നടന്നുകൊണ്ടിരിക്കുന്നത്. 1970 കളിൽ സ്റ്റീഫൻഹോക്കിങ് രൂപീകരിച്ച ക്വാണ്ടം ഗുരുത്വസിദ്ധാന്തം ഈ മേഖലയിലുള്ള വലിയൊരു നീക്കമാണ്. ആപേക്ഷികതയെയും ക്വാണ്ടം ബലതന്ത്രത്തെയും സംയോജിപ്പിച്ച് ഒരു പൊതുസിദ്ധാന്തമുണ്ടാക്കാനുള്ള ശ്രമങ്ങൾ ഇപ്പോഴും ഫലപ്രാപ്തിയിൽ എത്തിയിട്ടില്ല. ധാരാളം ജ്യോതിശാസ്ത്ര പ്രഹേളികകളും

ഇനിയും വിശദീകരിക്കപ്പെടേണ്ടതായിട്ടുണ്ട്. പ്രപഞ്ചത്തെപ്പറ്റിയുള്ള പല പ്രവചനങ്ങളും ചോദ്യം ചെയ്യപ്പെട്ടുകൊണ്ടുമിരിക്കുകയാണിന്ന്.

ആധുനിക കാലത്തെ ഭൗതികശാസ്ത്ര ഗവേഷണങ്ങൾ പ്രധാനമായും നടക്കുന്നത് ഇനി പറയുന്ന മേഖലകളിലാണ്. കണ്ടൻസ്ഡ് മാറ്റർ ഫിസിക്സ്- ദ്രവ്യത്തിന്റെ ഘനീഭവിച്ച രൂപങ്ങളായ ദ്രാവകം, ഖരം എന്നിവയെക്കുറിച്ചുള്ള പഠനമാണ് ഈ മേഖലയിൽ നടക്കുന്നത്. അതിചാലകത (Super Conductivity) ഇതിന്റെ ഒരു പ്രധാന ഉപശാഖയാണ്. കണികാഭൗതികമാണ് മറ്റൊരു മേഖല. ദ്രവ്യം നിർമ്മിക്കപ്പെട്ടിരിക്കുന്ന ആറ്റങ്ങളെയും അടിസ്ഥാന കണികകളായ ഇലക്ട്രോൺ, പ്രോട്ടോൺ, ന്യൂട്രോൺ തുടങ്ങിയവയെയും കുറിച്ചുള്ള പഠനമാണ് ഇവിടെ നടക്കുന്നത്. അടിസ്ഥാന കണികകളുടെ നിർമ്മാണത്തിന് ഉയർന്ന ഊർജ്ജം ആവശ്യമായതിനാൽ ഈ മേഖലയെ ഹൈ എനർജി ഫിസിക്സ് എന്നാണ് വിളിക്കുന്നത്. ചില നവീന സിദ്ധാന്തങ്ങൾ പ്രവചിക്കുന്നതുപോലെ ഹിഗ്സ് ബോസോണുകൾ പോലെയുള്ള സൈദ്ധാന്തിക കണങ്ങൾ നിലനില്ക്കുന്നുണ്ടോ എന്ന അന്വേഷണം വർത്തമാന താല്പര്യമാണ്. ജ്യോതിർഭൗതികം നിരവധി ഗവേഷണങ്ങൾ നടക്കുന്ന മേഖലയാണ്. ബഹിരാകാശത്തെക്കുറിച്ചുള്ള പഠനം തമോദ്വാരങ്ങൾ, നക്ഷത്രസമൂഹങ്ങൾ തുടങ്ങി പ്രപഞ്ചോല്പത്തി വരെയുള്ള വിവിധ വിഷയങ്ങളാണ് ഈ മേഖലയിൽ കൈകാര്യം ചെയ്യുന്നത്. ആറ്റങ്ങളുടെയും തന്മാത്രകളുടെയും ഭൗതികഗുണങ്ങളും, ആന്തരഘടനയുമെല്ലാം നിർണ്ണയിക്കുന്ന ന്യൂക്ലിയർ ഫിസിക്സ് വളരെയേറെ ഗവേഷണങ്ങൾ നടക്കുന്ന മേഖലയാണ്. ദ്രവ്യത്തിന്റെ വിവിധ അവസ്ഥകളെക്കുറിച്ചുള്ള പഠനവും ഈ മേഖലയിൽ ഉൾപ്പെടുന്നു.

സാങ്കേതികവിദ്യയുമായി ഭൗതികശാസ്ത്രത്തോളം ബന്ധമുള്ള മറ്റൊരു ശാസ്ത്രശാഖയുമില്ല. ജീവിതം സുഖപ്രദവും അർത്ഥവത്തുമാക്കുന്നതിന് ഉപകരിക്കുന്ന ഉപകരണങ്ങളുടെ നിർമ്മാണം സാദ്ധ്യമാക്കുന്ന ഒട്ടേറെ തത്ത്വങ്ങളും സിദ്ധാന്തങ്ങളും അടങ്ങിയ ബൃഹത്തായ ഒരു വിജ്ഞാനശാഖയാണ് ഭൗതികശാസ്ത്രം. ഇത് അനുനിമിഷം വളർന്നുകൊണ്ടിരിക്കുന്ന ഒരു ശാസ്ത്രശാഖയാണ്. തുടർന്നുള്ള പഠനത്തിനും ഗവേഷണത്തിനും അത് ധാരാളം വക നല്കുന്നുണ്ട്. നിത്യജീവിതവുമായി ഇത്രത്തോളം ബന്ധപ്പെട്ട മറ്റൊരു ശാസ്ത്രശാഖ ഇല്ലെന്നുതന്നെ പറയാം. അതുകൊണ്ടാണ് റൂഥർഫോർഡ് ഇങ്ങനെ പറഞ്ഞത്, 'ശാസ്ത്രമെന്നാൽ അത് ഭൗതികമാണ് മറ്റെല്ലാം സ്റ്റാമ്പ് ശേഖരണം പോലെയുള്ള വിനോദ ഉപാധി മാത്രമാണ്.'

ഭൂമിയെക്കുറിച്ചും ജീവനെക്കുറിച്ചും

സൂര്യനെ ചുറ്റുന്ന എട്ട് ഗ്രഹങ്ങളിൽ സൂര്യനിൽനിന്നും മൂന്നാമത്തെ ഗ്രഹമാണ് ഭൂമി. ഒരു ഗ്രഹം എന്താണെന്ന് ചോദിച്ചാൽ അത് ഗുരുത്വബലം കാരണം ഗോളാകാരമായിരിക്കണം, സൂര്യനെ മാത്രം പ്രദക്ഷിണം ചെയ്യണം, പ്രദക്ഷിണ പാതയിൽ മറ്റു വസ്തുക്കൾ ഉണ്ടാകാൻ പാടില്ല എന്നിങ്ങനെയുള്ള നിബന്ധനകളാണ് ശാസ്ത്രജ്ഞർ ഒരു ഗോളപിണ്ഡത്തെ ഗ്രഹമായി നിർവ്വചിക്കാൻ ഉപയോഗിച്ചിരിക്കുന്നത്. ചന്ദ്രനുമായുള്ള ബന്ധത്തിൽ ചിലർക്കെങ്കിലും സംശയമുണ്ടെങ്കിലും ഭൂരിപക്ഷാഭിപ്രായത്തെ അംഗീകരിച്ചുകൊണ്ട് ഭൂമി ഒരു ഗ്രഹമാണെന്നുതന്നെ പറയാം. സംശയിക്കാനുള്ള കാരണവും പറയാം. ചന്ദ്രനും ഭൂമിയും ഗുരുത്വബന്ധനത്തിലുള്ള ഒരു വ്യവസ്ഥയാണ്. അതുകൊണ്ടാണ് ചന്ദ്രന്റെ ഒരു മുഖം മാത്രം ദൃശ്യമാകുന്നത്. ചന്ദ്രൻ ഭൂമിയെ പ്രദക്ഷിണം ചെയ്യുകയൊന്നുമില്ല. ഈ ദ്വന്ദ്വ വ്യൂഹത്തിന്റെ പിണ്ഡകേന്ദ്രം ഭൗമോപരിതലത്തിൽനിന്നും 1000 കിലോമീറ്റർ ഉള്ളിലായതുകൊണ്ട് ഭൂമിയെ പ്രദക്ഷിണം ചെയ്യുന്നതായി അനുഭവപ്പെടുന്നു എന്നുമാത്രം. ആകൃതിയെക്കുറിച്ച് പറയുകയാണെങ്കിൽ സൗരയൂഥത്തിൽ സൂര്യനല്ലാതെ പൂർണ്ണഗോളമായ പിണ്ഡങ്ങളൊന്നും തന്നെയില്ല. അതൊരു തർക്കവിഷയമല്ലെങ്കിലും ഭൂമിയുടെ ആകൃതി ഗോളമല്ല, ഗോളാഭമാണ്. ഒരു ദീർഘവൃത്തത്തെ അതിന്റെ ഏതെങ്കിലുമൊരു അക്ഷത്തെ ആധാരമാക്കി ഭ്രമണം ചെയ്യുമ്പോഴുണ്ടാകുന്ന ജ്യാമിതീയ രൂപമാണ് ഗോളാഭം. ഭൂമിയുടെ മാത്രമല്ല എല്ലാ ഗ്രഹങ്ങളുടെയും പരിക്രമണപഥം ദീർഘവൃത്താകാരമാണ്.

ഭൂമി എന്ന ദ്രവ്യപിണ്ഡത്തിലെ ധാതു സ്രോതസ്സുകളും ജൈവമണ്ഡലത്തിലെ ഉല്പന്നങ്ങളും ആഗോള തലത്തിൽ മനുഷ്യനെന്ന പരിണാമ ശൃംഖലയിലെ ഒടുവിലത്തെ കണ്ണിയുടെ നിലനില്പിനാവശ്യമായ

സ്രോതസ്സുകൾ പ്രദാനം ചെയ്യുന്നു. മനുഷ്യൻ എന്ന ജീവിവർഗ്ഗം ഒരു മഹാസംഭവം തന്നെയാണ്. ഒരുപക്ഷേ, പരിണാമത്തിന്റെ പാതയിൽ ചുരുങ്ങിയ കാലത്തിനുള്ളിൽ ഇത്രയധികം മസ്തിഷ്ക വികാസം പ്രാപിച്ച മറ്റൊരു ജീവിയുമില്ല. ജൈവശാസ്ത്രപരമായി ചിന്തിച്ചാൽ മനുഷ്യൻ എന്ന ഹോമോസാപിയൻസ്, സാപിയൻസിന് താങ്ങാൻ കഴിയുന്നതിലും അപ്പുറമാണ് ഈ ജീവിയുടെ മസ്തിഷ്ക വളർച്ച. അതുതന്നെയാണ് ഈ ജീവിവർഗ്ഗം നേരിടുന്ന അസ്തിത്വ പ്രതിസന്ധിയും. എന്തു ഭക്ഷണം കഴിക്കണം, ഏത് വസ്ത്രം ധരിക്കണം, എവിടെ താമസിക്കണം എന്നീ അടിസ്ഥാന ജൈവ നിഷ്ഠകൾക്കു പോലും മറുപടി പറയാൻ ഈ ജീവിവർഗ്ഗത്തിന് കഴിയുന്നില്ല. സ്വന്തം ഭക്ഷണം പോലും നിർണ്ണയിക്കാൻ കഴിയാത്ത ഈ ജീവിവർഗ്ഗം ഭൂമിക്കു വെളിയിൽ വരെ തന്റെ സാന്നിദ്ധ്യം അറിയിച്ചു കഴിഞ്ഞു. പ്രപഞ്ചരഹസ്യങ്ങൾ ഓരോന്നായി അനാവരണം ചെയ്തുകൊണ്ടിരിക്കുന്നു. എങ്കിലും താനാരാണ് എന്ന അസ്തിത്വ പ്രതിസന്ധി മനുഷ്യനെന്ന ജന്തുവിനെ വല്ലാതെ വലയ്ക്കുന്നുണ്ട്.

നാല്പതിനായിരം കിലോമീറ്റർ മദ്ധ്യരേഖാ ചുറ്റളവുള്ള ഭൂമി എന്ന ഗ്രഹത്തിൽ മനുഷ്യവാസയോഗ്യമേഖല പത്തു ശതമാനം മാത്രമാണ്. വംശവർദ്ധനവിന് സ്ത്രീ വംശം പ്രസവിക്കുകയെന്ന പരിണാമഗതി സ്വീകരിച്ച ഈ വർഗ്ഗം 700 കോടിയിലേറെ ജീവന്റെ വക്താക്കളാണ്. ഈ കുറഞ്ഞ മേഖലയിൽ ഉൾകൊള്ളാനാവാത്തവണ്ണം വളർന്നതും ഈ ജീവവർഗ്ഗത്തിന്റെ അസ്തിത്വ പ്രതിസന്ധിയുടെ ആഴം വർദ്ധിപ്പിക്കുകയാണ്. ഇരുനൂറിൽപ്പരം സ്വയംഭരണ പ്രദേശങ്ങളിലാണ് മനുഷ്യൻ ജീവിക്കുന്നത്. നൂറ് കണക്കിന് രാഷ്ട്രീയ സമവാക്യങ്ങൾ, മൂവായിരത്തോളം മതങ്ങൾ, കോടിക്കണക്കിന് ദൈവസങ്കല്പങ്ങൾ, ദൈവത്തിനും രാഷ്ട്രീയത്തിനും വേണ്ടിയുള്ള കൊലപാതകങ്ങൾ, ദൈവപ്രീതിക്കു വേണ്ടിയുള്ള രക്തബലികൾ, ദൈവസങ്കല്പത്തിനു വേണ്ടിയുള്ള വസ്ത്രധാരണങ്ങൾ. മത്സരിക്കാൻ മറ്റൊരു ജീവവർഗ്ഗമില്ലാത്തതിനാൽ സ്വന്തം വർഗ്ഗത്തെ തന്നെ വർഗ്ഗീകരിച്ച് കറുത്തവനും വെളുത്തവനുമാക്കി, അടിമയും സ്വതന്ത്രനുമാക്കി, ജാതിവ്യവസ്ഥയുണ്ടാക്കി, ഇനിയും മതിയാകാതെ ശൈശവാവസ്ഥയിലുള്ള മനുഷ്യജീവനെവരെ ദൈവത്തിന്റെ പോരാളികളാക്കി. കൊലപാതകങ്ങളെ വിശുദ്ധയുദ്ധങ്ങളുമാക്കി. നിലനില്പിനുവേണ്ടിയുള്ള സമരവും അർഹതയുള്ളവയുടെ അതിജീവനവും പരിണാമത്തിന്റെ ഭാഗമാണ്. എന്നാൽ മനുഷ്യൻ എന്ന ജീവിയല്ലാതെ മറ്റൊന്നും ഭക്ഷണത്തിനു വേണ്ടിയല്ലാതെ ഒരു ജീവിയെയും കൊല്ലുന്നില്ല, യുദ്ധം ചെയ്യുന്നില്ല, ബലി കഴിക്കുന്നില്ല, സ്വന്തം വർഗ്ഗത്തെ നശിപ്പിക്കാൻ ആയുധങ്ങൾ നിർമ്മിക്കുന്നില്ല, എതിർലിംഗത്തിൽപ്പെട്ട ജീവിയെ ലൈംഗികമായി ആക്രമിക്കുന്നില്ല.

മനുഷ്യനെന്ന ജീവി നികൃഷ്ടനാണെന്നല്ല പറയുന്നത്. ചിന്തിക്കുന്ന, ചിരിക്കുന്ന, കരയുന്ന, ലജ്ജാശീലമുള്ള, കുറ്റബോധമുള്ള ജീവി ഭൂമുഖത്ത് മനുഷ്യനല്ലാതെ മറ്റൊരു ജീവിയുമില്ല. ഭാഷ കൈവശമാക്കിയ മറ്റൊരു ജീവി ഭൂമിയിലില്ല. വിവിധ മാർഗ്ഗങ്ങളുപയോഗിച്ച് സന്ദേശങ്ങൾ

കൈമാറാൻ കഴിയുന്ന മറ്റൊരു ജീവിയുമില്ല. പ്രാപഞ്ചിക പ്രതിഭാസങ്ങളെ വരെ നിയന്ത്രിക്കാൻ ഈ ജീവിവർഗ്ഗത്തിന് കഴിയും. ബഹിരാകാശ സഞ്ചാരംവരെ നടത്തുന്ന ഈ ജീവിവർഗ്ഗം സ്വയം സൃഷ്ടിച്ച ദൈവനാമത്തിൽ സ്വന്തം വർഗ്ഗത്തിന്റെ കഴുത്തറുക്കുന്നതും നിലനില്ക്കുന്ന യാഥാർത്ഥ്യമാണ്. യാത്രകൾ, നയതന്ത്രം, വ്യാപാരം, സൈനികപ്രവർത്തനങ്ങൾ മുതലായ മാർഗ്ഗങ്ങളിലൂടെ പരസ്പര പ്രതിപ്രവർത്തനത്തിലേർപ്പെടുന്ന ഈ ജീവിവർഗ്ഗത്തിന്റെ ആധുനിക പതിപ്പിന് കേവലം 25,000 വർഷത്തെ പാരമ്പര്യമേയുള്ളു. എന്നിരുന്നാലും പ്രപഞ്ചത്തിന്റെ ഉത്ഭവത്തിൽ തന്നെ തങ്ങളുണ്ടായിരുന്നുവെന്നും തങ്ങൾക്കുവേണ്ടിയാണ് ഈ പ്രപഞ്ചം ഉണ്ടായതെന്നും അവകാശപ്പെടാൻ ഈ ജീവിവർഗ്ഗത്തിന് ഒരു മടിയുമില്ല. ഭാഷ വശത്തായശേഷം സ്വയം സൃഷ്ടിച്ച ദൈവമെന്ന പേര് പ്രപഞ്ച സൃഷ്ടിക്കുപയോഗിക്കുന്നതിന് അല്പംപോലും അരോചകത്വം ഈ ജീവിക്കുണ്ടായില്ല. വ്യത്യസ്ത സംസ്കാരങ്ങൾ രൂപീകരിച്ച മനുഷ്യൻ ഭൂമിയെ ദൈവമായി പരിഗണിച്ചു. സൂര്യനും ചന്ദ്രനും നക്ഷത്രങ്ങളും ദൈവങ്ങളായി. അതിലേറെ വിചിത്രം സ്വന്തം രൂപത്തിലുള്ള ദൈവങ്ങളെയും അവരുടെ പ്രഘോഷകരായി പ്രവാചകന്മാരെന്ന ആൾദൈവങ്ങളെ സൃഷ്ടിക്കുന്നതിനും ഈ ജീവിക്ക് മടിയുണ്ടായില്ല. ഏതാനും നൂറ്റാണ്ടുകൾക്ക് മുൻപ് ഇത്തരം പ്രവാചകർ അവതരിപ്പിച്ച സ്വർഗ്ഗവും നരകവും പരന്ന ഭൂമിയുമെല്ലാം വെള്ളം തൊടാതെ വിഴുങ്ങുന്നവരാണ് മനുഷ്യനെന്ന ജീവിവർഗ്ഗത്തിൽ ഏറെയും. ഇത്തരം കെട്ടുകഥകളെ എതിർത്തവരെ ഉന്മൂലനം ചെയ്യാനും ഈ വർഗ്ഗത്തിന് തെല്ലും മടിയുണ്ടായില്ല. പ്രപഞ്ചത്തിന്റെ കേന്ദ്രം ഭൂമിയാണെന്നും അതിനൊരു മേൽനോട്ടക്കാരൻ ആവശ്യമാണെന്നും തെളിഞ്ഞും മറഞ്ഞും പറയാത്ത മനുഷ്യനെന്ന ജീവി ഈ ഭൂമുഖത്ത് അപൂർവ്വമാണ്. അതിനെ എതിർത്തവർ വില കൊടുത്തത് സ്വന്തം ജീവൻ തന്നെയായിരുന്നു. ആധുനിക മനുഷ്യനല്ലാത്ത മറ്റെല്ലാ ജീവികൾക്കും ഭൂമി എന്താണെന്നറിയുമെന്ന് തോന്നുന്നു.

ലോകം എന്ന് നാം വിവക്ഷിക്കുന്നത് ലാറ്റിൻ ഭാഷയിൽ ടെറ എന്നറിയപ്പെടുന്ന ഭൂമിയാണ്. അതുകൊണ്ടാണ് താജ്മഹൽ ലോകാത്ഭുതമായതും ഉസൈൻബോൾട്ട് പ്രപഞ്ചത്തിന്റെ വേഗമേറിയ മനുഷ്യനായതും. സൗരയൂഥം ഒരു വ്യവസ്ഥയായി പരിഗണിച്ചാൽ സൂര്യനെന്ന ഇടത്തരം മഞ്ഞക്കുള്ളൻ നക്ഷത്രത്തിന്റെ വാസയോഗ്യമേഖലയിൽ സ്ഥിതിചെയ്യുന്ന പിണ്ഡമാണ് ഭൂമി. ജലം ദ്രാവകാവസ്ഥയിൽ നിലനില്ക്കുന്ന ദൂരത്തെയാണ് വാസയോഗ്യമേഖലയെന്ന് സാമാന്യമായി പറയാം. ഗ്രഹ നിർവ്വചനത്തിന് അർഹമായ പിണ്ഡങ്ങളിൽ വലുപ്പത്തിൽ അഞ്ചാം സ്ഥാനമാണ് ഭൂമിക്കുള്ളത്. എന്നാൽ സൗരയൂഥത്തിൽ ഏറ്റവും സാന്ദ്രത കൂടിയ ഗ്രഹം ഭൂമിയാണ്. 71 ശതമാനം ജലത്താൽ ചുറ്റപ്പെട്ടു കിടക്കുന്ന ഈ ഗ്രഹം ഗഗന ഗഹനതകളിൽനിന്നു നോക്കുമ്പോൾ നീല ഗോളമായാണ് കാണപ്പെടുന്നത്. ലോഹങ്ങളും പാറ

കളുംകൊണ്ട് രൂപീകരിക്കപ്പെട്ടിരിക്കുന്ന ഗ്രഹങ്ങളുടെ ഗണത്തിലാണ് ഭൂമിയെ ഉൾപ്പെടുത്തിയിരിക്കുന്നത്. ഏകദേശം 454 കോടി വർഷമാണ് ഭൂമിയുടെ പ്രായം.

മനുഷ്യൻ എന്ന ജീവിക്കറിയുന്നിടത്തോളം പ്രപഞ്ചത്തിൽ ജീവൻ നിലനില്ക്കുന്നതായി അറിയുന്ന ഏകയിടം ഭൂമി മാത്രമാണ്. അപ്പോൾ എന്താണീ പ്രപഞ്ചം എന്ന ചോദ്യം ഉണ്ടാകുക സ്വാഭാവികമാണ്. ഭൗതികമായി നിലനില്ക്കുന്ന എല്ലാം ചേർന്നതാണ് പ്രപഞ്ചം. സമ്പൂർണ്ണമായ സ്ഥലവും കാലവും ദ്രവ്യവും ഊർജ്ജവും ഭൗതിക നിയമങ്ങളും അവയുടെ അളവുകളുമെല്ലാം ഇവയിൽ ഉൾപ്പെടും. അതിനപ്പുറമെന്തെങ്കിലുമുണ്ടെങ്കിൽ അത് മനുഷ്യനെന്ന ജന്തുവിന്റെ മസ്തിഷ്കത്തിലെ സെറിബ്രൽ കോർട്ടക്സിലുണ്ടാകുന്ന ആന്ദോളനങ്ങൾ മാത്രമാണ്. അത്തരം ഇളക്കങ്ങൾ സൃഷ്ടിക്കുന്ന പ്രപഞ്ചബോധം ആ ജന്തു കാലാധീനനാവുമ്പോൾ അസ്തമിക്കും. സൂര്യനെന്ന നക്ഷത്രത്തെ ആധാരമാക്കിയുള്ള ഭൂമിയുടെ പരിക്രമണ ദീർഘവൃത്തം ഒരു വർഷമായി പരിഗണിച്ചാൽ കേവലം 25 വർഷത്തെ ആയുസ്സ് നിർവ്വചിക്കാൻ കഴിയാത്ത മനുഷ്യനെന്ന ജന്തു സ്വയാർജ്ജിത മാർഗ്ഗങ്ങളിലൂടെ സ്വന്തം വർഗ്ഗത്തിന്റെ ആയുസ്സ് എൺപതിലേറെ ഭൗമവർഷങ്ങളായി വർദ്ധിപ്പിച്ചു. ആയുസ്സിനോടുള്ള ആസക്തി ആ ജന്തുവിനെ മരണത്തിനപ്പുറം ജീവനുണ്ടെന്ന ഭാഷാവിരുദ്ധ പ്രഹേളികയിലേക്കും നയിച്ചു. മരണത്തിനപ്പുറം എന്ന പ്രയോഗമുണ്ടായാൽ മരണം എന്ന വാക്കുതന്നെ അപ്രസക്തമാകുമല്ലോ. അതെന്തായാലും ഈ ജന്തുബോധത്തിന് അത് സൃഷ്ടിച്ച സങ്കല്പങ്ങളിൽനിന്ന് മോചനം നേടുന്നത് എളുപ്പമാകില്ല. പ്രതികാരം ചെയ്യാൻ കഴിയാതെ വരുമ്പോൾ ശത്രുവിന് നരകം സങ്കല്പിക്കുകയും ജീവിതാന്ത്യം വരെ ദരിദ്രനായി കഴിയുമ്പോൾ വീഞ്ഞൊഴുക്കുന്ന സ്വർഗ്ഗവും ലൈംഗിക അരാജകത്വം നേരിടുമ്പോൾ സ്വർഗ്ഗലോകത്ത് സുന്ദരിമാർ പിറക്കുന്നതും അതിശയോക്തിയായി തള്ളിക്കളയാനാകില്ല. അത് ഈ ജന്തുവിന്റെ മസ്തിഷ്കവികാസത്തിന്റെ ഏറ്റവും താഴ്ന്ന നിലയിലെ അടയാളങ്ങൾ മാത്രമാണ്. അതിനപ്പുറം ചിന്തിച്ച മസ്തിഷ്കങ്ങളാണ് ഇന്ന് ഭൂമിയെന്ന ലോകത്തെ മുന്നോട്ട് നയിക്കുന്നത്.

മനുഷ്യനുൾപ്പടെ അനേകായിരം കോടി ജീവിവർഗ്ഗങ്ങൾ ഭൂമിയിൽ ജീവിക്കുന്നുണ്ട്. ഭൗമോപരിതലത്തിൽ ജീവൻ പ്രത്യക്ഷമായത് കഴിഞ്ഞ നൂറ് കോടി വർഷങ്ങൾക്കുള്ളിലാണെന്നും അറിയാൻ സാധിച്ചിട്ടുണ്ട്. ഭൂമിയുടെ ജൈവമണ്ഡലം ഭൗമാന്തരീക്ഷത്തിലും ഇവിടത്തെ അജൈവ വ്യവസ്ഥയിലും വലിയ മാറ്റങ്ങൾക്ക് കാരണമായിട്ടുണ്ട്. എയറോബിക് ജീവികളുടെ പെട്ടെന്നുള്ള വർദ്ധനയും ഓസോൺ പാളിയുടെ രൂപപ്പെടലും ഇതിൽപ്പെടുന്നു. ഈ ഓസോൺ പാളിയും ഭൂമിയുടെ കാന്തിക ക്ഷേത്രവും ചേർന്ന് ബഹിരാകാശത്തിൽനിന്നും വരുന്ന ഹാനികരമായ കിരണങ്ങളെ തടയുകയും ഭൗമജീവന്റെ നിലനില്പിനെ സഹായിക്കുകയും ചെയ്യുന്നു. ഭൂമിയുടെ ഭൗതിക ഗുണവും അതിന്റെ ഭൂമിശാസ്ത്രപ

രമായ ചരിത്രവും സൂര്യനുചുറ്റുമുള്ള പരിക്രമണവും ഇന്നുവരെയുള്ള ജീവന്റെ നിലനില്പിന് സഹായിച്ചിട്ടുണ്ട്. ഇനിയൊരു 150 കോടി വർഷം കൂടി ഭൂമി ജീവന്റെ നിലനില്പിന് അനുയോജ്യമായിരിക്കും. ഭൂമിയിൽ ജീവനുത്ഭവിക്കാൻ കാരണഭൂതനായ സൂര്യൻ തന്നെയായിരിക്കും ഭൗമ ജീവന്റെ അന്തകനും. സൂര്യന്റെ തീവ്രജ്വാലകൾ ജൈവമണ്ഡലത്തെ നശിപ്പിക്കുന്നമെന്നാണ് കരുതുന്നത്.

ഭൗമോപരിതലം ഏതാനും ഉറച്ച ഖണ്ഡങ്ങളായി വിഭജിക്കപ്പെട്ടിട്ടുണ്ട്. ടെക്ടോണിക്ക് ഫലകങ്ങൾ എന്നാണിവ അറിയപ്പെടുന്നത്. ഇവ ദശ ലക്ഷം വർഷംകൊണ്ട് ഉപരിതലത്തിൽക്കൂടി പതുക്കെ അവയുടെ സ്ഥാനം മാറുന്നു. ഉപരിതലത്തിന്റെ 71 ശതമാനവും ഉപ്പുവെള്ളം നിറഞ്ഞ സമുദ്രങ്ങളാണ്. ബാക്കി ഭാഗം ഭൂഖണ്ഡങ്ങളും ദ്വീപുകളും. ഭൗമാന്തർഭാഗം സജീവമായ അവസ്ഥയിലാണുള്ളത്. താരതമ്യേന ഖരാവസ്ഥയിലുള്ള മാന്റിലുകൊണ്ട് പൊതിഞ്ഞ പുറം കാമ്പും അതിനുള്ളിൽ ഭൂരിഭാഗവും ഇരുമ്പടങ്ങിയ ഖരാവസ്ഥയിലുള്ള അകക്കാമ്പുമാണ് ഉള്ളത്. ഇതിൽ പുറം കാമ്പാണ് വാൻ അലൻ ബെൽറ്റ് എന്നു വിളിക്കുന്ന ഭൂമിയുടെ കാന്തികക്ഷേത്രം സൃഷ്ടിക്കുന്നത്. ഭൗമോപരിതലത്തിൽനിന്ന് 40 കിലോമീറ്റർ വരെ ഉള്ളിലേക്ക് വ്യാപിച്ചിരിക്കുന്ന ബാഹ്യപാളിയാണ് ഭൂവല്ക്കം അഥവാ ക്രസ്റ്റ്. സമുദ്രാന്തർഭാഗത്ത് ആറ് കിലോമീറ്റർ വരെയും ഭൂഖണ്ഡങ്ങളിൽ 50 കിലോമീറ്റർ വരെയും ഭൂവല്ക്കത്തിന്റെ ഘനം വ്യത്യാസപ്പെട്ടിരിക്കുന്നു. പുറം കാമ്പിനും ഭൂവല്ക്കത്തിനും ഇടയിലുള്ള ഏകദേശം 2900 കിലോമീറ്റർ കനമുള്ള പാളിയാണ് മാന്റിൽ. ഭൂമിയുടെ വ്യാപ്തത്തിന്റെ 84 ശതമാനവും മാന്റിലാണ്. ഖരപദാർത്ഥങ്ങൾകൊണ്ട് സമ്പന്നമായ ഈ പാളി ഇരുമ്പുകൊണ്ട് സമ്പുഷ്ടമാണ്. അപ്പർ മാന്റിൽ എന്ന ഉൾഭാഗം ഭൂവല്ക്കത്തിന്റെ അടിവശത്തെ പാളിയായ മോഹോയിൽ (moho-base of the crest) നിന്ന് താഴേക്ക് 410 കിലോമീറ്റർ വരെ വ്യാപിച്ചിരിക്കുന്നു. തൊട്ടുതാഴെയായി 410 മുതൽ 660 കിലോമീറ്റർ വരെ വ്യാപിച്ചിരിക്കുന്ന സംക്രമണ മേഖലയുണ്ട്. ഏറ്റവും താഴെയായി 660 മുതൽ 2891 കിലോമീറ്റർവരെ വ്യാപിച്ചിരിക്കുന്ന പാളിയാണ് ലോവർ മാന്റിൽ. മാന്റിലിന്റെ പുറം പാളിയെ ഭൂകമ്പ പ്രകമ്പന പ്രവേഗത്താൽ നിർവ്വചിക്കാൻ കഴിയുന്നതാണ്. അപ്പർ മാന്റിലും ഭൂവല്ക്കവും ചേർന്നാണ് 200 കിലോമീറ്ററോളം കനമുള്ള ലിത്തോസ്ഫിയർ ഉണ്ടായിരിക്കുന്നത്. ഒലിവിൻ, പൈറോക്സിൻ, ധാതുക്കൾ, ഗാമൈറ്റ് എന്നീ മാന്റിൽ ശിലകൾ 410 കിലോമീറ്റർ ആഴത്തിൽ ദൃശ്യമാകുന്നു. പെരിഡോറ്റൈറ്റ്, ഡ്യൂണൈറ്റ്, ഇക്ലോഗൈറ്റ് എന്നിവയാണ് മറ്റ് പ്രധാന ശിലകൾ. 400 മുതൽ 650 കിലോമീറ്റർ വരെ ആഴത്തിലെത്തുമ്പോൾ ഈ ശിലകൾ മാറി വാഡ്സ്ലേയിറ്റ്, റിങ് വുഡൈറ്റ് എന്നിവ പ്രത്യക്ഷപ്പെടുന്നു. ഭൂവല്ക്കത്തിനു താഴെ മാന്റിലിൽ 500 മുതൽ 900 ഡിഗ്രി സെൽഷ്യസ് വരെയാണ് ഊഷ്മാവ്. അകക്കാമ്പിന് മുകളിൽ ഇത് 4000 ഡിഗ്രി സെൽഷ്യസ് വരെയെത്തുന്നു.

2900 മുതൽ 5150 കിലോമീറ്റർ വരെ ഉള്ളിലേക്ക് വ്യാപിച്ചിരിക്കുന്ന

ഭൗമഭാഗമാണ് പുറംകാമ്പ്. പ്രധാനമായും നിക്കൽ, ഇരുമ്പ് എന്നിവയാൽ നിർമ്മിതമാണ് ഈ ഭാഗം. ഘനസെന്റീമീറ്ററിൽ 12 ഗ്രാം ശ്യാനതയുള്ള ദ്രവ രൂപത്തിലുള്ള ഈ പാളിക്ക് തൊട്ടുതാഴെയാണ് ഖരരൂപത്തിലുള്ള അകക്കാമ്പ് കാണപ്പെടുന്നത്. ഏറ്റവും ഉള്ളിലുള്ള പാളിയാണ് അകക്കാമ്പ് അഥവാ കോർ. ഇതിന്റെ ഒരു ഭാഗം ഇരുമ്പ് പരലുകളാണെന്ന് കരുതപ്പെടുന്നു. അകക്കാമ്പിന്റെ ചൂട് സൗരോപരിതലത്തിലെ ചൂടിന് (6000 ഡിഗ്രി സെൽഷ്യസ്) തുല്യമാണ്. ഇവിടുത്തെ ഉയർന്ന മർദ്ദം കാരണമാണ് അകക്കാമ്പ് ഖരാവസ്ഥയിൽ കാണപ്പെടുന്നത്.

സൂര്യനും ചന്ദ്രനുമുൾപ്പെടെയുള്ള ഖഗോള വസ്തുക്കളുമായി ഭൂമി പ്രതിപ്രവർത്തനങ്ങളിൽ ഏർപ്പെടാറുണ്ട്. നിലവിൽ ഭൂമി അതിന്റെ സാങ്കല്പിക അച്ചുതണ്ടിൽ സ്വയം ഭ്രമണം ചെയ്യുന്നതിന്റെ ഏകദേശം 365.26 മടങ്ങ് സമയദൈർഘ്യംകൊണ്ട് സൂര്യന് ചുറ്റും ഒരു തവണ പരിക്രമണം ചെയ്യുന്നു. ഒരു നക്ഷത്രവർഷം എന്നറിയപ്പെടുന്ന ഈ കാലയളവ് 365.26 സൗരദിനങ്ങൾക്ക് തുല്യമാണ്. പരിക്രമണ തലത്തിന്റെ ലംബവുമായി 23.4 ഡിഗ്രിയുടെ ചെരിവാണ് ഭൂമിയുടെ അച്ചുതണ്ടിനുള്ളത്. ഈ ചെരിവാണ് ഭൂമിയിൽ വിവിധ ഋതുഭേദങ്ങൾക്ക് കാരണമാകുന്നത്. ഭൂമിയുടെ പ്രകൃത്യാലുള്ള ഏക ഉപഗ്രഹം ചന്ദ്രനാണ്. 453 കോടി വർഷങ്ങൾക്ക് മുമ്പാണ് ചന്ദ്രൻ ഭൂമിയെ പ്രദക്ഷിണം ചെയ്യാനാരംഭിച്ചത്. ഭൂമിയുടെ അച്ചുതണ്ടിന്റെ ചെരിവിന് സ്ഥിരത നല്കുന്നതും സമുദ്രങ്ങളിലെ വേലിയേറ്റത്തിന് കാരണമാകുന്നതും ചന്ദ്രനാണ്. ഭൂമിയുടെ ഭ്രമണ വേഗത പതുക്കെ കുറയുന്നതിന്റെ കാരണവും ചന്ദ്രനാണ്.

ഭൂമിയുടെ കഴിഞ്ഞകാലത്തെക്കുറിച്ചുള്ള വിശദമായ വിവരങ്ങൾ തയ്യാറാക്കാൻ ശാസ്ത്രജ്ഞർക്ക് കഴിഞ്ഞിട്ടുണ്ട്. കണ്ടെടുത്തതിൽ ഏറ്റവും പഴക്കമേറിയ സൗരയൂഥപദാർത്ഥത്തിന് 456 കോടിവർഷം പഴക്കമുണ്ട്. സൂര്യൻ രൂപീകരിക്കപ്പെട്ടതിനു ശേഷം അതിനു ചുറ്റിലുമായി ഡിസ്ക് രൂപത്തിൽ നിലനിന്ന സൗര നെബുലയിൽനിന്നാണ് ഏതാണ്ട് 454 കോടി വർഷംമുമ്പ് ഗ്രഹങ്ങൾ രൂപംകൊണ്ടത്. പദാർത്ഥങ്ങൾ അടിഞ്ഞുകൂടിയുള്ള ഭൂമിയുടെ രൂപീകരണത്തിന്റെ നല്ല ഭാഗവും ഒന്നോ രണ്ടോ കോടി വർഷങ്ങൾകൊണ്ട് പൂർത്തിയായി. തുടക്കത്തിൽ ദ്രാവകാവസ്ഥയിലുള്ള പുറംപാളി തണുക്കുകയും ഖരാവസ്ഥയിലുള്ള പുറംതോട് രൂപപ്പെടുകയും ചെയ്തു. അതിനു തൊട്ടുമുമ്പ് ഏതാണ്ട് 453 കോടി വർഷം മുമ്പാണ് ചന്ദ്രൻ രൂപപ്പെട്ടത്. ചന്ദ്രൻ രൂപപ്പെട്ടതിനെക്കുറിച്ച് നിലവിൽ നാല് സിദ്ധാന്തങ്ങളുണ്ടെങ്കിലും കൂടുതൽ സ്വീകാര്യമായത് ഒരു വലിയ കൂട്ടിയിടി പരികല്പനയാണ്. ചൊവ്വയുടെ വലിപ്പത്തിനു സമാനമായതും ഭൗമപിണ്ഡത്തിന്റെ പത്ത് ശതമാനം വരുന്നതുമായ ഒരു വസ്തു ഭൂമിയുമായി കൂട്ടിയിടിക്കുകയുണ്ടായി എന്നാണ് ഈ പരികല്പനയിൽ പറയുന്നത്. ഈ കൂട്ടിയിടിയിൽ ആ വസ്തുവിന്റെ കുറച്ച് ഭാഗം ഭൂമിയോട് ചേർന്നിട്ടുണ്ടാകുമെന്നും മറ്റൊരുഭാഗം ബഹിരാകാശത്തേക്ക് തെറിക്കുകയും അതുവഴി ചന്ദ്രൻ രൂപപ്പെട്ടു എന്നുമാണ് കരുതുന്നത്.

ഭൗമാന്തർഭാഗത്തുനിന്ന് പുറത്തുവന്ന വാതകങ്ങളും അഗ്നിപർവ്വത പ്രവർത്തനങ്ങൾ ഫലവുമാണ് ആദ്യകാലത്തെ അന്തരീക്ഷം രൂപം കൊണ്ടത്. ക്ഷുദ്രഗ്രഹങ്ങൾ, വലിയ പ്രാഗ്ഗ്രഹങ്ങൾ, ഉൽക്കകൾ തുടങ്ങിയവ നിക്ഷേപിച്ച ഹിമവും ദ്രവജലവും ഘനീഭവിച്ച നീരാവിയും ചേർന്ന് സമുദ്രങ്ങൾ രൂപം കൊണ്ടു. ആ സമയം അല്പം മാത്രം പ്രായമുണ്ടായിരുന്ന സൂര്യന് ഇന്നുള്ളതിന്റെ 70 ശതമാനം മാത്രം തിളക്കമേ ഉണ്ടായിരുന്നുള്ളൂ. എങ്കിലും ആദ്യകാലത്തെ സമുദ്രങ്ങൾ ദ്രവാവസ്ഥയിൽ തന്നെയായിരുന്നു നിലകൊണ്ടിരുന്നത് എന്നതിന് തെളിവുകൾ ലഭിച്ചിട്ടുണ്ട്. ഭൂമിയിൽ നിലനിന്നിരുന്ന ഹരിതഗൃഹ പ്രഭാവവും ഉയർന്ന അളവിലുള്ള സൗരപ്രവർത്തനങ്ങളും ചേർന്ന് ഉപരിതലത്തിൽ സമുദ്രങ്ങളിലെ ജലം തണുത്തുറഞ്ഞു പോകുന്നതിൽനിന്നും തടയുകയായിരുന്നു. ഭൂഖണ്ഡങ്ങൾ രൂപപ്പെട്ടതിനെ സംബന്ധിച്ച് രണ്ട് പരികല്പനകൾ മുന്നോട്ട് വയ്ക്കപ്പെട്ടിട്ടുണ്ട്. നിലവിലെ അവസ്ഥയിലേക്കെത്തുന്ന സാവധാനത്തിലുള്ള രൂപപ്പെടലാണ് അതിലൊന്ന്. മറ്റൊന്ന് ആദ്യകാലത്ത് സംഭവിച്ച വേഗത്തിലുള്ള മാറ്റം എന്നതാണ്. രണ്ടാമത്തെ പരികല്പനയ്ക്കാണ് സാദ്ധ്യത കൂടുതലെന്നാണ് നിലവിലെ ഗവേഷണങ്ങൾ കാണിക്കുന്നത്. ഭൂഖണ്ഡങ്ങളുടെ ഭൂവല്ക്കരൂപീകരണം ആദ്യകാലത്ത് വേഗത്തിൽ സംഭവിക്കുകയും ദീർഘകാലംകൊണ്ട് ഭൂഖണ്ഡ മേഖലകൾ ഇന്നത്തെ നിലയിലേക്ക് എത്തുകയുമായിരുന്നു. കോടിക്കണക്കിന് വർഷങ്ങൾക്കിടയിൽ ഉപരിതലത്തിലെ ഭൂഖണ്ഡങ്ങൾ കൂടിച്ചേരുകയും അടർന്നുമാറുകയും ചെയ്തതുകൊണ്ട് തുടർച്ചയായ മാറ്റങ്ങൾക്ക് വിധേയമായിട്ടുണ്ട്. ഉപരിതലത്തിലൂടെ ഭൂഖണ്ഡങ്ങൾക്ക് സ്ഥാനചലനം സംഭവിക്കുകയും ചെയ്തു. ഏതാണ്ട് 75 കോടി വർഷങ്ങൾക്കു മുമ്പ് നിലവിലുണ്ടായിരുന്നതും അറിയപ്പെടുന്നതിൽ ആദ്യത്തെ സൂപ്പർ ഭൂഖണ്ഡവുമായിരുന്ന റൊഡീനിയ വ്യത്യസ്ത ഭാഗങ്ങളായി അടർന്നുമാറി. പിന്നീട് ഭൂഖണ്ഡങ്ങൾ ഒന്നിച്ചു ചേരുകയും 60–54 കോടി വർഷങ്ങൾക്കു മുമ്പ് പനോഷിയ എന്ന സൂപ്പർ ഭൂഖണ്ഡം രൂപം കൊള്ളുകയുണ്ടായി. ഇങ്ങനെ അവസാനം രൂപംകൊണ്ട സൂപ്പർ ഭൂഖണ്ഡമാണ് പാൻജിയ. ഇത് 18 കോടി വർഷങ്ങൾക്കു മുമ്പ് വേർപെടുകയായിരുന്നു.

ഭൂമിയിൽ ജീവൻ എങ്ങനെയുത്ഭവിച്ചു എന്നതിനെക്കുറിച്ച് തർക്കങ്ങൾ നിലനില്ക്കുന്നുണ്ട്. ഉണ്ടാകട്ടെ എന്നു പറഞ്ഞപ്പോൾ എല്ലാ ജീവികളുമുണ്ടായി, മണ്ണുകുഴച്ച് മനുഷ്യനെയുണ്ടാക്കി എന്നെല്ലാം പറയാൻ ശാസ്ത്രജ്ഞർക്ക് കഴിയില്ലല്ലോ. അജീവ ജീവോല്പത്തി സിദ്ധാന്തമാണ് ശാസ്ത്രജ്ഞർ ഗൗരമായി ചർച്ചചെയ്യുന്നത്. ജീവികളുടെ ഉത്ഭവം അജൈവ വസ്തുക്കളിൽനിന്നാണ് എന്ന സിദ്ധാന്തമാണ് അജീവ ജീവോല്പത്തി എന്നതുകൊണ്ടുദ്ദേശിക്കുന്നത്. സ്വത ജീവോല്പത്തി (Spontaneous Generation) എന്നും ഈ സിദ്ധാന്തം അറിയപ്പെടുന്നുണ്ട്. അരിസ്റ്റോട്ടിലിന്റെ കാലം മുതൽ തന്നെ പ്രകൃതിശാസ്ത്രജ്ഞർ അജീവ ജീവോല്പത്തി സിദ്ധാന്തം ഒരംഗീകൃത വസ്തുതയായി സ്വീകരിച്ചിരുന്നു.

വലിയ ജീവികളുടെ കാര്യത്തിൽ ഈ സിദ്ധാന്തം പലർക്കും സ്വീകാര്യമായിരുന്നില്ലെങ്കിലും ചെറിയ ജീവികളെല്ലാം ഈ വിധത്തിലാണ് ഉടലെടുക്കുന്നതെന്ന് പരക്കെ വിശ്വസിക്കപ്പെട്ടിരുന്നു. ചീഞ്ഞഴുകുന്ന വസ്തുക്കളിൽനിന്നും മണ്ണിൽനിന്നും മറ്റുമാണ് പുഴുക്കളും ഈച്ചകളും ജന്മമെടുക്കുന്നതെന്ന വിശ്വാസം പതിനേഴാം നൂറ്റാണ്ടിന്റെ മദ്ധ്യം വരെ നിലനിന്നു പോന്നു.

സൂക്ഷ്മദർശിനിയുടെ ആവിർഭാവത്തോടെ സൂക്ഷ്മജീവികളുടെ ലോകം അനാവരണം ചെയ്യപ്പെട്ടപ്പോൾ അജീവ ജീവോല്പത്തി സിദ്ധാന്തത്തെക്കുറിച്ച് പലർക്കും സംശയങ്ങളുണ്ടാകാൻ തുടങ്ങി. പതിനേഴാം നൂറ്റാണ്ടിന്റെ മദ്ധ്യത്തിൽ വില്യം ഹാർവി ഒട്ടേറെ പരീക്ഷണങ്ങളുടെ ഫലമായി ഓരോ ജന്തുവും ഓരോ അണ്ഡത്തിൽനിന്നാണ് ഉണ്ടാകുന്നത് എന്ന അടിസ്ഥാന തത്ത്വം ആവിഷ്കരിച്ചു. അഴുകുന്ന മാംസത്തിൽ കാണുന്ന പുഴുക്കൾ ഈച്ചകളുടെ മുട്ടകളിൽ നിന്നാണുണ്ടാകുന്നതെന്ന് പതിനേഴാം ശതകത്തിന്റെ ഉത്തരാർദ്ധത്തിൽ ഫ്രാൻസിസ്കോ റീഡി തെളിയിച്ചു. പ്രത്യുല്പാദനം നടക്കുന്നതിന് ബീജാണുക്കൾ അനിവാര്യമാണെന്ന് പതിനെട്ടാം നൂറ്റാണ്ടിൽ ലാസറോ സ്പെല്ലൻസാനി സമർത്ഥിച്ചു. ഇങ്ങനെയൊക്കെയാണെങ്കിലും ഏകകോശജീവികൾ തുടങ്ങിയ സൂക്ഷ്മജീവികൾ അജൈവ വസ്തുക്കളിൽനിന്നുതന്നെയാണ് ഉത്ഭവിക്കുന്നതെന്ന ചിന്താഗതി പിന്നെയും നിലനിന്നു.

1891 ൽ ലൂയി പാസ്ചർ പ്രസിദ്ധീകരിച്ച ഏതാനും പ്രബന്ധങ്ങളിൽ അജീവ ജീവോല്പത്തി സിദ്ധാന്തം തെറ്റാണെന്ന് തെളിയിക്കുകയുണ്ടായി. ലഹരി പാനീയങ്ങളിലും മറ്റും നടക്കുന്ന കിണ്വനത്തിന് (fermentation) കാരണമായ അണുജീവികൾ ലായനികളിൽ സ്വയമേവ ഉണ്ടാകുന്നതല്ലെന്നും ബാഹ്യാന്തരീക്ഷത്തിൽനിന്ന് അണുജീവികൾ പ്രവേശിക്കാനിടയായാൽ മാത്രമേ കിണ്വനം നടക്കുകയുള്ളൂ എന്നും അദ്ദേഹം തെളിയിച്ചു. അങ്ങനെ ഒരു ജീവിയിൽനിന്നു മാത്രമേ മറ്റൊരു ജീവി ഉടലെടുക്കുകയുള്ളൂ എന്ന ആധുനിക ജീവശാസ്ത്രത്തിന്റെ അടിസ്ഥാന തത്ത്വം ഏറ്റവും സമർത്ഥമായ വിധത്തിൽ പാസ്ചർ ആവിഷ്കരിച്ചു. അതോടെ അജീവ ജീവോല്പത്തി സിദ്ധാന്തം അടിസ്ഥാന രഹിതമാണെന്ന് അംഗീകരിക്കപ്പെട്ടു. പക്ഷേ, ഇതുകൊണ്ടും പ്രശ്നം അവസാനിച്ചില്ല. ഈ കാലത്ത് തന്നെയാണ് ചാൾസ് ഡാർവിൻ പരിണാമ സിദ്ധാന്തം ആവിഷ്കരിച്ചത്. ഈ രണ്ട് സിദ്ധാന്തങ്ങളും ഏറ്റവും പ്രാഥമികമായ ജീവികൾ ആദ്യമായി ഭൂമുഖത്ത് എങ്ങനെ ഉടലെടുത്തു എന്ന പ്രശ്നത്തിന് ഉത്തരം നല്കിയില്ല. ആ പ്രശ്നത്തിന്റെ പരിഹാരം അപ്രാപ്യമാണെന്ന ധാരണയാണ് അന്ന് പല ശാസ്ത്രജ്ഞരും പുലർത്തിപ്പോന്നത്. എന്നാൽ തോമസ് ഹെന്റി, ഹക്സിലി തുടങ്ങിയ ശാസ്ത്രജ്ഞർ അജൈവ പദാർത്ഥങ്ങളിൽനിന്നാണ് ആദ്യമായി ജീവൻ ഉത്ഭവിച്ചതെന്ന വാദഗതി ഉയർത്തിപ്പിടിച്ചു. പക്ഷേ, എങ്ങനെയാണ് അത് സംഭവിച്ചതെന്ന് വിശദീകരിക്കാൻ അവർക്ക് കഴിഞ്ഞില്ല.

സങ്കീർണ്ണമായ ഈ പ്രശ്നത്തിനുള്ള ഉത്തരം ലഭിച്ചത് ഇരുപതാം നൂറ്റാണ്ടിന്റെ ആദ്യത്തിൽ ഗൗലാർഡ് ഹോപ്കിൻസ് ജന്മമേകിയ ജൈവ രസതന്ത്രത്തിൽനിന്നാണ്. 1920 കളിൽ റഷ്യൻ ജൈവരസതന്ത്രജ്ഞനായ എ ഐ ഓപാരിനും ബ്രിട്ടീഷ് ജീവശാസ്ത്രജ്ഞനായ ജെ ബി എസ് ഹാൾഡേനും പരസ്പരം അറിയാതെ രാസവസ്തുക്കളുടെ ക്രമമായ പരിണാമം വഴി എങ്ങനെ ആദ്യ ജീവികൾ ഉടലെടുത്തു എന്ന് വിശദീകരിച്ചു. ചില പരിഷ്കാരങ്ങളോടെയാണെങ്കിലും ഈ വിഷയത്തിൽ സ്വീകാര്യമായ സിദ്ധാന്തം ഇവരുടേതാണ്. ഈ സിദ്ധാന്തമനുസരിച്ച് പ്രാചീന സമുദ്രാന്തർഭാഗത്തു നടന്ന രാസപരിണാമത്തെ മൂന്ന് ഘട്ടങ്ങളായി തിരിക്കാം. അണുവിൽനിന്ന് തന്മാത്രയിലേക്ക്, തന്മാത്രയിൽനിന്ന് പോളിമറിലേക്ക്, പോളിമറിൽനിന്ന് ജീവിയിലേക്ക്. ഇവരുടെ സിദ്ധാന്തം വെറുമൊരു പരികല്പനയായിട്ടാണ് ആദ്യം നിലനിന്നിരുന്നത്. 1953 ൽ എസ് എൽ മില്ലർ ശ്രദ്ധേയമായ ഒരു പരീക്ഷണത്തിലൂടെ ഈ സിദ്ധാന്തത്തിന് പരീക്ഷണപരമായ അടിസ്ഥാനമിട്ടു. അമോണിയ, മീഥേൻ, ജലം, ഹൈഡ്രജൻ എന്നിവ വിവിധ രൂപത്തിലുള്ള വൈദ്യുതോത്തേജനത്തിന് വിധേയമാക്കിപ്പോൾ അമിനോ അമ്ളങ്ങൾ, പഞ്ചസാരകൾ തുടങ്ങിയ ജൈവ സംയുക്തങ്ങൾ രൂപംകൊണ്ടു. ഇപ്പോൾ ഏറ്റവും സങ്കീർണ്ണമായ ന്യൂക്ലിക് അമ്ലങ്ങൾ വരെയുള്ള ജൈവ സംയുക്തങ്ങൾ കൃത്രിമമായി നിർമ്മിക്കാൻ കഴിയുന്നുണ്ട്.

നിരവധി പരീക്ഷണങ്ങളുടെ ഫലമായി അജൈവവസ്തുക്കളിൽ നിന്ന് ജൈവവസ്തുക്കൾ ഉടലെടുക്കാൻ സാദ്ധ്യതയുണ്ടെന്ന് തെളിഞ്ഞു. എന്നാൽ ജീവികളുടെ ആവിർഭാവത്തിന് ഉതകും വിധം ഇത്തരം രാസപരിണാമങ്ങൾ ഇന്ന് ഭൂമിയിൽ നടക്കുന്നില്ല. ഭൗമാന്തരീക്ഷത്തെ ആവരണം ചെയ്യുന്ന ഓസോൺ പാളിയും ജീവികളുടെ സാന്നിദ്ധ്യവും ഇതിന് കാരണമാണ്. തൻമൂലം രാസപരിണാമം വഴിയുള്ള അജീവ ജീവോല്പത്തി ഭൂമിയുടെ പ്രാഥമിക ദശയിൽ മാത്രമേ നടന്നിട്ടുള്ളൂ എന്ന് കരുതപ്പെടുന്നു. അങ്ങനെ ജീവികൾ ആദ്യമായി ഉടലെടുത്തത് അജീവ ജീവോല്പത്തി വഴിയും പിന്നീടുള്ള ജീവലോകത്തിന്റെ നിലനില്പ് ജൈവജനനം (Biogenesis) വഴിയുമാണ് എന്ന നിഗമനമാണ് ആധുനിക ജീവശാസ്ത്രത്തിൽ അംഗീകരിക്കപ്പെട്ടിട്ടുള്ളത്.

ഏകദേശം 350 കോടി വർഷങ്ങൾക്കുമുമ്പാണ് ജീവന്റെ ഏറ്റവും ലളിതമായ രൂപം ഭൂമിയിൽ പ്രത്യക്ഷപ്പെട്ടത്. അന്തരീക്ഷത്തിൽ ഓക്സിജൻ രൂപീകരിക്കുന്നതിനും വളരെ മുമ്പാണിത്. ബഹുകോശ ജീവികൾ പ്രത്യക്ഷപ്പെട്ടിട്ട് നൂറ് കോടി വർഷങ്ങളായി. അപ്പോഴും ജീവൻ കരകയറിയിരുന്നില്ല. 45 കോടിവർഷം മുൻപാണ് കരപ്രദേശങ്ങളിൽ ജീവൻ പ്രത്യക്ഷമായത്. 25 കോടി വർഷങ്ങൾക്കുമുമ്പ് ദിനോസറുകൾ കരഭൂമിയുടെ അധിപരായി. പത്തുകോടി വർഷങ്ങൾക്കു മുമ്പാണ് സസ്തനികളും പുഷ്പിക്കുന്ന സസ്യങ്ങളും ആവിർഭവിക്കുന്നത്. മനുഷ്യൻ എന്ന നഗ്നവാനരന് കോടികളുടെ പാരമ്പര്യമൊന്നും അവകാശപ്പെടാനില്ല.

ഏതാനും ലക്ഷങ്ങൾ മാത്രം. ആധുനിക മനുഷ്യൻ ഏതാനും ആയിരം വർഷങ്ങൾക്കുമുമ്പാണ് അവതരിച്ചത്. ഭാഷാശേഷി കൈവരിച്ചത് അതിനും ശേഷമാണ്. ഇതിനെല്ലാം ശേഷമാണ് മൂവായിരത്തിൽപ്പരം മതങ്ങളും എത്രയോ അധികം ദൈവങ്ങളും പിറന്നത്. ഗുഹാഭിത്തികളിൽ ശിലായുഗ മനുഷ്യൻ കൊത്തിവച്ച രൂപങ്ങളിലൊന്നും ആധുനിക ദൈവസങ്കല്പങ്ങളോട് സാദൃശ്യമുള്ള ഒന്നും കണ്ടെത്തിയിട്ടില്ല. മനുഷ്യൻ ആധുനികനായപ്പോൾ ദൈവങ്ങളുടെ പതിപ്പിനും ഒരു ആധുനിക പരിവേഷമുണ്ടായി എന്നുമാത്രം. ഈ ആധുനിക ദൈവങ്ങളാണ് കോടികളുടെ ചരിത്രമുള്ള ഭൂമിയേയും അതിലുമേറെ ചരിത്രമുള്ള പ്രപഞ്ചത്തെയും സൃഷ്ടിച്ചതെന്ന ഭാവന മനുഷ്യനെന്ന അത്ഭുതജീവിക്കല്ലാതെ മറ്റൊന്നിനുമുണ്ടാകില്ല.

ജീവന്റെ നീർച്ചാലുകൾ

ജീവന് ഒരു ശാസ്ത്രീയ നിർവ്വചനത്തിനപ്പുറം തത്ത്വചിന്താപരവും മതപരവുമായ ഒരു മേൽവിലാസം നല്കാനാണ് ഭൂരിപക്ഷം ആളുകളും പരിശ്രമിക്കുന്നത്. രണ്ടായിരം വർഷങ്ങൾക്കപ്പുറം ചില ചിന്തകരുടെ വികലധാരണകൾ വെള്ളം ചേർക്കാതെ വിഴുങ്ങിയ മതഗ്രന്ഥകർത്താക്കൾ സമൂഹബോധത്തിൽ അടിച്ചേല്പിച്ച പ്രപഞ്ച സങ്കല്പവും അതിന്റെ കേന്ദ്രമായ ഭൂമിയും അതിലെ സ്രഷ്ടാവിന്റെ പ്രതിച്ഛായയായ മനുഷ്യനും എല്ലാം മനുഷ്യനുവേണ്ടി സൃഷ്ടിക്കപ്പെട്ടതാണെന്ന് പില്ക്കാലത്ത് വ്യാഖ്യാനിക്കാനിടയാക്കി. അങ്ങനെ വരുമ്പോൾ പ്രപഞ്ചത്തിൽ ഭൂമിക്കു വെളിയിൽ ജീവന്റെ ആവശ്യമുണ്ടാകില്ല. അല്ലെങ്കിൽത്തന്നെ പ്രപഞ്ചമെന്നു പറയുന്ന പ്രദേശം പ്രാചീനചിന്തകർക്ക് വളരെ ചെറിയൊരിടം മാത്രമാണ്. ലക്ഷം കോടിയിൽപ്പരം നക്ഷത്രസമൂഹങ്ങളും ശൂന്യതയുടെ വലിയ ഇടനാഴികളുമൊന്നും അന്നുള്ളവർക്ക് ഉൾക്കൊള്ളാൻ കഴിഞ്ഞിരുന്നില്ല. ഈ വലിയ പ്രപഞ്ചത്തിന്റെയും അതിൽത്തന്നെ നമ്മുടെ മാതൃഗാലക്സിയായ ക്ഷീരപഥത്തിന്റെയും അതിലെ ഇരുപതിനായിരം കോടിയിൽ പരമുള്ള നക്ഷത്രങ്ങളിൽ ഒന്നുമാത്രമായ സൂര്യന്റെയും സ്ഥാനം പരിശോധിച്ചാൽ ഭൂമിക്കും ഭൗമജീവനും അത്ര മേന്മയൊന്നും അവകാശപ്പെടാനില്ല.

പുറമെ (Extra) എന്നും ഭൂമിയുമായി ബന്ധമുള്ളത് (Terrestris) എന്നും അർത്ഥമുള്ള രണ്ട് ലാറ്റിൻ വാക്കുകളിൽനിന്നാണ് എക്സ്ട്രാ ടെറസ്ട്രിയൽ അഥവാ ഭൗമേതരം എന്ന വാക്കിന്റെ പിറവി. ഭൂമിക്കു വെളിയിലുള്ള ജീവൻ എന്നു വേണമെങ്കിൽ ഭൗമേതര ജീവനെ വിളിക്കാം. ഏലിയനുകൾ (Aliens) എന്ന വാക്കും ഉപയോഗിക്കാറുണ്ട്. ലളിത ഘടനയുള്ള ഏകകോശ ജീവികൾ മുതൽ സങ്കീർണ്ണ ഘടനയോടുകൂടിയ

മനുഷ്യനെപ്പോലെയുള്ള ജീവികൾ വരെ ഭൂമിക്കു വെളിയിൽ ഉണ്ടാകാം. സൈദ്ധാന്തികമായ നിലനില്പുള്ളതാണെങ്കിലും ഇന്നുവരെ ഭൗമേതര ജീവൻ കണ്ടെത്താൻ കഴിഞ്ഞിട്ടില്ല.

1960 കളിലാണ് ഭൗമേതര ജീവൻ തേടിയുള്ള ശാസ്ത്രീയ അന്വേഷണം ആരംഭിച്ചത്. വെസ്റ്റ് വിർജിനിയയിലെ പ്രൊഫ. ഫ്രാങ്ക് ഡ്രേക്കും സംഘവുമാണ് ഈ ദൗത്യത്തിലേക്ക് ആദ്യമായി കടന്നുവന്നത്. ക്ഷീരപഥത്തിലെ ഏതാനും നക്ഷത്രങ്ങളെ ചുറ്റിപ്പറ്റിയായിരുന്നു അന്വേഷണം. ഗ്രഹാന്തരീക്ഷത്തിൽ ഹൈഡ്രജൻ ആറ്റങ്ങളുടെ സാന്നിദ്ധ്യം തിരിച്ചറിയുന്നതിനായി രൂപകല്പന ചെയ്ത ഗ്രീൻബാങ്ക് ദൂരദർശിനി ഉപയോഗിച്ചാണ് പ്രൊഫ. ഫ്രാങ്ക് ഡ്രേക്കും സംഘവും നിരീക്ഷണമാരംഭിച്ചത്. ഗ്രഹാന്തരീക്ഷത്തിലെ ഹൈഡ്രജൻ ജലതന്മാത്രകളുടെ തെളിവാണ്. ജലം ജീവന്റെയും. അഞ്ചര ദശാബ്ദങ്ങളായി ശാസ്ത്രലോകം ഭൗമേതര ജീവൻ തേടിക്കൊണ്ടിരിക്കുകയാണ്. ഭൂമിക്കു വെളിയിൽ ജീവൻ നിലനില്ക്കാൻ സാദ്ധ്യതയുള്ള നിരവധി പ്രദേശങ്ങൾ കണ്ടെത്തിയിട്ടുണ്ടെങ്കിലും ജീവന്റെ ലളിതമായ ഒരു രൂപം പോലും ഇതുവരെ കണ്ടെത്താനായിട്ടില്ല. അതിനർത്ഥം ഭൗമേതര ജീവൻ സാദ്ധ്യമല്ലെന്നല്ല, നിലവിലുള്ള സാങ്കേതികവിദ്യ അത്രത്തോളം വളർന്നിട്ടില്ലെന്നാണ്. അടുത്ത ഏതാനും ദശാബ്ദങ്ങൾക്കുള്ളിൽ ഭൗമേതര ജീവൻ കണ്ടെത്തുകതന്നെ ചെയ്യും.

2015 സെപ്തംബർ 28 ന് നാസ പുറത്തുവിട്ട വാർത്തയിൽ ചൊവ്വാഗ്രഹത്തിന്റെ ഉപരിതലത്തിലെ കുന്നുകളിൽനിന്നും പുറപ്പെടുന്ന നീരൊഴുക്കുകൾ കണ്ടെത്തിയതായി പറയുന്നുണ്ട്. ശാസ്ത്രലോകത്തിന് പുത്തനുണർവ്വും പൊതുസമൂഹത്തിന് ആവേശവും പകരുന്ന ഈ കണ്ടുപിടുത്തം നടത്തിയത് നാസയുടെ മാർസ് റെക്കണൈസൻസ് ഓർബിറ്റർ എന്ന ബഹിരാകാശ പേടകമാണ്. –23 ഡിഗ്രി സെൽഷ്യസാണ് ഈ നീരുറവകളുടെ താപനില. ചൊവ്വാധൂളിയിലുള്ള പെർക്ലോറേറ്റ് ലവണങ്ങളാണ് ഇത്ര താഴ്ന്ന താപനിലയിലും ജലത്തെ ദ്രാവകാവസ്ഥയിൽ നിലനിർത്തുന്നത്. ഇതിനുമുമ്പും ചൊവ്വയിൽ നാസയുടെ ദൗത്യങ്ങൾ ജലസാന്നിദ്ധ്യം തിരിച്ചറിഞ്ഞിട്ടുണ്ട്. ധ്രുവമേഖലകളിൽ ഉറച്ചു കട്ടിയായ ഹിമത്തൊപ്പികളുടെ രൂപത്തിലും മണ്ണിനടിയിലുമാണ് ജലസാന്നിദ്ധ്യം കണ്ടെത്തിയിട്ടുള്ളത്.

ഭൂമിക്കുവെളിയിൽ സൗരകുടുംബാംഗങ്ങളായ ചില ഗ്രഹങ്ങളിലും അവയുടെ ഉപഗ്രഹങ്ങളിലും പല ഛിന്നഗ്രഹങ്ങളിലും ധൂമകേതുക്കളിലും ജീവൻ ഉത്ഭവിക്കുന്നതിനും നിലനില്ക്കുന്നതിനുമുള്ള അനുകൂലനങ്ങളുണ്ട്. ഉപരിതലത്തിനടിയിലുള്ള ജലത്തിലാണ് ഇത്തരം ഇടങ്ങളിൽ ജീവൻ ഉത്ഭവിക്കാൻ കൂടുതൽ സാദ്ധ്യത. ഇത്തരം പ്രദേശങ്ങളിലെ അന്തരീക്ഷഘടനയും ഗുരുത്വബലവും മറ്റു സവിശേഷതകളുമെല്ലാം ഭൂമിയിൽ നിന്നും പാടെ വ്യത്യസ്തമായതിനാൽ ഭൗമേതര ജീവനെ ഭൗമജീവനുമായി താരതമ്യം ചെയ്യുന്നതിൽ അർത്ഥമൊന്നുമില്ല. ഏകകോശ ജീവികൾ മുതൽ മൂട്ടകൾ വരെയുള്ള ജീവികളെയാണ് ഭൂമിക്കു വെളിയിൽ, എന്നാൽ

സൗരകുടുംബത്തിനുള്ളിൽ കണ്ടെത്താൻ കഴിയുമെന്ന് പ്രതീക്ഷിക്കുന്നത്. ഭൂമിക്കു വെളിയിൽ സൗരയൂഥത്തിനുള്ളിൽ ശുക്രൻ, ചൊവ്വ, എന്നീ ഗ്രഹങ്ങളിലും വ്യാഴം, ശനി എന്നീ ഗ്രഹങ്ങളുടെ നിരവധി ഉപഗ്രഹങ്ങളിലും ചില ഛിന്നഗ്രഹങ്ങളിലും ധൂമകേതുക്കളിലും ഭൗമേതര ജീവനെ കണ്ടെത്താൻ സാദ്ധ്യതയുണ്ട്.

സൗരയൂഥത്തിൽ ഏറ്റവും തീക്ഷ്ണമായ കാലാവസ്ഥയുള്ള ഗ്രഹമാണ് ശുക്രൻ. കാർബൺഡൈയോക്സൈഡിന്റെ കട്ടിയുള്ള ആവരണം ഈ ഗ്രഹത്തിന്റെ അന്തരീക്ഷത്തിൽ സൃഷ്ടിക്കുന്ന ഹരിതഗൃഹ പ്രഭാവം കാരണം രാത്രിയും പകലുമെന്ന വ്യത്യാസമില്ലാതെ ശരാശരി അന്തരീക്ഷ ഊഷ്മാവ് 400 ഡിഗ്രി സെൽഷ്യസിനും മുകളിലാണ്. തുടർച്ചയായുള്ള ഇടിമിന്നലുകളും അമ്ലമഴയും ഗ്രഹത്തെ നരകതുല്യമാക്കുകയാണ്. എന്നാൽ ഗ്രഹോപരിതലത്തിൽനിന്നും 50 കിലോമീറ്റർ ഉയരത്തിലുള്ള മേഘപാളികളിൽ സൂക്ഷ്മജീവികൾ (Microbes) ഉണ്ടാകാനുള്ള സാദ്ധ്യത വളരെയധികമാണ്. അന്തരീക്ഷത്തിന്റെ രാസഗുണങ്ങളിലെ അനിശ്ചിതത്വം സൂചിപ്പിക്കുന്നത് ജൈവതന്മാത്രകളുടെ സാന്നിദ്ധ്യമാണ്. കാൾ സാഗൻ, ഡേവിഡ് ഗ്രീൻസ്പൂൺ, ജെഫ്രി ലാൻഡിസ്, ഡിർക്ക് ഷൂൾസ് എന്നിവരാണ് ഈ പരികല്പന മുന്നോട്ടു വച്ചത്.

സൂര്യന്റെ വാസയോഗ്യമേഖലയിൽ സ്ഥിതിചെയ്യുന്ന ഗ്രഹമെന്ന പ്രത്യേകത ചൊവ്വയെ ഭൂമിയുടെ അടുത്ത ബന്ധുവാക്കുന്നുണ്ട്. ഗ്രഹോപരിതലത്തിൽ കാണുന്ന ഉരുളൻ കല്ലുകൾ ഒരു കാലത്തുണ്ടായിരുന്ന നദികളുടെ അവശേഷിപ്പുകളാവാം. ഗ്രഹോപരിതലത്തിനു കീഴെ ഒരു കിലോമീറ്ററെങ്കിലും ആഴത്തിൽ വലിയ സമുദ്രങ്ങൾ ഉണ്ടാകുമെന്നാണ് ശാസ്ത്രജ്ഞർ കരുതുന്നത്. വളരെ നേർത്തതെങ്കിലും ഇപ്പോഴും നിലനില്ക്കുന്ന അന്തരീക്ഷത്തിലുള്ള മീഥേൻ ബാഷ്പത്തിന്റെ സാന്നിദ്ധ്യം സൂചിപ്പിക്കുന്നത് ജീവന്റെ സാദ്ധ്യതയാണ്. എന്നാൽ ഭൗമജീവൻ പോലൊന്ന് ചൊവ്വയിലുണ്ടാകുമെന്ന് ശാസ്ത്രജ്ഞർ കരുതുന്നില്ല. മണ്ണിനടിയിൽ സൂക്ഷ്മജീവികളെയോ അവയുടെ ഫോസിലുകളോ കണ്ടെത്താൻ കഴിയുമെന്ന പ്രതീക്ഷയാണ് ശാസ്ത്രലോകത്തിനുള്ളത്. ചൊവ്വയുടെ അന്തരീക്ഷത്തിലെ ഹൈഡ്രജന്റെയും മീഥേന്റെയും സാന്ദ്രത പരിശോധിച്ച ശാസ്ത്രജ്ഞർ അവിടെ ജീവൻ നിലനിന്നിരുന്നുവെന്ന് ഉറപ്പിച്ചു പറയുന്നുണ്ട്. ഇപ്പോഴും ജീവൻ നിലനില്ക്കുന്നതിനുള്ള സാദ്ധ്യതയും വളരെ കൂടുതലാണ്.

1960–70 കളിൽ കാൾസാഗനും സംഘവും വ്യാഴത്തിന്റെ അന്തരീക്ഷത്തിൽ സ്ഥൂലശരീരമുള്ള ജീവികൾ ഉണ്ടായിരിക്കുമെന്ന് പ്രവചിച്ചിരുന്നു. എന്നാൽ ഈ പരികല്പനയ്ക്ക് അധികം ആയുസ്സുണ്ടായില്ല. എന്നാൽ വ്യാഴത്തിന്റെ ചില ഉപഗ്രഹങ്ങളിൽ ഖര ഉപരിതലവും ജലസാന്നിദ്ധ്യവും ജീവൻ ഉത്ഭവിക്കുന്നതിനുള്ള അനുകൂലനങ്ങളുമുണ്ട്. സമുദ്രങ്ങളിൽ ഭൂരിഭാഗവും ഉപരിതലത്തിനടിയിലായിരിക്കും സ്ഥിതി ചെയ്യുന്നത്. യൂറോപ, ഗാനിമിഡെ, കലിസ്റ്റോ എന്നീ ഗലീലിയൻ ഉപഗ്ര

ഹങ്ങളിൽ ജീവൻ ഉത്ഭവിക്കുന്നതിനും നിലനില്ക്കുന്നതിനുമുള്ള സാഹചര്യമുണ്ട്. യൂറോപയിലെ സമുദ്രങ്ങൾ ജീവന്റെ ഗർഭഗൃഹങ്ങളാണെന്നാണ് കരുതപ്പെടുന്നത്. സമുദ്രാന്തർഭാഗത്ത് നടക്കുന്ന താപരാസപ്രവർത്തനങ്ങൾ സ്ഥൂല ശരീരഘടനയുള്ള ജീവികളുടെ നിലനില്പിന് സഹായകരമാണ്. 2011 ലാണ് യൂറോപയിലെ ജീവന്റെ സാദ്ധ്യത ശാസ്ത്രലോകത്തിന് ബോദ്ധ്യമായത്. ബഹിരാകാശ ദൂരദർശിനികൾക്ക് യൂറോപയിലെ വിശാലമായ തടാകങ്ങളുടെ തെളിവ് ലഭിച്ചത് 2011 ലാണ്.

ശനിയുടെ ഏറ്റവും വലിയ ഉപഗ്രഹമായ ടൈറ്റനാണ് സൗരയൂഥത്തിൽ ഏറ്റവും വ്യക്തമായ അന്തരീക്ഷമുള്ള ഉപഗ്രഹം. ഹൈഡ്രോകാർബണുകളുടെ സമുദ്രങ്ങളുമുണ്ട് ടൈറ്റനിൽ. കസീനി–ഹൈഗൻസ് ദൗത്യമാണ് ടൈറ്റന്റെ ഈ രഹസ്യം പുറത്തുകൊണ്ടുവന്നത്. അസറ്റലിൻ, ഈഥേൻ, മീഥേൻ എന്നിവ ആധാരമായുള്ള സൂക്ഷ്മജീവികൾ ടൈറ്റനിലെ സമുദ്രങ്ങളിൽ ഉണ്ടാവാനുള്ള സാദ്ധ്യത വളരെയധികമാണ്. ഉപഗ്രഹ ചിത്രങ്ങളിൽനിന്നു ലഭിക്കുന്ന വിവരങ്ങൾ ടൈറ്റനിലെ മീഥേൻ നദികൾ ഭൂമിയിലെ നൈൽ നദിയോട് സമാനമാണെന്നാണ്.

ശനിയുടെ വലയങ്ങളിൽ നിരീക്ഷണം നടത്തികൊണ്ടിരുന്ന കസീനി സ്പേസ്ക്രാഫ്റ്റ് 2011 ൽ പുറത്തുവിട്ട ചിത്രങ്ങളിൽ ശനിയുടെ ഉപഗ്രഹമായ എൻസിലാഡസിൽനിന്നും ശനി ഗ്രഹത്തിലേക്ക് ജലം പമ്പു ചെയ്യുന്നതിന്റെ ചിത്രങ്ങളും ഉണ്ടായിരുന്നു. ശനി ഗ്രഹത്തിന്റെ ശക്തമായ വേല ബലങ്ങൾ കാരണമാണ് ഉപഗ്രഹത്തിന്റെ അന്തർഭാഗത്തുള്ള ജലം പുറത്തേക്ക് വ്യാപിക്കുന്നത്. എൻസിലാഡസിന്റെ താപനിലയും സാന്ദ്രതയും ഉപരിതലത്തിനു കീഴെ ജീവൻ നിലനില്ക്കുന്നതിന് അനുകൂലമായ സാഹചര്യം സൃഷ്ടിക്കുന്നുണ്ട്.

ഭൂമിയിൽ ജീവൻ ഉത്ഭവിക്കാനുള്ള കാരണം ധൂമകേതുക്കളുടെ ആക്രമണമാണെന്നാണ് ഇന്ന് നിലനില്ക്കുന്ന ഏറ്റവും പ്രബലമായ ജീവോല്പത്തി സിദ്ധാന്തം. സൗരയൂഥത്തിന്റെ അതിർത്തിയിലുള്ള കൂയ്പർ ബെൽറ്റിൽനിന്നും ഊർട്ട് മേഘങ്ങളിൽനിന്നും സൂര്യന്റെ ആകർഷണ വിധേയമായി വലിയ ദൂരങ്ങൾ സഞ്ചരിച്ചുകൊണ്ടിരിക്കുന്ന ഹിമപിണ്ഡങ്ങളാണ് ധൂമകേതുക്കൾ. വാൽ നക്ഷത്രങ്ങളെന്ന ഓമനപ്പേരിൽ അറിയപ്പെടുന്ന ഈ ചെളിപുരണ്ട ഹിമക്കട്ടകൾ ജീവന്റെ ഈറ്റില്ലമാണെന്നാണ് കരുതുന്നത്. സർവെയർ–3, റോസറ്റ എന്നീ ബഹിരാകാശ പേടകങ്ങൾ ധൂമകേതുക്കളെക്കുറിച്ച് പഠനം നടത്തിയിട്ടുണ്ട്. സൗരയൂഥത്തിൽ ചൊവ്വയ്ക്കും വ്യാഴത്തിനുമിടയിൽ കാണപ്പെടുന്ന നിയതമായ ആകൃതിയില്ലാത്ത ലക്ഷക്കണക്കിനുള്ള ദ്രവ്യശകലങ്ങളാണ് ഛിന്നഗ്രഹങ്ങൾ. ഇവയിൽ വലിയ പിണ്ഡങ്ങളിൽ ജലത്തിന്റെയും ജീവന്റെയും സാന്നിദ്ധ്യം സംശയിക്കപ്പെടുന്നുണ്ട്. ഡോൺ സ്പേസ് ക്രാഫ്റ്റ് ഛിന്നഗ്രഹങ്ങളിൽ പഠനം നടത്തുന്നുണ്ട്.

പ്രപഞ്ചം വളരെ വിശാലമായ ഒരിടമാണ്. ലക്ഷം കോടിയിൽപ്പരം നക്ഷത്രസമൂഹങ്ങൾ പ്രപഞ്ചത്തിലുണ്ടാകുമെന്നാണ് കണക്കാക്കുന്നത്.

അത്തരത്തിലുള്ള നക്ഷത്രക്കൂട്ടങ്ങളിലൊന്നാണ് നമ്മുടെ മാതൃഗാലക്സിയായ ക്ഷീരപഥം. 20,000 കോടിയിൽപ്പരം നക്ഷത്രങ്ങൾ ക്ഷീരപഥത്തിലുണ്ട്. അവയിൽപ്പെട്ട ഒരിടത്തരം നക്ഷത്രമാണ് നമ്മുടെ സൂര്യൻ. സൂര്യനു ചുറ്റും ഗ്രഹകുടുംബങ്ങളുണ്ടായതുപോലെ മറ്റു നക്ഷത്രങ്ങൾക്കു ചുറ്റും ഗ്രഹരൂപീകരണം നടന്നിട്ടുണ്ടാവും. അവയിലെല്ലാം നിരവധി ഭൂമികളുമുണ്ടാകും. ഇത് ക്ഷീരപഥത്തിന്റെ മാത്രം കാര്യമാണ്. മറ്റു നക്ഷത്രസമൂഹങ്ങളെ കൂടി പരിഗണിക്കുമ്പോൾ എണ്ണിയാലൊടുങ്ങാത്തത്ര ഭൂമികളും അവയിലെല്ലാം ജീവനുമുണ്ടാകും. ഇവയിൽ പലതിനും ഭൂമിയുടെ വലിപ്പവും ഭൂമിയുടേതിനു സമാനമായ കാലാവസ്ഥയും ഗുരുത്വബലവുമുണ്ടാകും. അത്തരം ഗ്രഹങ്ങളിലെ ജീവൻ ഭൗമജീവന് സമാനവുമായിരിക്കും.

പ്രപഞ്ചത്തിൽ ജീവന് ഇത്രയധികം സാദ്ധ്യതയുണ്ടെങ്കിൽ എന്തുകൊണ്ടാണ് അവയിൽ ഒന്നുപോലും തിരിച്ചറിയാൻ കഴിയാത്തത് എന്നത് സ്വാഭാവികമായ സംശയമാണ്. പ്രപഞ്ചത്തിന്റെ വലിപ്പം തന്നെ കാരണം. സൂര്യൻ കഴിഞ്ഞാൽ തൊട്ടടുത്തുള്ള നക്ഷത്രമായ അൽഫാ സെന്റോറിയിലേക്കുള്ള ദൂരം നാലു പ്രകാശവർഷമാണ്. ഇപ്പോഴുള്ള ഏറ്റവും വേഗതയുള്ള ബഹിരാകാശ പേടകത്തിനു പോലും അവിടെയെത്താൻ കുറഞ്ഞത് 70,000 വർഷങ്ങൾ വേണ്ടിവരും. ഭൂമിയിൽ റോക്കറ്റ് സാങ്കേതികവിദ്യ വികസിച്ചിട്ട് 60 വർഷം പോലുമായില്ല എന്നു കൂടി ഓർക്കണം. അതുകൊണ്ട് തന്നെ ഒരു നക്ഷത്രാന്തര യാത്ര സമീപകാലത്തൊന്നും തന്നെ സാദ്ധ്യമാകില്ല. വലിയ വിശാലതകളിൽ പ്രപഞ്ചത്തിന്റെ മറ്റൊരു കോണിലുള്ള ഒരു ജീവിവർഗ്ഗത്തിനും ഭൂമിയിലെത്തിച്ചേരാനും കഴിയില്ല. അല്ലെങ്കിൽ തന്നെ ശതകോടിക്കണക്കിനു ഭൗമസമാന ഗ്രഹങ്ങളുള്ള പ്രപഞ്ചത്തിൽ ഭൂമിക്കുമാത്രം എന്താണു പ്രത്യേകത.

പ്രപഞ്ചത്തിലെ വലിയ ദൂരങ്ങളിൽ ജീവൻ തിരയുന്നതിന് ഇന്നത്തെ സാങ്കേതിക വിദ്യയിൽ വിദ്യുത്കാന്തിക വികിരണങ്ങൾ ഉപയോഗിച്ചുള്ള അന്വേഷണം മാത്രമേ സാദ്ധ്യമാവുകയുള്ളൂ. കടൽത്തീരത്ത് കളഞ്ഞുപോയ അരിമണി പരതുന്നതുപോലെ സങ്കീർണ്ണമായ പ്രക്രിയയാണ് നക്ഷത്രക്കൂമ്പാരങ്ങൾക്കിടയിൽ നിന്നും ഭൗമസമാന സാഹചര്യങ്ങളുള്ള ഗ്രഹങ്ങളെ കണ്ടെത്തുന്നത്. എങ്കിലും നിരവധി ഭൂതല–ബഹിരാകാശ ദൂരദർശിനികൾ അകലങ്ങളിലെ ജീവൻ തിരഞ്ഞുകൊണ്ടിരിക്കുകയാണ്. സൗരയൂഥത്തിനു വെളിയിൽ മറ്റു നക്ഷത്ര കുടുംബങ്ങളിലുള്ള ഭൗമസമാന ഗ്രഹങ്ങളെ കണ്ടെത്തുന്നതിനുവേണ്ടി 2009 മാർച്ച് 7 ന് നാസ വിക്ഷേപിച്ച ബഹിരാകാശ ദൂരദർശിനിയാണ് കെപ്ളർ. 2013 ൽ ദൗത്യം അവസാനിച്ചെങ്കിലും കെപ്ളർ കണ്ടെത്തിയ വിവരങ്ങൾ അപഗ്രഥിച്ചുവരുന്നതേയുള്ളൂ. ഇതിനകം തന്നെ പ്രകാശവർഷങ്ങൾക്കകലെയുള്ള നിരവധി ഭൗമസമാന ഗ്രഹങ്ങളെ കെപ്ളർ കണ്ടെത്തിക്കഴിഞ്ഞു. അടുത്ത ഒരു ദശാബ്ദത്തിനുള്ളിൽ അഞ്ച് അസാധാരണ ദൂരദർശിനികളാണ് പ്രവർത്തനമാരംഭിക്കാൻ പോകുന്നത്. നക്ഷത്രങ്ങൾ പിറക്കുന്നതു മുതൽ

വിദൂര ഗ്രഹങ്ങളിലെ ഭൗമേതര ജീവൻ നേരിട്ടു കാണുന്നതിനുവരെ ഇത്തരം ദൂരദർശിനികൾ കൊണ്ട് സാധിക്കുമെന്ന് കരുതുന്നു.

ഭൗമേതര ജീവൻ തിരയുന്ന എക്സോബയോളജിസ്റ്റുകളെ ആവേശഭരിതരാക്കുന്ന സാങ്കേതിക പരിഷ്കാരമാണ് ഹാർപ്സ്. യൂറോപ്യൻ സതേൺ ഒബ്സർവേറ്ററിയുടെ നിയന്ത്രണത്തിലുള്ള ലാ-സില്ല ഒബ്സർവേറ്ററിയിൽ സ്ഥാപിച്ചിട്ടുള്ള 3.6 മീറ്റർ ടെലസ്ക്കോപ്പിൽ സജ്ജീകരിച്ചിട്ടുള്ള പ്രകാശ സംവേദന ഉപകരണമാണ് ഹാർപ്സ് (High Accuracy Radial Velocity Planet Searcher - HARPS). 2003 മുതൽ ഈ ഉപകരണം പ്രവർത്തനക്ഷമമാണ്. ഖഗോള പിണ്ഡങ്ങളുടെ ചുമപ്പു നീക്കം അളന്നാണ് ഹാർപ്സ് സൗരയൂഥത്തിനു വെളിയിലുള്ള ഗ്രഹങ്ങളെ കണ്ടെത്തുന്നത്. ഭൗമേതര ജീവൻ സൗരയൂഥത്തിനു വെളിയിൽ തിരയുന്നതിനുമൊരു കാരണമുണ്ട്. ഒരു ഗ്രഹം വാസയോഗ്യമാണോ എന്നു നിശ്ചയിക്കുന്നത് ഗ്രഹത്തിന്റെ വലിപ്പം, പിണ്ഡം, ഗുരുത്വബലം, അന്തരീക്ഷമർദ്ദം, ഉപരിതല ഘടന, ജലസാന്നിദ്ധ്യം എന്നിവയെല്ലാം പരിഗണിച്ചാണ്. ഏറ്റവും പ്രധാനമായിട്ടുള്ള മറ്റൊരു മാനദണ്ഡം കൂടിയുണ്ട്. മാതൃനക്ഷത്രവുമായുള്ള അകലം. ജലം ദ്രാവകാവസ്ഥയിൽ നിലനില്ക്കുന്ന ദൂരമാണ് വാസയോഗ്യമേഖല എന്നറിയപ്പെടുന്നത്. നക്ഷത്രത്തിന്റെ വലിപ്പവും ന്യൂക്ലിയർ പ്രവർത്തനങ്ങളുടെ തീവ്രതയും ഊഷ്മാവുമനുസരിച്ച് വ്യത്യാസപ്പെട്ടിരിക്കും ഓരോ നക്ഷത്രത്തിന്റെയും വാസയോഗ്യ മേഖല. ഈ മേഖലയിലുള്ള ഗ്രഹങ്ങളിൽ മാത്രമേ വളർന്നു വികസിച്ച ജീവൻ നിലനില്ക്കുകയുള്ളൂ. സൂര്യന്റെ കാര്യമെടുത്താൽ ഭൂമി മുഴുവൻ സമയവും, ചൊവ്വ പരിക്രമണത്തിന്റെ ഏതാനും ദിവസങ്ങളിലും വാസയോഗ്യമേഖലയിലാണുള്ളത്. മറ്റു ഗ്രഹങ്ങളിലും ഉപഗ്രഹങ്ങളിലും ജീവന്റെ തുടിപ്പുകൾ കണ്ടേക്കാമെങ്കിലും അവയൊരിക്കലും വളർന്ന് വികസിച്ചിട്ടുണ്ടാകില്ല. എന്നാൽ സൗരയൂഥത്തിനു വെളിയിൽ മറ്റു നക്ഷത്രങ്ങളുടെ വാസയോഗ്യമേഖലയിൽ സ്ഥിതിചെയ്യുന്ന ഗ്രഹങ്ങളിൽ സങ്കീർണ്ണ ശരീരഘടനയോടു കൂടിയ ജീവികളുണ്ടാകാനുള്ള സാദ്ധ്യത വളരെയധികമാണ്.

പതിനാറാം നൂറ്റാണ്ടിൽ ജീവിച്ചിരുന്ന ഇറ്റാലിയൻ ചിന്തകനായിരുന്ന ജിയോർഡാനോ ബ്രൂണോ കോപ്പർനിക്കസിന്റെ സൗരകേന്ദ്ര പ്രപഞ്ചമാതൃകയുടെ വലിയ ആരാധകനായിരുന്നു. ആകാശത്തു കാണുന്ന നക്ഷത്രങ്ങൾക്കൊപ്പം സൂര്യനു ചുറ്റുമെന്നപോലെ ഗ്രഹകുടുംബങ്ങളുണ്ടാകുമെന്ന് അദ്ദേഹം വിശ്വസിക്കുകയും പ്രസംഗിക്കുകയും ചെയ്തു. എ ഡി 1600 ൽ റോമൻ മതവിചാരണയുടെ ഭാഗമായി ജീവനോടെ ചുട്ടുകൊല്ലപ്പെടുമ്പോൾ ബ്രൂണോയിൽ ചുമത്തിയ നിരവധി കുറ്റകൃത്യങ്ങളിൽ ഒന്ന് ഇത്തരം വിദൂരഗ്രഹങ്ങളെക്കുറിച്ചുള്ള പ്രവചനമായിരുന്നു. 18-ാം നൂറ്റാണ്ടിൽ ഐസക് ന്യൂട്ടനും സൗരയൂഥത്തിനു വെളിയിൽ ഗ്രഹങ്ങൾ ഉണ്ടാകുമെന്ന് പ്രവചിച്ചിരുന്നു. 19-ാം നൂറ്റാണ്ടിൽ ബഹായ് മത പ്രവാചകനായ ബഹാവുല്ലയും അന്യഗ്രഹങ്ങളുടെ സാദ്ധ്യത പ്രവചിച്ചിരുന്നു. എല്ലാ നക്ഷത്രങ്ങൾക്കു ചുറ്റും ഗ്രഹകുടുംബങ്ങളും അവയിലെല്ലാം

ജീവനുമുണ്ടാകുമെന്നും അദ്ദേഹം പഠിപ്പിച്ചു. ഈ ഗ്രഹങ്ങളെല്ലാം എണ്ണി ത്തീർക്കാൻ ഒരിക്കലും മനുഷ്യന് കഴിയില്ലത്രെ. അതെന്തായാലും ബഹാ വുല്ലയുടെ ജീവിതം കൂടുതലും തടവറയ്ക്കുള്ളിലായിരുന്നു. ഭൗമേതര ജീവൻ വരുത്തിവച്ച വിന.

നൂറ്റാണ്ടുകൾക്കു മുമ്പുതന്നെ ജ്യോതിശാസ്ത്രജ്ഞരും ചിന്തകരും സൗരയൂഥത്തിനു വെളിയിൽ ഗ്രഹകുടുംബങ്ങൾ ഉണ്ടാകുമെന്ന് പ്രവചിച്ചി രുന്നെങ്കിലും അവയെ കണ്ടെത്തുന്നതിനുള്ള മാർഗ്ഗമൊന്നുമുണ്ടായി രുന്നില്ല. 1992 ൽ PSRBL257+12 എന്ന പൾസാറിനെ ചുറ്റുന്ന നിരവധി ഗ്രഹങ്ങളെ കണ്ടെത്തിയതാണ് അന്യഗ്രഹവേട്ടയുടെ ചരിത്രത്തിലെ ആദ്യ നാഴികക്കല്ല്. 1995 ൽ 51 പെഗാസി എന്ന സൂര്യസമാന നക്ഷത്രത്തെ ചുറ്റുന്ന എക്സോപ്ലാനറ്റിനെയും കണ്ടെത്തി. പിന്നീട് സാങ്കേതികവിദ്യ യിലുണ്ടായ മുന്നേറ്റം ശക്തമായ ഭൂതല–ബഹിരാകാശ ദൂരദർശിനികളുടെ നിർമ്മാണത്തിനു കാരണമാവുകയും അന്യഗ്രഹവേട്ട ത്വരിതഗതിയിലാ വുകയും ചെയ്തു.

അന്യഗ്രഹവേട്ടയ്ക്ക് ഇപ്പോൾ നിരവധി സങ്കേതങ്ങൾ ജ്യോതിശാ സ്തജ്ഞർ ഉപയോഗിക്കുന്നുണ്ട്. മാതൃനക്ഷത്രത്തിന്റെ ഗുരുത്വാകർഷണ ബലമാണ് ഗ്രഹങ്ങളുടെ ഭ്രമണപഥം നിർണ്ണയിക്കുന്നത്. നക്ഷത്രത്തെ പ്പോലെതന്നെ ഗ്രഹങ്ങൾക്കും ഗുരുത്വബലമുണ്ട്. നക്ഷത്രത്തെ അപേ ക്ഷിച്ച് ഗ്രഹങ്ങളുടെ ഗുരുത്വബലം ദുർബ്ബലമാണെങ്കിലും ഗ്രഹസാന്നിദ്ധ്യം നക്ഷത്രത്തിന്റെ സ്വാഭാവിക ചലനത്തിൽ ചെറിയ ചാഞ്ചാട്ടമുണ്ടാക്കും. നക്ഷത്രങ്ങളുടെ ചലനത്തിലുള്ള ഈ അപശ്രുതി കൃത്യമായി കണ്ടെത്തി അതുവഴി ഗ്രഹസാന്നിദ്ധ്യം തിരിച്ചറിയുന്ന രീതിയാണ് റേഡിയൽ വെലോസിറ്റി മെത്തേഡ്. സ്പെക്ട്രോമീറ്ററുകൾ ഉപയോഗിച്ചാണ് നക്ഷത്ര ചലനത്തിലെ ഭ്രംശം കണ്ടെത്തുന്നത്. കൃത്യമായ ഇടവേളകളിൽ റേഡിയോ സിഗ്നലുകൾ പുറപ്പെടുവിക്കുന്ന മൃത നക്ഷത്രങ്ങളാണ് പൾ സാറുകൾ. പൾസാറുകളുടെ സമീപം ഗ്രഹമോ മറ്റേതെങ്കിലും അതാര്യ വസ്തുവോ ഉണ്ടെങ്കിൽ റേഡിയോ സിഗ്നലുകളുടെ തീവ്രതയിൽ ഏറ്റക്കുറച്ചിലുണ്ടാകും. ഇങ്ങനെയുണ്ടാകുന്ന സിഗ്നൽ ക്ഷയത്തിന്റെ തോതു കണക്കാക്കി വിദൂരഗ്രഹങ്ങളെ കണ്ടെത്തുന്ന രീതിയാണ് പൾസാർ ടൈമിങ്. നക്ഷത്രബിംബത്തിനും നിരീക്ഷകനും ഇടയിലൂടെ ഒരു അതാര്യവസ്തു കടന്നുപോകുമ്പോൾ നിരീക്ഷകന് ആപേക്ഷി കമായി നക്ഷത്രത്തിന്റെ പ്രത്യക്ഷ ശോഭയിൽ കുറവുണ്ടാകും. ഈ കുറ വിന്റെ തോത് കണക്കുകൂട്ടി ഗ്രഹസാന്നിദ്ധ്യം തിരിച്ചറിയുന്ന മാർഗ്ഗമാണ് ട്രാൻസിറ്റ് മെത്തേഡ് അഥവാ ഗ്രഹസംതരണ രീതി. നക്ഷത്രങ്ങളുടെ പ്രത്യക്ഷ ശോഭയിലുണ്ടാകുന്ന കുറവ് ഗ്രഹങ്ങളുടെ വ്യാസത്തിന് ആനുപാതികമാണ്. വലിയ ഗ്രഹങ്ങൾ സൃഷ്ടിക്കുന്ന ശോഭാവ്യതിയാനം കൂടുതലായിരിക്കും. ഏറ്റവുമധികം ഭൗമസമാന ഗ്രഹങ്ങളെ കണ്ടെത്തിയ കെപ്ളർ സ്പേസ്ക്രാഫ്റ്റിൽ ഗ്രഹസംതരണ വിദ്യയാണ് ഉപയോ ഗിക്കുന്നത്. സംതരണരീതി ഉപയോഗിച്ച് ഒരു ഗ്രഹത്തെ കണ്ടെത്തി

ക്കഴിഞ്ഞാൽ സംതരണത്തിനെടുക്കുന്ന സമയത്തിലെ ഏറ്റക്കുറച്ചിലുകൾ കണക്കുകൂട്ടി ഒന്നിലധികം ഗ്രഹങ്ങളെ ഒരേസമയം കണ്ടെത്തുന്ന രീതിയാണ് ട്രാൻസിറ്റ് ടൈമിങ് വേരിയേഷൻ മെത്തേഡ്. വളരെ ദൂരെയുള്ള നക്ഷത്രങ്ങൾക്കു ചുറ്റുമുള്ള അന്യഗ്രഹങ്ങളെ കണ്ടെത്താനുപയോഗിക്കുന്ന രീതിയാണ് ഗ്രാവിറ്റേഷണൽ മൈക്രോലെൻസിങ് മെത്തേഡ്. രണ്ടു നക്ഷത്രങ്ങൾ ഒരേ ഓർബിറ്റൽ പ്ലെയിനിൽ ക്രമീകരിക്കപ്പെടുന്ന അവസരത്തിൽ അവയുടെ ഗുരുത്വക്ഷേത്രങ്ങൾ പരസ്പരം ലെൻസുപോലെ പ്രവർത്തിക്കും. ഇത് പിന്നിലുള്ള ദ്രവ്യപിണ്ഡങ്ങളുടെ ഒന്നിലധികം അയഥാർത്ഥ പ്രതിബിംബങ്ങൾ സൃഷ്ടിക്കും. നിരീക്ഷകന് ആപേക്ഷികമായി മുന്നിലുള്ള നക്ഷത്രത്തിനുചുറ്റും ഗ്രഹമോ ഗ്രഹകുടുംബങ്ങളോ ഉണ്ടെങ്കിൽ പിന്നിലുള്ള നക്ഷത്രം സൃഷ്ടിക്കുന്ന ഗ്രാവിറ്റേഷണൽ ലെൻസിങ്ങിൽ നേരിയ വ്യതിയാനമുണ്ടാകും. ഈ വ്യതിയാനത്തിന്റെ തോത് കണക്കുകൂട്ടിയാണ് ഗ്രഹസാന്നിദ്ധ്യം തിരിച്ചറിയുന്നത്. കഴിഞ്ഞ പത്തുവർഷത്തിനുള്ളിൽ ഈ രീതിയുപയോഗിച്ച് ആയിരത്തിൽപ്പരം വിദൂര ഗ്രഹങ്ങളെ കണ്ടെത്തിയിട്ടുണ്ട്.

പ്രപഞ്ചത്തിൽ ഏതെങ്കിലുമൊരു ദ്രവ്യപിണ്ഡത്തിൽ ജീവൻ ഉത്ഭവിക്കുകയും വികസിക്കുകയും ചെയ്യണമെങ്കിൽ നിരവധി സാഹചര്യങ്ങൾ അനുകൂലമായി വരണം. ജലമാണ് ജീവന്റെ ഗർഭഗൃഹമെന്നുകരുതിയാൽ ഗ്രഹകുടുംബങ്ങളിൽ ജലം ദ്രാവകാവസ്ഥയിൽ നിലനില്ക്കുന്ന പ്രദേശത്തെ ആ വ്യൂഹത്തിന്റെ വാസയോഗ്യമേഖലയായി കണക്കാക്കാം. അത്തരം പ്രദേശങ്ങളിലാണ് ജീവനുത്ഭവിക്കാനും നിലനില്ക്കാനും സാദ്ധ്യത കൂടുതലുള്ളത്. നക്ഷത്രത്തിന്റെ വലിപ്പവും ശോഭയും താപനിലയുമെല്ലാം വാസയോഗ്യമേഖലയെ സ്വാധീനിക്കുന്നുണ്ട്. ഭൂമിയുടെ ഭാരവും ഏറക്കുറെ ഭൂമിയുടെ വലിപ്പവുമുള്ള ഗ്രഹങ്ങളിലും ഉപഗ്രഹങ്ങളിലുമാണ് ജീവനുത്ഭവിക്കാൻ സാദ്ധ്യത കൂടുതലുള്ളത്. കുറഞ്ഞ പിണ്ഡമുള്ള ഗ്രഹങ്ങളിൽ ഭൂകമ്പം, അഗ്നിപർവ്വത സ്ഫോടനങ്ങൾ, ഫലക ചലനങ്ങൾ എന്നീ സ്വാഭാവിക ഊർജ്ജോല്പാദന സംവിധാനങ്ങൾ നിർവ്വീര്യമാവുകയും ജീവന്റെ ഉത്ഭവത്തിനാവശ്യമായ ജൈവ- രാസപ്രവർത്തനങ്ങൾ നടക്കാതിരിക്കുയും ചെയ്യും. വലിയ ഗ്രഹങ്ങൾ സാധാരണയായി വാതക ഗോളങ്ങളായിരിക്കും. ഗുരുത്വബലവും വേലബലങ്ങളും അത്യന്തം സങ്കീർണ്ണമായ അത്തരമിടങ്ങളിൽ ജീവനുത്ഭവിക്കാനുള്ള സാദ്ധ്യത കുറവാണ്.

ഗ്രഹങ്ങളുടെ ഭ്രമണപഥവും ഭ്രമണവേഗതയും ജീവന്റെ രൂപീകരണത്തെ സ്വാധീനിക്കുന്നുണ്ട്. മാതൃനക്ഷത്രത്തിന് ചുറ്റുമുള്ള ഗ്രഹങ്ങളുടെ ഭ്രമണപഥം സാധാരണയായി ദീർഘവൃത്താകാരമായിരിക്കും. എന്നാൽ ഈ പഥം അതിദീർഘ വൃത്തമായ ഗ്രഹങ്ങളുമുണ്ട്. അത്തരം ഗ്രഹങ്ങളുടെ താപനിലയിൽ വലിയ ഏറ്റക്കുറച്ചിലുണ്ടാകും. ഇത് ജീവന് ഗുണകരമല്ല. ഗ്രഹങ്ങളുടെ സ്വയംഭ്രമണം വേഗതയിലായിരിക്കണം. ദൈർഘ്യം കൂടിയ രാപ്പകലുകൾ ജീവന് അഭികാമ്യമല്ല. വേഗത്തിൽ

ഭ്രമണം ചെയ്യുന്ന ഗ്രഹങ്ങളിൽ മാത്രമേ ആന്തര ഡൈനമോയുടെ പ്രവർത്തനം നടക്കുകയുള്ളൂ. ആന്തര ഡൈനമോയുടെ പ്രവർത്തനഫലമായി സൃഷ്ടിക്കപ്പെടുന്ന കാന്തിക ക്ഷേത്രമാണ് ജീവന് ഹാനികരമായ വികിരണങ്ങളിൽ നിന്ന് ഗ്രഹത്തെ സംരക്ഷിക്കുന്നതും ഗ്രഹാന്തരീക്ഷത്തെ ഒരു പരിധിവരെ പിടിച്ചു നിർത്തുന്നതും.

കാർബൺ അടിസ്ഥാന ഘടകമായുള്ള ജൈവവ്യവസ്ഥയാണ് ഇതുവരെ തെളിയിക്കപ്പെട്ടിട്ടുള്ളത്. കാർബൺ, ഹൈഡ്രജൻ, ഓക്സിജൻ, നൈട്രജൻ എന്നീ മൂലകങ്ങളാണ് ജീവന്റെ ഉല്പത്തിക്ക് ഏറ്റവും അത്യാവശ്യമായിട്ടുള്ളത്. പ്രതിപ്രവർത്തന ശേഷി കൂടുതലുള്ള മൂലകങ്ങളാണിവ. പ്രോട്ടീൻ തന്മാത്രകളുടെ ബിൽഡിങ് ബ്ലോക്കുകളായ അമിനോഅമ്ലങ്ങൾ നിർമ്മിക്കുന്നത് ഈ മൂലകങ്ങൾ കൂടിച്ചേർന്നാണ്. അതുകൊണ്ടുതന്നെ ഈ മൂലകങ്ങൾ സമൃദ്ധമായുള്ള ഗ്രഹങ്ങളിലാണ് ജീവൻ ഉത്ഭവിക്കാനുള്ള സാദ്ധ്യതയുള്ളതെന്നാണ് നിലവിലുള്ള ശക്തമായ പരികല്പന. മാതൃനക്ഷത്രത്തിന്റെ സാന്നിദ്ധ്യം മാത്രമല്ല അതിന്റെ സവിശേഷതകളും ഒരു ഗ്രഹത്തെ വാസയോഗ്യമാക്കുന്നതിൽ പ്രധാന പങ്കുവഹിക്കുന്നുണ്ട്. നക്ഷത്ര ശോഭയിലുണ്ടാകുന്ന ഏറ്റക്കുറച്ചിലുകൾ സ്വാഭാവികമാണ്. എന്നാൽ ഇത്തരം ഏറ്റക്കുറച്ചിലുകൾ ക്രമാതീതമായാൽ അതു സൃഷ്ടിക്കുന്ന താപവ്യതിയാനവും കാന്തികക്ഷേത്രത്തിലെ അസ്വസ്ഥതകളും ജീവന്റെ ഏറ്റവും ലളിതമായ തുടിപ്പുകളെപ്പോലും കരിച്ചു കളയും. ഉപരിതല താപനില 4000 കെൽവിനും 7000 കെൽവിനും ഇടയിലുള്ള നക്ഷത്രങ്ങൾക്കു ചുറ്റുമുള്ള ഗ്രഹങ്ങളിലാണ് ജീവൻ ഉത്ഭവിക്കാനുള്ള സാദ്ധ്യത കൂടുതലുള്ളത്.

നക്ഷത്ര ദ്രവ്യത്തിൽ ഏറിയ പങ്കും ഹൈഡ്രജൻ, ഹീലിയം എന്നീ മൂലകങ്ങളാണ്. എന്നാൽ ചില നക്ഷത്രങ്ങളിൽ ഖനമൂലകങ്ങൾ കൂടുതലായി കാണപ്പെടാറുണ്ട്. ഇത്തരം നക്ഷത്രങ്ങൾക്കു ചുറ്റും ഗ്രഹരൂപീകരണം നടക്കില്ലെന്നാണ് കരുതപ്പെടുന്നത്. കൂടാതെ വളരെ വലിയ നക്ഷത്രങ്ങൾക്കു ചുറ്റും ഗ്രഹരൂപീകരണം അസാദ്ധ്യമാണെന്നും കരുതുന്നു. സൂര്യനെപ്പോലെയുള്ള മുഖ്യധാരാനക്ഷത്രങ്ങൾക്കു ചുറ്റുമാണ് സാധാരണയായി ഗ്രഹരൂപീകരണം നടക്കുന്നത്. എന്നാൽ ഈ പരികല്പന തകർന്നുകൊണ്ടിരിക്കുകയാണ്. വലുതും ചെറുതുമായ നക്ഷത്രങ്ങൾക്കു ചുറ്റും ഗ്രഹങ്ങളെ കണ്ടെത്തിക്കഴിഞ്ഞു. എന്നാൽ അത്തരം നക്ഷത്രങ്ങൾക്കുചുറ്റുമുള്ള ഗ്രഹങ്ങളിൽ ജീവനുത്ഭവിക്കാനുള്ള സാദ്ധ്യത വിരളമാണ്. നക്ഷത്രങ്ങൾക്ക് ഗാലക്സിയിലുള്ള സ്ഥാനവും പ്രധാനമാണ്. ഗാലക്സികേന്ദ്രത്തിനടുത്ത് സ്ഥിതിചെയ്യുന്ന നക്ഷത്രങ്ങൾ പരസ്പരം വളരെയടുത്തായാണ് ക്രമീകരിക്കപ്പെട്ടിരിക്കുന്നത്. മാത്രവുമല്ല രണ്ടിലധികം നക്ഷത്രങ്ങൾ പൊതുവായ ഒരു ഗുരുത്വകേന്ദ്രത്തെ ആധാരമാക്കി ഭ്രമണം ചെയ്യുന്ന വ്യവസ്ഥയിലുമായിരിക്കും. ഇങ്ങനെയുള്ള നക്ഷത്രവ്യവസ്ഥകളിൽ ഗ്രഹരൂപീകരണം സാദ്ധ്യമായാൽ തന്നെ ജീവൻ ഉത്ഭവിക്കാനുള്ള സാദ്ധ്യത വിരളമാണ്. ഒറ്റ നക്ഷത്രങ്ങളുടെ ഗ്രഹകുടും

ബങ്ങളിലാണ് ജീവൻ ഉത്ഭവിക്കാനുള്ള സാദ്ധ്യത കൂടുതലുള്ളത്. ക്ഷീര പഥത്തിന്റെ കേന്ദ്രത്തിൽനിന്നും 26000 പ്രകാശവർഷം അകലെയുള്ള ഒറ്റ നക്ഷത്രമാണ് സൂര്യൻ.

പല ഗ്രഹരൂപീകരണ സിദ്ധാന്തങ്ങളും ഇപ്പോൾ സംശയത്തിന്റെ നിഴലിലാണുള്ളത്. ഇരട്ട നക്ഷത്രങ്ങൾ സൃഷ്ടിക്കുന്ന അതിശക്തമായ കാന്തിക ബലരേഖകൾ അവയ്ക്കു ചുറ്റും ഗ്രഹരൂപീകരണം നടക്കാൻ അനുവദിക്കില്ലെന്നായിരുന്നു ഇതുവരെ കരുതിയിരുന്നത്. എന്നാൽ കെപ്ളർ സ്പേസ്ക്രാഫ്റ്റ് ഇരട്ട നക്ഷത്രങ്ങളായ അൽഫാ സെന്റോറി സിസ്റ്റത്തിനു ചുറ്റും ഗ്രഹകുടുംബം കണ്ടെത്തിയതോടെ ആ പരികല്പനയും തകർന്നു. സൗരയൂഥം മാത്രമല്ല ക്ഷീരപഥമൊന്നാകെ ജീവന്റെ നിലനിലപിന് അനുകൂലനമുള്ള മേഖലയാണെന്നാണ് ഏറ്റവും പുതിയ കണ്ടെത്തൽ. ഏതു നിമിഷവും ഭൗമേതര ജീവൻ കണ്ടെത്താൻ കഴിയുമെന്ന അവസ്ഥയാണ് ഇപ്പോഴുള്ളത്. എന്നാൽ അവയുടെ നിർവ്വചനം വിചിത്രമായിരിക്കും ഒരു പക്ഷേ, നാം കരുതുന്നതിലും വളരെ വിചിത്രം. ഭൗമേതരജീവൻ തിരയുമ്പോഴും നമ്മുടെ അന്വേഷണങ്ങളെല്ലാം ക്ഷീര പഥമെന്ന മാതൃഗാലക്സിയിലുള്ള ഏതാനും ലക്ഷം നക്ഷത്രങ്ങളെ ചുറ്റിപ്പറ്റി മാത്രമാണ്. ഒരു ലക്ഷം പ്രകാശവർഷം വ്യാസമുള്ള ഈ സർപ്പിള താരാഗണത്തിനപ്പുറം ലക്ഷം കോടിയിൽപ്പരം നക്ഷത്ര സമൂഹങ്ങളുണ്ട്. അവയ്ക്കിടയിലുള്ള ദൂരമാകട്ടെ ലക്ഷക്കണക്കിന് പ്രകാശവർഷങ്ങളും. ക്ഷീരപഥത്തിനുവെളിയിലുള്ള ഏതെങ്കിലുമൊരു ഗാലക്സിയിലുള്ള ജീവൻ കണ്ടെത്താൻ ഒരിക്കലും മനുഷ്യന് കഴിയില്ല. അത്ര വിശാലമാണ് പ്രപഞ്ചം. അതിലേറെ പരിമിതമാണ് മനുഷ്യന് ആർജ്ജിക്കാൻ കഴിയുന്ന സാങ്കേതിക വിദ്യ. സയൻസ് ഫിക്ഷനുകളിൽപ്പോലും നക്ഷത്രാന്തര യാത്രകളേ ഉള്ളൂ. ഗാലക്സികൾക്കപ്പുറത്തേക്കുള്ള യാത്രകൾ അതിരുകടന്ന ഭാവനകളിൽപ്പോലും ഉണ്ടെന്നു തോന്നുന്നില്ല.

അമേരിക്കയിലെ നാഷണൽ ഇൻസ്റ്റിറ്റ്യൂട്ട് ഓഫ് ഹെൽത്തിലെ ആസ്ട്രോബയോളജിസ്റ്റുകൾ 2013 ൽ അവതരിപ്പിച്ച പ്രബന്ധത്തിൽ പ്രപഞ്ചത്തിൽ ജീവൻ ഉത്ഭവിച്ചത് 970 കോടി വർഷങ്ങൾക്കു മുമ്പാണെന്നു പറയുന്നുണ്ട്. അതിനർത്ഥം സൂര്യനും ഭൂമിയുമെല്ലാം രൂപം കൊള്ളുന്നതിന് 500 കോടി വർഷങ്ങൾക്കു മുമ്പുതന്നെ പ്രപഞ്ചത്തിൽ ജീവന്റെ തുടിപ്പുകൾ നാമ്പെടുത്തിരുന്നുവെന്നാണ്. ഭൗമേതര ജീവൻ യാഥാർത്ഥ്യമാണെന്നു കരുതുന്നവരാണ് ജ്യോതിശാസ്ത്രജ്ഞരിൽ ഭൂരിഭാഗവും. എന്നാൽ പ്രത്യക്ഷ തെളിവുകളുടെ അഭാവം ഒരു സിദ്ധാന്ത രൂപീകരണത്തിന് തടസ്സമായി നില്ക്കുകയാണ് ഇപ്പോഴും.

ബാക്ടീരിയകൾ പോലെയുള്ള സൂക്ഷ്മ ജീവികൾ സൗരയൂഥത്തിൽ എല്ലായിടത്തും കാണപ്പെടാനുള്ള സാദ്ധ്യതയുണ്ട്. അതുപോലെത്തന്നെയാണ് പ്രപഞ്ചത്തിൽ എല്ലായിടത്തും അവയെ കണ്ടെത്താനുള്ള സാദ്ധ്യത. പ്രപഞ്ചത്തിൽ സൂര്യനും ഭൂമിക്കും ഒരു സവിശേഷ സ്ഥാനവുമില്ല. അതുകൊണ്ടുതന്നെ ഭൗമജീവന് ഒരു അനന്യതയും അവകാശപ്പെ

ടാൻ കഴിയില്ല. പ്രപഞ്ചത്തിൽ എല്ലായിടത്തും ഭൂമിയിൽ ജീവനുത്ഭവിച്ച സമയത്തോ, അതിനു മുമ്പോ, അതിനുശേഷമോ ജീവൻ രൂപപ്പെട്ടിരിക്കും. ഇതു വെറും ഊഹമല്ല. ജീവൻ രൂപം കൊള്ളുന്നതിന് അടിസ്ഥാനമായി ആവശ്യമുള്ള ജൈവതന്മാത്രകൾ ഗ്രഹരൂപീകരണത്തിനു മുമ്പുതന്നെ പ്രോട്ടോപ്ലാനറ്ററി ഡിസ്ക്കിൽ കണ്ടെത്താൻ കഴിയുമെന്ന് കംപ്യൂട്ടർ മാതൃകകൾ തെളിയിച്ചിട്ടുണ്ട്. അതിനർത്ഥം ഗ്രഹകുടുംബങ്ങളുള്ള എല്ലാ നക്ഷത്രങ്ങൾക്കു ചുറ്റും ജൈവ തന്മാത്രകൾ രൂപം കൊണ്ടിരിക്കുമെന്നാണ്.

ഭൂമിയിലെ എല്ലാ ജീവരുപങ്ങളുടെയും ആധാരമായിട്ടുള്ളത് 26 രാസ മൂലകങ്ങളാണ്. എന്നിരുന്നാലും ജീവന്റെ 95 ശതമാനവും കാർബൺ, ഹൈഡ്രജൻ, നൈട്രജൻ, ഓക്സിജൻ, സൾഫർ, ഫോസ്ഫറസ് എന്നീ ആറു മൂലകങ്ങളാണ്. ബാക്കിയുള്ള മൂലകങ്ങളെല്ലാം വളരെ പരിമിതമായ അളവിൽ മാത്രമേ ഭൗമജീവന് ആവശ്യമുള്ളൂ. ജൈവ-രാസപ്രവർത്തനങ്ങൾ നടക്കണമെങ്കിൽ ഭൗമ ജീവന് ജലമെന്ന മാദ്ധ്യമം ആവശ്യമാണ്. ജലത്തിന്റെ സാന്നിദ്ധ്യവും ഭൂമിയുടെ കാലാവസ്ഥയുമുള്ള ഒരു ഗ്രഹത്തിൽ കാർബണും മറ്റു മൂലകങ്ങളുമുണ്ടെങ്കിൽ അവയുടെ പ്രതിപ്രവർത്തന ഫലമായി ജൈവ തന്മാത്രകൾ ഉത്ഭവിക്കുന്നതിന് തടസ്സമൊന്നുമില്ല. കാർബൺ, ഹൈഡ്രജൻ, ഓക്സിജൻ എന്നീ മൂലകങ്ങൾ കൂടിച്ചേർന്നുണ്ടാകുന്ന കാർബോഹൈഡ്രേറ്റുകൾ ജീവന് അടിസ്ഥാനമായി വേണ്ട ഊർജ്ജം പ്രദാനംചെയ്യും. ജീവന്റെ അടിസ്ഥാനശിലകളായ റൈബോസും സെല്ലുലോസും ഡി എൻ എ യും ആർ എൻ എ യും നിർമ്മിക്കപ്പെടുന്നതും കാർബോഹൈഡ്രേറ്റുകളിൽ നിന്നാണ്. ഭൗമജീവൻ ജന്തുജീവനാണെങ്കിലും സസ്യജീവനാണെങ്കിലും അത് കാർബണും ജലവും ആധാരമായുള്ള ഒരു വ്യവസ്ഥയാണ്. ജലത്തിന്റെ പി എച്ച് മൂല്യം ന്യൂട്രൽ ആയതുകൊണ്ട് ലോഹ-അലോഹ അയോണുകൾ ഒരുപോലെ ലയിച്ചു ചേരും. ഇത് ജൈവ തന്മാത്രകളുടെ ഉത്ഭവത്തിന് ഉല്പ്രേരകമാവുകയും ചെയ്യും. കാർബൺ ഭൗമജീവന്റെ ആധാര ശിലയായതിനും കാരണമുണ്ട്. ഈ മൂലകത്തിന് അലോഹങ്ങളുമായി സഹസംയോജക ബന്ധത്തിൽ ഏർപ്പെടുന്നതിനുള്ള സാമർത്ഥ്യം കാരണം നൈട്രജൻ, ഓക്സിജൻ, ഹൈഡ്രജൻ തുടങ്ങിയ മൂലകങ്ങളുമായി എളുപ്പത്തിൽ രാസപ്രവർത്തനത്തിൽ ഏർപ്പെടാൻ കഴിയും. കാർബണും ജലവും സൗരോർജ്ജത്തെ സംഭരിച്ചുവയ്ക്കുന്ന അറകളാണ്. അന്നജമായും പഞ്ചസാരകളായും സൗരോർജ്ജം സംഭരിച്ചുവയ്ക്കുകയും പിന്നീട് ഓക്സീകരണം വഴി ഇങ്ങനെ സംഭരിച്ചു വച്ചിരിക്കുന്ന ബയോകെമിക്കൽ എനർജി മറ്റു ജൈവരാസപ്രവർത്തനങ്ങൾക്കാവശ്യമുള്ള ഇന്ധനമായി ഉപയോഗിക്കുകയുമാണ് ചെയ്യുന്നത്. കാർബണും ഹൈഡ്രജനും ഓക്സിജനും ചേർന്നുണ്ടാകുന്ന ഓർഗാനിക് ആസിഡുകളും നൈട്രജനും ഹൈഡ്രജനും ചേർന്നുണ്ടാകുന്ന അമീൻ ബേയ്സുകളും തമ്മിൽ പ്രതിപ്രവർത്തിക്കുന്നതിലൂടെ രൂപം കൊള്ളുന്ന പോളിമെറുകളും പ്രോട്ടീനുകളും അമിനോഅമ്ലങ്ങളുടെ ഉല്പത്തിക്കു കാരണമാകും. ഈ അമിനോ

അമ്ലങ്ങൾ ഫോസ്ഫേറ്റുകളുമായി കൂടിച്ചേരുന്നതുവഴി ജനിതക സന്ദേശങ്ങൾ സംഭരിച്ചുവയ്ക്കുന്ന ഡി-ഓക്സി റൈബോ ന്യൂക്ലിക് ആസിഡുകൾ എന്ന ഡി എൻ എയുടെയും ജീവ കോശങ്ങളുടെ ഊർജ്ജസ്രോതസ്സായ അഡിനോസിൻ ട്രൈഫോസ്ഫേറ്റ് എന്ന എ ടി പി തന്മാത്രകളുടെയും പിറവിക്ക് കാരണമാകുന്നു. ജീവൻ വളർന്നുവികസിക്കാൻ ഇനിയൊരു തടസ്സവുമില്ല.

ജലവും കാർബണും ആധാരമായുള്ള ജീവനെക്കുറിച്ചാണ് ഇതുവരെ പറഞ്ഞതെല്ലാം. എന്നാൽ ജീവന്റെ ആധാരം ഇവ തന്നെ ആകണമെന്നില്ല. ജലത്തിനു പകരം അമോണിയയുടെ സാദ്ധ്യത ശാസ്ത്രലോകം ചർച്ച ചെയ്യുന്നുണ്ട്. അത്ഭുതപ്പെടാൻ ഒരുങ്ങിക്കോളൂ. നക്ഷത്രങ്ങളിൽ ജീവനുണ്ടാകുമോ? തിളച്ചുമറിയുന്ന നക്ഷത്രദ്രവ്യത്തിൽ ജീവനുണ്ടാകാനുള്ള സാദ്ധ്യത ശാസ്ത്രജ്ഞർ സംശയിക്കുന്നുണ്ട്. ന്യൂട്രോൺ താരങ്ങളെന്ന അത്യധികം സാന്ദ്രമായ മൃതനക്ഷത്രത്തിന്റെ ഉപരിതലത്തിലും ജീവൻ കണ്ടെത്താൻ കഴിയുമെന്നാണ് ആസ്ട്രോബയോളജിസ്റ്റുകൾ പറയുന്നത്. എന്നാൽ അവയൊരിക്കലും ഭൗമജീവനുമായി താരതമ്യം ചെയ്യരുത്. അത്തരം നക്ഷത്ര ജീവനുമായി ബന്ധപ്പെടാൻ ഉടനെങ്ങും സാധിക്കുമെന്നും പ്രതീക്ഷിക്കരുത്.

അവ്യക്തയും ബിഗ് ബാങ് തിയറിയും

നിലവിലുള്ള ഏറ്റവും പ്രബലമായ പ്രപഞ്ച സിദ്ധാന്തമായ ബിഗ് ബാങ് തിയറിയെ മാറ്റിമറിക്കുമെന്ന് അവകാശപ്പെടുന്ന ഭൗതിക ദർശനവുമായി മലയാളത്തിലെ ഒരു പ്രമുഖ എഴുത്തുകാരൻ രംഗത്തെത്തി. മഹാവിസ്ഫോടനമെന്ന ആശയത്തെ നിരാകരിക്കുന്നതാണ് *ഭഗവദ് ഗീത*യിലെ ശ്ലോകങ്ങളിൽനിന്നും അദ്ദേഹം സമീകരിച്ചെടുത്ത `അവ്യക്ത' എന്ന ദർശനം. ദ്രവ്യത്തിനും ഊർജ്ജത്തിനുമല്ല, മറിച്ച് സ്പേസിനാണ് അത് പ്രാധാന്യം നല്കുന്നത്. അവ്യക്തയാണ് പ്രപഞ്ചത്തിന്റെ അടിസ്ഥാനം. അവ്യക്തയിലാണ് പ്രപഞ്ചം നിലനില്ക്കുന്നത്. ജലത്തിലെ ചുഴികൾ പോലെ അവ്യക്തയിൽ ദ്രവ്യം പ്രവർത്തിക്കുന്നു. ചുരുങ്ങുകയും നിവരുകയും ചെയ്യുന്നു. അൻപതു വർഷങ്ങളായുള്ള ഗവേഷണമാണ് പുതിയൊരു ദർശനത്തിലേക്ക് തന്നെ നയിച്ചതെന്നാണ് അദ്ദേഹം അവകാശപ്പെടുന്നത്.

ട്രസ്പേസ്ടൈം ജേർണലിൽ തന്റെ ദർശനം 'അവ്യക്ത - ദ് ഫാബ്രിക് ഓഫ് സ്പേസ്' എന്ന പേരിൽ പ്രസിദ്ധീകരിച്ചു എന്ന് അവകാശപ്പെട്ടുകൊണ്ടാണ് ഈ മലയാള സാഹിത്യകാരൻ പത്രസമ്മേളനം നടത്തിയത്. നിലവിലുള്ള പ്രപഞ്ച സിദ്ധാന്തങ്ങളെയൊന്നും എതിർക്കുകയല്ല, എന്നാൽ അവയിലെ തെറ്റുകൾ തിരുത്തുകയാണെന്നാണ് അദ്ദേഹത്തിന്റെ അവകാശവാദം. ശാസ്ത്രീയരീതികൾ തന്നെയാണ് തന്റെ ഗവേഷണത്തിന് പിന്നിലുള്ളതെന്നാണ് അദ്ദേഹം പറയുന്നത്. അവ്യക്ത എന്ന സ്പേസ് പരികല്പന എന്നും നിലനില്ക്കുന്നതാണ്. അവിടെ സ്ഥലവും കാലവും പിറക്കുന്നു. ജലത്തിൽ ചുഴികൾ പിറക്കുന്നതും അപ്രത്യക്ഷമാകുന്നതും പോലെ സ്ഥലകാലം പിറക്കുകയും വളരുകയും അലിഞ്ഞില്ലാതാവുകയും ചെയ്യും. ചാക്രിക പ്രപഞ്ച പരികല്പനയ്ക്ക് കുറേക്കൂടി

മായിക പരിവേഷം നല്കി അവതരിപ്പിക്കുകയാണിവിടെ. അടിസ്ഥാന ബലങ്ങളെ ഏകോപിപ്പിക്കുന്നതിനു കഴിയുന്ന ഒരു സമ്പൂർണ്ണ പ്രപഞ്ച സിദ്ധാന്തമായാണ് തന്റെ ദർശനത്തെ അദ്ദേഹം അവതരിപ്പിക്കുന്നത്. മൗലിക ബലങ്ങളെ ഗുരുത്വാകർഷണവുമായി യോജിപ്പിക്കുന്നതിന് ഭൗതികശാസ്ത്രജ്ഞർ ദശാബ്ദങ്ങളായി പരിശ്രമിച്ചുകൊണ്ടിരിക്കുകയാണ്. അവരുടെ പരിശ്രമങ്ങളെല്ലാം നിഷ്പ്രഭമാക്കുന്ന തരത്തിലാണ് വേദാന്ത ദർശനത്തിലൂടെ അദ്ദേഹം തന്റെ പ്രപഞ്ചവീക്ഷണം അവതരിപ്പിക്കുന്നത്.

സൗര വികിരണങ്ങൾ എങ്ങനെയാണ് ശൂന്യതയിലൂടെ സഞ്ചരിക്കുന്നതെന്നും വൈദ്യുതക്ഷേത്രവും കാന്തികക്ഷേത്രവും എങ്ങനെയാണ് പരസ്പരം ബന്ധപ്പെട്ടിരിക്കുന്നതുമെന്നുമുള്ള അന്വേഷണമാണത്രേ അദ്ദേഹത്തെ ഈ സിദ്ധാന്തത്തിന്റെ സൃഷ്ടിയിലേക്ക് നയിച്ചത്. ദശാബ്ദങ്ങൾക്ക് മുമ്പുതന്നെ ശാസ്ത്രലോകം തെളിയിച്ച കാര്യങ്ങളാണ് ഇവയെല്ലാം. വാക്വം എന്നാൽ ശുദ്ധ ശൂന്യതയാണെന്ന് ശാസ്ത്രലോകം കരുതുന്നില്ല. ബിഗ് ബാങ് എന്നാൽ പൊട്ടിത്തെറിയാണെന്ന് പഠിപ്പിക്കുന്നുമില്ല. എങ്കിലും ഭൗതികശാസ്ത്രത്തിലെ ഇത്തരം ടെർമിനോളജികളെ എടുത്തുപയോഗിച്ചാണ് ഒരു ഭൗതികശാസ്ത്ര സിദ്ധാന്തത്തെ ചോദ്യം ചെയ്യുന്ന ദർശനവുമായി അദ്ദേഹം രംഗത്ത് വന്നിരിക്കുന്നത്.

ശാസ്ത്രം ഒരു വിശ്വാസമല്ല, പ്രവർത്തന രീതിയാണ്. എല്ലാ ശാസ്ത്ര സിദ്ധാന്തങ്ങളിലും തിരുത്തലുകളും കൂട്ടിച്ചേർക്കലുകളും ഉണ്ടായിട്ടുണ്ട്. ഇനിയും അങ്ങനെയായിരിക്കും. ഒരുപക്ഷേ, ഏറ്റവുമധികം തിരുത്തലുകളും കൂട്ടിച്ചേർക്കലുകളും ഉണ്ടായിട്ടുള്ള ശാസ്ത്രസിദ്ധാന്തം ബിഗ് ബാങ് തിയറിയായിരിക്കും. ഈ സിദ്ധാന്തം സമ്പൂർണ്ണമാണെന്ന് ഒരു ശാസ്ത്രകാരനും പറയുകയുമില്ല. എന്നാൽ തിരുത്തലുകൾ വരുത്തുന്നത് ശാസ്ത്രീയ മാർഗ്ഗങ്ങളിലൂടെയായിരിക്കണം. അല്ലാതുള്ളവ വെറും അഭിപ്രായങ്ങൾ മാത്രമായി അവശേഷിക്കും. ഒരു പ്രസ്താവന അക്കങ്ങളിലൂടെ അവതരിപ്പിക്കാൻ കഴിയുന്നില്ലെങ്കിൽ അത് കേവലമൊരു അഭിപ്രായ പ്രകടനം മാത്രമാണ്, സിദ്ധാന്തമാകില്ല.

എന്നാൽ ഇവിടെ സംഭവിച്ചിരിക്കുന്നത് ഇതൊന്നുമല്ല. പ്രപഞ്ചത്തെക്കുറിച്ചുള്ള പുതിയ ദർശനം *ഭഗവദ്ഗീത* ശ്ലോകത്തിൽനിന്നും ഉരുത്തിരിച്ചെടുത്തതാണ്. ദ്രവ്യത്തെ അടിസ്ഥാനമാക്കി പ്രപഞ്ചത്തെ വ്യാഖ്യാനിക്കുന്ന ഭൗതികശാസ്ത്ര ധാരയിൽനിന്ന് മാറി സ്പേസ് എന്ന സങ്കല്പത്തെ അവ്യക്ത എന്ന പുതിയ പരിപ്രേക്ഷ്യം നല്കി അവതരിപ്പിക്കുകയാണിവിടെ. ദ്രവ്യവും ഊർജ്ജവും തമ്മിലുള്ള ബന്ധം 1905 ൽ വിശിഷ്ട ആപേക്ഷികത സിദ്ധാന്തത്തിലൂടെ ഐൻസ്റ്റൈൻ മുന്നോട്ടുവച്ചതാണ്. വാക്വം എന്നാൽ ശുദ്ധ ശൂന്യതയല്ലെന്നും വാക്വം ഫ്ളക്ചുവേഷൻസ് (Vacuum Fluctuations) എന്താണെന്നും ക്വാണ്ടം ക്ഷേത്രസിദ്ധാന്തം അൻപത് വർഷം മുൻപുതന്നെ വ്യക്തമാക്കിയിട്ടുണ്ട്. ഋണ ഊർജ്ജ വ്യവസ്ഥകളിൽ നിലനില്ക്കുന്ന കണങ്ങൾ ഊർജ്ജം കരസ്ഥമാക്കി സ്വതന്ത്രമാകുന്നതിനെക്കുറിച്ചുള്ള ആശയങ്ങൾ ഡിറാക്കിന്റെ

സിദ്ധാന്തത്തിന്റെ കാലം മുതൽ ഭൗതിക ശാസ്ത്രം ചർച്ച ചെയ്യുന്നുണ്ട്. സർവ്വതിന്റെയും സമ്പൂർണ്ണസിദ്ധാന്തം (Theory of Everything) എന്ന സ്വപ്നം സാക്ഷാൽക്കരിക്കാനാണ് ഇന്ന് ഭൗതികശാസ്ത്രജ്ഞർ പരിശ്രമിക്കുന്നത്. അതിന് പ്രധാന പ്രതിബന്ധമായി നില്ക്കുന്നത് ക്വാണ്ടം ഫീൽഡ് തിയറിയും പൊതു ആപേക്ഷികതാ സിദ്ധാന്തവും പരസ്പരം യോജിപ്പിക്കാൻ കഴിയുന്ന ഫോർമലിസം രൂപീകരിക്കുന്നതിനുള്ള പ്രയാസങ്ങളാണ്. ഇതിനകം ഏകീകരിക്കപ്പെട്ട മൂന്ന് മൗലികബലങ്ങളെ ഗുരുത്വാകർഷണവുമായി ഏകീകരിക്കുന്നതിനുള്ള ശ്രമത്തിന്റെ ഭാഗമാണിത്.

പുതിയ ശാസ്ത്രദർശനം അവതരിപ്പിക്കുന്നു എന്നു പറയുന്ന വ്യക്തി തന്റെ പുതിയ ദർശനം എങ്ങനെയാണ് ഭൗതികശാസ്ത്ര അന്വേഷണങ്ങൾക്ക് സഹായിക്കുന്നതെന്ന് വ്യക്തമാക്കണം. ഇതിനെ പിന്തുണയ്ക്കുന്ന ശാസ്ത്രകാരന്മാർ ഈ ദർശനത്തിൽനിന്നും 'തിയറി ഓഫ് എവ്രിതിങ്' ആവശ്യപ്പെടുന്ന മാത്തമാറ്റിക്കൽ ഫോർമലിസം രൂപപ്പെടുത്തുകയും ഇന്നത്തെ ഫിസിക്സ് അന്വേഷണങ്ങളുടെ ഭാഗമാണ് ഈ ദർശനമെന്ന് തെളിയിക്കുകയുമാണ് വേണ്ടത്. അങ്ങനെയല്ലാതെ നടത്തുന്ന പത്രസമ്മേളനങ്ങൾ ഒരുതരം രാഷ്ട്രീയ പ്രവർത്തനമാണ്, ശാസ്ത്രപ്രവർത്തനമല്ല. ശാസ്ത്രത്തിന്റെ രീതി പത്രസമ്മേളനമല്ല. ഉയർന്ന മൂല്യങ്ങളുള്ള സയൻസ് ജേർണലുകളിൽ പ്രസിദ്ധീകരിക്കുകയാണ് (Peer Reviewed Letters) വേണ്ടതെന്ന് പുതിയ ദർശനത്തെ പിന്താങ്ങുന്ന ശാസ്ത്രകാരന്മാരെ ഓർമ്മിപ്പിക്കുന്നു. ഇനി ബിഗ്ബാങ് തിയറി എങ്ങനെയാണ് നിരീക്ഷണ, പരീക്ഷണങ്ങളുമായി യോജിച്ച് പോകുന്നതെന്ന് നോക്കാം.

ഈ മഹാപ്രപഞ്ചമാകെ ഏതാണ്ട് 1382 കോടി വർഷങ്ങൾക്കുമുമ്പ് ഉണ്ടായതാണെന്നാണ് ശാസ്ത്രലോകം വിശ്വസിക്കുന്നത്. വ്യക്തമായ തെളിവുകളുടെ അടിസ്ഥാനത്തിലാണ് ഈ വിശ്വാസം. മഹാവിസ്ഫോടനം എന്ന പേരിലറിയപ്പെടുന്ന പ്രപഞ്ചസിദ്ധാന്തം അവതരിപ്പിച്ചത് ബെൽജിയൻ ജ്യോതിശാസ്ത്രജ്ഞനായ ജോർജ്ജ് ലെമറ്റർ ആണ്. 1927 ലാണ് അദ്ദേഹം ഈ സിദ്ധാന്തം അവതരിപ്പിച്ചത്. എന്നാലത് ആധുനിക മഹാവിസ്ഫോടന സിദ്ധാന്തം പ്രവചിക്കുന്നതുപോലെ സ്ഥലകാലവും ദ്രവ്യോർജ്ജവും ഒരു ബിന്ദുവിൽ നിന്നാരംഭിക്കുന്നു എന്നായിരുന്നില്ല ലെമറ്റർ അവതരിപ്പിച്ചത്. അദ്ദേഹത്തിന്റെ വ്യാഖ്യാനത്തിൽ സൂര്യന്റെ മുപ്പത് മടങ്ങ് വലിപ്പമുള്ള ഒരു ആദിമ അണുവിൽ (Primordial Atom) എല്ലാത്തിന്റെയും തുടക്കം. അതു പൊട്ടിത്തെറിച്ചാണ് ഇന്നു കാണുന്ന പ്രതിഭാസങ്ങളെല്ലാം ഉണ്ടായത് എന്നാണ് അദ്ദേഹം അവതരിപ്പിച്ച സിദ്ധാന്തത്തിന്റെ ആകത്തുക.

ലെമറ്ററുടെ സിദ്ധാന്തത്തെ പലരും തെറ്റിദ്ധരിച്ചു. ആദിമ അണു ശൂന്യസ്ഥലത്ത് ഇരിക്കുന്നതായാണ് അവർ സങ്കല്പിച്ചത്. ബിഗ് ബാങ് തിയറി എന്നു കേൾക്കുമ്പോൾ ഇപ്പോഴും മഹാഭൂരിപക്ഷം ജനങ്ങളുടെയും മനസ്സിലെത്തുന്ന ചിത്രവും ഇതുതന്നെയായിരുക്കും. അതിനുശേഷം ഉത്സ

വപ്പറമ്പിലെ അമിട്ടുപോലെ അത് പൊട്ടിത്തെറിച്ച് ഇക്കാണുന്നതെല്ലാം ഉണ്ടായി എന്ന് കരുതിയാൽ അത് സിദ്ധാന്തത്തിന്റെ കുഴപ്പമല്ല. മസ്തിഷ്കത്തിന്റെ പരിമിതിയാണ്. 1948 ൽ ഫ്രെഡ് ഹോയ്ൽ, തോമസ് ഗോൾഡ്, ഹെർമൻ ബോണ്ടി എന്നിവർ ചേർന്ന് വികസിപ്പിച്ചെടുത്ത പ്രപഞ്ച മാതൃകയാണ് സ്ഥിരസ്ഥിതി പ്രപഞ്ചസിദ്ധാന്തം. ഈ സിദ്ധാന്തമനുസരിച്ച് പ്രപഞ്ചത്തിന് ഒരു തുടക്കമില്ല. അതുകൊണ്ടുതന്നെ അവസാനവും. ഈ സിദ്ധാന്തത്തിന്റെ സ്രഷ്ടാക്കളിൽ ഒരാളായ ഫ്രെഡ് ഹോയ്ൽ ഒരു റേഡിയോ പ്രഭാഷണത്തിനിടെ ലെമറ്ററുടെ സിദ്ധാന്തത്തെ പരിഹസിക്കാനായി ഉപയോഗിച്ച വാക്കാണ് 'ബിഗ്ബാങ്.' അത് പിന്നീട് ആ പ്രപഞ്ചസിദ്ധാന്തത്തിന്റെ പേരായി മാറിയത് ചരിത്രം. അതെന്തായാലും ശരി ഹോയ്ലിന്റെ സ്ഥിരസ്ഥിതി പ്രപഞ്ചമാതൃക ഇന്ന് ശാസ്ത്രലോകം തള്ളിക്കളഞ്ഞിരിക്കുകയാണ്.

1960 കളിൽ കോസ്മോളജിസ്റ്റുകൾ പ്രപഞ്ച ഘടികാരം പിന്നിലേക്ക് തിരിച്ചുനോക്കാനാരംഭിച്ചു. അണുകേന്ദ്രത്തിനകത്തെ സാന്ദ്രതയ്ക്ക് സമാനമായ സാന്ദ്രതയിൽ പ്രപഞ്ചത്തിലെ പദാർത്ഥങ്ങൾ മുഴുവൻ ഇരിക്കുന്ന അവസ്ഥയെക്കുറിച്ച് സങ്കല്പിക്കുവാൻ തുടങ്ങി. ആ സമയം മുതൽ പ്രപഞ്ചം പരിണമിച്ചുണ്ടാകുന്നതെങ്ങനെയാണെന്ന് കണക്കുകൂട്ടലുകൾ നടത്തി. ഇതാണ് ആധുനിക മഹാവിസ്ഫോടന സിദ്ധാന്തത്തിന്റെ കാതൽ. കംപ്യൂട്ടർ സിമുലേഷനുകൾ വഴി മഹാവിസ്ഫോടനത്തെ പരീക്ഷണശാലയിൽ പുനഃസൃഷ്ടിക്കുന്നതിനും കഴിഞ്ഞിട്ടുണ്ട്. എന്നാൽ ഇതൊരു ബോംബ് സ്ഫോടനമല്ല എന്ന യാഥാർത്ഥ്യം പലപ്പോഴും നമ്മുടെ കേവലയുക്തിയെ ചോദ്യം ചെയ്യും. മഹാവിസ്ഫോടനം ക്വാണ്ടം സിദ്ധാന്തപരമായുള്ള ഒരു സാദ്ധ്യതയാണ്. ക്ലാസിക്കൽ ഭൗതികത്തിലെയും ക്വാണ്ടം ഭൗതികത്തിലെയും സങ്കീർണ്ണ സമവാക്യങ്ങൾ ഉപയോഗിച്ച് മാത്രം വ്യാഖ്യാനിക്കാൻ കഴിയുന്ന മഹാവിസ്ഫോടനത്തെ നിത്യജീവിതത്തിലെ ദൈനംദിന സംഭവങ്ങളുമായി താരതമ്യം ചെയ്യുന്നത് യുക്തിപരമായിരിക്കില്ല. കാരണം ഒരു പ്രപഞ്ചസിദ്ധാന്തം ലളിതവല്ക്കരിക്കുന്നതിനും ഒരു പരിധിയുണ്ട്. സാമാന്യ ജനസമൂഹത്തിന് മനസ്സിലാകുന്നില്ലെന്നു കരുതി അമിത ലളിതവല്ക്കരിച്ചാൽ മഹാവിസ്ഫോടന സിദ്ധാന്തത്തിന്റെ അന്തഃസത്ത തന്നെ ചോർന്നുപോകും. ചിലരെങ്കിലും അതിന് ശ്രമിച്ചതുകൊണ്ടാണ് മഹാവിസ്ഫോടനം ഒരു പൊട്ടിത്തെറിയായും പൊട്ടിത്തെറിക്കാൻ ഒരു ഇടവും പൊട്ടിത്തെറിപ്പിക്കാൻ ഒരാളുമെല്ലാം വേണമെന്ന മിഥ്യാധാരണ പരക്കാൻ കാരണമായത്.

പൂജ്യത്തിൽനിന്ന് സമയം തുടങ്ങിയാൽ ആ സമയത്തെ അവസ്ഥയാണ് സിംഗുലാരിറ്റി. എന്നാൽ അത് വിശദീകരിക്കുന്നത് അത്ര എളുപ്പമല്ല. ദ്രവ്യസാന്ദ്രത അനന്തമായ സിംഗുലാരിറ്റിയെ സമീപിക്കുമ്പോൾ ഗുരുത്വാകർഷണ ബലവും ക്വാണ്ടം മെക്കാനിക്സും കൂട്ടിയിണക്കി മാത്രമേ കാര്യങ്ങൾ വിശദീകരിക്കാൻ കഴിയൂ. നമുക്ക് ഇന്നറിയാവുന്നതിൽവച്ച് എന്തെങ്കിലും അർത്ഥം കൊടുക്കാവുന്നതിൽ ഏറ്റവും ചെറിയ

സമയമാണ് പ്ലാങ്ക് സമയം (10^{-43} സെക്കന്റ്). ഈ സമയത്തിന് 0.0001 സെക്കന്റിനു ശേഷം നടന്ന കാര്യങ്ങളാണ് മഹാവിസ്ഫോടന സിദ്ധാന്തം വിശദീകരിക്കുന്നത്. ഈ സമയത്ത് പ്രപഞ്ചത്തിന്റെ താപനില ലക്ഷം കോടി ഡിഗ്രിയായിരുന്നു(10^{16} കെൽവിൻ). 10^{14} ഗ്രാം/ ഘന സെന്റിമീറ്ററായിരുന്നു സാന്ദ്രത. പ്ലാങ്ക് സമയത്തെ സാന്ദ്രത അണുകേന്ദ്രത്തിലും കൂടുതലായതുകൊണ്ട് സിംഗുലാരിറ്റിയിൽ അത് അനന്തമായിരിക്കും. വ്യാസം പൂജ്യവും. അവിടെനിന്നാണ് സ്ഥലവും കാലവും ആരംഭിക്കുന്നത്. ഇപ്പറഞ്ഞ കാര്യങ്ങൾ ക്ലാസിക്കൽ ബലതന്ത്രത്തിന് വഴങ്ങില്ല. ക്വാണ്ടം പ്രതിഭാസങ്ങളാണ് അവിടെ അരങ്ങേറുന്നത്. ഒന്നുമില്ലായ്മയിൽ നിന്ന് കണങ്ങളും പ്രതികണങ്ങളും എങ്ങനെയാണ് രൂപം കൊള്ളുന്നതെന്ന് ക്വാണ്ടം ഭൗതികത്തിലെ സമീകരണങ്ങൾകൊണ്ട് തെളിയിക്കാൻ കഴിയും. മഹാവിസ്ഫോടനം ഒരു പൊട്ടിത്തെറിയാണെന്ന് ഒഴുക്കൻ മട്ടിൽ പറയുന്നതിനു മുമ്പ് നോൺ-ലോക്കാലിറ്റിയും, എൻടാങ്കിൾമെന്റും, പാരലലിസവും, അനിശ്ചിതത്വവും, സൂപ്പർപൊസിഷനും, തരംഗധർമ്മവും, ഡിറാക് സമീകരണങ്ങളുമെല്ലാം പഠിക്കണം. അതെല്ലാം പഠിച്ചാൽ പിന്നീട് സിംഗുലാരിറ്റിയിൽ എന്താണ് സംഭവിക്കുന്നതെന്നതിനെപ്പറ്റി ഒരു ഏകദേശ ധാരണയെങ്കിലും ലഭിക്കും. അതിനു കഴിഞ്ഞില്ലെങ്കിൽ മഹാവിസ്ഫോടനം വലിയൊരു പൊട്ടിത്തെറിയായി തുടരുകയും ചെയ്യും.

പ്രപഞ്ചോല്പത്തിയുടെ ആദ്യ നിമിഷങ്ങളിൽ പരഭാഗ വികിരണങ്ങളിലെ (Cosmic Microwave Background) ഫോട്ടോണുകൾ അത്യുന്നത ഊർജ്ജനിലയിലായിരുന്നു. ഐൻസ്റ്റൈന്റെ $E=mc^2$ എന്ന സമവാക്യമനുസരിച്ച് പദാർത്ഥമായി മാറാൻ കഴിയുന്നത്ര ഉയർന്ന ഊർജ്ജനിലയിലാണ് ഫോട്ടോണുകൾ ഉണ്ടായിരുന്നത്. അവ നിരന്തരമായി കണങ്ങളും പ്രതികണങ്ങളും സൃഷ്ടിച്ചുകൊണ്ടിരുന്നു. കണങ്ങളും പ്രതികണങ്ങളും കൂടിച്ചേർന്ന് വീണ്ടും ഫോട്ടോണുകളായി മാറും. ഇത്തരം മൗലികമായ പ്രതിപ്രവർത്തനങ്ങൾ നടക്കുമ്പോൾ സമമിതിയിൽ നേരിയ വ്യതിയാനമുണ്ടാകും (symmetry breaking). അതിനാൽ പ്രതികണങ്ങളേക്കാൾ അല്പം കൂടുതൽ കണങ്ങളുണ്ടാകും. നൂറുകോടി പ്രതികണങ്ങൾക്ക് നൂറ് കോടി ഒന്ന് കണം എന്നനിരക്കിൽ. പ്രപഞ്ചം വികസിക്കാനാരംഭിച്ചതോടെ താപനില താഴ്ന്നുതുടങ്ങി. അപ്പോഴും പ്രപഞ്ചം അണുവിനേക്കാൾ ചെറുതായിരുന്നു. താപനില കുറയുമ്പോൾ കണങ്ങളും പ്രതികണങ്ങളും സൃഷ്ടിക്കാൻ കഴിയാതെ വരും. പൂജ്യം സമയം കഴിഞ്ഞ് സെക്കന്റിന്റെ നൂറിലൊന്ന് സമയം കഴിയുമ്പോൾ പ്രപഞ്ചത്തിന്റെ താപനില പതിനായിരം കോടി കെൽവിനായി കുറഞ്ഞു. ആ സമയത്ത് ഇലക്ട്രോൺ-പോസിട്രോൺ ജോടികൾ മാത്രമേ വികിരണങ്ങളുമായി പ്രതിപ്രവർത്തിച്ചിരുന്നുള്ളൂ. പ്രോട്ടോണുകളും ന്യൂട്രോണുകളും സ്ഥലകാലച്ചുഴിയിൽനിന്ന് വേർപെട്ടിരുന്നു. ആ സമയത്ത് പ്രോട്ടോണുകളും ന്യൂട്രോണുകളും തുല്യമായിരുന്നു. പിന്നീട് ഊർജ്ജിത ഇലക്ട്രോണുകളും പോസിട്രോണുകളുമായുള്ള സംഘട്ടനത്തിന്റെ ഫലമായി പ്രോട്ടോണുകൾക്ക് മുൻതൂക്കം

കിട്ടി. പൂജ്യം സമയത്തിനുശേഷം സെക്കന്റിന്റെ പത്തിലൊന്ന് സമയം കഴിഞ്ഞപ്പോൾ പ്രപഞ്ചത്തിന്റെ താപനില മൂവായിരം കോടി കെൽവിനായി താഴ്ന്നു. അപ്പോൾ 38 ന്യൂട്രോണുകൾക്ക് 62 പ്രോട്ടോണുകൾ എന്നതോതിൽ ഉണ്ടായിരുന്നു. പൂജ്യം സമയത്തിനുശേഷം സെക്കന്റിന്റെ മൂന്നിലൊന്ന് സമയം കഴിഞ്ഞപ്പോൾ ന്യൂട്രിനോകൾ വേർപെട്ടു(Neutrino Decoupling). അപ്പോഴും പ്രപഞ്ചം ഒരു പയർ മണിയുടെയത്ര മാത്രമേ ഉണ്ടായിരുന്നുള്ളൂ.

പൂജ്യം സമയത്തിനുശേഷം 1.1 സെക്കന്റ് കഴിഞ്ഞപ്പോൾ പ്രപഞ്ചത്തിന്റെ താപനില ആയിരം കോടി കെൽവിനായി കുറഞ്ഞു. ഈ സമയത്ത് 24 ന്യൂട്രോണുകൾക്ക് 76 പ്രോട്ടോണുകൾ എന്ന തോതിൽ ന്യൂട്രോൺ–പ്രോട്ടോൺ അനുപാതം വർദ്ധിച്ചു. പൂജ്യം സമയത്തിനുശേഷം 13.8 സെക്കന്റ് കഴിഞ്ഞപ്പോൾ പ്രപഞ്ചത്തിന്റെ താപനില മുന്നൂറ് കോടി കെൽവിൻ ആയി. അതോടെ ഒരു പ്രോട്ടോണും ഒരു ന്യൂട്രോണുമുള്ള ഡ്യൂട്ടീരിയം ന്യൂക്ലിയസുകൾ ഉണ്ടാകാൻ ആരംഭിച്ചു. അപ്പോഴേക്കും 17 ശതമാനം ന്യൂക്ലിയോണുകൾ മാത്രമേ ന്യൂട്രോണുകളായി അവശേഷിച്ചിരുന്നുള്ളൂ. പൂജ്യം സമയത്തിനുശേഷം മൂന്ന് മിനിട്ടും രണ്ട് സെക്കന്റും കഴിഞ്ഞപ്പോൾ പ്രപഞ്ചത്തിന്റെ താപനില നൂറ് കോടി കെൽവിൻ ആയി താഴ്ന്നു. ഇത് സൂര്യകേന്ദ്രത്തിലെ താപനിലയുടെ 70 മടങ്ങാണ്. ന്യൂട്രോണുകളുടെ അനുപാതം 14 ശതമാനമായി കുറഞ്ഞെങ്കിലും അവയ്ക്ക് നിലനില്പുണ്ടായി. താപനില കുറഞ്ഞതിനാൽ ഡ്യൂട്ടീരിയം, ഹീലിയം ന്യൂക്ലിയസുകൾക്ക് മറ്റു കണങ്ങളുമായുള്ള കൂട്ടിയിടിയിൽ തകരാതെ നിലനില്ക്കാൻ കഴിഞ്ഞതാണ് കാരണം. അതിനുശേഷം വലിയ സംഭവ വികാസങ്ങളൊന്നുമില്ലാതെ പ്രപഞ്ചം വികസിച്ചുകൊണ്ടിരിക്കും. ലക്ഷക്കണക്കിന് വർഷങ്ങൾക്കുശേഷം ന്യൂക്ലിയസുകളും ഇലക്ട്രോണുകളും ചേർന്ന് ആറ്റങ്ങളുണ്ടാകും. അതോടെ ദ്രവ്യ–ഊർജ്ജ പ്രതിപ്രവർത്തനങ്ങൾ നന്നേ കുറയും. സാവധാനത്തിൽ ഗാലക്സികളും നക്ഷത്രങ്ങളും ഗ്രഹങ്ങളും ജീവനുമെല്ലാം രൂപമെടുത്തു. പ്രപഞ്ചം വികസിച്ചുകൊണ്ടേയിരിക്കുന്നു. തെളിവുകൾ സൂചിപ്പിക്കുന്നത് ഈ വികാസം ഒരിക്കലും അവസാനിക്കില്ലെന്നാണ്.

ഗാലക്സികൾ പരസ്പരം അകന്നുകൊണ്ടിരിക്കുകയാണെന്ന കണ്ടെത്തലാണ് മഹാവിസ്ഫോടന സിദ്ധാന്തത്തിന്റെ ആദ്യ തെളിവ്. ഗാലക്സികൾ ഇന്ന് ഉള്ളതിലും അടുത്തായിരിക്കുമല്ലോ ഇന്നലെ. പ്രപഞ്ച ഘടികാരം പിന്നോട്ട് പായിച്ചാൽ നക്ഷത്രസമൂഹങ്ങൾ അടുത്തടുത്ത് ഒടുവിൽ ഒരു ബിന്ദുവിലെത്തും. മഹാവിസ്ഫോടനം കഴിഞ്ഞയുടൻ ഊഷ്മാവ് വളരെ കൂടുതലായിരുന്നു. പിന്നീട് ഒരു ലക്ഷം വർഷത്തിനുശേഷം അത് 4000 കെൽവിൻ ആയി കുറഞ്ഞു. ഈ ഊഷ്മാവിൽ ദ്രവ്യകണികകളും ഫോട്ടോണുകളും വേർപിരിയും. വിദ്യുത്കാന്തിക വികിരണത്തിന്റെ ക്വാണ്ടമാണ് ഫോട്ടോണുകൾ. തുടർന്നും ഫോട്ടോണുകൾ അടങ്ങിയ പരഭാഗ വികിരണങ്ങൾ തണുത്തുകൊണ്ടേയിരിക്കും.

ഇന്ന് പരഭാഗവികിരണങ്ങളുടെ താപനില ഇത്രയ്ക്ക് താഴുമ്പോൾ പ്രകാശം മൈക്രോവേവ് രൂപത്തിലേക്ക് മാറും. 1915 ൽ ഐൻസ്റ്റൈൻ പ്രവചിച്ച ഗുരുത്വാകർഷണ തരംഗങ്ങളെ ഒരു നൂറ്റാണ്ടിനുശേഷം കണ്ടെത്തിയതും മഹാവിസ്ഫോടനത്തിന്റെ ശക്തമായ തെളിവാണ്. സ്ഥലകാലത്തിലുണ്ടാകുന്ന ഇളക്കങ്ങളാണ് ഗുരുത്വാകർഷണ തരംഗങ്ങൾ.

പ്രപഞ്ചത്തിലെ അണുഭാരം കുറഞ്ഞ മൂലകങ്ങളുടെ അനുപാതം മഹാവിസ്ഫോടനത്തിനുള്ള മറ്റൊരു തെളിവാണ്. ഉന്നത ഊഷ്മാവുള്ള ഒരു അവസ്ഥയിൽനിന്ന് പ്രപഞ്ചം തുടങ്ങിയെന്ന് കരുതിയാൽ ആദ്യത്തെ ഏതാനും മിനിട്ടുകൾക്കകം ഹൈഡ്രജനും ഹീലിയവും വലിയ അളവിൽ സൃഷ്ടിക്കപ്പെട്ടിരിക്കും. ഇവയുടെ തോത് കണക്കാക്കാൻ കഴിയും. ഈ കണക്ക് ആധുനിക നിരീക്ഷണങ്ങളുമായി യോജിക്കുന്നുണ്ട്. ഗാലക്സീ രൂപീകരണവുമായി ബന്ധപ്പെട്ട അടുത്തകാലത്ത് നടന്ന ഗവേഷണങ്ങളും ഈ സിദ്ധാന്തത്തെ പിൻതാങ്ങുന്നു. വികസിച്ചുകൊണ്ടിരിക്കുന്ന പ്രപഞ്ചം ഭാവിയിലും വികസിച്ചുകൊണ്ടിരിക്കുമോ അതോ വികാസത്തിനൊടുവിൽ സങ്കോചിച്ച് പൂർവ്വാവസ്ഥയിൽ എത്തുമോ എന്ന് തീരുമാനിക്കുന്നത് പ്രപഞ്ചത്തിന്റെ ക്രാന്തിക സാന്ദ്രതയാണ് (Critical Density). ഇത് ഏകദേശം 4.5X10^–30 ഗ്രാം/ഘനസെന്റിമീറ്റർ ആണ്. പ്രപഞ്ചത്തിന്റെ യഥാർത്ഥ സാന്ദ്രത ഇതിൽ കുറവായാൽ പ്രപഞ്ചം വികസിച്ചുകൊണ്ടേയിരിക്കും. കൂടുതലാണെങ്കിൽ പ്രപഞ്ചവികാസം ക്രമേണ നിലയ്ക്കുകയും പിന്നീട് ചുരുങ്ങാനാരംഭിക്കുകയും ചെയ്യും. നിരീക്ഷണത്തെളിവുകൾ സൂചിപ്പിക്കുന്നത് യഥാർത്ഥ സാന്ദ്രത ക്രാന്തിക സാന്ദ്രതയേക്കാൾ അല്പം കുറവാണെന്നാണ്. അതിനർത്ഥം പ്രപഞ്ചവികാസം ഒരിക്കലും നിലയ്ക്കില്ല. മഹാവിസ്ഫോടനവും മഹാവിഭംഗനവും വീണ്ടും മഹാവിസ്ഫോടനവും ആവർത്തിക്കുന്ന ചാക്രിക പ്രപഞ്ചമെന്ന പരികല്പന അതോടെ അപ്രസക്തമായി.

കോസ്മോളജിയിലെ മാനക മാതൃക അവതരിപ്പിക്കുമ്പോൾ പ്രപഞ്ചത്തിലെ ദ്രവ്യ-ഊർജ്ജ വിന്യാസം വിവരിക്കുന്നതിന് ഗുരുത്വാകർഷണ സ്വഭാവം പ്രദർശിപ്പിക്കുന്ന ഒരു അദൃശ്യ ദ്രവ്യരൂപത്തിന്റെ സാന്നിദ്ധ്യം അനിവാര്യമാണ്. ദൃശ്യപ്രപഞ്ചത്തിലെ ആകെ ദ്രവ്യത്തിന്റെ 85 ശതമാനവുമുള്ള ഈ ദ്രവ്യരൂപം ബേര്യോണിക് ദ്രവ്യവുമായോ വികിരണങ്ങളുമായോ പ്രതിപ്രവർത്തിക്കുന്നില്ല. വലിയ ദ്രവ്യപിണ്ഡങ്ങളായ ഗാലക്സികളിൽ അനുഭവപ്പെടുന്ന ഗുരുത്വ പ്രതിഭാസങ്ങൾ കാരണമാണ് ശ്യാമദ്രവ്യമെന്ന (Dark Matter) ഈ അദൃശ്യ ദ്രവ്യരൂപത്തിന്റെ സാന്നിദ്ധ്യം പരോക്ഷമായെങ്കിലും അറിയുന്നത്. പ്രപഞ്ചോല്പത്തിയുടെ ആദ്യനിമിഷങ്ങളിലെ ഉന്നത താപനിലയിലും സാന്ദ്രതയിലും പ്രപഞ്ചമാകെ നിറഞ്ഞുനിന്ന പ്ലാസ്മയിലെ തീവ്ര വികിരണങ്ങൾ സാധാരണ ബേര്യോണിക് ദ്രവ്യരൂപീകരണത്തെ തടസ്സപ്പെടുത്തി. എന്നാൽ വികിരണങ്ങളുമായി പ്രതിപ്രവർത്തനമില്ലാത്ത ശ്യാമദ്രവ്യ രൂപീകരണം അനായാസം നടന്നു. പ്രപഞ്ചോല്പത്തിയെത്തുടർന്നുള്ള ആദ്യത്തെ 3,80,000

വർഷങ്ങൾ ഈ അവസ്ഥ തുടർന്നു. ഒടുവിൽ പ്ലാസ്മ തണുക്കാനാരംഭിച്ചതോടെയാണ് സാധാരണ ദ്രവ്യരൂപീകരണം തുടങ്ങിയത്. അപ്പോഴേക്കും ശ്യാമദ്രവ്യം പ്രപഞ്ചമാകെ വ്യാപിക്കുകയും പ്രപഞ്ചവികാസത്തെ തടഞ്ഞുനിർത്തുന്ന മുഖ്യ ഗുരുത്വബലമായി മാറുകയും ചെയ്തു. ശ്യാമ ദ്രവ്യം പ്രദാനം ചെയ്ത ഗുരുത്വാകർഷണ ബലം ശൈശവ പ്രപഞ്ചത്തെ ആകർഷിച്ചു നിർത്തിയതുകൊണ്ടാണ് പ്രപഞ്ചത്തിൽ നക്ഷത്രസമൂഹങ്ങളും ഗ്രഹകുടുംബങ്ങളും അവയിൽ ജീവനുമുണ്ടായത്.

പ്രപഞ്ച വികാസത്തെ ത്വരിതപ്പെടുത്തുന്ന ഋണ മർദ്ദമാണ് (Negative Pressure) ഡാർക്ക് എനർജി (Dark Energy). ഒരു ഫീൽഡിലെ എല്ലാ വികിരണങ്ങളും നീക്കം ചെയ്താലും അവിടെ വിർചൽ ഫോട്ടോണുകൾ അവശേഷിക്കും. നമുക്കതിനെ വാക്വം എനർജി എന്നുവിളിക്കാം. താരതമ്യേന അലസമായ വാക്വം എനർജിയുടെ സാന്ദ്രത പ്രപഞ്ചത്തിലെവിടെയും തുല്യമായിരിക്കും. പ്രാപഞ്ചിക ദ്രവ്യരൂപീകരണത്തിലും അതിന്റെ രൂപാന്തരണത്തിലും വാക്വം എനർജി ഇടപെടുന്നില്ല. പ്രപഞ്ചം വികസിക്കുന്നതിനൊപ്പം വാക്വം എനർജിയും വർദ്ധിക്കുകയും പ്രപഞ്ച വികാസത്തെ ത്വരിതപ്പെടുത്തുകയും ചെയ്യും. 500 കോടി വർഷങ്ങൾക്കു മുമ്പാണ് ദ്രവ്യത്തിന്റെ ഗുരുത്വാകർഷണ ബലത്തെ അതിജീവിച്ചുകൊണ്ട് ഡാർക്ക് എനർജി പ്രപഞ്ചത്തിൽ ആധിപത്യം പുലർത്താനാരംഭിച്ചത്. ഇനിയൊരിക്കലും പ്രപഞ്ചവികാസം നിലയ്ക്കില്ല. ഓരോ ആയിരംകോടി വർഷം കഴിയുന്തോറും മുമ്പുണ്ടായിരുന്നതിന്റെ ഇരട്ടിയാകുന്ന തരത്തിലേക്കാണ് ഡാർക്ക് എനർജി പ്രപഞ്ചത്തെ വലിച്ചുനീട്ടുന്നത്. പ്രപഞ്ച ദ്രവ്യമാകെ നേർത്ത് നേർത്ത് അപ്രത്യക്ഷമാകുന്ന തരത്തിലുള്ള ഒരു പരന്ന പ്രപഞ്ചമാതൃകയാണ് ഇന്ന് ആധുനിക ജ്യോതിശാസ്ത്രം വരച്ചു കാണിക്കുന്നത്. തുടക്കവും ഒടുക്കവും, വീണ്ടും തുടക്കവുമുള്ള ഒരു ചാക്രിക പ്രപഞ്ചമെന്ന വാദത്തിന്റെ മുനയൊടിക്കുന്ന തരത്തിലാണ് നിരീക്ഷണ പഠനങ്ങൾ എത്തിനില്ക്കുന്നത്.

ഈ പ്രപഞ്ചത്തിൽ എവിടെയും ഒരു പോലെയാണെന്നും എല്ലാ ദിശകളും ഒരുപോലെയാണെന്നും നിരീക്ഷണത്തെളിവുകൾ വ്യക്തമാക്കുന്നു. ഇവിടെനിന്ന് നൂറ് കോടി പ്രകാശവർഷം അകലെ പോയാലും അവിടെയും ഇവിടെനിന്ന് കാണുന്നതുപോലെ തന്നെ ഗാലക്സികളും നക്ഷത്രങ്ങളുമൊക്കെയുണ്ടാകും. ഏത് ദിശയിൽ സഞ്ചരിച്ചാലും ഇതു തന്നെയാണ് അവസ്ഥ. പ്രപഞ്ചം സമദൈശികവും (istropic) ഏകാത്മകവും (homogeneous) ആണെന്നാണ് അതിനർത്ഥം. പരമ്പരാഗത മഹാവിസ്ഫോടന മാതൃകയിൽ ഇക്കാര്യം വിശദീകരിക്കാൻ കഴിയില്ല. അതിനാൽ മഹാവിസ്ഫോടന മാതൃകയിൽ അമേരിക്കൻ ജ്യോതിശാസ്ത്രജ്ഞനായ അലൻ ഗുത്ത് ചില കൂട്ടിച്ചേർക്കലുകൾ നടത്തി. ഇൻഫ്ളേഷനറി പ്രപഞ്ചമാതൃക എന്നാണിത് അറിയപ്പെടുന്നത്. ഇതനുസരിച്ച് പ്രപഞ്ചം വികസിക്കുകയാണ്, പക്ഷേ, വികാസനിരക്ക് എല്ലാക്കാലത്തും ഒരുപോലെയായിരുന്നില്ല. ഒരു പ്രത്യേക ദശയിൽ അത് വളരെ പെട്ടന്ന് വിക

സിച്ചു കാണണം. പ്രപഞ്ചത്തിന്റെ തുടക്കത്തിനുശേഷം 10^{-32} സെക്കന്റിലാണ് ഈ ത്വരിത വികാസം സംഭവിച്ചിട്ടുള്ളത്. ഗുരുത്വ തരംഗങ്ങളിൽ ആധുനിക ശാസ്ത്രം നടത്തിയ പഠനങ്ങൾ ഇൻഫ്ളേഷൻ ശരിയാണെന്ന് സാക്ഷ്യപ്പെടുത്തുന്നുണ്ട്.

10^{-43} സെക്കന്റ് സമയത്തിന് പ്ലാങ്ക് സമയം എന്നാണ് പറയുന്നത്. ഈ സമയംവരെ എന്ത് സംഭവിച്ചിരിക്കാം എന്ന് വ്യക്തമല്ല. എന്നാൽ ഇതു വളരെ ചെറിയൊരു കാലയളവാണ്. എന്നാൽ ഒരു ശാസ്ത്രസിദ്ധാന്തമാകുമ്പോൾ അതിൽ സംശയത്തിന്റെ നേരിയ പഴുതുപോലും ഉണ്ടാകാൻ പാടില്ല. പ്രപഞ്ചത്തിലെ അടിസ്ഥാനബലങ്ങളായ ശക്ത-ക്ഷീണ ന്യൂക്ലിയർ ബലങ്ങൾ, വിദ്യുത്കാന്തികത, ഗുരുത്വാകർഷണം എന്നിവ ആ സമയത്ത് ഒന്നായിട്ടായിരിക്കണം നിലനിന്നിരുന്നത്. പ്ലാങ്ക് സമയത്തിനുശേഷം എന്താണ് സംഭവിച്ചതെന്ന് ഇന്ന് ഏറക്കുറെ വ്യക്തമാണ്. പ്ലാങ്ക് സമയം കഴിഞ്ഞപ്പോൾ ഗുരുത്വാകർഷണ ബലം വേറിട്ടു. 10^{-32} സെക്കന്റായപ്പോൾ ശക്ത ന്യൂക്ലിയർ ബലം സ്വതന്ത്രമായി. അപ്പോഴേക്കും പ്രപഞ്ചം കുറെ തണുത്തിരിക്കും. ഏകദേശം 10^{26} കെൽവിൻ വരെ. ഇതെല്ലാം പറയുമ്പോൾ പ്രപഞ്ചത്തിന്റെ വലിപ്പം ഇന്നത്തെ പ്രപഞ്ചവുമായി താരതമ്യം ചെയ്യരുത്. അന്ന് പ്രപഞ്ചം ഒരു ആറ്റത്തേക്കാൾ ചെറുതായിരുന്നു. 10^{-36} സെക്കന്റ് മുതൽ 10^{-32} സെക്കന്റും വരെയുള്ള സമയത്ത് ഒരു പരമാണുവിനേക്കാൾ ചെറിയ പ്രപഞ്ചത്തിനുണ്ടായ ത്വരിത വികാസമാണ് ഇൻഫ്ളേഷൻ 10^{-32} സെക്കന്റ് കഴിഞ്ഞപ്പോൾ പ്രപഞ്ചം ഒരു ഓറഞ്ചിന്റെ വലിപ്പത്തിലെങ്കിലും എത്തിയിരിക്കും. ഈ സമയത്താണ് മൗലിക കണങ്ങളായ ക്വാർക്കുകൾ രൂപം കൊള്ളുന്നത്. പ്രകാശ കണികകളായ ഫോട്ടോണുകളും ഈ സമയത്താണ് ഉണ്ടായത്. ഇത്തരം സൂക്ഷ്മ പ്രതിഭാസങ്ങളുടെ വികസിത രൂപമാണ് നാമിന്നു കാണുന്ന മഹാപ്രപഞ്ചം.

മഹാവിസ്ഫോടനത്തിൽ ആരംഭിച്ച പ്രപഞ്ചവികാസം ഇന്നും തുടരുകയാണ്. പ്രപഞ്ചദ്രവ്യത്തിന്റെ ഗുരുത്വാകർഷണം കാരണം ഈ വികാസവേഗത കുറഞ്ഞുവരികയും ഒടുവിൽ നിലയ്ക്കുകയും ചെയ്യുമെന്നായിരുന്നു മുമ്പ് കരുതിയിരുന്നത്. വികാസം നിലച്ചാൽ ഗുരുത്വാകർഷണ ബലം കാരണം പ്രപഞ്ചം ചുരുങ്ങാനാരംഭിക്കുകയും ഒടുവിൽ അതിന്റെ തുടക്കം പോലെ മറ്റൊരു സിംഗുലാരിറ്റിയിൽ എത്തിച്ചേരുകയും ചെയ്യും. തുടർന്ന് വീണ്ടുമൊരു മഹാവിസ്ഫോടനം. എന്നാൽ ആധുനിക നിരീക്ഷണങ്ങൾ അതിനുള്ള സാദ്ധ്യത തള്ളിക്കളയുകയാണ്. പ്രപഞ്ച വികാസവേഗത വർദ്ധിക്കുകയാണെന്നാണ് പുതിയ കണ്ടെത്തൽ അതിനർത്ഥം പ്രപഞ്ചത്തിന് ഇനിയൊരു തിരിച്ചുപോക്ക് ഇല്ലെന്നുതന്നെയാണ്.

മഹാവിസ്ഫോടനത്തിന് മുമ്പ് എന്ത് എന്ന ചോദ്യം ശാസ്ത്രജ്ഞരെ കുഴയ്ക്കുന്ന ഒരു പ്രഹേളികയാണ്. ഏറെ തത്ത്വചിന്താപരമാണ് ഈ പരാമർശം. ചാക്രിക പ്രപഞ്ച മാതൃകയ്ക്ക് നിലനില്ക്കുന്നതിനുള്ള ഇടം കൂടിയാണ് ഈ പരാമർശം. എന്നാൽ പ്രപഞ്ച വികാസനിരക്ക്

വർദ്ധിക്കുന്നതും ഗുരുത്വാകർഷണ തരംഗങ്ങൾ ഇൻഫ്ളേഷന് തെളിവു നല്കുന്നതുമെല്ലാം കൂട്ടിവായിക്കുമ്പോൾ മഹാവിസ്ഫോടനത്തിന് മുമ്പ് എന്ന ചോദ്യം അപ്രസക്തമാകുകയാണ്. സ്ഥലവും കാലവും ദ്രവ്യവും ഊർജ്ജവുമെല്ലാം അവിടെയാണ് ആരംഭിക്കുന്നത്. അതിനാൽത്തന്നെ തുടക്കത്തിന് മുമ്പ് എന്ത് എന്നു ചോദിക്കുന്നതുപോലെ ബാലിശമായിരിക്കുമത്.

പുതിയ സിദ്ധാന്തങ്ങൾ പിറക്കുന്നത് നല്ലതു തന്നെയാണ്. എന്നാൽ അതൊരു ശാസ്ത്ര സിദ്ധാന്തമാകണമെങ്കിൽ ശാസ്ത്ര സമീപനം അംഗീകരിക്കുന്നതും ശാസ്ത്രനിബന്ധനകൾ പാലിക്കുന്നതുമാകണം. ഗണിതക്രിയകളിലൂടെ തെളിയിക്കാനും കഴിയണം. അല്ലാതുള്ളവയെല്ലാം അഭിപ്രായ പ്രകടനങ്ങൾ മാത്രമാണ്. അവയുടെ സ്ഥാനം ചരിത്രത്തിന്റെ ചവറുകൂമ്പാരത്തിൽ മാത്രമാണ്.

ഡേ സീറോ നല്കുന്ന മുന്നറിയിപ്പ്

പരിസ്ഥിതി പ്രശ്നങ്ങളെക്കുറിച്ച് ജനങ്ങളിൽ അവബോധം വളർത്താനും വിവിധ കർമ്മപരിപാടികൾ ആസൂത്രണം ചെയ്യുന്നതിനുമാണ് ഐക്യരാഷ്ട്രസഭയുടെ നേതൃത്വത്തിൽ ലോകമെങ്ങും ജൂൺ 5 ന് പരിസ്ഥിതി ദിനമായി ആചരിക്കുന്നത്. പ്ലാസ്റ്റിക് മാലിന്യങ്ങളുടെ സംസ്കരണം ഇന്ന് ലോകം നേരിട്ടുകൊണ്ടിരിക്കുന്ന വലിയൊരു പരിസ്ഥിതി പ്രശ്നമാണ്. നിർമ്മിക്കുന്നതിനും ഉപയോഗിക്കുന്നതിനുമുള്ള എളുപ്പം, ഭാരക്കുറവ്, ദൃഢത, ഉപയോഗക്ഷമത, ചെലവ് കുറവ്, വിവിധ രൂപങ്ങളിൽ അനായാസം മാറ്റാനുള്ള ശേഷി എന്നിവയെല്ലാമാണ് പ്ലാസ്റ്റിക്കിനെ ഇത്രയധികം ജനകീയമാക്കിയത്. നിത്യജീവിതത്തിൽ പ്ലാസ്റ്റിക് ബന്ധപ്പെടാത്ത ഒരു മേഖലയുമില്ലെന്ന് തന്നെ പറയാം. വിവിധ ആവശ്യങ്ങൾക്കായി വിവിധ തരത്തിലുള്ള പ്ലാസ്റ്റിക് ഉപയോഗിക്കുന്നുണ്ട്. എന്നാൽ പ്ലാസ്റ്റിക്കിന്റെ ഒരു പ്രധാന പ്രശ്നം അവ വിഘടിച്ച് മണ്ണിൽ ലയിച്ചു ചേരാറില്ല എന്നതാണ്. അക്കാരണത്താൽ ഉല്പാദിപ്പിക്കപ്പെടുന്ന പ്ലാസ്റ്റിക്ക് ഉപയോഗം കഴിഞ്ഞ് മാലിന്യമായി അവശേഷിക്കും. ഇന്ന് പ്ലാസ്റ്റിക്കിന്റെ ഉപയോഗം വർദ്ധിച്ചുകൊണ്ടിരിക്കുകയാണ്. അതുകൊണ്ടുതന്നെ പ്ലാസ്റ്റിക് മാലിന്യങ്ങളും വർദ്ധിച്ചുകൊണ്ടിരിക്കുന്നു. അവയുടെ സംസ്കരണവും അത്ര എളുപ്പമല്ല. മണ്ണും ജലവും പ്ലാസ്റ്റിക് മാലിന്യം കൊണ്ട് നിറഞ്ഞിരിക്കുകയാണ്. പ്ലാസ്റ്റിക് കത്തിക്കുമ്പോഴുണ്ടാകുന്ന വാതകങ്ങൾ വായു മലിനീകരണത്തിനു പുറമെ ജീവനുതന്നെ ഹാനികരമാണ്. എന്നാൽ പ്ലാസ്റ്റിക്കിനെ ഒന്നാകെ പുറംതള്ളാൻ കഴിയുന്ന അവസ്ഥയല്ല ഇന്നുള്ളത്. മനുഷ്യരുടെ നിത്യജീവിതവുമായി പ്ലാസ്റ്റിക് അത്രയധികം അടുത്തിടപഴകുന്നുണ്ട്. അവയുടെ ശാസ്ത്രീയ സംസ്കരണത്തിനൊപ്പം ഉപയോഗം കുറയ്ക്കുക, പുനരുപയോഗിക്കുക, റീസൈക്കിൾ ചെയ്ത് ഉപയോഗി

ക്കുക എന്ന സന്ദേശമാണ് പ്ലാസ്റ്റിക് മലിനീകരണത്തിനെതിരെ ഈ പരിസ്ഥിതി ദിനത്തിൽ മുന്നോട്ടുവയ്ക്കുന്നത്.

എന്തെല്ലാമാണ് ഇന്ന് ലോകം അഭിമുഖീകരിച്ചുകൊണ്ടിരിക്കുന്ന പ്രധാന പരിസ്ഥിതി പ്രശ്നങ്ങളെന്ന് നോക്കാം. മലിനീകരണം തന്നെയായിരിക്കും ആദ്യം ശ്രദ്ധയിൽപ്പെടുക. രാസവസ്തുക്കളുടെ അമിത ഉപയോഗം മണ്ണിനെയും ജലത്തെയും ഒരു പോലെ മലിനമാക്കിക്കഴിഞ്ഞു. മോട്ടോർ വാഹനങ്ങളിൽനിന്നുള്ള പുകയും പൊടിപടലങ്ങളും ശുദ്ധവായു കിട്ടാക്കനിയാക്കിക്കൊണ്ടിരിക്കുകയാണ്. ശുദ്ധവായു കണ്ടെയ്നറുകളിൽ വാങ്ങേണ്ടിവരുന്ന അവസ്ഥയിൽ ലോകം എത്തിനില്ക്കുന്നു. വിലകൊടുക്കാതെ ശുദ്ധജലം ലഭിക്കില്ല എന്ന അവസ്ഥ നഗരങ്ങളിൽ വർഷങ്ങൾക്കു മുൻപുതന്നെ സംജാതമായിക്കഴിഞ്ഞു. ഗ്രാമങ്ങളിലേക്കും ഇത് കടന്നുവന്നുകൊണ്ടിരിക്കുകയാണ്. ആഗോളതാപനവും അതുവഴിയുണ്ടാകുന്ന കാലാവസ്ഥാവ്യതിയാനവും മറ്റൊരു പരിസ്ഥിതി പ്രശ്നമാണ്. അപ്രതീക്ഷിത കാലാവസ്ഥയും ചുഴലിക്കൊടുങ്കാറ്റുകളും വരൾച്ചയും പേമാരിയും മേഘ വിസ്ഫോടനവുമെല്ലാം ഇന്ന് നിത്യ സംഭവമായിക്കഴിഞ്ഞു. ധ്രുവമേഖലയിലെ മഞ്ഞുപാളികളുടെ കട്ടികുറഞ്ഞുവരികയാണ്. സമുദ്രജലനിരപ്പ് ഉയരുന്നതിനും സമുദ്രജലത്തിന്റെ താപനില ഉയരുന്നതിനും ആഗോളതാപനം കാരണമാകുന്നുണ്ട്. തീരദേശ പട്ടണങ്ങൾ പലതും ഈ നൂറ്റാണ്ടിന്റെ അവസാനത്തോടെ ജലത്തിനടിയിലാകും.

പ്രകൃതി വിഭവങ്ങളുടെ അമിത ഉപഭോഗം പരിസ്ഥിതി നേരിടുന്ന വലിയൊരു പ്രത്യാഘാതമാണ്. എത്ര ഉപയോഗിച്ചാലും വറ്റിപ്പോകാത്ത അക്ഷയപാത്രമൊന്നുമല്ല പ്രകൃതിവിഭവങ്ങൾ. ഫോസിൽ ഇന്ധനങ്ങൾ, വനസമ്പത്ത്, മത്സ്യസമ്പത്ത് എന്നിവയുടെ അമിത ഉപഭോഗം അവയെ നാശത്തിന്റെ വക്കിലെത്തിച്ചിരിക്കുകയാണ്. സമൂഹത്തിലെ ഒരു ചെറിയ വിഭാഗം ആളുകൾ സമ്പത്തിന്റെ ഏറിയ പങ്കും കൈയടക്കിവച്ചിരിക്കുന്നതും അവരുടെ ഉപഭോഗ ഭ്രാന്തും ഉണ്ടാക്കുന്ന പ്രത്യാഘാതങ്ങൾ ലോകത്തിലുള്ള ജനങ്ങളെയൊന്നാകെ ബാധിക്കും. എന്നാൽ ഈ പ്രത്യാഘാതങ്ങൾ നേരിട്ടനുഭവിക്കുന്നത് ദരിദ്രരാജ്യങ്ങളിലെ ജനങ്ങളാണ്. ഹരിതഗൃഹ വാതകങ്ങളുടെ ഉത്സർജ്ജനം അന്തരീക്ഷ താപനിലയിൽ വർദ്ധനവുണ്ടാക്കുന്നത് ജല ദൗർലഭ്യത്തിനും വരൾച്ചയ്ക്കും കാലാവസ്ഥാ മാറ്റത്തിനുതന്നെയും കാരണമാകും. മാലിന്യ സംസ്കരണം വലിയൊരു പരിസ്ഥിതി പ്രശ്നമാണ്. പ്ലാസ്റ്റിക് മാലിന്യങ്ങളുടെ സംസ്കരണമാണ് ഇതിൽ ഏറെ വെല്ലുവിളി ഉയർത്തുന്നത്. ആണവ മാലിന്യങ്ങൾ ജൈവ-അജൈവ മാലിന്യങ്ങൾ, ഇവയുടെ ശാസ്ത്രീയ സംസ്കരണം എന്നിവ വലിയ പ്രത്യാഘാതങ്ങൾക്ക് കാരണമാകുന്നുണ്ട്. ദരിദ്ര രാജ്യങ്ങളിൽ മാലിന്യ സംസ്കരണം എന്നതുകൊണ്ട് അർത്ഥമാക്കുന്നത് ഒഴിഞ്ഞ ഇടങ്ങളിലോ കടലിലോ കൊണ്ടുപോയി തള്ളുക എന്നാണ്. ഇതുണ്ടാക്കുന്ന പരിസ്ഥിതി പ്രശ്നങ്ങൾ മനുഷ്യർക്കും മറ്റ് ജീവജാല

ങ്ങൾക്കും ഒരുപോലെ ഹാനികരമാണ്. ഡിസ്പോസിബിൾ സംസ്കാരവും പ്ലാസ്റ്റിക്കിന്റെ ഉപയോഗവും നിയന്ത്രിച്ചില്ലെങ്കിൽ ഭൂമി ഒരു മാലിന്യക്കൂമ്പാരമായി മാറാൻ അധികകാലമൊന്നും വേണ്ടിവരില്ല. കഴിഞ്ഞ നാല് ദശാബ്ദങ്ങൾക്കിടയിൽ ലോകവ്യാപകമായി ശുദ്ധജലത്തിന്റെ ഉപയോഗം മൂന്നിരട്ടിയായി വർദ്ധിച്ചിട്ടുണ്ട്. വരുന്ന രണ്ട് ദശാബ്ദങ്ങളിൽ ഇത് വീണ്ടും ഒരു മടങ്ങുകൂടി വർദ്ധിക്കും. ഇപ്പോൾ തന്നെ ലോകമെമ്പാടും 50 കോടി ജനങ്ങൾ ജലദൗർലഭ്യത്തിന്റെ പിടിയിലാണുള്ളത്. 2030 ആകുമ്പോഴേക്കും അത് 300 കോടിയായി വർദ്ധിക്കും. ലോകജനസംഖ്യയുടെ 40 ശതമാനവും അധിവസിക്കുന്ന 90 ദരിദ്രരാജ്യങ്ങളുടെ ദേശീയ വരുമാനത്തെ തകിടം മറിക്കുന്നതരത്തിലാണ് അവരനുഭവിച്ചുകൊണ്ടിരിക്കുന്ന ജലക്ഷാമത്തിന്റെ രൂക്ഷത വളരുന്നത്. ദരിദ്രരാജ്യങ്ങളിലെ ജനങ്ങൾക്കു പിടിപെടുന്ന പകർച്ചവ്യാധികളിൽ 80 ശതമാനവും മലിനജലത്തിലൂടെയാണ് പകരുന്നത്. ഓരോവർഷവും ശരാശരി 400 കോടി ആശുപത്രി സന്ദർശനങ്ങളാണ് അവിടെനിന്നും റിപ്പോർട്ട് ചെയ്യപ്പെടുന്നത്. റിപ്പോർട്ട് ചെയ്യപ്പെടാത്തവ അതിലുമെത്രയോ അധികവുമായിരിക്കും. ലോകത്തിലെ 214 വലിയ നദീതടങ്ങളിൽ മൂന്നിലൊന്ന് രണ്ടുരാജ്യങ്ങളിലായും, മറ്റൊരു മൂന്നിലൊരുഭാഗം പത്തുരാജ്യങ്ങളിലുമാണ് സ്ഥിതിചെയ്യുന്നത്. ഫലപുഷ്ടിയുള്ള മണ്ണും പ്രശാന്തമായ കാലാവസ്ഥയും ഈ രാജ്യങ്ങളിൽ തന്നെയാണുള്ളത്. ശേഷിക്കുന്ന മഹാഭൂരിപക്ഷം ജനങ്ങളും അധിവസിക്കുന്ന രാജ്യങ്ങളിൽ വിസ്തൃതമായ നദീതടങ്ങളോ, ശാന്തമായ കാലാവസ്ഥയോ ഇല്ല. ജലശുദ്ധീകരണത്തിന് ആവശ്യമായ സാങ്കേതിക പരിജ്ഞാനവും സാമ്പത്തിക ശേഷിയും മൂന്നാം ലോകരാജ്യങ്ങൾക്കില്ല എന്നതും വസ്തുതയാണ്.

വനനശീകരണവും ജൈവവൈവിദ്ധ്യ നാശവുമാണ് മറ്റൊരു വലിയ പരിസ്ഥിതി പ്രശ്നം. കൃഷിക്കും മറ്റ് ആവശ്യങ്ങൾക്കും നഷ്ടപ്പെടുന്നതിലുപരി വലിയൊരു ആവാസവ്യവസ്ഥതന്നെ വനനശീകരണം വഴി നഷ്ടമാവുകയാണ്. നിരവധി സസ്യങ്ങളും ജന്തുക്കളും വംശനാശം സംഭവിച്ചുകഴിഞ്ഞു. അതിലേറെ ഇന്ന് വംശനാശ ഭീഷണിയിലുമാണ്. പ്രകൃതിയിലേക്കുള്ള അനിയന്ത്രിതമായ കടന്നുകയറ്റം മറ്റു ജീവികളേപ്പോലെ തന്നെ മനുഷ്യന്റെയും നിലനില്പിന് ഹാനികരമാണ്. വനനശീകരണത്തിന് പകരമായി പാതയോരങ്ങളിൽ ഏതാനും വൃക്ഷത്തൈകൾ നട്ടുപിടിപ്പിച്ചാൽ തീരുന്നതല്ല ഈ പ്രശ്നങ്ങൾ. മനുഷ്യൻ പ്രകൃതിയുടെ ഭാഗമാണെന്നും പ്രകൃതിയില്ലാതെ മനുഷ്യന് നിലനില്പില്ലെന്നും തിരിച്ചറിഞ്ഞാൽ മാത്രമേ പ്രകൃതിയിലേക്കുള്ള ഈ അനിയന്ത്രിത കടന്നുകയറ്റം അവസാനിക്കുകയുള്ളൂ. പക്ഷേ, വനവല്ക്കരണത്തിന്റെ അർത്ഥം മനസ്സിലാക്കാതെയാണ് പലരും മരവല്ക്കരണത്തിന് പുറപ്പെടുന്നത്. അടിസ്ഥാന ഭക്ഷ്യ ഉല്പാദകരാണ് സസ്യങ്ങളെന്ന തിരിച്ചറിവാണ് വനവല്ക്കരണത്തിനും വനസംരക്ഷണത്തിനും പിന്നിലുണ്ടാകേണ്ടത്. അല്ലാതെ ഓക്സിജൻ ചുരത്തുന്ന യന്ത്രങ്ങൾ, പ്രാണവായുവിന്റെ വില തുടങ്ങിയ

തെറ്റായ സന്ദേശങ്ങളല്ല വനവല്ക്കരണത്തിന് പിന്നിലുണ്ടാകേണ്ടത്. മരങ്ങൾ മുറിക്കേണ്ട സന്ദർഭങ്ങളുണ്ട്. നിരവധി ആവശ്യങ്ങൾക്ക് തടി ഉപയോഗിക്കുന്നുമുണ്ട്. മരങ്ങൾ മുറിക്കുന്നതിനൊപ്പം പുതിയവ നട്ടുവളർത്തി സംരക്ഷിക്കുന്നതിനും നമുക്ക് ബാദ്ധ്യതയുണ്ട്. വനവിഭവങ്ങളുടെ വിവേചനരഹിതമായ ചൂഷണവും അനധികൃത വ്യാപാരവും ജൈവവൈവിദ്ധ്യത്തെ തുടച്ചുനീക്കിക്കൊണ്ടിരിക്കുകയാണ്. നിരവധി സ്പീഷീസുകളിൽപ്പെട്ട സസ്യങ്ങളും ജന്തുക്കളും ഭൂമുഖത്തുനിന്ന് അപ്രത്യക്ഷമായിക്കഴിഞ്ഞു. നിരവധി സ്പീഷീസുകൾ വംശനാശത്തിന്റെ വക്കിലുമാണ്. പ്രകൃതിയുടെ സ്വാഭാവിക സന്തുലനമാകെ തകർത്തുകളയുന്ന തരത്തിലെത്തിനില്ക്കുകയാണ് ഇന്ന് മനുഷ്യന്റെ കടന്നുകയറ്റം. കള്ളക്കടത്തും, അനധികൃത വേട്ടയും, ഖനനവുമെല്ലാം ആസൂത്രിത കുറ്റകൃത്യങ്ങൾക്ക് വാതിൽ തുറന്നിട്ടിരിക്കുകയാണ്.

ആന, കാണ്ടാമൃഗം, കടുവ, ഗൊറില്ല, കടലാമ എന്നീ ജീവികൾ ഏതുനിമിഷവും ഭൂമുഖത്തുനിന്ന് അപ്രത്യക്ഷമാകുമെന്ന അവസ്ഥയാണ് ഇപ്പോഴുള്ളത്. പരിസ്ഥിതി പ്രശ്നങ്ങളല്ല, മറിച്ച് അനധികൃത വേട്ടയും വ്യാപാരവുമാണ് ഇവയുടെ ജീവന് ഭീഷണിയാകുന്നത്. ജവാൻ റൈനോ എന്ന കാണ്ടാമൃഗത്തിന്റെ സ്പീഷീസ് 2011 ൽ ഭൂമുഖത്തുനിന്ന് അപ്രത്യക്ഷമായി. വിയറ്റ്നാമിൽ മാത്രമായിരുന്നു ഇവ ഉണ്ടായിരുന്നത്. ഈ കാലത്തുതന്നെയാണ് ബ്ലാക്ക് റൈനോ എന്ന കാണ്ടാമൃഗം കാമറൂണിൽനിന്ന് അപ്രത്യക്ഷമായത്. ഗാംബിയ, ബുർക്കിന ഫാസോ, ബെനിൻ, ടോംഗോ എന്നിവിടങ്ങളിലുണ്ടായിരുന്ന ആൾക്കുരങ്ങുകൾ 2012 ൽ അപ്രത്യക്ഷമായി. ഹെൽമെറ്റഡ് ഹോൺബിൽ എന്ന വേഴാമ്പൽ, വൈൽഡ് ഓർക്കിഡുകൾ, റോസ് വുഡ് മരങ്ങൾ എന്നിവ ഏതുനിമിഷവും ഭൂമുഖത്തുനിന്ന് അപ്രത്യക്ഷമാകുന്ന അവസ്ഥയാണ്. ഇവയെല്ലാം അനധികൃത വ്യാപാരത്തിന്റെ ഇരകളാണ്. വർഷം തോറും നൂറുകണക്കിന് ജീവിവർഗ്ഗങ്ങളാണ് ഭൂമുഖത്തുനിന്ന് തുടച്ചു നീക്കപ്പെട്ടുകൊണ്ടിരിക്കുന്നത്. നിലനില്പിനുവേണ്ടിയുള്ള സമരത്തിൽ അർഹതയുള്ളവർ അതിജീവനം നേടുന്നത് ജൈവപരിണാമത്തിന്റെ ഭാഗമാണെന്ന് വാദത്തിനുവേണ്ടി പറയാമെങ്കിലും ദശലക്ഷക്കണക്കിന് വർഷങ്ങൾക്കിടയിൽ സംഭവിക്കുന്ന അത്തരം പ്രതിഭാസങ്ങൾ ദശാബ്ദങ്ങളുടെ ഇടയിൽ സംഭവിക്കുന്നത് ഭയാനകമായ പ്രകൃതിദുരന്തത്തിന്റെ സൂചനയാണ്. വംശനാശഭീഷണി നേരിട്ടുകൊണ്ടിരിക്കുന്ന സ്പീഷീസുകളെ സംരക്ഷിക്കണമെന്ന കാര്യത്തിൽ ആർക്കും സംശയമുണ്ടാകാനിടയില്ല. എന്നാൽ അതിനാവശ്യമായ ശാസ്ത്രീയവും സാമ്പത്തികവുമായ വളർച്ച ഭരണകൂടങ്ങൾക്കുണ്ടാകണം. അതിനായി ജൈവവൈവിദ്ധ്യ മേഖലകൾ കണ്ടെത്തുകയും അവയിൽ നിലനില്പിന് ഭീഷണിനേരിട്ടുകൊണ്ടിരിക്കുന്ന സസ്യങ്ങളെയും ജന്തുക്കളെയും കണ്ടെത്തുകയാണ് ആദ്യം ചെയ്യേണ്ടത്. ലോകത്ത് മറ്റെവിടെയും കാണാൻ കഴിയാത്ത ജീവികളെയും അവയുടെ ആവാസവ്യവസ്ഥകളുടെ സവിശേഷതകളും കണ്ടെത്തുകയാണ് അടുത്തഘട്ടം. ഇതുവരെ കണ്ടെത്തിയി

ട്ടുള്ള ഇത്തരം ഹോട്ട് സ്പോട്ടുകളിൽ 45 ശതമാനത്തോളം ജീവിവർഗ്ഗങ്ങൾ വംശനാശ ഭീഷണി നേരിട്ടുകൊണ്ടിരിക്കുകയാണ്. ഈ സ്പീഷീസുകളുടെ സംരക്ഷണത്തിന് വേണ്ടി ഓരോ വർഷവും 600 കോടി ഡോളറെങ്കിലും ചെലവുവരും. സാമ്പത്തിക ബാദ്ധ്യതയെന്ന വലിയ യാഥാർത്ഥ്യത്തിലുപരി ജീവികളുടെ വംശനാശം സൃഷ്ടിക്കുന്ന പരിസ്ഥിതി പ്രത്യാഘാതങ്ങൾ പരിണാമ വൃക്ഷത്തിന്റെ മുകളിലത്തെ ശ്രേണിയിലുള്ള ആധുനിക മനുഷ്യന്റെ നിലനില്പിനെ ചോദ്യം ചെയ്യാൻ തക്കവണ്ണം വളർന്നുകൊണ്ടിരിക്കുകയാണിപ്പോൾ.

പൊതുജനാരോഗ്യ പ്രശ്നങ്ങൾ, കീടനാശിനികളുടെയും രാസവളങ്ങളുടെയും അമിത ഉപയോഗം, ജനിതക വ്യതിയാനം വരുത്തിയ വിത്തിനങ്ങളുടെ ഉപയോഗം, ഓസോൺ പാളിക്കുണ്ടാകുന്ന നാശം, സമുദ്രജലത്തിന്റെ അമ്ലതയിലുണ്ടാകുന്ന വർദ്ധനവ്, അമ്ലമഴ, ശബ്ദമലിനീകരണം എന്നിവയെല്ലാം ലോകം നേരിട്ടുകൊണ്ടിരിക്കുന്ന പരിസ്ഥിതി പ്രശ്നങ്ങളാണ്. ഈ പരിസ്ഥിതി പ്രശ്നങ്ങളുടെയെല്ലാം അടിസ്ഥാനകാരണം ഒന്നുമാത്രമാണ്; ജനപ്പെരുപ്പം. മറ്റെല്ലാ മലിനീകരണങ്ങളുടെയും പരിസ്ഥിതി പ്രശ്നങ്ങളുടെയും കാരണമന്വേഷിച്ചാൽ ഒടുവിൽ എത്തിച്ചേരുക ജനസംഖ്യാ വിസ്ഫോടനത്തിലായിരിക്കും. 200 വർഷം മുൻപ് ഭൂമിയിലെ ആകെ ജനസംഖ്യ 100 കോടിയായിരുന്നു. ഇന്നത് 730 കോടി പിന്നിട്ടു. ആധുനിക മനുഷ്യന് 25,000 വർഷത്തെ പാരമ്പര്യമുണ്ടെന്ന് പരിഗണിച്ചാൽ കഴിഞ്ഞ 200 വർഷങ്ങൾക്കൊണ്ടാണ് മനുഷ്യർ ഇത്രയധികം പെറ്റുപെരുകിയത് എന്ന് കാണാൻ കഴിയും വിഭവചൂഷണം, വനനശീകരണം, കൃഷിയുടെ വളർച്ച, വ്യവസായങ്ങളുടെയും വാഹനങ്ങളുടെയും വർദ്ധനവ്, ഫോസിൽ ഇന്ധനങ്ങളുടെ അമിത ഉപയോഗം, ആഡംബര ത്വര, പ്ലാസ്റ്റിക് ഉല്പന്നങ്ങളുടെ അമിത നിർമ്മാണവും ഉപയോഗവും, നഗരവല്ക്കരണം, മാലിന്യക്കൂമ്പാരങ്ങൾ എന്നിങ്ങനെ എല്ലാ പരിസ്ഥിതി പ്രശ്നങ്ങൾക്കും പിന്നിൽ ജനപ്പെരുപ്പമാണെന്ന് കാണാൻ കഴിയും. 1990 നും 2010 നും ഇടയിൽ ആഗോള ജനസംഖ്യയിൽ മുപ്പത് ശതമാനത്തിന്റെ വർദ്ധനവുണ്ടായി. എന്നാൽ മത്സ്യബന്ധനത്തിലുണ്ടായ വർദ്ധനവ് 17 ശതമാനമാണ്. അതേ സാഹചര്യം തന്നെയാണ് ഭക്ഷ്യധാന്യങ്ങളുടെ ഉല്പാദനത്തിലുണ്ടായിരിക്കുന്നത്. ജനങ്ങളുടെ വിദ്യാഭ്യാസ പിന്നാക്കാവസ്ഥയും സാമൂഹികവും സാമുദായികവുമായ കീഴ്വഴക്കങ്ങളും ജനസംഖ്യാ വർദ്ധനവിനെ ത്വരിതപ്പെടുത്തുന്നുണ്ട്. എണ്ണത്തിലല്ല, ആരോഗ്യവും വിദ്യഭ്യാസവുമുള്ള പൗരന്മാരുടെ മൂല്യത്തിലാണ് വർദ്ധനവുണ്ടാകേണ്ടതെന്ന തിരിച്ചറിവ് ജനങ്ങളിൽ എത്തിക്കുന്നതിനും ജനനനിയന്ത്രണ സംവിധാനങ്ങൾ കാര്യക്ഷമമായും, ചിലപ്പോഴെങ്കിലും നിർബ്ബന്ധിതമായും നടപ്പാക്കാൻ ഭരണകൂടങ്ങളുടെ ഭാഗത്തുനിന്നും നടപടികൾ ഉണ്ടായില്ലെങ്കിൽ ജനപ്പെരുപ്പം ഒരു മഹാദുരന്തത്തിലേക്കായിരിക്കും ഭൂമിയെ നയിക്കുന്നത്.

ജനപ്പെരുപ്പം ദാരിദ്ര്യത്തിനു കാരണമാകുന്നുണ്ടെങ്കിലും അതൊരു

പരിസ്ഥിതി പ്രശ്നമെന്ന തലക്കെട്ടിൽ മാത്രമായി ഒതുക്കാൻ കഴിയില്ല. രാഷ്ട്രീയവും സാമൂഹികവുമായ നിരവധി മാനങ്ങൾ അതിനുണ്ട്. വന നശീകരണവും മണ്ണൊലിപ്പും, ജല-ഭക്ഷ്യ ദൗർലഭ്യവും, പകർച്ചവ്യാധി കളുമെല്ലാം ചേർന്ന് ഓരോ വർഷവും പതിനായിരക്കണക്കിന് ആളുക ളെയാണ് ദാരിദ്ര്യത്തിലേക്ക് തള്ളിവിട്ടുകൊണ്ടിരിക്കുന്നത്. ദിവസം 50 ഇന്ത്യൻ രൂപയിൽ താഴെ വരുമാനമുള്ള 130 കോടി ജനങ്ങൾ ഇന്ന് ഭൂമു ഖത്തുണ്ട്. സാമൂഹികമായും സാമ്പത്തികമായും അരികുവല്ക്കരിക്കപ്പെട്ട ഇവരെ മുഖ്യധാരയിലേക്കെത്തിക്കുന്നതിന് തടസ്സമായി നില്ക്കുന്നത് പല പ്പോഴും ഭൂമിശാസ്ത്രപരമായ സവിശേഷതകളാണ്. വനമേഖലകളിലും വരണ്ട പ്രദേശങ്ങളിലും താമസിക്കുന്ന ജനങ്ങൾക്ക് പലപ്പോഴും കൃഷി ചെയ്യുന്നതിനോ, അത് നിലനിർത്തുന്നതിനോ സാധിക്കാറില്ല. നിലനില് പിനുവേണ്ടിയുള്ള സമരത്തിൽ കൂടുതൽ വനനശീകരണത്തിനും, മണ്ണൊ ലിപ്പിനുമെല്ലാം ഇവരുടെ ഇടപെടലുകൾ കാരണമാകുന്നുമുണ്ട്. ഇത്തരം സമൂഹങ്ങൾ ജനന നിയന്ത്രണത്തോട് വിമുഖത കാണിക്കുന്നതുകൊണ്ടു തന്നെ അംഗസംഖ്യ വർദ്ധിച്ചുകൊണ്ടിരിക്കുകയാണ്. ഇത് അവർ അനു ഭവിച്ചുകൊണ്ടിരിക്കുന്ന ദാരിദ്ര്യത്തിന്റെ തീവ്രത വർദ്ധിപ്പിക്കുന്നുമുണ്ട്. ഇതിനൊരു മറുവശം കൂടിയുണ്ട്. ഐക്യരാഷ്ട്ര സഭയ്ക്ക് കീഴിലുള്ള ഭക്ഷ്യ-കാർഷിക സംഘടന നടത്തിയ പഠനത്തിൽ കഴിഞ്ഞ അഞ്ചു വർഷ ങ്ങളിലായി ഓരോ വർഷവും 130 കോടി ടൺ ഭക്ഷ്യവസ്തുക്കൾ പാഴാ കുന്നുണ്ടെന്ന് കണ്ടെത്തിയിട്ടുണ്ട്. ആഫ്രിക്കൻ ഭൂഖണ്ഡത്തിലെ എല്ലാ രാജ്യങ്ങളും ചേർന്ന് ഒരു വർഷം ഉപയോഗിക്കുന്ന ഭക്ഷ്യവസ്തുക്കൾക്ക് തുല്യമാണിത്. ലോകത്തിൽ ഏഴിലൊരാൾ വിശന്നുകൊണ്ടാണ് ഉറങ്ങു ന്നത് എന്നത് പൊള്ളുന്ന യാഥാർത്ഥ്യമാണ്. ഓരോ വർഷവും അഞ്ചുവ യസ്സിൽ താഴെയുള്ള 20,000 കുട്ടികൾ പട്ടിണികാരണം മരണമടയുന്നു ണ്ട്. സോമാലിയ എന്ന ആഫ്രിക്കൻ രാജ്യത്തിൽ ഇക്കഴിഞ്ഞ രണ്ടുവർഷ ങ്ങൾക്കുള്ളിൽ മരണമടഞ്ഞ 2,40,000 ആളുകളിൽ 70 ശതമാനവും 12 വയസ്സിൽ താഴെയുള്ള കുട്ടികളാണ്.

ജനങ്ങളുടെ വിദ്യാഭ്യാസക്കുറവും ദാരിദ്ര്യവുമാണ് ജനസംഖ്യാവർദ്ധ നവിന്റെ പ്രധാനകാരണങ്ങൾ. ചില സാമുദായിക കീഴ്‌വഴക്കങ്ങളും ഇതിന് കാരണമാകുന്നുണ്ട്. സമ്പന്നരാജ്യങ്ങളിലെ വിദ്യാസമ്പന്നരായ സമൂഹങ്ങളിൽ ജനപ്പെരുപ്പമുണ്ടാകുന്നില്ല എന്നത് ശ്രദ്ധേയമാണ്. പട്ടി ണിയും ആഭ്യന്തരയുദ്ധങ്ങളും വർഗ്ഗീയ ലഹളകളുമെല്ലാം സാമ്പത്തിക മായും വിദ്യാഭ്യാസപരമായും പിന്നോക്കം നില്ക്കുന്ന സമൂഹങ്ങളുടെ മുഖമുദ്രയായി മാറിക്കൊണ്ടിരിക്കുകയാണ്. സമ്പത്തിന്റെ തുല്യമായ വിത രണവും സോഷ്യലിസ്റ്റ് ജീവിതരീതിയും ഇനിയുമേറെ ചർച്ചചെയ്യപ്പെടേ ണ്ടതുണ്ട്. ഇത്തരം കാര്യങ്ങളെല്ലാം എല്ലാ പരിസ്ഥിതി ദിനത്തിലും ചില രെങ്കിലും ചർച്ചചെയ്യുമെങ്കിലും അവയെ വേണ്ടത്ര ഗൗരവത്തോടെ കണ ക്കാക്കാറില്ല. പരിസ്ഥിതി ദുരന്തങ്ങൾ സംഭവിക്കുമ്പോൾ ചില താല്ക്കാ

ലിക പരിഹാരമാർഗ്ഗങ്ങൾ അന്വേഷിക്കുമെന്നല്ലാതെ ഇപ്പോഴും ഒട്ടകപ്പക്ഷി നയം തന്നെയാണ് പിൻതുടരുന്നത്.

ദക്ഷിണാഫ്രിക്കയുടെ തെക്കൻ പ്രവിശ്യകളിൽ, വിശേഷിച്ചും കേപ് ടൗണിൽ 2015 മുതൽ വരൾച്ച രൂക്ഷമായിരിക്കുകയാണ്. അണക്കെട്ടുകളിലെ ജലനിരപ്പ് ക്രമാതീതമായി താഴ്ന്നുകൊണ്ടിരിക്കുകയാണ്. ഒരു ക്രാന്തിക അളവിൽ ജലനിരപ്പ് എത്തിക്കഴിഞ്ഞാൽ `ഡേ സീറോ' (Day Zero) ആയി കേപ് ടൗണിനെ പ്രഖ്യാപിക്കാൻ ഭരണകൂടം തീരുമാനിക്കുകയുണ്ടായി. 2018 ഏപ്രിൽ 12 ആയപ്പോഴേക്കും ജലനിരപ്പ് താഴ്ന്ന് ഡേ സീറോയിലെത്തിച്ചേർന്നു. നഗരത്തിലെ പ്രതിദിന ജല ഉപഭോഗം 500 മില്യൺ ലിറ്ററായി ചുരുക്കാൻ ഭരണകൂടം നിർബ്ബന്ധിതമായി. അതായത് ഒരു വ്യക്തിയുടെ ഒരു ദിനത്തെ ജല ഉപഭോഗം 25 ലിറ്ററായി പരിമിതപ്പെടുത്തേണ്ടി വന്നു. ഇപ്പോഴും ഈ നില തുടർന്നുകൊണ്ടിരിക്കുകയാണ്.

മെഡിറ്ററേനിയൻ കാലാവസ്ഥയുള്ള കേപ് ടൗൺ ചൂടുകൂടിയ വേനൽക്കാലവും കനത്ത മഴയും പെയ്യുന്ന പ്രദേശമാണ്. കേപ് ടൗണിന്റെ ചുറ്റിലുമായുള്ള കുന്നിൻ പ്രദേശത്തുള്ള ആറ് പ്രധാന ഡാമുകളാണ് നഗരത്തിനാവശ്യമുള്ള വെള്ളം നല്കുന്നത്. വൃഷ്ടി പ്രദേശങ്ങളിൽ പതിക്കുന്ന മഴവെള്ളമാണ് ഈ ഡാമുകളുടെ പ്രധാന ജലസ്രോതസ്സ്. മെയ് മുതൽ ആഗസ്റ്റ് വരെയാണ് ഈ പ്രദേശത്തെ മഴക്കാലം. നഗരാവശ്യങ്ങൾക്കും കൃഷിക്കുമായി ജലം കൂടുതൽ ആവശ്യം വരുന്ന ഡിസംബർ മുതൽ ഫെബ്രുവരി വരെയുള്ള വേനൽക്കാലത്ത് ഡാമുകളിലെ ജലനിരപ്പ് നന്നേ കുറയും. 1995 ൽ കേപ് ടൗണിലെ ജനസംഖ്യ 24 ലക്ഷമായിരുന്നു. 2018 ൽ അത് 43 ലക്ഷമായി ഉയർന്നു, 23 വർഷങ്ങൾക്കുള്ളിൽ 79 ശതമാനത്തിന്റെ വർദ്ധനവ്. എന്നാൽ ഇക്കാലംകൊണ്ട് ഡാമുകളിലെ ജലസംഭരണത്തിലുണ്ടായ വർദ്ധന വെറും 15 ശതമാനം മാത്രമാണ്. ജല ഉപഭോഗത്തിന്റെ 64.5 ശതമാനവും ഗാർഹികാവശ്യത്തിനായാണ് കേപ് ടൗൺ ഉപയോഗപ്പെടുത്തുന്നത്. 1990 മുതൽ കേപ് ടൗണിലെ ജല ഉപഭോഗം വർദ്ധിച്ചുവരികയായിരുന്നു. 1950 മുതൽ 1998 വരെയുള്ള കാലത്ത് പ്രതിവർഷം 4 ശതമാനം വീതമായിരുന്നു ഈ വർദ്ധനവ്. 1999 ലാണ് ജല ഉപഭോഗം ഏറ്റവുമധികം വർദ്ധിച്ചത്. തുടർന്നിങ്ങോട്ട് പ്രതിവർഷം 335 മില്യൺ ക്യൂബിക് മീറ്ററാണ് ജല ഉപഭോഗം വർദ്ധിച്ചുകൊണ്ടിരുന്നത്. ജല ഉപഭോഗത്തിൽ നിയന്ത്രണം വരുത്താൻ ഇത് ഭരണകൂടത്തെ പ്രേരിപ്പിച്ചു. വാർഷിക വർഷപാതം ഏറ്റവും കുറവുണ്ടായ 2000–2001 കാലഘട്ടത്തിലും 2003–2004 കാലഘട്ടത്തിലും ഈ നിയന്ത്രണം കർശനമായി നടപ്പിലാക്കേണ്ടിവന്നു. 2007 ൽ പത്തുവർഷത്തെ ഒരു ജല മാനേജ്മെന്റ് പദ്ധതിയും നടപ്പിലാക്കി. 1999 ലെ ജല ഉപഭോഗത്തേക്കാൾ കുറച്ചു കൊണ്ടുവരാനാണ് ഇതുകൊണ്ട് ഉദ്ദേശിച്ചത്. 2009 ൽ ബെർജ് നദിയിലെ ഡാമിന്റെ നിർമ്മാണത്തെത്തുടർന്ന് കേപ് ടൗണിൽ ജലം വിതരണം ചെയ്യുന്ന ഡാമുകളുടെ ജലസംഭരണശേഷി 17 ശതമാനം വർദ്ധിച്ച് 768

മില്യൺ ക്യൂബിക് മീറ്ററിൽനിന്നും 898 മില്യൺ ക്യൂബിക് മീറ്ററായി വർദ്ധിക്കുകയുണ്ടായി. ജലസംരക്ഷണത്തിന് ആവശ്യമായ നടപടികൾ സ്വീകരിച്ചില്ലെങ്കിൽ ജല സംഭരണികളിലുണ്ടായ ഈ വർദ്ധനവ് പ്രയോജനം ചെയ്യില്ലെന്നും 2013 ആകുമ്പോഴേക്കും ജനങ്ങളുടെ ആവശ്യത്തിനനുസരിച്ച് ജലവിതരണം നടത്താൻ കഴിയില്ലെന്നും വാട്ടർ അഫയേഴ്സ് ആന്റ് ഫോറസ്ട്രി വകുപ്പ് മുന്നറിയിപ്പ് നല്കുകയുണ്ടായി. 2019 ആകുമ്പോഴേക്കും കൂടുതൽ ജലസ്രോതസ്സുകൾ കണ്ടെത്തിയില്ലെങ്കിൽ നഗരത്തിലെ ശുദ്ധജലവിതരണസംവിധാനം താറുമാറാകുമെന്നും വകുപ്പ് മുന്നറിയിപ്പ് നല്കി.

കേപ് ടൗണിലുണ്ടായ ജല ദൗർലഭ്യത്തിന്റെ കാരണം വലിയ ചർച്ചകൾക്കും സംവാദങ്ങൾക്കും കാരണമായിട്ടുണ്ട്. വരൾച്ചയാണ് ഇത്രയധികം ജല ദൗർലഭ്യമുണ്ടാക്കിയതെന്ന് ചിലർ വാദിക്കുമ്പോൾ അതല്ല ജനസംഖ്യാവർദ്ധനവാണ് ഇതിനുകാരണമെന്നാണ് മറ്റൊരു വാദം. എന്നാൽ അതല്ല കാർഷികാവശ്യങ്ങൾക്കുവേണ്ടി ജലം കൂടുതലായി ഉപയോഗിക്കുന്നതാണ് കാരണമെന്നും അശാസ്ത്രീമായ ജല മാനേജ്മെന്റ് ആണ് കാരണമെന്നും വാദിക്കുന്നവരുണ്ട്. അതുമാത്രമല്ല കഴിഞ്ഞ ഒരു ദശാബ്ദത്തിനുള്ളിൽ കേപ് ടൗണിന്റെ വിസ്തൃതി 50 ശതമാനം വർദ്ധിച്ചിട്ടുമുണ്ട്. കേപ് ടൗൺ യൂണിവേഴ്സിറ്റിയുടെ കീഴിലുള്ള ക്ലൈമറ്റ് സിസ്റ്റം അനലൈസിസ് ഗ്രൂപ്പ് നടത്തിയ ഗവേഷണത്തിന്റെ സ്ഥിതിവിവരക്കണക്കിൽ 2015 മുതൽ 2017 വരെയുള്ള കാലഘട്ടത്തിൽ വർഷപാതത്തിലുണ്ടായ കുറവ് വ്യക്തമായി ചൂണ്ടിക്കാണിക്കുന്നുണ്ട്. ഒരു സഹസ്രാബ്ദത്തിൽ ഒരിക്കലുണ്ടാകുന്ന ഒരു വരൾച്ചയുടെ ഭാഗമാണിതെന്നും ഇതിനെ കാലാവസ്ഥാവ്യതിയാനവുമായി കൂട്ടിച്ചേർത്ത് വായിക്കേണ്ടതില്ലെന്നും ചില കാലാവസ്ഥാ ശാസ്ത്രജ്ഞർ വാദിക്കുന്നുണ്ടെങ്കിലും കമ്പ്യൂട്ടർ മാതൃകകൾ സൂചിപ്പിക്കുന്നത് അടുത്ത പത്തുവർഷത്തിനുള്ളിൽ നഗരത്തിന്റെ ശരാശരി താപനിലയിൽ 0.25 ഡിഗ്രി സെൽഷ്യസിന്റെ വർദ്ധനവുണ്ടാകുമെന്നാണ്; അതിനർത്ഥം വരൾച്ചയുടെ തീവ്രത വരുന്ന പത്തു വർഷങ്ങൾ കൊണ്ട് ഏഴ് മടങ്ങ് വർദ്ധിക്കുമെന്നാണ്. വർഷപാതത്തിലുണ്ടായ കുറവ് കാലാവസ്ഥാവ്യതിയാനത്തിന്റെ ഭാഗമായി ഉണ്ടാകുന്നതാണെന്ന് തന്നെയാണ് വിശ്വസനീയമായ പഠനങ്ങൾ നല്കുന്ന സൂചന. കേപ് ടൗണിന്റെ ദുരന്തം തന്നെയാണ് നിരവധി നഗരങ്ങളെ കാത്തിരിക്കുന്നതെന്നും പഠനങ്ങൾ സൂചന നല്കുന്നുണ്ട്.

സുസ്ഥിരമായ ഒരു കാലാവസ്ഥാ സമ്പ്രദായവുമായി ബന്ധപ്പെട്ടാണ് ദശാബ്ദങ്ങളായി കേപ് ടൗണിലെ ജലവിതരണവും ജല മാനേജ്മെന്റും നടപ്പിലാക്കിക്കൊണ്ടിരുന്നത്. എന്നാൽ കാലാവസ്ഥയിൽ പെട്ടെന്നുണ്ടായ മാറ്റം ഈ പ്രദേശത്തെ വർഷപാതം അസന്തുലിതമാക്കുകയും ജലസംഭരണ സംവിധാനത്തെയാകെ തകിടം മറിക്കുകയും ചെയ്തു. ജലക്ഷാമം ഏറ്റവും രൂക്ഷമാകാൻ കാരണം കാർഷികമേഖലയിലുണ്ടായ വലിയ വർദ്ധനവാണ്. ഒരു പ്രദേശത്തെ ജലത്തിന്റെ 80 മുതൽ 90 വരെ ശത

മാനം ജലവും കാർഷികാവശ്യങ്ങൾക്കുവേണ്ടിയാണ് കേപ് ടൗണിൽ ഉപയോഗപ്പെടുത്തുന്നത്. 2016 ൽ കേപ് ടൗണിൽനിന്ന് 113 മില്യൺ ഗ്യാലൺ വൈനാണ് യൂറോപ്പിലേക്കും അമേരിക്കയിലേക്കും കയറ്റുമതി ചെയ്തത്. ഒരു ഗ്യാലൺ വൈൻ ഉല്പാദിപ്പിക്കാൻ 666 മുതൽ 1357 ഗ്യാലൺ വരെ വെള്ളം ആവശ്യമാണ്. വൈൻ വ്യവസായത്തിനായി ഇത്രയധികം ജലം ഉപയോഗിക്കുന്നത് ദക്ഷിണാഫ്രിക്കയിലെ 70 ലക്ഷത്തോളം ആളുകളുടെ ശുദ്ധജല ലഭ്യത ഇല്ലാതാക്കുന്നുണ്ട്. 2017 ൽ കേപ് ടൗണിൽനിന്നും 2,31,000 ടൺ ഓറഞ്ച് കയറ്റുമതി ചെയ്തിട്ടുണ്ട്. ഓറഞ്ച് ഉല്പാദനത്തിനായി മാത്രം ഒരു വർഷം 30 ബില്യൺ ഗ്യാലൺ ജലം ആവശ്യമാണ്. ഇതും ജലക്ഷാമത്തിന്റെ തീവ്രത വർദ്ധിപ്പിക്കുന്നുണ്ട്. 2014 മെയ് മാസത്തെ കണക്കുപ്രകാരം കേപ് ടൗണിന്റെ സമീപ പ്രദേശങ്ങളിലെ ഡാമുകളിലെ ജല സംഭരണശേഷിയുടെ 71.9 ശതമാനം ആയിരുന്നെങ്കിൽ 2018 മെയ് മാസത്തിൽ അത് 21.4 ശതമാനമായി കുറഞ്ഞുകഴിഞ്ഞു. 2013 ലും 2014 ലും നല്ല തോതിലുള്ള വർഷപാതമുണ്ടായെങ്കിലും 2015 ൽ പ്രദേശം വരൾച്ചയുടെ പിടിയിലകപ്പെടുകയായിരുന്നു. എൽ–നിനോ പ്രതിഭാസവും കാലാവസ്ഥാവ്യതിയാനവുമാണ് പൊടുന്നനെയുണ്ടായ വരൾച്ചയുടെ കാരണമായി ചൂണ്ടിക്കാണിക്കപ്പെടുന്നത്. 2017 മെയ് മാസത്തിലുണ്ടായ വരൾച്ച ഒരു നൂറ്റാണ്ടിനുള്ളിൽ രാജ്യത്തുണ്ടായ ഏറ്റവും വലിയ ജലക്ഷാമത്തിനും കാരണമായി. ലെവൽ 3 ബി നിയന്ത്രണമേർപ്പെടുത്തിയാണ് ഈ ജലദൗർലഭ്യത്തെ കേപ്ടൗൺ സമീപിച്ചത്. 2018 ജനുവരി 1 ന് കേപ്ടൗണിൽ ലെവൽ 6 ബി നിയന്ത്രണം വരികയും ഒരാളുടെ ഒരു ദിവസത്തെ ജല ഉപഭോഗം 50 ലിറ്ററായി പരിമിതപ്പെടുത്തുകയും ചെയ്തു. 2018 ജനുവരി പകുതിയായപ്പോൾ തന്നെ ലെവൽ 7 പ്രഖ്യാപിക്കാൻ ഭരണകൂടം നിർബ്ബന്ധിതമാവുകയും വ്യക്തിഗത ജല ഉപഭോഗം 25 ലിറ്ററായി കുറയ്ക്കുകയും ചെയ്തു. 2018 ഏപ്രിൽ 12 ന് ഡേ സീറോ പ്രഖ്യാപിക്കപ്പെട്ടു. ജനങ്ങൾ വെള്ളത്തിനായി ക്യൂ നില്ക്കേണ്ട അവസ്ഥ സംജാതമായി. ഇത് നഗരത്തിന്റെ ഉല്പാദന പ്രക്രിയകളെയും ഇക്കോണമിയെയും പ്രതികൂലമായി ബാധിച്ചിരിക്കുകയാണ്.

കേപ് ടൗൺ യൂണിവേഴ്സിറ്റി നടത്തിയ ഒരു പഠനത്തിൽ 1933 ന് ശേഷം ഏറ്റവുമധികം വരൾച്ച നേരിട്ട മൂന്ന് വർഷങ്ങളാണ് 2015 മുതലുണ്ടായത്. ഇതിൽ ഏറ്റവും തീവ്രമായത് 2017 ആണ്. 1933 മുതലുള്ള ഡാറ്റയാണ് യൂണിവേഴ്സിറ്റിയിലെ ഗവേഷക സംഘത്തിന് ലഭ്യമായത്. അതിനർത്ഥം ഒരുപക്ഷേ, 1933 ന് മുൻപും ഇതിലധികം വരൾച്ച ഉണ്ടായിരിക്കണമെന്നല്ല. ഒരുപക്ഷേ, ഒരു നൂറ്റാണ്ടിലെയോ ഒരു സഹസ്രാബ്ദത്തിലെയോ ഏറ്റവും വലിയ വരൾച്ചയെയായിരിക്കും ആ നാട് അഭിമുഖീകരിച്ചുകൊണ്ടിരിക്കുന്നത്. സ്ഥിതിവിവരക്കണക്കുകൾ അനുസരിച്ച് ശരാശരി 311 വർഷങ്ങളുടെ ഇടവേളകളിൽ കേപ് ടൗൺ വരൾച്ചയെ അഭിമുഖീകരിച്ചിട്ടുണ്ട്. എന്നാൽ വലിയ ജനപ്പെരുപ്പവും കാർഷികാവശ്യങ്ങൾക്കായുള്ള ജല ഉപഭോഗവും നഗരവല്ക്കരണവുമെല്ലാം ഇരുപത്തി

ഒന്നാം നൂറ്റാണ്ടിലെ വരൾച്ച പതിന്മടങ്ങ് തീവ്രമാക്കിയിരിക്കുകയാണ്. നഗരത്തിലെ ശുചിമുറികളിൽ അത്യാവശ്യമാണെങ്കിൽ മാത്രം ഫ്‌ളഷ് ഉപയോഗിക്കൂ എന്ന ബോർഡുകൾ പ്രത്യക്ഷപ്പെട്ടുകഴിഞ്ഞു. ഹോട്ടലുകളിലും റെസ്റ്റോറന്റുകളിലും പ്ലാസ്റ്റിക്, പേപ്പർ കപ്പുകളും പ്ലേറ്റുകളുമാണ് ഉപയോഗിക്കുന്നത്. പാത്രം കഴുകാനുള്ള വെള്ളം ലഭ്യമല്ലാത്തതുകൊണ്ടാണിത്. കാർഷികമേഖലയിൽ മാത്രം മൂന്ന് ലക്ഷം ആളുകൾക്കാണ് ജോലിയില്ലാതായത്. ഹോട്ടൽ, ടൂറിസം മേഖലകളിലായി അതിന്റെ പതിന്മടങ്ങ് ആളുകൾ തൊഴിൽരഹിതരായിക്കഴിഞ്ഞു. കാർഷിക മേഖലയിൽ ജല ഉപയോഗം 50 ശതമാനം കുറച്ചതിന്റെ ഭാഗമായി 50,000 ൽ പരം ആളുകൾ ദാരിദ്ര്യരേഖയ്ക്ക് താഴെയായി. 2018 ഫെബ്രുവരിയിലെ കണക്കുപ്രകാരം 1.17 ബില്യൺ യു എസ് ഡോളറിന്റെ നഷ്ടമാണ് കാർഷിക മേഖലയിൽ മാത്രമായി ഉണ്ടായിട്ടുള്ളത്. കേപ് ടൗണിലുള്ള എല്ലാ ഓഫീസുകളിലുമുള്ള ടോയ്‌ലറ്റുകളിലെയും വാട്ടർ ക്ലോസറ്റുകൾ പ്രവർത്തനരഹിതമായിക്കഴിഞ്ഞു. മഴവെള്ളം നേരിട്ട് ടോയ്‌ലറ്റുകളിൽ എത്തിക്കുകയാണ് ചിലയിടങ്ങളിലെങ്കിലും പ്രവർത്തിക്കുന്ന ശൗചാലയങ്ങളിലുള്ളത്. യൂറിനലുകളിൽ വെള്ളം ഫ്‌ളഷ് ചെയ്യുന്നതിനു പകരം രോഗാണുനാശിനികളായ സുഗന്ധദ്രവ്യങ്ങൾ സ്പ്രേ ചെയ്യുകയാണ് ചെയ്യുന്നത്. കൈ കഴുകാൻ വെള്ളത്തിന് പകരം ഹാൻഡ് സാനിറ്റൈസർ ആണ് ഉപയോഗിക്കുന്നത്. കടകളിൽ ലഭ്യമാകുന്ന കുപ്പിവെള്ളം ഷോപ്പുകളിലെത്തിയാൽ നിമിഷങ്ങൾക്കകം വിറ്റുപോകുന്നു. സർക്കാർ റേഷനായി അനുവദിക്കുന്ന ജലവിഹിതം ലഭിക്കാൻ മണിക്കൂറുകൾ ക്യൂ നില്ക്കേണ്ട അവസ്ഥയാണ്. ജനങ്ങൾക്ക് മറ്റ് തൊഴിലുകളിൽ ഏർപ്പെടാൻ കഴിയാത്തത് രാജ്യത്തിന്റെ സമ്പദ്‌വ്യവസ്ഥയെ ആകെ താറുമാറാക്കിക്കൊണ്ടിരിക്കുകയാണ്.

ദിനംപ്രതി ഒരു വ്യക്തിക്ക് ഉപയോഗിക്കാൻ കഴിയുന്നത് 25 ലിറ്റർ വെള്ളമായതുകൊണ്ടുതന്നെ ജനങ്ങളുടെ ജീവിതരീതിയിലും മാറ്റങ്ങൾ വന്നുകഴിഞ്ഞു. ആളുകൾ കുളിക്കാൻ വിമുഖത കാണിച്ചുതുടങ്ങി. ടോയ്‌ലറ്റ് ഉപയോഗം കുറഞ്ഞു. ടോയ്‌ലറ്റുകൾ ഫ്‌ളഷ് ചെയ്യാനും മടിയായിത്തുടങ്ങി. ഇത് ഗുരുതരമായ ആരോഗ്യപ്രശ്നങ്ങൾക്കും കാരണമാകുന്നുണ്ട്. ശുചിത്വമില്ലായ്മ കാരണം കഴിഞ്ഞ മൂന്ന് വർഷങ്ങളിൽ പ്രതിവർഷം 22 ലക്ഷം ആളുകൾക്കാണ് വയറിളക്കം മൂലം മരണം സംഭവിച്ചുകൊണ്ടിരിക്കുന്നത്. ഇതിൽ ഭൂരിഭാഗവും അഞ്ച് വയസ്സിൽ താഴെയുള്ള കുട്ടികളാണ്. ചതുരശ്ര കിലോമീറ്ററിൽ 1530 ൽ കൂടുതൽ ജനസാന്ദ്രതയുള്ള കേപ് ടൗൺ പോലെയുള്ള നഗരപ്രദേശങ്ങളിൽ കൃത്യമായ സാനിട്ടേഷൻ നടക്കുന്നില്ലെങ്കിൽ കോളറ പോലെയുള്ള ജലജന്യരോഗങ്ങൾ എളുപ്പത്തിൽ വ്യാപിക്കും. ശുദ്ധജലം ലഭ്യമാകാത്തത് ആരോഗ്യപ്രശ്നങ്ങൾക്ക് കാരണമാകുന്നതിലും ഭീതിജനകമാണ് മലിനജലത്തിൽ വളരുന്ന ബാക്ടീരിയങ്ങളുടെയും മറ്റ് സൂക്ഷ്മ ജീവികളുടെയും വംശവർദ്ധനവ്. കോളറ, ഹെപ്പറ്റൈറ്റിസ് – എ, ടൈഫോയ്ഡ് തുടങ്ങിയ രോഗങ്ങൾ

ബാധിച്ച് മരിക്കുന്നവരുടെ എണ്ണം ദിനം പ്രതി വർദ്ധിച്ചു വരികയുമാണ്. ലബോറട്ടറികളിലും തൊഴിലിടങ്ങളിലുമുള്ള എമർജൻസി ഷവറുകളും ഐ വാഷിങ് സ്റ്റേഷനുകളും പണിമുടക്കിയിട്ട് നാളുകളേറെയായി. ഇത് ഇത്തരം കേന്ദ്രങ്ങളിൽ ജോലിചെയ്യുന്നത് ഏറെ ദുഷ്കരമാക്കിയിരിക്കുന്നു. നിർമ്മാണ മേഖലയൊന്നാകെ സ്തംഭിച്ചു കഴിഞ്ഞു. വ്യവസായശാലകൾ പലതും അടച്ചുപൂട്ടി. പലതും അടച്ചുപൂട്ടലിന്റെ വക്കിലുമാണ്. ജലദൗർലഭ്യം കാരണം ഏറ്റവുമധികം ബുദ്ധിമുട്ടനുഭവിക്കുന്നത് കുട്ടികളാണ്. വീടുകളിലും ഓർഫനേജുകളിലും വേണ്ടത്ര വെള്ളം ലഭിക്കാത്തത്, വൃത്തിയുള്ള ആഹാരശീലങ്ങൾ പാലിക്കാൻ കഴിയാതെ പോകുന്നത് വലിയ ആരോഗ്യപ്രശ്നങ്ങളാണ് കുട്ടികൾക്കുണ്ടാക്കുന്നത്. ഡേ സീറോ പ്രഖ്യാപിച്ച ദിവസം തന്നെ പടിഞ്ഞാറൻ കേപ് ടൗണിലെ സ്കൂളുകളിലെ ടാപ്പുകളെല്ലാം ജലശൂന്യമായി. 11 ലക്ഷം കുട്ടികളാണ് ഇവിടെയുള്ള വിദ്യാലയങ്ങളിൽ പഠിക്കുന്നത്. ഏതു നിമിഷവും വലിയൊരു പകർച്ചവ്യാധി പടർന്നു പിടിക്കാമെന്നുള്ള അവസ്ഥയിലാണ് ഇവിടുത്തെ വിദ്യാലയങ്ങൾ ഉള്ളത്.

കാർഷിക–വ്യാവസായിക മേഖലയിലാണ് ജലത്തിന്റെ ഉപയോഗം ഏറ്റവും കൂടുതലായി ആവശ്യമുള്ളത്. 3 ലക്ഷം തൊഴിലാളികൾ ജോലി ചെയ്യുന്ന വൈൻ വ്യവസായ മേഖലയാണ് കേപ് ടൗണിന്റെ പ്രധാന സാമ്പത്തിക ഉറവിടം. വൈനറികൾ ടൂറിസത്തിലൂടെയും നഗരത്തിന്റെ സാമ്പത്തിക ശേഷി വർദ്ധിപ്പിക്കുന്നതിൽ സഹായിക്കുന്നുണ്ട്. ജലദൗർലഭ്യം കാരണം 2017 ൽ മാത്രം 15 ലക്ഷം വിനോദ സഞ്ചാരികളാണ് കേപ് ടൗൺ ഉപേക്ഷിച്ച് മറ്റു സ്ഥലങ്ങൾ തേടിപ്പോയത്. മുന്തിരി കൃഷിക്ക് ശരാശരി 10 മുതൽ 24 ഇഞ്ച് മഴ ആവശ്യമാണ്. എന്നാൽ കഴിഞ്ഞ വർഷം ഇതിന്റെ പകുതി മാത്രമാണ് മഴ ലഭിച്ചത്. ഇത് മുന്തിരിയുടെ വലിപ്പക്കുറവിനും വിളവ് നശിക്കുന്നതിനും കാരണമായിട്ടുണ്ട്. മുടക്കുമുതലിന്റെ ഒരു ശതമാനം അധികം മാത്രമാണ് കഴിഞ്ഞവർഷം ഈ മേഖലയിൽനിന്ന് ലഭിച്ചത്. ലോകത്തിലെ തന്നെ ഏറ്റവും പ്രസിദ്ധമായ വൈൻയാർഡിൽ നിന്നുള്ള വൈൻ ഉല്പാദനം കഴിഞ്ഞവർഷം ഒൻപത് ശതമാനം കുറയുകയും ചെയ്തു. ഇത് കയറ്റുമതിയെയും പ്രതികൂലമായി ബാധിക്കാൻ ആരംഭിച്ചിരിക്കുന്നു. ഇതിനിടെ അനധികൃത ജലവ്യാപാരവും കള്ളക്കടത്തും തകൃതിയായി നടക്കുന്നുമുണ്ട്. ഒരു ബാരൽ വെള്ളത്തിന് ഇപ്പോൾ 350 യു എസ് ഡോളറാണ് അനധികൃതമായി വില്പന നടത്തുന്നവർ ജനങ്ങളിൽനിന്ന് വാങ്ങുന്നത്. ഇത് ക്രമേണ ദാരിദ്ര്യത്തിലേക്കും അക്രമ സംഭവങ്ങളിലേക്കും നാടിനെ കൊണ്ടുചെന്നെത്തിക്കും. അതിനിടെ ആരെങ്കിലും ഒരാൾ ഒരു ദിവസം 25 ലിറ്ററിൽ കൂടുതൽ വെള്ളം ഉപയോഗിക്കുന്നു എന്ന് കണ്ടുപിടിച്ചാൽ ആ വ്യക്തിക്ക് 248 യു എസ് ഡോളർ വരെ ഭരണകൂടം പിഴ ചുമത്തുന്നുമുണ്ട്.

കാലാവസ്ഥാവ്യതിയാനം തുടരുകയും ജനപ്പെരുപ്പം വർദ്ധിക്കുകയും നഗരങ്ങൾ വിസ്തൃതമാവുകയും ചെയ്താൽ കേപ് ടൗണിന്റെ ഗതി തന്നെ

യായിരിക്കും ലോകത്തിലെ എല്ലാ നഗരങ്ങൾക്കും സംഭവിക്കുക. കേപ് ടൗൺ പരമ്പരാഗത ജല സംഭരണ, വിതരണ സമ്പ്രദായങ്ങൾക്കു പുറമെ സമാന്തര സാദ്ധ്യതകൾക്കായുള്ള ഗവേഷണത്തെ പ്രോത്സാഹിപ്പിച്ചു തുടങ്ങി. സമുദ്രജല ശുദ്ധീകരണ പ്ലാന്റുകൾ, റീ സൈക്ലിങ് പ്ലാന്റുകൾ, പുതിയ കിണറുകളുടെ നിർമ്മാണം എന്നിവയെല്ലാം ത്വരിത ഗതിയിൽ നടക്കുന്നുണ്ട്. ജല ഉപഭോഗം കുറയ്ക്കുന്നതിനുള്ള ബോധവല്ക്കരണം സർക്കാർ തലത്തിൽ നടത്തുന്നുമുണ്ട്. ഇതിനെല്ലാം പുറമെ ഒരു ജലനയമാണ്, ജല ഉപഭോഗസംസ്കാരമാണ് ഉയർന്നുവരേണ്ടതെന്ന് കേപ് ടൗൺ നിവാസികൾ തിരിച്ചറിഞ്ഞുകഴിഞ്ഞു. വളരെ വൈകിയാണെങ്കിലും ഡേ സീറോ വലിയൊരു പാഠമാണ് ലോകത്തിന് നല്കുന്നത്. ഇന്നത് കേപ് ടൗണിലാണെങ്കിൽ നാളെ അത് ലോകത്തിലെ മറ്റേത് നഗരത്തിനും സംഭവിക്കാമെന്ന വലിയ പാഠം.

നമുക്കറിവുള്ളിടത്തോളം ഭൂമിയിൽ മാത്രമേ ജീവനുള്ളൂ. അത് ഉത്ഭവിക്കുന്നതിനും വളർന്നു വികസിക്കുന്നതിനുമുള്ള സാദ്ധ്യതയും ഇവിടെ മാത്രമേ സംശയ രഹിതമായിട്ടുള്ളൂ. ഗ്രഹാന്തര യാത്രകളും അന്യഗ്രഹങ്ങളിൽ വാസമുറപ്പിക്കലുമെല്ലാം ശാസ്ത്രകാരന്മാരുടെ ഭാവനമാത്രമാണ്. ഇനി അത്തരം ആവാസകേന്ദ്രങ്ങൾ ഉണ്ടെങ്കിൽ പോലും ഭൂമിയോട് അനുകൂലനം നേടിയ ജീവന് ഇതിനപ്പുറമൊന്നും ചിന്തിക്കാൻ കഴിയില്ല. അതുകൊണ്ടുതന്നെ ഈ ഗ്രഹത്തെ മലിനമാക്കാതെ സംരക്ഷിക്കേണ്ടത് ഓരോരുത്തരുടെയും കടമയാണ്. പ്രകൃതി വിഭവങ്ങളുടെ ചൂഷണം, കാർബൺ പുറന്തള്ളൽ, പരിസ്ഥിതിക്കു കോട്ടം വരുത്തുന്ന നിർമ്മാണങ്ങൾ, വികസന പ്രവർത്തനങ്ങൾ, വനത്തിലേക്കുള്ള കടന്നുകയറ്റം, പ്ലാസ്റ്റിക് ഉപയോഗം, രാസവള പ്രയോഗം, കീടനാശിനികളുടെ ഉപയോഗം അനിയന്ത്രിതമായ മത്സ്യ ബന്ധനം, ഫോസിൽ ഇന്ധനങ്ങളുടെ ഉപയോഗം എന്നിവയെല്ലാം നിയന്ത്രിക്കണം. മാലിന്യ സംസ്കരണം ശാസ്ത്രീയമായി നടപ്പിലാക്കണം. പുനരുപയോഗ ശേഷിയുള്ള വസ്തുക്കൾ ഉപയോഗിക്കണം. പേപ്പർ പോലെയുള്ള സസ്യജന്യ ഉല്പന്നങ്ങൾ റീസൈക്കിൾ ചെയ്ത് ഉപയോഗ ക്ഷമമാക്കണം. ഡിസ്പോസബിൾ സംസ്കാരമുണ്ടാക്കുന്ന സൗകര്യങ്ങളേക്കാൾ അതുണ്ടാക്കുന്ന അപകടങ്ങളായിരിക്കും നാളെ പരിസ്ഥിതി നേരിടുന്ന മറ്റൊരു വലിയ ദുരന്തം. തടികൊണ്ട് നിർമ്മിച്ചിട്ടുള്ള ഫർണിച്ചറുകളും മറ്റുപകരണങ്ങളും പുതിയവ വാങ്ങിക്കൂട്ടാതെ നിലവിലുള്ളവ സംരക്ഷിച്ച് നിലനിർത്തുന്ന ശീലം വളർത്തിക്കൊണ്ടു വരണം. ആവശ്യത്തിനുള്ള ഉല്പന്നങ്ങൾ മാത്രം നിർമ്മിക്കുകയും പുനരുപയോഗശേഷിയുള്ളവ മാത്രം ഉപയോഗിക്കുകയും ചെയ്യുന്ന സംസ്കാരം നിത്യജീവിതത്തിന്റെ ഭാഗമാക്കേണ്ടത് തലമുറകളുടെ നിലനില്പിന് അനിവാര്യമാണ്.

മൃത്യുവിന്റെ വ്യാകരണം

ഉത്തരകൊറിയ ഹൈഡ്രജൻ ബോംബ് പരീക്ഷിച്ചത് ആഗോള വ്യാപകമായി ഏറെ ഒച്ചപ്പാടുകൾക്കും വിമർശനങ്ങൾക്കും കാരണമായി. തെർമോന്യൂക്ലിയർ ബോംബ് എന്ന ആണവായുധം കൈവശമുള്ള ഏഴാമത്തെ രാജ്യമായി ഇതോടെ ഉത്തരകൊറിയ. എപ്പോഴും സംഘർഷം നിലനില്ക്കുന്ന മേഖലയിലാണ് ഈ രാജ്യമുള്ളതെന്നതും ലോകരാഷ്ട്രങ്ങളുടെ ആശങ്ക വർദ്ധിപ്പിക്കുന്നുണ്ട്. ഇത്തരം ആയുധങ്ങൾ തീവ്രവാദികളുടെയും വിഘടനവാദികളുടെയുമെല്ലാം കൈവശമെത്തിയാൽ പിന്നെ ലോകാവസാനമായിരിക്കും സംഭവിക്കുക.

ആണവായുധങ്ങൾ ലോകത്തിന് ഭീഷണിതന്നെയാണ്. എന്നാൽ ഉത്തരകൊറിയയുടെ ആണവ പരീക്ഷണത്തിന് അത്ര പ്രാധാന്യം കൊടുക്കേണ്ടതുണ്ടോ എന്നാണീ ലേഖകന്റെ സംശയം. ഇതിനു മുമ്പും ഉത്തരകൊറിയ ആണവായുധ പരീക്ഷണം നടത്തിയിട്ടുണ്ട്. അന്നു നടത്തിയത് ആറ്റം ബോംബ് പരീക്ഷണമാണെന്ന് വാദത്തിനുവേണ്ടി പറയാം. ആറ്റം ബോംബിനെ അപേക്ഷിച്ച് ഹൈഡ്രജൻ ബോംബിന്റെ പ്രഹരശേഷി വളരെ കൂടുതലുമാണ്. എന്നാൽ ആറ്റം ബോംബിന്റെ സാങ്കേതിക വിദ്യ വശമുള്ള രാജ്യത്തിന് ഹൈഡ്രജൻ ബോംബിന്റെ സാങ്കേതിക വിദ്യയും വശമുണ്ടാകും. ആദ്യത്തേതിൽ ഊർജ്ജം പുറന്തള്ളപ്പെടുന്നത് അണുവിഘടനത്തിലൂടെയാണെങ്കിൽ രണ്ടാമത്തേതിൽ അതു സംഭവിക്കുന്നത് അണുസംയോജനത്തിലൂടെയാണ് എന്നതാണ് ഇവ തമ്മിലുള്ള വ്യത്യാസം.

ആണവായുധങ്ങൾ മനുഷ്യത്വത്തിനു നേരെയുള്ള വെല്ലുവിളിതന്നെയാണ്. അവ ഉന്മൂലനം ചെയ്യപ്പെടുക തന്നെ വേണം. അതിനെതിരെ ലോക മനസ്സാക്ഷി ഉണരണം. എന്നാൽ ഭീമമായ ആണവായുധശേഖരം

സ്വന്തമായുള്ള അമേരിക്കയെപ്പോലെയുള്ള വൻശക്തികൾ അതിനെതിരെ മുറവിളികൂട്ടുന്നതാണ് ഏറെ വിചിത്രം. ആണവായുധങ്ങൾ വ്യാപിക്കുന്നതുപോലെ തന്നെ അപകടകരമാണ് അവയുടെ ശേഖരം സൂക്ഷിക്കുന്നതും. ആണവശേഷി കൈവരിച്ചിട്ടും ആണവായുധ നിർമ്മാണം വേണ്ടെന്നു വച്ച ദക്ഷിണാഫ്രിക്കയെപ്പോലെയുള്ള രാജ്യങ്ങൾ മാതൃക കാണിച്ചിട്ടും കൈവശമുള്ള ഒരു ആണവായുധം പോലും നിർവ്വീര്യമാക്കാൻ വൻശക്തികൾ തയ്യാറായിട്ടില്ല. ആണവ പരീക്ഷണത്തിന്റെ ആശങ്ക പങ്കുവയ്ക്കുന്നതിനൊപ്പം എന്താണ് ആണവായുധം എന്നു പരിശോധിക്കുകയാണിവിടെ. അതിന്റെ ചരിത്രവും നാൾവഴികളും.

അണുവിഘടനമോ (Nuclear fission), അണുസംയോജനമോ (Nuclear fusion) കൊണ്ട് നശീകരണ ശക്തി ലഭിക്കുന്ന ആയുധങ്ങളെയാണ് ആണവായുധം അല്ലെങ്കിൽ അണുബോംബ് എന്നു വിളിക്കുന്നത്. ആണവ പ്രവർത്തനങ്ങളിൽ വളരെ കൂടിയ അളവിൽ ഊർജ്ജം ഉല്പാദിപ്പിക്കപ്പെടുന്നതിനാൽ ഇവ അതീവ പ്രഹരശേഷിയുള്ള ആയുധങ്ങളാണ്. അണുവിഘടനം മൂലം പ്രവർത്തിക്കുന്ന ആയുധങ്ങളിൽ ആണവനിലയങ്ങളിൽനിന്നും വ്യത്യസ്തമായി ശൃംഖലാപ്രവർത്തനം (chain reaction) അനിയന്ത്രിതമായ രീതിയിലാണ് നടക്കുന്നത്. അതായത് സെക്കന്റിന്റെ ഒരു ചെറിയ അംശംകൊണ്ട് വളരെയധികം അണുകേന്ദ്രങ്ങൾ വിഘടിക്കപ്പെടുന്നു. അങ്ങനെ ഒരു വലിയ പൊട്ടിത്തെറിയോടെ ഭീമമായ അളവിൽ താപം ഉല്പാദിപ്പിക്കപ്പെടുന്നു. ഇതിനേക്കാൾ നശീകരണ ശേഷിയുള്ളവയാണ് അണുസംയോജനം അടിസ്ഥാനമാക്കിയുള്ള ആയുധങ്ങൾ. ഇത്തരം ആയുധങ്ങളിലും അണുസംയോജനം ആരംഭിക്കുന്നതിനാവശ്യമായ ഉയർന്ന താപം ഉണ്ടാക്കുന്നത് ഒരു അണുവിഘടന പ്രവർത്തനത്തിലൂടെയാണ്. അണുസംയോജനം അടിസ്ഥാനമാക്കിയുള്ള ആയുധങ്ങളെ ഹൈഡ്രജൻ ബോംബ് എന്നോ തെർമോ ന്യൂക്ലിയർ ആയുധങ്ങൾ എന്നോ ആണ് പറയുന്നത്.

ആണവായുധം സ്വായത്തമാക്കിയ രാജ്യങ്ങളുടെ പട്ടിക ന്യൂക്ലിയർ ക്ലബ് എന്നാണറിയപ്പെടുന്നത്. നിലവിൽ എട്ടു ലോകരാജ്യങ്ങൾ വിജയകരമായി ആണവായുധങ്ങൾ പരീക്ഷിച്ചിട്ടുണ്ട്. ഇതിൽ അഞ്ചു രാജ്യങ്ങൾ അണുവായുധരാഷ്ട്രങ്ങൾ എന്ന് അന്താരാഷ്ട്രതലത്തിൽ അംഗീകരിക്കപ്പെട്ട അണുവായുധ നിർവ്യാപന കരാർ വഴിയായി അറിയപ്പെടുന്നു. അമേരിക്ക, റഷ്യ, ബ്രിട്ടൻ, ഫ്രാൻസ്, ചൈന എന്നിവയാണ് ഈ രാജ്യങ്ങൾ. അണുവായുധ നിർവ്യാപനകരാർ രൂപപ്പെടുത്തിയ ശേഷം അതിൽ ഒപ്പുവയ്ക്കാത്ത രാജ്യങ്ങളായ ഇന്ത്യയും, പാകിസ്ഥാനും, ഉത്തര കൊറിയയും ആണവായുധ പരീക്ഷണങ്ങൾ നടത്തിയിട്ടുണ്ട്. ഇസ്രയേലിനും ആണവായുധങ്ങൾ ഉള്ളതായി കരുതുന്നു. എന്നാൽ ഇസ്രയേൽ പ്രസ്തുത നിരീക്ഷണത്തെ അംഗീകരിക്കുകയോ നിരാകരിക്കുകയോ ചെയ്തിട്ടില്ല. ഇറാന് ആണവായുധ വികസനപദ്ധതി ഉള്ളതായി അമേരിക്ക ആരോപിക്കുന്നുണ്ട്. എന്നാൽ ഇറാൻ പ്രസ്തുത ആരോപണം നിരാകരിക്കുകയാണ്.

അണുവിഘടനം ആധാരമാക്കി പ്രവർത്തിക്കുന്ന ആണവായുധമാണ് ആറ്റം ബോംബ് അഥവാ ഫിഷൻ ബോംബ്. റേഡിയോ ആക്ടീവ് മൂലകങ്ങളായ യുറാനിയം, പ്ലൂട്ടോണിയം തുടങ്ങിയവയുടെ അണുകേന്ദ്രം ന്യൂട്രോണുകൾ ഉപയോഗിച്ച് തകർക്കുന്ന പ്രക്രിയയാണ് ഇവിടെ നടക്കുന്നത്. അണുകേന്ദ്രം തകരുമ്പോൾ പുറത്തുവരുന്ന ന്യൂട്രോണുകൾ കൂടുതൽ അണുകേന്ദ്രങ്ങൾ തകർക്കുകയും അതൊരു ശൃംഖലാപ്രതിപ്രവർത്തനത്തിനു കാരണമാവുകയും ചെയ്യും. അനിയന്ത്രിതമായ ഈ ശൃംഖലാ പ്രതിപ്രവർത്തനം കാരണം വലിയ തോതിൽ ഊർജ്ജം പുറന്തള്ളപ്പെടും. സ്ഫോടനത്തെത്തുടർന്നുണ്ടാകുന്ന തീയും ചൂടും ഒരു പ്രദേശത്തെയാകെ തുടച്ചുനീക്കും. ഒരു ടൺ ടി എൻ ടി മുതൽ അഞ്ചു ലക്ഷം ടൺ ടി എൻ ടിയുടെ വരെ പ്രഹര ശേഷിയുള്ള ആറ്റംബോംബുകൾ ഇന്ന് വൻശക്തികളുടെ കൈവശമുണ്ട്. എന്നാൽ ഒരു യുദ്ധത്തിൽ അണുബോംബ് ഉപയോഗിച്ചത് അമേരിക്ക മാത്രമാണ്. ആറ്റംബോംബ് സ്ഫോടനത്തിൽ അതിലുപയോഗിക്കുന്ന റേഡിയോ ആക്ടീവ് പിണ്ഡം പൂർണ്ണമായി ഊർജ്ജമായി മാറുന്നില്ല. വളരെ കുറഞ്ഞ പിണ്ഡം മാത്രമേ ഊർജ്ജമായി പരിപ്രവർത്തനം ചെയ്യുന്നുള്ളൂ. ഇക്കാരണത്താൽ തന്നെ ബോംബുസ്ഫോടനം ഉണ്ടാക്കുന്ന ആൾനാശത്തിനും മറ്റുനാശനഷ്ടങ്ങൾക്കും പുറമെ റേഡിയോ ആക്ടീവ് ഇന്ധനങ്ങളിൽനിന്നുപുറപ്പെടുന്ന മാരക വികിരണങ്ങൾ ആ പ്രദേശത്ത് വർഷങ്ങളോളം ദുരിതം വിതയ്ക്കും. ജനിതക വൈകല്യത്തിനും ക്യാൻസർപോലെയുള്ള രോഗങ്ങൾക്കും ഇതുകാരണമാകും. സ്ഫോടനം സൃഷ്ടിക്കുന്ന വൻ ധൂളീമേഘം മാസങ്ങളോളം അന്തരീക്ഷത്തിൽ തങ്ങിനില്ക്കും. അത് ആ പ്രദേശത്തെ താപനില വളരെ താഴ്ത്തുകയും സൂര്യനെ അദൃശ്യമാക്കുകയും ചെയ്യും. എപ്പോഴും രാത്രിയായ നിലയിലായിരിക്കും ആ പ്രദേശം. ആണവശൈത്യം എന്നാണീ പ്രതിഭാസം അറിയപ്പെടുന്നത്. യുറാനിയം – 235, പ്ലൂട്ടോണിയം – 239 എന്നീ റേഡിയോ ഐസോടോപ്പുകളാണ് സാധാരണയായി ആറ്റം ബോബിൽ ശൃംഖലാ പ്രവർത്തനത്തിന് ഉപയോഗിക്കുന്നത്. യുറാനിയം – 233, നെപ്ട്യൂണിയം – 237 എന്നീ ഐസോടോപ്പുകളും ഉപയോഗിക്കാറുണ്ട്.

ന്യൂക്ലിയർ ഫ്യൂഷൻ ആധാരമാക്കി പ്രവർത്തിക്കുന്ന ആണവായുധമാണ് തെർമോ ന്യൂക്ലിയർ ബോംബ് അഥവാ ഹൈഡ്രജൻ ബോംബ്. ഭാരം കുറഞ്ഞ അണുകേന്ദ്രങ്ങൾ സംയോജിപ്പിച്ച് ഭാരം കൂടുതലുള്ള അണുകേന്ദ്രം സൃഷ്ടിക്കുമ്പോൾ വൻതോതിൽ ഊർജ്ജം പുറന്തള്ളപ്പെടും എന്ന സിദ്ധാന്തത്തെ പ്രയോഗവല്ക്കരിക്കുകയാണ് ഈ ആയുധത്തിൽ ചെയ്യുന്നത്. ഹൈഡ്രജന്റെ ഐസോടോപ്പുകളായ ഡ്യൂട്ടീരിയം, ട്രിഷ്യം എന്നിവയാണ് ഈ ബോംബിൽ അണുസംയോജനത്തിന് ഉപയോഗിക്കുന്നത്. ഹൈഡ്രജൻ ബോംബിന്റെ പ്രഹരശേഷി ആറ്റംബോബിനെ അപേക്ഷിച്ച് വളരെകൂടുതലാണ്. അമേരിക്ക, സോവിയറ്റ് യൂണിയൻ, ബ്രിട്ടൻ, ഫ്രാൻസ്, ചൈന, ഇന്ത്യ, ഇപ്പോൾ ഉത്തരകൊറിയ എന്നീ

രാജ്യങ്ങൾ ഹൈഡ്രജൻ ബോംബ് പരീക്ഷിച്ചിട്ടുണ്ട്. 1952 ൽ അമേരിക്കയാണ് ആദ്യമായി ഹൈഡ്രജൻ ബോംബ് പരീക്ഷിച്ചത്. 1961 ൽ സോവിയറ്റ് യൂണിയൻ പരീക്ഷിച്ച ഹൈഡ്രജൻ ബോംബിന്റെ പ്രഹരശേഷി 50 മെഗാടൺ ടി എൻ ടിക്കു തുല്യമായിരുന്നു.

ഒരു ഫ്യൂഷൻ ബോംബ് സ്ഫോടനം നടത്തുന്നതിന് ഉയർന്ന താപനില ആവശ്യമാണ്. സൂര്യനിലും നക്ഷത്രങ്ങളിലുമാണ് സാധാരണയായി ന്യൂക്ലിയർ ഫ്യൂഷൻ നടക്കുന്നത്. ഉയർന്ന താപനിലയിൽ മാത്രമേ ഹൈഡ്രജൻ ന്യൂക്ലിയസുകൾ കൂടിച്ചേർന്ന് ഹീലിയം അണുകേന്ദ്രമുണ്ടാവുകയുള്ളൂ. ഈ ഉയർന്ന താപനില സൃഷ്ടിക്കുന്നതിനുവേണ്ടി തെർമോ ന്യൂക്ലിയർ ബോംബിനുള്ളിൽ ഒരു ഫിഷൻ ബോംബും സജ്ജീകരിച്ചിരിക്കും. സ്ഫോടനത്തിന്റെ ആദ്യഘട്ടത്തിൽ ഫിഷൻ ബോംബ് പൊട്ടിത്തെറിക്കും. അതു സൃഷ്ടിക്കുന്ന ഉയർന്ന താപനിലയിൽ ഹൈഡ്രജൻ അണുകേന്ദ്രത്തിന്റെ ഫ്യൂഷൻ ആരംഭിക്കും അതോടെ ഭീമമായ ഊർജ്ജവും വികിരണങ്ങളും പുറന്തള്ളപ്പെടും. ഈ വികിരണങ്ങളിലുള്ള ന്യൂട്രോണുകൾ വീണ്ടും ഫിഷൻ ബോംബിൽ ഉപയോഗിച്ചിട്ടുള്ള യുറാനിയം, പ്ലൂട്ടോണിയം ഐസോടോപ്പുകളിൽ പതിക്കുകയും ശൃംഖലാ പ്രവർത്തനം ത്വരിതഗതിയിലാക്കുകയും ചെയ്യും. ബൂസ്റ്റഡ് ഫിഷൻ എന്നാണീ പ്രക്രിയയ്ക്കു പറയുന്ന പേര്. അണുസംയോജന പ്രക്രിയ വഴി സൃഷ്ടിക്കപ്പെടുന്ന ഭീമമായ ഊർജ്ജത്തിനു പുറമെ ബൂസ്റ്റഡ് ഫിഷൻ വഴിയുണ്ടാകുന്ന ഊർജ്ജവും ചേർന്ന് താപോർജ്ജമായാണ് പുറന്തള്ളപ്പെടുന്നത്. ജനവാസമേഖലയിൽ ഇത്തരമൊരു ബോംബ് പതിച്ചാലുണ്ടാകുന്ന ആഘാതം വിവരണാതീതമായിരിക്കും.

വിസ്ഫോടനത്തെത്തുടർന്നുണ്ടാകുന്ന വലിയ പങ്ക് ഊർജ്ജവും ന്യൂട്രോൺ വികിരണങ്ങളായി നാശം വിതയ്ക്കുന്ന ആണവായുധമാണ് എൻഹാൻസ്ഡ് റേഡിയേഷൻ വെപ്പൺ എന്നറിയപ്പെടുന്ന ന്യൂട്രോൺ ബോംബ്. പ്രശസ്ത യു എസ് ശാസ്ത്രജ്ഞനായ സാമുവൽ ടി കോഹൻ ആണ് ന്യൂട്രോൺ ബോംബിന്റെ ഉപജ്ഞാതാവ്. ആറ്റം ബോംബിന് സമാനമായി സ്ഫോടനവും താപവും ന്യൂട്രോൺ ബോംബ് സ്ഫോടനഫലമായി ഉണ്ടാകുമെങ്കിലും ഇതിൽനിന്നു പുറപ്പെടുന്ന ന്യൂട്രോൺ വികിരണങ്ങളാണ് കൂടുതലും നാശം വിതയ്ക്കുക. അണുബോംബിന്റെ പത്തിലൊന്ന് സ്ഫോടനശേഷിയേ അതേ വലിപ്പമുള്ള ന്യൂട്രോൺ ബോംബിനുണ്ടാകൂ. എന്നാൽ കവചിത വാഹനങ്ങളിലേക്കും കെട്ടിടത്തിന്റെ ചുവരുകളിലേക്കും തുളച്ചുകയറാൻ ശേഷിയുള്ള ന്യൂട്രോൺ ധാരകൾ മനുഷ്യരേയും മറ്റു ജീവജാലങ്ങളേയും കൊന്നൊടുക്കും. അതേ സമയം കെട്ടിടങ്ങളെയോ മറ്റ് അചേതന വസ്തുക്കളെയോ അത് ബാധിക്കില്ലെന്നതാണ് പ്രത്യേകത. ന്യൂട്രോൺ ബോംബുണ്ടാക്കുന്ന ആൾനാശം അതുകൊണ്ടുതന്നെ കനത്തതായിരിക്കും.

ന്യൂട്രോൺ ബോംബ് എന്ന ആശയം വിയറ്റ്നാം യുദ്ധകാലത്താണ് സാമുവൽ കോഹൻ അവതരിപ്പിക്കുന്നത്. 1958 ൽ റാൻഡ് കോർപറേഷ

നിൽ വച്ചാണ് ന്യൂട്രോൺ ബോംബ് രൂപകല്പന ചെയ്യുന്നത്. യുദ്ധത്തിൽ ചെറിയ ന്യൂട്രോൺ ബോംബുകൾ ഉപയോഗിച്ചാൽ യുദ്ധം പെട്ടെന്ന് അവ സാനിപ്പിക്കാമെന്നും അതുവഴി ധാരാളം അമേരിക്കൻ സൈനികരുടെ ജീവൻ രക്ഷിക്കാമെന്നുമുള്ള നിർദ്ദേശം അദ്ദേഹം മുന്നോട്ടുവച്ചു. എന്നാൽ രാഷ്ട്രീയ നേതൃത്വം അതിനു തയ്യാറായില്ല. ന്യൂട്രോൺ ബോംബിന്റെ പ്രയോജനത്തേയും യുക്തിയേയും ജനങ്ങളെ കൊന്നൊടുക്കുന്നതിലെ അധാർമ്മികതയേയും നിരവധി ശാസ്ത്രജ്ഞർ ചോദ്യം ചെയ്തെങ്കിലും ധാർമ്മികതയും വിവേകവുമുള്ള ഒന്നായാണ് കോഹൻ ഈ ബോംബിനെ വിശേഷിപ്പിച്ചത്. മരണനിരക്കും നാശവും ആണവ മലിനീകരണവുമെല്ലാം പരമിതപ്പെടുത്തിക്കൊണ്ട് സാധാരണ പൗരൻമാർക്കും കെട്ടിടങ്ങൾക്കു മൊന്നും നാശം വിതയ്ക്കാതെ യുദ്ധമുന്നണിയിലുള്ളവരെ മാത്രം ലക്ഷ്യം വയ്ക്കാൻ കഴിയുന്നതാണ് ന്യൂട്രോൺ ബോംബെന്ന് കോഹൻ വ്യക്ത മാക്കി.

പരീക്ഷണങ്ങൾ വിജയിച്ചുവെങ്കിലും ന്യൂട്രോൺ ബോംബിന്റെ നിർമ്മാണം വർഷങ്ങളോളം അമേരിക്കൻ പ്രസിഡണ്ടുമാർ മാറ്റിവയ്ക്കു കയായിരുന്നു. 1981 ൽ യു എസ് പ്രസിഡന്റായിരുന്ന റൊണാൾഡ് റീഗൻ 700 ന്യൂട്രോൺ പോർമുനകൾ നിർമ്മിക്കാൻ അനുമതി നല്കി. കിഴക്കൻ യൂറോപ്പിൽ സോവിയറ്റ് ടാങ്കുകളെ നേരിടാനായിരുന്നു അത്. എന്നാൽ പിന്നീടവ നിർവ്വീര്യമാക്കി. ശാക്തിക ബലാബലത്തിൽ മാറ്റം വരുത്താൻ കഴിയുന്നതും എളുപ്പത്തിൽ ചെലവുകുറച്ച് നിർമ്മിക്കാവുന്ന തരത്തിൽ ദീർഘ കാലയളവിനുള്ളിൽ നിർമ്മിക്കപ്പെട്ട ആദ്യ ആയുധമെന്നാണ് ന്യൂട്രോൺ ബോംബിനെ റീഗൻ വിശേഷിപ്പിച്ചത്. അമേരിക്കയ്ക്കും പുറമെ പഴയ സോവിയറ്റ് യൂണിയനും ഫ്രാൻസും ചൈനയും ന്യൂട്രോൺ ബോംബ് നിർമ്മിച്ചിട്ടുണ്ടെന്നാണ് വിശ്വസിക്കപ്പെടുന്നത്.

ഇന്നുവരെ പരീക്ഷിക്കപ്പെട്ടിട്ടുള്ളതിൽ ഏറ്റവും ശക്തമായ ആണ വായുധമാണ് സാർ ബോംബ. 1961 ഒക്ടോബർ 30 ന് സോവിയറ്റ് യൂണി യനാണ് ഈ തെർമോന്യൂക്ലിയർ ബോംബ് പരീക്ഷിച്ചത്. 50 മെഗാടൺ ടി എൻ ടി സ്ഫോടന ശേഷിയുണ്ടായിരുന്നു ഈ ഭീമൻ ബോംബിന്. സോവിയറ്റ് യൂണിയന്റെ ആണവശക്തി അമേരിക്കയെ ബോദ്ധ്യപ്പെടു ത്താൻ വേണ്ടി ക്രൂഷ്ചേവ് തയ്യാറാക്കിയ പദ്ധതിയായിരുന്നു സാർ ബോംബ എന്നു പേരുവിളിച്ച AN602 ഹൈഡ്രജൻ ബോംബ്. 8 മീറ്റർ നീളവും 2 മീറ്റർ വ്യാസവുമുള്ള ബോംബിന്റെ ഭാരം 27 ടണ്ണായിരുന്നു. ഉത്തരധ്രുവമേഖലയിലെ മിറ്റ്യൂഷിഖ ഉൾക്കടലിലാണ് ബോംബ് പരീക്ഷി ച്ചത്. 10.5 കിലോമീറ്റർ ഉയരത്തിൽനിന്നാണ് ബോംബ് വർഷിച്ചത്. 1000 കിലോമീറ്റർ അകലെനിന്ന് സ്ഫോടനഫലമായുണ്ടാകുന്ന ജ്വാല ദൃശ്യ മായിരുന്നു. സ്ഫോടനത്തെത്തുടർന്നുണ്ടായ കുമിൾ മേഘം (Mushroom Cloud) 64 കിലോമീറ്റർ ഉയരത്തിലേക്ക് വ്യാപിച്ചു. മേഘത്തിന്റെ വ്യാസം 95 കിലോമീറ്ററായിരുന്നു. സ്ഫോടനകേന്ദ്രത്തിന്റെ (ground zero) 55 കിലോമീറ്റർ ചുറ്റളവിലുള്ള എല്ലാ നിർമ്മിതികളും തകർന്നു തരിപ്പണ

മായി. നൂറുകണക്കിന് കിലോമീറ്ററുകൾ ചുറ്റളവിൽ എല്ലാ മരപ്പണികളും നാമാവശേഷമായി. ഒരു മണിക്കൂർ സമയം റേഡിയോ സിഗ്നലുകൾ തടസ്സപ്പെട്ടു. ഗ്രൗണ്ട് സീറോയിൽനിന്ന് നൂറു കിലോമീറ്റർ ചുറ്റളവിൽ താപനിലയിൽ മൂന്ന് ഡിഗ്രി സെൽഷ്യസ് വർദ്ധനവുമുണ്ടായി. 700 കിലോമീറ്റർ അകലെ വരെ ആഘാത തരംഗങ്ങൾ എത്തി 900 കിലോമീറ്റർ ചുറ്റളവിലുള്ള കെട്ടിടങ്ങളിലെ ജനൽച്ചില്ലുകൾ തകർന്നു. നോർവെയിലും ഫിൻലാൻഡിലും വരെ സ്ഫടികപ്പാത്രങ്ങളും ജനൽപ്പാളികളും തകർന്നുപോയി. സ്ഫോടനഫലമുണ്ടായ ഭൂകമ്പത്തിന്റെ പ്രഹരശേഷി 5.25 ആണെന്നാണ് സീസ്മിക് കൗണ്ടറിൽ രേഖപ്പെടുത്തിയത്. ഇത്രയും മാരകമായ ആണവായുധം അതിനുശേഷം സോവിയറ്റ് യൂണിയനോ മറ്റേതെങ്കിലും രാജ്യമോ നിർമ്മിച്ചിട്ടില്ല. ജനവാസമേഖലയിൽ ഇത്തരമൊരു ബോംബ് വർഷിച്ചാലുണ്ടാകുന്ന ദുരന്തം പ്രവചനാതീതമായിരിക്കും. സ്ഫോടനം നടത്തുന്ന പൈലറ്റിനും വിമാനത്തിനും പോലും ആ മേഖലയിൽനിന്ന് രക്ഷപ്പെടാൻ കഴിയില്ല. ഭൗമാന്തരീക്ഷത്തിന്റെ ഉപരിപാളികളിൽവരെ സ്ഫോടനം ഗണ്യമായ നാശനഷ്ടമുണ്ടാക്കും.

രണ്ടാം ലോകമഹായുദ്ധത്തിൽ അമേരിക്ക ഹിരോഷിമയിൽ വർഷിച്ച അണുബോംബിന്റെ കോഡ്നാമമാണ് ലിറ്റിൽ ബോയ്. ആയുധമായി ഉപയോഗിക്കപ്പെട്ട ആദ്യ അണുബോംബായിരുന്നു ഇത്. യുറാനിയം–235 ന്റെ ന്യൂക്ലിയർ ഫിഷൻ വഴിയാണ് ബോംബിൽ ഊർജ്ജം ഉല്പാദിപ്പിക്കപ്പെട്ടത്. നാലുടണ്ണോളം ഭാരമുണ്ടായിരുന്ന ബോംബിന്റെ 600 മില്ലിഗ്രാം പിണ്ഡം ഐൻസ്റ്റൈന്റെ സമവാക്യമനുസരിച്ച് ($E=mc^2$) ഊർജ്ജമാക്കി മാറ്റിയതിലൂടെ 15 കിലോടൺ ടി എൻ ടിയുടെ സ്ഫോടക ശേഷിയാണ് ലഭിച്ചത്. ചെയിൻ റിയാക്ഷനിലൂടെയാണ് അണുബോംബിൽ പിണ്ഡം ഊർജ്ജമാകുന്നത്. 1945 ആഗസ്ത് 6 നാണ് അമേരിക്ക ഹിരോഷിമയിൽ അണുബോംബിട്ടത്. മൂന്നു ദിവസത്തിനകം അമേരിക്ക ജപ്പാനിൽ രണ്ടാമതും അണുബോംബ് വർഷിച്ചു. നാഗസാക്കി എന്ന പട്ടണമാണ് ഇതിനായി തെരഞ്ഞെടുത്തത്. ആഗസ്ത് ഒൻപതിന് നാഗസാക്കിയിൽ വർഷിച്ച അണുബോംബിന്റെ കോഡുനാമമാണ് ഫാറ്റ്മാൻ. ആഗോളയുദ്ധ ചരിത്രത്തിൽ ഉപയോഗിക്കപ്പെട്ട രണ്ടാമത്തേയും അവസാനത്തേതുമായ അണുബോംബാണ് ഫാറ്റ്മാൻ. ചെയിൻ റിയാക്ഷനുവേണ്ടി ബോംബിൽ ഉപയോഗിച്ചത് പ്ലൂട്ടോണിയം – 239 ആയിരുന്നു. 21 കിലോടൺ ടി എൻ ടി യുടെ പ്രഹരശേഷിയുണ്ടായിരുന്നു 4630 കിലോഗ്രാം ഭാരമുള്ള ഈ അണുബോംബിന്. ലിറ്റിൽ ബോയിയിൽ ഉപയോഗിച്ച ഇന്ധനത്തിന്റെ 1.4 ശതമാനവും ഫാറ്റ്മാൻ ബോംബിൽ 17 ശതമാനവുമാണ് ഊർജ്ജമായി പരിവർത്തനം ചെയ്യപ്പെട്ടത്. അതുണ്ടാക്കിയ ആഘാതം പോലും എത്രയോ ഭീകരമാണ്.

രണ്ടാം ലോകമഹായുദ്ധ കാലത്ത് ആദ്യ ആറ്റംബോംബ് നിർമ്മാണപ്രോജക്ടിനു നല്കിയ പേരാണ് മാൻഹാട്ടൻ പ്രോജക്ട്. അമേരിക്ക നേതൃത്വം നല്കിയ ഈ പ്രോജക്ടിൽ ബ്രിട്ടനിലെയും കാനഡയിലെയും

ശാസ്ത്രജ്ഞരും ഉൾപ്പെട്ടിരുന്നു. റോബർട്ട് ഓപ്പൺഹൈമർ ആയിരുന്നു പ്രോജക്ടിന്റെ തലവൻ. 1938 ൽ ജർമ്മൻ ശാസ്ത്രജ്ഞർ ന്യൂക്ലിയർ ഫിഷൻ കണ്ടുപിടിച്ചതിനെത്തുടർന്ന് ഹിറ്റ്ലർ അണുബോംബ് നിർമ്മിക്കുമെന്ന ഭീതിയിൽ അമേരിക്കൻ ശാസ്ത്രജ്ഞർ ആൽബർട്ട് ഐൻസ്റ്റൈന്റെ സ്വാധീനത്തിൽ പ്രസിഡന്റായ റൂസ്‌വെൽറ്റിനോട് ന്യൂക്ലിയർ ഗവേഷണത്തിന് അനുമതി തേടി. ഇതേത്തുടർന്നാണ് മാൻഹാട്ടൻ പ്രോജക്ട് നിലവിൽ വന്നത്. ആണവായുധ നിർമ്മാണത്തിന്റെ സാദ്ധ്യതകളെ സംബന്ധിച്ച് ഐൻസ്റ്റൈൻ റൂസ്‌വെൽറ്റിന് എഴുതിയ കത്ത് ചരിത്ര പ്രസിദ്ധമാണ്.

ഇതിനിടയിൽ ശൃംഖലാപ്രവർത്തനത്തിൽ അധിഷ്ഠിതമായ അണുബോംബിന്റെ നിർമ്മാണ സാദ്ധ്യതകളെക്കുറിച്ച് പഠിക്കാൻ ബ്രിട്ടീഷ് സർക്കാർ ഒരു കമ്മിറ്റിയെ നിയമിച്ചു. 1941 ൽ അവർ സമർപ്പിച്ച റിപ്പോർട്ടിൽ യുറാനിയം ബോംബ് നിർമ്മിക്കാനാവുമെന്ന് പറഞ്ഞിരുന്നു. 1941 ഒക്ടോബർ 9 ന് ബ്രിട്ടീഷ് സർക്കാർ ഈ റിപ്പോർട്ടിന്റെ ഒരു കോപ്പി അമേരിക്കൻ പ്രസിഡന്റ് റൂസ്‌വെൽറ്റിന് അയച്ചുകൊടുത്തു. ബോംബ് നിർമ്മാണത്തെക്കുറിച്ച് തീരുമാനമെടുക്കാൻ പ്രസിഡന്റിനെ ഏറെ സഹായിച്ചത് ഈ റിപ്പോർട്ടായിരുന്നു. യഥാർത്ഥത്തിൽ അമേരിക്ക രണ്ടാം ലോകമഹായുദ്ധത്തിൽ പ്രവേശിച്ച ശേഷമാണ് മാൻഹാട്ടൻ പ്രോജക്ട് ആരംഭിച്ചത്. പദ്ധതിയുടെ മുഖ്യ ചുമതലക്കാരനായ കേണൽ ലെസ്ലി ഗ്രോവ്സിന്റെ മാൻഹാട്ടൻ ദ്വീപിലുള്ള ഓഫീസുമായി ബന്ധപ്പെടുത്തിയാണ് പ്രോജക്ടിന് മാൻഹാട്ടൻ പ്രോജക്ട് എന്നു പേരിട്ടത്. 1942 ൽ ചിക്കാഗോ യൂണിവേഴ്സിറ്റിയിലെ ടെന്നീസ് കോർട്ടിലാണ് ആദ്യത്തെ ന്യൂക്ലിയർ റിയാക്ടറായ ചിക്കാഗോ പൈൽ – 1 നിർമ്മിച്ചത്. ഇറ്റാലിയൻ ശാസ്ത്രജ്ഞനായ എൻറിക്കോ ഫെർമിക്കായിരുന്നു ഇതിന്റെ മുഖ്യ ചുമതല. മാൻഹാട്ടൻ പദ്ധതിയുടെ മറ്റൊരു ഉപകേന്ദ്രം ഓക്റിജ് ആയിരുന്നു. യുറാനിയം സമ്പുഷ്ടീകരണമാണ് ഇവിടെ നടന്നിരുന്നത്.

മാൻഹാട്ടൻ പദ്ധതിയുടെ ലക്ഷ്യം കൃത്യമായി നിർവ്വചിച്ചിരുന്നു. നാസികളോ സഖ്യകക്ഷികളോ അറിയാതെ, ജർമ്മനിയിൽ നിർമ്മിക്കുന്നതിനു മുമ്പ് അമേരിക്കയിൽ അണുബോംബ് നിർമ്മിക്കുക എന്നതായിരുന്നു അത്. വലിയൊരു പാർപ്പിട സമുച്ചയം തന്നെ ഈ പദ്ധതിക്കുവേണ്ടി വികസിപ്പിച്ചെടുക്കുകയുണ്ടായി. അതീവ രഹസ്യമായി നടത്തിയ ഈ പദ്ധതിയെപ്പറ്റി ശാസ്ത്രജ്ഞർക്കല്ലാതെ അതിൽ പണിയെടുത്ത പലർക്കും തന്നെ വ്യക്തമായ ധാരണയുണ്ടായിരുന്നില്ല. 1945 മെയ് 8–ാം തീയതി ജർമ്മൻ പട സഖ്യകക്ഷികൾക്കു കീഴടങ്ങി. അതോടെ മാൻഹാട്ടൻ പ്രോജക്ടിന്റെ പ്രസക്തി നഷ്ടപ്പെട്ടുവെന്ന് ശാസ്ത്രജ്ഞർക്ക് മനസ്സിലായിത്തുടങ്ങി. അപ്പോഴും കീഴടങ്ങാതിരുന്ന ജപ്പാൻ ശാസ്ത്ര സാങ്കേതികരംഗത്ത് വളരെ പിന്നിലുമായിരുന്നു. ജപ്പാൻ ആറ്റംബോംബ് നിർമ്മിക്കാൻ യാതൊരു സാദ്ധ്യതയുമില്ലായിരുന്നു. ഈ സാഹചര്യത്തിൽ അണുബോംബ് നിർമ്മാണം നിർത്തിവയ്ക്കുന്നതാണ് അഭികാമ്യമെന്നു മനസ്സി

ലായ ശാസ്ത്രജ്ഞർ ആൽബർട്ട് ഐൻസ്റ്റൈനെ സമീപിച്ചു. ഇക്കാര്യങ്ങളെല്ലാം സൂചിപ്പിച്ചുകൊണ്ട് ഐൻസ്റ്റൈൻ വീണ്ടുമൊരു കത്തു തയ്യാറാക്കുകയും പ്രസിഡന്റിന് സമർപ്പിക്കുവാൻ ശാസ്ത്രജ്ഞരെ ഏല്പിക്കുകയും ചെയ്തു. എന്നാൽ നിർഭാഗ്യവശാൽ ഐൻസ്റ്റൈന്റെ കത്തുലഭിക്കുന്നതിനുമുമ്പ് അമേരിക്കൻ പ്രസിഡന്റ് റൂസ്‌വെൽറ്റ് നിര്യാതനായി. പുതിയ പ്രസിഡന്റായ ഹാരി എസ് ട്രൂമാൻ ശാസ്ത്രസംഘത്തെ കാണാൻ പോലും കൂട്ടാക്കിയില്ല. ബോംബ് നിർമ്മാണത്തിന് ഏതാണ്ട് 200 കോടി ഡോളർ അമേരിക്ക ചെലവഴിച്ചു കഴിഞ്ഞുവെന്നും അതിന് തക്കഫലം കണ്ടില്ലെങ്കിൽ കോൺഗ്രസിനു മുന്നിൽ ഭരണകൂടത്തിന് പിടിച്ചു നില്ക്കാൻ കഴിയില്ലെന്നും യുദ്ധാനന്തരം സോവിയറ്റ് യൂണിയനെതിരെ മേൽക്കൈ നേടാൻ ആണവായുധം ആവശ്യമാണെന്നുമായിരുന്നു ട്രൂമാന്റെ വാദം. താമസിയാതെ അണുബോംബ് യാഥാർത്ഥ്യമായി. 1945 ജൂലൈ മാസത്തോടെ നാല് ബോംബുകളുടെ നിർമ്മാണം പൂർത്തിയായി. ഒരു യുറാനിയം ബോംബും മൂന്ന് പ്ലൂട്ടോണിയം ബോംബുമാണ് നിർമ്മിച്ചത്.

1945 ജൂലൈ 16 ന് ന്യൂമെക്സിക്കോയിലെ അലാമോഗോർഡോ മരുഭൂമിയിൽ ട്രിനിറ്റി എന്നു പേരിട്ട ലോകത്തിലെ ആദ്യ ആണവായുധ പരീക്ഷണം നടത്തി. ചുറ്റുപാടുമുള്ള ഏക്കർക്കണക്കിന് പ്രദേശത്തെ മണൽ ഉരുകിയൊഴുകി. അതുവരെ മനുഷ്യർ ദർശിക്കാത്ത തരത്തിലുള്ള അത്യുജ്ജ്വല ശോഭയോടുകൂടിയ സ്ഫോടനമാണ് അവിടെയുണ്ടായത്. ആയിരം സൂര്യൻമാർ ഒരുമിച്ച് ഉദിച്ചപോലെ (ദിവിസൂര്യസഹസ്രസ്യ) എന്നാണ് സംസ്കൃത ഭാഷാപ്രേമികൂടിയായ ഓപ്പൺഹൈമർ ആ അത്ഭുത ദൃശ്യത്തെ വർണ്ണിച്ചത്. *ഭഗവദ്ഗീത*യിൽനിന്ന് മറ്റൊരു വരികൂടി അദ്ദേഹം പറഞ്ഞു. 'ലോകത്തെയാകെ ഉന്മൂലനം ചെയ്യുന്ന മൃത്യുവാണ് ഞാൻ.' ആണവായുധത്തിന്റെ പ്രഹരശേഷി ബോദ്ധ്യപ്പെട്ട ഓപ്പൺഹൈമർ ക്രമേണ വിഷാദരോഗത്തിന് അടിമയായി. പിന്നീട് ജപ്പാനെ അമേരിക്ക അണുബോംബിട്ട് തകർത്ത് തരിപ്പണമാക്കിയതും ചരിത്രം.

1955 ജൂലൈ 5 ന് ശീതയുദ്ധകാലത്ത് ആണവായുധങ്ങളുടെ അപകടം ബോദ്ധ്യപ്പെടുത്തുന്നതിനായി ബെർട്രാൻഡ് റസൽ പുറപ്പെടുവിച്ചതാണ് റസൽ–ഐൻസ്റ്റൈൻ മാനിഫെസ്റ്റോ. ഈ രേഖ തയ്യാറാക്കിയത് റസൽ ആയിരുന്നെങ്കിലും അതിലെ ആശയങ്ങൾ പ്രധാനമായും ഐൻസ്റ്റൈൻ മുന്നോട്ടുവച്ചവയായിരുന്നു. ഐൻസ്റ്റൈന്റെ മരണത്തിന് തൊട്ടുമുൻപുള്ള ദിവസങ്ങളിലാണ് ഈ രേഖ തയ്യാറാക്കുന്നത്. റസലും ഐൻസ്റ്റൈനും ഉൾപ്പടെ അക്കാലത്ത് ശാസ്ത്ര–ബൗദ്ധിക മേഖലകളിൽ പ്രഗത്ഭരായ പതിനൊന്നുപേർ ഈ രേഖയിൽ ഒപ്പുവച്ചു. ഈ രേഖയുടെ പ്രകാശനത്തെത്തുടർന്നാണ് ശാസ്ത്രത്തിനും ലോകകാര്യങ്ങൾക്കുമായുള്ള പ്രഥമ പ്രഗ്വാഷ് കോൺഫറൻസ് ക്യാനഡയിൽ സംഘടിപ്പിച്ചത്. ആണവായുധങ്ങൾ ഉയർത്തുന്ന ഭീഷണി മാനവരാശിയുടെ നിലനില്പു തന്നെ ഇല്ലാതാക്കാമെന്ന് ആശങ്കപ്പെടുന്ന റസൽ–ഐൻസ്റ്റൈൻ മാനി

ഫെസ്റ്റോ ലോകപ്രശ്നങ്ങൾ സമാധാനപരമായി പരിഹരിക്കാൻ ലോക നേതാക്കളെ ആഹ്വാനംചെയ്യുന്നു.

ന്യൂക്ലിയർ ഫിസിക്സ്

അണുകേന്ദ്രത്തിൽ നടക്കുന്ന മാറ്റങ്ങളെക്കുറിച്ച് പഠിക്കുന്ന ശാസ്ത്ര ശാഖയാണ് അണുകേന്ദ്രഭൗതികം അഥവാ ന്യൂക്ലിയർ ഫിസിക്സ്. അണു കേന്ദ്രം സ്വച്ഛന്ദമായി വിഘടിക്കുന്നതാണ് റേഡിയോ ആക്ടീവത് എന്ന് 1904 ൽ റുഥർഫോർഡ് വ്യാഖ്യാനിച്ചു. ഈ വ്യാഖ്യാനമാണ് അണുകേന്ദ്ര ഭൗതികത്തിന് തുടക്കംകുറിച്ചത്. 1930 നുശേഷം ഈ വിഷയത്തിൽ പ്രധാ നപ്പെട്ട കണ്ടുപിടിത്തങ്ങളുണ്ടായി. റേഡിയോ ആക്ടീവത കൃത്രിമമായി സൃഷ്ടിച്ചതും പ്രോട്ടോൺ, ന്യൂട്രോൺ എന്നീ കണങ്ങളെ അണുകേന്ദ്ര ത്തിൽ കണ്ടെത്തിയതും അണുകേന്ദ്രത്തെ ഭേദിക്കുവാനും അതിന്റെ ഘട നയിൽ മാറ്റംവരുത്തുവാനുമുള്ള ഉപകരണങ്ങൾ (Particle Accelerators) കണ്ടുപിടിച്ചതും അക്കൂട്ടത്തിൽപ്പെടുന്നു. പ്രോട്ടോണുകളെയും ന്യൂട്രോ ണുകളെയും പൊതുവെ ന്യൂക്ലിയോണുകൾ എന്നാണുവിളിക്കുന്നത്. ന്യൂട്രോണുകളും പ്രോട്ടോണുകളും അണുകേന്ദ്രത്തിൽ പരസ്പരം അതി ശക്തമായി ബന്ധിക്കപ്പെട്ടിരിക്കുകയാണെന്ന ഒരു സിദ്ധാന്തവും ആവി ഷ്കരിക്കപ്പെട്ടു. അണുകേന്ദ്രത്തിൽനിന്ന് ഏതെങ്കിലും ന്യൂക്ലിയോണുകൾ മാറിപ്പോകുമ്പോഴോ അവ തകർന്ന് മറ്റു മൗലിക കണങ്ങൾ രൂപപ്പെടു മ്പോഴോ ആണ് മൂലകാന്തരണങ്ങളും വിഘടനങ്ങളും സംഭവിക്കുന്നത്. അണുകേന്ദ്രത്തിലെ ഘടകങ്ങൾ വേർപെടുമ്പോൾ അതിലെ ബന്ധ നോർജ്ജം മോചിപ്പിക്കപ്പെടുന്നു. അണുകേന്ദ്ര വിഘടനവും അണുകേ ന്ദ്ര സംയോജനവും ന്യൂക്ലിയർ ഫിസിക്സിന്റെ ഭാഗമാണ്. ഈ രണ്ടു പ്രവർത്തനങ്ങളിലും ദ്രവ്യം ഊർജ്ജമായി മാറുകയാണ്. ഐൻസ്റ്റൈന്റെ $E=mc^2$ എന്ന സമാവാക്യത്തിനനുസരിച്ചാണ് ഊർജ്ജോല്പാദനം നട ക്കുന്നത്. ഈ സമവാക്യത്തിൽ E ഉല്പാദിപ്പിക്കപ്പെടുന്ന ഊർജ്ജവും, m ദ്രവ്യത്തിന്റെ പിണ്ഡവും c പ്രകാശത്തിന്റെ പ്രവേഗവുമാണ്. c വളരെ വലിയൊരു സംഖ്യയായതുകൊണ്ട് ചെറിയൊരു പിണ്ഡം ഊർജ്ജമായി മാറുമ്പോൾ പോലും അത് വളരെ ഭീമമായിരിക്കും. ബന്ധനോർജ്ജം കുറ വായ അണുകേന്ദ്രാവസ്ഥയെപ്പറ്റി പ്രതിപാദിക്കുന്നതിന് ഹൈഎനർജി ന്യൂക്ലിയർ ഫിസിക്സ് എന്നുമാണ് പറയുന്നത്. പ്രോട്ടോണുകളും ന്യൂട്രോണുകളും അണുകേന്ദ്രത്തിനകത്ത് ഏതെല്ലാം വിധത്തിൽ ക്രമീ കരിക്കപ്പെട്ടിരിക്കുന്നുവെന്നും ഏതേതു ബലങ്ങളാണ് അവയെ ബന്ധി ക്കുന്നതെന്നുമുള്ള പഠനമാണ് ലോ–എനർജി ന്യൂക്ലിയർ ഫിസിക്സിൽ ഉൾപ്പെടുന്നത്. മൗലിക കണങ്ങൾ തമ്മിലുള്ള പരസ്പര പ്രവർത്തന ങ്ങളെ ഹൈ–എനർജി ന്യൂക്ലിയർ ഫിസിക്സിലും പഠനവിധേയമാക്കുന്നു.

ബാഹ്യപ്രേരണയില്ലാതെ ചില മൂലകങ്ങൾ ഉന്നതോർജ്ജത്തിലുള്ള വികിരണങ്ങളും കണങ്ങളും തനിയെ ഉത്സർജ്ജിക്കാറുണ്ട്. ഈ അണു കേന്ദ്രങ്ങൾ വിഘടിക്കുമ്പോൾ ശക്തിയേറിയ കിരണങ്ങൾ പുറത്തുവരുന്ന

ഈ പ്രതിഭാസമാണ് ആണവ വികിരണം (Radio Activity) എന്നറിയപ്പെടുന്നത്. ഈ പ്രതിഭാസം പ്രകടിപ്പിക്കുന്ന മൂലകങ്ങളെ റേഡിയോ ആക്ടീവ് മൂലകങ്ങൾ എന്നാണു വിളിക്കുന്നത്. ഇത്തരം മൂലകങ്ങൾ ഉത്സർജ്ജിക്കുന്ന കണങ്ങളും വികിരണങ്ങളും ജീവജാലങ്ങൾക്ക് ഹാനികരമാണെങ്കിലും സുരക്ഷിത പരിധിയിലുള്ള വികിരണങ്ങൾ രോഗങ്ങൾ കണ്ടെത്തുന്നതിനും ചികിത്സിക്കുന്നതിനും ഭക്ഷണസാധനങ്ങൾ കേടുകൂടാതെ സൂക്ഷിക്കുന്നതിനും എണ്ണക്കുഴലുകളുടെയും മറ്റും കേടുപാടുകൾ കണ്ടുപിടിക്കുന്നതിനും ഉപയോഗപ്പെടുത്തുന്നുണ്ട്. വിഘടനത്തിന് വിധേയമാകുന്ന അണുകേന്ദ്രത്തിൽനിന്ന് ആൽഫാ, ബീറ്റാ, ഗാമാ വികിരണങ്ങൾ പുറത്തുവരുന്നു. വികിരണത്തെത്തുടർന്ന് മൂലകം അറ്റോമിക സംഖ്യയിലും മാസ് നമ്പറിലും വ്യത്യാസമുള്ള മറ്റൊരു മൂലകമായി മാറുന്നു. പടിപടിയായുള്ള ഈ വികിരണം കാരണം ഒരു മൂലകത്തിൽ തുടങ്ങി മറ്റൊരു മൂലകത്തിൽ അവസാനിക്കുന്ന റേഡിയോ ആക്ടീവ് ശ്രേണിതന്നെ സൃഷ്ടിക്കുന്നു.

ഫ്രഞ്ച് ശാസ്ത്രജ്ഞനായ ഹെൻറി ബെക്കറൽ 1896 ൽ ആണ് റേഡിയോ ആക്ടിവിറ്റി എന്ന പ്രതിഭാസം ആദ്യമായി കണ്ടെത്തിയത്. ഒരു യുറാനിയം സംയുക്തത്തെ കറുത്തകടലാസിൽ പൊതിഞ്ഞ് ഫോട്ടോഗ്രഫിക് തകിടിനു മുൻപിൽ വച്ചു. അതിനുശേഷം തകിട് ഡെവലപ് ചെയ്തു നോക്കിയപ്പോൾ ആ സംയുക്തത്തിൽനിന്നുള്ള ഏതോ രശ്മികൾ അതിൽ പതിച്ചിരുന്നെന്ന് അദ്ദേഹം മനസ്സിലാക്കി. മേരി ക്യൂറിയാണ് ഈ പ്രതിഭാസത്തെ റേഡിയോ ആക്ടിവിറ്റി എന്നു നാമകരണം ചെയ്തത്. അണുപ്രസരക മൂലകങ്ങളുടെ അണുകേന്ദ്രം അസ്ഥിരമാണ്. അതുകൊണ്ട് അവ സ്വതവേ പിളരുകയും തൽഫലമായി അണുപ്രസരണത്തിനു കാരണമാവുകയും ചെയ്യുന്നു. റേഡിയോ ആക്ടീവ് മൂലകത്തിൽനിന്നു പുറപ്പെടുന്ന ഊർജ്ജനില കുറഞ്ഞ ആൽഫാ വികിരണങ്ങളെ ഒരു പേപ്പർകൊണ്ട് തടയാൻ കഴിയും. എന്നാൽ ബീറ്റാകണങ്ങളെ തടഞ്ഞു നിർത്താൻ ഒരു അലുമിനിയം തകിട് ആവശ്യമാണ്. ഗാമാ വികിരണത്തിന് ഇവയേക്കാളേറെ തുളച്ചുകയറാനുള്ള ശേഷിയുണ്ട്. കട്ടിയുള്ള കറുത്തീയ മതിലുവേണം ഗാമാ കിരണങ്ങളെ തടഞ്ഞുനിർത്തുന്നതിന്.

ഒരു മൂലകത്തിന്റെ അണുകേന്ദ്രം വികിരണങ്ങൾ ഉത്സർജ്ജിക്കുമ്പോൾ അണുവിന് മാറ്റം സംഭവിക്കുകയും അത് മറ്റൊരു മൂലകത്തിന്റെ അണുവായി മാറുകയും ചെയ്യുന്നു. ഈ പ്രക്രിയയെ റേഡിയോ ആക്ടീവ് ക്ഷയം (Radio active decay) എന്നാണു പറയുന്നത്. തുടർച്ചയായ ഇത്തരം നാശത്തിലൂടെ രൂപം കൊള്ളുന്ന മൂലകങ്ങളുടെ ശ്രേണിയെ ആണ് റേഡിയോ ആക്ടീവ് ശ്രേണി എന്നു പറയുന്നത്. റേഡിയോ ആക്ടിവിറ്റി അളക്കുന്നതിനുള്ള ഉപകരണമാണ് ഗീഗർ കൗണ്ടർ. ഹാൻസ് ഗീഗർ എന്ന ഭൗതിക ശാസ്ത്രജ്ഞനാണ് ഈ ഉപകരണം കണ്ടുപിടിച്ചത്. പ്രകൃതിയിൽ പാറകളിലും ധാതുക്കളിലുമായി ധാരാളം റേഡിയോ ആക്ടീവ് മൂലകങ്ങൾ കണ്ടുവരുന്നുണ്ട്. കുറഞ്ഞ അളവിലുള്ള റേഡിയോ ആക്ടി

വിറ്റി ഇവ പ്രകടമാക്കാറുണ്ട്. ജീവജാലങ്ങൾക്ക് അപകടകരമല്ലാത്ത ഈ പ്രവർത്തനത്തെ പശ്ചാത്തലവികിരണം എന്നാണറിയപ്പെടുന്നത്.

റേഡിയോ ആക്ടീവ് വികിരണങ്ങളും കണങ്ങളും ഒരു വസ്തുവിലൂടെ കടന്നുപോകുമ്പോൾ അവയിലെ ആറ്റങ്ങളിൽനിന്ന് ഇലക്ട്രോണുകളെ പുറത്തേക്കുതെറിപ്പിക്കുകയും അങ്ങനെ ആ ആറ്റങ്ങൾ അയോണുകളായി പരിവർത്തനം ചെയ്യപ്പെടുകയും ചെയ്യുന്നു. ഇത്തരം വികിരണത്തെ അയോണീകരണ വികിരണം (Ionizing Radiation) എന്നാണറിയപ്പെടുന്നത്. അയോണീകരണ വികിരണം ജീവകലകളെ നശിപ്പിക്കുന്നതിനാൽ ജീവജാലങ്ങൾക്ക് അപകടകരമാണ്. എങ്കിലും ഈ വികിരണത്തെ നിയന്ത്രിച്ച് ക്യാൻസർ പോലെയുള്ള അപകടകാരികളായ ശരീരകോശങ്ങളെ നശിപ്പിക്കാൻ ഉപയോഗിക്കുന്നുണ്ട്. ഒരു വസ്തുവിനെ റേഡിയോ ആക്ടീവ് വികിരണത്തിന് വിധേയമാക്കുന്ന പ്രക്രിയയാണ് ഇറേഡിയേഷൻ. കുറഞ്ഞ അളവിലുള്ള വികിരണാഘാതം പഴങ്ങൾ പോലെയുള്ള ഭക്ഷ്യവസ്തുക്കളെ കേടുകൂടാതെ സൂക്ഷിക്കുന്നതിന് സഹായകരമാണ്. ഭക്ഷണത്തിനോ അതു കഴിക്കുന്നവർക്കോ ഹാനികരമാകാതെ ഭക്ഷണത്തെ കേടുവരുത്തുന്ന ചെറു ജീവികൾ ഈ വികിരണം മൂലം നശിക്കുന്നു. റേഡിയോ ആക്ടിവിറ്റി ക്ഷയംമൂലം ഒരു വസ്തുവിന്റെ പിണ്ഡം നേർ പകുതിയായി കുറയാനെടുക്കുന്ന കാലയളവാണ് അതിന്റെ അർദ്ധായുസ്സ്. ഓരോ റേഡിയോ ആക്ടീവ് ഐസോടോപ്പിന്റെയും അർദ്ധായുസ്സ് സെക്കന്റുകളുടെ ഒരംശം മുതൽ കോടിക്കണക്കിന് വർഷങ്ങൾ വരെയാകാം.

ആണവ റിയാക്ടർ

നിയന്ത്രിതമായ രീതിയിൽ അണുവിഘടനം നടത്തി ഊർജ്ജോല്പാദനം നടത്തുന്ന ഉപകരണമാണ് ആണവ റിയാക്ടർ. ഇതു സ്ഥാപിക്കുന്ന നിലയത്തെ ആണവ നിലയം എന്നാണ് വിളിക്കുന്നത്. റിയാക്ടർ എന്നത് ഒരു സംഭരണിയാണ്. ഇതിനുള്ളിൽ ആണവ ഇന്ധനം അണുവിഘടനത്തിന് വിധേയമായി താപോർജ്ജം ഉല്പാദിപ്പിക്കുന്നു. വിഘടനത്തിന് വിധേയമാകുന്ന അണുക്കൾ ന്യൂട്രോണുകളെ പുറന്തള്ളുന്നു. ഈ ന്യൂട്രോണുകൾ മറ്റ് അണുകേന്ദ്രങ്ങളിൽ പതിച്ച് അവയേയും വിഘടിപ്പിച്ച് ചെയിൻ റിയാക്ഷൻ സംജാതമാക്കുന്നു. ചെയിൻ റിയാക്ഷനും ഉല്പാദിപ്പിക്കപ്പെടുന്ന താപവും സ്ഥിരമായ നിരക്കിൽ നടക്കുന്നതിന് റിയാക്ടറിന്റെ കാമ്പിൽ നിയന്ത്രണ ദണ്ഡുകളും ഉത്സർജ്ജിക്കപ്പെടുന്ന ന്യൂട്രോണുകളുടെ വേഗത നിയന്ത്രിച്ച് അണുവിഘടനം കാര്യക്ഷമമാക്കുന്നതിന് മോഡറേറ്ററും ഉണ്ടായിരിക്കും. റിയാക്ടറിൽ ഉല്പാദിപ്പിക്കപ്പെടുന്ന താപം അവിടെനിന്നും നീക്കി ജലം തിളപ്പിക്കുന്നതിനായി റിയാക്ടർ കാമ്പിൽ ശീതീകാരി ചംക്രമണം ചെയ്തുകൊണ്ടിരിക്കും. ഇത് വാതകരൂപത്തിലുള്ളതോ ദ്രാവകരൂപത്തിലുള്ളതോ ആകാം. റിയാക്ടർ കാമ്പിൽനിന്നും താപം സ്വീകരിച്ചൊഴുകുന്ന ശീതീകാരി താപകൈമാറ്റ

അറയിലേക്ക് ഈ താപം കൈമാറ്റം ചെയ്യുന്നു. അവിടെ ജലം തിളപ്പിച്ച് നീരാവിയാക്കി മാറ്റുന്നു. വൈദ്യുത ജനറേറ്ററുമായി ബന്ധിപ്പിച്ചിരിക്കുന്ന ഒരു ടർബൈൻ ഈ നീരാവി ഉപയോഗിച്ച് കറക്കി വൈദ്യുതി ഉല്പാദിപ്പിക്കുന്നു. ന്യൂക്ലിയർ റിയാക്ടറുകൾ ആണവ വികിരണങ്ങൾ അതിനുപുറത്തേക്കും പുറപ്പെടുവിക്കുന്നുണ്ട്. റേഡിയോ ഐസോടോപ്പുകൾ നിർമ്മിക്കുന്നതിന് ഈ വികിരണങ്ങൾ ഉപയോഗപ്പെടുത്താൻ സാധിക്കും. ആണവ വികിരണങ്ങൾ ജീവികൾക്ക് ഹാനികരമായതിനാൽ വികിരണങ്ങൾ പുറത്തേക്കുവരുന്നത് തടയുന്നതിന് റിയാക്ടറുകളെ സംരക്ഷണ കവചങ്ങൾ കൊണ്ട് പൊതിഞ്ഞിരിക്കും.

ആണവ റിയാക്ടറിൽ അണുവിഘടനം നടക്കുന്ന കേന്ദ്രഭാഗമാണ് കാമ്പ് അഥവാ കോർ. ആണവ ഇന്ധനം, ശീതീകാരി നിയന്ത്രണ ദണ്ഡുകൾ, മോഡറേറ്റർ എന്നിവയാണ് കോറിൽ അടങ്ങിയിരിക്കുന്ന ഘടകങ്ങൾ. യുറാനിയം- 35, യുറാനിയം-233, പ്ലൂട്ടോണിയം-239 എന്നീ റേഡിയോ ആക്ടീവ് മൂലകങ്ങളാണ് ഒരു ഫിഷൻ റിയാക്ടറിൽ ഇന്ധനമായി ഉപയോഗിക്കുന്നത്. ബെറിലിയം പൗഡറിന്റെയും പൊളോണിയത്തിന്റെയും മിശ്രിതമാണ് ന്യൂട്രോൺ ഉറവിടമായി പ്രവർത്തിക്കുന്നത്. ന്യൂട്രോണുകളാണ് അണുകേന്ദ്രം പിളർത്തി ചെയിൻ റിയാക്ഷൻ സാദ്ധ്യമാക്കുന്നത്. വേഗം കൂടിയ ന്യൂട്രോണുകൾ അണുകേന്ദ്രത്തിൽ തട്ടിതിരിച്ചുവരാൻ സാദ്ധ്യതയുള്ളതുകൊണ്ട് വേഗത കുറഞ്ഞ ന്യൂട്രോണുകളാണ് അണുവിഘടനത്തിന് അനുയോജ്യം. ന്യൂട്രോണുകളുടെ വേഗത നിയന്ത്രിക്കുന്നതിനായി ഘനജലം, ഗ്രാഫൈറ്റ് മുതലായ വസ്തുക്കളാണ് ഉപയോഗിക്കുന്നത്. മോഡറേറ്ററുകൾ എന്നാണിവ അറിയപ്പെടുന്നത്. ന്യൂട്രോണുകളെ ആഗിരണം ചെയ്യാൻ കഴിവുള്ള ബോറോൺ, കാഡ്മിയം തുടങ്ങിയ മൂലകങ്ങൾ പൂശിയ ലോഹദണ്ഡുകളാണ് നിയന്ത്രണദണ്ഡുകൾ. നിയന്ത്രണ ദണ്ഡുകൾ റിയാക്ടറിന്റെ കാമ്പിലേക്കിറക്കുമ്പോൾ ചെയിൻ റിയാക്ഷൻ മന്ദഗതിയിലാവുകയും പുറത്തേക്കു വലിക്കുമ്പോൾ റിയാക്ഷന്റെ തോത് കൂടുകയും ചെയ്യുന്നു.

അണുവിഘടനം നടക്കുമ്പോഴുണ്ടാകുന്ന വിനാശകാരികളായ വികിരണങ്ങളിൽനിന്ന് ജീവജാലങ്ങളെ സംരക്ഷിക്കുന്നതിനുവേണ്ടി കോറിനും റിയാക്ടറിനും ചുറ്റുമായി കട്ടികൂടിയ ലെഡ് പാളികളും കോൺക്രീറ്റും കൊണ്ട് സംരക്ഷണകവചമുണ്ടായിരിക്കും. ന്യൂക്ലിയർ ഫിഷന്റെ ഫലമായി വളരെയേറെ താപം ഉല്പാദിപ്പിക്കപ്പെടും. ഈ താപം കോറിനു പുറത്തേക്ക് കൊണ്ടുവരുന്നതിന് ഉപയോഗിക്കുന്ന ദ്രാവകങ്ങളാണ് കൂളന്റുകൾ. ഉന്നതമർദ്ദത്തിലുള്ള ജലം, ദ്രാവക ലോഹങ്ങൾ എന്നിവയാണ് കൂളന്റായി ഉപയോഗിക്കുന്നത്. റിയാക്ടറിനകത്തു നടക്കുന്ന ശൃംഖലാ പ്രതിപ്രവർത്തനം അനിയന്ത്രിതമാവുകയോ ശീതികരണ സംവിധാനം പ്രവർത്തനരഹിതമാവുകയോ ചെയ്താൽ കാമ്പിലെ താപനില വളരെയധികം വർദ്ധിക്കുകയും കാമ്പും അതിന്റെ കവചങ്ങളും പൊട്ടിത്തെറിക്കുകയും ചെയ്യും. വലിയൊരു ദുരന്തത്തിലായിരിക്കും അതു കലാശി

ക്കുക. ആണവ ചോർച്ച ഉണ്ടാവുകയോ ആണവ മാലിന്യങ്ങൾ ശരിയാം വണ്ണം സംസ്കരിക്കാതിരിക്കുയോ ചെയ്താൽ തടയാൻ കഴിയാത്ത ദുരന്തങ്ങളാണുണ്ടാവുക. വികിരണങ്ങൾ ജൈവ കലകളെ നശിപ്പിക്കും. പ്രോട്ടീൻ തന്മാത്രകളെ വിഘടിപ്പിക്കും. ഗാമാവികിരണങ്ങൾ ഡി എൻ എയിൽ ജനിതകമാറ്റം ഉണ്ടാക്കും. ക്യാൻസർ രോഗത്തിനും ജനിതക വൈകല്യങ്ങൾക്കും അതു കാരണമാകും. ജൈവ വൈവിദ്ധ്യത്തെയും പ്രതികൂലമായി ബാധിക്കും.

ഊർജ്ജ സുരക്ഷയുമായി ബന്ധപ്പെട്ട ചർച്ചകളിൽനിന്നാണ് ആണവ നിലയങ്ങൾ സ്ഥാപിക്കാനുള്ള തീരുമാനങ്ങൾ വരുന്നത്. എന്നാൽ പുതുക്കാൻ കഴിയാത്ത കല്ക്കരി, പെട്രോൾ, ഡീസൽ എന്നിവയുടെ ശ്രേണിയിൽത്തന്നെയാണ് ആണവോർജ്ജവുമുള്ളത്. എന്നാൽ ആത്യന്തികമായി സൗരോർജ്ജത്തിനു മാത്രമേ നമ്മുടെ ഊർജ്ജാവശ്യങ്ങൾ സുസ്ഥിരമായി നിറവേറ്റാൻ കഴിയൂ. സൗരോർജ്ജം നേരിട്ടും, കാറ്റ്, ബയോമാസ്, തിരമാല, ജലവൈദ്യുതി എന്നീ രൂപങ്ങളിലും അത് നമുക്ക് ലഭ്യമാണ്. അതിനുള്ള സാങ്കേതിക വിദ്യ കൂടുതൽ മെച്ചപ്പെട്ടുവരികയും ചെലവ് താരതമ്യേന കുറഞ്ഞുവരികയുമാണ്.

ന്യൂക്ലിയർ റിയാക്ടറുകൾ രണ്ടു തരത്തിലുണ്ട്. അണുവിഘടനം മുഖേന വൈദ്യുതി ഉല്പാദിപ്പിക്കുന്ന റിയാക്ടറുകളാണ് ഫിഷൻ റിയാക്ടറുകൾ. അണുസംയോജനം മുഖേന പ്രവർത്തിക്കുന്ന റിയാക്ടറുകളാണ് ഫ്യൂഷൻ റിയാക്ടറുകൾ. വൈദ്യുതോല്പാദനത്തിനൊപ്പം തന്നെ മറ്റൊരു ന്യൂക്ലിയർ റിയാക്ഷനാവശ്യമായ ഇന്ധനം ഉല്പാദിപ്പിക്കുകയും ചെയ്യുന്ന തരത്തിലുള്ള ഫിഷൻ റിയാക്ടറുകളാണ് ബ്രീഡർ റിയാക്ടർ. പ്ലൂട്ടോണിയം അടങ്ങിയ ഇന്ധനമാണ് ബ്രീഡർ റിയാക്ടറിൽ ഉപയോഗിക്കുന്നത്. ബ്രീഡർ റിയാക്ടറുകളിൽ ന്യൂട്രോണുകളുടെ വേഗത നിയന്ത്രിക്കുന്നതിനുള്ള മോഡറേറ്ററുകൾ ഇല്ല എന്നതും ശ്രദ്ധേയമാണ്. അതുകൊണ്ട് വേഗതയേറിയ ന്യൂട്രോണുകളെ ഉപയോഗപ്പെടുത്തുന്ന ഇത്തരം റിയാക്ടറുകളെ 'ഫാസ്റ്റ് ബ്രീഡർ റിയാക്ടറുകൾ' എന്നും വിളിക്കാറുണ്ട്.

ഒന്നിലധികം അണുകേന്ദ്രങ്ങൾ കൂടിച്ചേർന്ന് കൂടുതൽ ഭാരമുള്ള അണുകേന്ദ്രമുണ്ടാകുന്ന പ്രക്രിയയാണ് ന്യൂക്ലിയർ ഫ്യൂഷൻ. ഇതിന്റെ കൂടെ ഊർജ്ജം ഉല്പാദിപ്പിക്കപ്പെടുകയോ സ്വീകരിക്കപ്പെടുകയോ ചെയ്യുന്നു. ഇരുമ്പിനും നിക്കലിനുമാണ് ഏറ്റവും ശക്തിയേറിയ അണുകേന്ദ്രങ്ങളുള്ളത്. സാധാരണയായി ഇരുമ്പിനേക്കാൾ ഭാരം കുറഞ്ഞ അണുകേന്ദ്രങ്ങളുടെ സംയോജനം ഊർജ്ജം ഉല്പാദിപ്പിക്കുകയും ഇരുമ്പിനേക്കാൾ ഭാരം കൂടിയ അണുകേന്ദ്രങ്ങളുടെ സംയോജനം ഊർജ്ജം സ്വീകരിക്കുകയും ചെയ്യുന്നു. അണുസംയോജനംമൂലം ഊർജ്ജം താപരൂപത്തിലാണ് പുറന്തള്ളുന്നത്. നക്ഷത്രങ്ങളിലും തെർമോന്യൂക്ലിയർ ആയുധങ്ങളിലും ഊർജ്ജം ഉല്പാദിപ്പിക്കപ്പെടുന്നത് ന്യൂക്ലിയർ ഫ്യൂഷൻ വഴിയാണ്.

അണുഭാരം കൂടിയ മൂലകത്തിന്റെ അണുകേന്ദ്രം വിഘടിച്ച് രണ്ടോ

അതിലധികമോ അണുകേന്ദ്രങ്ങളായി മാറുന്ന പ്രക്രിയയാണ് ന്യൂക്ലിയർ ഫിഷൻ. ന്യൂക്ലിയർ ഫിഷൻ രണ്ടു വിധത്തിലുണ്ട്. സ്വാഭാവിക അണുവിഘടനവും പ്രചോദിത അണുവിഘടനവും. സൈദ്ധാന്തികമായി ആവർത്തനപ്പട്ടികയിൽ സിർക്കോണിയത്തിനു മുകളിലുള്ള മൂലകങ്ങളിൽ സ്വാഭാവിക അണുവിഘടനം നടക്കാൻ കഴിയുന്നതാണെങ്കിലും തോറിയം, പ്ലൂട്ടോണിയം പോലെയുള്ള അണുഭാരമേറിയ മൂലകങ്ങളുടെ ഐസോടോപ്പുകളിലാണ് സ്വാഭാവിക ഫിഷൻ നടക്കുന്നതായി കണ്ടെത്തിയിട്ടുള്ളത്. പ്രകൃത്യാലഭ്യമാകുന്ന യുറാനിയത്തിൽ അണുവിഘടനത്തിന് അനുയോജ്യമായ യുറാനിയം–235 ഐസോടോപ്പിന്റെ അനുപാതം കുറവായതിനാൽ റിയാക്ടറുകളിലെ ഉപയോഗത്തിനു മുമ്പ് അതിനെ സമ്പുഷ്ടീകരിച്ച് യുറാനിയം–235 ന്റെ അളവ് വർദ്ധിപ്പിക്കേണ്ടതുണ്ട്. യുറാനിയം സമ്പുഷ്ടീകരണം എന്നാണീ പ്രക്രിയയ്ക്കു പറയുന്ന പേര്.

ഇന്ത്യ നടത്തിയ ആദ്യത്തെ ആണവ പരീക്ഷണത്തിന്റെ കോഡ്നാമമാണ് ഓപ്പറേഷൻ സ്മൈലിങ് ബുദ്ധ. 1974 മെയ് 18 ന് രാജസ്ഥാനിലെ ജയ്സാൽമർ ജില്ലയിലെ പൊഖ്റാനിൽ ഇന്ത്യൻ ആർമി ബേസായ പൊഖ്റാൻ പരീക്ഷണ റേഞ്ചിലാണ് ഈ അണുപരീക്ഷണം നടത്തിയത്. ഐക്യരാഷ്ട്രസഭയിലെ അഞ്ച് സ്ഥിരാംഗങ്ങളല്ലാത്ത മറ്റൊരു രാജ്യം നടത്തുന്ന ആദ്യത്തെ അണുപരീക്ഷണമായിരുന്നു അത്. 8 കിലോടൺ ടി എൻ ടി യായിരുന്നു ബോംബിന്റെ പ്രഹരശേഷി. 1944 ൽ ടാറ്റാ ഇൻസ്റ്റിറ്റ്യൂട്ട് ഓഫ് ഫണ്ടമെന്റൽ റിസർച്ച് സ്ഥാപിച്ച ഹോമി ജഹംഗീർഭാഭ 1944 ൽത്തന്നെ ഇന്ത്യയിൽ ആണവായുധങ്ങളുടെ പരീക്ഷണങ്ങൾക്ക് തുടക്കമിട്ടിരുന്നു. 1945 ലെ മാൻഹട്ടൻ പ്രോജക്ടിൽ പങ്കാളിയായ ഭൗതിക ശാസ്ത്രജ്ഞൻ രാജരാമണ്ണയും ആണവായുധ പരീക്ഷണ പദ്ധതിയിൽ സുപ്രധാന പങ്കുവഹിച്ചു. സ്വാതന്ത്ര്യാനന്തരം ഇന്ത്യയുടെ പ്രഥമ പ്രധാനമന്ത്രിയായ ജവാഹർലാൽ നെഹ്റു, ഹോമിഭാഭയുടെ നേതൃത്വത്തിൽ ആണവ പരീക്ഷണങ്ങൾക്ക് സാങ്കേതിക അനുമതി നല്കി. സമാധാന ലക്ഷ്യങ്ങൾക്കായി ആണവ പരീക്ഷണങ്ങൾ നടത്താനുള്ള ആണവോർജ്ജ നിയമം 1948 പാസാക്കപ്പെട്ടു. ഇന്ത്യ ആണവ നിരായുധീകരണത്തിനായി അന്താരാഷ്ട്ര തലത്തിൽ ഇടപെട്ടിരുന്നുവെങ്കിലും സ്വയം ഒപ്പിടാൻ തയ്യാറായില്ല. ഇന്ത്യ 1998 ൽ നടത്തിയ രണ്ടാമത്തെ ആണവപരീക്ഷണവും പൊഖ്റാനിലാണ് നടത്തിയത്. ഓപ്പറേഷൻ ശക്തി എന്നാണ് ഈ പരീക്ഷണത്തിന്റെ കോഡ്നാമം. 1998 മെയ് 11 നും 13 നും നടത്തിയ അഞ്ചു പരീക്ഷണങ്ങളിൽ ആദ്യത്തേത് ഫ്യൂഷൻ ബോംബും (Hydrogen Bomb) ബാക്കി നാലെണ്ണം ഫിഷൻ ബോംബുകളുമായിരുന്നു. 12 കിലോടൺ പ്രഹരശേഷിയുള്ളതായിരുന്നു ആദ്യത്തെ പരീക്ഷണം. രണ്ടാമത്തെ പരീക്ഷണത്തിന്റെ പ്രഹരശേഷി 43 കിലോടണ്ണുമാണ്. മറ്റ് മൂന്ന് പരീക്ഷണങ്ങളും ഒരു കിലോടണ്ണിലും കുറവ് പ്രഹരശേഷിയുള്ളവയായിരുന്നു.

ആണവോർജ്ജത്തിന്റെ ഗവേഷണം, പ്രയോഗം എന്നിവ നിയന്ത്രിക്കുക, ആണവോർജ്ജം സമാധാനപരമായ ആവശ്യങ്ങളിലേക്ക് വഴിതി

രിച്ചുവിടുക, ആണവ നിർവ്യാപനത്തെ പ്രോത്സാഹിപ്പിക്കുക എന്നീ ലക്ഷ്യങ്ങളുമായി പ്രവർത്തിക്കുന്ന ഒരു രാജ്യാന്തര സംഘടനയാണ് അന്താരാഷ്ട്ര ആണവോർജ്ജ സമിതി. ഓസ്ട്രിയയിലെ വിയന്നയിലാണ് ഈ സംഘടനയുടെ ആസ്ഥാനം. 1957 ൽ ഐക്യരാഷ്ട്രസഭയിലെ അംഗ രാഷ്ട്രങ്ങൾ ചേർന്നാണ് ഈ സംഘടനയ്ക്ക് രൂപം നല്കിയത്. ഇന്ന് 144 രാഷ്ട്രങ്ങൾ ഈ സംഘടനയിൽ അംഗമായിട്ടുണ്ട് ലോകരാഷ്ട്രങ്ങ ളുടെ സമാധാന സംരക്ഷണത്തിൽ വളരെയധികം സ്വാധീനം ചെലു ത്താൻ ഈ സംഘടനയ്ക്ക് കഴിയുന്നുണ്ട്. അണുശക്തിയുടെ സമാധാ നപരമായ ഉപയോഗത്തെക്കുറിച്ച് പഠനം നടത്തുന്നതിനും വികസ്വര രാഷ്ട്രങ്ങൾക്കും അണുശക്തിയുടെ സമാധാനപരമായ ഉപയോഗത്തിൽ മാർഗ്ഗ ദർശനം നല്കുന്നതിനും ശാസ്ത്രസമ്മേളനങ്ങൾ സംഘടിപ്പിക്കു ന്നതിനും ഗവേഷണ പ്രവർത്തനങ്ങൾക്കായി ധനസഹായം നല്കുന്ന തിനും അംഗരാഷ്ട്രങ്ങളുടെ ആവശ്യമനുസരിച്ച് വിദഗ്ദ്ധ സഹായം എത്തിച്ചുകൊടുക്കുന്നതിനും ഈ സംഘടനയ്ക്ക് കഴിയുന്നുണ്ട്.

മരണമായി മാറിയ പ്രതിഭ

ജൂലിയസ് റോബർട്ട് ഓപ്പൺഹൈമർ. കാലിഫോർണിയ യൂണിവേഴ്സിറ്റിയിലെ സൈദ്ധാന്തിക ഭൗതികശാസ്ത്രജ്ഞൻ. ആപേക്ഷികതാസിദ്ധാന്തത്തിലും ക്വാണ്ടം മെക്കാനിക്ക്സിലും വിലപ്പെട്ട സംഭാവനകൾ നല്കിയ പ്രതിഭാശാലി. റിലേറ്റിവിസ്റ്റിക് ക്വാണ്ടം മെക്കാനിക്ക്സ് എന്ന ശാസ്ത്രശാഖയിലൂടെ സമ്പൂർണ്ണ പ്രപഞ്ചചിത്രം വരയ്ക്കാൻ ശ്രമിച്ച പ്രതിഭാധനൻ. ന്യൂക്ലിയർ തിയറി, ആസ്ട്രോഫിസിക്സ്, ക്വാണ്ടം ഇലക്ട്രോഡൈനമിക്സ്, ക്വാണ്ടം ക്ഷേത്രസിദ്ധാന്തം, ക്വാണ്ടം ടണലിങ് എന്നിങ്ങനെ ഓപ്പൺഹൈമറുടെ പ്രതിഭ മുദ്രണം ചാർത്താത്ത മേഖല ഭൗതികശാസ്ത്രത്തിലില്ല. ഒരു നക്ഷത്രം ന്യൂട്രോൺ താരമോ, തമോദ്വാരമോ ആകുന്നതിനുള്ള ഏറ്റവും കുറഞ്ഞ പിണ്ഡം അറിയപ്പെടുന്നത് ഓപ്പൺഹൈമർ-ടോൾമാൻ-വോൾക്കോഫ് സീമ എന്നാണ്. ഗുരുത്വസങ്കോചവുമായി ബന്ധപ്പെട്ട് ഓപ്പൺഹൈമർ അവതരിപ്പിച്ച സിദ്ധാന്തങ്ങളാണ് ഭൗതികശാസ്ത്രത്തിൽ അദ്ദേഹം നല്കിയ ഏറ്റവും വലിയ സംഭാവന. എന്നാൽ അണുബോംബിന്റെ പിതാവ് എന്ന പേരിൽ അറിയപ്പെടാനായിരുന്നു ഓപ്പൺഹൈമറുടെ വിധി. 1945 ആഗസ്ത് മാസത്തിൽ ജപ്പാനിലെ ഹിരോഷിമയിലും നാഗസാക്കിയിലും അമേരിക്ക വർഷിച്ച അണുബോംബുകളുടെ നിർമ്മാണപദ്ധതിയായ മൻഹാട്ടൻ പ്രോജക്ടിന്റെ തലവനായിരുന്നു ഓപ്പൺഹൈമർ. 1945 ജൂലൈ 16 ന് ന്യൂമെക്സിക്കോയിലെ മരുഭൂമിയിൽ നടത്തിയ ആദ്യ അണുബോംബ് പരീക്ഷണമായ ട്രിനിറ്റി ടെസ്റ്റ് നേരിട്ട് നിരീക്ഷിച്ച ഓപ്പൺഹൈമർ ആണവായുധത്തിന്റെ സംഹാരശക്തി കൺമുന്നിൽ കണ്ടു. പ്രതിഭാശാലിയായ ആ ശാസ്ത്രജ്ഞൻ പിന്നീട് അധികമാരോടും സംസാരിച്ചിട്ടില്ല. വിഷാദരോഗത്തിന് അടിമയായിത്തീർന്ന ഓപ്പൺഹൈമർ 1967 ഫെബ്രുവരി 18 ന് 63-ാമത്തെ വയ

സ്സിൽ മരണത്തിനുകീഴടങ്ങി. തന്റെ അവസാന നാളുകളിൽ 'ഇപ്പോൾ ഞാൻ മരണമായി മാറി, ലോകത്തിന്റെ അന്തകൻ' എന്ന *ഭഗവദ്ഗീത* യിലെ സൂക്തം ഇടയ്ക്കിടെ ഉരുവിടുമായിരുന്നു.

1904 ഏപ്രിൽ 22 ന് അമേരിക്കയിലെ ന്യൂയോർക്കിലാണ് ഓപ്പൺ ഹൈമർ ജനിച്ചത്. ജർമ്മനിയിൽനിന്നും അമേരിക്കയിലേക്ക് കുടിയേറിയ ജൂതകുടുംബത്തിലാണ് അദ്ദേഹത്തിന്റെ ജനനം. പിതാവ് ജൂലിയസ് ഓപ്പൺഹൈമർ ധനികനായ ഒരു വസ്ത്രവ്യാപാരിയായിരുന്നു. അമ്മ എല്ല ഫ്രീഡ്മാൻ. ജർമ്മനിയിൽനിന്ന് പലായനം ചെയ്യേണ്ടിവന്ന ജൂലിയസിന് തന്റെ സമ്പാദ്യമെല്ലാം നഷ്ടപ്പെട്ടിരുന്നു. ഇംഗ്ലീഷ് ഭാഷയിൽ പരിജ്ഞാനവുമില്ല. ന്യൂയോർക്കിലെ ഒരു ടെക്സ്റ്റൈൽ കമ്പനിയിൽ ലഭിച്ച ചെറിയൊരു തൊഴിലായിരുന്നു കുടുംബത്തിന്റെ വരുമാനമാർഗ്ഗം. സെക്കന്ററി വിദ്യാഭ്യാസത്തിനുശേഷം 1924 ൽ കേംബ്രിഡ്ജിലെ ക്രൈസ്റ്റ് കോളേജിൽ റോബർട്ടിന് പ്രവേശനം ലഭിച്ചു. അവിടെവച്ച് ഏണസ്റ്റ് റുഥർഫോർഡിനെ പരിചയപ്പെടുകയും കാവൻഡിഷ് ലബോറട്ടറിയിൽ പ്രവേശനം നേടുന്നതിനായി ശ്രമിക്കുകയും ചെയ്തു. എന്നാൽ സൈദ്ധാന്തിക ഭൗതികത്തോടുള്ള അമിത താല്പര്യവും പരീക്ഷണങ്ങൾ ചെയ്യുന്നതിലുള്ള വിമുഖതയും റുഥർഫോർഡിന്റെ അപ്രീതിക്ക് കാരണമായി. എങ്കിലും ഓപ്പൺഹൈമർ പ്രതീക്ഷ കൈവിട്ടില്ല. ഒടുവിൽ ജെ ജെ തോംസൺ സഹായത്തിനെത്തി. സൈദ്ധാന്തിക ഗവേഷണങ്ങൾ തടസ്സം കൂടാതെ നടത്താനുള്ള അവസരം ലഭിക്കണമെങ്കിൽ ഓപ്പൺഹൈമർ ഒരു ബേസിക് ലബോറട്ടറി കോഴ്സ് പൂർത്തിയാക്കേണ്ടി വരുമെന്ന ഒത്തുതീർപ്പിൽ പ്രശ്നം പരിഹരിക്കപ്പെട്ടു.

സ്വയം നശിക്കുന്ന പ്രവണതയുള്ള വ്യക്തിയായാണ് ഓപ്പൺഹൈമറെ അദ്ദേഹത്തിന്റെ സുഹൃത്തുക്കൾ അടയാളപ്പെടുത്തുന്നത്. നീണ്ടു മെലിഞ്ഞ ആ യുവാവ് ഒരു ചെയിൻ സ്മോക്കറായിരുന്നു. സദാസമയവും ചിന്താമഗ്നനായിരുന്ന റോബർട്ട് യഥാസമയം ഭക്ഷണം പോലും കഴിച്ചിരുന്നില്ല. പലപ്പോഴും മാനസിക അസ്വാസ്ഥ്യത്തിന്റെ ലക്ഷണങ്ങൾ പ്രകടിപ്പിച്ചിരുന്നു. 'എനിക്ക് വേണ്ടത് ഫിസിക്സാണ്, ഫ്രണ്ട്സ് അല്ല' എന്ന് അദ്ദേഹം ഒരിക്കൽ തന്റെ സഹോദരനോട് പറയുകയുണ്ടായി. 1926 ൽ ഓപ്പൺഹൈമർ കേംബ്രിഡ്ജ് വിട്ടു. പിന്നീട് അദ്ദേഹം ഗോട്ടിങ്ങൻ യൂണിവേഴ്സിറ്റിയിൽ ചേർന്ന് മാക്സ് ബോണിന്റെ കീഴിൽ പഠനം തുടർന്നു. സൈദ്ധാന്തിക ഭൗതിക ഗവേഷണത്തിൽ ലോകപ്രശസ്തമായിരുന്നു അന്ന് ഗോട്ടിങ്ങൻ. അവിടെ വച്ച് നിരവധി പ്രതിഭാധനരെ പരിചയപ്പെടാൻ അദ്ദേഹത്തിന് അവസരം ലഭിച്ചു. വെർനർ ഹൈസൻബെർഗ്, പാസ്ക്കൽ ജോർഡാൻ, വുൾഫ്ഗാങ് പോളി, പോൾ ഡിറാക്, എന്റികോ ഫെർമി, എഡ്വേർഡ് ടെല്ലർ എന്നിവർ അവരിൽ പ്രമുഖരായിരുന്നു. സൈദ്ധാന്തിക ചർച്ചകളിൽ അമിത താല്പര്യം പ്രകടിപ്പിച്ച ഹൈമറുടെ രീതിയിൽ ചില സഹപഠിതാക്കളെങ്കിലും അസ്വസ്ഥരായിരുന്നു. സഹപാഠിയായ മരിയ ജോപെർട്ട്, ഓപ്പൺഹൈമർക്കെതിരെ പരാതിയുമായി

മാക്സ് ബോണിനെ സമീപിച്ചു. സെമിനാറുകളിൽ ഓപ്പൺഹൈമർ നിശ്ശബ്ദനായിരുന്നില്ലെങ്കിൽ താനും സുഹൃത്തുക്കളും ക്ലാസ് ബഹിഷ്കരിക്കുമെന്ന ഭീഷണിയും പരാതിയിലുണ്ടായിരുന്നു. ബോൺ അതിനോട് പ്രതികരിച്ചില്ല. എന്നാൽ മരിയ ഒപ്പിട്ട പരാതിക്കത്ത് ഓപ്പൺഹൈമറിന് വായിക്കാൻ കഴിയുന്ന രീതിയിൽ തന്റെ മേശപ്പുറത്ത് വച്ചു. ആ നീക്കം ഫലം ചെയ്തെന്നു തോന്നുന്നു. പിന്നീട് നടന്ന സെമിനാറുകളിലൊന്നും ഓപ്പൺഹൈമർ വായതുറന്നില്ല. അതെന്തായാലും 1927 മാർച്ചിൽ തന്റെ 23-ാമത്തെ വയസ്സിൽ ഗോട്ടിങ്ങനിൽനിന്ന് ഭൗതികശാസ്ത്രത്തിൽ ഡോക്ടറേറ്റ് കരസ്ഥമാക്കി. മാക്സ് ബോൺ തന്നെയായിരുന്നു ഗൈഡ്. ഒരു ഡസനിലധികം പേപ്പറുകൾ ഓപ്പൺ ഹൈമറിന്റേതായി ഗോട്ടിങ്ങൻ യൂണിവേഴ്സിറ്റി പ്രസിദ്ധീകരിച്ചു. ഇവയിലേറെയും ക്വാണ്ടം മെക്കാനിക്ക്സുമായി ബന്ധപ്പെട്ടതായിരുന്നു. ബോണും ഓപ്പൺഹൈമറും ചേർന്ന് പ്രസിദ്ധീകരിച്ച ഗവേഷണ പ്രബന്ധമായ ബോൺ- ഓപ്പൺഹൈമർ അപ്രോക്സിമേഷൻ ന്യൂക്ലിയർ ഫിസിക്സിലെ എണ്ണം പറഞ്ഞ സിദ്ധാന്തങ്ങളിലൊന്നാണ്.

1927 യു എസ് നാഷണൽ റിസർച്ച് കൗൺസിൽ ഫെലോഷിപ്പ് ഓപ്പൺഹൈമറിനു ലഭിച്ചു. 1927-28 കാലത്ത് അദ്ദേഹം കാലിഫോർണിയ ഇൻസ്റ്റിറ്റ്യൂട്ട് ഓഫ് ടെക്നോളജിയിലും ഹാർവാർഡ് യൂണിവേഴ്സിറ്റിയിലും സേവനമനുഷ്ഠിച്ചു. കാൾടെക്കിൽവച്ചാണ് ഓപ്പൺഹൈമർ ലിനസ്പോളിങ്ങുമായി ചങ്ങാത്തത്തിലാകുന്നത്. തന്മാത്രകളിലെ രാസബന്ധനമായിരുന്നു ഇരുവരും ചേർന്ന് നടത്തിയ ഗവേഷണത്തിന്റെ വിഷയം. എന്നാൽ ഈ സൗഹൃദം അധികകാലം നിലനിന്നില്ല. പോളിങ്ങിന്റെ ഭാര്യ അവ ഹെലനുമായി ഓപ്പൺഹൈമറിനുണ്ടായിരുന്ന സൗഹൃദം അതിരുകടക്കുന്നുണ്ടെന്നു തോന്നിയ പോളിങ് ഹൈമറുമായി പതുക്കെ അകന്നു. പിന്നീട് യു എസിന്റെ അണുബോംബ് നിർമ്മാണപദ്ധതിയായ മൻഹാട്ടൻ പ്രോജക്ടിന്റെ രസതന്ത്രവിഭാഗത്തിലേക്ക് ഓപ്പൺഹൈമർ ലിനസ് പോളിങ്ങിനെ ക്ഷണിച്ചെങ്കിലും താനൊരു സമാധാനപ്രേമിയാണെന്നു പറഞ്ഞ് പോളിങ് ആ ക്ഷണം നിരസിക്കുകയായിരുന്നു.

1928 ലെ മഞ്ഞുകാലത്ത് ഓപ്പൺഹൈമർ നെതർലണ്ടിലെ ലെയ്ഡൻ യൂണിവേഴ്സിറ്റിയിലെത്തുകയും ഇറ്റാലിയൻ ശാസ്ത്രജ്ഞനായ വുൾഫ്ഗാങ് പോളിയുമായി ചേർന്ന് പ്രവർത്തിക്കുകയും ചെയ്തു. ക്വാണ്ടം മെക്കാനിക്ക്സായിരുന്നു ഇരുവരുടെയും പ്രവർത്തനരംഗം. പോളിയുടെ വ്യക്തിത്വവും, വിമർശനാത്മക സമീപനരീതിയും ഓപ്പൺഹൈമറെ പോളിയുമായി കൂടുതൽ അടുപ്പിച്ചു. പിന്നീട് അമേരിക്കയിൽ തിരിച്ചെത്തിയ ഓപ്പൺ ഹൈമർ ബെർക്കലെയിൽ കാലിഫോർണിയ യൂണിവേഴ്സിറ്റിയിൽ അസോസിയേറ്റ് പ്രൊഫസറായി ചുമതലയേറ്റു. ക്ഷയരോഗവുമായി ഓപ്പൺഹൈമറുടെ ശരീരം സമരത്തിലേർപ്പെട്ടിരുന്ന കാലമായിരുന്നു അത്. കാലിഫോർണിയ യൂണിവേഴ്സിറ്റിയിൽ വച്ച് അദ്ദേഹത്തിന് ധാരാളം ശിഷ്യസമ്പത്തുണ്ടായി. ഒരു ഹിപ്നോട്ടിക്കിന്റെ കണ്ണും

മുഖവുമുള്ള അദ്ദേഹത്തെ ശിഷ്യൻമാർ കണ്ടത് രണ്ടുരീതിയിലായിരുന്നു. ഒരു വിഭാഗം അദ്ദേഹത്തെ സൗന്ദര്യാരാധകനും ഏകാന്തത ഇഷ്ടപ്പെടുന്ന ജീനിയസുമായി കണ്ടപ്പോൾ മറ്റൊരു വിഭാഗം ശിഷ്യൻമാർ അദ്ദേഹത്തെ നാട്യക്കാരനായ അഹങ്കാരിയായാണ് കണ്ടത്. എന്നാൽ ആദ്യത്തെ വിഭാഗത്തിനായിരുന്നു ഭൂരിപക്ഷം. അദ്ദേഹത്തിന്റെ സംസാര രീതി, നടത്തം, മറ്റുചേഷ്ടകൾ, പുകവലിക്കുന്ന ശീലം, വായനാരീതി എന്നിവയെല്ലാം ശിഷ്യന്മാർ അനുകരിച്ചിരുന്നു.

സൈദ്ധാന്തിക ജ്യോതിശാസ്ത്രത്തിൽ ഓപ്പൺഹൈമറിന്റെ ഗവേഷണങ്ങൾ കേന്ദ്രീകരിച്ചിരുന്നത് പൊതു ആപേക്ഷികതയിലും അണുകേന്ദ്രഭൗതികത്തിലുമായിരുന്നു. ന്യൂട്രോൺ, മെസോൺ, ന്യൂട്രോൺ താരം എന്നിവയെല്ലാം അദ്ദേഹത്തിന്റെ പ്രവചനത്തെത്തുടർന്ന് പിന്നീട് കണ്ടെത്തുകയായിരുന്നു. ഹൈഡ്രജന്റെയും എക്സ്-കിരണങ്ങളുടെയും വിദ്യുത്കാന്തിക പ്രഭാവം അദ്ദേഹം കണക്കുകൂട്ടി. നക്ഷത്രങ്ങളിൽ നടക്കുന്ന ന്യൂക്ലിയർ പ്രവർത്തനങ്ങളെക്കുറിച്ചുള്ള അദ്ദേഹത്തിന്റെ നിഗമനങ്ങളും പിന്നീട് ശരിയാണെന്ന് തെളിഞ്ഞു. ക്വാണ്ടം ടണലിങ്, കോസ്മിക് റേ ഷവർ തിയറി, റിലേറ്റിവിസ്റ്റിക് തിയറി ഓഫ് ഫോട്ടോ ഇലക്ട്രിക് ഇഫക്ട് എന്നിങ്ങനെ ക്വാണ്ടം ഭൗതികത്തിലെ ശക്തമായ പ്രബന്ധങ്ങളിൽ പലതും ഓപ്പൺഹൈമറുടേതാണ്.

1930 കളുടെ അവസാനമാണ് ഓപ്പൺഹൈമർ ആസ്ട്രോഫിസിക്സിലേക്ക് തിരിഞ്ഞത്. റിച്ചാർഡ് ടോൾമാനുമായുള്ള ചങ്ങാത്തമാണ് അതിന് വഴിയൊരുക്കിയത്. ന്യൂട്രോൺ താരങ്ങൾ, വെള്ളക്കുള്ളന്മാർ, തമോദ്വാരങ്ങൾ എന്നീ പ്രാപഞ്ചിക പ്രതിഭാസങ്ങളെക്കുറിച്ച് ഓപ്പൺഹൈമറുടെ സങ്കല്പനങ്ങൾ യാഥാർത്ഥ്യമാണെന്ന് പിന്നീട് ശാസ്ത്രലോകം തിരിച്ചറിഞ്ഞു. ഓപ്പൺഹൈമറുടെ പ്രബന്ധങ്ങൾ അത്യധികം സങ്കീർണ്ണവും മനസ്സിലാക്കാൻ പ്രയാസമേറിയതുമായിരുന്നു. സാധാരണയായി ശാസ്ത്രജ്ഞർ ഉപയോഗിക്കുന്ന ഗണിതരീതികളിൽനിന്ന് വ്യത്യസ്തമായിരുന്നു അദ്ദേഹത്തിന്റെ സമീപനം. 'ഓപ്പൺഹൈമറുടെ ഫിസിക്സ് മനോഹരമാണ് എന്നാൽ അദ്ദേഹത്തിന്റെ ഗണിതം ഭയപ്പെടുത്തുന്നതാണ്' എന്നാണ് അദ്ദേഹത്തിന്റെ ശിഷ്യനായ സ്നൈഡറുടെ അഭിപ്രായം. ഗുരുത്വസങ്കോചവുമായി ബന്ധപ്പെട്ട് തമോദ്വാരങ്ങൾ, ന്യൂട്രോൺ താരങ്ങൾ എന്നീ പ്രതിഭാസങ്ങളെക്കുറിച്ചു നടത്തിയ കണ്ടെത്തലുകളാണ് ഓപ്പൺഹൈമറുടെ കരിയറിലെ ഏറ്റവും മികച്ച നേട്ടമെന്ന് ചില ചരിത്രകാരൻമാരും ശാസ്ത്രജ്ഞരും പറയുന്നത്. എന്നാൽ ഇലക്ട്രോണുകളെയും ഇലക്ട്രോണിന്റെ പ്രതികണമായ പോസിട്രോണിന്റെയും സവിശേഷതകളെക്കുറിച്ച് നടത്തിയ കണ്ടെത്തലുകളാണ് തന്റെ ജീവിതത്തിലെ ഏറ്റവും മികച്ച നേട്ടമായി ഓപ്പൺഹൈമർ കരുതുന്നത്. 1945,1951,1967 എന്നീ വർഷങ്ങളിൽ നൊബേൽ പുരസ്കാരത്തിന് ഓപ്പൺഹൈമറിന്റെ പേര് നിർദ്ദേശിക്കപ്പെട്ടെങ്കിലും നിർഭാഗ്യവശാൽ അദ്ദേഹത്തിന് ആ പുരസ്കാരം ലഭിച്ചില്ല.

ആർക്കും അമ്പരപ്പുളവാക്കുന്ന തരത്തിലായിരുന്നു ഓപ്പൺഹൈമറിന്റെ വ്യക്തിജീവിതം. 1920 കളിൽ അദ്ദേഹം താൻ താമസിച്ചിരുന്ന മുറിയിൽനിന്ന് പുറത്തിറങ്ങിയതുപോലും അപൂർവ്വമായിരുന്നു. തികച്ചും ഏകാന്ത ജീവിതം നയിച്ച അക്കാലത്ത് അദ്ദേഹം റേഡിയോ, പത്രം തുടങ്ങിയ വാർത്താമാധ്യമങ്ങൾ ഒന്നും ഉപയോഗിച്ചിരുന്നില്ല. 1936 വരെ ഒരു തിരഞ്ഞെടുപ്പിലും അദ്ദേഹം വോട്ട് ചെയ്തുമില്ല. 1934 നുശേഷം അദ്ദേഹത്തിന്റെ സ്വകാര്യജീവിതത്തിൽ വലിയ മാറ്റങ്ങളുണ്ടായി. രാഷ്ട്രീയത്തിലും ആനുകാലിക സംഭവങ്ങളിലും ഓപ്പൺഹൈമർ ശ്രദ്ധിക്കാൻ തുടങ്ങി. തന്റെ വരുമാനത്തിന്റെ പകുതി വീതം ഓരോ മാസവും നാസി പീഡനങ്ങൾ അനുഭവിച്ച ഭൗതിക ശാസ്ത്രജ്ഞർക്ക് കൊടുക്കാനും തുടങ്ങി. ഓപ്പൺഹൈമറുടെ അമ്മ 1931 ൽ മൃതിയടഞ്ഞു. അതേത്തുടർന്ന് അദ്ദേഹം തന്റെ പിതാവുമായി കൂടുതൽ അടുത്തിടപഴകാനാരംഭിച്ചു. 1937 ൽ അദ്ദേഹത്തിന് തന്റെ പിതാവിനെയും നഷ്ടമായി. പിതാവിന്റെ സമ്പാദ്യം ഓപ്പൺഹൈമറിനും സഹോദരനുമായി വിഭജിച്ചുനല്കപ്പെട്ടു. തനിക്കു ലഭിച്ച പണം മുഴുവനും കാലിഫോർണിയ യൂണിവേഴ്സിറ്റിയിലെ ഗ്രാജ്വേറ്റ് സ്കോളർഷിപ്പിനായി ഓപ്പൺഹൈമർ സംഭാവന ചെയ്തു.

കമ്യൂണിസ്റ്റ് ആശയങ്ങളോട് ഓപ്പൺഹൈമർ ആഭിമുഖ്യം പുലർത്താനാരംഭിച്ചത് 1930 കളിലാണ്. പുരോഗമന ആശയങ്ങൾ പുലർത്തുന്ന സംഘടനകൾക്ക് അദ്ദേഹം സാമ്പത്തിക സഹായവും നല്കിയിരുന്നു. അദ്ദേഹം കമ്യൂണിസ്റ്റ് പാർട്ടിയിൽ പരസ്യമായി അംഗത്വമെടുത്തിരുന്നില്ല. എന്നാൽ പാർട്ടി മെമ്പർമാർക്ക് അദ്ദേഹത്തിൽനിന്ന് നിരവധി സഹായങ്ങൾ ലഭിച്ചിരുന്നു. 1941 ൽ ഫെഡറൽ ബ്യൂറോ ഓഫ് ഇൻവെസ്റ്റിഗേഷൻ ഓപ്പൺഹൈമറെ സംശയിക്കപ്പെടുന്ന വ്യക്തികളുടെ പട്ടികയിൽ ഉൾപ്പെടുത്തി. അദ്ദേഹത്തിന്റെ കമ്യൂണിസ്റ്റ് പാർട്ടി ബന്ധമാണ് ഇതിനു കാരണമായത്. അടിയന്തരാവസ്ഥയുടെ സമയത്ത് ഏതു സമയവും അദ്ദേഹം അറസ്റ്റ് ചെയ്യപ്പെടും എന്ന അവസ്ഥയായിരുന്നു ഉണ്ടായിരുന്നത്. അദ്ദേഹത്തിന്റെ പാർട്ടി മെമ്പർഷിപ്പിനെ സംബന്ധിച്ച് തർക്കങ്ങൾ നിലനിന്നിരുന്നു. 1954 ലെ സ്ക്രൂട്ടിനിയിൽ അദ്ദേഹം പാർട്ടി മെമ്പർഷിപ്പ് എടുക്കുന്നതിൽ താല്പര്യം കാണിച്ചില്ല. പക്ഷേ, താൻ എപ്പോഴും ഒരു പാർട്ടി അനുഭാവിയായിരിക്കും എന്നാണ് ഓപ്പൺഹൈമർ വ്യക്തമാക്കിയത്. അമേരിക്കയുടെ ആണവായുധ നിർമ്മാണ പദ്ധതിയായ മൻഹാട്ടൻ പ്രോജക്ടിന്റെ തലവനായിരുന്നപ്പോഴും അദ്ദേഹം എഫ് ബി ഐയുടെ നിരീക്ഷണത്തിലായിരുന്നു. ഓപ്പൺഹൈമറിന്റെ ഗേൾഫ്രണ്ട് ആയിരുന്ന ജീൻ ടട്ലോക്ക് വിഷാദരോഗത്തെത്തുടർന്ന് 1944 ജനുവരി 4 ന് ആത്മഹത്യ ചെയ്തു. ഇത് ഓപ്പൺഹൈമറുടെ മനോനില കൂടുതൽ തകരാറിലാക്കി. 1943 ആഗസ്തിൽ മൻഹാട്ടൻ പ്രോജക്ടിലേക്ക് തെരഞ്ഞെടുക്കപ്പെട്ടതിനുശേഷമായിരുന്നു ഈ ദുരന്തവും ഓപ്പൺഹൈമറിന് അനുഭവിക്കേണ്ടി വന്നത്.

ആണവായുധങ്ങളുടെ തീവ്രത

ആണവായുധങ്ങളുടെ സംഹാരശക്തിയെക്കുറിച്ച് പൊതുവെ നാമെല്ലാവരും വാചാലരാകുമെന്നല്ലാതെ എന്താണ് ആണവായുധങ്ങൾ ഭൂമിയിലും ഭൗമാന്തരീക്ഷത്തിലും പ്രഹരിക്കുന്നതെന്ന് പലർക്കുമറിയില്ല എന്നതാണ് യാഥാർത്ഥ്യം. ഒരു ആണവായുധ വിസ്ഫോടനമുണ്ടായാൽ അത് പുറന്തള്ളുന്ന ഊർജ്ജത്തിന്റെ 40 മുതൽ 50 വരെ ശതമാനം സ്ഫോടനത്തിന്റെ ഫലമായുണ്ടാകുന്ന ആഘാതമായിരിക്കും. 30 മുതൽ 50 ശതമാനം വരെ താപവികിരണങ്ങൾ ഉത്സർജ്ജിക്കപ്പെടും. ജൈവകോശങ്ങളെ അയണീകരിക്കുന്ന വികിരണങ്ങൾ അഞ്ചുശതമാനം വരെയുണ്ടാകും. ഒരു ന്യൂട്രോൺ ബോംബ് വിസ്ഫോടനമാണ് നടന്നതെങ്കിൽ ഇത്തരം വികിരണങ്ങൾ അതിലും മുകളിലായിരിക്കും വിസ്ഫോടനത്തിനുപയോഗിക്കുന്ന ആണവ ഇന്ധനത്തിന്റെ പിണ്ഡം വർദ്ധിക്കുന്നതിനനുസരിച്ചുണ്ടാകുന്ന പ്രതല സംഹാരം ആകെ ഊർജ്ജവിസ്ഫോടനത്തിന് ആനുപാതികമായി വർദ്ധിക്കുകയും ചെയ്യും. സ്ഫോടനത്തിനുപയോഗിക്കുന്ന ആയുധത്തിന്റെ രൂപകല്പനയും സ്ഫോടനത്തിന് തെരഞ്ഞെടുക്കുന്ന പ്രദേശത്തിന്റെ ഭൂമിശാസ്ത്രപരമായ പ്രത്യേകതകളും സ്ഫോടനത്തിന്റെ ആഘാതത്തെ സ്വാധീനിക്കുന്ന ഘടകങ്ങളാണ്.

ആണവായുധ സ്ഫോടനത്തിന്റെ ഫലമായുണ്ടാകുന്ന താപവികിരണങ്ങൾ ഒരു സാധാരണ ബോംബ് സ്ഫോടനത്തിന്റേതിന് സമാനമാണെങ്കിലും അതിന്റെ തോത് ദശലക്ഷക്കണക്ക് മടങ്ങ് അധികമായിരിക്കും. ആണവ വിസ്ഫോടനത്തെത്തുടർന്നുണ്ടാകുന്ന വിവിധതരം തീവ്ര വികിരണങ്ങൾ ചുറ്റുപാടുമുള്ള വസ്തുക്കളിൽ തുളഞ്ഞുകയറും. വായുവും, ജലവും, പാറയുമെല്ലാം ഈ വികിരണങ്ങളേറ്റ് ചൂടുപിടിക്കും. സ്ഫോടനത്തിനുപയോഗിക്കുന്ന ദ്രവ്യത്തിന്റെ താപനിലയ്ക്കു തുല്യമാകുന്നതുവരെ ഇത് തുടരും. താപനില ഉയരുന്നതോടെ വസ്തുക്കൾ വികസിക്കാനാരംഭിക്കും. ചുറ്റുപാടുമുള്ള വസ്തുക്കൾ ബാഷ്പീകരിക്കപ്പെടും. ഇത് ആഘാത തരംഗങ്ങളുടെ സൃഷ്ടിക്ക് കാരണമാകും. ആഘാത തരംഗങ്ങൾ ഉത്ഭവിക്കുന്നത് സ്ഫോടനം നടന്ന ബിന്ദുവിൽ (Hypocenter) നിന്നാണ്. താപവികിരണങ്ങളുടെ തീവ്രതകാരണം ഹൈപോസെന്ററിൽ വലിയൊരു തീഗോളം ഉത്ഭവിക്കും. പുകയും പൊടിയുമെല്ലാം ചേർന്ന് കൂണിന്റെ ആകൃതിയിൽ (Mushroom cloud) മുകളിലേക്കുയരും. ആഘാതതരംഗങ്ങളിൽ വിദ്യുത്കാന്തിക സ്പെക്ട്രത്തിലെ എല്ലാ വികിരണങ്ങളും അടങ്ങിയിരിക്കും. ഇതിൽ ഗാമാ കിരണങ്ങളും എക്സ്-കിരണങ്ങളുമാണ് കൂടുതൽ അപകടകരം. ഹൈപോസെന്ററിൽ ഉണ്ടാകുന്ന തീഗോളത്തിന്റെ ഉന്നത ഊഷ്മാവും വികിരണങ്ങളുടെ തീവ്രതയും കാരണം അവിടെനിന്നും ശക്തമായ വാതക പ്രവാഹമുണ്ടാകും. ഹൈഡ്രോഡൈനമിക് ഫ്രണ്ട് (Hydrodynamic front) എന്നാണിതറിയപ്പെടുന്നത്. ആദ്യഘട്ടത്തിൽ വാതകപ്രവാഹം വലുതായിക്കൊണ്ടിരിക്കുന്ന തീഗോളത്തിനുള്ളിലായിരിക്കും. തുടർന്ന് തീഗോളത്തിനുള്ളിൽനിന്ന് പുറ

ത്തേക്ക് വ്യാപിക്കുമ്പോൾ തീവ്രമായ ഒരു ഫ്ളാഷ് ഉണ്ടാകും. അതുകൊണ്ടാണ് ഒരു അണുബോംബ് സ്ഫോടനത്തിൽ ഇരട്ട ഫ്ളാഷുണ്ടാകാൻ കാരണം. സ്ഫോടനം നടക്കുമ്പോഴും ഹൈഡ്രോഡൈനമിക് ഫ്രണ്ട് പുറത്തേക്ക് വ്യാപിക്കുമ്പോഴും മേഘങ്ങൾ സാന്ദ്രീകരിക്കുന്നതു കാരണം ചെറിയ മഴയും വാതകപ്രവാഹം കാരണം കൊടുങ്കാറ്റും സമീപ പ്രദേശങ്ങളിലുണ്ടാകും.

അണുബോംബ് സ്ഫോടനത്തിന്റെ ഫലമായുണ്ടാകുന്ന ആൾനാശവും നാശനഷ്ടങ്ങളും കൂടുതലുണ്ടാകുന്നത് സ്ഫോടനത്തിന്റെ ആഘാതം വഴിയാണ്. സ്ഫോടനം നടന്ന പ്രദേശത്തെ എല്ലാ നിർമ്മിതികളും തകർന്ന് തരിപ്പണമാകും. വാതക പ്രവാഹത്തിന്റെ വേഗത ശബ്ദതരംഗങ്ങളുടെ വേഗതയ്ക്ക് (സെക്കന്റിൽ 300 മീറ്റർ) തുല്യമായിരിക്കും. അതുകൊണ്ടുതന്നെ അണുബോംബ് സ്ഫോടനത്തിന്റെ ആഘാതം നിമിഷാർദ്ധത്തിനുള്ളിൽ ചുറ്റുപാടും വ്യാപിക്കും. അന്തരീക്ഷത്തിലുണ്ടാകുന്ന മർദ്ദവ്യതിയാനം കാരണം മനുഷ്യനുൾപ്പെടെയുള്ള ജീവികളുടെ ശരീരം ഛിന്നഭിന്നമായി വായുവിൽ പറന്നുനടക്കും. സ്ഫോടനത്തിന്റെ ഫലമായുണ്ടാകുന്ന ഇരട്ട ഫ്ളാഷിലെ തീവ്ര വികിരണങ്ങൾ അന്ധതയ്ക്ക് കാരണമാകും. പകൽ ഇരുപത് കിലോമീറ്ററിനുള്ളിലും രാത്രി സമയം എത്ര അകലെനിന്നും ഫ്ളാഷ് നോക്കുന്നവരുടെ റെറ്റിനയിൽ പൊള്ളലേല്ക്കുകയും പൂർണ്ണമായോ ഭാഗികമായോ അന്ധതയ്ക്ക് കാരണമാവുകയും ചെയ്യും. വൈദ്യുത ബന്ധം പൂർണ്ണമായി നിലയ്ക്കും. വൈദ്യുതി ആധാരമായി പ്രവർത്തിക്കുന്ന ഒരുപകരണവും ചുറ്റുപാടുമൊന്നും പ്രവർത്തനക്ഷമമാകില്ല. റഡാർ ഉപയോഗിച്ചുപോലും സന്ദേശങ്ങൾ കൈമാറൻ കഴിയില്ല. ബോംബ് സ്ഫോടനത്തിന്റെ ആഘാതം നേരിയ തോതിലുള്ള ഭൂചലനത്തിനും കാരണമാകും.

അണുബോംബ് സ്ഫോടനം മനുഷ്യനെയും മറ്റുജീവികളെയും ബാധിക്കുന്നത് നാലു തരത്തിലാണ്. സ്ഫോടനം നടന്നതുമുതൽ ആദ്യത്തെ ഒൻപത് ആഴ്ചകളിലാണ് ഏറ്റവുമധികം ആൾനാശമുണ്ടാകുന്നത്. മരണത്തിന്റെ 90 ശതമാനവും പൊള്ളലേറ്റും കെട്ടിടങ്ങൾ തകർന്നുമാണ് സംഭവിക്കുക. പത്തുശതമാനം മരണം റേഡിയേഷൻ കാരണമായിരിക്കും. പത്തുമുതൽ 12 വരെ ആഴചകളിൽ ശരീര കലകളെ അയണീകരിക്കുന്ന വികിരണങ്ങളാണ് അപകടമുണ്ടാക്കുക. ആദ്യത്തെ ഒൻപത് ആഴ്ച തരണം ചെയ്തവരുടെ നില ഭദ്രമല്ലെന്നർത്ഥം. 13 മുതൽ 20 ആഴ്ചകളിൽ ആൾനാശം കുറവായിരിക്കും. പൊള്ളലേറ്റവരുടെയും വികിരണങ്ങൾ ബാധിച്ചവരുടെയും ആരോഗ്യനിലയിൽ നേരിയ പുരോഗതിയുണ്ടാകും 20 ആഴ്ചകൾ പിന്നിട്ടുകഴിഞ്ഞാൽ പിന്നീട് മരണം സംഭവിക്കില്ല. ജനിതകെ വൈകല്യം, അന്ധത, ക്യാൻസർ, പോളിയോ തുടങ്ങിയ വ്യാധികൾക്കുള്ള സാദ്ധ്യത നിലനില്ക്കുകയും ചെയ്യും.

റേഡിയേഷൻ പോയ്സണിങ്

ശരീരകലകളുടെ അയണീകരണത്തിനു കാരണമാകുന്ന വികിരണങ്ങൾ ഗുരുതരമായ ആരോഗ്യപ്രശ്നങ്ങൾക്ക് കാരണമാകും. അസ്ഥിമജ്ജയെ ബാധിക്കുന്ന വികിരണങ്ങൾ ചുവന്ന രക്താണുക്കളുടെ ഉല്പാദനം തടസ്സപ്പെടുത്തും. ഛർദ്ദി, വയറിളക്കം, ആന്തര രക്തസ്രാവം എന്നിവയുണ്ടാകും. ഭാവിയിൽ അർബ്ബുദത്തിനു കാരണമാവുകയും ചെയ്യും. ആന്തര അവയവങ്ങളെയും റേഡിയേഷൻ ഗുരുതരമായി ബാധിക്കും. ദഹനവ്യൂഹത്തെ ഒന്നാകെ ആക്രമിക്കുന്ന വികിരണങ്ങൾ ആമാശയത്തിലെയും കുടലിലെയും ജലാംശം വറ്റിച്ചുകളയുകയും ഏഴുമുതൽ 14 വരെ ദിവസങ്ങൾക്കുള്ളിൽ മരണത്തിനുകാരണമാവുകയും ചെയ്യും. കേന്ദ്രനാഡീവ്യൂഹത്തെയും വികിരണങ്ങൾ ആക്രമിക്കും. 24 മുതൽ 48 മണിക്കൂറിനുള്ളിൽ വികിരണമേറ്റവർ (50 Grey യിൽ അധികം) ഛർദ്ദി, വയറിളക്കം, ബോധക്ഷയം എന്നീ അസ്വസ്ഥതകൾ പ്രകടിപ്പിച്ച് മരണത്തിനു കീഴടങ്ങും. പ്രത്യുല്പാദന അവയവങ്ങളുടെ പ്രവർത്തനം താറുമാറാക്കുന്ന വികിരണങ്ങൾ വന്ധ്യതയ്ക്ക് കാരണമാകും. ബീജത്തിന്റെ ഉല്പാദനം തടസ്സപ്പെടുകയും സ്ത്രീകളിൽ ക്രമം തെറ്റിയ ആർത്തവത്തിനും വേദനാജനകമായ രക്തസ്രാവത്തിനും കാരണമാവുകയും ചെയ്യും. കണ്ണുകളെ ബാധിക്കുന്ന വികിരണങ്ങൾ തിമിരത്തിനും അന്ധതയ്ക്കും കാരണമാകും. ശ്വാസകോശത്തെ ബാധിക്കുന്ന വികിരണങ്ങൾ ന്യൂമോണിയയ്ക്കും തുടർന്ന് മരണത്തിനും കാരണമാകും. ത്വക്കിനെ ആക്രമിക്കുന്ന വികിരണങ്ങൾ കാരണം തൊലി വരണ്ടുണങ്ങി പൊളിഞ്ഞുപോകും. മുടികൊഴിഞ്ഞുപോകും. ശരീരമാകെ വ്രണങ്ങളുണ്ടാകും. അണുബോംബ് സ്ഫോടനത്തിൽനിന്ന് രക്ഷപ്പെട്ടവരിൽ 80 ൽ ഒരാൾ എന്ന തോതിൽ ക്യാൻസർ ബാധിച്ച് പിന്നീട് മരണമടഞ്ഞതായാണ് റിപ്പോർട്ടുകൾ കാണിക്കുന്നത്. രക്താർബ്ബുദം, ത്വക്കിലുണ്ടാകുന്ന ക്യാൻസർ എന്നിവയാണ് കൂടുതലും കാണപ്പെടുന്നത്. ഗർഭസ്ഥ ശിശുവിനെയും വികിരണങ്ങൾ വെറുതെ വിടില്ല. ബോംബാക്രമണത്തെ അതിജീവിച്ച അമ്മയുടെ കുഞ്ഞ് വികലാംഗനായോ, ജനിതക വൈകല്യം ബാധിച്ചതായോ ആയിരിക്കും ഭൂമിയിൽ പിറക്കുന്നത്. പകർച്ചവ്യാധികൾ പടർന്നുപിടിക്കുന്നത് അണുബോംബ് ആക്രമണത്തിന്റെ അനന്തര ഫലമാണ്. അതുകൂടാതെ ആ പ്രദേശമൊന്നാകെ കോളറ, ടൈഫോയ്ഡ്, ന്യൂമോണിയ, പോളിയോ, ഡിഫ്ത്തീരിയ, ക്ഷയം, മെനിഞ്ചൈറ്റിസ്, മഞ്ഞപ്പിത്തം, വയറിളക്ക രോഗങ്ങൾ തുടങ്ങിയ മഹാവ്യാധികളുടെ താവളമായിരിക്കും.

കേരളം-ലോലമാകുന്ന പരിസ്ഥിതിയും ഭൗമദിനാചരണവും

ഏപ്രിൽ 22 ലോകഭൗമദിനമാണ്. ഭൂമിയുടെ സംരക്ഷണമാണ് ഭൗമ ദിനാചരണത്തിന്റെ ലക്ഷ്യം. ഇന്ന് മനുഷ്യന്റെ ഇടപെടലിനെ ആശ്രയി ച്ചിരിക്കുന്നു ഭൂമിയുടെ നിലനില്പ്. മനുഷ്യന് അതിനെ സംരക്ഷിക്കു കയോ നശിപ്പിക്കുകയോ ചെയ്യാം. ഈ നൂറ്റാണ്ട് അവസാനിക്കുമ്പോ ഴേക്കും ആഗോളതാപനിലയിൽ നാലു ഡിഗ്രി സെൽഷ്യസിന്റെ വർദ്ധന വുണ്ടാകുമെന്നാണ് യു എൻ പഠനസംഘം നല്കുന്ന മുന്നറിയിപ്പ്. ഫോസിൽ ഇന്ധനങ്ങൾ കത്തുമ്പോൾ പുറത്തുവിടുന്ന കാർബൺ ഡയോ ക്സൈഡ് അന്തരീക്ഷത്തിൽ നിറയുന്നതാണ് ക്രമാതീതമായി വർദ്ധി ക്കുന്ന ചൂടിനുപിന്നിലുള്ള അടിസ്ഥാനകാരണം. കാർബൺ ഡയോ ക്സൈഡ് ആഗിരണം ചെയ്യാൻ ആവശ്യമായ വനങ്ങളും സസ്യാവരണ ങ്ങളും കുറഞ്ഞതോടെ കാർബൺ അന്തരീക്ഷത്തിൽ തന്നെ അവശേ ഷിക്കുന്നു. പ്രകൃതിയിലേക്കുള്ള തിരിച്ചുപോക്കാണ് ഈ പ്രതിസന്ധി ക്കുള്ള ഏക പരിഹാരം. തിരുത്തലിനും നിയന്ത്രണത്തിനുമായി ആഗോ ളവ്യാപകമായി നടക്കുന്ന ശ്രമങ്ങളിലാണ് ഇന്ന് ലോകത്തിന്റെ പ്രതീക്ഷ. നാളത്തെ തലമുറയുടെ ദുർവ്വിധി തിരുത്തുക എന്നതാണ് ഭൗമദിനാച രണംകൊണ്ട് ഉദ്ദേശിക്കുന്നത്. ഈ ഭൗമദിനത്തിൽ കേരളം നേരിട്ടുകൊ ണ്ടിരിക്കുന്ന പരിസ്ഥിതി പ്രശ്നങ്ങൾ എന്തെല്ലാമാണെന്നു പരിശോധി ക്കുകയും ചില നിർദ്ദേശങ്ങൾ അവതരിപ്പിക്കുകയുമാണ് ഈ ലേഖന ത്തിലൂടെ ചെയ്യുന്നത്.

കേരളത്തിലെ പരിസ്ഥിതി പ്രശ്നങ്ങൾക്കു മുഖ്യകാരണം ജന സംഖ്യാ വർദ്ധനവ് തന്നെയാണ്. കേരളത്തിൽ ഇന്ന് ഗ്രാമങ്ങൾ ഇല്ലെ ന്നുതന്നെ പറയാം. കാസർഗോഡുമുതൽ തിരുവനന്തപുരം വരെ ഒരു ഇട ത്തരം പട്ടണമായി കേരളം മാറിക്കഴിഞ്ഞു. നഗരവല്ക്കരണത്തോടൊപ്പം

വിഭവചൂഷണവും മാലിന്യനിക്ഷേപവും വർദ്ധിക്കും. മണ്ണ്, ജലം, വായു എന്നിവയുടെ മലിനീകരണത്തോതും ഗണ്യമായി ഉയരും. ഇത് വരൾച്ചയ്ക്കും താപവർദ്ധനവിനും കാരണമാകും. ജലദൗർലഭ്യം നിത്യജീവിതത്തിന്റെ ഭാഗമാകും. മണൽ, പാറ ഖനനം വർദ്ധിക്കുന്നതോടുകൂടി പുഴകൾ അകാലത്തിൽ മൃതിയടയും. വയലുകളും ചതുപ്പുനിലങ്ങളും നികത്തി കെട്ടിടങ്ങൾ നിർമ്മിക്കുന്നതിലൂടെ പരിസ്ഥിതിയുടെ സ്വാഭാവികത താറുമാറാകും. ഭൂമിയുടെ ഉപയോഗത്തിൽ മാറ്റം വരുത്തുന്നത് മണ്ണൊലിപ്പിനും ജൈവവൈവിദ്ധ്യം നഷ്ടപ്പെടുന്നതിനും കാരണമാകും. ഭൂകമ്പവും ഉരുൾപൊട്ടലുകളും വിട്ടൊഴിയില്ല. ഇതൊന്നും പ്രവചനങ്ങളല്ല, ദൈവത്തിന്റെ സ്വന്തം നാട് ഇതെല്ലാം അനുഭവിച്ചു കൊണ്ടിരിക്കുകയാണിപ്പോൾ.

ജലത്തിന്റെ ഗുണനിലവാരം നഷ്ടപ്പെടുന്നു

പുഴകളിലെയും കിണറുകളിലെയും ജലം ബാക്ടീരിയ ബാധിതമാകുന്നതാണ് ജലത്തിന്റെ ഗുണനിലവാരം കുറയുന്നതിന്റെ മുഖ്യകാരണം. ഖരമാലിന്യനിക്ഷേപവും, പുഴകളിലുള്ള കുളിയും, അഴുക്കുചാലുകളിൽ നിന്ന് ഒലിച്ചിറങ്ങുന്ന ദുർഗ്ഗന്ധപൂരിതമായ മാലിന്യങ്ങളും ജലത്തിന്റെ നിലവാരത്തകർച്ചയ്ക്ക് ആക്കം കൂട്ടുന്നുണ്ട്. ജലത്തിന്റെ പി എച്ച് മൂല്യം കുറയുന്നതും ഇരുമ്പിന്റെ സംയുക്തങ്ങൾ വർദ്ധിക്കുന്നതും ഇതിന്റെ പരിണതഫലമാണ്. അനുവദനീയമായതിലും കൂടുതൽ അളവിൽ ഫ്ളൂറൈഡ് പാലക്കാട്, ആലപ്പുഴ ജില്ലയിലെ ചില പ്രദേശങ്ങളിൽ ജലത്തിൽ കാണുന്നുണ്ട്. തീരദേശമേഖലയിൽ ജലത്തിന്റെ ലവണാംശം ക്രമാതീതമായി ഉയർന്നുകൊണ്ടിരിക്കുകയാണ്. ഇതിനും പുറമെ കാർഷിക മേഖലയിൽ നിന്നുണ്ടാകുന്ന മാലിന്യങ്ങളും കീടനാശിനികൾ, രാസവളങ്ങളുടെ അവശിഷ്ടം, വീടുകളിൽനിന്ന് പുറന്തള്ളുന്ന മാലിന്യങ്ങൾ, നഗരമാലിന്യങ്ങൾ, ശവപ്പറമ്പുകളിൽനിന്ന് ഊറിയിറങ്ങുന്ന അവശിഷ്ടങ്ങൾ, വ്യാവസായിക മാലിന്യങ്ങൾ എന്നിവയെല്ലാം കേരളത്തിന്റെ ജലസമ്പത്തിനെ മാലിന്യപൂരിതമാക്കുന്നുണ്ട്.

ഗ്രൗണ്ട് വാട്ടറിന്റെ ഗുണനിലവാരം മണ്ണിലെ ധാതുക്കളുമായി ബന്ധപ്പെട്ടാണിരിക്കുന്നത്. അതു കൂടാതെ മനുഷ്യരുടെ ഇടപെടലുകൾ, വ്യവസായങ്ങളുടെ വളർച്ച, കാർഷിക മാലിന്യങ്ങൾ, ഖരമാലിന്യങ്ങൾ, നഗരമാലിന്യങ്ങൾ എന്നിവയെല്ലാം ഗ്രൗണ്ട് വാട്ടറിന്റെ ഗുണനിലവാരത്തെ പ്രതികൂലമായി ബാധിക്കുന്നുണ്ട്. ആലപ്പുഴ, പാലക്കാട് ജില്ലകളിൽ ജലത്തിന്റെ പി എച്ച് മൂല്യം താഴുന്നതിനും ക്ലോറൈഡ് സംയുക്തങ്ങൾ വർദ്ധിക്കുന്നതിനും ടി ഡി എസ് (Total Dissolved Solids) നിരക്ക് ഉയരുന്നതിനും തെളിവ് ലഭിച്ചിട്ടുണ്ട്. കൊച്ചി, പാലക്കാട്, കൊല്ലം, കോഴിക്കോട്, കണ്ണൂർ എന്നീ പ്രദേശങ്ങളിൽ ഗ്രൗണ്ട് വാട്ടർ മലിനമാകുന്നതിനുള്ള പ്രധാനകാരണം വ്യവസായങ്ങളുടെ വളർച്ചയാണ്. ഭൂഗർഭ ജലം ക്രമാതീതമായി ഉപയോഗിക്കുന്നത് സമീപപ്രദേശങ്ങളിലെ കിണറുകൾ വറ്റിപ്പോ

കുന്നതിനും നീരൊഴുക്ക് താഴുന്നതിനും കാരണമായിട്ടുണ്ട്. അതുമാത്രവുമല്ല 10,000 വർഷമെങ്കിലും ആയുസ്സുള്ള പല കുഴൽക്കിണറുകളും ഇന്ന് ഉപയോഗശൂന്യമായിക്കഴിഞ്ഞു. മഴവെള്ളം സംഭരിച്ചുനിർത്താൻ മഴക്കുഴികളും ടാങ്കുകളും നിർമ്മിക്കുന്നതും കഴിയുന്നത്ര പ്രദേശങ്ങളിൽ മരം നട്ടുവളർത്തുന്നതും ഇന്ന് കേരളത്തിൽ അടിയന്തര ആവശ്യമായി മാറിക്കഴിഞ്ഞിരിക്കുന്നു.

മരിക്കുന്ന പുഴകൾ

44 പുഴകൾക്കൊണ്ട് സമ്പന്നമാണ് കേരളം. എന്നാൽ ഈ പുഴകളിൽ പലതും മരിച്ചുകൊണ്ടിരിക്കുകയാണ്. ഇതിന് നിരവധി കാരണങ്ങൾ ചൂണ്ടിക്കാണിക്കുന്നുണ്ട്. മഴയുടെ കുറവ്, വനനശീകരണം, അനിയന്ത്രിതമായ മണൽ ഖനനം, നദീതടങ്ങളുടെ കൈയേറ്റവും നിർമ്മാണപ്രവർത്തനങ്ങളും, മണ്ണിട്ടുനികത്തൽ, അണക്കെട്ടുകളുടെയും തടയണകളുടെയും നിർമ്മാണം, നദീതീരങ്ങളിലെ ഇഷ്ടിക നിർമ്മാണം, കീടനാശിനികളുടെയും രാസവസ്തുക്കളുടെയും അനിയന്ത്രിത ഉപയോഗം, വ്യാവസായിക മാലിന്യങ്ങൾ, ഗാർഹിക അവശിഷ്ടങ്ങൾ, ലവണാംശ വർദ്ധനവ്, മണ്ണൊലിപ്പ് എന്നിവയെല്ലാം കേരളത്തിലെ പുഴകളെ ഗുരുതരമായി ബാധിക്കുന്നുണ്ട്. കേരളത്തിലെ പ്രധാനനദികളായ പെരിയാറും ചാലിയാറും വ്യാവസായിക മലിനീകരണത്തിന്റെ ഇരകളാണ്. കൊച്ചി വ്യാവസായിക മേഖലയിൽനിന്ന് നിത്യേന 26 കോടിലിറ്റർ വ്യാവസായിക മാലിന്യങ്ങൾ പെരിയാറിലെത്തുന്നുണ്ട്. നദികൾ വറ്റിവരളുന്നത് കുടിവെള്ളക്ഷാമത്തിനും വരൾച്ചയ്ക്കും കാരണമാകുന്നുണ്ട്. കേരളത്തിലെ ശുദ്ധജലതടാകങ്ങളും ഭീഷണി നേരിടുന്നുണ്ട്. തടാകങ്ങളുടെ ആഴം കൂട്ടുന്നത് തീരപ്രദേശങ്ങൾ ഇടിയുന്നതിന് കാരണമാകുന്നുണ്ട്. അതിനു പുറമെയാണ് തടാകക്കരയിലെ നിർമ്മിതികൾ, ഗാർഹികമാലിന്യങ്ങൾ പുറന്തള്ളുന്നതും നിർമ്മാണപ്രവർത്തനങ്ങളും തടാകങ്ങളുടെ സുസ്ഥിതിയെ പ്രതികൂലമായി ബാധിക്കുന്ന ഘടകങ്ങളാണ്.

കേരളത്തിലെ നദികളുടെ മരണത്തിനുള്ള പ്രധാനകാരണം അനിയന്ത്രിതവും അശാസ്ത്രീയവുമായ മണൽവാരലാണ്. കേരളത്തിലെ 44 നദികളും ഈ ദുരന്തത്തെ അഭിമുഖീകരിച്ചുകൊണ്ടിരിക്കുകയാണ്. കേരളത്തിലെ നദീതടങ്ങളിൽ നിർമ്മിക്കുന്ന ഫ്ളാറ്റുകൾക്കും അപ്പാർട്ട്മെന്റുകൾക്കും ആവശ്യക്കാർ ഏറെയാണ്. 'നിളയുടെ തീരത്ത് നിങ്ങൾക്കൊരു സ്വപ്നഭവനം' എന്ന പോലെയുള്ള മോഹിപ്പിക്കുന്ന പരസ്യവാചകങ്ങൾ ആരെയും ആകർഷിക്കും. കൂടുതലും പ്രവാസി മലയാളികളാണ് ഇത്തരം വില്ലകൾ സ്വന്തമാക്കുന്നത്. എന്നാൽ ഫളാറ്റുകൾ ഉയർന്നുപൊങ്ങിക്കൊണ്ടിരിക്കുമ്പോൾ നിള മരിച്ചുകൊണ്ടിരിക്കുകയാണെന്ന് വിസ്മരിക്കരുത്. മണൽഖനനം വർദ്ധിക്കുന്നതോടെ ജലനിരപ്പ് താഴാനാരംഭിക്കും. അത് പുഴകൾക്കു മാത്രമല്ല സമീപപ്രദേശങ്ങളിലെ കിണറുകൾക്കും തടാകങ്ങൾക്കും ദോഷം ചെയ്യും. നദികളിലെയും നദീതീരങ്ങളിലെയും ആവാസ

വ്യവസ്ഥകൾ താറുമാറാകുന്നതിനും മത്സ്യസമ്പത്ത് കുറയുന്നതിനും പാലങ്ങളുടെ ഉറപ്പിനെ ബാധിക്കുന്നതിനും ജലത്തിന്റെ ലവണാംശം വർദ്ധിക്കുന്നതിനും കാരണമായ അനിയന്ത്രിതമായ മണലൂറ്റൽ തടയുക തന്നെ വേണം.

നഷ്ടമായിക്കൊണ്ടിരിക്കുന്ന തീരങ്ങൾ

കേരളത്തിന്റെ ഭൂവിസ്തൃതിയുടെ 16.4 ശതമാനമുണ്ട് 580 കിലോമീറ്റർ ദൈർഘ്യമുള്ള കടൽത്തീരം. കൂടാതെ 27 അഴിമുഖങ്ങളും ഏഴു കായലുകളുമുണ്ട്. ജനസംഖ്യയുടെ 30 ശതമാനവും തീരദേശവാസികളാണ്. കടലിലെയും തീരത്തെയും വ്യവസ്ഥകളെ സ്വാധീനിക്കുന്നതിൽ ഇവർ നിർണ്ണായക പങ്കാണ് വഹിക്കുന്നത്. കേരളത്തിലെ വ്യവസായങ്ങളുടെ കാര്യമെടുത്താൽ മുന്നൂറോളം വൻകിട – ഇടത്തരം വ്യവസായങ്ങളും 2000 ൽ പരം ചെറുകിട വ്യവസായങ്ങളും തീരപ്രദേശത്താണുള്ളത്. ഇത്തരം വ്യവസായശാലകളിൽനിന്നും പുറന്തള്ളുന്ന മാലിന്യങ്ങൾ നേരിട്ട് കടലിലേക്കൊഴുക്കുകയാണ് ചെയ്യുന്നത്. ദിനംപ്രതി പത്തുലക്ഷം ഘനമീറ്റർ മാലിന്യങ്ങളാണ് തീരപ്രദേശത്ത് സൃഷ്ടിക്കപ്പെടുന്നത്. ഇതിൽ 30,000 ഘനമീറ്റർ മാലിന്യങ്ങൾ കടലിലും കായലുകളിലുമായി എത്തിച്ചേരുന്നുണ്ട്. കൂടാതെ കണ്ടൽക്കാടുകൾ നശിപ്പിക്കുന്നതും തീരപ്രദേശത്തുള്ള നിർമ്മാണപ്രവർത്തനങ്ങളും അനിയന്ത്രിത മത്സ്യബന്ധനവും കടന്നുകയറ്റത്തിന്റെ ബാക്കിപത്രങ്ങളാണ്. ടൂറിസം വികസനത്തിന്റെ ഭാഗമായി സ്വകാര്യ സംരംഭകരും തീരദേശത്തെ അശാസ്ത്രീയമായ രീതിയിൽ ഉപയോഗപ്പെടുത്തുന്നുണ്ട്. ആഡംബര ഹോട്ടലുകൾ, റിസോർട്ട് ശൃംഖല, ഹൗസ് ബോട്ടുകൾ ഇവയെല്ലാം ടൂറിസത്തിന്റെ പേരിലുള്ള കടന്നുകയറ്റങ്ങളാണ്. തീരപ്രദേശത്തെ ലോലമായ ആവാസവ്യവസ്ഥയെ പ്രതികൂലമായി ബാധിക്കുന്നുണ്ട് ഇവയെല്ലാം.

വനനശീകരണം

കേരളത്തിലെ വനങ്ങൾ ഗുരുതരമായ അസ്തിത്വ പ്രതിസന്ധി നേരിട്ടുകൊണ്ടിരിക്കുകയാണ്. ജനസംഖ്യാവർദ്ധനവ് സൃഷ്ടിക്കുന്ന അപകടങ്ങളിൽ പ്രധാനമാണ് വനനശീകരണം. കൃഷിക്കും പാർപ്പിട നിർമ്മാണത്തിനുമായി കേരളത്തിലെ അവശേഷിക്കുന്ന വനഭൂമി കൂടെ ക്രമേണ ഉപയോഗപ്പെടുത്തിക്കൊണ്ടിരിക്കുകയാണ്. അതിനിടയിലാണ് വനത്തിനുള്ളിൽ നടക്കുന്ന നിർമ്മാണ പ്രവർത്തനങ്ങളും റിസോർട്ട് വല്ക്കരണവും. ഇതിന്റെയെല്ലാം പ്രത്യാഘാതങ്ങളായി വനത്തിന്റെ സ്വാഭാവികത നഷ്ടപ്പെടുന്നു. നീരുറവകളുടെ കടയ്ക്കൽ തന്നെ കത്തിവയ്ക്കുന്നതാണ് ഇത്തരത്തിലുള്ള പ്രവർത്തനങ്ങൾ. വന്യമൃഗങ്ങൾ അവയുടെ സ്വാഭാവിക ആവാസവ്യവസ്ഥയിൽനിന്ന് പുറത്താക്കപ്പെടുന്നു. വന്യമൃഗങ്ങൾ ഗ്രാമങ്ങളിലേക്കിറങ്ങുന്നതും കൃഷിക്കും ജീവനും അപകടമുണ്ടാക്കുന്നതും കേരളത്തിലെ വനാതിർത്തി ഗ്രാമങ്ങളിൽ നിത്യേനയെന്നോണം സംഭവി

ക്കുന്നു. മനുഷ്യർ നിർമ്മിക്കുന്ന മതിലുകൾ അവർക്ക് തടസ്സമാകുന്നില്ല. ഓരോ പരിസ്ഥിതിദിനത്തിലും പാതയോരങ്ങളിൽ വൃക്ഷത്തൈകൾ നടുകയും മരമാണ് മറുപടി എന്ന പോസ്റ്റർ ഒട്ടിക്കുകയും ചെയ്താൽ വനവല്ക്കരണമായി എന്നാണ് പലരുടെയും ധാരണ. പാതയോരങ്ങൾ മരം നട്ടുവളർത്താനുള്ള ഇടമല്ല. യാത്രക്കാരന് തണൽവിരിച്ചു കൊടുക്കുന്നതിന് വേണ്ടിയാണ് മരങ്ങൾ നടുന്നതെങ്കിൽ ഇന്നത്തെ യാത്രകൾ കാളവണ്ടിയിലല്ല എന്ന കാര്യം വിസ്മരിക്കരുത്. കേരളത്തിലെ തീവ്രമായ കാലാവസ്ഥയിൽ പാതയോരത്തുള്ള മരങ്ങൾ സൃഷ്ടിക്കുന്ന ഗതാഗതക്കുരുക്കുകളും, മിഥ്യാദർശനങ്ങളും ഏവർക്കും സുപരിചിതമാണെങ്കിൽ തന്നെയും പാതയോരത്തെ വനവല്ക്കരണമെന്ന പതിവുപരിപാടി തുടർന്നുകൊണ്ടിരിക്കുകയാണ്. ടാർചെയ്ത റോഡിന്റെ ആരോഗ്യത്തെ പ്രതികൂലമായി ബാധിക്കുന്ന ഈ പ്രവർത്തനം അവസാനിപ്പിക്കുകയാണ് ആദ്യംവേണ്ടത്. നശിപ്പിക്കപ്പെട്ട വനമേഖല, ഡാമുകളുടെ വൃഷ്ടിപ്രദേശങ്ങൾ എന്നിവിടങ്ങളിലെല്ലാം മരങ്ങൾ നട്ടുവളർത്തണം. സ്വന്തമായി കൃഷിഭൂമിയുള്ളവർക്ക് തങ്ങളുടെ ഭൂമിയിൽ ഏതാനും മരങ്ങളെങ്കിലും നട്ടുവളർത്താൻ കഴിയണം.

ശബ്ദമലിനീകരണം

കേരളത്തിലെ ശബ്ദമലിനീകരണത്തിന്റെയും വായുമലിനീകരണത്തിന്റെയും പ്രധാനകാരണം വ്യവസായങ്ങളും വാഹനങ്ങളുമാണ്. വാഹനങ്ങൾക്കൊണ്ടുള്ള അന്തരീക്ഷമലിനീകരണവും ശബ്ദമലിനീകരണവും ഏറ്റവും കൂടുതലുള്ളത് പ്രധാനനഗരങ്ങളായ തിരുവനന്തപുരം, കൊച്ചി, കോഴിക്കോട് എന്നിവിടങ്ങളിലാണ്. വ്യവസായങ്ങൾ കൊണ്ടുള്ള മലിനീകരണം ഏറ്റവും കൂടുതലുള്ളത് എറണാകുളം, പാലക്കാട് എന്നിവിടങ്ങളിലാണ്. വാഹനങ്ങളുടെ എണ്ണവും ചെറുകിടവ്യവസായങ്ങളും കൂടുതലുള്ളത് എറണാകുളം ജില്ലയിലാണ്. അതുകൊണ്ടുതന്നെ ഇവിടത്തെ അന്തരീക്ഷത്തിന്റെ നിലവാരവും മറ്റുജില്ലകളെ അപേക്ഷിച്ച് പിന്നിലാണ്. ശബ്ദമലിനീകരണത്തിന് വാഹനങ്ങൾ മാത്രമല്ല കാരണമാകുന്നത്. ഉച്ചഭാഷിണികളിൽനിന്നുള്ള ശബ്ദം വലിയതോതിൽ ശബ്ദമലിനീകരണം ഉണ്ടാക്കുന്നുണ്ട്. ഉത്സവങ്ങൾ, വിവിധഘോഷയാത്രകൾ, മത രാഷ്ട്രീയ പ്രഭാഷണങ്ങൾ എന്നുവേണ്ട ഏതുതരത്തിലുള്ള പൊതുയോഗങ്ങളും തെരുവിൽ ഉച്ചഭാഷിണിയുടെ സഹായമില്ലാതെ നടക്കില്ല എന്ന അവസ്ഥയാണ് ഇപ്പോഴുള്ളത്. അതിനും പുറമെയാണ് വാഹനങ്ങളിൽ ഉച്ചഭാഷിണികൾ പിടിപ്പിച്ചുകൊണ്ട് കച്ചവടസ്ഥാപനങ്ങളുടെയും മറ്റും പരസ്യവാചകങ്ങൾ അന്തരീക്ഷത്തിലേക്ക് പറത്തിവിടുന്നത്. വ്യക്തികളുടെ മാനസിക നിലതന്നെ തെറ്റിക്കാൻ ഉയർന്ന തോതിലുള്ള ശബ്ദത്തിനു കഴിയും. മനുഷ്യരുടെ മാത്രമല്ല മറ്റുജീവികളുടെയും ശാരീരിക പ്രവർത്തനങ്ങളെ ഉച്ചത്തിലുള്ള ശബ്ദം താളം തെറ്റിക്കും. രാത്രിയിൽ ഉച്ചഭാഷിണികൾ ഉപയോഗിച്ചുള്ള പ്രഭാഷണങ്ങൾക്കും നിയന്ത്രണമേർപ്പെടുത്തി

യാൽ പോര, പൂർണ്ണമായും ഒഴിവാക്കുകതന്നെ വേണം. പകൽസമയത്തു പോലും ഉച്ചഭാഷിണികളിൽനിന്ന് പുറപ്പെടുന്ന ശബ്ദപരിധിക്ക് നിഷ്കർഷ വയ്ക്കുകയും വേണം. 100 ഡെസിബെല്ലിൽ കൂടുതൽ തീവ്ര തയുള്ള ശബ്ദവീചികൾ ബധിരതയ്ക്ക് കാരണമാകും.

പ്ലാസ്റ്റിക് മാലിന്യങ്ങൾ

കേരളംപോലെയുള്ള ഒരു ഉപഭോക്തൃ സംസ്ഥാനത്തിൽ പ്ലാസ്റ്റിക് മാലിന്യം കൊണ്ടുണ്ടാകുന്ന വിപത്തുകൾ വളരെയേറെയാണ്. പ്ലാസ്റ്റിക് നിർമ്മാണത്തിനുപയോഗിക്കുന്ന രാസവസ്തുക്കൾ ആരോഗ്യത്തിന് ഹാനികരവുമാണ്. ബെൻസീൻ, വിനൈൽ ക്ലോറൈഡ് എന്നീ രാസവ സ്തുക്കൾ ക്യാൻസറിന് കാരണമാകും. ചില ദ്രാവക ഹൈഡ്രോകാർബ ണുകൾ മണ്ണും വായുവും മലിനമാക്കും. പ്ലാസ്റ്റിക് കത്തുമ്പോൾ പുറ ത്തുവരുന്ന ഡയോക്സിൻ വായു മലിനമാക്കും. മണ്ണിൽ കുഴിച്ചിട്ടാൽ അത് വായുസഞ്ചാരം തടസ്സപ്പെടുത്തുകയും നീരൊഴുക്ക് വഴിതിരിച്ച് വിടു കയും ചെയ്യും. മണ്ണിരപോലെയുള്ള ജീവികളെയും മണ്ണിനെ ഫലപുഷ്ടി യുള്ളതാക്കുന്ന സൂക്ഷ്മജീവികളെയും പ്ലാസ്റ്റിക് നശിപ്പിച്ചുകളയും. ഇന്നത്തെ തിരക്കുപിടിച്ച ജീവിതക്രമത്തിൽ പ്ലാസ്റ്റിക് ഉപയോഗം പൂർണ്ണ മായി ഒഴിവാക്കാൻ കഴിയില്ല. പ്ലാസ്റ്റിക്കിന്റെ ഉല്പാദനവും ഉപയോഗവും കുറയ്ക്കുക മാത്രമാണ് ഏക പോംവഴി. പുനരുപയോഗശേഷിയുള്ള പ്ലാസ്റ്റിക് ഉല്പന്നങ്ങൾ ഉപയോഗിക്കുന്നത് താരതമ്യേന അപകടം കുറ ഞ്ഞതാണ്. 50 മൈക്രോണിൽ കുറവ് കട്ടിയുള്ള പ്ലാസ്റ്റിക് ക്യാരിബാഗു കൾ തീർത്തും ഒഴിവാക്കണം.

വാഹനങ്ങൾ സൃഷ്ടിക്കുന്ന മലിനീകരണം

നഗരവല്ക്കരണവും വ്യവസായങ്ങളുടെ വളർച്ചയും അന്തരീക്ഷമലി നീകരണത്തിനു കാരണമാകുന്നുണ്ടെങ്കിലും കേരളത്തിന്റെ സാഹചര്യ ത്തിൽ വാഹനങ്ങൾ സൃഷ്ടിക്കുന്ന മലിനീകരണമാണ് ഗണനീയമായു ള്ളത്. 1991 ൽ കേരളത്തിൽ 5.81 ലക്ഷം വാഹനങ്ങളാണ് ഉണ്ടായിരുന്ന തെങ്കിൽ 2010 ൽ അത് 53.97 ലക്ഷമായി വർദ്ധിച്ചു. അന്യസംസ്ഥാനങ്ങ ളിൽനിന്ന് കേരളത്തിലെത്തുന്ന വാഹനങ്ങളുടെ എണ്ണം ഇതിനുപുറമെ യാണ്. കേരളത്തിന്റെ അന്തരീക്ഷം മലിനപ്പെടുത്തുന്നതിന്റെ 60 ശതമാ നവും പങ്ക് മോട്ടോർ വാഹനങ്ങൾക്കാണ്. മോട്ടോർവാഹനങ്ങൾ പുറ ത്തുവിടുന്ന കാർബൺ, ഹൈഡ്രോ കാർബൺ, നൈട്രജൻ ഓക്സൈ ഡുകൾ, ലെഡ്, സൾഫർ ഓക്സൈഡുകൾ മുതലായവ അന്തരീക്ഷ ത്തിന്റെ സ്വാഭാവികതയ്ക്ക് ഗുരുതരമായി പരിക്കുകൾ ഏല്പിച്ചുകൊണ്ടി രിക്കുകയാണ്. അതോടൊപ്പം വാഹനങ്ങളുടെ ഹോണുകൾ സൃഷ്ടി ക്കുന്ന ശബ്ദമലിനീകരണവും ഉണ്ട്. ഇത് മെട്രോപൊളിറ്റൻ സിറ്റികളിൽ മാത്രമല്ല കേരളത്തിലെ കൊച്ചുപട്ടണങ്ങളിൽവരെ ക്രമാതീതമായി ഉയർന്നുകൊണ്ടിരിക്കുകയാണ്. അന്തരീക്ഷത്തിലേക്ക് പുറന്തള്ളപ്പെടുന്ന

രാസവസ്തുക്കൾ മനുഷ്യനും മറ്റുജീവികൾക്കും നിരവധി ആരോഗ്യപ്രശ്നങ്ങൾ ഉണ്ടാക്കുന്നുണ്ട്. തലവേദന, ഛർദ്ദി എന്നിവയിൽ തുടങ്ങി ശ്വാസകോശരോഗങ്ങൾക്കും ഹൃദയ സംബന്ധമായ അസുഖങ്ങൾക്കും ക്യാൻസറിനുവരെയും വാഹനപ്പുക കാരണമാകുന്നുണ്ട്.

വാഹനപ്പുകയിലെ കാർബൺ മോണോക്സൈഡിന്റെ സാന്നിദ്ധ്യമാണ് അന്തരീക്ഷത്തെ അപകടപ്പെടുത്തുന്നതിൽ മുഖ്യപങ്ക് വഹിക്കുന്നത്. അൺലെഡഡ് പെട്രോളും ഡീസൾഫറൈസ്ഡ് ഡീസലും ഉപയോഗിച്ചാൽ അന്തരീക്ഷത്തിലേക്ക് പുറന്തള്ളുന്ന ഈയത്തിന്റെയും ഗന്ധകത്തിന്റെയും തോത് കുറയ്ക്കാൻ കഴിയും. എയർ ഹോണുകൾ പൂർണ്ണമായി നിരോധിക്കണം. റോഡുകളുടെ അറ്റകുറ്റപ്പണികൾ യഥാസമയം നടത്തുകയും നവീകരണപ്രവർത്തനങ്ങൾ യഥാവിധി നടത്തുകയും വേണം. ഇത് ബഹിർഗ്ഗമനത്തോത് കുറയ്ക്കുന്നതിനും ശബ്ദമലിനീകരണം കുറയ്ക്കുന്നതിനും സഹായിക്കും. മലിനീകരണത്തോത് കുറഞ്ഞ വാഹനങ്ങൾക്ക് ടാക്സ് ഇളവ് നല്കുന്നതും നിർമ്മാതാക്കൾക്ക് പ്രോത്സാഹനം നല്കുന്നതും അഭിലഷണീയമാണ്. 15 വർഷത്തിൽ കൂടുതൽ പഴക്കമുള്ള വാഹനങ്ങൾ നിരത്തിൽനിന്ന് പിൻവലിക്കണം. ഗതാഗതക്കുരുക്കും അതുവഴിയുണ്ടാകുന്ന അന്തരീക്ഷ മലിനീകരണവും കുറയ്ക്കുന്നതിന് കൂടുതൽ റോഡുകളും ഫ്ളൈ ഓവറുകളും നിർമ്മിക്കണം. നിയമങ്ങൾ കാര്യക്ഷമമായി നടപ്പിലാക്കാൻ ഉദ്യോഗസ്ഥരും ശ്രദ്ധാലുക്കളായാൽ വാഹനങ്ങൾ സൃഷ്ടിക്കുന്ന മലിനീകരണം വലിയൊരു പരിധിവരെ കുറയ്ക്കാൻ കഴിയും.

കീടനാശിനികൾ സൃഷ്ടിക്കുന്ന പരിസ്ഥിതി പ്രത്യാഘാതങ്ങൾ

കൂടുതൽ വിളവിനും കാർഷികോല്പന്നങ്ങൾ ദീർഘകാലം കേടുകൂടാതെ നിലനില്ക്കുന്നതിനും വേണ്ടി കീടനാശിനികൾ അമിതമായി ഉപയോഗിക്കുന്ന ശീലം കേരളത്തിലെ കർഷകർക്കുണ്ട്. ഇവിടെ ഉപയോഗിക്കുന്ന കീടനാശിനികളുടെ 0.1 ശതമാനം മാത്രമേ കീടങ്ങൾക്കെതിരെ ഫലപ്രദമാകുന്നുള്ളൂ. ബാക്കിഭാഗം മുഴുവനും മണ്ണിലും ജലത്തിലും മനുഷ്യനുൾപ്പെടെയുള്ള ജീവികളിലും എത്തിച്ചേരുകയാണ്. മത്സ്യങ്ങൾ, പച്ചക്കറികൾ, മാംസം, ധാന്യങ്ങൾ, എന്തിനേറെ മുലപ്പാലിൽ വരെ കീടനാശിനികളുടെ സാന്നിദ്ധ്യമുണ്ട്. എൻഡോസൾഫാൻ എന്ന കീടനാശിനി കശുമാവ് കൃഷിയിൽ പ്രയോഗിച്ചതിന്റെ ദോഷഫലങ്ങൾ നാം അനുഭവിച്ചുകൊണ്ടിരിക്കുകയാണ്. ഹെലികോപ്ടർ ഉപയോഗിച്ച് എൻഡോസൾഫാൻ തളിക്കുന്നത് ആ പ്രദേശമൊന്നാകെ ഈ വിഷം പരക്കുന്നതിനു കാരണമായി. കഴിഞ്ഞ 25 വർഷങ്ങളായി 4000 ൽപ്പരം ആളുകൾ ഇതിന്റെ ദുരന്തം അനുഭവിച്ചുകൊണ്ടിരിക്കുകയാണ്. ഇതിനകം ഈ കീടനാശിനിയുടെ പാർശ്വഫലങ്ങളായ വ്യത്യസ്ത രോഗങ്ങൾ ബാധിച്ച് 486 ആളുകൾ കാസർഗോഡ് ജില്ലയിൽ മരണപ്പെട്ടിട്ടുണ്ട്. 2011 മെയ് 18 മുതൽ എൻഡോസൾഫാൻ കീടനാശിനി കേരളത്തിൽ നിരോധിച്ചിരിക്കുകയാണ്.

രാസവളങ്ങളും കീടനാശിനികളും തീർത്തും ഉപയോഗിക്കാതെ ഫലപുഷ്ടിയുള്ള കാർഷികമേഖല സൃഷ്ടിക്കാൻ കഴിയുമെന്ന് വാദിക്കുകയല്ല. തീർച്ചയായും കാർഷികമേഖലയിലുണ്ടായ പുരോഗതിക്കു പിന്നിൽ കീടനാശിനികൾക്കും രാസവളങ്ങൾക്കും പ്രധാന സ്ഥാനമുണ്ട്. എന്നാൽ ഇവയുടെ അനിയന്ത്രിതവും അശാസ്ത്രീയവുമായ ഉപയോഗം മണ്ണിന്റെ വളക്കൂറ് നഷ്ടപ്പെടുത്തുകയും സൂക്ഷ്മജീവികളുടെ നാശത്തിനും മണ്ണും വെള്ളവും മലിനമാക്കുകയും ചെയ്യും. ജനിതക വ്യതിയാനത്തിനും അതിലൂടെ ചികിത്സ ലഭ്യമല്ലാത്ത രോഗങ്ങൾക്കുംവരെ കീടനാശിനികളുടെ അമിത ഉപയോഗം കാരണമാകും.

ജൈവ വൈവിദ്ധ്യം നഷ്ടപ്പെടുന്നു

ലോകത്തിലെ 24 ജൈവവൈവിദ്ധ്യ ഹോട്ട്സ്പോട്ടുകളിൽ ഒന്നാണ് പശ്ചിമഘട്ട മേഖല. കേരളത്തിൽമാത്രം 4500 സ്പീഷിസുകളിലുള്ള പുഷ്പിക്കുന്ന സസ്യങ്ങളുണ്ട്. കാർഷികാവശ്യങ്ങൾക്കായുള്ള കടന്നുകയറ്റവും, വനഭൂമി ക്രമേണ കൃഷിഭൂമിയായി മാറുന്നതും, കൃഷിഭൂമിയിലെ യന്ത്രവല്ക്കരണവും നിരവധി സ്പീഷീസുകളിലുള്ള സസ്യങ്ങളെ വംശനാശഭീഷണിയുടെ നിഴലിലാക്കിയിരിക്കുകയാണ്. ഇതുകൂടാതെ കേരളത്തിൽ 102 സ്പീഷീസുകളിലുള്ള സസ്തനികൾ, 476 സ്പീഷീസ് പക്ഷികൾ, 169 സ്പീഷീസ് ഉരഗങ്ങൾ, 89 സ്പീഷീസ് ഉഭയജീവികൾ, 202 സ്പീഷീസ് ശുദ്ധജലമത്സ്യങ്ങൾ എന്നിവ റിപ്പോർട്ട് ചെയ്തിട്ടുണ്ട്. എന്നാൽ വനനശീകരണവും കാട്ടുതീയും മണ്ണിടിച്ചിലും മനുഷ്യരുടെ കടന്നുകയറ്റവും കാരണം ഇവയിൽ പലതും വംശനാശഭീഷണിയുടെ നിഴലിലാണ്. മാലിന്യനിക്ഷേപത്തിലും വനത്തിലേക്കുള്ള കടന്നുകയറ്റത്തിലും ഇന്ത്യയിലെ മറ്റു സംസ്ഥാനങ്ങളേക്കാൾ മുൻപിലാണ് കേരളം. ഈ നില തുടർന്നാൽ കേരളം ജൈവവൈവിദ്ധ്യത്തിന്റെ ശവപ്പറമ്പാകും.

ടൂറിസം സൃഷ്ടിക്കുന്ന പരിസ്ഥിതി പ്രശ്നങ്ങൾ

ടൂറിസം വളരുന്നതിനനുസരിച്ച് പാരിസ്ഥിതിക പ്രശ്നങ്ങളും വർദ്ധിക്കുന്നത് സ്വാഭാവികമാണ്. കെട്ടിടങ്ങൾ, റിസോർട്ടുകൾ എന്നിവ കെട്ടിപ്പൊക്കുന്നതും, മാലിന്യവർദ്ധനവ്, പ്ലാസ്റ്റിക് അവശിഷ്ടങ്ങൾ, വനനശീകരണം, മണ്ണ്, ജലം, വായു എന്നിവയുടെ മലിനീകരണം എന്നിവയെല്ലാം പ്രത്യക്ഷത്തിൽ കാണുന്ന തെളിവുകളാണ്. ടൂറിസം പോയിന്റുകൾ എല്ലാം തന്നെ പരിസ്ഥിതി ലോലപ്രദേശങ്ങളാണ്. അത്തരം പ്രദേശങ്ങളിലേക്കുള്ള വാഹന വ്യൂഹവും, കെട്ടിട നിർമ്മാണവും, പാതകളൊരുക്കലും പ്രകൃതിയുടെ സ്വാഭാവിക സംതുലിതാവസ്ഥയെ താറുമാറാക്കും. മലഞ്ചെരിവുകളും, വന്യജീവി സങ്കേതങ്ങളും തീരപ്രദേശങ്ങളുമെല്ലാം പരിസ്ഥിതി ലോലപ്രദേശങ്ങളാണ്. അവിടേക്കുള്ള അനിയന്ത്രിത കടന്നുകയറ്റം സ്വാഭാവികമായി ജൈവ വൈവിദ്ധ്യമേഖലയിലും പ്രത്യാഘാതങ്ങളുണ്ടാക്കും. ടൂറിസത്തിന്റെ മറവിൽ നടക്കുന്ന വനംകൊള്ളയും അനധി

കൃതനിർമ്മാണവും തടയുകയും പരിസ്ഥിതി സൗഹൃദപരമായ ടൂറിസം പ്രോത്സാഹിപ്പിക്കപ്പെടുകയും വേണം.

കാലാവസ്ഥാ വ്യതിയാനം

കാലാവസ്ഥാ വ്യതിയാനം ഒരു ആഗോളപ്രതിഭാസമാണ്, എന്നിരുന്നാലും കേരളത്തിന്റെ സാഹചര്യത്തിൽ ഈ മാറ്റത്തിന് വലിയ പ്രാധാന്യമാണുള്ളത്. ഫോസിൽ ഇന്ധനങ്ങളുടെ ഉപഭോഗം ആഗോളതാപ വർദ്ധനവിന് കാരണമായി ചൂണ്ടിക്കാണിക്കുമ്പോഴും കേരളത്തിന്റെ കാര്യത്തിൽ അതിലുമേറെ പ്രാധാന്യം ജനപ്പെരുപ്പത്തിനാണ്. ഒരു ഇടത്തരം കർഷകകുടുംബത്തിൽ വരെ ഒന്നിലധികം മോട്ടോർ വാഹനങ്ങൾ ഉണ്ടെന്നതാണ് ഇന്നത്തെ കേരളത്തിന്റെ അവസ്ഥ. പൊതുവാഹനങ്ങൾ ഉപയോഗിക്കുന്നതിൽ മലയാളികൾ വിമുഖത കാട്ടുകയാണ്. തീരപ്രദേശങ്ങളിൽ കയർവ്യവസായത്തിനായി വലിയതോതിൽ ചകിരി ചീയുന്നതിനായി ജലത്തിൽ മുക്കിവയ്ക്കുന്നത് വലിയ തോതിൽ മീഥേൻ വാതകത്തിന്റെ ഉല്പാദനത്തിനും കാരണമാകുന്നുണ്ട്. മീഥേൻ ഹരിതഗൃഹ സ്വഭാവമുള്ള വാതകമാണ്. അന്തരീക്ഷ താപനില ഉയർത്തുന്നതിൽ ഈ വാതകത്തിനും പങ്കുണ്ട്. ഇതുകൂടാതെ മരങ്ങൾ മുറിച്ച് ആ പ്രദേശം കൃഷിഭൂമിയായി മാറ്റുന്നതും വയൽ നികത്തി കെട്ടിടങ്ങളുണ്ടാക്കുന്നതും അന്തരീക്ഷതാപനില ഉയരുന്നതിന് കാരണമായിട്ടുണ്ട്. കേരളത്തിന്റെ കാശ്മീർ എന്നുവിളിച്ചിരുന്ന വയനാട് പോലും ഇപ്പോൾ ചൂടുകൊണ്ട് ഉരുകുകയാണ്. ഒരു പതിനഞ്ച് വർഷം മുമ്പുവരെ എയർകൂളറുകൾ വയനാട്ടിൽ ഒരു ആഡംബരമായിരുന്നെങ്കിൽ ഇന്നത് ഒരു അവശ്യവസ്തുവായി മാറിക്കഴിഞ്ഞു. കേരളത്തിലുള്ളത്ര ആഡംബര ഭവനങ്ങൾ മറ്റെവിടെയുമുണ്ടാകുമെന്നു തോന്നുന്നില്ല. വനങ്ങൾ വെട്ടിമാറ്റി പകരം കോൺക്രീറ്റ് വനങ്ങൾ വച്ചുപിടിപ്പിച്ചുകൊണ്ടിരിക്കുകയാണിവിടെ. പത്തുലക്ഷം ആളുകൾ ഭവനരഹിതരായിട്ടുള്ള കേരളത്തിൽ അത്രതന്നെ ഭവനങ്ങൾ ആൾപ്പാർപ്പില്ലാതെ അടച്ചിട്ടിരിക്കുകയാണ് എന്നത് വിചിത്രമായ യാഥാർത്ഥ്യമാണ്. കോൺക്രീറ്റ് കെട്ടിടങ്ങളുടെ മേൽക്കൂരയിൽ ഓടുപതിപ്പിച്ച് അതിന് പച്ചനിറമടിച്ചാൽ പരിസ്ഥിതി സൗഹൃദപരമാണെന്നാണ് ചിലരുടെയെങ്കിലും ധാരണ. ജനപ്പെരുപ്പത്തിനെന്നതുപോലെ നിർമ്മാണ പ്രവർത്തനങ്ങൾക്കും വാഹനങ്ങൾ വാങ്ങിക്കൂട്ടുന്നതിനും നിയന്ത്രണവും കൃത്യമായ ചട്ടങ്ങളും ഉണ്ടാക്കിയെങ്കിൽ മാത്രമേ ലോകത്തിലെ മറ്റേതൊരു നാടിനുമെന്നപോലെ കേരളത്തിനും കാലാവസ്ഥാവ്യതിയാനത്തിൽനിന്ന് രക്ഷപ്പെടാൻ കഴിയൂ.

കരിങ്കൽ ക്വാറികൾ സൃഷ്ടിക്കുന്ന പരിസ്ഥിതി പ്രശ്നങ്ങൾ

കരിങ്കൽ ക്വാറികൾ സൃഷ്ടിക്കുന്ന ശബ്ദവും വിറയലും പൊടിപടലവും സൃഷ്ടിക്കുന്ന പരിസ്ഥിതി പ്രശ്നങ്ങൾ വളരെ വലുതാണ്. ക്വാറികളുടെ സമീപമുള്ളവർക്ക് പൊടിപടലം ശ്വസിക്കുന്നതുകൊണ്ടുണ്ടാകുന്ന

ആസ്ത്മ, അലർജി, സിലിക്കോസിസ് എന്നീ അസുഖങ്ങൾ കണ്ടുവരുന്നുണ്ട്. സ്ഫോടനശബ്ദവും വിറയലും സമീപപ്രദേശങ്ങളിലെ കെട്ടിടങ്ങൾക്ക് വിള്ളലുകൾ വീഴ്ത്തുന്നുണ്ട്. പൊടിപടലം വീഴുന്നതുകൊണ്ട് സമീപപ്രദേശങ്ങളിലെ കിണറുകളും ജലാശയങ്ങളും മലിനപ്പെട്ടുകഴിഞ്ഞു. കരിങ്കൽ ക്വാറികളിൽനിന്നു ചിതറിത്തെറിക്കുന്ന ചീളുകളും പൊടിപടലങ്ങളും പുഷ്പിക്കുന്ന സസ്യങ്ങളിൽ പതിക്കുന്നത് പൂക്കളിലെ പരാഗണം നടക്കാതാവുന്നതിനും ക്രമേണ സസ്യങ്ങൾ നശിച്ചുപോകുന്നതിനും കാരണമാകും. കരിങ്കൽ ക്വാറികൾ പ്രവർത്തിക്കുന്നതിന് കൃത്യമായ നിയമങ്ങളും മാനദണ്ഡങ്ങളുമുണ്ടെങ്കിലും നിർഭാഗ്യവശാൽ കേരളത്തിലെ 99 ശതമാനം ക്വാറികളും ഈ നിയമങ്ങളെല്ലാം മറികടന്നാണ് പ്രവർത്തിക്കുന്നത്. അപകടമുണ്ടാകുമ്പോൾ പെട്ടെന്ന് ചില നിയന്ത്രണങ്ങൾ ഏർപ്പെടുത്തുകയും പിന്നീട് അത്തരം നിയന്ത്രണങ്ങൾ തമസ്കരിക്കുകയും ചെയ്യുന്ന പതിവു രീതിവിട്ട് ദീർഘവീക്ഷണത്തോടെ കാര്യങ്ങൾ നോക്കിക്കാണാൻ നമുക്കും ഭരണകൂടത്തിനും കഴിയണം.

സുനാമിത്തിരമാലകളെവരെ തടഞ്ഞുനിർത്താൻ കെല്പുള്ള കണ്ടൽക്കാടുകൾ നശിപ്പിക്കുന്നതും, നിർമ്മാണപ്രവർത്തനങ്ങൾക്കായി മണ്ണ് നീക്കം ചെയ്യുന്നതും. കൃഷിഭൂമി തരിശിടുന്നതും കേരളത്തിൽ ഗുരുതരമായ പരിസ്ഥിതി പ്രശ്നങ്ങൾക്ക് കാരണമാകുന്നുണ്ട്. പ്രകൃതി വിഭവങ്ങൾ ചൂഷണം ചെയ്യുന്നതിൽ വിവേകം കാണിക്കേണ്ടത് നമ്മുടെ മാത്രമല്ല വരുന്ന തലമുറകളുടെയും നിലനില്പിന് അനിവാര്യമാണ്.

ഇന്ത്യൻ ലിഗോയും ഗുരുത്വാകർഷണ തരംഗങ്ങളും

രണ്ടായിരത്തിപ്പതിനാറ് ഫെബ്രുവരി 11 നാണ് ശാസ്ത്രജ്ഞർ ഗുരുത്വാകർഷണ തരംഗങ്ങളെ ആദ്യമായി കണ്ടെത്തിയത് സ്ഥിരീകരിക്കപ്പെട്ടത്. അതിനു ശേഷം 2017 ഒക്ടോബർ വരെ രണ്ടു തവണകൂടി ഗുരുത്വാകർഷണ തരംഗങ്ങളുടെ സാന്നിദ്ധ്യം ശാസ്ത്രലോകം തിരിച്ചറിഞ്ഞു. 1916 ൽ ആപേക്ഷികതയുടെ പൊതുസിദ്ധാന്തം (General Theory of Relativity) അവതരിപ്പിച്ചപ്പോഴാണ് ആൽബർട്ട് ഐൻസ്റ്റൈൻ ഗുരുത്വാകർഷണ തരംഗങ്ങളുടെ സാദ്ധ്യത ആദ്യമായി പ്രവചിച്ചത്. ബിഗ് ബാങ്, ഗാലക്സി സംഘട്ടനം, തമോദ്വാരങ്ങളുടെയും ന്യൂട്രോൺ താരങ്ങളുടെയും കൂട്ടിമുട്ടൽ തുടങ്ങിയ അത്യന്തം തീവ്രവും സ്ഫോടനാത്മകവുമായ പ്രതിഭാസങ്ങൾ അരങ്ങേറുമ്പോൾ അവ സ്ഥലകാലത്തിൽ സൃഷ്ടിക്കുന്ന പ്രക്ഷുബ്ധതകളാണ് ഗുരുത്വാകർഷണ തരംഗങ്ങൾ (Gravitational Waves) എന്നറിയപ്പെടുന്നത്. ഐൻസ്റ്റൈന്റെ പ്രവചനത്തിനുശേഷം ഒരു നൂറ്റാണ്ടിന്റെ സാങ്കേതിക വളർച്ച വേണ്ടിവന്നു ഗുരുത്വാകർഷണ തരംഗങ്ങളെ കണ്ടെത്താൻ. അമേരിക്കയിലെ ലിഗോ ഒബ്സർവേറ്ററിയിൽ (Laser Interferometer Gravitational wave Observatory – LIGO) വച്ചാണ് ഗുരുത്വാകർഷണ തരംഗങ്ങളെ തിരിച്ചറിഞ്ഞത്. ലോകമെമ്പാടുമുള്ള ആയിരക്കണക്കിന് ഭൗതിക ശാസ്ത്രജ്ഞർ വർഷങ്ങളായി നടത്തിയ ഗവേഷണത്തിന്റെ ഫലമാണ് ഈ കണ്ടെത്തൽ. ലിഗോയുടെ നിർമ്മാണത്തിനും പ്രവർത്തനങ്ങൾക്കും നേതൃത്വം വഹിച്ച റെയ്നർ വെയ്സ്, ബാരി ബ്രിഷ്, കിപ് തോൺ എന്നീ ശാസ്ത്രജ്ഞർക്കാണ് 2017 ലെ ഭൗതികശാസ്ത്രത്തിനുള്ള നൊബേൽ പുരസ്കാരം ലഭിച്ചത്.

ഗുരുത്വാകർഷണ തരംഗങ്ങളുടെ നൂറുവർഷങ്ങൾ

1916 – ആപേക്ഷികതാസിദ്ധാന്തത്തെ ആധാരമാക്കി ഐൻസ്റ്റൈൻ ഗുരുത്വാകർഷണ തരംഗങ്ങളുടെ സാന്നിദ്ധ്യം പ്രവചിച്ചു.

1957 – റിച്ചാർഡ് ഫെയ്ൻമാൻ, ഹെർമാൻ ബോണ്ടി എന്നിവർ ഐൻസ്റ്റൈന്റെ പ്രവചനം ശരിയാണെന്ന് പ്രസ്താവിച്ചു.

1962 – ഗുരുത്വാകർഷണ തരംഗങ്ങളെ കണ്ടെത്താൻ ഇന്റർഫെറോമീറ്ററുകൾ ഉപയോഗിക്കാമെന്ന് എം എ ഗർട്ടസൻ ഷെയ്ൻ, വി ഐ പുസ്ടോമിറ്റ് എന്നിവർ പ്രവചിച്ചു.

1968 – ഗുരുത്വാകർഷണ തരംഗങ്ങളെ കണ്ടെത്തിയെന്ന് ജോസഫ് വെബർ റിപ്പോർട്ട് ചെയ്തു. എന്നാൽ കണ്ടെത്തൽ തെറ്റാണെന്ന് പിന്നീട് തെളിഞ്ഞു.

1970 കൾ – പരസ്പരം ഭ്രമണംചെയ്യുന്ന ന്യൂട്രോൺ താരങ്ങളുടെ ഭ്രമണപഥം ചുരുങ്ങുന്നത് കണ്ടെത്തി. ഇതിനുകാരണം അവയുടെ ഊർജ്ജം ഗുരുത്വാകർഷണ തരംഗങ്ങളായി പരിവർത്തനം ചെയ്യുന്നതാണ്. ഇത് ഗുരുത്വാകർഷണ തരംഗങ്ങളുടെ പരോക്ഷ തെളിവായി.

1984 – കിപ് തോൺ, റൊണാൾഡ് ഡ്രെവർ, റെയ്നർ വെയ്സ് എന്നിവർ ചേർന്ന് നാഷണൽ സയൻസ് ഫൗണ്ടേഷൻ, മസാച്ചുസെറ്റ്സ് ഇൻസ്റ്റിറ്റ്യൂട്ട് ഓഫ് ടെക്നോളജി, കാൾടെക് എന്നീ സ്ഥാപനങ്ങളുമായി ബന്ധപ്പെട്ട് ലിഗോ പദ്ധതിക്കായി സമ്മർദ്ദം ചെലുത്തി .

1994 – ലിഗോ ലബോറട്ടറി യാഥാർത്ഥ്യമാകുന്നു.

2002 – ലിഗോയിൽ ഗുരുത്വാകർഷണ തരംഗങ്ങളെ തിരയാനാരംഭിച്ചു.

2014 – പരഭാഗവികിരണങ്ങളിൽനിന്ന് ഗുരുത്വാകർഷണീയത ചികഞ്ഞെടുത്തതായി ഹാർവാർഡ് സ്മിത്ത്സോണിയൻ സെന്റർ ഫോർ ആസ്ട്രോഫിസിക്സിലെ ശാസ്ത്രജ്ഞർ അവകാശപ്പെട്ടു.

2016 – ലിഗോയിൽ ഗുരുത്വാകർഷണ തരംഗങ്ങളെ കണ്ടെത്തിയതായി സ്ഥിരീകരിക്കപ്പെട്ടു. 2015 സെപ്തംബർ 14 നുണ്ടായ കണ്ടുപിടിത്തത്തിന്റെ സ്ഥിരീകരണമാണ് 2016 ഫെബ്രുവരി 11 ന് ഉണ്ടായത്. ഭൂമിയിൽനിന്ന് 130 കോടി പ്രകാശവർഷം അകലെയുള്ള രണ്ട് തമോദ്വാരങ്ങൾ കൂടിച്ചേർന്നപ്പോൾ സൃഷ്ടിക്കപ്പെട്ട ഗുരുത്വാകർഷണ തരംഗങ്ങളെയാണ് ലിഗോ പിടിച്ചെടുത്തത്.

2016 – ലിഗോ പദ്ധതിയിൽ പങ്കാളിയാകാൻ ഇന്ത്യയും അമേരിക്കയും ധാരണാ പത്രം ഒപ്പിടുന്നു. ലിഗോയുടെ മൂന്നാമത്തെ നിരീക്ഷണകേന്ദ്രം ലിഗോ–ഇന്ത്യ മഹാരാഷ്ട്രയിൽ നിർമ്മിക്കും.

2017 – ഭൂമിയിൽനിന്ന് 13 കോടി പ്രകാശവർഷം അകലെയുള്ള രണ്ട് ന്യൂട്രോൺ താരങ്ങൾ കൂട്ടിമുട്ടിയപ്പോൾ സൃഷ്ടിക്കപ്പെട്ട ഗുരുത്വാകർഷണ തരംഗങ്ങളെ 2017 ആഗസ്റ്റ് 17 ന് ലിഗോ തിരിച്ച

റിഞ്ഞു. പ്രപഞ്ചത്തിൽ ഘനമൂലകങ്ങൾ ഉണ്ടാകുന്നതിന്റെ കാരണം സ്ഥിരീകരിക്കപ്പെട്ടു.

2017 – ലിഗോയുമായി ബന്ധപ്പെട്ട് ഗുരുത്വാകർഷണ തരംഗങ്ങളെക്കുറിച്ച് ഗവേഷണം നടത്തുന്ന റെയ്നർ വെയ്സ്, ബാരി ബ്രിഷ്, കിപ് തോൺ എന്നീ ശാസ്ത്രജ്ഞർക്ക് ഭൗതികശാസ്ത്രത്തിനുള്ള നൊബേൽ പുരസ്കാരം ലഭിച്ചു.

നൂറുവർഷം പഴക്കമുള്ള ഒരു പ്രവചനം യാഥാർത്ഥ്യമായതിന്റെ ആവേശമല്ല ഇന്ന് ശാസ്ത്രലോകത്തിനുള്ളത്. അതിലുമേറെ പ്രാധാന്യത്തോടെയാണ് ഗുരുത്വാകർഷണ തരംഗങ്ങളെ ശാസ്ത്രജ്ഞർ നോക്കിക്കാണുന്നത്. ഗുരുത്വാകർഷണ ജ്യോതിശാസ്ത്രം (Gravitational Astronomy) എന്നൊരു ശാസ്ത്രശാഖയുടെ പിറവിക്കും ഈ കണ്ടുപിടിത്തം കാരണമായി. ഗുരുത്വാകർഷണ തരംഗങ്ങളുടെ സഹായത്തോടെ പ്രപഞ്ചത്തിന്റെ ഇതുവരെ കാണാൻ കഴിയാത്ത ഭാഗങ്ങൾ നേരിട്ടു നിരീക്ഷിക്കാൻ ശാസ്ത്രജ്ഞർക്ക് കഴിയും. തമോദ്വാരങ്ങൾ, ന്യൂട്രോൺ താരങ്ങൾ എന്നിവ പോലെ പരോക്ഷ മാർഗ്ഗങ്ങളിലൂടെ മാത്രം കണ്ടുപിടിക്കാൻ കഴിയുന്ന ദുരൂഹപ്രതിഭാസങ്ങളെ ഇനി നേരിട്ടു കണ്ടുപിടിക്കാനും കഴിയും. പ്രപഞ്ചത്തിന്റെ പ്രായം, മഹാവിസ്ഫോടനം, കോസ്മിക് ഇൻഫ്ളേഷൻ എന്നിവയെക്കുറിച്ചെല്ലാം കൃത്യമായ വിവരവും ലഭിക്കും.

2017 ഒക്ടോബർ 15 ന് ലിഗോ ശാസ്ത്രജ്ഞർ ഗുരുത്വാകർഷണ തരംഗങ്ങളുമായി ബന്ധപ്പെട്ട് മറ്റൊരു വാർത്തകൂടി പുറത്തുവിട്ടു. ഭൂമിയിൽനിന്നും 13 കോടി പ്രകാശവർഷം അകലെയുള്ള രണ്ട് ന്യൂട്രോൺ താരങ്ങൾ കൂട്ടിയിടിച്ചപ്പോഴുണ്ടായ ഗുരുത്വാകർഷണ തരംഗങ്ങളെ ഇക്കഴിഞ്ഞ ആഗസ്ത് 17 ന് കണ്ടെത്തിയതാണ് ശാസ്ത്രസംഘം പുറത്തുവിട്ട വാർത്ത. ലിഗോയും ഇറ്റലിയിലെ പിസയിലുള്ള വിർഗോയും (Variability of solar Iradiance and Gravity Oscillations-VIRGO) ചേർന്ന് നടത്തിയ പരീക്ഷണത്തിലാണ് ഈ കണ്ടെത്തലുണ്ടായിരിക്കുന്നത്. ആഗസ്ത് 17 ന് NGC 4993 എന്ന ഗാലക്സിയിൽനിന്നും പുറപ്പെട്ട ഗുരുത്വാകർഷണ തരംഗങ്ങളെ ഈ പരീക്ഷണശാലകൾ കണ്ടെത്തി. രണ്ടു സെക്കന്റിനുള്ളിൽ ഇതേ സ്രോതസ്സിൽനിന്നു പുറപ്പെട്ട ഗാമാവികിരണങ്ങളും ഒൻപത് ദിവസങ്ങൾക്കുള്ളിൽ ഇതേ ഉറവിടത്തിൽനിന്നു പുറപ്പെട്ട എക്സ്-കിരണങ്ങളും 16 ദിവസങ്ങൾക്കു ശേഷം റേഡിയോ തരംഗങ്ങളും കണ്ടുപിടിച്ചു. ഇതാദ്യമായാണ് ഒരേ സ്രോതസ്സിൽനിന്ന് പുറപ്പെട്ട ഗുരുത്വാകർഷണ തരംഗങ്ങളും വിദ്യുത്കാന്തിക തരംഗങ്ങളും കണ്ടെത്തുന്നത്. 2016 ൽ കണ്ടെത്തിയ ഗുരുത്വാകർഷണ തരംഗങ്ങൾ ഭൂമിയിൽനിന്നും 130 കോടി പ്രകാശവർഷം അകലെയുള്ള രണ്ട് തമോദ്വാരങ്ങൾ കൂടിച്ചേർന്നപ്പോൾ സൃഷ്ടിക്കപ്പെട്ടവയായിരുന്നു. ഇതോടെ തമോദ്വാരങ്ങൾക്കും ന്യൂട്രോൺ താരങ്ങൾക്കും സൈദ്ധാന്തിക ഭൗതികശാസ്ത്രത്തിന് വെളിയിൽ ദൃശ്യപ്രപഞ്ചത്തിലുള്ള അസ്തിത്വം അരക്കിട്ടുറപ്പിച്ചു.

2017 ആഗസ്ത് 17 ലെ ഗുരുത്വാകർഷണ തരംഗങ്ങളുടെ കണ്ടെത്തലിന് മറ്റൊരു പ്രത്യേകത കൂടിയുണ്ട്. ന്യൂട്രോൺ താരങ്ങളുടെ കൂട്ടിയിടിയിൽ സൃഷ്ടിക്കപ്പെട്ട ഗുരുത്വാകർഷണ തരംഗങ്ങളും വിദ്യുത് കാന്തിക തരംഗങ്ങളും ഒരുമിച്ച് കണ്ടെത്താൻ കഴിഞ്ഞത് പ്രപഞ്ചത്തിൽ സ്വർണ്ണം, പ്ലാറ്റിനം, മെർക്കുറി തുടങ്ങിയ ഘനലോഹങ്ങൾ എവിടെനിന്നുണ്ടായി എന്ന ചോദ്യത്തിനുള്ള ഉത്തരവുമായി. ഭൂമിയും മനുഷ്യനുമെല്ലാം രൂപപ്പെടുന്നതിന് കോടിക്കണക്കിന് വർഷങ്ങൾക്കു മുമ്പ് നടന്നിട്ടുള്ള ഇത്തരം തീവ്രമായ നക്ഷത്രസംഘട്ടനങ്ങൾ കാരണമാണ് പ്രപഞ്ചത്തിൽ സ്വർണ്ണവും പ്ലാറ്റിനവും യുറാനിയവുമുൾപ്പെടെയുള്ള ലോഹങ്ങൾ ഉണ്ടായത്. ഈ നക്ഷത്രധൂളിയിൽനിന്ന് രൂപം കൊണ്ടതുകൊണ്ടാണ് ഭൂമിയിലും ഇത്തരം ലോഹങ്ങൾ ഉണ്ടായത്. നമ്മുടെ രക്തത്തിലുള്ള ഇരുമ്പും അസ്ഥികളിലെ കാത്സ്യവും ശ്വസിക്കുന്ന ഓക്സിജനും ശരീരത്തിലുള്ള മറ്റു മൂലകങ്ങളും ഇത്തരം നക്ഷത്ര വിസ്ഫോടനത്തിന്റെ ഫലമായി ഉണ്ടായതാണ്. നാമെല്ലാം നക്ഷത്രങ്ങളിൽനിന്ന് ജനിച്ചവരാണെന്ന് പറയുന്നതാണ് യാഥാർത്ഥ്യം. പ്രപഞ്ചത്തിലെല്ലായിടത്തും പിന്നെ ഭൂമിയിലും കാണപ്പെടുന്ന ഇത്തരം ഘനലോഹങ്ങളുടെ പകുതി ഭാഗവും ന്യൂട്രോൺ താരങ്ങളുടെ കൂട്ടിയിടിയിൽ നിന്നാണുണ്ടായതെന്ന് പുതിയ കണ്ടെത്തലോടെ വ്യക്തമായി. സൂപ്പർനോവ പ്രതിഭാസമാണ് ഘന ലോഹങ്ങളുടെ ഉല്പത്തിക്ക് കാരണമെന്നായിരുന്നു നിലവിലുള്ള ശക്തമായ പരികല്പന. എന്നാൽ കൂടുതൽ തന്മാത്രാഭാരമുള്ള മൂലകങ്ങളുടെ ഉല്പത്തി വിശദീകരിക്കാൻ സൂപ്പർനോവാ പരികല്പനയ്ക്ക് പരിമിതിയുണ്ട്. അതുകൊണ്ടാണ് ശാസ്ത്രലോകം ന്യൂട്രോൺ താരങ്ങളുടെ സംഘട്ടനത്തിന്റെ സാദ്ധ്യത മുന്നോട്ടു വച്ചത്. ഈ സാദ്ധ്യതയാണ് ഇപ്പോൾ ശാസ്ത്രസത്യമായി തെളിയിക്കപ്പെട്ടത്. ന്യൂട്രോൺ താരങ്ങളുടെ കൂട്ടിമുട്ടൽ സ്ഥലകാലത്തിൽ ചില രാസ മാറ്റങ്ങളുണ്ടാക്കുമെന്നും അത് ഘനലോഹങ്ങളുടെ ഉല്പത്തിക്ക് കാരണമാവുകയും ചെയ്യും. ഇതുകൂടാതെ ഭൗതിക ശാസ്ത്രത്തിൽ ഇനിയും വിശദീകരിക്കപ്പെട്ടിട്ടില്ലാത്ത ചില പ്രഹേളികകൾക്കുള്ള ഉത്തരം കണ്ടെത്തുന്നതിനും ഈ പുതിയ കണ്ടുപിടിത്തം വഴിയൊരുക്കും.

ഗുരുത്വാകർഷണ ബലം തീവ്രമാകുമ്പോൾ തകർന്നടിയുന്ന പിണ്ഡമേറിയ നക്ഷത്രങ്ങളുടെ അവശേഷിക്കുന്ന കാമ്പാണ് ന്യൂട്രോൺ താരങ്ങൾ എന്നറിയപ്പെടുന്നത്. ഒരു സൂപ്പർ ഫ്ളൂയിഡ് അവസ്ഥയിലായിരിക്കും ഈ നക്ഷത്രക്കാമ്പിൽ ദ്രവ്യം സ്ഥിതിചെയ്യുന്നത്. ദ്രവ്യം നിർമ്മിക്കപ്പെട്ടിരിക്കുന്നത് ന്യൂട്രോണുകൾ കൊണ്ടായിരിക്കും. അതിസാന്ദ്രമായ ഈ മൃത നക്ഷത്രത്തിന്റെ ദ്രവ്യം ഒരു ടീസ്പൂണിൽ കോരിയെടുക്കാൻ കഴിഞ്ഞാൽ അതിന് ഈഫൽ ഗോപുരത്തേക്കാൾ ഭാരമുണ്ടാകും. തീവ്രമായി വിദ്യുത്കാന്തിക വികിരണങ്ങൾ ഉത്സർജ്ജിക്കുന്ന ഈ മൃതനക്ഷത്രങ്ങളെ പൾസാറുകൾ എന്നും പറയുന്നുണ്ട്. കൃത്യമായ ഇടവേളകളിൽ റേഡിയോ സിഗ്നലുകൾ പുറപ്പെടുവിക്കുന്ന ഇത്തരം നക്ഷത്രക്കാമ്പുകളെ

റേഡിയോ ആസ്ട്രോണമി ഉപയോഗിച്ചാണ് ഇതുവരെ പരോക്ഷമായെങ്കിലും തിരിച്ചറിയുന്നത്.

ലിഗോ ശാസ്ത്രസംഘത്തിൽ ബാംഗ്ലൂരിലെ ഇന്റർനാഷണൽ സെന്റർ ഫോർ തിയററ്റിക്കൽ സയൻസിലെ ഫിസിക്സ് വിഭാഗം അസോസിയേറ്റ് പ്രൊഫസറും മലയാളിയുമായ അജിത് പരമേശ്വരനെ കൂടാതെ 60 ഇന്ത്യൻ ശാസ്ത്രജ്ഞരുമുണ്ട്. അതുമാത്രമല്ല ഇന്ത്യയും ലിഗോ പദ്ധതിയിൽ പങ്കാളിയാവുകയാണ്. നിലവിൽ ലിഗോ പദ്ധതിയിൽ രണ്ട് ഒബ്സർവേറ്ററികളാണുള്ളത്. വാഷിങ്ടണിലെ ഹാൻഫോർഡിലും ലൂസിയാനയിലെ ലിവിങ്ടണിലുമാണ് അവയുള്ളത്. ലിഗോയുടെ മൂന്നാമത്തെ നിരീക്ഷണകേന്ദ്രം സ്ഥാപിക്കുന്നത് ഇന്ത്യയിലാണ്. ഭൂമിയുടെ മറുഭാഗത്ത് മൂന്നാമത്തെ ഒബ്സർവേറ്ററി വരുന്നതോടെ ഓരോ തവണ ഗുരുത്വാകർഷണ തരംഗങ്ങൾ ഭൂമിയെ കടന്നുപോകുമ്പോഴും മൂന്ന് വീതം നിരീക്ഷണം സാദ്ധ്യമാകും. ഗ്രാവിറ്റേഷണൽ ആസ്ട്രോണമി എന്ന പുത്തൻ ശാസ്ത്രശാഖയിൽ ലോകനിലവാരത്തിലുള്ള ഗവേഷണം നടത്തുന്നതിനുള്ള അവസരമാണ് ലിഗോ ഇന്ത്യ വഴി ശാസ്ത്രലോകത്തിന് ലഭിക്കുന്നത്. ഗുരുത്വാകർഷണ തരംഗങ്ങളുടെ പഠനരംഗത്തുള്ള ഇന്ത്യൻ ശാസ്ത്രജ്ഞരുടെ സംഘമായ ഇൻഡിഗോ (INDIGO) ആണ് ലിഗോ ഇന്ത്യ പദ്ധതിയിൽ മുഖ്യമായി സഹകരിക്കുന്നത്. ഇൻഡിഗോ ശാസ്ത്രജ്ഞരെ കൂടാതെ ഗാന്ധിനഗറിലെ ഇൻസ്റ്റിറ്റ്യൂട്ട് ഓഫ് പ്ലാസ്മ റിസർച്ച് (IPR), പൂനെയിലെ ഇന്റർ യൂണിവേഴ്സിറ്റി സെന്റർ ഫോർ ആസ്ട്രോണമി ആന്റ് ആസ്ട്രോഫിസിക്സ് (IUCAA), ഇൻഡോറിലെ രാജാ രാമണ്ണ സെന്റർ ഫോർ അഡ്വാൻസ്ഡ് ടെക്നോളജി (RRCAT) എന്നീ സ്ഥാപനങ്ങളും ലിഗോ–ഇന്ത്യ പദ്ധതിയിൽ സഹകരിക്കുന്നുണ്ട്. ഇതിനുള്ള ധാരണാപത്രം 2016 മാർച്ച് 31 ന് ഇന്ത്യയും അമേരിക്കയും ഒപ്പിട്ടു. മഹാരാഷ്ട്രയിലെ ഹിംഗോളി ജില്ലയിലാണ് ലിഗോ ഒബസർവേറ്ററി നിർമ്മിക്കുന്നത്.

ഇന്ത്യയെക്കൂടാതെ മറ്റ് പല രാജ്യങ്ങളും ഗ്രാവിറ്റേഷണൽ ആസ്ട്രോണമിയിൽ താല്പര്യം കാണിക്കുന്നുണ്ട്. ഇറ്റലിയിലെ വിർഗോയുടെ പ്രവർത്തനക്ഷമത വർദ്ധിപ്പിക്കുന്നതിനുള്ള നവീകരണ പ്രവർത്തനങ്ങൾ നടന്നുകൊണ്ടിരിക്കുകയാണ്. 2018 ൽ നവീകരണം പൂർത്തിയാകുമ്പോൾ വിർഗോയുടെ പ്രവർത്തനക്ഷമത പത്ത് മടങ്ങ് വർദ്ധിക്കും. 100 കോടി പ്രകാശവർഷം അകലെയുള്ള ന്യൂട്രോൺ താരങ്ങളുടെ സംഘട്ടനം സൃഷ്ടിക്കുന്ന ഗുരുത്വാകർഷണ തരംഗങ്ങളെവരെ കണ്ടെത്താൻ കഴിയുന്ന കാമിയോക്ക ഗ്രാവിറ്റേഷണൽ വേവ് ഡിറ്റക്ടറിന്റെ (KAGRA) നിർമ്മാണം ജപ്പാനിൽ അടുത്തവർഷം ആരംഭിക്കും. ഭൗമനിരീക്ഷണ കേന്ദ്രങ്ങൾ മാത്രമല്ല ബഹിരാകാശത്തും ഗുരുത്വാകർഷണ തരംഗങ്ങൾ നിരീക്ഷിക്കാനുള്ള ഒബ്സർവേറ്ററികൾ നിർമ്മാണമാരംഭിക്കുകയാണ്. യൂറോപ്യൻ യൂണിയന്റെ ഐൻസ്റ്റൈൻ ടെലസ്ക്കോപ്പ്, നാസയും യൂറോപ്യൻ സ്പേസ് ഏജൻസിയും ചേർന്ന് 2030 ൽ വിക്ഷേപിക്കുന്ന ലിസ

(Laser Interferometer Space Antenna – LISA), 12 ബഹിരാകാശ പേടകങ്ങൾ ഒരുമിച്ച് പ്രവർത്തിക്കുന്ന ബിഗ് ബാങ് ഒബ്സർവർ മിഷൻ എന്നിവ പരിഗണനയിലുള്ള പദ്ധതികളാണ്.

ഇനി എന്താണ് ഗുരുത്വാകർഷണ തരംഗങ്ങളെന്നും ലിഗോ പരീക്ഷണത്തിന്റെ പ്രസക്തി എന്താണെന്നും പരിശോധിക്കാം. അതിനു മുമ്പ് എന്താണ് ഗുരുത്വാകർഷണമെന്ന് ഐസക് ന്യൂട്ടനും ആൽബർട്ട് ഐൻസ്റ്റൈനും പറഞ്ഞതെന്ന് നോക്കാം. പ്രപഞ്ചത്തിലെ നാല് അടിസ്ഥാന ബലങ്ങളിൽ ഒന്നാണ് ഗുരുത്വാകർഷണം. വസ്തുക്കൾക്ക് ഭാരം അനുഭവപ്പെടുന്നത് ഗുരുത്വാകർഷണം കാരണമാണ്. ഭൂമി അതിന്റെ കേന്ദ്രത്തിലേക്ക് വസ്തുക്കളെ ആകർഷിക്കുന്നുണ്ടെന്നും ഈ ആകർഷണബലത്തിന് ആനുപാതികമാണ് വസ്തുക്കളുടെ ഭാരമെന്നും ന്യൂട്ടൺ പ്രഖ്യാപിച്ചു. എന്നാൽ ഗുരുത്വാകർഷണത്തിന് ഐൻസ്റ്റൈൻ മറ്റൊരു വിശദീകരണമാണ് നല്കിയത്. ഐൻസ്റ്റൈന്റെ പൊതു ആപേക്ഷികതാ സിദ്ധാന്തമനുസരിച്ച് ഭൂമിയുടെ ഗുരുത്വാകർഷണം കാരണമുള്ള വലിവു കൊണ്ടല്ല ഒരു വസ്തു ഭൂമിയിലേക്ക് വീഴുന്നത്. ഭൂമിയുടെ പിണ്ഡം കാരണം അത് സ്ഥിതി ചെയ്യുന്ന സ്ഥലകാലത്തിലുണ്ടാകുന്ന വക്രാവസ്ഥയിൽ ഒരു വസ്തു ഏറ്റവും സുഗമമായ സഞ്ചാരപഥം സ്വീകരിക്കുന്നതാണ് അതിന്റെ പതനത്തിന് കാരണമെന്നാണ് ഐൻസ്റ്റൈൻ തന്റെ സിദ്ധാന്തത്തിലൂടെ അവതരിപ്പിക്കുന്നത്. ഗ്രഹങ്ങൾ സൂര്യനെ പ്രദക്ഷിണം ചെയ്യുന്നതും ഇക്കാരണത്താലാണ്. വലിച്ചുകെട്ടിയ ഒരു റബർ ഷീറ്റിലേക്ക് ഭാരമുള്ള ഒരു ഇരുമ്പുഗോളം വച്ചാൽ ഗോളത്തിന്റെ ഭാരം കാരണം ഷീറ്റിന്റെ പ്രതലം വളയും. സ്ഥലകാലത്തെ ഈ പ്രതലമായും ഭൂമിയെ ഇരുമ്പുഗോളമായും സങ്കല്പിച്ചാൽ ഇരുമ്പുഗോളം ഷീറ്റിൽ വക്രതയുണ്ടാക്കുന്നതുപോലെയാണ് ഭൂമി സ്ഥലകാലത്തിലും വക്രതയുണ്ടാക്കുന്നത്. അതായത് ഭൂമിയുടെ ആകർഷണംകൊണ്ടല്ല ഒരു വസ്തുഭൂമിയിൽ പതിക്കുന്നത്, മറിച്ച് ഭൂമിയുടെ പിണ്ഡം സ്ഥലകാലത്തിലുണ്ടാക്കുന്ന വക്രത കാരണം വസ്തു ഏറ്റവും സുഗമമായ സഞ്ചാരപാത സ്വീകരിക്കുന്നതുകൊണ്ടാണ്.

ദ്രവ്യസാന്നിദ്ധ്യം കാരണം വക്രമായിരിക്കുന്ന സ്ഥലകാലത്തിൽ തമോദ്വാരങ്ങളുടെ കൂടിച്ചേരൽ, ന്യൂട്രോൺ താരങ്ങളുടെ സംഘട്ടനം, ഗാലക്സികളുടെ കൂട്ടിമുട്ടൽ തുടങ്ങിയ തീവ്രപ്രതിഭാസങ്ങൾ സംഭവിക്കുമ്പോൾ സ്ഥലകാലത്തിലുണ്ടാകുന്ന പ്രക്ഷുബ്ധതകൾ പ്രകാശവേഗതയിൽ തരംഗ രൂപത്തിൽ സഞ്ചരിക്കും. പ്രഭവസ്ഥാനത്തുനിന്ന് എല്ലാ ദിശയിലേക്കും സഞ്ചരിക്കുന്ന ഈ സ്ഥലകാല തിരമാലകളാണ് ഗുരുത്വാകർഷണ തരംഗങ്ങൾ എന്ന് ഐൻസ്റ്റൈൻ പ്രവചിച്ചത്. ഈ തരംഗങ്ങൾ ആഗിരണം ചെയ്യപ്പെടുകയോ പ്രതിഫലിക്കപ്പെടുകയോ ചെയ്യില്ല. ആപേക്ഷികതാസിദ്ധാന്തമനുസരിച്ച് ഉയർന്ന പിണ്ഡമുള്ളതും ചലിച്ചുകൊണ്ടിരിക്കുന്നതുമായ ദ്രവ്യപിണ്ഡങ്ങളാണ് ഗുരുത്വാകർഷണ തരംഗങ്ങൾ സൃഷ്ടിക്കുന്നത്. മൗലിക ബലങ്ങളിൽ ഏറ്റവും ദുർബ്ബലം ഗുരു

ത്വാകർഷണമായതുകൊണ്ടുതന്നെ ഗുരുത്വാകർഷണ തരംഗങ്ങളെ കണ്ടെത്തുന്നത് ശ്രമകരമായ ദൗത്യമാണ്. അവയെ ഒരിക്കലും നേരിട്ട് കണ്ടെത്താൻ കഴിയില്ലെന്നായിരുന്നു ഐൻസ്റ്റൈൻ കരുതിയിരുന്നത്. ഏറ്റവും ശക്തമായ ഗുരുത്വാകർഷണ തരംഗത്തിനുപോലും നക്ഷത്രങ്ങളിലും മറ്റ് ദ്രവ്യപിണ്ഡങ്ങളിലും ഒരു അണുകേന്ദ്രത്തിന്റെ വ്യാസത്തിന്റെ സ്ഥാനാന്തരമുണ്ടാക്കാനേ കഴിയൂ. അതുമാത്രവുമല്ല, ഗുരുത്വാകർഷണ തരംഗങ്ങൾ സൃഷ്ടിക്കാൻ കഴിയുന്ന തമോദ്വാരങ്ങളും ന്യൂട്രോൺ താരങ്ങളും ഭൂമിയിൽനിന്ന് കോടിക്കണക്കിന് പ്രകാശവർഷങ്ങൾ അകലെയായത് അവയെ കണ്ടെത്തുന്ന പ്രക്രിയ കൂടുതൽ ദുഷ്കരമാക്കുന്നുമുണ്ട്.

ദ്രവ്യത്തിന്റെ പിണ്ഡമാണ് സ്ഥലകാല വക്രത നിർണ്ണയിക്കുന്നത്. തമോദ്വാരങ്ങൾ, ന്യൂട്രോൺ താരങ്ങൾ തുടങ്ങി പിണ്ഡം കൂടി ദ്രവ്യരൂപങ്ങൾ സൃഷ്ടിക്കുന്ന സ്ഥലകാല വക്രത വളരെ വലുതായിരിക്കും. ഇത്തരം ദ്രവ്യരൂപങ്ങൾ കൂട്ടിമുട്ടുമ്പോഴും വളരെ വേഗതയിൽ ഭ്രമണം ചെയ്യുമ്പോഴും സ്ഥലകാലത്തിൽ പ്രകമ്പനങ്ങളുണ്ടാക്കും. ആ പ്രകമ്പനം തരംഗരൂപത്തിൽ സ്പേസിലാകെ വ്യാപിക്കും. നീളം, വീതി, ആഴം, സമയം എന്നിങ്ങനെ ചതുർമ്മാനത്തിൽ പ്രകാശവേഗതയിലായിരിക്കും ഈ തരംഗങ്ങൾ സഞ്ചരിക്കുന്നത്. വിദ്യുത്കാന്തിക തരംഗങ്ങൾക്ക് സമാനമായി ലഘു ഗുരുത്വമണ്ഡലത്തിലുള്ള തരംഗങ്ങളാണ് ഗുരുത്വാകർഷണ തരംഗങ്ങൾ എന്നു പറയാം. ഇവ ചതുർമ്മാന പ്രപഞ്ചത്തിൽ പ്രകാശവേഗതയിൽ സഞ്ചരിക്കുന്ന ഇളക്കങ്ങളാണ്. ഐൻസ്റ്റൈന്റെ സമവാക്യങ്ങൾ അരേഖീയമായതുകൊണ്ട് ഗുരുത്വാകർഷണ തരംഗങ്ങൾ ലീനിയർ സൂപ്പർപൊസിഷൻ തത്ത്വം അനുസരിക്കില്ല. അതുകൊണ്ടുതന്നെ അവയുടെ സ്വഭാവത്തെക്കുറിച്ച് പ്രവചിക്കുക ബുദ്ധിമുട്ടാണ്.

വിദ്യുത്കാന്തിക വികിരണങ്ങളുടെ പഠനത്തിലൂടെ ലഭ്യമല്ലാത്ത പല വിവരങ്ങളും ഗുരുത്വാകർഷണ തരംഗങ്ങളുടെ പഠനത്തിലൂടെ ലഭ്യമാകും. തമോദ്വാരങ്ങൾ, ന്യൂട്രോൺ താരങ്ങൾ, വെള്ളക്കുള്ളൻ നക്ഷത്രങ്ങൾ, സൂപ്പർനോവകൾ, കോസ്മിക് ഇൻഫ്ളേഷൻ, കോസ്മിക് സ്ട്രിങ്ങുകൾ, മഹാവിസ്ഫോടനം എന്നിവയെക്കുറിച്ചും വ്യക്തമായ ധാരണനല്കാൻ ഗുരുത്വാകർഷണ തരംഗങ്ങളിലുള്ള പഠനം സഹായിക്കും. പൊതു ആപേക്ഷികതാസിദ്ധാന്തമനുസരിച്ച് ഒരു വസ്തുവിന്റെ പിണ്ഡവും അതിന്റെ വ്യാസാർദ്ധവും തമ്മിലുള്ള വിപരീത അനുപാതം വളരെ കൂടുതലാകുമ്പോൾ ഒരു തമോദ്വാരം രൂപം കൊള്ളും. തമോദ്വാരത്തിന്റെ അതിർവ്വരമ്പാണ് സംഭവചക്രവാളം (Event Horizon). അതിനുള്ളിലെന്താണെന്ന് ദൃശ്യപ്രപഞ്ചത്തിൽനിന്നും മറയ്ക്കപ്പെട്ടിരിക്കുന്നു. ഗുരുത്വാകർഷണം അനന്തമാകുന്ന ഈ മേഖലയിൽനിന്ന് വിദ്യുത്കാന്തിക വികിരണങ്ങൾക്ക് പുറത്തുകടക്കാൻ കഴിയാത്തതുകൊണ്ടാണിത്. ഈ മേഖലയിൽനിന്നുള്ള പലായന പ്രവേഗം പ്രകാശവേഗതയിലും കൂടുതലായിരിക്കും. എന്നാൽ ഇത് ആപേക്ഷികതയ്ക്ക് എതിരാണ്. കാരണം ആപേക്ഷികതയനുസ

രിച്ച് പ്രകാശവേഗത മറികടക്കാൻ കഴിയില്ല. പക്ഷേ, തമോദ്വാരത്തിനുള്ളിൽ എന്താണ് സംഭവിക്കുന്നതെന്ന് അറിയാനും നിവർത്തിയില്ല. എന്നാൽ തമോദ്വാരങ്ങൾ സൃഷ്ടിക്കുന്ന ഗുരുത്വാകർഷണ തരംഗങ്ങളെക്കുറിച്ച് പഠിക്കാൻ കഴിഞ്ഞാൽ തമോദ്വാരങ്ങളിൽ എന്താണ് സംഭവിക്കുന്നതെന്ന് അനുമാനിക്കാൻ കഴിയും. ഗാലക്സീ രൂപീകരണത്തിലും അവയുടെ പരിണാമത്തിലും തമോദ്വാരങ്ങൾക്ക് നിർണ്ണായക പങ്കുണ്ട്. കൂടാതെ തമോദ്വാരങ്ങൾ സമാന്തര പ്രപഞ്ചങ്ങളിലേക്കുള്ള ഇടനാഴികളാണെന്ന സങ്കല്പവും ശാസ്ത്രലോകത്തുണ്ട്. ഇതിനുള്ള വിശദീകരണവും ഗുരുത്വാകർഷണ തരംഗങ്ങൾക്ക് നല്കാൻ കഴിയുമെന്നാണ് കരുതുന്നത്.

1916 ൽ ആൽബർട്ട് ഐൻസ്റ്റൈൻ ആപേക്ഷികതയുടെ പൊതു സിദ്ധാന്തം അവതരിപ്പിച്ചതു മുതൽ ശാസ്ത്രലോകം ഗുരുത്വാകർഷണ തരംഗങ്ങളെ വരുതിയിലാക്കാനുള്ള ശ്രമത്തിലായിരുന്നു. 40 വർഷങ്ങൾക്കു മുമ്പ് അമേരിക്കയിലെ നാഷണൽ സയൻസ് ഫൗണ്ടേഷൻ ഗുരുത്വാകർഷണ തരംഗങ്ങളെ കണ്ടെത്താൻ കാര്യക്ഷമമായി പ്രവർത്തിക്കാനാരംഭിച്ചു. നാഷണൽ സയൻസ് ഫൗണ്ടേഷന്റെ സഹായത്തോടെയാണ് ലിഗോ കൊളാബൊറേഷൻ പരീക്ഷണങ്ങൾ നടത്തുന്നത്. അഡ്വാൻസ്ഡ് ലേസർ ഇന്റർഫെറോമീറ്റർ ഗ്രാവിറ്റേഷണൽ വേവ് ഒബ്സർവേറ്ററി എന്നതിന്റെ ചുരുക്കപ്പേരാണ് ലിഗോ. ലൈഗോ എന്നും ഉച്ചരിക്കാറുണ്ട്. പതിനഞ്ച് രാജ്യങ്ങളിൽനിന്നുള്ള ആയിരത്തിൽപ്പരം ശാസ്ത്രജ്ഞർ ലിഗോ പദ്ധതിയിൽ പങ്കാളികളാണ്. പ്രപഞ്ചത്തിന്റെ സ്ഥലകാല ജ്യാമിതിയിൽ ഗുരുത്വാകർഷണ തരംഗങ്ങൾ മൂലമുണ്ടാകുന്ന ഇളക്കങ്ങൾ ഡിറ്റക്ടറുകൾ ഉപയോഗിച്ച് സൂക്ഷ്മമായി രേഖപ്പെടുത്തി വിശകലനം ചെയ്യുകയാണ് ലിഗോ ശാസ്ത്രജ്ഞരുടെ ദൗത്യം. ഇതിനായി നിലവിൽ വാഷിങ്ടണിലെയും ലൂസിയാനയിലെയും ലിഗോ ഒബ്സർവേറ്ററികളിലുള്ള ഡിറ്റക്ടറുകളാണ് ഉപയോഗിക്കുന്നത്.

1992 ൽ കാലിഫോർണിയ ഇൻസ്റ്റിറ്റ്യൂട്ട് ഓഫ് ടെക്നോളജിയിലെയും മസാച്ചുസെറ്റ്സ് ഇൻസ്റ്റിറ്റ്യൂട്ട് ഓഫ് ടെക്നോളജിയിലെയും ശാസ്ത്രജ്ഞർ ചേർന്നാണ് ലിഗോയുടെ ആധുനികവല്ക്കരണം ആരംഭിച്ചത്. 2017 ൽ ഭൗതികശാസ്ത്രത്തിനുള്ള നൊബേൽ പുരസ്കാരം പങ്കിട്ട ശാസ്ത്രജ്ഞരായിരുന്നു ലിഗോയുടെ ആധുനികവല്ക്കരണത്തിന് ചുക്കാൻ പിടിച്ചത്. 2002 മുതൽ 2010 വരെയുള്ള കാലയളവിൽ ലിഗോയിൽ ഗുരുത്വാകർഷണ തരംഗങ്ങൾ കണ്ടെത്താൻ കഴിയാത്തതുകൊണ്ട് ഉയർന്ന നിലവാരത്തിലുള്ള രണ്ട് ഡിറ്റക്ടറുകളാണ് ഇപ്പോൾ ലിഗോയിൽ ഉപയോഗിക്കുന്നത്. വാഷിങ്ടണിലെ ഹാൻഫോർഡിലും ലൂസിയാനയിലെ ലിവിങ്സ്റ്റണിലുമാണ് ഇപ്പോഴവയുള്ളത്. ഇംഗ്ലീഷ് അക്ഷരമാലയിലെ `L' ആകൃതിയിൽ 4 കിലോമീറ്റർ നീളമുള്ള അൾട്രാ വാക്വം കുഴലും കുഴലിലൂടെ നിരന്തരം പ്രവഹിച്ചുകൊണ്ടിരിക്കുന്ന ലേസർ രശ്മികളുമാണ് ലിഗോ പരീക്ഷണശാലയുടെ മുഖ്യഭാഗം. 620 മില്യൺ യു

എസ് ഡോളറാണ് ലിഗോക്കുവേണ്ടി ഇതുവരെ ചെലവഴിച്ചത്. 2015 സെപ്തംബർ 14 ന് ആണ് ലിഗോയിൽ ഗുരുത്വാകർഷണ തരംഗത്തിന്റെ സാന്നിദ്ധ്യം ആദ്യമായി ദൃശ്യമായത്. GW 150914 എന്നാണ് ശാസ്ത്രജ്ഞർ ഈ സിഗ്നലിന് നല്കിയ പേര്. ഈ കണ്ടെത്തലിന്റെ സ്ഥിരീകരണമാണ് 2016 ഫെബ്രുവരിയിൽ നടന്നത്. ഒടുവിൽ കണ്ടെത്തിയത് 2017 ആഗസ്ത് 17 നാണ്. ഇതിന്റെ സ്ഥിരീകരണമാണ് ഒക്ടോബർ 15 ന് നടന്നത്.

എന്താണ് ലിഗോയിൽ നടക്കുന്നതെന്ന് നോക്കാം. ലിഗോ ഒരു ഇന്റർഫെറോമീറ്ററാണ്. സ്രോതസ്സിൽനിന്നുള്ള ഒരു ലേസർ ബീമിനെ പ്രത്യേകസംവിധാനം ഉപയോഗിച്ച് രണ്ടായി വിഭജിക്കുന്നു. ബീമുകളോരോന്നും `L' ആകൃതിയിലുള്ള ടണലുകളിലൂടെ സഞ്ചരിച്ച് ടണലിന്റെ അറ്റത്തുള്ള പ്രതിഫലകത്തിൽ തട്ടി തിരിച്ചുവരും. തിരിച്ചുവരുന്ന ബീമുകൾ പരസ്പരം നിർവ്വീര്യമാക്കപ്പെടും. ഇതല്പം വിശദീകരണം ആവശ്യപ്പെടുന്ന ഘട്ടമാണ്. എല്ലാ വിദ്യുത്കാന്തിക തരംഗങ്ങളും വ്യതികരണം അഥവാ ഇന്റർഫെറൻസ് എന്ന പ്രതിഭാസത്തിന് വിധേയമാണ്. തരംഗത്തിന് ഒരു ശൃംഗവും ഒരു ഗർത്തവുമുണ്ടായിരിക്കും. ഒരു തരംഗത്തിന്റെ ശൃംഗവും മറ്റൊന്നിന്റെ ശൃംഗവും തമ്മിൽ സംയോജിപ്പിച്ചാൽ കൂടുതൽ ശക്തമായ മറ്റൊരു തരംഗം ലഭിക്കും. കൺസ്ട്രക്ടീവ് ഇന്റർഫെറൻസ് എന്നാണിത് അറിയപ്പെടുന്നത്. ഇനി ഒരു തരംഗത്തിന്റെ ശൃംഗവും മറ്റൊന്നിന്റെ ഗർത്തവും തമ്മിൽ യോജിപ്പിക്കുകയാണെന്നിരിക്കട്ടെ, അപ്പോൾ തരംഗങ്ങൾ രണ്ടും നിർവ്വീര്യമാക്കപ്പെടും. ഡിസ്ട്രക്ടീവ് ഇന്റർഫെറൻസ് എന്നാണീ പ്രതിഭാസം അറിയപ്പെടുന്നത്. ലിഗോയിലെ ടണലുകളിലൂടെ സഞ്ചരിച്ച് പ്രതിഫലകത്തിൽ തട്ടി തിരിച്ചുവരുന്ന ലേസർ ബീമുകളെ ഡിസ്ട്രക്ടീവ് ഇന്റർഫെറൻസിന് വിധേയമാക്കും. അതിനുശേഷം ഇന്റർഫെറോമീറ്ററുകൾ ഉപയോഗിച്ച് പരിശോധിക്കും. ഡിറ്റക്ടറിൽ പൂജ്യം രേഖപ്പെടുത്തിയാൽ എല്ലാം സ്വാഭാവികമായിരിക്കും. കാരണം ഒരേ നീളമുള്ള പാതയിലൂടെ മുന്നിലേക്കും പിന്നിലേക്കും പരസ്പരം വിപരീത ദിശകളിൽ സഞ്ചരിക്കുന്ന ലേസർ ബീമുകൾ ഡിസ്ട്രക്ടീവ് ഇന്റർഫെറൻസ് കാരണം പരസ്പരം നിർവ്വീര്യമാക്കപ്പെടേണ്ടതാണ്. അപ്പോൾ ഇന്റർഫെറോമീറ്ററിൽ ഒന്നും കാണാൻ കഴിയില്ല. ഇനി ഗുരുത്വാകർഷണതരംഗങ്ങൾ പതിക്കുമ്പോൾ പതിക്കുന്ന ദിശയിൽ ഭൂമിയുടെ വ്യാസത്തിൽ കുറവുണ്ടാവുകയും ലംബദിശയിൽ വർദ്ധനവുണ്ടാവുകയും ചെയ്യും. അതായത് `L' ആകൃതിയിലുള്ള ടണലിൽ ഒന്നിന്റെ നീളം കുറയുകയും മറ്റേതിന്റെ നീളം കൂടുകയും ചെയ്യുമെന്നർത്ഥം. അപ്പോൾ ടണലിലൂടെ ഇരുദിശയിലേക്കും ലേസർ ബീം സഞ്ചരിക്കുന്ന ദൂരത്തിൽ വ്യത്യാസമുണ്ടാകും. അതുകൊണ്ട് അവ ഡിസ്ട്രക്ടീവ് ഇന്റർഫെറൻസിലൂടെ പരസ്പരം നിർവ്വീര്യമാക്കപ്പെടില്ല. ഈ ചെറിയ വ്യത്യാസം വരെ ലൈറ്റ് ഡിറ്റക്ടറുകളിൽ കണ്ടുപിടിക്കാം. ഒരു ഗുരുത്വാകർഷണ തരംഗം ഇടിച്ചു കഴിയുമ്പോൾ ഭൂമിയുടെ വലിപ്പത്തിൽ ഒരു നാനോ മീറ്ററിന്റെ

ലക്ഷത്തിൽ ഒരുഭാഗം മാത്രമേ ചുരുങ്ങുകയും പിന്നീട് പൂർവ്വസ്ഥിതി പ്രാപിക്കുകയും ചെയ്യുകയുള്ളൂ. ഇത്ര നിസ്സാരമായ ചുരുങ്ങലുകളും പൂർവ്വസ്ഥിതി പ്രാപിക്കലുമെല്ലാം വഴി ലേസർ ബീമിനുണ്ടാകുന്ന സഞ്ചാരപാതയുടെ ദൈർഘ്യക്കുറവ് കൃത്യമായി തിരിച്ചറിയാൻതക്ക സംവേദനക്ഷമമാണ് ലിഗോയിലെ ഇന്റർഫെറോമീറ്ററുകൾ.

പ്രകാശത്തിന് സഞ്ചരിക്കാൻ ഒരു മാദ്ധ്യമം ആവശ്യമില്ലെന്ന് കണ്ടുപിടിക്കാനായി 19-ാം നൂറ്റാണ്ടിൽ ഉപയോഗിച്ച മൈക്കൽസൺ ഇന്റർഫെറോമീറ്ററിന്റെ നവീകരിച്ച മാതൃകയാണ് ലിഗോയിലുള്ളത്. എന്നാൽ ഒരു സാധാരണ ഇന്റർഫെറോമീറ്ററിനേക്കാൾ പല മടങ്ങ് വലുതും കൃത്യതയുള്ളതുമാണ് ലിഗോ. നാല് കിലോമീറ്ററുകൾ വീതം ദൈർഘ്യമുള്ളതാണ് ലിഗോയുടെ ടണലുകൾ. ഈ ടണലുകളിൽ സ്ഥാപിച്ചിരിക്കുന്ന പ്രതിഫലകങ്ങൾ ലേസർ ബീമിനെ 280 തവണ പ്രതിഫലിപ്പിച്ച് 1120 കിലോമീറ്ററോളം സഞ്ചരിപ്പിക്കുന്നു. കൂടുതൽ ദൂരം സഞ്ചരിക്കുമ്പോൾ നിസ്സാരമായ വ്യതിയാനം വരെ കണ്ടെത്താൻ കഴിയും. ലിഗോയുടെ രണ്ട് നിരീക്ഷണ കേന്ദ്രങ്ങൾ സ്ഥാപിച്ചിരിക്കുന്ന സ്ഥലങ്ങൾക്കും പ്രത്യേകതയുണ്ട്. ഹാൻഫോർഡിലെ ഒബ്സർവേറ്ററിയും ലിവിങ്സ്റ്റണിലെ ഒബ്സർവേറ്ററിയും തമ്മിൽ 3000 കിലോമീറ്റർ ദൂരമുണ്ട്. പ്രാദേശികമായി ഉണ്ടാകുന്ന വൈബ്രേഷനുകളെ ഒഴിവാക്കാനാണിത്. ഭൂകമ്പം പോലെയുള്ള പ്രാദേശിക പ്രതിഭാസങ്ങൾ ലിഗോയുടെ ടണലുകളിൽ കമ്പനം ഉണ്ടാക്കിയാൽ പരീക്ഷണഫലം തെറ്റായി വ്യാഖ്യാനിക്കപ്പെടും. അത് ഒഴിവാക്കാനാണ് പരീക്ഷണശാലകൾ ഇത്ര അകലങ്ങളിൽ സ്ഥാപിച്ചിട്ടുള്ളത്. ലിഗോ-ഇന്ത്യ കൂടി യാഥാർത്ഥ്യമാകുമ്പോൾ ഭൂമിയുടെ മറുവശത്തുനിന്നും കൂടി ഒരേസമയം ഗുരുത്വാകർഷണ തരംഗങ്ങളുടെ സാന്നിദ്ധ്യം അളക്കാൻ കഴിയും. ഇത് കൂടുതൽ സൂക്ഷ്മതയും വിശ്വസനീയതയും നല്കും.

പൊതുആപേക്ഷികതയുമായി ബന്ധപ്പെടുത്തിയല്ലാതെ ഗുരുത്വാകർഷണ തരംഗങ്ങളെ വിശദീകരിക്കാൻ കഴിയില്ല. ക്ലാസിക്കൽ ന്യൂട്ടോണിയൻ ഭൗതികത്തിൽ ഗുരുത്വാകർഷണ തരംഗങ്ങൾ സൃഷ്ടിക്കപ്പെടുന്നില്ല. അതുമാത്രവുമല്ല മഹാവിസ്ഫോടന സിദ്ധാന്തത്തിന് ഉറച്ച പിൻബലമാണ് ഗുരുത്വാകർഷണ തരംഗങ്ങൾ നല്കുന്നത്. മഹാവിസ്ഫോടനത്തെത്തുടർന്ന് 10^{-35} സെക്കന്റിനും 10^{-32} സെക്കന്റിനുമിടയിൽ ഒരു തന്മാത്രയുടെ വലിപ്പമുണ്ടായിരുന്ന ശൈശവ പ്രപഞ്ചത്തിൽ സംഭവിച്ച ത്വരിത വികാസം കാരണമാണ് പ്രപഞ്ചം ഇന്ന് കാണപ്പെടുന്നതുപോലെ സമദൈശികമായിരിക്കാൻ കാരണം. അലൻ ഗുത്ത് മുന്നോട്ടുവച്ച കോസ്മിക് ഇൻഫ്ളേഷൻ എന്ന ഈ മാതൃകയിലും ഗുരുത്വാകർഷണ തരംഗങ്ങൾക്ക് സ്ഥാനമുണ്ട്. എന്നാൽ തുടക്കവും ഒടുക്കവുമില്ലാത്ത സ്ഥിരസ്ഥിതി പ്രപഞ്ചമാതൃകയിലും നീൽ ടറോക്ക് വിഭാവനം ചെയ്ത ചാക്രിക പ്രപഞ്ചമാതൃകയിലും ഗുരുത്വാകർഷണ തരംഗങ്ങൾക്ക് നിലനില്പില്ല. പുതിയ കണ്ടുപിടിത്തം മഹാവിസ്ഫോടനത്തിനും ഇൻഫ്ളേഷനറി പ്രപഞ്ചമാതൃകയ്ക്കും കൂടുതൽ വിശ്വാസ്യത നല്കിയിരിക്കുകയാണ്. തമോദ്വാര

ങ്ങളെക്കുറിച്ചും ന്യൂട്രോൺ താരങ്ങളെക്കുറിച്ചുമുള്ള പഠനം പുതിയ തലങ്ങളിലേക്കെത്തിക്കുന്നതിലുപരി ഭൗതിക ശാസ്ത്രത്തിലെ നിരവധി സിദ്ധാന്തങ്ങൾ പരീക്ഷിച്ചറിയുന്നതിനും ഈ കണ്ടുപിടുത്തം വഴിയൊരുക്കും. സൈദ്ധാന്തിക ഭൗതികത്തിലെ ചരിത്ര സംഭവമായാണ് ഗുരുത്വാകർഷണ തരംഗങ്ങളുടെ കണ്ടുപിടിത്തം വാഴ്ത്തപ്പെടുന്നത്.

മനസ്സിലാക്കാൻ വിഷമമേറിയതും നിർദ്ധാരണം ചെയ്യാൻ പ്രയാസമുള്ളവയുമാണ് പൊതു ആപേക്ഷികതയും അതിലെ സമവാക്യങ്ങളും. ഉദാത്ത ഭൗതികവും ന്യൂട്ടന്റെ ഗുരുത്വാകർഷണനിയമവും നല്കുന്ന ജ്യാമിതീയ വിശദീകരണം വിശിഷ്ട ആപേക്ഷികതാസിദ്ധാന്തത്തിലെ (Special Theory of Relativity) നിയമങ്ങളുമായി കൂട്ടിച്ചേർത്താൽ പൊതു ആപേക്ഷികതയിലെത്താം. ഉദാത്ത ഭൗതികത്തിൽ ഒരു വസ്തുവിന്റെ ചലനം അതിന്റെ സ്വതന്ത്ര ചലനത്തെയും സ്വതന്ത്ര ചലനത്തിൽനിന്നുള്ള വ്യതിയാനത്തെയും അടിസ്ഥാനമാക്കിയാണ് നിർവ്വചിക്കപ്പെട്ടിരിക്കുന്നത്. ഈ വ്യതിയാനങ്ങൾ വസ്തുവിൽ പ്രവർത്തിക്കുന്ന ബാഹ്യബലങ്ങളുടെ ഫലമായി ഉണ്ടാകുന്നവയാണ്. ക്ലാസിക്കൽ ഭൗതികത്തിലെ സ്റ്റാന്റേർഡ് ഫ്രെയിമുകളിൽ ത്വരണമില്ലാത്ത സ്വതന്ത്ര ചലനത്തിലുള്ള ഒരു വസ്തുവിന്റെ പാത നേർരേഖയായിരിക്കും. എന്നാൽ പൊതു ആപേക്ഷികതാസിദ്ധാന്തപ്രകാരം സ്വതന്ത്ര വസ്തുവിന്റെ പാത ജിയോഡെസിക് അഥവാ വക്രീകരിച്ച സ്ഥലകാല ജ്യാമിതിയിലെ നേർരേഖയാണ്.

ന്യൂട്ടന്റെ ഗുരുത്വാകർഷണ നിയമപ്രകാരം സ്വതന്ത്രമായി പതിക്കുന്ന ഒരു വസ്തുവിന്റെ പാത അതിന്റെ സ്ഥാനത്തെയും ആദ്യപ്രവേഗത്തേയും മാത്രം ആശ്രയിച്ചിരിക്കുന്നു. അത് വസ്തുവിന്റെ മറ്റെല്ലാ സവിശേഷതകളിൽനിന്നും സ്വതന്ത്രമാണ്. എന്നാൽ ഐൻസ്റ്റൈന്റെ എലവേറ്റർ ചിന്താപരീക്ഷണം ഈ പരികല്പന തിരുത്തിക്കുറിച്ചു. അങ്ങനെ ഒരു പുതിയ വിഭാഗം ജഡത്വ ആധാരവ്യൂഹം നിർദ്ദേശിക്കപ്പെട്ടു. ഈ ആധാരവ്യൂഹ പ്രകാരം സ്ഥലത്തിന് സാധാരണ യൂക്ലിഡിയൻ ജ്യാമിതിയാണുള്ളത്. എന്നാൽ ത്രിമാന സ്ഥലവും സമയവും ഒന്നിച്ചു പരിഗണിക്കുമ്പോൾ ജ്യാമിതി സങ്കീർണ്ണമാകുന്നു. സ്ഥലകാല സദിശങ്ങൾ സ്വതന്ത്രമായി പതിക്കുന്ന കണികകളുടെ പാതയ്ക്കനുസരിച്ച് വ്യത്യാസപ്പെടുന്നു. ഇതിൽനിന്ന് സ്ഥലകാലത്തിന് യൂക്ലിഡിയൻ ജ്യാമിതിയിൽനിന്ന് ഒരു വളവുണ്ടെന്ന് അനുമാനിക്കാം. പ്രകാശ പ്രവേഗത്തെ അപേക്ഷിച്ച് വസ്തുവിന്റെ വേഗത കുറവായ സന്ദർഭങ്ങളിൽ ഉദാത്ത ഭൗതികവും വിശിഷ്ട ആപേക്ഷികതയും ഏതാണ്ട് സമാന ഫലമാണ് നല്കുന്നത്. ഗുരുത്വാകർഷണത്തെ ഒഴിവാക്കിയാൽ ഭൗതിക തത്ത്വങ്ങൾ ലോറൻസ് അപരിവർത്തനമാണെന്ന് കാണാൻ കഴിയും. ലോറൻസ് സമ്മിതി ഉപയോഗിക്കുമ്പോൾ ഉണ്ടാകുന്ന വ്യത്യാസങ്ങൾ പഠിക്കാൻ പ്രകാശസ്തൂപിക (Light Cones) എന്ന സങ്കല്പനമാണുപയോഗിക്കുന്നത്. ഗുരുത്വാകർഷണത്തിന്റെ അഭാവത്തിലാണ് വിശിഷ്ട ആപേക്ഷികത നിർവ്വചിക്കപ്പെട്ടിരിക്കുന്നത്. ഗുരുത്വാകർഷണം കൂടി പരിഗണിക്കുമ്പോൾ പ്രകാ

ശസ്തുപികയിലെ പ്രകാശസദൃശ രേഖകൾക്ക് വളവുണ്ടാകുന്നതായി കാണാൻ കഴിയും. അതായത് ഗുരുത്വബലത്തിന്റെ സാന്നിദ്ധ്യം സ്ഥല കാല ജ്യാമിതിയിൽ വളവുണ്ടാക്കുന്നുണ്ട്.

ഗുരുത്വാകർഷണത്തിന്റെ ആപേക്ഷികവും ജ്യാമിതീയവുമായ സ്വാധീനങ്ങൾ വിശദീകരിച്ച ശേഷവും അതിന്റെ ഉറവിടം എന്താണെന്ന ചോദ്യം അവശേഷിച്ചു. ന്യൂട്ടോണിയൻ ഭൗതികത്തിൽ ഗുരുത്വാ കർഷണത്തിന്റെ സ്രോതസ്സ് പിണ്ഡമാണ്. വിശിഷ്ട ആപേക്ഷികതയിൽ പിണ്ഡം എന്നത് കുറച്ചുകൂടി സാമാന്യവല്ക്കരിക്കപ്പെട്ട ഊർജ്ജ-സംവേഗ ടെൻസറിന്റെ ഭാഗമാണ്. ഐൻസ്റ്റൈന്റെ തുല്യതാതത്ത്വപ്ര കാരം ഈ ടെൻസറിനെ വക്രീകരിച്ച സ്ഥലകാലത്തിലേക്ക് വീണ്ടും സാമാ ന്യവല്ക്കരിക്കാം. വിശിഷ്ട ആപേക്ഷികത പ്രകാരം ഊർജ്ജത്തിന്റെയും സംവേഗത്തിന്റെയും സംരക്ഷണനിയമങ്ങൾ ഊർജ്ജ-സംവേഗ ടെൻസറിന്റെ ഡൈവർജൻസി ഇല്ലായ്മയാണ് കാണിക്കുന്നത്. ഇതേ തത്ത്വം വളഞ്ഞ സ്ഥലകാലത്തിലും പ്രായോഗികമാണ്. അതായത് വിശിഷ്ട ആപേക്ഷികതയിലെ ഭാഗിക അവകലജങ്ങൾക്ക് പകരം അവ യുടെ തത്തുല്യങ്ങൾ ഉപയോഗിച്ചാൽ പൊതു ആപേക്ഷികതയിലെത്താം. അതിനുശേഷം ഊർജ്ജ-സംവേഗ ടെൻസറിന്റെ കോ-വേരിയന്റ് ഡൈവർജൻസ് പൂജ്യമായി എടുത്താൽ ഐൻസ്റ്റൈന്റെ ക്ഷേത്ര സമ വാക്യങ്ങൾ അതിന്റെ ഏറ്റവും ലളിതമായ രൂപത്തിൽ ലഭിക്കും.

പൊതു ആപേക്ഷികത ഗുരുത്വാകർഷണത്തിന്റെ ജ്യാമിതിയെക്കു റിക്കുന്ന സിദ്ധാന്തമാണ്. അതിന്റെ അടിത്തറ ഐൻസ്റ്റൈന്റെ ക്ഷേത്ര സമവാക്യങ്ങളാണ് (Field Equations). ഈ സമവാക്യങ്ങൾ ചതുർമ്മാന തലത്തിലുള്ള സ്ഥലകാല ജ്യാമിതിയെ അതിലടങ്ങിയ ദ്രവ്യത്തിന്റെ അള വുമായി ബന്ധപ്പെടുത്തുന്നു. ഗുരുത്വാകർഷണം ഒരു ബലമല്ല, മറിച്ച് ചതുർമ്മാന സ്ഥലകാലത്തിന്റെ സവിശേഷതയാണ്. ഗുരുത്വാകർഷണം ഖഗോളവസ്തുക്കളുടെ ചലനപാത വ്യത്യാസപ്പെടുത്തുകയല്ല, മറിച്ച് ദ്രവ്യ ത്തിന്റെ സാന്നിദ്ധ്യത്തിൽ വളഞ്ഞ സ്ഥലകാലത്തിലൂടെ വസ്തുക്കൾ നേർരേഖയിൽ സഞ്ചരിക്കുകയാണ് ചെയ്യുന്നത്. അതായത് സ്ഥലകാലം ദ്രവ്യത്തിന് എങ്ങനെ സഞ്ചരിക്കണമെന്ന് കാണിച്ചുകൊടുക്കുന്നു. ദ്രവ്യം സ്ഥലകാലത്തെ എങ്ങനെ വളയണമെന്നും. ഐൻസ്റ്റൈന്റെ സമവാക്യ ങ്ങൾ അരേഖീയമായതുകൊണ്ട് അവയുടെ പൂർണ്ണ നിർദ്ധാരണം സാദ്ധ്യ മല്ല. എങ്കിലും ഏതാനും നിർദ്ധാരണമൂല്യങ്ങൾ കണ്ടെത്തിയിട്ടുണ്ട്. അവ യിൽ ഏറ്റവും പ്രശസ്തമായതും ഭൗതികശാസ്ത്രത്തിൽ പ്രയോഗത്തി ലുള്ളതുമായ നിർദ്ധാരണ മൂല്യങ്ങൾ ഷ്വാർസ്ചൈൽഡ്, റെയ്സ്നർ, കെർ നിർദ്ധാരണങ്ങളാണ്. ഇവയോരോന്നും ശൂന്യപ്രപഞ്ചത്തിലെ തമോ ദ്വാരങ്ങളുമായി ബന്ധപ്പെട്ടിരിക്കുന്നു. ഫ്രീഡ്മാൻ-റോബർട്സൺ-വാക്കർ മെട്രിക്, ഡിസിറ്റർ മെട്രിക് എന്നീ നിർദ്ധാരണങ്ങൾ വികസിക്കുന്ന പ്രപ ഞ്ചത്തിന്റെ മാതൃക നല്കുന്നു.

പൊതു ആപേക്ഷികതയ്ക്ക് നിരവധി ഭൗതിക ഫലങ്ങളുണ്ട്. ചിലത് സിദ്ധാന്തത്തിന്റെ നിയമങ്ങളിൽനിന്ന് നേരിട്ട് ലഭിക്കുന്നവയാണെങ്കിൽ ചിലത് സിദ്ധാന്തത്തിന്റെ പ്രസിദ്ധീകരണത്തിനുശേഷം ദശാബ്ദങ്ങൾ ഗവേഷണം നടത്തി കണ്ടെത്തിയവയാണ്. സമയത്തിന്റെ ഗുരുത്വ ദീർഘവും ആവൃത്തി നീക്കവും, ഗുരുത്വാപവർത്തനം, അപസൗരത്തിന്റെയും ഉപസൗരത്തിന്റെയും പുരസരണം, ഓർബിറ്റൽ ശോഷണം, ഗ്രാവിറ്റേഷണൽ ലെൻസിങ്, തമോദ്വാരങ്ങൾ, ഗുരുത്വാകർഷണ തരംഗങ്ങൾ എന്നിവയെല്ലാം പൊതു ആപേക്ഷികതയുടെ ഭൗതിക ഫലങ്ങളാണ്. പ്രവചനത്തിനുശേഷം ഒരു നൂറ്റാണ്ട് കഴിഞ്ഞ് ആധുനിക ശാസ്ത്രീയ ഉപകരണങ്ങളുടെ സഹായത്തോടെ ഗുരുത്വാകർഷണ തരംഗങ്ങളെ കണ്ടെത്താൻ കഴിഞ്ഞത് ഈ സിദ്ധാന്തത്തിന്റെ ഗണിത അടിത്തറയുടെയും കെട്ടുറപ്പിന്റെയും തെളിവാണ്. ആധുനിക പ്രപഞ്ചവിജ്ഞാന ശാഖയുടെ അടിസ്ഥാനശിലയാണ് ആപേക്ഷികത. ന്യൂട്ടന്റെ ഗുരുത്വാകർഷണ സിദ്ധാന്തത്തിന് വിശദീകരിക്കാൻ കഴിയാത്ത പലതും വിശദീകരിക്കാൻ ആപേക്ഷികതയ്ക്ക് കഴിയുന്നുണ്ട്. സ്ഥലകാര്യം എന്ന സങ്കല്പം മുന്നോട്ടുവയ്ക്കുന്നതും ആപേക്ഷികതയാണ്.

പൊതുആപേക്ഷികതയിൽ പൊതുവായി ഉപയോഗിക്കുന്ന ഒരു വാക്കാണ് സ്ഥലകാലം. സ്പേസിന്റെ മൂന്ന് മാനങ്ങളും സമയം എന്ന നാലാം മാനവും ചേർന്ന് നിർവ്വചിക്കുന്ന ഒരു ഗണിതശാസ്ത്ര മാതൃകയാണ് സ്ഥലകാലം. പൊതു ആപേക്ഷികതാസിദ്ധാന്തം വിശദീകരിക്കപ്പെടുന്നത് പ്രധാനമായും മിൻക്കോവ്സ്ക്കി അവതരിപ്പിച്ച സ്ഥലകാലം എന്ന മാതൃക അടിസ്ഥാനപ്പെടുത്തിയാണ്. സങ്കല്പിക്കാൻ പ്രയാസമുള്ള ഒരു മാതൃകയാണ് സ്ഥലകാല നൈരന്തര്യം (Spacetime Continuum). നാല് മാനങ്ങളുള്ള ഒരു പ്രദേശത്ത് ഒരു ബിന്ദു നിർവ്വചിക്കപ്പെടുന്നത് ഒരു സംഭവം ആയാണ്. സ്ഥലകാലത്തിലുള്ള ഒരു സംഭവത്തിന് എവിടെ എന്നും എപ്പോൾ എന്നുമുള്ള നിർവ്വചനങ്ങൾ ഉണ്ടായിരിക്കും.

ഐൻസ്റ്റൈന്റെ പൊതു ആപേക്ഷികതാസിദ്ധാന്തമാണ് ഗുരുത്വാകർഷണം വിശദീകരിക്കുന്നതിൽ കൂടുതൽ വിജയിച്ചത്. പിണ്ഡമുള്ള വസ്തുവിന്റെ സ്ഥലകാലത്തിലുള്ള സാന്നിദ്ധ്യമാണ് ഗുരുത്വാകർഷണത്തിന് കാരണമെന്നാണ് ഐൻസ്റ്റൈന്റെ നിഗമനം. സ്പേസിൽ ഒരു വസ്തുവിന്റെ പിണ്ഡത്തിലുണ്ടാകുന്ന വ്യതിയാനം എങ്ങനെയാണ് നിശ്ചിത ദൂരത്തിലുള്ള മറ്റു വസ്തുക്കളിൽ അനുഭവപ്പെടുന്നത് എന്നും ഈ വ്യതിയാനം ഒരിടത്തുനിന്നും മറ്റൊരിടത്തേക്ക് പ്രക്ഷേപിക്കപ്പെടുന്നത് എങ്ങനെയാണെന്നതിനുമുള്ള വിശദീകരണമാണ് ഗുരുത്വാകർഷണ തരംഗങ്ങൾ. കുളത്തിലേക്ക് വലിച്ചെറിയുന്ന കല്ല് ജലോപരിതലത്തിലുണ്ടാക്കുന്ന തരംഗങ്ങൾക്ക് സമാനമായി പിണ്ഡത്തിൽ മാറ്റമുണ്ടാകുമ്പോൾ ഗുരുത്വാകർഷണ തരംഗങ്ങൾ സ്ഥലകാലത്തിലൂടെ സഞ്ചരിക്കുമെന്ന് ഐൻസ്റ്റൈൻ പ്രവചിച്ചു. ഈ പ്രവചനത്തിന്റെ സ്ഥിരീകരണമെന്ന് ലിഗോ

പരീക്ഷണശാലയിൽനിന്ന് ഒരു നൂറ്റാണ്ടിനു ശേഷം ഉണ്ടായിരിക്കുന്നത്.

ലിഗോ പ്രവർത്തിക്കുന്നത് ക്വാണ്ടം മെക്കാനിക്ക്സിലെ നിയമങ്ങൾ അനുസരിച്ചാണ്. ഗുരുത്വാകർഷണ തരംഗങ്ങളുടെ കണ്ടുപിടിത്തം ആപേക്ഷികതയെ വീണ്ടും ബലപ്പെടുത്തുന്നു. ഈ രണ്ടു സിദ്ധാന്തങ്ങളുടെയും പൊരുത്തക്കേടുകൾ ശാസ്ത്രലോകത്ത് ചർച്ചാവിഷയവുമാണ്. ക്വാണ്ടം മെക്കാനിക്ക്സ് സൂക്ഷ്മപ്രപഞ്ചത്തിന്റെ ചലനനിയമങ്ങൾ വിവരിക്കുമ്പോൾ സ്ഥൂലപ്രപഞ്ചത്തിന്റെ ചര്യകൾ വിവരിക്കുന്നത് ആപേക്ഷികതയാണ്. ആപേക്ഷികതയിലെ കൃത്യത സൂക്ഷ്മപ്രപഞ്ചത്തിലും, ക്വാണ്ടം മെക്കാനിക്ക്സിലെ അനിശ്ചിതത്വം സ്ഥൂലപ്രപഞ്ചത്തിലും പ്രക്ഷേപിക്കാൻ കഴിയില്ല. എന്നാൽ പുതിയ കണ്ടുപിടിത്തം ഒരു ഏകീകൃത പ്രപഞ്ച സിദ്ധാന്തത്തിനുള്ള അന്വേഷണത്തെ ത്വരിതപ്പെടുത്തും. സ്ഥലകാലത്തിലൂടെ വികിരണനഷ്ടമോ, പ്രതിഫലന നഷ്ടമോ കൂടാതെ സഞ്ചരിക്കാൻ കഴിയുന്നവയാണ് ഗുരുത്വാകർഷണ തരംഗങ്ങൾ. അതുകൊണ്ടുതന്നെ അവ വഹിച്ചുകൊണ്ടുവരുന്ന വിവരങ്ങൾ അമൂല്യമാണ്. ശാസ്ത്രലോകം ആവേശത്തോടെയാണ് നൂറ്റാണ്ടിലെ ഏറ്റവും മഹത്തായ ഈ കണ്ടുപിടിത്തത്തെ നോക്കിക്കാണുന്നത്. കാരണം ഗുരുത്വാകർഷണ തരംഗങ്ങൾ അഭിമുഖീകരിക്കുന്നത് ഭൗതികശാസ്ത്രത്തിന്റെ ഭാവിയാണ്.

പ്രകാശത്തേക്കാൾ വേഗമുള്ള ടാക്കിയോൺ

ആൽബർട്ട് ഐൻസ്റ്റൈനെ വെല്ലുവിളിച്ച് പ്രകാശത്തെക്കാൾ വേഗതയുള്ള ടാക്കിയോൺ എന്ന കണികയെ അവതരിപ്പിച്ച് പരാജയമടയുകയും ഒടുവിൽ ആത്മീയതയിലും വേദാന്തത്തിലും അഭയം പ്രാപിച്ച് പരാജിതനായ ശാസ്ത്രജ്ഞൻ എന്നായിരിക്കും ചിലരെങ്കിലും ഡോ. സുദർശനെപ്പറ്റി വായിച്ചിരിക്കുക. എന്നാൽ ഇതൊന്നുമല്ല ഡോ.സുദർശൻ. ക്വാണ്ടം ഭൗതികത്തിലെ എണ്ണം പറഞ്ഞ പല സിദ്ധാന്തങ്ങളും ഡോ.സുദർശന്റെ പേരിലാണുള്ളത്. ഒരുപക്ഷേ, ആധുനിക ലോകത്തെ ഏറ്റവും നിർഭാഗ്യവാനായ ശാസ്ത്രജ്ഞൻ എന്ന വിശേഷണമായിരിക്കും അദ്ദേഹത്തിന് കൂടുതൽ അനുയോജ്യം. ഒൻപത് പ്രാവശ്യം നൊബേൽ പുരസ്കാരത്തിന് നാമനിർദ്ദേശം ചെയ്യപ്പെട്ടുവെങ്കിലും ഒരിക്കൽ പോലും അവാർഡ് അദ്ദേഹത്തെ തേടിയെത്തിയില്ല. അദ്ദേഹത്തോടൊപ്പവും അദ്ദേഹത്തിനുശേഷവും അദ്ദേഹം രൂപപ്പെടുത്തിയ സിദ്ധാന്തങ്ങളിൽ പ്രവർത്തിച്ചവർക്കും ഗവേഷണം ചെയ്തവർക്കും നൊബേൽ പുരസ്കാരം ലഭിച്ചു എന്നറിയുമ്പോൾ അർഹതപ്പെട്ട അംഗീകാരം നഷ്ടമായ ശാസ്ത്രകാരന്റെ വികാരം ഉൾക്കൊള്ളാൻ ഒരുപക്ഷേ, കഴിഞ്ഞേക്കാം. ഊർജ്ജതന്ത്രത്തിനുള്ള നൊബേൽ പുരസ്കാരം തനിക്കു ലഭിക്കാതെ പോയത് ശാസ്ത്രലോകത്തെ തല്പരകക്ഷികളുടെ ഇടപെടൽ മൂലമാണെന്ന് ഡോ. സുദർശൻ ആരോപിക്കുന്നുണ്ട്. തന്റെ കണ്ടെത്തലുകൾ സ്വന്തം പേരിലാക്കി അവാർഡുകൾ വാങ്ങിയവരുടെ കൂട്ടത്തിൽ നൊബേൽ പുരസ്കാരജേതാവ് മറെ ഗെൽമാൻ, ഇഗോൺ ക്രൗസ് എന്നിവരുടെ പേരുകൾ സുദർശൻ എടുത്തു പറയുന്നുണ്ട്.

നൊബേൽ പുരസ്കാരം ലഭിച്ചില്ലെങ്കിലും ഫിസിക്സിലെ ഏറ്റവും മൂല്യമുള്ള അവാർഡ് എന്ന് വിശേഷിക്കപ്പെടുന്ന ഡിറാക്ക് മെഡൽ 2010 ൽ

ഡോ. സുദർശന് ലഭിക്കുകയുണ്ടായി. ഇതു കൂടാതെ നിരവധി പുരസ്കാരങ്ങൾക്കും അദ്ദേഹം അർഹനായിട്ടുണ്ട്. 1970 ൽ സി വി രാമൻ അവാർഡ്, 1976 ൽ പദ്മ ഭൂഷൺ, 1977 ൽ ബോസ് മെഡൽ, 1985 ൽ തേർഡ് വേൾഡ് അക്കാദമി ഓഫ് സയൻസ് പുരസ്കാരം, 2006 ൽ മയൊറാന അവാർഡ്, 2007 ൽ പദ്മവിഭൂഷൺ, 2013 ൽ ശാസ്ത്ര മേഖലയിലെ സമഗ്ര സംഭാവനയ്ക്കുള്ള കേരള ശാസ്ത്ര പുരസ്കാരം എന്നീ അവാർഡുകളും അദ്ദേഹം കരസ്ഥമാക്കിയിട്ടുണ്ട്. ഡോ. സുദർശൻ–ഗ്ലോബർ റെപ്രസന്റേഷൻ, ക്ഷീണ ന്യൂക്ലിയർ ബലവുമായി ബന്ധപ്പെട്ട V-A തിയറി, ടാക്കിയോണുകൾ എന്ന പ്രകാശാതിവേഗ കണങ്ങൾ, ക്വാണ്ടം സിനോ എഫക്ട് എന്ന ക്വാണ്ടം മെക്കാനിക്കൽ പ്രതിഭാസം, ഓപ്പൺ ക്വാണ്ടം സിസ്റ്റം, സ്പിൻ സ്റ്റാറ്റിറ്റിക്സിലുള്ള സംഭാവനകൾ എന്നീ മേഖലകളിലാണ് ഡോ. സുദർശൻ ശാസ്ത്രലോകത്ത് തന്റെ പേര് അടയാളപ്പെടുത്തിയിരിക്കുന്നത്.

കോട്ടയം ജില്ലയിലെ പള്ളത്ത് എണ്ണക്കൽ വീട്ടിൽ 1931 സെപ്തംബർ 16 ന് ആണ് സുദർശൻ ജനിച്ചത്. പിതാവ് ഇ ഐ ചാണ്ടി റവന്യൂ സൂപ്പർവൈസറും മാതാവ് അച്ചാമ്മ അദ്ധ്യാപികയുമായിരുന്നു. കോട്ടയം സി എം എസ് കോളേജിലെ പഠനത്തിനു ശേഷം മദ്രാസ് ക്രിസ്റ്റ്യൻ കോളേജ്, മദ്രാസ് യൂണിവേഴ്സിറ്റി, റോച്ചസ്റ്റർ യൂണിവേഴ്സിറ്റി എന്നിവിടങ്ങളിൽ ഉപരിപഠനം നടത്തി. സൈദ്ധാന്തിക ഭൗതികമായിരുന്നു അദ്ദേഹത്തിന്റെ ഗവേഷണ മേഖല. അമേരിക്കയിൽ സ്ഥിരതാമസമാക്കിയ ഡോ. സുദർശൻ തന്റെ 86–ാമത്തെ വയസ്സിൽ 2018 മെയ് 14 ന് ആണ് ലോകത്തോട് വിട പറഞ്ഞത്. ടാറ്റാ ഇൻസ്റ്റിറ്റ്യൂട്ട് ഓഫ് ഫണ്ടമെന്റൽ സയൻസ്, ടെക്സാസ് യൂണിവേഴ്സിറ്റി, ഇൻസ്റ്റിറ്റ്യൂട്ട് ഓഫ് മാത്തമാറ്റിക്കൽ സയൻസസ് (ചെന്നൈ), റോച്ചസ്റ്റർ യൂണിവേഴ്സിറ്റി, ഹാർവാർഡ് സർവ്വകലാശാല എന്നിവിടങ്ങളിൽ അദ്ധ്യാപകനായും ഡോ.സുദർശൻ സേവനമനുഷ്ഠിച്ചിട്ടുണ്ട്.

ചെറുപ്പത്തിൽ എണ്ണയിടാൻ പിതാവ് താഴെയിറക്കിയ വയസ്സൻ ഘടികാരത്തിനുള്ളിലെ പെൻഡുലത്തിന്റെ പ്രവർത്തനം കണ്ടപ്പോഴാണ് തന്റെ ഉള്ളിൽ ശാസ്ത്രകൗതുകം ഉണർന്നതെന്ന് സുദർശൻ വെളിപ്പെടുത്തിയിട്ടുണ്ട്. പിന്നീടൊരു ദിവസം ജ്യേഷ്ഠൻ വായിച്ചതിനു ശേഷം മറന്നുവച്ച ഭൗതിക ശാസ്ത്ര പാഠപുസ്തകം സുദർശൻ മറിച്ചു നോക്കി. അതിൽ പെൻഡുലത്തിന്റെ ദോലന കാലം (Period) കണക്കുകൂട്ടി കണ്ടുപിടിക്കുന്നത് ഈ പുസ്തകത്തിന്റെ പരിധിക്കപ്പുറമാണെന്ന് എഴുതിയിരിക്കുന്നത് സുദർശന്റെ ശ്രദ്ധയിൽപ്പെട്ടു. എന്നാൽ ഈ വെല്ലുവിളി സ്വയം ഏറ്റെടുത്ത സുദർശൻ അതിനായി ഒരു നിർദ്ധാരണം രൂപീകരിക്കുകയും അതിന്റെ മൂല്യം കണ്ടെത്തുകയും ചെയ്തു. നൂറ്റാണ്ടിനുമപ്പുറം ക്രിസ്റ്റ്യൻ ഹൈഗൻസ് കണ്ടെത്തിയ നിർദ്ധാരണത്തിൽനിന്ന് തികച്ചും വ്യത്യസ്തമായ മാർഗ്ഗത്തിലൂടെയായിരുന്നു സുദർശന്റെ കണ്ടുപിടുത്തം. സുദർശൻ എന്ന ശാസ്ത്രജ്ഞന്റെ വളർച്ച അവിടെ ആരംഭിച്ചു എന്നു പറയാം.

കോട്ടയം സി എം എസ് കോളേജിലെ വിദ്യാഭ്യാസത്തെത്തുടർന്ന് 1951 ൽ മദ്രാസ് ക്രിസ്റ്റ്യൻ കോളേജിൽനിന്ന് ഡിഗ്രി ഹോണേഴ്സ് കരസ്ഥമാക്കി. 1952 ൽ തന്നെ മദ്രാസ് യൂണിവേഴ്സിറ്റിയിൽനിന്ന് മാസ്റ്റേഴ്സ് ബിരുദവും നേടി. തുടർന്ന് മുംബൈയിലെ ടാറ്റാ ഇൻസ്റ്റിറ്റ്യൂട്ട് ഓഫ് ഫണ്ടമെന്റൽ റിസർച്ചിൽ എത്തിച്ചേർന്ന സുദർശന് ഹോമി ഭാഭ ഉൾപ്പെടെയുള്ള പ്രഗത്ഭ ശാസ്ത്രജ്ഞരുടെ കീഴിൽ പഠിക്കാൻ കഴിഞ്ഞു. തുടർന്ന് ന്യൂയോർക്കിലേക്ക് ചേക്കേറിയ സുദർശൻ റോച്ചസ്റ്റർ യൂണിവേഴ്സിറ്റിയിൽനിന്ന് പ്രൊഫ. റോബർട്ട് മാർഷാക്കിന്റെ കീഴിൽ ഭൗതിക ശാസ്ത്രത്തിൽ ഡോക്ടറേറ്റ് കരസ്ഥമാക്കി. പോസ്റ്റ് ഡോക്ടറൽ പഠനം പൂർത്തിയാക്കിയത് ജൂലിയൻ സ്വിങ്ങറുടെ കീഴിൽ ഹാർവാർഡ് യൂണിവേഴ്സിറ്റിയിൽനിന്നാണ്.

മൗലിക ബലങ്ങളിലൊന്നായ ക്ഷീണ ന്യൂക്ലിയർ ബലവുമായി ബന്ധപ്പെട്ടുകൊണ്ടുള്ള സിദ്ധാന്തമായിരുന്നു സുദർശന്റെ പി എച്ച് ഡി ഗവേഷണ പ്രബന്ധം. എന്നാൽ ഗൈഡ് ആയ റോബർട്ട് മാർഷാക്കിന് ഈ പ്രബന്ധത്തിൽ കാര്യമായ താല്പര്യം തോന്നാത്തതുകൊണ്ട് അക്കാലത്തെ പ്രശസ്തനായ ക്വാണ്ടം ഭൗതികജ്ഞനായ മറെ ഗെൽമാനുമായി ചർച്ച ചെയ്യാൻ നിർദ്ദേശിക്കുകയുണ്ടായി. അടിസ്ഥാന ബലങ്ങളെ സംയോജിപ്പിക്കുന്നതിനും അതുവഴി ഒരു ഏകീകൃത പ്രപഞ്ചസിദ്ധാന്തം സ്വരൂപീകരിക്കുന്നതിനുമുള്ള ആദ്യ നീക്കമായ ഇലക്ട്രോ–വീക്ക് തിയറിയുടെ ചവിട്ടുപടി ആകുമായിരുന്ന ഈ പ്രബന്ധത്തെക്കുറിച്ച് ഗെൽമാനുമായി വേണ്ടത്ര ചർച്ച ചെയ്യുന്നതിന് സുദർശന് അവസരം ലഭിച്ചില്ല. അധികം താമസിയാതെ റിച്ചാർഡ് ഫെയ്ൻമാനും മറെ ഗെൽമാനും ചേർന്ന് V-A theory of the weak force അവതരിപ്പിച്ചു. 1963 ൽ ഫെയ്ൻമാൻ നടത്തിയ ഒരു പ്രഭാഷണത്തിൽ V-A തിയറിയുടെ സ്രഷ്ടാവ് ഡോ.സുദർശൻ ആണെന്നും താനും ഗെൽമാനും ചേർന്ന് ഈ സിദ്ധാന്തത്തെ വിപുലപ്പെടുത്തുകയാണ് ഉണ്ടായതെന്നും സൂചിപ്പിക്കുകയുണ്ടായി. ഒരു കെട്ടിടത്തിന്റെ അടിത്തറയും ആദ്യനിലയും പണിതുയർത്തിയ ആൾ അവഗണിക്കപ്പെടുകയും രണ്ടാം നിലയും മിനുക്കുപണികളും നടത്തിയവർ അംഗീകരിക്കപ്പെടുകയും ചെയ്ത അവസ്ഥയായി ഇതിനെ സുദർശൻ പിന്നീട് വിലയിരുത്തുകയുണ്ടായി. അണുകേന്ദ്രത്തിലെ കണങ്ങൾക്കുള്ളിലെ അടിസ്ഥാന പ്രതിപ്രവർത്തനങ്ങളെക്കുറിച്ച് വിവരിക്കുന്ന ഈ സിദ്ധാന്തം എങ്ങനെയാണ് ദ്രവ്യത്തിന്റെ ഉല്പത്തി എന്ന് വ്യക്തമാക്കാൻ പര്യാപ്തമായ നീക്കമാണ്. ബീറ്റാ ജീർണ്ണനം വിശദീകരിക്കുന്നതിനും റേഡിയോ ആക്ടിവിറ്റിയെക്കുറിച്ച് പ്രതിപാദിക്കുന്നതിനും സുദർശൻ രൂപീകരിക്കുകയും പിന്നീട് ഗെൽമാനും ഫെയ്ൻമാനും ചേർന്ന് സ്വന്തമാക്കുകയും ചെയ്ത ഈ സിദ്ധാന്തത്തിന് കഴിഞ്ഞിട്ടുണ്ട്. വെക്ടർ–ആക്സിയൽ വെക്ടർ ഇന്ററാക്ഷൻസ് എന്നതിന്റെ ചുരുക്ക രൂപമാണ് V-A തിയറി. കൊഹറന്റ് ലൈറ്റുമായി ബന്ധപ്പെടുത്തി സുദർശനും ഗ്ലോബറും ചേർന്ന് രൂപപ്പെടുത്തിയ അവതരണമാണ് സുദർശൻ–ഗ്ലോ

ബർ റെപ്രസന്റേഷൻ. ഈ കണ്ടുപിടിത്തത്തിന് ഗ്ലോബറിന് 2005 ൽ നൊബേൽ പുരസ്കാരം ലഭിക്കുകയുണ്ടായെങ്കിലും ഇതിൽ സുദർശന്റെ പങ്ക് കണ്ടില്ലെന്ന് നടിക്കുകയായിരുന്നു നൊബേൽ പുരസ്കാരസമിതി ചെയ്തത്. ക്വാണ്ടം ഒപ്റ്റിക്സുമായി ബന്ധപ്പെട്ടാണ് സുദർശന്റെ ഏറ്റവും വലിയ സംഭാവന ഉണ്ടായിട്ടുള്ളത്. സുദർശൻ റെപ്രസന്റേഷൻ എന്നറിയപ്പെടുന്ന ഈ പരികല്പനയിലൂടെ പ്രകാശ പ്രതിഭാസങ്ങൾ പൂർണ്ണമായും ക്വാണ്ടം പ്രഭാവങ്ങളാണെന്നും ക്ലാസിക്കൽ ഫിസിക്സിന് അത് വിശദീകരിക്കാൻ കഴിയില്ലെന്നും സുദർശൻ സമർത്ഥിക്കുന്നു. പ്രകാശത്തേക്കാൾ വേഗതയുള്ള കണങ്ങൾ ഉണ്ടെന്നു കണ്ടെത്തിയതും അവയ്ക്ക് ടാക്കിയോണുകൾ എന്ന് വിളിപ്പേരിട്ടതും സുദർശനാണ്. ഓപ്പൺ ക്വാണ്ടം സിസ്റ്റവുമായി ബന്ധപ്പെട്ട ഫോർമലിസം രൂപീകരിച്ചതും ഡോ.സുദർശനാണ്. വൈദ്യനാഥ് മിശ്രയുമായി ചേർന്ന് ക്വാണ്ടം സിനോ എഫക്ട് എന്ന ക്വാണ്ടം പരിപ്രേക്ഷ്യം അവതരിപ്പിച്ചതിലൂടെ ക്വാണ്ടം ഭൗതികത്തിലെ എണ്ണം പറയുന്ന ഒരു പരികല്പന കൂടി പിറക്കുന്നതിനും കാരണമായി. നിരീക്ഷകന്റെ സാന്നിദ്ധ്യമാണ് ഒരു ക്വാണ്ടം വ്യൂഹത്തിൽ മാറ്റങ്ങളുണ്ടാകാതിരിക്കാൻ കാരണമെന്നും നിരീക്ഷകന്റെ അസാന്നിദ്ധ്യത്തിൽ ഈ വ്യൂഹത്തിൽ മാറ്റമുണ്ടാകുമെന്നുമാണ് ക്വാണ്ടം സിനോ എഫക്ട് വ്യാഖ്യാനിക്കുമ്പോൾ ലഭിക്കുന്നത്. ഡിറാക്ക് സമീകരണമുപയോഗിച്ച് ചാർജ്ജിത കണങ്ങളുമായി ബന്ധപ്പെട്ട ഒരു ക്വാണ്ടം സിദ്ധാന്തവും സുദർശന്റെ മേൽനോട്ടത്തിൽ രൂപീകരിക്കപ്പെട്ടിട്ടുണ്ട്.

1960 കളിൽ ഡോ. സുദർശൻ റോച്ചസ്റ്റർ യൂണിവേഴ്സിറ്റിയിൽ ക്വാണ്ടം ഒപ്റ്റിക്സുമായി ബന്ധപ്പെട്ട് പ്രവർത്തിച്ചു വരുമ്പോഴാണ് പരമ്പരാഗത വിദ്യുത്കാന്തിക തരംഗസിദ്ധാന്തം ഒപ്റ്റിക്കൽ ഫീൽഡുകൾ വിശദീകരിക്കുന്നതിൽ അപര്യാപ്തമാണെന്ന് സൂചിപ്പിച്ചുകൊണ്ട് ഗ്ലോബർ ഒരു കത്തയച്ചത്. വിദ്യുത്കാന്തിക സിദ്ധാന്തം ഒരു സമ്പൂർണ്ണ സിദ്ധാന്തമാണെന്ന് കരുതിയിരുന്ന സുദർശൻ അക്കാര്യത്തെക്കുറിച്ച് കൂടുതൽ പഠിക്കുകയും സുദർശൻ ഗ്ലോബർ റെപ്രസന്റേഷൻ എന്ന പേരിൽ ഒരു സമീകരണം രൂപപ്പെടുത്തുകയും ചെയ്തു. എന്നാൽ ഗ്ലോബർ സുദർശന്റെ സമീകരണത്തെ വിമർശിച്ചുകൊണ്ട് *പി–റെപ്രസന്റേഷൻ* എന്ന പേരിൽ ഒരു പേപ്പർ പ്രസിദ്ധീകരിച്ചു. പക്ഷേ, സുദർശൻ–ഗ്ലോബർ റെപ്രസന്റേഷനിൽനിന്നും അതിനൊരു മാറ്റവുമില്ലായിരുന്നു. 2005 ൽ ഗ്ലോബറിന് ഭൗതിക ശാസ്ത്രത്തിനുള്ള നൊബേൽ പുരസ്കാരം ലഭിച്ചത് *പി–റെപ്രസന്റേഷന്* ആയിരുന്നു. എന്നാൽ സുദർശന്റെ പേര് അവാർഡ് നിർണ്ണയ കമ്മിറ്റി പരിഗണിച്ചില്ല. തന്റെ കണ്ടെത്തലിന് മറ്റൊരാൾക്ക് പുരസ്കാരം ലഭിക്കുന്നത് നോക്കി നില്ക്കാനേ സുദർശന് സാധിച്ചുള്ളു. അദ്ദേഹത്തിന്റെ അവകാശവാദം അവാർഡ് നിർണ്ണയ സമിതി അംഗീകരിച്ചില്ല. ഇലക്ട്രോവീക്ക് തിയറിയുമായി ബന്ധപ്പെട്ട ഗവേഷണങ്ങൾക്ക് 1979 ൽ സ്റ്റീഫൻ വെയ്ൻബെർഗ്, ഷെൽഡൺ ഗ്ലാഷോ, അബ്ദുസ് സലാം എന്നിവർ നൊബേൽ പുരസ്കാരം പങ്കിട്ടപ്പോഴും ഈ

സിദ്ധാന്തത്തിന്റെ അടിത്തറ പണിതുയർത്തിയ സുദർശനെ പരിഗണിച്ചില്ല എന്നതും ചരിത്രം.

ടാക്കിയോൺ (Tachyon)

പ്രകാശത്തേക്കാൾ വേഗത്തിൽ സഞ്ചരിക്കുന്ന കണികയാണ് ടാക്കിയോൺ. വേഗത്തിൽ സഞ്ചരിക്കുന്നത് എന്ന അർത്ഥം വരുന്ന ടാക്കീസ് (tachys) എന്ന ഗ്രീക്ക് പദത്തിൽനിന്നാണ് ടാക്കിയോൺ എന്ന വാക്ക് രൂപം കൊണ്ടത്. ഇ സി ജി സുദർശനാണ് ഈ പരികല്പനയുടെ പിതാവ്. സൈദ്ധാന്തികമായി നിലനില്ക്കുമ്പോഴും ടാക്കിയോണുകളെ പരീക്ഷണങ്ങളിലൂടെ കണ്ടെത്താൻ കഴിഞ്ഞിട്ടില്ല എന്നത് ഈ പരികല്പനയുടെ പരിമിതിയാണ്. ശൂന്യതയിൽ പ്രകാശവേഗത സെക്കന്റിൽ മൂന്ന് ലക്ഷം കിലോമീറ്ററാണ്. പ്രകാശത്തേക്കാൾ വേഗതയിൽ സഞ്ചരിക്കാൻ ഒന്നിനും കഴിയില്ല എന്നതാണ് വിശിഷ്ട ആപേക്ഷികതാ സിദ്ധാന്തം പ്രവചിക്കുന്നത്. പ്രപഞ്ചത്തിന്റെ വേഗപരിധിയാണ് പ്രകാശപ്രവേഗം. പിണ്ഡമില്ലാത്ത കണങ്ങളെല്ലാം പ്രകാശവേഗതയിലാണ് സഞ്ചരിക്കുന്നത്. അതുകൊണ്ട് തന്നെ എല്ലാ വിദ്യുത്കാന്തിക വികിരണങ്ങളും പ്രകാശവേഗതയിലാണ് സഞ്ചരിക്കുക. എന്നാൽ അടുത്തകാലത്ത് നടത്തിയ ചില കണികാ പരീക്ഷണങ്ങളിൽ ചില സബ്– ആറ്റോമിക കണങ്ങൾ പ്രകാശപ്രവേഗം മറികടന്നതായി കണ്ടെത്തിയിട്ടുണ്ട്. എന്നാൽ ഇവയ്ക്കൊന്നും തന്നെ കൃത്യമായ വിശദീകരണം നല്കാൻ ശാസ്ത്രലോകത്തിന് കഴിഞ്ഞിട്ടില്ല. ഉപകരണത്തിന്റെ പാകപ്പിഴയോ അളക്കുന്നതിലെ സൂക്ഷ്മതക്കുറവോ ഒക്കെ തെറ്റായ ഫലം നല്കാൻ ഇടയുണ്ട് എന്നതും ഇവിടെ പ്രസക്തമാണ്. പ്രകാശത്തേക്കാൾ വേഗതയുള്ള കണികകൾ ഉണ്ടെന്ന് കണ്ടെത്തിക്കഴിഞ്ഞാൽ ആപേക്ഷികതയുടെ അടിത്തറയിൽ പണിതുയർത്തിയിരിക്കുന്ന ആധുനിക ഭൗതിക ശാസ്ത്ര പ്രമാണങ്ങൾ പൊളിച്ചെഴുതേണ്ടിവരും.

ഇനി എന്തുകൊണ്ടാണ് പ്രകാശത്തേക്കാൾ വേഗതയുള്ള ഒരു സഞ്ചാരം സാദ്ധ്യമല്ലാതാകുന്നത് എന്ന് പരിശോധിക്കാം. ഒരു കണികയുടെ, അല്ലെങ്കിൽ വസ്തുവിന്റെ വേഗത വർദ്ധിക്കുമ്പോൾ സമയപ്രവാഹം മന്ദഗതിയിലാവുകയും അതോടൊപ്പം വലിപ്പം കുറയുകയും പിണ്ഡം വർദ്ധിക്കുകയും ചെയ്യും. പ്രകാശവേഗതയിൽ സമയം നിശ്ചലമാകും. അതോടൊപ്പം വലിപ്പം കുറയുകയും പിണ്ഡം വർദ്ധിക്കുകയും ചെയ്യും. പ്രകാശവേഗതയിൽ സമയം നിശ്ചലമാവുകയും അതോടൊപ്പം വലിപ്പം പൂജ്യവും പിണ്ഡം അനന്തവുമാകും. പ്രകാശവേഗതയെ മറികടന്നാൽ പിണ്ഡം അയഥാർത്ഥമാകും. ദ്രവ്യമാനം മാത്രമല്ല ഊർജ്ജവും സംവേഗവും വലിപ്പവുമെല്ലാം ഈ നിയമത്തിന് വിധേയമാണ്. പക്ഷേ, ഇങ്ങനെ പറഞ്ഞുപോകുന്നതിൽ വലിയ കാര്യമൊന്നുമില്ലെന്നു മാത്രമല്ല ഇത്തരം പ്രതിഭാസങ്ങൾ അഭൗതികവും പ്രപഞ്ചത്തിൽ സ്ഥാനമില്ലാത്തതുമാണ്. അതുകൊണ്ട് തന്നെ പ്രകാശവേഗത മറികടക്കാൻ ഒന്നിനുമാ

കില്ല എന്നാണ് ഐൻസ്റ്റൈൻ സമർത്ഥിച്ചത്. എന്നാൽ വിശിഷ്ട ആപേക്ഷികതാസിദ്ധാന്തത്തെ നിഷേധിക്കാതെ തന്നെ ഈ നിഗമനം ശരിയല്ലെന്ന് തെളിയിക്കാൻ കഴിയുമെന്നാണ് ഡോ. ഇ സി ജി സുദർശന്റെ വാദം. പ്രകാശപ്രവേഗത്തിന്റെ അതിർവ്വരമ്പിനപ്പുറമുള്ള ലോകത്ത് സഞ്ചരിക്കുന്ന കണികകൾ ഉണ്ടായിക്കൂടെന്നില്ല. അവയുടെ ഏറ്റവും കുറഞ്ഞ വേഗത പ്രകാശവേഗത തന്നെയായിരിക്കും. കൂടിയ വേഗത അനന്തവും. 1956 ൽ ആണ് ഡോ: സുദർശൻ ഈ സിദ്ധാന്തം അവതരിപ്പിച്ചത്. 1967 ൽ ഫെയ്ൻബെർഗും, 1974 ൽ റികാമി, മിഗ്നാനി എന്നിവരും ഡോ. സുദർശന്റെ സങ്കല്പനത്തെ സാധൂകരിക്കുന്ന പഠനങ്ങൾ നടത്തിയിട്ടുണ്ട്. തുടർന്നും പല സൈദ്ധാന്തികപഠനങ്ങളും നടന്നിട്ടുണ്ടെങ്കിലും പരീക്ഷണശാലയിൽ തെളിയിക്കാൻ കഴിയാത്തത് വലിയൊരു പരിമിതിയായി ഇന്നും അവശേഷിക്കുന്നു.

ഡോ: സുദർശന്റെ സിദ്ധാന്തമനുസരിച്ച് ടാക്കിയോണുകളുടെ സവിശേഷതകൾ എന്തെല്ലാമാണെന്ന് പരിശോധിക്കാം. ഒന്നാമതായി ഭൗതികലോകത്തെ വസ്തുക്കൾക്കും പ്രതിഭാസങ്ങൾക്കും ബാധകമായ കാര്യകാരണ ബന്ധം (Casuality) ടാക്കിയോണിന് ബാധകമല്ല. പ്രകാശവേഗതയിലും കൂടിയ വേഗതയിൽ സഞ്ചരിക്കുക എന്ന് പറഞ്ഞാൽ സമയത്തിൽ പുറകോട്ട് സഞ്ചരിക്കുക എന്നാണ് അർത്ഥമാക്കുന്നത്. അതായത് 8 മണിക്ക് പുറപ്പെട്ട് ഒരു മണിക്കൂർ സഞ്ചരിക്കുന്ന കണികയ്ക്ക് 7 മണിക്ക് ലക്ഷ്യസ്ഥാനത്ത് എത്തിച്ചേരാൻ കഴിയുമെന്നർത്ഥം. ഈ കണികയുടെ ഏറ്റവും കുറഞ്ഞ വേഗത പ്രകാശവേഗതയായതിനാൽ ഇതിന് വിരാമ അവസ്ഥയില്ല. ഒരു വസ്തുവിന്റെയോ കണികയുടെയോ വേഗത വർദ്ധിപ്പിച്ച് പ്രകാശവേഗതയ്ക്ക് മുകളിലെത്തിക്കാൻ ശ്രമിക്കുമ്പോഴാണ് അതിന്റെ പിണ്ഡം അയഥാർത്ഥമാകുന്നതും അത്തരം സഞ്ചാരം ആപേക്ഷികതയനുസരിച്ച് അസംഭവ്യമാകുന്നതും. എന്നാൽ ടാക്കിയോണുകൾ എപ്പോഴും പ്രകാശവേഗതയ്ക്ക് മുകളിലാണ് സഞ്ചരിക്കുന്നത്. അതിനാൽ അവ ഒരിക്കലും പ്രകാശവേഗതയുടെ പരിധി ലംഘിക്കുന്നില്ല. ഗതികോർജ്ജം കൂടുമ്പോൾ ചലനവേഗത കുറയുകയും ഊർജ്ജം കുറയുമ്പോൾ ഗതിവേഗം വർദ്ധിക്കുകയും ചെയ്യുന്നു. എന്നത് ഈ കണത്തിന്റെ അസാധാരണ സ്വഭാവങ്ങളിലൊന്നാണ്. സാധാരണ കണങ്ങളിൽനിന്ന് വ്യത്യസ്തമായി ടാക്കിയോണിന്റെ വേഗത ഊർജ്ജ പ്രസരണത്തെത്തുടർന്ന് വർദ്ധിച്ചു കൊണ്ടിരിക്കണം. ഊർജ്ജം നിശ്ശേഷം ഇല്ലാതാകുന്നതോടെ വേഗത അനന്തമായി ഉയരും. പുറമെനിന്ന് ഊർജ്ജം ലഭിച്ചാൽ കണത്തിന്റെ വേഗത കുറയും. കുറഞ്ഞ് കുറഞ്ഞ് പ്രകാശവേഗതയിലെത്തും. എന്നാൽ അതിലും കുറയില്ല. ടാക്കിയോണിന് അസ്തിത്വമുണ്ടെങ്കിൽ അതിന്റെ ദ്രവ്യമാനം, സംവേഗം, തുടങ്ങിയ ഗുണധർമ്മങ്ങൾ അളക്കാൻ കഴിയണം. സാധാരണ കണങ്ങളുമായുള്ള പ്രതിപ്രവർത്തനങ്ങളിലൂടെ അതിനെ സൃഷ്ടിക്കാനും കഴിയണം. പ്രകാശത്തേക്കാൾ കൂടിയ വേഗതയിൽ ഒരു മാദ്ധ്യമത്തിൽ കൂടി കടന്നുപോകുന്ന വികിരണം അല്ലെ

ങ്കിൽ കണം ചെരൻകോവ് റേഡിയേഷൻ പുറപ്പെടുവിക്കണം. ന്യൂട്രിനോ പരീക്ഷണശാലയിലെ നീല പ്രകാശം കണ്ടിരിക്കുമല്ലോ. എന്നാൽ ഈ നിഗമനങ്ങളെ അടിസ്ഥാനമാക്കി ടാക്കിയോണിനെ കണ്ടെത്താൻ നടത്തിയിട്ടുള്ള പരീക്ഷണങ്ങളൊന്നും വിജയിച്ചിട്ടില്ല.

വിശിഷ്ട ആപേക്ഷികതാസിദ്ധാന്തമനുസരിച്ച് പ്രകാശത്തേക്കാൾ വേഗതയുള്ള കണികകൾക്ക് സ്പേസ് ലൈക്ക് ഫോർ മൊമെന്റവും വേഗത കുറഞ്ഞ കണികകൾക്ക് ടൈംലൈക്ക് ഫോർ മൊമെന്റവുമാണുള്ളത്. ചില സമീകരണങ്ങളിൽ ടാക്കിയോണുകളുടെ പിണ്ഡം, സാങ്കല്പികവും മറ്റു ചില സമീകരണങ്ങളിൽ അത് യഥാർത്ഥവുമാണ്. ആധുനിക ഊർജ്ജ-സംവേഗ ഗ്രാഫുകളിലെല്ലാം ടാക്കിയോണുകളെ സ്പേസ്-ലൈക്ക് ആയാണ് പരിഗണിച്ചിരിക്കുന്നത്. അതുകൊണ്ട് തന്നെ അവയ്ക്ക് പ്രകാശത്തേക്കാൾ കുറഞ്ഞ വേഗതയിൽ സഞ്ചരിക്കാൻ കഴിയില്ല. ലോറൻസ് ഇൻവേര്യന്റ് സമീപനത്തിൽ ഫോട്ടോണുകളേക്കാൾ വേഗത കുറഞ്ഞ ബ്രാഡിയോൺസ് എന്ന കണങ്ങളെ അവതരിപ്പിക്കുന്നതിനുപയോഗിക്കുന്ന സമീകരണം തന്നെ ടാക്കിയോണുകളിലും പ്രക്ഷേപിക്കാൻ കഴിയും. സ്റ്റാന്റേർഡ് മോഡലിന്റെ വിപുലീകരണത്തിലും ലോറൻസിന്റെ ആന്ദോളന പ്രമാണം പ്രസക്തമാണ്. ഈ മാതൃകയിലും പ്രകാശാതിവേഗമുള്ള കണികകളെ അംഗീകരിക്കുന്നുണ്ട്. ജലം പോലെയുള്ള മാദ്ധ്യമങ്ങളിൽക്കൂടി ചാർജ്ജിത കണങ്ങളും ഇലക്ട്രോണുകളും പ്രകാശത്തേക്കാൾ വേഗതയിൽ സഞ്ചരിക്കുമെന്ന് കണ്ടെത്തിയിട്ടുണ്ട്. ചെരൻകോവ് റേഡിയേഷൻ എന്നാണീ പ്രതിഭാസം അറിയപ്പെടുന്നത്. മ്യൂവോണുകൾ, ന്യൂട്രിനോകൾ എന്നീ കണികകളുടെ എക്സൈറ്റഡ് അവസ്ഥകളിൽ അവയ്ക്കും പ്രകാശാതിവേഗം അനുവദിക്കപ്പെട്ടിട്ടുണ്ട്. എന്നാൽ ഈ പരികല്പനകൾക്ക് വിശേഷിച്ചും ലോറൻസ് സമീകരണങ്ങൾക്ക് ഏറെ വിമർശനങ്ങളും നേരിടേണ്ടി വന്നിട്ടുണ്ട്.

ഒരുപക്ഷേ, നാളെ ടാക്കിയോണുകൾ യാഥാർത്ഥ്യമാണെന്ന് തെളിയിക്കപ്പെട്ടേക്കാം. അതോടെ നിലനില്ക്കുന്ന ഭൗതിക പ്രമാണങ്ങളിൽ തിരുത്തലുകളും കൂട്ടിച്ചേർക്കലുകളും ആവശ്യമായി വരും. അതാണ് ശാസ്ത്രത്തിന്റെ രീതിയും സമീപനവും. തകർക്കാൻ കഴിയാത്തതും ചോദ്യം ചെയ്യാൻ കഴിയാത്തതുമായ ഒരു സിദ്ധാന്തവും സയൻസിലില്ല. ഒരു പക്ഷേ, മരണാനന്തരമെങ്കിലും ഡോ. ഇ സി ജി സുദർശൻ എന്ന മഹാനായ ശാസ്ത്രജ്ഞൻ അംഗീകരിക്കപ്പെട്ടേക്കാം.

ചാന്ദ്രയാത്രയുടെ അൻപതാണ്ടുകൾ

മാനവരാശിയുടെ മഹത്തായ കുതിച്ചുചാട്ടത്തിന്റെ ഓർമ്മയ്ക്ക് അൻപതാണ്ട് തികയുന്നു. 1969 ൽ ആംസ്ട്രോങ് ചന്ദ്രനിൽ കാലുകുത്തിയതിന്റെ അൻപതാം ഓർമ്മദിനമാണ് ജൂലൈ 21 ന് ആഘോഷിക്കുന്നത്. നീൽ ആംസ്ട്രോങ് മുതൽ യൂജിൻ സെർനാൻ വരെ പന്ത്രണ്ട് മനുഷ്യർ സ്വർഗ്ഗലോകത്ത് നടന്നു. സങ്കല്പ സ്വർഗ്ഗത്തിലെ പാലരുവിയെ തങ്ങളുടെ പാദസ്പർശത്താൽ യാഥാർത്ഥ്യത്തിന്റെ കവിതയാക്കി മാറ്റി. സ്വർഗ്ഗത്തെയും ഭൂമിയെയും വേർതിരിക്കുന്ന അതിർത്തിയായി ചിന്തകർ സങ്കല്പിച്ചിരുന്ന ചന്ദ്രബിംബം ശാസ്ത്രാന്വേഷണത്തിന്റെ സാക്ഷ്യപത്രമായി.

ത്രസിപ്പിക്കുന്ന അനുഭവങ്ങളുടെ പരമ്പര തന്നെയുണ്ട് ചാന്ദ്രയാത്രകൾക്ക് പിന്നിൽ. ശാസ്ത്രസാങ്കേതിക വിദ്യയുടെ വളർച്ചമുതൽ രാഷ്ട്രീയ ഇടപെടലുകൾവരെ. ഉപഗ്രഹങ്ങളുടെയും വിക്ഷേപണവാഹനങ്ങളുടെയും പരീക്ഷണങ്ങളും ജയപരാജയങ്ങളും. കേവലം ഒരു ആവേശത്തിന്റെ ഭാഗമായി നടത്തിയ ഉദ്യമങ്ങളല്ല ചാന്ദ്രയാത്രകൾ. നിരവധി ആളുകളുടെ വിയർപ്പും കണ്ണീരും അതിന് പിന്നിലുണ്ട്. കൂടാതെ ഭൗതികശാസ്ത്രത്തിന്റെ ഉറച്ച പിൻതുണയും. ഇന്ന് തിങ്കൾ മാനത്തെ പാൽക്കിണ്ണമല്ല. ഭാവിയിലെ ഗ്രഹാന്തരയാത്രകൾക്കായി മനുഷ്യർ രൂപപ്പെടുത്തുന്ന ഇടത്താവളമായി ചന്ദ്രൻ മാറിക്കൊണ്ടിരിക്കുകയാണ്. ചാന്ദ്രയാത്രയുടെ ഈ അൻപതാമാണ്ടിൽ ഒരിക്കൽ കൂടി ചന്ദ്രനെക്കുറിച്ചും ചാന്ദ്രദൗത്യങ്ങളെക്കുറിച്ചും ചിന്തിക്കാം. അതോടൊപ്പം ഭാവിയിൽ മനുഷ്യൻ ചന്ദ്രനെ എങ്ങനെ ഉപയോഗപ്പെടുത്തും എന്നതിനെക്കുറിച്ചും.

ഇരുപത്തി ഒന്നാം നൂറ്റാണ്ട് ഗ്രഹാന്തര യാത്രകളുടെ കാലമാണ്. ഭൂമിക്കു വെളിയിൽ, സൗരകുടുംബത്തിനുമപ്പുറം ഏതുനിമിഷവും ജീവന്റെ

തുടിപ്പുകൾ കണ്ടെത്താൻ കഴിയുമെന്ന അവസ്ഥയാണ് ഇപ്പോഴുള്ളത്. സാങ്കേതികവിദ്യയുടെ വളർച്ച ആസന്നഭാവിയിൽ തന്നെ ഗ്രഹാന്തര യാത്രകൾ യാഥാർത്ഥ്യമാക്കും. ചൊവ്വയും, ടൈറ്റനും, യൂറോപയുമെല്ലാം മനുഷ്യന്റെ ഗ്രഹാന്തര യാത്രകൾക്കുള്ള ഇടത്താവളമാകും. ഈ സ്വപ്നങ്ങൾക്കെല്ലാം നിറം പകർന്നത് മനുഷ്യന്റെ ചാന്ദ്രയാത്രകളാണ്. ഭൂമിക്കു വെളിയിൽ മനുഷ്യന്റെ പാദസ്പർശമേറ്റ ഏക ഗോളം ചന്ദ്രനാണ്. 1969 ജൂലൈ 21 നാണ് മനുഷ്യൻ ആദ്യമായി ചന്ദ്രനിലിറങ്ങുന്നത്. തുടർന്ന് ആറ് ചാന്ദ്രദൗത്യങ്ങളിലായി 12 പേർ ചന്ദ്രനിലിറങ്ങിയിട്ടുണ്ടെങ്കിലും ആദ്യയാത്രയുടെ ചൂടും ചൂരുമൊന്നും മറ്റൊന്നിനുമുണ്ടാകില്ല. പ്രപഞ്ചത്തിൽ ഭൂമിയും ചന്ദ്രനും ഉള്ളിടത്തോളം കാലം, ഭൂമിയിൽ മനുഷ്യവംശം നിലനില്ക്കുന്നിടത്തോളം കാലം മനുഷ്യൻ ആദ്യമായി ചന്ദ്രനിൽ കാലുകുത്തിയ ദിനം ചാന്ദ്രദിനമായി ആഘോഷിക്കപ്പെടും. ചന്ദ്രബിംബം നെഞ്ചിലേറ്റിയ, ചന്ദ്രനിൽ മായാത്ത പാദമുദ്ര പതിപ്പിച്ച ആദ്യ മനുഷ്യൻ നീൽ ആംസ്ട്രോങ് അമരനുമായിരിക്കും.

അപ്പോളോ പദ്ധതിയുടെ ഭാഗമായി ചന്ദ്രനിലേക്ക് പറക്കാനായി തെരഞ്ഞെടുക്കപ്പെട്ട നാല്പത് ബഹിരാകാശ സഞ്ചാരികളിൽ ഭാഗ്യത്തിന്റെ പിൻതുണ കൂടുതലുണ്ടായതുകൊണ്ടാണ് ആംസ്ട്രോങ് ചന്ദ്രനിൽ കാലുകുത്തിയ ആദ്യ മനുഷ്യനായതും ആൽഡ്രിനും കോളിൻസും ആ ചരിത്ര ദൗത്യത്തിന്റെ ഭാഗമായതും. ചന്ദ്രനിൽ ഇറങ്ങുകയും സുരക്ഷിതമായി ഭൂമിയിൽ തിരിച്ചെത്തുകയും ചെയ്യുക എന്നതിൽ കവിഞ്ഞ് അപ്പോളോ–11 ദൗത്യത്തിന് വലിയ ശാസ്ത്രീയ പ്രാധാന്യമൊന്നും നല്കാൻ കഴിയില്ല. എന്നാൽ തുടർന്നു നടന്ന ദൗത്യങ്ങൾ അങ്ങനെയായിരുന്നില്ല. ചന്ദ്രനിൽ ഏതാനും മണിക്കൂറുകളാണ് ആംസ്ട്രോങ്ങും ആൽഡ്രിനും ചെലവഴിച്ചതെങ്കിൽ അപ്പോളോ–12 ദൗത്യം മനുഷ്യന് അനേകം മണിക്കൂർ ചന്ദ്രനിൽ കഴിയാമെന്നും പല ജോലികൾ ചെയ്യാമെന്നും തെളിയിച്ചു. അപ്പോളോ–13 ദൗത്യം പരാജയമായിരുന്നു. എന്നാൽ സഞ്ചാരികളെ അപകടം കൂടാതെ തിരിച്ചെത്തിക്കാൻ കഴിഞ്ഞു. അപ്പോളോ–14 ദൗത്യം ചന്ദ്രന്റെ ഉത്ഭവ ചരിത്രത്തിലേക്ക് വെളിച്ചം വീശുന്ന പല വസ്തുതകളും കണ്ടെത്തി. കൂടാതെ ചന്ദ്രനിൽനിന്നും 460 കോടിവർഷം പ്രായമുള്ള പാറകൾ ഭൂമിയിലേക്ക് കൊണ്ടുവന്നു. അപ്പോളോ–15 ദൗത്യത്തിലാണ് ആദ്യമായി ലൂണാർ റോവർ എന്ന ചാന്ദ്രജീപ്പ് ചന്ദ്രോപരിതലത്തിൽ ഓടിച്ചത്. 18 മണിക്കൂറാണ് ഈ ദൗത്യത്തിൽ ബഹിരാകാശ സഞ്ചാരികൾ ചന്ദ്രനിൽ ചെലവഴിച്ചത്. ചാന്ദ്ര പർവ്വതനിരകളിലൊന്നായ ദെക്കാർത്തയിൽ സുരക്ഷിതമായി ഇറങ്ങി പരീക്ഷണങ്ങൾ നടത്തിയതാണ് അപ്പോളോ–16 ന്റെ ഏറ്റവും വലിയനേട്ടം. കൂടാതെ ചന്ദ്രഗോളം രൂപീകരിക്കപ്പെട്ട കാലം മുതൽ സൂര്യരശ്മികൾ പതിച്ചിട്ടില്ലാത്ത ചാന്ദ്രധൂളി ശേഖരിച്ചു. ലൂണാർ റോവർ മണിക്കൂറിൽ 17 കിലോമീറ്റർ വേഗതയിൽ ചന്ദ്രോപരിതലത്തിലൂടെ ഓടിച്ചു. ചന്ദ്രനിലെ 85 ഡിഗ്രി സെൽഷ്യസ് ചൂടിൽ മൂന്ന് ദൗമദിന

ങ്ങൾ ചെലവഴിച്ച ശേഷമാണ് ഈ ദൗത്യസംഘം ഭൂമിയിലേക്ക് മട ങ്ങിയത്.

ചന്ദ്രനിൽ മനുഷ്യനെ ഇറക്കാനുള്ള ദൗത്യങ്ങളിൽ അവസാനത്തേ തായിരുന്നു അപ്പോളോ–17. ഈ ദൗത്യത്തോടെ ആറുതവണ മനുഷ്യനെ ചന്ദ്രനിലിറക്കി എന്ന ബഹുമതിയും അമേരിക്ക കരസ്ഥമാക്കി. സാറ്റേൺ–5 റോക്കറ്റുപയോഗിച്ചായിരുന്നു വിക്ഷേപണം. 1972 ഡിസംബർ 7 ന് അന്താ രാഷ്ട്ര സമയം 5.33 ന് ചന്ദ്രനിലെ ടോറസ് ലിട്രോവ് എന്ന സ്ഥലത്ത് പേടകം ഇറങ്ങി. മൂന്ന് ഭൗമദിനങ്ങളും മൂന്ന് മണിക്കൂറുമാണ്. രണ്ട് യാത്രി കർ ചന്ദ്രോപരിതലത്തിൽ ചെലവഴിച്ച് വിവിധ പരീക്ഷണങ്ങൾ നട ത്തിയത്. ദൗത്യത്തിന്റെ കമാന്റർ യൂജിൻ സെർനൻ ആയിരുന്നു. കമാന്റ് മൊഡ്യൂൾ പൈലറ്റായ റൊണാൾഡ് ഇവാൻസും, ലൂണാർ മൊഡ്യൂൾ പൈലറ്റായ ഹാരിസൺ ഷ്മിത്തുമായിരുന്നു മറ്റുയാത്രികർ, യൂജിൻ സെർനനും, ഹാരിസൺ ഷ്മിത്തും ചന്ദ്രോപരിതലത്തിലിറങ്ങി വിവിധ പരീക്ഷണങ്ങൾ നടത്തിയപ്പോൾ റൊണാൾഡ് ഇവാൻസ് ചന്ദ്രനു ചുറ്റു മുള്ള ഭ്രമണപഥത്തിൽ തന്നെ തുടർന്നു. സെർനനും ഷ്മിത്തും ചന്ദ്ര നിൽ താപപ്രവാഹ പരീക്ഷണം നടത്തി. ചാന്ദ്രജീപ്പിൽ യാത്ര ചെയ്തു. തെർമോമീറ്റർ പ്രവർത്തിപ്പിച്ചു. അഗ്നിപർവ്വതങ്ങളെക്കുറിച്ചുള്ള പഠനമാ യിരുന്നു ലക്ഷ്യം. ചാന്ദ്രപേടകം ഇറങ്ങിയ സ്ഥലത്തെ ധൂളിയിൽ അവരു ടെ കാലുകൾ 25 സെന്റിമീറ്ററോളം താഴ്ന്ന് പോയിരുന്നു. അവിടെ കണ്ടെ ത്തിയ ഇളം ചുമപ്പുനിറത്തിലുള്ള പാറകളിൽ പിന്നീട് ജലസാന്നിദ്ധ്യം സ്ഥിരീകരിച്ചു. പേടകത്തിൽനിന്ന് ആദ്യം ചന്ദ്രോപരിതലത്തിലേക്ക് ഇറ ങ്ങിയത് യൂജിൻ സെർനൻ ആണ്. ഹാരിസൺ ഷ്മിത്ത് പിന്നീടാണ് ഇറ ങ്ങിയത്. അങ്ങനെ നോക്കുമ്പോൾ ചന്ദ്രനിൽ ഇറങ്ങിയ അവസാനത്തെ മനുഷ്യൻ ഹാരിസൺ ഷ്മിത്ത് ആണെന്ന് പറയാം. എന്നാൽ പേടക ത്തിലേക്ക് ആദ്യം തിരിച്ചുകയറിയതും ഹാരിസൺ ഷ്മിത്ത് തന്നെയാ യിരുന്നു. ഏതാനും സമയത്തിനുശേഷമാണ് യൂജിൻ സെർനൻ പേടക ത്തിലേക്ക് മടങ്ങിയത്. അങ്ങനെ നോക്കുമ്പോൾ ചന്ദ്രോപരിതലത്തിൽ അവസാനമായി നടന്നത് യൂജിൻ സെർനൻ ആണെന്നുപറയാം. 1972 ഡിസംബർ 14 ന് അവർ ഭൂമിയിലേക്കുള്ള മടക്കയാത്ര ആരംഭിച്ചു. ഡിസം ബർ 19 ന് സുരക്ഷിതമായി ഭൂമിയിൽ തിരിച്ചെത്തുകയും ചെയ്തു. ചന്ദ്ര നിൽ വച്ച് ഏറ്റവും വിജയകരമായ പരീക്ഷണങ്ങൾ നടത്തുകയും കൂടു തൽ സമയം ചെലവഴിക്കുകയും ചെയ്തത് യൂജിൻ സെർനൻ കമാന്ററാ യുള്ള ദൗത്യമാണ്. ആദ്യ ചാന്ദ്രയാത്രയുടെ പ്രശസ്തി പിന്നീടുള്ള യാത്രകൾക്ക് കിട്ടാത്തത് സ്വാഭാവികമാണ്. എന്നാൽ ശാസ്ത്രലോകത്ത് ഏറ്റവുമധികം ആദരിക്കപ്പെടുന്നത് അവസാനത്തെ ചാന്ദ്രയാത്രയാണ്.

ഭൂമിയുടെ ഒരേയൊരു പ്രകൃതിദത്ത ഉപഗ്രഹമാണ് ചന്ദ്രൻ. 3474 കിലോമീറ്റർ വ്യാസമുള്ള ചന്ദ്രൻ ഭൂമിയുടെ വ്യാസത്തിന്റെ നാലിലൊ ന്നിനേക്കാൾ അല്പം കൂടി വലുതാണ്. സാധാരണയായി ഒരു ഉപഗ്രഹ ത്തിന് അതിന്റെ മാതൃഗ്രഹവുമായി താരതമ്യം ചെയ്യുമ്പോൾ ഇത്ര വലി

പ്പം ഉണ്ടാകാറില്ല. എന്നിരുന്നാലും ഭൂമിയേയും ചന്ദ്രനേയും ഗ്രഹ-ഉപഗ്രഹ വ്യവസ്ഥയായി തന്നെയാണ് കണക്കാക്കുന്നത്. അല്ലാതെ ഇരട്ട ഗ്രഹ ങ്ങളായല്ല. കാരണം ഈ വ്യവസ്ഥയുടെ പിണ്ഡകേന്ദ്രം ഭൂമിയുടെ ഉള്ളിൽ ത്തന്നെയാണ് സ്ഥിതിചെയ്യുന്നത്. ബാരി സെന്റർ എന്നറിയപ്പെടുന്ന ഈ ബിന്ദുവിന്റെ സ്ഥാനം ഭൗമോപരിതലത്തിൽനിന്ന് 1700 കിലോമീറ്റർ ആഴ ത്തിലാണ്. സൗരയൂഥത്തിലെ ഉപഗ്രഹങ്ങളിൽ വലിപ്പംകൊണ്ടും ഭാരം കൊണ്ടും അഞ്ചാംസ്ഥാനമാണ് ചന്ദ്രനുള്ളത്.

സാഹിത്യകാരന്മാർക്കും ചിത്രകാരന്മാർക്കും എന്നും ചന്ദ്രബിംബം ആവേശമാണ്. അയർലണ്ടിലെ നോത്ത് പ്രദേശത്തുനിന്നും കണ്ടെത്തിയ 5000 വർഷം പഴക്കമുള്ള പാറക്കഷണത്തിൽ കണ്ട ചന്ദ്രന്റെ കൊത്തുപ ണി പ്രാചീനകാലം മുതൽ തന്നെയുള്ള, ജനങ്ങളുടെ ചന്ദ്രനോടുള്ള ആ കർഷകത്വം വ്യക്തമാക്കുന്നുണ്ട്. പല സംസ്കാരങ്ങളിലും ചന്ദ്രൻ ദേ വനും ഭഗവാനുമായിരുന്നു. ഗ്രീക്ക് ചിന്തകനായ അനാക്സഗോറസാണ് പാശ്ചാത്യലോകത്ത് ആദ്യമായി ചന്ദ്രൻ വലിയ ഗോളരൂപമുള്ള പാറയാ ണെന്നു സമർത്ഥിക്കാൻ ശ്രമിച്ചത്. ചന്ദ്രൻ സ്വയം പ്രകാശിക്കുന്നില്ലെന്നും സൂര്യപ്രകാശത്തെ പ്രതിഫലിപ്പിക്കുക മാത്രമേ ചെയ്യുന്നുള്ളൂവെന്നും അദ്ദേഹം അഭിപ്രായപ്പെട്ടു. എന്നാൽ, ഈ പ്രസ്താവന അക്കാലത്ത് ജ യിൽവാസത്തിനും നാടുകടത്തലിനും കാരണമാകുന്ന കുറ്റമായിരുന്നു. പിന്നീട് അരിസ്റ്റോട്ടിലിന്റെ പ്രപഞ്ചഘടനയിൽ മാറ്റങ്ങൾ വരുന്ന ഭൂമി, ജലം, വായു, അഗ്നി എന്നിവയുടെ ഗോളങ്ങളെയും മാറ്റമില്ലാത്ത സ്വർഗ്ഗീ യ താരങ്ങളെയും വേർതിരിക്കുന്ന അതിർത്തി ചന്ദ്രനായിരുന്നു.

മദ്ധ്യകാലഘട്ടമായപ്പോഴേക്കും ദൂരദർശിനിയുടെ കണ്ടുപിടിത്തത്തിന് മുമ്പുതന്നെ ചന്ദ്രൻ ഒരു ഗോളവസ്തുവാണെന്ന് കൂടുതൽ ആളുകൾ മനസ്സിലാക്കിത്തുടങ്ങിയിരുന്നു. എന്നിരുന്നാലും അത്യന്തം മിനുസമേറിയ ഒരു ഗോളമാണെന്ന ധാരണയായിരുന്നു അതിലേറെ പേർക്കും ഉണ്ടായി രുന്നത്. 1609 ൽ *സിഡെറസ് നൺസിയസ് (Sidereus Nuncius)* എന്ന പുസ്തകത്തിൽ ചന്ദ്രൻ കുന്നുകളും കുഴികളും നിറഞ്ഞ ഒരു പ്രദേശമാ ണെന്ന് ഗലീലിയോ പ്രസ്താവിച്ചു. പിന്നീട് 17-ാം നൂറ്റാണ്ടിൽ ജിയോവനി ബാറ്റിസ്റ്റ റിച്ചിയോളിയും ഫ്രാഞ്ചെസ്ക്കോ മരിയാ ഗ്രിബാൾഡിയും ചന്ദ്രന്റെ ഒരു ഭൂപടം തയ്യാറാക്കി. അതിൽ ചന്ദ്രനിലെ ഗർത്തങ്ങൾക്കും പർവ്വതങ്ങൾക്കും ഉപയോഗിച്ച പല പേരുകളും ഇന്നും തുടർന്നുവരുന്നു.

ചന്ദ്രന്റെ ഭൂപടത്തിലെ ഇരുണ്ട ഭാഗങ്ങൾക്ക് മരിയ (കടലുകൾ) എന്നും പ്രകാശമാനമായവയെ ടെറ (ഭൂഖണ്ഡങ്ങൾ) എന്നുമായിരുന്നു നാമകരണം ചെയ്തത്. ചന്ദ്രനിൽ സസ്യങ്ങളും ജന്തുക്കളുമുണ്ടാവാം എന്ന വിശ്വാസം പത്തൊമ്പതാം നൂറ്റാണ്ടിന്റെ ആദ്യ ദശകങ്ങളിൽ വരെ ജ്യോതിശാസ്ത്രജ്ഞർക്കുമുണ്ടായിരുന്നു. ചന്ദ്രനിൽ അത്ഭുത ജീവികൾ ഉണ്ടെന്നു വരെ (Great Moon Hoax) ആളുകൾ വിശ്വസിച്ചിരുന്നു. എന്നാൽ ഏതാണ്ട് അക്കാലത്തുതന്നെ (1830 കളിൽ) വിൽഹെം ബിയർ, ജൊഹാൻ മാഡി എന്നിവർ *മാപാ സെലനോഗ്രാഫിക, ഡെർ മോൺഡ്*

എന്നീ ഗ്രന്ഥങ്ങളിൽ ചന്ദ്രനിൽ ജലമോ, കാര്യമായ അന്തരീക്ഷമോ ഇല്ല എന്നു സ്ഥാപിച്ചു.

ഭൂമിക്കും ചന്ദ്രനും പരസ്പരം പലതരം ഭൗതിക സ്വാധീനങ്ങളുണ്ട്. അതിൽ പ്രധാനപ്പെട്ടതാണ് വേലിയേറ്റവും വേലിയിറക്കവും. ഭൂമിയിൽ അനുഭവപ്പെടുന്ന വേലിയേറ്റങ്ങളിൽ ഭൂരിഭാഗവും ചന്ദ്രന്റെ ഗുരുത്വാകർഷണം കൊണ്ടാണ് ഉണ്ടാകുന്നത്. ഇതിന്റെ ഫലമായി ഭൂമിയുടെ ഭ്രമണവേഗത കുറഞ്ഞുകൊണ്ടിരിക്കുന്നുണ്ട്. നൂറ്റാണ്ടിൽ ദിവസത്തിന്റെ ദൈർഘ്യം 0.002 സെക്കന്റ് വർദ്ധിക്കുന്ന വിധത്തിലാണ് ഈ മാറ്റം. ഭൂമിയുടെ ഭ്രമണവേഗത കുറയുമ്പോൾ അതോടനുബന്ധിച്ചുള്ള കോണീയ സംവേഗവും കുറയുന്നു. അതിനാൽ മൊത്തം കോണീയ സംവേഗം സംരക്ഷിക്കപ്പെടണമെങ്കിൽ ചന്ദ്രന്റെ പരിക്രമണം മുതലുള്ള കോണീയ സംവേഗം വർദ്ധിക്കണം. ഇങ്ങനെ സംഭവിക്കണമെങ്കിൽ ഭൂമിയിൽനിന്ന് ചന്ദ്രനിലേക്കുള്ള ദൂരം വർദ്ധിക്കേണ്ടതുണ്ട്. നൂറ്റാണ്ടിൽ 3.8 എന്ന തോതിലാണ് ഈ വർദ്ധനവുണ്ടാകുന്നത്. പണ്ട് ചന്ദ്രൻ സ്വയം ഭ്രമണത്തിനും പരിക്രമണത്തിനും വ്യത്യസ്ത സമയമായിരുന്നു എടുത്തിരുന്നത്. എന്നാൽ ഭൂമിയുടെ ഗുരുത്വാകർഷണ ബലം ചന്ദ്രന്റെ വിവിധ ഭാഗങ്ങളിൽ വ്യത്യസ്തമായതു കാരണം ഈ സമയങ്ങൾ തുല്യമാവുകയാണുണ്ടായത്. അതുകൊണ്ടാണ് ചന്ദ്രന്റെ ഒരുഭാഗം മാത്രം നമുക്ക് കാണാൻ കഴിയുന്നത്. ടൈഡൽ ലോക്കിങ് എന്നാണ് ഈ പ്രതിഭാസത്തെ വിളിക്കുന്നത്. ഭൂമിയുടെ ഭ്രമണകാലത്തിനും ടൈഡൽ ബലങ്ങൾ മാറ്റം വരുത്തും. അതായത് ഭൗമ–ചാന്ദ്ര വ്യവസ്ഥയുടെ പരിണാമത്തിന്റെ അവസാനം ഭൂമിയിൽനിന്നു നോക്കിയാൽ ചന്ദ്രന്റെ ഒരുവശം മാത്രം കാണാൻ കഴിയുന്നതുപോലെ ചന്ദ്രനിൽനിന്നു നോക്കിയാൽ ഭൂമിയുടെ ഒരുഭാഗം മാത്രം കാണാൻ സാധിക്കുന്നതായിരിക്കും. സൗരയൂഥത്തിലെ കുള്ളൻ ഗ്രഹങ്ങളായ പ്ലൂട്ടോ–ഷാരോൺവ്യവസ്ഥ ഇതുപോലെ ലോക്ക്ഡ് ആണ്. ഭൗമ–ചാന്ദ്ര വ്യവസ്ഥയിൽ ഇതു സംഭവിക്കുമ്പോൾ ഭൂമിയുടെയും ചന്ദ്രന്റെയും ഭ്രമണസമയങ്ങളും ചന്ദ്രൻ ഭൂമിയെ പരിക്രമണം ചെയ്യാനെടുക്കുന്ന സമയവും തുല്യമാകും. 47 ദിവസമായിരിക്കും ഈ ദൈർഘ്യം. എന്നാൽ കോടിക്കണക്കിന് വർഷങ്ങൾക്കു ശേഷമേ ഇതു സംഭവിക്കുകയുള്ളൂ.

ദൂരദർശിനിയുടെ കണ്ടുപിടിത്തമാണ് ചാന്ദ്ര പര്യവേക്ഷണ രംഗത്ത് കുതിച്ചുചാട്ടം വരുത്തിയത്. പിന്നീട് ഇരുപതാം നൂറ്റാണ്ടിന്റെ മദ്ധ്യത്തോടെ റോക്കറ്റ് സാങ്കേതികവിദ്യ വികസിപ്പിച്ചപ്പോൾ ചാന്ദ്രയാത്ര എന്ന സ്വപ്നവും യാഥാർത്ഥ്യമായി. ശീതസമരകാലത്ത് അമേരിക്കയിലും സോവിയറ്റ് യൂണിയനിലും ഉണ്ടായ ബഹിരാകാശ യാത്രാ മാത്സര്യം ചന്ദ്രനെക്കുറിച്ചുള്ള വിശദമായ പഠനത്തിന് ആക്കംകൂട്ടി. 1959 ൽ സോവിയറ്റ് യൂണിയൻ വിക്ഷേപിച്ച ആളില്ലാ ബഹിരാകാശ വാഹനമായ ലൂണ–2 ചന്ദ്രോപരിതലത്തിൽ ഇടിച്ചിറങ്ങിയതോടെ മനുഷ്യന്റെ ചാന്ദ്രയാത്രാ സ്വപ്നങ്ങൾക്കും ചിറകുമുളച്ചു. ചാന്ദ്രപര്യവേക്ഷണത്തിന്റെ ആദ്യഘട്ടങ്ങളിൽ സോവിയറ്റ് യൂണിയന്റെ ആധിപത്യമായിരുന്നു ഉണ്ടായിരുന്നത്.

എന്നാൽ പിന്നീടങ്ങോട്ട് അമേരിക്കയുടെ അപ്രമാദിത്തമാണ് കാണാൻ കഴിഞ്ഞത്. നീൽ ആംസ്ട്രോങ് മുതൽ യൂജിൻ സെർനാൻ വരെ ചന്ദ്രനിലിറങ്ങിയ 12 പേരും അമേരിക്കക്കാരാണ്. 1969 ജൂലൈ 21 ന് (അമേരിക്കയിൽ ജൂലൈ 20 നാണ് ചാന്ദ്രദിനം) ആദ്യമായി മനുഷ്യന്റെ പാദസ്പർശം ഭൂമിക്കപ്പുറമുള്ള ഒരു ഗോളത്തിൽ പതിഞ്ഞു. നീൽ ആംസ്ട്രോങ്ങിന്റെ വാക്കുകൾ കടമെടുത്താൽ ഒരു മനുഷ്യനെ സംബന്ധിച്ചിടത്തോളം വളരെ ചെറിയ ഒരു ചുവടുവയ്പ്, പക്ഷേ, മാനവരാശിക്ക് വലിയൊരു കുതിച്ചുചാട്ടവുമാണ് ഈ മഹാസംഭവം. 1976 ലെ ലൂണ–24 വിക്ഷേപണത്തിനു ശേഷം സോവിയറ്റ് യൂണിയൻ ചാന്ദ്ര പര്യവേക്ഷണങ്ങൾ അവസാനിപ്പിച്ചു. തുടർന്ന് ശുക്രനിലേക്കുള്ള പര്യവേക്ഷണം ആരംഭിച്ചു. അമേരിക്കയുടെ നോട്ടം ചൊവ്വയിലേക്കായിരുന്നു. 2004 ജനുവരി 14 ന് അമേരിക്കൻ പ്രസിഡന്റായിരുന്ന ജോർജ്ജ് ബുഷ് 2020 ഓടെ അമേരിക്ക വീണ്ടും മനുഷ്യനെ ചന്ദ്രനിലിറക്കുമെന്നു പ്രഖ്യാപിച്ചു. ചൈനയുടെ ചാങ്–ഇ, ജപ്പാന്റെ സെലിൻ, ഇന്ത്യയുടെ ചാന്ദ്രയാൻ എന്നിവയെല്ലാം ചാന്ദ്രപര്യവേക്ഷണ ദൗത്യങ്ങളാണ്. യൂറോപ്യൻ യൂണിയനും ചാന്ദ്ര പര്യവേക്ഷണം ഗൗരവമായിത്തന്നെയാണ് കാണുന്നത്. 2020 ൽ തന്നെ ഈ രാഷ്ട്രങ്ങളെല്ലാം മനുഷ്യനെ വീണ്ടും ചന്ദ്രനിലെത്തിക്കുമെന്നാണ് പറയുന്നത്.

ക്രസ്റ്റ്, മാന്റിൽ, കോർ എന്നിങ്ങനെ മൂന്ന് ഭാഗങ്ങളാണ് ചന്ദ്രന്റെ ആന്തരഘടനയിലുള്ളത്. ചന്ദ്രന്റെ ഉല്പത്തിക്ക് കുറച്ചു കാലത്തിനു ശേഷം മാഗ്മ സമുദ്രത്തിന്റെ ക്രിസ്റ്റലീകരണം വഴിയാണ് ഈ ഘടനയുണ്ടായതെന്ന് അനുമാനിക്കപ്പെടുന്നു. ഏകദേശം 440 കോടി വർഷങ്ങൾക്കു മുമ്പായിരുന്നു ഇത്. ചന്ദ്രന്റെ ബാഹ്യഭാഗങ്ങളെ ഉരുക്കി മാഗ്മ നിർമ്മിക്കാനുള്ള ഊർജ്ജം ലഭ്യമായത് ഭൂമിയുമായി ഉണ്ടായ കൂട്ടിയിടിയിൽ നിന്നാണ്. സിലിക്കേറ്റ് ധാതുക്കളാൽ സമ്പന്നമായ മാന്റിലും പ്ലാജിയോക്ലെയ്സ് വിഭാഗത്തിലെ ധാതുക്കൾ നിറഞ്ഞ ക്രസ്റ്റും ഇങ്ങനെയുണ്ടായതാണ്. അനോൾത്തസൈറ്റ് ധാതു നിറഞ്ഞതാണ് ക്രസ്റ്റ് എന്ന കണ്ടെത്തൽ മാഗ്മ സമുദ്ര പരികല്പനയ്ക്ക് ഉപോല്ബലകമാണ്. ഓക്സിജൻ, സിലിക്കൺ, മഗ്നീഷ്യം, ഇരുമ്പ്, കത്സ്യം, അലുമിനിയം എന്നിവയാണ് ക്രസ്റ്റിലെ പ്രധാനമൂലകങ്ങൾ. ക്രസ്റ്റിന്റെ ആഴം ഏകദേശം 50 കിലോമീറ്ററാണ്.

മാന്റിലിനുള്ളിൽ ഭാഗികമായി ഉരുകിയ ബസാൾട്ട് അഗ്നിപർവ്വത സ്ഫോടനങ്ങളിലൂടെ ചന്ദ്രോപരിതലത്തിൽ എത്തിയിട്ടുണ്ട്. ഒലിവിൻ, ഓർത്തോപൈറോക്സിൻ, ക്ലീനോപൈറോക്സിൻ എന്നീ ധാതുക്കൾ കൂടുതലായി അടങ്ങിയതും ഭൂമിയുടെ മാന്റിലിനേക്കാൾ ഇരുമ്പിന്റെ അംശം കൂടുതലുള്ളതുമാണ് ചന്ദ്രന്റെ മാന്റിൽ എന്നാണ് ബസാൾട്ട് പഠനത്തിൽനിന്ന് മനസ്സിലാവുന്നത്. ഇൽമനൈറ്റ് രൂപത്തിൽ ഉയർന്ന അളവിൽ ടൈറ്റാനിയമുള്ള ബസാൾട്ട് പാറകളും ചന്ദ്രോപരിതലത്തിൽ കണ്ടെത്തിയിട്ടുള്ളതിൽനിന്ന് ഏകജാതീയമല്ല മാന്റിൽ എന്നും ഊഹിക്കുന്നു.

ഉപരിതലത്തിന് ആയിരം കിലോമീറ്ററോളം താഴെ മാന്റിലിൽ ചാന്ദ്രകമ്പനങ്ങൾ ഉണ്ടാകുന്നതായി കണ്ടെത്തിയിട്ടുണ്ട്. ഇടവിട്ടിടവിട്ടുണ്ടാകുന്ന ചാന്ദ്രകമ്പനങ്ങൾക്കു കാരണം ഭൂമിയുടെ ടൈഡൽ ബലങ്ങളാണ്.

വ്യാഴത്തിന്റെ ഉപഗ്രഹമായ അയോ കഴിഞ്ഞാൽ സൗരയൂഥത്തിൽ ഏറ്റവും സാന്ദ്രതയുള്ള ഉപഗ്രഹം ചന്ദ്രനാണ്. എങ്കിലും ചന്ദ്രന്റെ കോർ വളരെ ചെറുതാണ്. 700 കിലോമീറ്ററിൽ കുറഞ്ഞ വ്യാസമേ ചന്ദ്രന്റെ കോറിനുള്ളുവെന്നതിന് തെളിവുകളുണ്ട്. ചന്ദ്രന്റെ 20 ശതമാനം മാത്രമേ ഇതുവരൂ. എന്നാൽ മറ്റു ഗോളങ്ങളുടെ കാര്യത്തിൽ ഇത് 50 ശതമാനത്തോളമാണ്. കൃത്യമായി മനസ്സിലാക്കാൻ കഴിഞ്ഞിട്ടില്ല എങ്കിലും സൾഫർ, നിക്കൽ എന്നിവയുടെ അംശങ്ങളുള്ള ഇരുമ്പുകൊണ്ടാണ് കോർ നിർമ്മിച്ചിരിക്കുന്നത് എന്നാണ് അനുമാനിക്കുന്നത്. ചന്ദ്രന്റെ സ്ഥിരമല്ലാത്ത പരിക്രമണ സമയത്തിൽനിന്ന് കോർ ഭാഗികമായെങ്കിലും ദ്രവാവസ്ഥയിലാണെന്നു മനസ്സിലാക്കാം.

പരിക്രമണം ചെയ്യുന്ന ബഹിരാകാശ യാനങ്ങളിൽനിന്നുള്ള റേഡിയോ തരംഗങ്ങളുടെ ട്രാക്കിങ് വഴി ചന്ദ്രന്റെ ഗുരുത്വമണ്ഡലം അളക്കാൻ സാധിച്ചിട്ടുണ്ട്. ഡോപ്ലർ പ്രഭാവമുപയോഗിച്ചാണ് ഈ പഠനം നടത്തുന്നത്. റേഡിയോ തരംഗത്തിന്റെ ആവൃത്തിയിൽ വരുന്ന ചെറിയ മാറ്റങ്ങളിൽനിന്നും ഭൂമിയിലെ ഒരു സ്റ്റേഷനിലേക്കുള്ള ബഹിരാകാശവാഹനത്തിന്റെ ദൂരത്തിൽനിന്നും ബഹിരാകാശവാഹനത്തിന്റെ ത്വരണം എത്രയുണ്ടെന്ന് കണക്കുകൂട്ടുന്നു. ചന്ദ്രന്റെ ഒരു വശം മാത്രമേ ഭൂമിയിൽനിന്ന് കാണാൻകഴിയൂ എന്നതിനാൽ ദൂരപക്ഷവശത്തെ ഗുരുത്വാകർഷണ മണ്ഡലത്തെക്കുറിച്ച് അത്ര വ്യക്തമായ ധാരണകളൊന്നുമില്ല.

ചന്ദ്രന്റെ ഗുരുത്വാകർഷണ മണ്ഡലത്തിന്റെ പ്രധാന സവിശേഷത വലിയ ഗർത്തങ്ങളോടനുബന്ധിച്ച് ഗുരുത്വാകർഷണ മണ്ഡലത്തിലുണ്ടാകുന്ന വർദ്ധനവാണ്. ഈ വർദ്ധനകൾ മാസ്കോണുകൾ എന്നാണറിയപ്പെടുന്നത്. ബഹിരാകാശ വാഹനത്തിന്റെ ചന്ദ്രനുചുറ്റുമുള്ള പരിക്രമണത്തിൽ ഇവ വലിയ സ്വാധീനം ചെലുത്തുന്നു. അതിനാൽ മനുഷ്യനെ വഹിക്കുന്നതും അല്ലാത്തതുമായ ബഹിരാകാശ വാഹനങ്ങൾ വിക്ഷേപിക്കുമ്പോൾ ഗുരുത്വാകർഷണ മണ്ഡലത്തിലെ മാറ്റങ്ങളെക്കുറിച്ച് വ്യക്തമായ ധാരണയുണ്ടായിരിക്കണം. സാന്ദ്രതയേറിയ ബസാൾട്ട് അടങ്ങിയ ലാവ, ഗർത്തങ്ങളിൽ ഘനീഭവിച്ചതാണ് മാസ്കോണുകൾക്ക് കാരണമെന്ന് കരുതപ്പെടുന്നു. എന്നാൽ ക്രസ്റ്റ് – മാന്റിൽ പ്രതലത്തിന്റെ ഉയർച്ച പരിഗണിക്കാതെ ലാവ മാത്രം ഉപയോഗിച്ച് ഗുരുത്വാകർഷണ മണ്ഡലത്തിലെ വ്യത്യാസങ്ങൾ പൂർണ്ണമായി വിശദീകരിക്കാൻ കഴിയില്ല. കാരണം ബസാൾട്ട് സാന്നിദ്ധ്യമില്ലാത്ത മാസ്കോണുകളുമുണ്ടെന്ന് കണ്ടെത്തിയിട്ടുണ്ട്.

ഭൂമിയെ അപേക്ഷിച്ച് ചന്ദ്രന്റെ കാന്തിക ക്ഷേത്രം വളരെ ദുർബ്ബലമാണ്. ഒന്നു മുതൽ നൂറുവരെ നാനോ ടെസ്ലയാണ് ചന്ദ്രന്റെ കാന്തിക ക്ഷേത്രത്തിന്റെ ശക്തി. ഇത് ഭൂമിയുടെ കാന്തികക്ഷേത്രത്തിന്റെ നൂറി

ലൊരു ഭാഗത്തിലും കുറവാണ്. മറ്റൊരു പ്രധാനവ്യത്യാസം ചന്ദ്രന് കോറിലെ ജിയോഡൈനമോ മൂലമുണ്ടാകുന്ന രീതിയിലുള്ള ഇരട്ടധ്രുവ കാന്തിക ക്ഷേത്രമില്ല എന്നതാണ്. ചന്ദ്രന്റെ കാന്തികക്ഷേത്രം ഏകദേശം പൂർണ്ണമായും ക്രസ്റ്റിലാണ് ഉത്ഭവിക്കുന്നത്. ആദ്യകാലത്ത് ജിയോഡൈനമോ പ്രവർത്തനക്ഷമമായിരുന്നപ്പോൾ അതിൽനിന്നും ക്രസ്റ്റ് കാന്തികത നേടിയതാണെന്നാണ് ഒരു സിദ്ധാന്തം. എന്നാൽ കോറിന്റെ വലിപ്പക്കുറവ് ഈ പരികല്പനയ്ക്ക് വിലങ്ങുതടിയാണ്. ചന്ദ്രനിൽ അന്തരീക്ഷമില്ലാത്തതുകൊണ്ട് ഭീമൻ ഉല്ക്കാപതനങ്ങളുടെ ഫലമായി കാന്തിക ക്ഷേത്രം സൃഷ്ടിക്കപ്പെട്ടതാണ് എന്നതാണ് മറ്റൊരുവാദം. ഗർത്തങ്ങളുടെ ആന്റിപോഡുകളിലാണ് ക്രസ്റ്റിൽ കാന്തികത കൂടുതൽ എന്നത് ഈ പരികല്പനയ്ക്ക് തെളിവായി ഉയർത്തിക്കാണിക്കുന്നു. ഉല്ക്കകളുടെയും മറ്റും കൂട്ടിയിടിയിൽ പുറന്തള്ളപ്പെടുന്ന പ്ലാസ്മയാണ് ഈ പ്രതിഭാസത്തിന് കാരണം എന്ന് ഈ സിദ്ധാന്തം വിശദീകരിക്കുന്നു.

ചന്ദ്രനിൽ അന്തരീക്ഷം നാമമാത്രമാണ്. അന്തരീക്ഷവാതകങ്ങൾ ആകെ 10 ടണ്ണിൽ താഴെമാത്രമേ വരൂ. ചന്ദ്രന്റെ അന്തരീക്ഷത്തിലെ പ്രധാന ഭാഗവും ക്രസ്റ്റിലും മാന്റിലിലും നടക്കുന്ന റേഡിയോ ആക്ടീവ് പ്രക്രിയകളിൽനിന്നും പുറന്തള്ളപ്പെടുന്ന ഹീലിയം, റാഡോൺ തുടങ്ങിയ വാതകങ്ങളാണ്. ചെറിയ ഉല്ക്കകൾ, സൗരവാതത്തിലെ അയോണുകൾ, സൂര്യപ്രകാശം എന്നിവ ചന്ദ്രോപരിതലത്തിൽ പതിക്കുന്നതുമൂലമുണ്ടാകുന്നതാണ് മറ്റൊരു ഭാഗം. സ്പട്ടറിങ് എന്നാണീ പ്രക്രിയ അറിയപ്പെടുന്നത്. സ്പട്ടറിങ് മൂലമുണ്ടാകുന്ന വാതകങ്ങൾ ഗുരുത്വാകർഷണം മൂലം റിഗോലിത്തിലേക്ക് തിരിച്ചുപോവുകയോ സൂര്യനിൽനിന്നുള്ള റേഡിയേഷൻ മർദ്ദമോ, സൗരവാതങ്ങളിലെ കാന്തികമണ്ഡലമോ കാരണം ബഹിരാകാശത്തേക്ക് നീക്കം ചെയ്യപ്പെടുകയോ സംഭവിക്കാം. ചന്ദ്രന്റെ അന്തരീക്ഷത്തിലെ സോഡിയം, പൊട്ടാസ്യം എന്നിവയുടെ സാന്നിദ്ധ്യം ഭൂമിയിൽനിന്നും വർണ്ണരാജി വിശകലനം വഴിയും, റാഡോൺ –222, പൊളോണിയം – 210 എന്നിവയുടെ സാന്നിദ്ധ്യം അൽഫാ പാർട്ടിക്കിൾ സ്പെക്ട്രോ മീറ്റർ ഉപയോഗിച്ചും കണ്ടെത്തിയിട്ടുണ്ട്. ആർഗൺ – 40, ഹീലിയം –4, ഓക്സിജൻ, മീഥേൻ, കാർബൺ മോണോക്സൈഡ്, നൈട്രജൻ, കാർബൺ ഡയോക്സൈഡ് എന്നിവയുടെ സാന്നിദ്ധ്യം കണ്ടെത്തിയത് ചന്ദ്രനിൽ വച്ച് പരീക്ഷണം നടത്തിയ അപ്പോളോ യാത്രികരാണ്.

സൂര്യൻ, ചന്ദ്രൻ, ഭൂമി എന്നിവ നേർരേഖയിൽ വരുമ്പോഴാണ് ഗ്രഹണം എന്ന പ്രതിഭാസം സംഭവിക്കുന്നത്. ചന്ദ്രഗ്രഹണം പൗർണ്ണമി ദിനത്തിലും സൂര്യഗ്രഹണം അമാവാസി ദിനത്തിലും മാത്രമേ സംഭവിക്കുകയുള്ളൂ. സൂര്യനും ചന്ദ്രനുമിടയിൽ ഭൂമി വരുമ്പോൾ ഭൂമിയുടെ നിഴൽ ചന്ദ്രനിൽ പതിക്കുന്നതാണ് ചന്ദ്രഗ്രഹണം. ചന്ദ്രൻ, ഭൂമിയുടെയും സൂര്യന്റെയും ഇടയിൽ വരുമ്പോൾ ചന്ദ്രന്റെ നിഴൽ ഭൂമിയിൽ പതിക്കുന്നതാണ് സൂര്യഗ്രഹണം. രണ്ടു ഗ്രഹണങ്ങളിലും പൂർണ്ണഗ്രഹണവും ഭാഗിക ഗ്രഹ

ണവും നടക്കാറുണ്ട്. ചന്ദ്രന്റെ പ്രദക്ഷിണപഥം ക്രാന്തിവൃത്തത്തിന് അഞ്ച് ഡിഗ്രി ചരിവോടുകൂടിയതിനാൽ എല്ലാ പൗർണ്ണമിയിലും അമാവാസിയിലും ഗ്രഹണങ്ങൾ നടക്കുന്നില്ല. രണ്ടുഭ്രമണപഥങ്ങളും കൂടിച്ചേരുന്ന രണ്ടു ബിന്ദുക്കളിൽ ഒന്നിനടുത്ത് ചന്ദ്രൻ എത്തുമ്പോൾ മാത്രമേ ഗ്രഹണം നടക്കുകയുള്ളൂ. ഗ്രഹണങ്ങളുടെ ആവർത്തനം സാരോസ്ചക്രമുപയോഗിച്ച് വിശദീകരിക്കാം. 18 വർഷവും 11 ദിവസവും 8 മണിക്കൂറും ദൈർഘ്യമുള്ള കാലയളവാണ് സാരോസ് ചക്രം. സൂര്യചന്ദ്രൻമാരുടെ കോണീയ വ്യാസങ്ങൾ ഏകദേശം തുല്യമായതിനാലാണ് സൂര്യഗ്രഹണസമയത്ത് സൂര്യൻ പൂർണ്ണമായി മറയ്ക്കപ്പെടുന്ന തരം ഗ്രഹണങ്ങളുണ്ടാകുന്നത്. ഭൗമ–ചാന്ദ്രവ്യവസ്ഥയുടെ പരിണാമത്തിന്റെ ഫലമായി ചന്ദ്രൻ ഭൂമിയിൽ നിന്ന് അകന്നുപോകുന്നതോടെ ഇതിന് മാറ്റം വരും. അതിനുശേഷം പൂർണ്ണ സൂര്യഗ്രഹണമുണ്ടാകില്ല. ഭാഗിക ഗ്രഹണങ്ങളും, വലയഗ്രഹണങ്ങളും മാത്രമേ ഉണ്ടാവുകയുള്ളൂ.

പൗർണ്ണമി സമയത്ത് ചന്ദ്രന്റെ ദൃശ്യകാന്തികമാനം –12.6 ആണ്. എന്നാൽ ചന്ദ്രബിംബത്തിന്റെ പകുതി കാണാൻ കഴിയുന്ന അവസ്ഥയിൽ പ്രകാശതീവ്രത പൂർണ്ണചന്ദ്രന്റെ പകുതിയല്ല, ഏകദേശം പത്തിലൊന്നോളമേ വരൂ. ചന്ദ്രന്റെ പരുക്കൻ പ്രതലങ്ങളിൽനിന്ന് കൂടുതൽ പ്രകാശം പ്രതിഫലിക്കുക പ്രകാശ സ്രോതസ്സിന്റെ ദിശയിലാണ്. പൗർണ്ണമി സമയത്ത് പ്രകാശ സ്രോതസ്സായ സൂര്യന്റെ ദിശയിലാണ് ഭൂമി എന്നതിനാൽ ഭൂമിയിലെ നിരീക്ഷകന് ചന്ദ്രബിംബം വളരെയേറെ പ്രകാശിതമായി അനുഭവപ്പെടുന്നു. എന്നാൽ മറ്റുസമയങ്ങളിൽ ചന്ദ്രനിലെ ഉയർച്ചതാഴ്ചകൾ ചന്ദ്രോപരിതലത്തിൽ നിഴലുകൾ തീർക്കുന്നതിനാൽ മങ്ങിയതായും കാണുന്നു.

ചക്രവാളത്തിനടുത്തായിരിക്കുമ്പോൾ ചന്ദ്രബിംബം കൂടുതൽ വലുതായി അനുഭവപ്പെടുന്നു. ഇത് യഥാർത്ഥത്തിൽ ഒരു മായികാനുഭവമാണ്. ചക്രവാളത്തിനടുത്തായിരിക്കുമ്പോൾ നിരീക്ഷകനിൽനിന്ന് ചന്ദ്രനിലേക്കുള്ള ദൂരം കൂടുതലായിരിക്കും എന്നതിനാൽ ചന്ദ്രന്റെ കോണീയ വ്യാസം 1.5 ശതമാനത്തോളം കുറയുകയാണുണ്ടാകുന്നത്. അപവർത്തനം മൂലം ഈ വലിപ്പം അല്പം വർദ്ധിക്കുന്നു. എന്നാൽ നമ്മുടെ മസ്തിഷ്കം ദൃശ്യങ്ങളെ മനസ്സിലാക്കുന്ന രീതിമൂലമാണ് ചന്ദ്രൻ വളരെ വലുതായി അനുഭവപ്പെടുന്നത്.

വളരെ പ്രകാശമുള്ള വസ്തുവായി അനുഭവപ്പെടുന്നുവെങ്കിലും ചന്ദ്രൻ പ്രതിഫലിപ്പിക്കുന്ന പ്രകാശത്തിന്റെ ശതമാനം വളരെ കുറവാണ്. വളരെ കുറവെന്നുപറഞ്ഞാൽ വെറും ഏഴ് ശതമാനം മാത്രം. കല്ക്കരിയുടെ പ്രതിഫലനശേഷിക്ക് തുല്യമാണിത്. എന്നാൽ ചന്ദ്രൻ ഒരു പൂർണ്ണ പ്രതിഫലകമല്ലാത്തതുകൊണ്ട് അത് സൂര്യന്റെ ദിശയിൽ 12 ശതമാനം പ്രകാശം പ്രതിഫലിപ്പിക്കുന്നുണ്ട്. പൗർണ്ണമിയിൽ ചന്ദ്രന്റെ വശങ്ങൾ കേന്ദ്രഭാഗത്തെപ്പോലെ പ്രകാശിതമാകുന്നതിനും ഇത് കാരണമാകുന്നുണ്ട്. ഇതിനു പുറമെ കറുത്ത ആകാശവും ചന്ദ്രൻ വളരെയേറെ പ്രകാ

ശമുള്ള വസ്തുവാണെന്ന പ്രതീതിയുണ്ടാക്കുന്നുണ്ട്. സൂര്യപ്രകാശം പ്രതിഫലിപ്പിക്കുന്ന ഭാഗമാണ് ഏറ്റവും പ്രകാശിതമായി കാണുന്നതെങ്കിലും മറ്റുഭാഗങ്ങളും മങ്ങിയവെളിച്ചത്തിൽ ചിലപ്പോൾ ദൃശ്യമാകാറുണ്ട്. ഭൂമിയിൽനിന്ന് പ്രതിഫലിക്കുന്ന സൂര്യപ്രകാശം ചന്ദ്രനിൽനിന്ന് വീണ്ടും പ്രതിഫലിച്ച് ഭൂമിയിലെത്തുന്നതുകൊണ്ടാണിത് സംഭവിക്കുന്നത്. 'പ്ലാനറ്റ് ഷൈൻ' എന്നറിയപ്പെടുന്ന ഈ പ്രതിഭാസം അമാവാസിയോടടുത്ത ദിവസങ്ങളിലാണ് കൂടുതലായി അനുഭവപ്പെടുന്നത്.

1954 ൽ ആർതർ സി ക്ലാർക്കാണ് ചന്ദ്രനിൽ ഒരു ഇടത്താവളമുണ്ടാക്കുന്നതിന്റെ സാദ്ധ്യതയെക്കുറിച്ച് ആദ്യമായി ചൂണ്ടിക്കാണിച്ചത്. പിന്നീട് 1969 മുതൽ 1972 വരെ നടന്ന മനുഷ്യന്റെ ചാന്ദ്രസന്ദർശനത്തെ തുടർന്ന് വൻശക്തികൾ ഇക്കാര്യത്തെക്കുറിച്ച് ഗൗരവമായി ആലോചിക്കാൻ തുടങ്ങിയിരുന്നു. ആശങ്കകൾക്ക് വിരാമമിട്ടുകൊണ്ട് ഇപ്പോൾ നാസ തങ്ങളുടെ ലൂണാർ ഔട്ട്പോസ്റ്റ് പദ്ധതിയുടെ വിശദാംശങ്ങൾ പുറത്തുവിട്ടിരിക്കുകയാണ്. 2020 മുതൽ 2030 വരെയുള്ള പത്ത് വർഷങ്ങളിൽ ചന്ദ്രനിൽ ഒന്നിലേറെ ഇടത്താവളങ്ങൾ നിർമ്മിക്കാൻ നാസ പദ്ധതിയിട്ടിരിക്കുകയാണ്. ഇതിൽ ആദ്യത്തേതിന്റെ നിർമ്മാണം 2022 ൽ ആരംഭിക്കും. ചാന്ദ്രശിലകളിൽ ഖനനം നടത്തുന്നതിനാണ് ഇടത്താവളങ്ങൾ നിർമ്മിക്കുന്നത്. നാസയ്ക്കുപുറമെ റഷ്യൻ ബഹിരാകാശ ഏജൻസിയും (റോസ്കോസ്മോസ്), ചൈനീസ് ബഹിരാകാശ ഏജൻസിയും(സി എൻ എസ് എ) ചന്ദ്രനിൽ ഇടത്താവളങ്ങൾ നിർമ്മിക്കാൻ ആലോചിക്കുന്നുണ്ട്.

2019–2024 കാലഘട്ടത്തിൽ ചന്ദ്രോപരിതലത്തിൽ ആദ്യത്തെ ഔട്ട്പോസ്റ്റ് നിർമ്മിക്കാൻ ബുഷ് ഭരണകൂടം അംഗീകാരം നല്കിയിരുന്നു. എന്നാൽ പിന്നീട് വന്ന ഒബാമ ഭരണകൂടം ഈ പദ്ധതി മരവിപ്പിക്കുകയും ചൊവ്വാദൗത്യവുമായി മുന്നോട്ട് പോവുകയുമാണുണ്ടായത്. എങ്കിലും 2014 ൽ നടന്ന നാസ വർക്ക്ഷോപ്പിൽ ലൂണാർ ഔട്ട്പോസ്റ്റ് സജീവ ചർച്ചയാവുകയും അമേരിക്കൻ സെനറ്റ് ഈ പദ്ധതി അംഗീകരിക്കുകയും ചെയ്തു. 10 ബില്യൺ ഡോളറാണ് 2022 ൽ ചന്ദ്രനിൽ നിർമ്മിക്കാനുദ്ദേശിക്കുന്ന ഔട്ട്പോസ്റ്റിന്റെ ചെലവ് പ്രതീക്ഷിക്കുന്നത്. യൂറോപ്യൻ സ്പേസ് റിസർച്ച് ആന്റ് ടെക്നോളജി സെന്ററിന്റെ ആഭിമുഖ്യത്തിൽ 2015 ഡിസംബറിൽ നടത്തിയ മൂൺ 2022–2030 അന്താരാഷ്ട്ര സിംപോസിയത്തിൽ ലൂണാർ ഔട്ട്പോസ്റ്റുകളുടെ ശാസ്ത്രീയവും വ്യാവസായികവുമായ സാദ്ധ്യതകളെക്കുറിച്ച് വിശദമായ ചർച്ച നടന്നു. ന്യൂ സ്പേസ് ഇൻഡസ്ട്രി, അക്രിഡ് ആസ്ട്രോ നോട്ടിക്സ്, ലൂണാർ എക്സ്–പ്രൈസ് തുടങ്ങിയ സിലിക്കൺ വാലി സംരഭകരും ലൂണാർ ഔട്ട്പോസ്റ്റ് പദ്ധതിയുമായി സഹകരിക്കാൻ സന്നദ്ധത കാണിക്കുന്നുണ്ട്. ചാന്ദ്രഖനനം തന്നെയാണ് ഇത്തരം ഔട്ട്പോസ്റ്റുകൾകൊണ്ട് മുഖ്യമായും ഉദ്ദേശിക്കുന്നത്.

ഭൂമിക്ക് വെളിയിൽ ഒരു ഇടത്താവളമുണ്ടാക്കുന്നത് സയൻസ് ഫിക്ഷനുകളിൽ ഏറ്റവുമധികം ചർച്ച ചെയ്തിട്ടുള്ള വിഷയമാണ്. സ്റ്റാർ വാർസ് സീരിസുകളിലും അതുപോലെയുള്ള നിരവധി സിനിമകളിലും, നോവ

ലുകളിലുമുള്ള ഇത്തരം ഔട്ട്പോസ്റ്റുകൾ ഭാവന മാത്രമായി പറഞ്ഞവസാനിപ്പിക്കാൻ കഴിയില്ല. നാസയുൾപ്പടെയുള്ള ബഹിരാകാശ ഏജൻസികൾ സ്പേസ് ഔട്ട്പോസ്റ്റുകളെക്കുറിച്ച് ഗൗരവമായി ചിന്തിച്ചു തുടങ്ങിയിരിക്കുന്നു. ഭൂമിക്കു വെളിയിലുള്ള ഇത്തരമൊരു ഇടത്താവളം ആദ്യമായി നിർമ്മിക്കുന്നത് ചന്ദ്രനിലായിരിക്കും. 2022 ൽ ആദ്യത്തെ ഔട്ട്പോസ്റ്റ് നിർമ്മാണം ആരംഭിക്കുമെന്നാണ് നാസയുടെ പത്രക്കുറിപ്പിൽ പറയുന്നത്. സങ്കേതികവിദ്യയുടെ വളർച്ച സ്വപ്നങ്ങൾ യാഥാർത്ഥ്യമാക്കാനൊരുങ്ങുകയാണ്.

ബഹിരാകാശയാത്രകൾ ആരംഭിക്കുന്നതിനു മുമ്പ് തന്നെ ചന്ദ്രനിലെ കോളനിവല്ക്കരണത്തെപ്പറ്റി മനുഷ്യർ ചിന്തിച്ചു തുടങ്ങിയിരുന്നു. 1638 ൽ ബിഷപ് ജോൺ വിൽക്കിൻസ് എഴുതിയ *എ ഡിസ്കോഴ്സ് കൺസേണിങ് എ ന്യൂ വേൾഡ് ആന്റ് അനദർ പ്ലാനറ്റ്* എന്ന പുസ്തകത്തിൽ ഭാവിയിൽ മനുഷ്യൻ ചന്ദ്രനിൽ കോളനികൾ സ്ഥാപിക്കുമെന്ന് പ്രവചിച്ചിരുന്നു. കോൺസ്റ്റാന്റിൻ സ്യോൾക്കോവ്സ്ക്കിയും (1857–1935) ചന്ദ്രനിലെ കോളനികളെക്കുറിച്ച് സംസാരിച്ചവരിൽ പ്രമുഖനാണ്. 1950 മുതലുള്ള കാലഘട്ടത്തിൽ നിരവധി ശാസ്ത്രജ്ഞരും എഞ്ചിനിയർമാരും സ്പേസ് ഔട്ട്പോസ്റ്റുകളുടെ പ്രായോഗികതയെക്കുറിച്ച് ചിന്തിക്കാനാരംഭിച്ചു. 1954 ൽ ആർതർ സി ക്ലർക്ക് ചന്ദ്രനിൽ ഒരു മൊഡ്യൂൾ രൂപത്തിലുള്ള ഇടത്താവളം സ്ഥാപിക്കുന്നതിനെക്കുറിച്ച് സൂചിപ്പിച്ചിരുന്നു. ചാന്ദ്രധൂളിക്കിടയിൽ 'ഇഗ്ളു'പോലൊരു ഇടത്താവളമാണ് അദ്ദേഹം ഭാവനയിൽ കണ്ടത്. വായു ശുദ്ധീകരണ സംവിധാനവും, ന്യൂക്ലിയർ പവർസ്റ്റേഷനുമെല്ലാമടങ്ങിയ ഒരു സ്ഥിരം സംവിധാനമാണ് അദ്ദേഹത്തിന്റെ ഭാവനയിലുണ്ടായിരുന്നത്. 1959 ൽ ജോൺ എൻ റൈൻഹാർട്ട് നിർദ്ദേശിച്ചത് കൗതുകകരമായ ഒരു ഔട്ട്പോസ്റ്റ് നിർമ്മാണമാണ്. സിലിണ്ടറാകൃതിയിലുള്ള ഈ ഔട്ട്പോസ്റ്റ് ഒരു കപ്പൽ പോലെ ചാന്ദ്രധൂളിയിൽ പൊങ്ങിക്കിടക്കുന്ന തരത്തിലുള്ള രൂപകല്പനയാണ്. 1961 മുതൽ 67 വരെയുള്ള കാലത്ത് ലൂണെക്സ് പ്രോജക്ട്, സബ്–സർഫസ് ബേസ്, പ്രോജക്ട് ഹൊറൈസൺ എന്നീ പ്രൊപ്പോസലുകൾ ലൂണാർ ഔട്ട്പോസ്റ്റ് നിർമ്മാണവുമായി ബന്ധപ്പെടുത്തി ഉയർന്നുവന്നെങ്കിലും അതൊന്നും യാഥാർത്ഥ്യമായില്ല.

പിന്നീട് 2006 ലും 2007 ലും ചന്ദ്രനിൽ ഇടത്താവളങ്ങളുണ്ടാക്കുന്നതുമായി ബന്ധപ്പെട്ട് നിർദ്ദേശങ്ങൾ ഉയർന്നുവന്നിരുന്നു. ജപ്പാൻ ബഹിരാകാശ ഏജൻസി 2006 ൽ മുന്നോട്ടു വച്ച നിർദ്ദേശത്തിൽ 2030 ൽ മൂൺ ബേസ് ഉണ്ടാക്കുമെന്നാണ് അവകാശപ്പെടുന്നത്. റഷ്യയുടെ ബഹിരാകാശ ഏജൻസിയായ റോസ്കോസ്മോസ് 2007 ൽ അവതരിപ്പിച്ച പ്രൊപ്പോസൽ അനുസരിച്ച് 2027–32 കാലത്ത് ലൂണാർ ഔട്ട്പോസ്റ്റ് നിർമ്മിക്കുമെന്ന് അവകാശപ്പെടുന്നു. നാസയാണ് ലൂണാർ ഔട്ട്പോസ്റ്റ് നിർമ്മാണപദ്ധതിയുമായി ഇപ്പോൾ മുൻപന്തിയിലുള്ളത്.

ഭൂമിയിൽനിന്ന് ഒരു റോക്കറ്റ് വിക്ഷേപിക്കുന്നതിനാവശ്യമായ ഇന്ധ

നത്തിന്റെ ചെറിയൊരു ഭാഗം മതിയാകും ചന്ദ്രനിൽനിന്നുള്ള വിക്ഷേപണത്തിന്. ചന്ദ്രന്റെ ഗുരുത്വബലം ഭൂമിയെ അപേക്ഷിച്ച് നന്നേ കുറവായതുകൊണ്ടാണിത്. എന്നാൽ ചന്ദ്രനിൽ ദീർഘകാലം താമസിക്കുന്നത് മനുഷ്യരുടെ ആരോഗ്യത്തിന് ഹാനികരമാണ്. ചന്ദ്രന്റെ ദുർബ്ബലമായ ഗ്രാവിറ്റി തന്നെ ഇവിടെയും പ്രശ്നം. റോബോട്ടിക് ദൗത്യങ്ങൾകൊണ്ട് ഈ അപകടം മറികടക്കാൻ കഴിയും. സൗരയൂഥത്തിൽ ഭൂമിയുടെ ഏറ്റവും അടുത്തുള്ള ഖഗോള പിണ്ഡമായതുകൊണ്ട് ചന്ദ്രനിൽ നിർമ്മിക്കുന്ന ഇടത്താവളങ്ങൾക്ക് അതിനാവശ്യമായ അസംസ്കൃത വസ്തുക്കളുടെ ട്രാൻസ്പോർട്ടേഷൻ ചെലവ് താരതമ്യേന കുറവായിരിക്കും. ചന്ദ്രനിൽനിന്നുള്ള നിഷ്ക്രമണ പ്രവേഗം (Escape velocity) കുറവായതിനാൽ ഭാവിയിൽ ചൊവ്വയിലേക്കും മറ്റ് ഗ്രഹങ്ങളിലേക്കുമുള്ള ഉപഗ്രഹ വിക്ഷേപണം ചന്ദ്രനിൽ സ്ഥാപിക്കുന്ന ഇടത്താവളത്തിൽനിന്ന് ചെയ്യാൻ കഴിയും. ഭൂമിയിൽനിന്ന് ചന്ദ്രനിലേക്കുള്ള ശരാശരി ദൂരം 3,84,400 കിലോമീറ്റർ മാത്രം ആയതുകൊണ്ട് അടിയന്തരഘട്ടത്തിൽ ആളുകളെ ഒഴിപ്പിക്കുന്നതിനും ഉപകരണങ്ങളും മരുന്നും ഭക്ഷണവും എളുപ്പത്തിൽ എത്തിക്കുന്നതിനും കഴിയും. ചന്ദ്രനും ഭൂമിയുമായുള്ള റേഡിയോ സന്ദേശ വിനിമയത്തിന് മൂന്ന് സെക്കന്റുകൾ മതിയാകും. ഇതും അനുകൂല ഘടകമാണ്. ചൊവ്വയുമായുള്ള സന്ദേശ വിനിമയത്തിന് എട്ട് മിനിട്ടും 40 സെക്കന്റും ആവശ്യമാണ്. ചന്ദ്രനിൽനിന്ന് നോക്കുമ്പോൾ ഭൂമി വളരെ വലുതും മനോഹരവുമായാണ് കാണപ്പെടുന്നത്. ഭൂമിയിൽനിന്ന് ദൃശ്യമായ പൂർണ്ണ ചന്ദ്രന്റെ 60 മടങ്ങ് ശോഭയുണ്ടാകും ചന്ദ്രനിൽനിന്നുള്ള ദൃശ്യത്തിന്. ചന്ദ്രനിലെ ഇടത്താവളത്തിൽ താമസിക്കുന്ന സഞ്ചാരികളുടെ ഗൃഹാതുരത്വം പരമാവധി കുറയ്ക്കാൻ ഇത് സഹായിക്കും. 'ഇന്നർ സോളാർ സിസ്റ്റത്തിലെ' മറ്റ് ഗോളങ്ങളിൽനിന്നുള്ള ഭൂമിയുടെ ദൃശ്യം ഒരു നക്ഷത്രത്തെപ്പോലെ ചെറിയൊരു പൊട്ട് മാത്രമായിരിക്കും.' ഔട്ടർ സോളാർ സിസ്റ്റത്തിലാണ്' ഇടത്താവളങ്ങൾ സ്ഥാപിക്കുന്നതെങ്കിൽ ഭൂമി അദൃശ്യമായിരിക്കും. ചന്ദ്രനിലെ രാവും പകലും കൃഷിക്ക് അനുയോജ്യമാണ്. ചന്ദ്രനിലെ ജലം ശേഖരിച്ച് കുടിവെള്ളമായി ഉപയോഗിക്കാമെന്നൊന്നും ഇപ്പോൾ പ്രതിക്ഷിക്കുന്നില്ല. എന്നാൽ മൂൺ ബേസിൽനിന്ന് വിക്ഷേപിക്കുന്ന റോക്കറ്റിൽ ഇന്ധനമായി ഈ ജലം ഉപയോഗിക്കാമെന്നാണ് പ്രതീക്ഷിക്കുന്നത്.

എന്നാൽ ഭൂമിക്കുവെളിയിൽ ഔട്ട്പോസ്റ്റുകൾ സ്ഥാപിക്കുന്നത് അത്ര എളുപ്പമൊന്നുമല്ല. ഭൂമിയുടെ ഏറ്റവും അടുത്തുള്ള ചന്ദ്രനിൽ പോലും അതൊരു വലിയ കടമ്പ തന്നെയായിരിക്കും. അന്തരീക്ഷമില്ലാത്ത ചന്ദ്രനിലെ താപനില 95 കെൽവിൻ മുതൽ 400 കെൽവിൻ വരെ ഏറിയും കുറഞ്ഞും ഇരിക്കും. സൂര്യപ്രകാശം പതിക്കുന്ന പ്രദേശങ്ങളിൽ അത്യുഷ്ണവും നിഴലിൽ അതിശൈത്യവുമായിരിക്കും. അന്തരീക്ഷമില്ലാത്തതുകൊണ്ട് താപം വിതരണം ചെയ്യുന്നതിന് ഭൂമിയിലേതുപോലെ സംവഹനം വഴി സാദ്ധ്യമല്ലാത്തതുകൊണ്ടാണ് ഇങ്ങനെ സംഭവിക്കുന്നത്. വായു

കണികകളിൽത്തട്ടി സൂര്യപ്രകാശത്തിന് വിസരണം സംഭവിക്കുന്നത് കൊണ്ടാണ് ഭൂമിയിലെ നിഴലുകൾക്ക് കൃത്യമായ അതിരുകളില്ലാത്തതും സൂര്യപ്രകാശം നേരിട്ടു പതിക്കാത്ത ഇടങ്ങളിൽപ്പോലും വെളിച്ചമുണ്ടാകുന്നതും. എന്നാൽ ചന്ദ്രനിൽ ഇങ്ങനെയല്ല കാര്യങ്ങൾ. ഒരു കണ്ണാടിയിൽത്തട്ടി പ്രകാശം പ്രതിഫലിക്കുന്നതിന് സമാനമാണ് അവിടെ കാര്യങ്ങൾ. നിഴലിന് കൃത്യമായ അതിരുണ്ടായിരിക്കും. സൂര്യപ്രകാശം പതിക്കാത്ത ഇടങ്ങളിൽ കൂരിരുട്ടായിരിക്കും. ചന്ദ്രനിലെ വലിയ ഗർത്തങ്ങളിൽ ഇതുവരെ സൂര്യപ്രകാശം എത്തിനോക്കിയിട്ടുപോലുമില്ല.

ചന്ദ്രന്റെ കുറഞ്ഞ ഗുരുത്വാകർഷണ ബലം വരുത്തിവയ്ക്കുന്ന അപകടം നിസ്സാരമല്ല. ഭൂമിയുടെ ആറിലൊന്നുമാത്രമാണ് ചന്ദ്രന്റെ ഗുരുത്വാകർഷണ ബലം. കുറഞ്ഞ ഗുരുത്വ മേഖലയിൽ ദീർഘകാലം കഴിയുന്നത് അസ്ഥികളും പേശികളും ദുർബ്ബലമാകുന്നതിന് കാരണമാകും. രോഗപ്രതിരോധശേഷി ക്രമേണ നഷ്ടമാകും. സൂര്യനിൽനിന്നു പുറപ്പെടുന്ന തീവ്രവികിരണങ്ങളും മറ്റ് ബഹിരാകാശ സ്രോതസ്സുകളിൽനിന്നു വരുന്ന കോസ്മിക് കിരണങ്ങളും ഭൂമിയിലെത്തിയാൽ അത് ഭൗമജീവനെയൊന്നാകെ കരിച്ചുകളയും. ഭൗമാന്തരീക്ഷത്തെ ഛിന്നഭിന്നമാക്കുകയും ചെയ്യും. ഇത്തരം വികിരണങ്ങൾ ഭൗമാന്തരീക്ഷത്തിലെത്താതെ തടഞ്ഞുനിർത്തുന്നത് ഭൂമിക്കു ചുറ്റുമുള്ള കാന്തികമണ്ഡലമാണ്. ഭൂമിയുടെ അന്തർഭാഗത്തുള്ള ഉറച്ച കോറും, ദ്രാവകാവസ്ഥയിലുള്ള മാന്റിലും ചേർന്നാണ് ഈ കാന്തികമണ്ഡലം സൃഷ്ടിക്കുന്നത്. ദ്രാവകാവസ്ഥയിലുള്ള മാന്റിലിൽ നടക്കുന്ന സംവഹനവും ഉറച്ചു ഖരാവസ്ഥയിലായ കോറും ഒരു ആന്തര ഡൈനമോ പോലെയാണ് പ്രവർത്തിക്കുന്നത്. എന്നാൽ ചന്ദ്രന്റെ ഉൾഭാഗം ഏറക്കുറെ ഖരാവസ്ഥയിലായിക്കഴിഞ്ഞതുകൊണ്ട് ആന്തര സംവഹന പ്രവർത്തനങ്ങൾ നടക്കുന്നില്ല. അതുകൊണ്ടുതന്നെ ചന്ദ്രന്റെ കാന്തികമണ്ഡലം ഇല്ലാത്തതുകൊണ്ട് വികിരണങ്ങൾ നിർബ്ബാധം ചന്ദ്രനിൽ പതിക്കും. ചന്ദ്രന്റെ അന്തരീക്ഷം നഷ്ടപ്പെട്ടതും ഇക്കാരണത്താലാണ്. മൂൺ ബേസിൽ താമസിക്കുന്ന മനുഷ്യർക്ക് ഈ വികിരണങ്ങൾ അങ്ങേയറ്റം ഹാനികരമാണ്. അന്തരീക്ഷമില്ലാത്തതുകൊണ്ട് വീണ്ടും അപകടങ്ങൾ പതിയിരിക്കുന്നുണ്ട്. ഓരോ വർഷവും വലുതും ചെറുതുമായി ലക്ഷക്കണക്കിന് ഉല്ക്കകൾ ഭൂമിയിലേക്ക് വീഴുന്നുണ്ട്. ഇവയിൽ ഭൂരിഭാഗവും ഭൗമാന്തരീക്ഷത്തിന്റെ ഘർഷണം കാരണം ഭൂമിയിലെത്താതെ അന്തരീക്ഷത്തിൽ വച്ചുതന്നെ കത്തിത്തീരുകയാണ് പതിവ്. എന്നാൽ അന്തരീക്ഷമില്ലാത്തതുകൊണ്ട് ഉല്ക്കകൾ ചന്ദ്രോപരിതലത്തിൽ നിർബ്ബാധം പതിച്ചുക്കൊണ്ടിരിക്കും. ഇത് മൂൺ ബേസിനും അവിടുള്ള മനുഷ്യർക്കും അപകടമുണ്ടാക്കും. അത്യധികം മിനുസമേറിയതും കണ്ണാടി പോലെ തിളക്കമുള്ളതും വെടിമരുന്നിന്റെ ഗന്ധമുള്ളതുമാണ് ചാന്ദ്രധൂളി. മിനുസ്സമേറിയ ഈ ധൂളി മൂൺബേസ് നിർമ്മാണത്തിനുപയോഗിക്കുന്ന ഉപകരണങ്ങളിൽ ഒട്ടിപ്പിടിച്ചാൽ അത് നീക്കം ചെയ്യുക പ്രയാസമാണ്. കാറ്റും മഴയുമില്ലാത്തതു

കൊണ്ട് അത് ഒലിച്ചുപോവുകയുമില്ല. ഉപകരണങ്ങളുടെ പ്രവർത്തനത്തെ ചാന്ദ്രധൂളി തകരാറിലാക്കും. ചെടികൾ നട്ടുവളർത്താൻ കഴിയുമെന്ന് ശാസ്ത്രജ്ഞർ പ്രതീക്ഷിക്കുന്നുണ്ടെങ്കിലും 354 മണിക്കൂർ ദൈർഘ്യമുള്ള രാത്രിയും, താപനിലയിലുണ്ടാകുന്ന വളരെ വലിയ അന്തരവും, നൈട്രജൻ കുറഞ്ഞ മണ്ണും, വിത്തുവിതരണത്തിനാവശ്യമായ ജീവികളുടെ അഭാവവും ചന്ദ്രനിലെ കൃഷിയെ എത്രത്തോളം വിജയകരമാക്കും എന്ന് പ്രവചിക്കാൻ കഴിയില്ല. കൃത്രിമ വെളിച്ചവും ക്രമീകരിച്ച അന്തരീക്ഷ മർദ്ദവും നിലനിർത്തുന്ന സ്ഫടിക ചേമ്പറിലായിരിക്കണം ചെടികളെ വളർത്തുന്നത്. ഈ പ്രതിബന്ധങ്ങളെല്ലാം മറികടന്നുവേണം ചന്ദ്രനിൽ കോളനി സ്ഥാപിക്കുന്നത്.

ധ്രുവമേഖലയാണ് ഇടത്താവളങ്ങൾ സ്ഥാപിക്കുവാൻ ഏറെ അനുയോജ്യം. ധ്രുവമേഖലകളിലാണ് ഏറ്റവുമധികം ജലസാന്നിദ്ധ്യം കണ്ടെത്തിയിട്ടുള്ളത്. കൂടാതെ ചന്ദ്രന്റെ റൊട്ടേഷൻ ആക്സിസ്, എക്ലിപ്ടിക് പ്ലെയിനുമായി ഏറക്കുറെ ലംബമായതിനാൽ ധ്രുവമേഖലയിൽ മുഴുവൻ സമയവും സൂര്യപ്രകാശം ലഭിക്കും. ഗ്രഹണ സമയത്തല്ലാതെ ചന്ദ്രന്റെ ധ്രുവമേഖലകളിൽ ഇരുട്ടുണ്ടാവില്ല. അതിനാൽ സോളാർ പാനലുകൾ ഉപയോഗിച്ച് വൈദ്യുതി ഉല്പാദിപ്പിക്കാൻ ധ്രുവമേഖലയിൽ അനായാസം സാധിക്കും. കൂടാതെ ഗ്രഹണങ്ങൾ കൃത്യമായി പ്രവചിക്കാൻ കഴിയുന്നതുകൊണ്ട് ഇരുട്ടുണ്ടാകുന്ന സമയത്ത് മൂൺബേസിലെ വൈദ്യുതി ആവശ്യങ്ങൾ നിർവ്വഹിക്കുവാൻ ഹൈഡ്രജൻ ഫ്യുവൽ സെല്ലുകൾ ഉപയോഗിക്കുവാൻ കഴിയും. ചന്ദ്രന്റെ ദക്ഷിണ ധ്രുവമേഖലയിലെ ഷാക്കിൽട്ടൺ ഗർത്തത്തിന് സമീപമുള്ള കുന്നിൻ പ്രദേശമാണ് ലൂണാർ ബേസ് നിർമ്മാണത്തിന് ആദ്യ പരിഗണന നല്കിയിരിക്കുന്നത്. ചന്ദ്രനിൽ ഏറ്റവുമധികം സൂര്യപ്രകാശം ലഭിക്കുന്ന മേഖലയാണിത്. ഷാക്കിൽട്ടൻ ഗർത്തത്തിലാണ് ഏറ്റവുമധികം ജലസാന്നിദ്ധ്യം കണ്ടെത്തിയിട്ടുള്ളതും. കുന്നിൻ മുകളിലെ ബേസിൽനിന്ന് ഗർത്തത്തിലേക്ക് 116 കിലോമീറ്റർ മാത്രമാണ് ദൂരം. ജ്യോതിശാസ്ത്ര ഗവേഷണ രംഗത്ത് വളരെ പ്രാധാന്യമുള്ള സ്പോട്ട് ആണ് ഷാക്കിൽട്ടൺ ഗർത്തം. ഇൻഫ്രാറെഡ് തരംഗദൈർഘ്യത്തിൽ ഈ ഗർത്തത്തിൽ നിരീക്ഷണം നടത്താൻ കഴിയും. മാത്രവുമല്ല ഷാക്കിൽട്ടൺ ഗർത്തത്തിന് സമീപമുള്ള ഷൂമാക്കർ ക്രാറ്ററിലും മറ്റ് ചെറിയ ഗർത്തങ്ങളിലും ഹൈഡ്രജന്റെ സാന്നിദ്ധ്യവും കണ്ടെത്തിയിട്ടുണ്ട്. 5000 മീറ്റർ ഉയരമുള്ള മലാപെർട് കൊടുമുടിയിൽനിന്നുള്ള കമ്മ്യൂണിക്കേഷൻ സിസ്റ്റത്തിന് ചന്ദ്രന്റെ വലിയൊരു മേഖല കവർ ചെയ്യാൻ കഴിയും. ഭൂമിയിലേക്കുള്ള വാർത്താവിനിമയവും ഏറെ സുഗമമാകും. ദക്ഷിണ ധ്രുവത്തിലുള്ള എയ്റ്റ്കെൻ സമതലവും ലൂണാർ ബേസ് നിർമ്മാണത്തിന് അനുയോജ്യമാണെന്ന് കണ്ടെത്തിയിട്ടുണ്ട്. നാസയുടെ ഇടത്താവളങ്ങൾ ഈ രണ്ട് ഇടങ്ങളിലായിരിക്കുമെന്നാണ് പറയുന്നത്.

ചന്ദ്രന്റെ ഉത്തരധ്രുവമേഖലയിലുള്ള പിയറി ഗർത്തത്തിന്റെ വക്കിലുള്ള പ്രദേശവും ബേസ് നിർമ്മാണത്തിന് അനുയോജ്യമാണ്. ഗർത്ത

ത്തിന്റെ വക്കുകൾ വർഷത്തിൽ മുഴുവൻ സമയവും സൂര്യപ്രകാശത്തിൽ തിളങ്ങുന്നുണ്ടെന്ന് നാസയുടെ ക്ലമന്റൈൻ ദൗത്യം കണ്ടെത്തിയിട്ടുണ്ട്. മാത്രവുമല്ല ഈ പ്രദേശത്തെ താപനില ഏറക്കുറെ സ്ഥിരവുമാണ്. ശരാശരി −50 ഡിഗ്രി സെൽഷ്യസ് ആണ് ഇവിടെ ചൂട്. ഇത് അന്റാർട്ടിക്കയിലെയും സൈബീരിയയിലെയും ശൈത്യകാല താപനിലയ്ക്ക് തുല്യമാണ്. പിയറി ക്രാറ്ററിന്റെ അടിത്തട്ടിലും ഹൈഡ്രജൻ സാന്നിദ്ധ്യം കണ്ടെത്തിയിട്ടുണ്ട്. എന്നാൽ സൗരവാതങ്ങളുടെ ആക്രമണം ധ്രുവമേഖലയിലെ വൈദ്യുത ശൃംഖലയെ തകരാറിലാക്കാനിടയുണ്ട്.

ന്യൂക്ലിയർ ഫ്യൂഷൻ റിയാക്ടറുകളിൽ ഉപയോഗിക്കുന്ന ദുർല്ലഭ മൂലകമായ ഹീലിയം-3 കൊണ്ട് സമ്പന്നമാണ് ചന്ദ്രന്റെ മദ്ധ്യരേഖാ പ്രദേശം. സൗരവാതങ്ങളാണ് ചന്ദ്രോപരിതലത്തിൽ ഹീലിയം-3 നിക്ഷേപിക്കുന്നത്. മദ്ധ്യരേഖാപ്രദേശത്തുള്ള 'ഓഷ്യാനസ് പ്രൊസല്ലാറം' സമതലത്തിൽ നിരവധി കൃത്രിമ ഉപഗ്രഹങ്ങൾ ഇറങ്ങിയിട്ടുണ്ട്. ചന്ദ്രന്റെ ഭൂമിക്കഭിമുഖമായി വരാത്ത ഭാഗവും ലൂണാർ ബേസ് നിർമ്മാണത്തിന് യോജിക്കുന്നതാണോ എന്ന് നോക്കുന്നുണ്ട്. എന്നാൽ ഇവിടെനിന്ന് ഭൂമിയിലേക്ക് നേരിട്ടുള്ള കമ്മ്യൂണിക്കേഷൻ സാദ്ധ്യമാകില്ല. രണ്ടാം ലെഗ്രാൻഷ്യൻ പോയിന്റിൽ ഒരു കമ്മ്യൂണിക്കേഷൻ സാറ്റലൈറ്റ് സ്ഥാപിച്ചാൽ ഈ പ്രശ്നം തരണം ചെയ്യാൻ കഴിയും. സൂര്യന്റെയും ഭൂമിയുടെയും ഗുരുത്വാകർഷണബലം നിർവ്വീര്യമാകുന്ന സ്ഥാനങ്ങളാണ് ലെഗ്രാൻഷ്യൻ പോയിന്റുകൾ. സ്പേസിൽ ഇത്തരം നിരവധി സ്ഥാനങ്ങളുണ്ട്. ഇവിടെ സ്ഥാപിക്കുന്ന കൃത്രിമ ഉപഗ്രഹങ്ങൾക്ക് സ്ഥാനചലനമുണ്ടാകില്ല. 2018 ൽ നാസ വിക്ഷേപിക്കുന്ന ജെയിംസ് വെബ് സ്പേസ് ടെലസ്കോപ്പ് ഭൂമിയിൽനിന്നും 15 ലക്ഷം കിലോമീറ്റർ അകലെയുള്ള ലെഗ്രാൻഷ്യൻ പോയിന്റിലാണ് നിലനിർത്തുന്നത്. ഭൂമിയിൽനിന്നുള്ള അനാവശ്യ റേഡിയോ സിഗ്നലുകൾ തടസ്സമാകാതെ വലിയ റേഡിയോ ടെലസ്കോപ്പുകൾ സ്ഥാപിക്കാൻ ചന്ദ്രന്റെ ഫാർസൈഡ് അനുയോജ്യമാണ്. അന്തരീക്ഷത്തിന്റെ അസ്വസ്ഥതകൾ ഇല്ലാത്തതുകൊണ്ട് ഒപ്ടിക്കൽ ടെലസ്കോപ്പുകൾക്കും ചന്ദ്രോപരിതലം അനുയോജ്യമാണ്. പക്ഷേ, ഇതുവരെ ചന്ദ്രന്റെ ഫാർസൈഡിൽ ഗ്രൗണ്ട് എക്സ്പ്ലോറേഷനുകളൊന്നും നടന്നിട്ടില്ല. ഫാർസൈഡിലുള്ള ഗർത്തത്തിലാണ് ഏറ്റവുമധികം ഹീലിയം-3 ഉള്ളതെന്നാണ് കണക്കുകൂട്ടുന്നത്. ഭൂമിക്ക് അഭിമുഖമായി വരുന്ന വശത്ത് അയോണുകളുടെ സാന്നിദ്ധ്യം കുറവാണ്. ഭൂമിയുടെ കാന്തിക മണ്ഡലം ഒരു പരിധിവരെ സൗരവാതങ്ങളിലുള്ള അയോണുകളെ തടഞ്ഞു നിർത്തുന്നതുകൊണ്ടാണിത്. എന്നാൽ ഫാർസൈഡിലെ സ്ഥിതി ഇങ്ങനെയല്ല. സൗരവാതങ്ങൾ നിർബ്ബാധം പതിക്കുന്നതുകൊണ്ട് അവിടം അയോൺ സമ്പന്നമാണ്.

ലാവാട്യൂബുകളാണ് മറ്റൊരു മൂൺ ബേസ് പ്രൊപ്പോസൽ. ഉപരിതലത്തിന് കീഴെയുള്ള ഇടത്താവളമാണ് ഇതുകൊണ്ട് ഉദ്ദേശിക്കുന്നത്. ചന്ദ്രോപരിതലത്തിലെ താപനിലയുടെ ഏറ്റക്കുറച്ചിലുകൾ ഉപരിതലത്തിന് കീഴിൽ ഉണ്ടാകുന്നില്ല. അവിടത്തെ ശരാശരി താപനില – 5 ഡിഗ്രി

സെൽഷ്യസാണ്. ഒരു സാധാരണ റൂം ഹീറ്റർ കൊണ്ടുതന്നെ ഈ പ്രശ്നം പരിഹരിക്കുവാൻ കഴിയും. ധാതുക്കൾകൊണ്ട് സമ്പന്നമായ ചാന്ദ്രഗർത്തങ്ങളിലും ഇത്തരം ഇടത്താവളങ്ങൾ സ്ഥാപിക്കുവാൻ കഴിയും. ചന്ദ്രോപരിതലത്തിലോ ഉപരിതലത്തിനടിയിലോ അല്ലാതെ പൊങ്ങിക്കിടക്കുന്ന തരത്തിലുള്ള സിലിണ്ടർ ആകൃതിയിലുള്ള ഔട്ട് പോസ്റ്റുകളും പരിഗണനയിലുണ്ട്.

സൗരോർജ്ജമുപയോഗിച്ചുള്ള വൈദ്യുതോല്പാദനത്തോടൊപ്പം ആണവ വൈദ്യുത നിലയങ്ങളും നാസ പരിഗണിക്കുന്നുണ്ട്. ന്യൂക്ലിയർ ഫിഷൻ പവർ സ്റ്റേഷൻ ഉപയോഗിച്ച് 40 കിലോ വാട്ട് വൈദ്യുതി ഉല്പാദിപ്പിക്കാനുള്ള നിർദ്ദേശമാണ് മുഖ്യ പരിഗണനയിലുള്ളത്. ഭൂമിക്കും ചന്ദ്രനുമിടയിലുള്ള യാത്രയാണ് മറ്റൊരു പ്രശ്നം. കെമിക്കൽ പ്രൊപ്പൽഷൻ ആധാരമായി പ്രവർത്തിക്കുന്ന റോക്കറ്റുകൾക്ക് ഈ യാത്രയ്ക്ക് ആറ് ദിവസം വേണ്ടിവരും. അതിനാൽ മറ്റ് പ്രൊപ്പൽഷൻ സംവിധാനങ്ങളെ കൂടി ആശ്രയിക്കണം. യൂറോപ്യൻ സ്പേസ് ഏജൻസി 2003 –2006 കാലഘട്ടത്തിൽ പരീക്ഷിച്ച സ്മാർട്ട് –1 ദൗത്യത്തിൽ `ഹാൾ എഫക്ട് ത്രസ്റ്ററുകൾ' പരീക്ഷിച്ചിരുന്നു. `ഇലക്ട്രിക് പ്രൊപ്പൽഷൻ' എഞ്ചിനുകൾ വികസിപ്പിച്ചെടുത്താൽ ചാന്ദ്രയാത്രകൾ കൂടുതൽ എളുപ്പമാകും. `സ്പേസ് എലവേറ്റർ' സംവിധാനവും ഉപയോഗിക്കാൻ കഴിയും.

സാങ്കേതികവിദ്യ മാത്രമല്ല സാമ്പത്തികചെലവും മൂൺ ബേസ് നിർമ്മാണത്തിൽ ചർച്ചചെയ്യപ്പെടേണ്ടതുണ്ട്. മനുഷ്യരെ ചന്ദ്രനിലെത്തിക്കുന്നതിനാണ് യന്ത്രസാമഗ്രികൾ എത്തിക്കുന്നതിലും കൂടുതൽ ചെലവ് വരുന്നത്. അയോൺ പ്രൊപ്പൽഷൻ, സോളാർ സെയിൽ, മൊമന്റം എക്സ്ചേഞ്ച് ടെതർ സിസ്റ്റം, സ്പേസ് എലവേറ്റർ തുടങ്ങിയ സംവിധാനങ്ങൾ ഉപയോഗിച്ച് സാധനസാമഗ്രികൾ ചന്ദ്രനിലെത്തിക്കുവാൻ കഴിയും. ഇപ്പോഴത്തെ നിലയിൽ ഒരു കിലോഗ്രാം ഭാരമുള്ള വസ്തു ചന്ദ്രനിലെത്തിക്കണമെങ്കിൽ ഏകദേശം 4 കോടി യു എസ് ഡോളർ ചെലവാകും. ഇലക്ട്രിക് ആക്സിലറേറ്ററുകൾ ഉപയോഗിക്കാൻ കഴിഞ്ഞാൽ ചെലവ് നാലിലൊന്നായി കുറയ്ക്കാൻ കഴിയും. സിസ്–ലൂണാർ ട്രാൻസ്പോർട്ട് സിസ്റ്റം പോലെയുള്ള നൂതന സാങ്കേതികവിദ്യ ഉപയോഗിക്കാനായാൽ ചെലവ് വീണ്ടും കുറയും. അതെന്തായാലും ലൂണാർ ബേസുകൾ യാഥാർത്ഥ്യമായിക്കഴിഞ്ഞാൽ ഭാവിയിലെ ഗ്രഹാന്തരയാത്രകളുടെ ചെലവ് ഗണ്യമായി കുറയ്ക്കാൻ കഴിയും. ഭൂമിയിൽനിന്ന് ഒരു റോക്കറ്റ് വിക്ഷേപിക്കുന്ന ചെലവുമായി താരതമ്യം ചെയ്യുമ്പോൾ വളരെ നിസ്സാരമായിരിക്കുമത്. ചന്ദ്രന്റെ കുറഞ്ഞ ഗുരുത്വാകർഷണ ബലവും, കുറഞ്ഞ നിഷ്ക്രമണ പ്രവേഗവുമാണ് കാര്യങ്ങൾ സുഗമമാക്കുന്നത്. വിക്ഷേപണത്തിന് ആവശ്യമായ ഇന്ധനം ചന്ദ്രനിൽ ഖനനം നടത്തി ശേഖരിക്കാനും കഴിയും. ഹൈഡ്രജനും ഹൈഡ്രോക്സിൽ രൂപത്തിലുള്ള ജലവും ചന്ദ്രനിലുണ്ടെന്ന് തിരിച്ചറിഞ്ഞു കഴിഞ്ഞു.

അപ്പോളോ ദൗത്യങ്ങളുടെ ഭാഗമായി ഭൂമിയിലെത്തിച്ച ചാന്ദ്രശിലകൾ

പരിശോധിച്ചതിൽനിന്നും ചന്ദ്രോപരിതലം ധാതുക്കൾകൊണ്ട് സമ്പന്നമാണെന്ന് മനസ്സിലാക്കാൻ കഴിഞ്ഞിട്ടുണ്ട്. ചാന്ദ്ര ഗർത്തങ്ങളായ മരിയയിൽനിന്നു ശേഖരിച്ച ശിലകളിൽ 14.9 ശതമാനം അലുമിനിയവും, 11.8 ശതമാനം കാത്സ്യം ഓക്സൈഡും, 14.1 ശതമാനം അയേൺ ഓക്സൈഡും, 9.2 ശതമാനം മഗ്നീഷ്യവും, 3.9 ശതമാനം ടൈറ്റാനിയം ഡയോക്സൈഡും, 0.62 ശതമാനം സോഡിയം ഓക്സൈഡും അടങ്ങിയിട്ടുണ്ട്. ചന്ദ്രനിലെ ഉയർന്ന പ്രദേശങ്ങളിൽനിന്ന് ശേഖരിച്ച ശിലകളിൽ 24 ശതമാനം അലുമിനിയവും, 15.9 ശതമാനം കാത്സ്യം ഓക്സൈഡും, 5.9 ശതമാനം അയേൺ ഓക്സൈഡും, 7.5 ശതമാനം മഗ്നീഷ്യവും, 0.6 ശതമാനം ടൈറ്റാനിയം ഡയോക്സൈഡും, സോഡിയം ഓക്സൈഡും അടങ്ങിയിട്ടുണ്ട്. കൂടാതെ ചാന്ദ്രശിലകളിൽ വലിയൊരു അളവിൽ ഓക്സിജനുമുണ്ട്. ഓക്സീകരിക്കപ്പെട്ട ധാതുക്കളുടെ രൂപത്തിലാണ് ഓക്സിജൻ ശേഖരമുള്ളത്. ഈ ഓക്സിജൻ വേർതിരിച്ചെടുക്കാനായാൽ ബഹിരാകാശ സഞ്ചാരികൾക്ക് ശ്വസിക്കുന്നതിനുള്ള ഓക്സിജൻ സംഭരിക്കുന്നതിനും, ജലം ഉല്പാദിപ്പിക്കുന്നതിനും, റോക്കറ്റിൽ ഇന്ധനമായി ഉപയോഗിക്കുന്നതിനും സാധിക്കും.

ഭൂമിയിൽ അപൂർവ്വമായി മാത്രം കാണപ്പെടുന്ന ലോഹങ്ങൾകൊണ്ട് (Rare Earth Metals) സമ്പന്നമാണ് ചന്ദ്രൻ. വ്യാവസായികമായി വളരെയധികം പ്രാധാന്യമുള്ളവയാണ് ഈ ലോഹങ്ങൾ. ഇലക്ട്രോണിക് ഉപകരണങ്ങളുടെ നിർമ്മാണത്തിനാണ് ഇവ കൂടുതലായി ഉപയോഗിക്കുന്നത്. ഇത്തരം അപൂർവ്വ ലോഹങ്ങളുടെ 90 ശതമാനം ശേഖരവും ഇപ്പോൾ ചൈനയിലാണുള്ളത്. ചാന്ദ്രധൂളിയായ റിഗോലിത്തിൽ അടങ്ങിയിട്ടുള്ള ഹൈഡ്രോക്സിൽ രൂപത്തിലുള്ള ജലശേഖരം വേർതിരിക്കാൻ കഴിഞ്ഞാൽ റോക്കറ്റ് ഇന്ധനമായും ഉപയോഗിക്കാൻ കഴിയും. ധ്രുവമേഖലകളിലും, എപ്പോഴും നിഴലിലായ വലിയ ഗർത്തങ്ങളിലും ഉള്ള റിഗോലിത്തിൽ 10 മുതൽ 1000 ppm (parts per million) വരെയാണ് ജലത്തിന്റെ സാന്ദ്രത. 2010 മാർച്ചിൽ ഇന്ത്യയുടെ ചാന്ദ്രദൗത്യമായ ചാന്ദ്രയാൻ–1 ലെ Mini-RF എന്ന ഉപകരണം ചന്ദ്രന്റെ ഉത്തരധ്രുവ പ്രദേശങ്ങളിലെ 40 വിള്ളലുകളിലായി ഏകദേശം 600 മില്യൺ മെട്രിക് ടണ്ണിലധികം ഐസ് പരലുകളുടെ സൂചന നല്കിയിട്ടുണ്ട്.

2009 നവംബറിൽ നാസയുടെ എൽക്രോസ് (LCROSS) ദൗത്യം ചന്ദ്രന്റെ ദക്ഷിണധ്രുവ മേഖലയിലും വലിയ തോതിലുള്ള ജലസാന്നിദ്ധ്യം കണ്ടെത്തിയിരുന്നു. ദക്ഷിണധ്രുവ മേഖലയിലെ ഷാക്കിൽട്ടൺ ഗർത്തത്തിലെ ധൂളിയുടെ 22 ശതമാനം ഹിമമാണെന്ന് 2012 ൽ നാസയുടെ തന്നെ ലൂണാർ റെക്കണൈസൽസ് ഓർബിറ്റർ കണ്ടെത്തിയിട്ടുണ്ട്. ജലസമ്പന്നമായ ധൂമകേതുക്കളും ഉല്ക്കകളുമായുള്ള കൂട്ടിമുട്ടലുകളാണ് ചാന്ദ്രധൂളിയിൽ ഇത്രയധികം ജലമുണ്ടാകാൻ കാരണം. അന്തരീക്ഷമില്ലാത്തതുകൊണ്ട് ഇത്തരം ഉല്ക്കാ പതനങ്ങൾ ചന്ദ്രനിൽ നിത്യസംഭവമാണ്. ഇതുകൂടാതെ സൗരവാതങ്ങളിലടങ്ങിയിട്ടുള്ള ഹൈഡ്രജൻ അയോണുകൾ

ചാന്ദ്രധൂളിയിലെ ഓക്സിജൻ സമ്പന്നമായ ധാതുക്കളുമായി പ്രതിപ്രവർത്തനത്തിലേർപ്പെടുമ്പോഴും ജലമുണ്ടാകുന്നുണ്ട്. ഇതിലുമേറെ പ്രാധാന്യമുള്ളതാണ് ഹീലിയം-3 ആറ്റങ്ങൾ. സൂര്യനിൽ നടക്കുന്ന അണുസംയോജന പ്രവർത്തനങ്ങളുടെ ഉപോല്പന്നമായി സൃഷ്ടിക്കപ്പെടുന്ന ഹീലിയം-3 ചാന്ദ്രധൂളിയിൽ ധാരാളമുണ്ട്. ഫ്യൂഷൻ റിയാക്ടറുകളിൽ ഇന്ധനമായി ഹീലിയം-3 ഉപയോഗിക്കാൻ കഴിയും.

ചാന്ദ്ര ഖനനത്തിന് ശാസ്ത്രീയമായും വ്യാവസായികമായും വലിയ പ്രാധാന്യമുണ്ട്. ചന്ദ്രനിൽ ഇടത്താവളമുണ്ടാക്കാനുള്ള പദ്ധതിക്ക് ഇത്തരം ഖനനങ്ങൾ വലിയ സഹായമാണ് ചെയ്യുന്നത്. ഔട്ട്പോസ്റ്റ് നിർമ്മാണത്തിനാവശ്യമായ അസംസ്കൃത വസ്തുക്കൾ ചന്ദ്രനിൽനിന്ന് കണ്ടെടുക്കാൻ കഴിഞ്ഞാൽ ഭൂമിയിൽനിന്ന് അവ കൊണ്ടുപോകുന്നതിനുള്ള ബുദ്ധിമുട്ടും ഭാരിച്ച ചെലവും വലിയൊരു ശതമാനം വരെ കുറയ്ക്കാൻ കഴിയും. ചന്ദ്രന്റെ ഗുരുത്വാകർഷണബലം ഭൂമിയുടെ ആറിൽ ഒന്ന് മാത്രമായതിനാൽ ഭൂമിയിൽ ഖനനം നടത്തുന്നതിലും അനായാസമായും ചെലവു കുറച്ചും ചാന്ദ്രഖനനം നടത്തുവാൻ കഴിയും. ഇരുമ്പ് പോലെ വ്യാവസായിക പ്രാധാന്യമുള്ള ലോഹങ്ങൾക്കൊണ്ട് സമ്പന്നമാണ് ചാന്ദ്രശിലകൾ. അതുകൂടാതെ ഭാവിയിലെ ചൊവ്വാ ദൗത്യങ്ങൾക്കും ബുധൻ, ശുക്രൻ, യൂറോപ, ടൈറ്റൻ ദൗത്യങ്ങൾക്ക് ഇടത്താവളമൊരുക്കുന്നതിനും ചാന്ദ്ര ഖനനം ഗുണകരമാകും.

ചാന്ദ്ര ഖനനം അത്ര എളുപ്പമൊന്നുമല്ല. ചന്ദ്രോപരിതലത്തിലെ താപനിലയിലുള്ള ഏറ്റക്കുറച്ചിൽ തന്നെയാണ് ഏറ്റവും മുഖ്യമായുള്ളത്. −173.15 ഡിഗ്രി സെൽഷ്യസ് മുതൽ 116.85 ഡിഗ്രി സെൽഷ്യസ് വരെയാണ് ചന്ദ്രനിലെ താപനില. നിഴലിൽ അതിശൈത്യമാകുമ്പോൾ വെളിച്ചമുള്ള പ്രദേശങ്ങളിൽ അത്യുഷ്ണമായിരിക്കും. അന്തരീക്ഷമില്ലാത്തതാണ് ഇതിന്റെ കാരണം. റേഡിയേഷനാണ് മറ്റൊരു പ്രശ്നം. അന്തരീക്ഷത്തിന്റെ അഭാവവും കാന്തികമണ്ഡലം ഇല്ലാത്തതും കാരണം സൂര്യനിൽനിന്നും കോസ്മിക് കിരണങ്ങളിൽനിന്നുമുള്ള തീവ്രവികിരണങ്ങൾ ചന്ദ്രനിൽ നിർബ്ബാധമെത്തിച്ചേരും. അതിനാൽ ചന്ദ്രനിൽ ദീർഘകാലം താമസിക്കുന്നവർക്ക് ചാർജ്ജിത കണങ്ങളുടെ ആക്രമണം നേരിടേണ്ടി വരും. ചാന്ദ്രധൂളിയാണ് ഇനിയുള്ള പ്രശ്നം. കോടിക്കണക്കിന് വർഷങ്ങൾകൊണ്ട്, ഉല്ക്കാപതനങ്ങളുടെ ഫലമായാണ് ചാന്ദ്രധൂളി രൂപംകൊണ്ടത്. സ്ഫടികസമാനമായ ധൂളി വെടിമരുന്നിന്റെ ഗന്ധമുള്ള നേർത്ത ഹിമപാളി പോലെയാണ് കാണപ്പെടുന്നത്. കാറ്റോ മറ്റു കാലാവസ്ഥാ വ്യതിയാനങ്ങളോ ഇല്ലാത്ത ചന്ദ്രോപരിതലത്തിൽ എത്തിക്കുന്ന ഉപകരണങ്ങളിൽ ഒട്ടിപ്പിടിക്കുന്ന ധൂളി നീക്കം ചെയ്യുന്നത് പ്രയാസമാണ്. ഇത് ഉപകരണങ്ങളുടെ പ്രവർത്തനത്തെ പ്രതികൂലമായി ബാധിക്കും. മനുഷ്യർക്കും ഇത് അപകടമുണ്ടാക്കും. ചന്ദ്രന്റെ കുറഞ്ഞ ഗുരുത്വാകർഷണ ബലവും വലിയൊരു പ്രശ്നമാണ്. ദീർഘകാലം ചന്ദ്രോപരിതലത്തിൽ താമസിച്ചാൽ അത് ബഹിരാകാശ സഞ്ചാരികളുടെ ആരോഗ്യത്തിന് ഹാനികരമാകും. ആന്ത

രാവയവങ്ങളുടെ പ്രവർത്തനവും രോഗപ്രതിരോധസംവിധാനവും താറുമാറാവുകയും അസ്ഥികളുടെ കട്ടികുറഞ്ഞ് എളുപ്പത്തിൽ പൊട്ടലുണ്ടാകുകയും പേശികൾ ദുർബ്ബലമാവുകയും ചെയ്യും. അപകടസാദ്ധ്യത മുന്നിൽ കണ്ടുകൊണ്ട് ഇടത്താവളങ്ങളുടെ നിർമ്മാണത്തിനും ചാന്ദ്രഖനനത്തിനും റോബോട്ടുകളെ ഉപയോഗിക്കാനാണ് നാസ ഉദ്ദേശിക്കുന്നത്.

ഒരു റോബോട്ടിന് ചെയ്യാൻ കഴിയുന്നതിൽ കൂടുതലൊന്നും മനുഷ്യനും ചന്ദ്രനിൽ ചെയ്യാൻ കഴിയില്ല. അപ്പോൾ പിന്നെ ചന്ദ്രന്റെ അന്തരീക്ഷവും ഉപരിതലവുമൊന്നും പഠന വിധേയമാക്കലല്ല ഭാവിയിലെ ചാന്ദ്രയാത്രകളുടെ ഉദ്ദേശ്യം. തീർച്ചയായും ചന്ദ്രലോകത്തെ കോളനിവല്ക്കരണമാണെന്ന കാര്യത്തിൽ സംശയിക്കേണ്ട കാര്യമില്ല. അല്ലെങ്കിൽ തന്നെ ജീവന് ഭൂമിയിൽ മാത്രമേ നിലനില്പുള്ളൂ എന്നു കരുതുന്നതിൽ അർത്ഥമൊന്നുമില്ല. ദിനവും നിരവധി ഭൗമസമാന ഗ്രഹങ്ങളെ സൗരയൂഥത്തിനു വെളിയിൽ കണ്ടെത്തുന്ന ഈ അവസരത്തിൽ വിശേഷിച്ചും. അവധിക്കാലം ആഘോഷിക്കാൻ ചന്ദ്രനിൽ പോയി തിരിച്ചെത്തുന്ന വിനോദസഞ്ചാരികളെ കാണാൻ അധികനാൾ കാത്തിരിക്കേണ്ടിവരില്ല.

പുരുഷന്റെ പരീക്ഷണശാലയല്ല സ്ത്രീയുടെ സുരക്ഷിത ഇടം

ജീവിതത്തിന്റെ സർവ്വ മേഖലകളിലും പുരുഷനോടൊപ്പം ഇന്ന് സ്ത്രീയുമുണ്ട്. എങ്കിലും സാമുദായികവും സാംസ്കാരികവുമായ ചില കീഴ്വഴക്കങ്ങൾ ലോകത്തിന്റെ പല ഭാഗങ്ങളിലും സ്ത്രീകളെ സമൂഹത്തിന്റെ മുഖ്യധാരയിൽനിന്ന് മാറ്റിനിർത്തുന്നുണ്ട്. പുരുഷമേധാവിത്തമുള്ള അത്തരം സമൂഹങ്ങൾ സ്ത്രീവിരുദ്ധതയ്ക്ക് നല്കുന്ന ന്യായീകരണമാണ് ഏറെ പരിഹാസ്യം. സ്ത്രീകളെ ബഹുമാനിക്കുന്നതിനും സംരക്ഷിക്കുന്നതിനും വേണ്ടിയാണ് അവരെ മൂടുപടത്തിനുള്ളിലും അടുക്കളയിലും തളച്ചിടുന്നത് എന്നാണവരുടെ ന്യായം. ദേവാലയത്തിൽനിന്നുപോലും സ്ത്രീകളെ അകറ്റിനിർത്തുന്ന യാഥാസ്ഥിതിക വിഭാഗങ്ങളുമുണ്ട്. പെൺകുട്ടികളുടെ ചേലാകർമ്മം കേരളത്തിൽവരെ നടക്കുന്നുണ്ടെന്ന ഞെട്ടിപ്പിക്കുന്ന വാർത്ത നമ്മൾ കേട്ടതാണ്. ശാസ്ത്ര രംഗത്തും സ്ത്രീകളെ അന്യവല്ക്കരിച്ച ഒരു കാലമുണ്ടായിരുന്നു. മതവും, രാഷ്ട്രീയവും ഉൾപ്പെടെയുള്ള ചില സമൂഹനിർമ്മിതികളുടെ സങ്കുചിത, പുരുഷകേന്ദ്രീകൃത മുൻവിധികളാണ് ഇതിന് കാരണമായത്. വനിതാദിനത്തിൽ ശാസ്ത്രലോകത്തിന് സ്ത്രീകൾ നല്കിയ സംഭാവനകളെക്കുറിച്ച് അല്പം ചിന്തിക്കുന്നത് സ്ത്രീകളെ ആദരിക്കുന്നതിനും അംഗീകരിക്കുന്നതിനും പ്രേരിപ്പിക്കാതിരിക്കില്ല.

മാനവ സംസ്കൃതിയുടെ ചരിത്രത്തിലുടനീളം സ്ത്രീകൾ ശാസ്ത്രരംഗത്ത് നിർണ്ണായക സംഭാവനകൾ നല്കിയിട്ടുണ്ട്. തങ്ങളുടെ സാമൂഹിക വിലക്കുകളെയും പരിമിതികളെയും ഭേദിച്ച് സ്ത്രീകൾ നടത്തിയ ശാസ്ത്ര സംരംഭങ്ങളെയും അവയുടെ നേട്ടങ്ങളെയും കുറിച്ച് ശാസ്ത്രത്തിലും ലിംഗപഠനത്തിലും ഗവേഷണം നടത്തിയിട്ടുള്ള ചരിത്രാന്വേഷകർ രേഖപ്പെടുത്തിയിട്ടുണ്ട്. സ്ത്രീകളുടെ ശാസ്ത്രരംഗത്തുള്ള സംഭാവന

കളെക്കുറിച്ചുള്ള പഠനം ഇന്ന് ഒരു പ്രത്യേക പാഠ്യവിഷമായി മാറിക്കഴിഞ്ഞിട്ടുണ്ട്. പുരാതനകാലം മുതൽ തന്നെ വൈദ്യശാസ്ത്ര മേഖലയിൽ സ്ത്രീകളുടെ സംഭാവനകൾ ഉണ്ടായിട്ടുണ്ട്. പുരാതന ഗ്രീക്ക് സംസ്കാരത്തിൽ പ്രകൃതിശാസ്ത്രപഠനത്തിൽ പുരുഷന്മാരോടൊപ്പം സ്ത്രീകൾക്കും പങ്കാളിത്തമുണ്ടായിരുന്നു. മദ്ധ്യകാലഘട്ടത്തിൽ കോൺവെന്റുകളായിരുന്നു യൂറോപ്പിൽ സ്ത്രീകളുടെ വിദ്യാലയങ്ങൾ. അവയിൽ ചില കോൺവെന്റുകളെങ്കിലും സ്ത്രീകൾക്ക് വിവിധ വിഷയങ്ങളിൽ ഗവേഷണത്തിനുള്ള സൗകര്യങ്ങളും ഒരുക്കിക്കൊടുത്തിരുന്നു. പതിനൊന്നാം നൂറ്റാണ്ടായപ്പോഴേക്കും യൂണിവേഴ്സിറ്റികൾ നിലവിൽ വന്നെങ്കിലും മിക്കവാറും എല്ലാ സമൂഹങ്ങളും സ്ത്രീകളെ യൂണിവേഴ്സിറ്റികളിൽനിന്ന് അകറ്റിനിർത്തി. വൈദ്യശാസ്ത്ര രംഗത്തുമാത്രം സ്ത്രീ സ്വാധീനമുണ്ടായിരുന്നു. ഇറ്റലിയാണ് മറ്റു യൂറോപ്യൻ രാജ്യങ്ങളേക്കാൾ സ്ത്രീകൾക്ക് അവസരം നല്കിയത്. ശാസ്ത്രപഠനം നടക്കുന്ന ഒരു യൂണിവേഴ്സിറ്റിയുടെ തലപ്പത്ത് എത്തിയ ആദ്യ വനിത 18–ാം നൂറ്റാണ്ടിലെ ഇറ്റാലിയൻ ശാസ്ത്രജ്ഞയായ ലോറ ബസി ആയിരുന്നു. ലിംഗ അസമത്വം അരങ്ങുവാണ നാളുകളായിരുന്നു പതിനെട്ടാം നൂറ്റാണ്ടെങ്കിലും ഇക്കാലത്ത് ശാസ്ത്ര പുരോഗതിയിൽ സ്ത്രീകളുടെ പങ്ക് നിർണ്ണായകമായിരുന്നു. എന്നാൽ പത്തൊമ്പതാം നൂറ്റാണ്ടായപ്പോഴേക്കും സ്ത്രീകൾക്ക് ശാസ്ത്രപഠനം നിഷിദ്ധമായിത്തീർന്നു. പത്തൊമ്പതാം നൂറ്റാണ്ടിന്റെ അവസാന ദശകങ്ങളിൽ സ്ത്രീകൾക്ക് വിദ്യാഭ്യാസത്തിനും തൊഴിൽ ചെയ്യുന്നതിനുമുള്ള അവസരങ്ങളുണ്ടായി. മേരി ക്യൂറിക്ക് 1903 ൽ ഭൗതിക ശാസ്ത്രത്തിനുള്ള നൊബേൽ പുരസ്കാരം ലഭിച്ചു. ഒരു വനിതയ്ക്ക് ആദ്യമായി ലഭിക്കുന്ന നൊബേൽ പുരസ്കാരമായിരുന്നു അത്. പിന്നീട് 1911 ൽ മേരി ക്യൂറി രസതന്ത്രത്തിലും നൊബേൽ ജേതാവായി. ഊർജ്ജതന്ത്രം, രസതന്ത്രം, വൈദ്യശാസ്ത്രം എന്നീ ശാസ്ത്രവിഷയങ്ങളിൽ 1901 മുതൽ 2010 വരെയുള്ള കാലഘട്ടത്തിൽ പതിനേഴ് വനിതകൾ നൊബേൽ പുരസ്കാരം കരസ്ഥമാക്കിയിട്ടുണ്ട്.

ബി സി 2700 ൽ ഈജിപ്തിൽ ജീവിച്ചിരുന്ന മെറിറ്റ്–താ (Merit-Ptah) ആണ് അറിയപ്പെടുന്ന ആദ്യ വനിതാശാസ്ത്രജ്ഞ. മുഖ്യ വൈദ്യനായാണ് അവർ അറിയപ്പെട്ടിരുന്നത്. ട്രോജൻ യുദ്ധം നടന്ന കാലഘട്ടത്തിലെ പ്രധാന ചികിത്സകയായി അഗാമിഡെയെ (Agamede) ഹോമർ രേഖപ്പെടുത്തിയിട്ടുണ്ട്. ബി സി നാലാം നൂറ്റാണ്ടിൽ ഏഥൻസിൽ ചികിത്സാലയം നടത്തിയിരുന്ന അഗ്നോഡൈക്കിനെ (Agnodike) യാണ് ആദ്യ ഔദ്യോഗിക വനിതാ ഡോക്ടറായി ശാസ്ത്രചരിത്രം അടയാളപ്പെടുത്തുന്നത്. ഗ്രീസിലാണ് വനിതകളുടെ വിദ്യാഭ്യാസത്തിന് പ്രാധാന്യം നല്കിയിരുന്നത് എന്ന് പറഞ്ഞല്ലോ. നിരവധി ഉദാഹരണങ്ങൾ ഗ്രീസിൽ നിന്ന് ലഭ്യമാണ്. അഗ്ലോനൈക് (Aglaonike) എന്ന വനിത ഗ്രഹണങ്ങൾ പ്രവചിക്കുന്നതിൽ സമർത്ഥയായിരുന്നു. പൈഥഗോറസിന്റെ ശിഷ്യയും ഭാര്യയുമായിരുന്ന ഥിയാനോ (Theano) അറിയപ്പെടുന്ന വൈദ്യയും

ഗണിതശാസ്ത്രജ്ഞയുമായിരുന്നു. ക്രോട്ടണിൽ പൈഥഗോറസ് സ്ഥാപിച്ച വിദ്യാലയത്തിൽ നിരവധി സ്ത്രീകൾ വിദ്യയഭ്യസിച്ചിരുന്നു.

ബാബിലോൺ സംസ്കാരം നിലനിന്നിരുന്ന കാലഘട്ടത്തിൽ (ബി സി 1200 കാലഘട്ടം) രണ്ട് വനിതകളെപ്പറ്റി ശ്രദ്ധേയമായ പരാമർശമുണ്ട്. കല്ലിമും നിനുവും. പൂക്കളിൽനിന്നും സുഗന്ധദ്രവ്യങ്ങൾ വേർതിരിച്ചെടുക്കാൻ ഇവർക്ക് കഴിയുമായിരുന്നു. ഒരുപക്ഷേ, ചരിത്രം രേഖപ്പെടുത്തിയ ആദ്യ കെമിസ്റ്റുകൾ ഈ വനിതകളായിരിക്കും. പുരാതന ഈജിപ്ഷ്യൻ സാമ്രാജ്യത്തിലും വനിതകളായ രസതന്ത്രജ്ഞർ ഉണ്ടായിരുന്നു. ബിയർ നിർമ്മാണത്തിലും ഔഷധങ്ങളുടെ നിർമ്മാണത്തിലുമുള്ള സംഭാവനകൾക്കു പുറമെ ആൽക്കെമിയിലും വനിതകൾ ഇടപെട്ടിരുന്നതായി രേഖകളുണ്ട്. എ ഡി ഒന്ന്, രണ്ട് നൂറ്റാണ്ടുകളിൽ അലക്സാൻഡ്രിയ കേന്ദ്രീകരിച്ചായിരുന്നു വനിതകളുടെ നേതൃത്വത്തിലുള്ള രസായന വിദ്യകളും പ്രവർത്തനങ്ങളും നടത്തിയിരുന്നത്. ഇക്കൂട്ടത്തിൽ ഏറ്റവും പ്രശസ്തയായിരുന്നു മേരി. കെറോടാക്കിസ് (Kerotakis), ട്രിബിക്കോസ് (tribikos) എന്നീ ഡിസ്റ്റിലേഷൻ ഉപകരണങ്ങൾ മേരിയുടെ കണ്ടുപിടിത്തമായിരുന്നു. അലക്സാൻഡ്രിയയിലെ തിയോണിന്റെ മകളായ ഹിപാഷ്യ (Hypatia of Alexandria, 350-415 AD) അറിയപ്പെടുന്ന ഒരു ഗണിതശാസ്ത്രജ്ഞയും തത്ത്വചിന്തകയും ജ്യോതിശാസ്ത്രജ്ഞയുമായിരുന്നു. ചരിത്രം രേഖപ്പെടുത്തിയ ആദ്യ ഗണിതശാസ്ത്രജ്ഞ എന്ന ബഹുമതി ഹിപാഷ്യക്കാണ് ലഭിച്ചിട്ടുള്ളത്. ജ്യാമിതിയിലും ബീജഗണിതത്തിലും ജ്യോതിശാസ്ത്രത്തിലും ഹിപാഷ്യയുടെ പ്രബന്ധങ്ങൾ അക്കാലത്തെ ഏറ്റവും മികച്ചവയായിരുന്നു. ജലശുദ്ധീകരണത്തിനുള്ള ഒരുപകരണവും ഒരു ഹൈഡ്രോമീറ്ററും ഒരു ആസ്ട്രോലാബും ഹിപാഷ്യ നിർമ്മിച്ചു. പൊതുവേദികളിൽ പ്രസംഗിക്കുന്നതിനും ക്ലാസുകളെടുക്കുന്നതിനും അക്കാലത്ത് ഹിപാഷ്യക്ക് കഴിഞ്ഞിരുന്നു. എന്നാൽ എ ഡി 415 ൽ ക്രിസ്റ്റ്യൻ സാമ്രാജ്യം ആധിപത്യം ഉറപ്പിച്ചതോടെ സ്ത്രീകൾക്ക് ശാസ്ത്ര വിദ്യാഭ്യാസം എന്നെന്നേക്കുമായി അവസാനിച്ചു. ഹിപാഷ്യയെ വധിച്ച് പല കഷണങ്ങളാക്കി കത്തിച്ചുകളഞ്ഞു. ദുർമന്ത്രവാദിനി എന്ന് ആരോപിച്ചാണ് പരബലാനി (Christian Zealots) ഹിപാഷ്യയെ വധിച്ചത്. പന്നീട് നൂറ്റാണ്ടുകളോളം യൂറോപ്പിൽ സ്ത്രീകൾക്ക് ശാസ്ത്രപഠനം നിഷിദ്ധമായിരുന്നു. ഈ കാലഘട്ടത്തിൽ അറേബ്യയിൽ ശാസ്ത്രപഠനങ്ങൾക്ക് വിലക്കില്ലായിരുന്നു. മറ്റു ഭാഷകളിൽ നിന്നുള്ള ധാരാളം ശാസ്ത്രഗ്രന്ഥങ്ങളും അറേബ്യയിൽ മൊഴിമാറ്റം നടത്തി ഉപയോഗിച്ചുവന്നു.

യൂറോപ്പിലെ പൊതുസമൂഹത്തെ അശാസ്ത്രീയതയും മതഭ്രാന്തും കീഴടക്കിയപ്പോൾ മൊണാസ്ട്രികളിലും കന്യാസ്ത്രീമഠങ്ങളിലും ശാസ്ത്രവിദ്യാഭ്യാസത്തിന് തടസ്സമില്ലായിരുന്നു. ഇത്തരം ചില മഠങ്ങളിൽ സ്ത്രീകൾക്ക് ഗവേഷണ പഠനങ്ങൾക്കുള്ള സൗകര്യംവരെ ലഭ്യമായിരുന്നു. ബിൻഗനിലെ ഹിൽഡെഗാർഡും ഗാൻഡർഷെയ്മിലെ ഫ്രോസ്വിതയും ഇത്തരത്തിൽ പ്രശസ്തരായ വനിതകളാണ്. എന്നാൽ എല്ലാ

പുരുഷമൊണാസ്ട്രികളും സ്ത്രീവിദ്യാഭ്യാസത്തെ അംഗീകരിച്ചിരുന്നില്ല. മാത്രവുമല്ല വിദ്യാസമ്പന്നകളായ കന്യാസ്ത്രീകൾക്ക് പൊതുപ്രവർത്തനം നിഷിദ്ധവുമായിരുന്നു. പതിനൊന്നാം നൂറ്റാണ്ടിൽ യൂറോപ്പിൽ സർവ്വകലാശാലകൾ ആരംഭിച്ചുവെങ്കിലും അവിടെയൊന്നും സ്ത്രീകൾക്ക് പ്രവേശനമില്ലായിരുന്നു. എന്നാൽ ചില സർവ്വകലാശാലകൾ കുറേക്കൂടി ഉദാരമായ നയമായിരുന്നു. സ്വീകരിച്ചത്. ഇറ്റലിയിലെ ബൊളോഞ്ഞ യൂണിവേഴ്സിറ്റിയിൽ എ ഡി 1088 ൽ സ്ത്രീകൾക്ക് പ്രവേശനം ലഭിച്ചു. വൈദ്യശാസ്ത്ര രംഗത്തും മറ്റ് രാജ്യങ്ങളെ അപേക്ഷിച്ച് ഇറ്റലിയിൽ സ്ത്രീകൾക്ക് പഠനത്തിന് കൂടുതൽ അവസരങ്ങൾ ലഭിച്ചിരുന്നു. സെലർനോയിലെ മെഡിക്കൽ സ്കൂളിന്റെ അദ്ധ്യക്ഷയായിരുന്നു ട്രോട്ടുല ഡി റഗേയ്റോ. നിരവധി ഇറ്റാലിയൻ വനിതകൾ അവരുടെ കീഴിൽ വൈദ്യം പഠിച്ചു. സെലർനോയിലെ വനിതകൾ (Ladies of Salerno) എന്ന പേരിലാണ് ഈ ഭിഷഗ്വരകൾ അറിയപ്പെട്ടിരുന്നത്. സ്ത്രീ ചികിത്സയുമായും ഗൈനക്കോളജിയുമായും ബന്ധപ്പെട്ട് ട്രോട്ടുല നിരവധി ഗ്രന്ഥങ്ങൾ രചിച്ചിട്ടുണ്ട്. എ ഡി 1390 മുതൽ നാല്പത് വർഷക്കാലം ബൊളോഞ്ഞ യൂണിവേഴ്സിറ്റിയിൽ മെഡിസിനിലും ഫിലോസഫിയിലും അദ്ധ്യക്ഷയായിരുന്ന ഡൊറോത്തി ബക്ക മറ്റൊരു പ്രഗത്ഭ വനിതയാണ്. അബേല, ജക്കോബിന, ഫെലിസി, അലെസാൻഡ്രെ ഗിലാനി, റെബേക്ക ഡി ഗോർന, മാർഗരിറ്റ, മെർന്യൂറിയാഡ്, കോൺസ്റ്റൻസ് കലെൻഡ, കാൾറൈസ് ഡി മാറ്റിയോ തുടങ്ങിയ വനിതകളും ഇറ്റലിയിലെ പ്രശസ്തരായ ഭിഷഗ്വരകളായിരുന്നു. എന്നാൽ ഇത്തരത്തിൽ ഏതാനും ചില വനിതകളൊഴികെ മദ്ധ്യകാലഘട്ടത്തിൽ സ്ത്രീകളുടെ ശാസ്ത്രവിദ്യാഭ്യാസം പരിതാപകരമായ അവസ്ഥയിലായിരുന്നു. ദൈവശാസ്ത്രജ്ഞനായ വി തോമസ് അക്വിനാസിന്റെ ഭാഷയിൽ സ്ത്രീകൾക്ക് ഒരു സ്ഥാപനത്തിന്റെയോ സംഘത്തിന്റെയോ മേധാവിയാകുന്നതിന് മാനസിക പക്വതയുണ്ടാകില്ല. ഇതു തന്നെയായിരുന്നു യൂറോപ്പിന്റെ അക്കാലത്തെ പൊതുബോധവും.

ഇംഗ്ലണ്ടിലെ പ്രഭുകുടുംബത്തിൽ ജനിച്ച മാർഗരറ്റ് കാവൻഡിഷ് 17–ാം നൂറ്റാണ്ടിൽ റോയൽ സൊസൈറ്റിയിൽ നടത്തിയ ചില സുപ്രധാന ശാസ്ത്രചർച്ചകളിൽ പങ്കെടുത്തിട്ടുണ്ട്. എങ്കിലും അവർക്ക് റോയൽ സൊസൈറ്റിയിൽ അംഗത്വം ലഭിച്ചിരുന്നില്ല. ശാസ്ത്രവിഷയങ്ങളിൽ നിരവധി പ്രബന്ധങ്ങൾ മാർഗരറ്റ് രചിച്ചിട്ടുണ്ട്. 1666 ൽ പ്രസിദ്ധീകരിച്ച *ഒബ്സർവേഷൻസ് അപ് ഓൺ എക്സ്പെരിമെന്റൽ ഫിലോസഫി* എന്ന ഗ്രന്ഥം സ്ത്രീകളെ ശാസ്ത്രത്തിന്റെ സമീപനത്തിലേക്ക് വളരെയധികം ആകർഷിച്ചു. നിലവിലുള്ള പല പരികല്പനകളെയും പുരുഷാധിപത്യമുള്ള വിദ്യാഭ്യാസരീതിയെയും വിമർശനാത്മകമായി സമീപിക്കുന്നതിന് വനിതകളെ പ്രേരിപ്പിക്കുന്നതായിരുന്നു മാർഗരറ്റിന്റെ രചനകൾ. എ ഡി 1650 മുതൽ 1710 വരെയുള്ള കാലഘട്ടത്തിൽ ജർമ്മനിയിലും മാറ്റത്തിന്റെ ഇടിമുഴക്കങ്ങളുണ്ടായി. ജ്യോതിശാസ്ത്രരംഗത്തേക്ക് സ്ത്രീകൾ കടന്നുവന്നു. ഈ കാലയളവിലെ ജർമ്മൻ ജ്യോതിശാസ്ത്രജ്ഞരിൽ 14 ശതമാനം

സ്ത്രീകളായിരുന്നു. മരിയ വിൻകെൽമാൻ അറിയപ്പെടുന്ന ഒരു ജ്യോതിശാസ്ത്രജ്ഞ ആയിരുന്നു. അച്ഛന്റെയും അമ്മാവന്റെയും ശിക്ഷണത്തിലായിരുന്നു അവരുടെ ജ്യോതിശാസ്ത്ര പഠനം. പ്രഷ്യക്കാരനായ പ്രശസ്ത ജ്യോതിശാസ്ത്രജ്ഞൻ ഗോട്ട്ഫ്രൈഡ് കിർച്ചിനെ വിവാഹം കഴിച്ചതോടെ മരിയയുടെ ഗവേഷണങ്ങൾക്കും നിരീക്ഷണങ്ങൾക്കും പുതിയ തലം കൈവന്നു. ബെർലിനിലെ പ്രശസ്തമായ വാനനിരീക്ഷണ കേന്ദ്രത്തിന്റെ തലപ്പത്തേക്ക് ക്രമേണ മരിയ എത്തിച്ചേർന്നു. എന്നാൽ ആ സ്ഥാനം നല്കാൻ അധികൃതർ തയ്യാറായിരുന്നില്ല. ഒരു വനിത എന്നതായിരുന്നു അധികൃതർ മരിയയിൽ കണ്ടെത്തിയ പരിമിതി.

ആധുനിക സസ്യശാസ്ത്രത്തിന്റെയും ജന്തുശാസ്ത്രത്തിന്റെയും മാതാവ് എന്നറിയപ്പെടുന്ന വനിതയാണ് മരിയ സിബില്ല മരിയൻ (1647 –1717). പ്രകൃതിപഠനത്തിനായി തന്റെ ജീവിതം സമർപ്പിച്ച മഹതിയായിരുന്നു മരിയൻ. ചിത്രശലഭത്തിന്റെ ജീവിതചക്രത്തെക്കുറിച്ച് ശാസ്ത്രലോകത്തെ പരിചയപ്പെടുത്തിയ *ദ് ന്യൂ ബുക്ക് ഓഫ് ഫ്ളവേഴ്സ്* എന്ന പുസ്തകത്തിൽ സസ്യങ്ങളുടെയും കീടങ്ങളുടെയും രേഖാചിത്രങ്ങളോടുകൂടിയ വിവരണങ്ങൾ മരിയൻ ഉൾപ്പെടുത്തിയിരുന്നു. ഭർത്താവിന്റെ മരണത്തിനുശേഷം മകളായിരുന്നു മരിയന്റെ ഗവേഷണ പ്രവർത്തനങ്ങൾക്ക് പിന്തുണനല്കിയത്. കീടങ്ങൾ, ഉരഗങ്ങൾ, ഉഭയജീവികൾ, പക്ഷികൾ എന്നിവയെക്കുറിച്ചുള്ള പഠനങ്ങളിലാണ് പിന്നീട് മരിയനും മകളും ശ്രദ്ധിച്ചത്. *സൂരിനാമിലെ ഷഡ്പദങ്ങളും അവയുടെ ജീവിതചക്രവും* എന്ന ഗ്രന്ഥം മരിയൻ പ്രസിദ്ധീകരിച്ചു. മഴക്കാടുകളെക്കുറിച്ച് ആദ്യമായി യൂറോപ്പിലെ ശാസ്ത്രസമൂഹത്തെ പരിചയപ്പെടുത്തിയതും മരിയന്റെ രചനകളായിരുന്നു. സൂരിനാമിനു പുറമെ തെക്കേ അമേരിക്കയും മരിയൻ സന്ദർശിച്ചിരുന്നു. ആമസോൺ മഴക്കാടുകളിലെ ജൈവവൈവിദ്ധ്യത്തെക്കുറിച്ചും രേഖാചിത്രങ്ങൾ സഹിതം മരിയൻ വിവരിക്കുന്നുണ്ട്. ശാസ്ത്രീയ വിപ്ലവം പൊട്ടിപ്പുറപ്പെട്ടത് പുരുഷ കേന്ദ്രീകൃത സമൂഹത്തിന് സ്ത്രീകളോടുള്ള സമീപനത്തിലും ചില മാറ്റങ്ങളുണ്ടാക്കി. ശാസ്ത്രലോകത്തിന് സംഭാവന നല്കാൻ സ്ത്രീകൾക്കും കഴിയുമെന്ന ധാരണ പൊതുവിലുണ്ടായി. എന്നാൽ ഗാർഹികാവശ്യങ്ങൾക്കുള്ള ശാസ്ത്രപഠനമാണ് സ്ത്രീകൾക്ക് കൂടുതൽ അഭികാമ്യം എന്ന തലത്തിലേക്ക് ഉയരുന്നതിനു മാത്രമേ സമൂഹത്തിന് കഴിഞ്ഞുള്ളു എന്നുപറയുന്നതാണ് അഭികാമ്യം. ജാക്സൺ സ്പിൽവേഗ്രലിനേപ്പോലെയുള്ള ശാസ്ത്രകാരന്മാർക്കും ഇതുതന്നെയായിരുന്നു അഭിപ്രായം. 18–ാം നൂറ്റാണ്ടായപ്പോഴേക്കും യൂറോപ്പിലെ സ്ത്രീകൾ ശാസ്ത്രപാഠങ്ങൾ അഭ്യസിക്കാനാരംഭിച്ചിരുന്നു. എന്നാൽ സസ്യലോകത്തെ പ്രത്യുല്പാദന വ്യവസ്ഥയെക്കുറിച്ച് പഠിക്കാൻ അവർക്ക് അനുവാദമില്ലായിരുന്നു. കാരണം ലിനേയസിന്റെ ലൈംഗിക പ്രജനനവ്യവസ്ഥ പഠിച്ചാൽ സ്ത്രീകളുടെ സദാചാരനിഷ്ഠ തകർന്നുപോകുമെന്നായിരുന്നു പൊതുവെയുള്ള അഭിപ്രായം. കാരണം സ്ത്രീകൾ പൊതുവെ വികാരങ്ങൾക്ക് പെട്ടെന്ന് കീഴ്പ്പെടുന്നവരാണെന്ന വിചിത്ര

വാദമാണ് അക്കാലത്തെ പുരുഷകേന്ദ്രീകൃത പണ്ഡിതസഭ മുന്നോട്ടുവച്ചത്. സാമൂഹികമായും മാനസികമായും പുരുഷനെ അപേക്ഷിച്ച് പിന്നിലാണ് സ്ത്രീകൾക്കുള്ള സ്ഥാനമെന്ന് അക്കാലത്തെ പണ്ഡിതർ പഠിപ്പിച്ചു. ഴാങ് റൂസോയുടെ അഭിപ്രായത്തിൽ സന്താനോല്പാദനത്തിലും പുരുഷന്മാരെ പ്രീതിപ്പെടുത്തുന്നതിലും അവസാനിക്കുന്നതാണ് സ്ത്രീയുടെ ദൗത്യം. യൂറോപ്പിൽ സലോൺ സംസ്കാരത്തിന്റെ ഉദയത്തോടെ സമൂഹത്തിൽ സ്ത്രീകളുടെ സ്ഥാനവും ഉയർന്നു. എന്നാൽ റൂസോയുടെയും സംഘത്തിന്റെയും കായികവും സാംസ്കാരികവുമായ ആക്രമണം സ്ത്രീകൾക്ക് ആധിപത്യമുള്ള സലോൺ സംസ്കാരം ഏറെ അനുവദിച്ചു. എന്നാൽ സ്മോൾ പോക്സിന് ചികിത്സ കണ്ടെത്തിയ മേരി വോർട്ട്ലി ഇക്കാലത്തെ പ്രശസ്തയായ ഒരു മഹിളാരത്നമാണ്. ബ്രിട്ടീഷ് രാജകുമാരിയായ കരോളിൻ തന്റെ രണ്ടു മക്കൾക്കും വോർട്ട്ലിയുടെ വാക്സിൻ നല്കിയതോടെയാണ് (1722) ഈ ചികിത്സാ സമ്പ്രദായം അംഗീകരിക്കപ്പെട്ടത്. പക്ഷേ, അതിനു മുൻപ് വേൾട്ട്ലിയുടെ മരുന്ന് തടവുപുള്ളികളിൽ പരീക്ഷിച്ച് ഫലം ഉറപ്പുവരുത്തിയത് മറ്റൊരു കഥ.

1732 ൽ ലോറ ബസിക്ക് ബൊളോഞ്ഞ സർവ്വകലാശാലയിൽനിന്ന് ഫിലോസഫിയിൽ ഡോക്ടറേറ്റ് ലഭിച്ചു. ഡോക്ടറേറ്റ് ലഭിക്കുന്ന ലോകത്തിലെ രണ്ടാമത്തെ വനിതയാണ് ലോറ. അതിനുമുമ്പ് 1678 ൽ എലന പിസ്കോപിയയ്ക്കു മാത്രമാണ് ഈ ബഹുമതി ലഭിച്ചത്. 1732 ൽ ലോറയ്ക്ക് പ്രൊഫസർ സ്ഥാനവും ലഭിച്ചു. കൂടാതെ സയൻസ് അക്കാദമിയിൽ അംഗത്വവും ലഭിച്ചു. യൂറോപ്പിലെ ഒരു യൂണിവേഴ്സിറ്റിയിൽ ഭൗതികശാസ്ത്രത്തിൽ പ്രൊഫസർ സ്ഥാനം അലങ്കരിച്ച ആദ്യ വനിതയായിരുന്നു ലോറ. എന്നാൽ തുച്ഛവേതനവും ജോലിഭാരവും ലോറയെ തളർത്തി. പക്ഷേ, തോറ്റുകൊടുക്കാൻ മനസ്സില്ലാതിരുന്ന ലോറ പ്രൈവറ്റ് ക്ലാസുകളിലൂടെയും പൊതു പ്രഭാഷണങ്ങളിലൂടെയും സാമ്പത്തിക സുരക്ഷിതത്വം കരസ്ഥമാക്കി. മാത്രവുമല്ല ലോറയുടെ അക്കാദമിക മികവ് വളർത്തുന്നതിനും ഇത് സഹായിച്ചു. ഒടുവിൽ 1776 ൽ 65–ാമത്തെ വയസ്സിൽ ബൊളോഞ്ഞ യൂണിവേഴ്സിറ്റിയിലെ എക്സ്പെരിമെന്റൽ ഫിസിക്സ് വിഭാഗത്തിൽ മേധാവിയായി ലോറ ഉയർത്തപ്പെട്ടു. അപ്പോൾ അവരുടെ പ്രതിമാസ ശമ്പളം 1200 ലിറെ ആയിരുന്നു. ബൊളോഞ്ഞ യൂണിവേഴ്സിറ്റി ഒരു അദ്ധ്യാപകനും അതിലേറെ ഉയർന്ന പ്രതിഫലം അതുവരെ നല്കിയിരുന്നില്ല. ഗണിതശാസ്ത്രത്തിൽ ഒരു കൈപ്പുസ്തകം (*Analytical Institutions for the Use of Italian Youth*) തയ്യാറാക്കിയ മരിയ അഗ്നേസിയാണ് ഗണിതശാസ്ത്ര മേഖലയിൽ യൂറോപ്പിൽ അംഗീകരിക്കപ്പെടുന്ന ആദ്യ വനിത. 1748 ൽ പ്രസിദ്ധീകരിച്ച ഈ കൈപ്പുസ്തകം ഓയ്ലറുടെ നിർദ്ധാരണങ്ങളുടെ ഏറ്റവും നല്ല വിശദീകരണമായി അംഗീകരിക്കപ്പെട്ടു. 1750 ൽ ബൊളോഞ്ഞ യൂണിവേഴ്സിറ്റിയിൽ പ്രൊഫസറായപ്പോൾ ഈ സ്ഥാനത്തെത്തുന്ന രണ്ടാമത്തെ വനിതയായി അഗ്നേസി. ലോറ ബസിയുടെ അക്കാദമിക ജീവിതത്തിൽനിന്ന് പ്രചോദനമുൾ

ക്കൊണ്ട് ജർമ്മൻ വനിതയായ ഡൊറോത്തി എക്ലെബൻ തന്റെ പിതാവിന്റെ സഹായത്തോടെ വൈദ്യശാസ്ത്രം പഠിക്കാനാരംഭിച്ചു. മാത്രവുമല്ല സ്ത്രീകൾക്ക് മെഡിസിൻ പഠിക്കാൻ അവകാശമുണ്ടെന്നും രോഗചികിത്സയ്ക്ക് സ്ത്രീകളെ അനുവദിക്കണമെന്നും ജർമ്മൻ യൂണിവേഴ്സിറ്റികളിൽ സ്ത്രീകൾക്ക് പഠിക്കാൻ അവസരമുണ്ടാക്കണമെന്നും കാണിച്ചുകൊണ്ട് ഡൊറോത്തി, മഹാനായ ഫ്രെഡറിക് രാജാവിന് കത്തയച്ചു. രാജാവിന്റെ ഇടപെടലിനെത്തുടർന്ന് 1754 ൽ ഹേൽ യൂണിവേഴ്സിറ്റിയിൽ നിന്ന് ഡൊറോത്തിക്ക് എം ഡി ബഹുമതി ലഭിച്ചു. സ്ത്രീകളുടെ ശാസ്ത്രപഠനത്തിനുവേണ്ടി അക്ഷീണം പ്രയത്നിച്ച ഡൊറോത്തിയാണ് ജർമ്മനിയിലെ ആദ്യ വനിതാ മെഡിക്കൽ ഡോക്ടർ. 1741–42 ൽ അഗ്രിക്കൾച്ചറൽ സയൻസിൻ മൂന്ന് പുസ്തകങ്ങൾ റോയൽ സ്വീഡിഷ് അക്കാദമി പ്രസിദ്ധീകരിച്ചു. ഷാർലോത്തഫ് ലോറിച്ച് ആയിരുന്നു ഈ ഗ്രന്ഥങ്ങൾ തയ്യാറാക്കിയത്. ആദ്യമായാണ് റോയൽ സ്വീഡിഷ് അക്കാദമി ഒരു ശാസ്ത്ര ലേഖികയെ അംഗീകരിക്കുന്നത്. 1748 ൽ ഇവാ ഇക്ബ്ലാദ് സ്വീഡിഷ് അക്കാദമിയിൽ അംഗമായി. 1746 ൽ ഉരുളക്കിഴങ്ങിൽനിന്ന് ആൽക്കഹോൾ വേർതിരിച്ചെടുത്തത് ഇവരായിരുന്നു. 1658 ൽ സ്വീഡനിൽ ഉരുളക്കിഴങ്ങ് കൃഷി ആരംഭിച്ചിരുന്നുവെങ്കിലും അത് പ്രഭുകുടുംബങ്ങളുടെ കുത്തകയായിരുന്നു. ഇവരുടെ പ്രവർത്തനങ്ങൾ ഉരുളക്കിഴങ്ങ് ജനകീയ കൃഷിയാക്കി മാറ്റുന്നതിന് വളരെയേറെ സഹായകരമായി. വോൾട്ടയറിന്റെ അടുത്ത സുഹൃത്തായ എമിലി ഡ്യു ഷാറ്റലെറ്റ് ഗതികോർജ്ജവും സംവേഗവും സംബന്ധിച്ച ഭൗതികശാസ്ത്രമേഖലയിൽ സംഭാവന നല്കിയ ആദ്യ വനിതാ ശാസ്ത്രജ്ഞയായി പരിഗണിക്കപ്പെടുന്നു. ന്യൂട്ടോണിയൻ മെക്കാനിക്ക്സിലും എമിലി വിലപ്പെട്ട സംഭാവനകൾ നല്കിയിട്ടുണ്ട്. ആന്റണി ലാവോസിയയുടെ പത്നിയായ മേരി ആൻ പോൾസി ആൽക്കെമിയിൽ പ്രവർത്തിച്ച ശാസ്ത്രജ്ഞയാണ്. പദാർത്ഥങ്ങളുടെ അമ്ലതയുമായി ബന്ധപ്പെട്ട പരീക്ഷണങ്ങളാണ് മേരിയെ കൂടുതൽ പ്രശസ്തയാക്കിയത്. യുറാനസ് ഗ്രഹത്തെ കണ്ടെത്തിയ വില്യം ഹെർഷലിന്റെ സഹോദരിയായ കരോലിൻ ഹെർഷൽ അറിയപ്പെടുന്ന ജ്യോതിശാസ്ത്രജ്ഞയായിരുന്നു. 1786 മുതൽ 1797 വരെയുള്ള കാലഘട്ടത്തിൽ ഈ സഹോദരങ്ങൾ എട്ട് വാൽനക്ഷത്രങ്ങളെ കണ്ടെത്തിയിട്ടുണ്ട്. ഇവയിൽ അഞ്ചെണ്ണവും കണ്ടെത്തിയത് കരോലിൻ ആയിരുന്നു. ഒരു വാൽനക്ഷത്രത്തെ കണ്ടെത്തിയ ആദ്യ വനിത എന്ന ബഹുമതി കരോലിന് അർഹതപ്പെട്ടതാണ്. എ ഡി 1700 ൽ മരിയ കിർച്ച് ഒരു വാൽനക്ഷത്രത്തെ കണ്ടെത്തിയെങ്കിലും അതിന്റെ അവകാശം ഭർത്താവായ ഗോട്ട്ഫ്രെഡ് കിർച്ചിനാണ് ലഭിച്ചത്.

പത്തൊമ്പതാം നൂറ്റാണ്ടിന്റെ പ്രാരംഭ ദശകങ്ങളിൽ യൂറോപ്പിൽ സ്ത്രീകൾക്ക് ഔപചാരിക ശാസ്ത്രവിദ്യാഭ്യാസം പരിമിതമായി മാത്രമേ ലഭിച്ചിരുന്നുള്ളൂ. എങ്കിലും ഒറ്റപ്പെട്ട ചില മുന്നേറ്റങ്ങളും ഉണ്ടായിട്ടുണ്ട്. സ്കോട്ടിഷ് ശാസ്ത്രജ്ഞയായ മേരി ഫെയർഫാക്സ് കാന്തികതയുമായി

ബന്ധപ്പെട്ട് ചില പരീക്ഷണങ്ങൾ നടത്തുകയും ഗവേഷണ റിപ്പോർട്ട് (The Magnetic Properties of the violet rays of the solar spectrum - 1826) റോയൽ സൊസൈറ്റിയിൽ അവതരിപ്പിക്കുകയും ചെയ്തു. റോയൽ സൊസൈറ്റിയിൽ ഗവേഷണ റിപ്പോർട്ട് അവതരിപ്പിക്കാൻ അവസരം ലഭിച്ച രണ്ടാമത്തെ വനിതയാണ് മേരി. ഗണിതം, ജ്യോതിശാസ്ത്രം, ഭൗതികശാസ്ത്രം, ഭൂമിശാസ്ത്രം എന്നീ ശാസ്ത്രവിഷയങ്ങളുമായി ബന്ധപ്പെട്ട് നിരവധി പഠനറിപ്പോർട്ടുകളും മേരിയുടെ പേരിൽ പ്രസിദ്ധീകരിച്ചിട്ടുണ്ട്. വനിതകളുടെ വിദ്യാഭ്യാസത്തിനുവേണ്ടിയുള്ള പരിശ്രമങ്ങളിലും മേരി നേതൃത്വം വഹിച്ചു. 1835 ൽ കരോലിൽ ഹെർഷലിനൊപ്പം മേരിയും റോയൽ ആസ്ട്രോണമിക്കൽ സൊസൈറ്റിയുടെ ഹോണററി മെമ്പർഷിപ്പിന് അർഹയായി. ജർമ്മനിയിൽ വനിതകൾക്കുവേണ്ടി ഒരു ഉന്നത വിദ്യാഭ്യാസ സ്ഥാപനം (Lyzeim) ആരംഭിച്ചതും 19–ാം നൂറ്റാണ്ടിന്റെ ആദ്യപകുതിയിലാണ്. 1836 ൽ സ്ത്രീകളെ നഴ്സിങ് പഠിപ്പിക്കുന്നതിനായി ജർമ്മനിയിലെ കൈസേർസ്‌വെർത്തിൽ 'ഡീക്കനസ് ഇൻസ്റ്റിറ്റ്യൂട്ട്' എന്ന നഴ്സിങ് പരിശീലന കേന്ദ്രം സ്ഥാപിക്കപ്പെട്ടു. 1840 ൽ എലിസബത്ത് ഫ്രൈ ഈ സ്ഥാപനം സന്ദർശിക്കുകയും ഇതിൽനിന്ന് പ്രേരണ ഉൾക്കൊണ്ട് ബ്രിട്ടനിൽ ലണ്ടൻ ഇൻസ്റ്റിറ്റ്യൂട്ട് ഓഫ് നഴ്സിങ് സ്ഥാപിക്കുകയും ചെയ്തു. 1851 ൽ ഫ്ളോറൻസ് നൈറ്റിംഗേൽ നഴ്സിങ് പഠിച്ചത് ഈ സ്ഥാപനത്തിലാണ്. 1847 ൽ അമേരിക്കൻ ജ്യോതിശാസ്ത്രജ്ഞയായ മരിയ മിഷേൽ ഒരു വാൽനക്ഷത്രത്തെ കണ്ടെത്തി. ഒരു അമേരിക്കൻ വനിതയുടെ ആദ്യ ജ്യോതിശാസ്ത്ര കണ്ടുപിടിത്തമായിരുന്നു ഇത്. യു എസ് നേവൽ ഒബ്സർവേറ്ററിയിൽ നോട്ടിക്കൽ സയൻസ് വിഭാഗത്തിലും മരിയ മിഷേൽ പ്രവർത്തിച്ചിരുന്നു. 1848 ൽ അമേരിക്കൻ അക്കാദമി ഓഫ് ആർട്സ് ആന്റ് സയൻസസിൽ അംഗമായപ്പോൾ ഈ പദവിയിലെത്തുന്ന ആദ്യ വനിതയായിത്തീർന്നു മിഷേൽ.

പത്തൊമ്പതാം നൂറ്റാണ്ടിന്റെ രണ്ടാം പകുതിയിൽ യൂറോപ്പിലാകമാനം സ്ത്രീകളുടെ വിദ്യാഭ്യാസ സൗകര്യങ്ങൾക്ക് ത്വരിതഗതിയിലുള്ള പുരോഗതിയുണ്ടായി. പെൺകുട്ടികൾക്കുവേണ്ടിയുള്ള സ്കൂളുകൾ ബ്രിട്ടനിൽ വ്യാപകമായി. 1854–56 കാലത്ത് നടന്ന ക്രിമിയൻ യുദ്ധം നഴ്സിങ്ങിന്റെ പ്രസക്തി വർദ്ധിപ്പിക്കുകയും അതൊരു മാന്യതയുള്ള ജോലിയായി അംഗീകരിക്കപ്പെടുകയും ചെയ്തു. ഫ്ളോറൻസ് നൈറ്റിംഗേൽ ലോകപ്രശസ്തയായി. 1860 ൽ ഫ്ളോറൻസ് ലണ്ടനിൽ തന്റെ ആദ്യത്തെ നഴ്സിങ് സ്കൂൾ സ്ഥാപിച്ചു. 1865 ൽ ഗാരെൽ ആൻഡേർസൺ, എലിസബത്ത് ബ്ലാക്ക്‌വെൽ, സോഫിയ ബ്ലാക്ക് എന്നിവർ ചേർന്ന് ലണ്ടനിൽ ആദ്യത്തെ മെഡിക്കൽ കോളേജ് സ്ഥാപിച്ചു. സൂര്യകളങ്കങ്ങളുമായി ബന്ധപ്പെട്ട് പഠനം നടത്തിയ ബ്രിട്ടീഷ് ജ്യോതിശാസ്ത്രജ്ഞയാണ് ആനി സ്കോട്ട്. കേംബ്രിഡ്ജിൽ വച്ചാണ് ആനി തന്റെ ഗവേഷണങ്ങൾ നടത്തിയത്. സൗരചക്രവുമായി ബന്ധപ്പെട്ട മൗണ്ടർ മിനിമം കണ്ടുപിടിച്ച എഡ്വേർഡ് വാൾട്ടർ മൗണ്ടറുടെ സഹായിയായിരുന്നു ആനി സ്കോട്ട്.

സൂര്യകളങ്കങ്ങളുടെ ചിത്രമെടുക്കാനായി ഒരു 38 മില്ലിമീറ്റർ ക്യാമറയും ആനി സ്ക്കോട്ട് തയ്യാറാക്കി. 1894 മുതൽ പ്രഷ്യയിൽ വനിതകൾക്ക് യൂണി വേഴ്സിറ്റിയിൽ പ്രവേശനം ലഭിക്കുകയും പി എച്ച് ഡി കരസ്ഥമാക്കാൻ അവസരമുണ്ടാവുകയും ചെയ്തു. 1908 ആയപ്പോഴേക്കും സ്ത്രീകളുടെ വിദ്യാഭ്യാസ കാര്യങ്ങളിലുള്ള എല്ലാ നിയന്ത്രണങ്ങളും പ്രഷ്യയിൽ അവ സാനിച്ചു.

ഇരുപതാം നൂറ്റാണ്ടിന്റെ ആരംഭത്തിലാണ് നൊബേൽ പുരസ്കാരം വനിതകളെ തേടിയെത്തിയത്. പോളിഷ് വംശജയായ മേരിക്യൂറി 1903 ൽ ഫിസിക്സിലും, 1911 ൽ രസതന്ത്രത്തിലും നൊബേൽ പുരസ്കാരം കരസ്ഥമാക്കി. റേഡിയോ ആക്ടിവിറ്റിയുമായി ബന്ധപ്പെട്ടു നടത്തിയ ഗവേ ഷണങ്ങളാണ് മേരിയെ നൊബേൽ പുരസ്കാരത്തിന് അർഹയാക്കിയത്. യൂറോപ്പിലെ ആദ്യ സിവിൽ എഞ്ചിനിയറിങ് ബിരുദധാരിയായ വനിത എന്നറിയപ്പെടുന്ന ആലീസ് പെറി, അണുവിഘടന പ്രവർത്തനങ്ങളിൽ ഓട്ടോ ഹാനുമായി ചേർന്ന് പ്രവർത്തിച്ച ലിസ് മെയ്റ്റ്നർ, ശൈശവ വിദ്യാ ഭ്യാസ രംഗത്തും ശിശുരോഗ ചികിത്സയിലും പ്രശസ്തയായ മരിയ മോണ്ടി സോറി, ബീജഗണിത മേഖലയിൽ തന്റെ കഴിവുകൾകൊണ്ട് അംഗീകാരം നേടിയ എമി നെതറും ഭൂമിയുടെ ആന്തരഘടനയെക്കുറിച്ച് പ്രബന്ധം തയ്യാറാക്കിയ മേരി ക്യാറ്റ്റൈറ്റും ഇരുപതാം നൂറ്റാണ്ടിന്റെ ആദ്യ ദശക ങ്ങളിലെ പ്രശസ്തരായ വനിതാശാസ്ത്രജ്ഞരാണ്. ഇരുപതാം നൂറ്റാ ണ്ടിന്റെ ഉത്തരാർദ്ധമായപ്പോഴേക്കും എല്ലാ ശാസ്ത്രശാഖകളിലും സ്ത്രീക ളുടെ സാന്നിദ്ധ്യം പുരുഷൻമാർക്കൊപ്പമെത്തി. നൊബേൽ പുരസ്കാര ങ്ങളും സ്ത്രീകളെത്തേടിയെത്തി. ഭൗതികശാസ്ത്രം, രസതന്ത്രം, വൈദ്യ ശാസ്ത്രം എന്നീ ശാസ്ത്രശാഖകളിലായി ഇതുവരെ 17 വനിതകൾക്ക് നൊബേൽ പുരസ്കാരം ലഭിച്ചിട്ടുണ്ട്. ഭൗതികശാസ്ത്രത്തിൽ രണ്ടും, രസ തന്ത്രത്തിൽ നാലും, വൈദ്യശാസ്ത്രത്തിൽ പത്തും വീതമാണ് പുര സ്കാരം ലഭിച്ചത്. ആദ്യപുരസ്കാരം 1903 ൽ ഭൗതികശാസ്ത്രത്തിൽ മേരി ക്യൂറിക്കും ഒടുവിലത്തേത് 2015 ൽ വൈദ്യശാസ്ത്രത്തിൽ യുയുതു വി നുമാണ് ലഭിച്ചത്. 1990 കളിൽ നഴ്സിങ് മേഖലയിൽ 91 ശതമാനം പി എ ച്ച് ഡികളും കരസ്ഥമാക്കിയത് വനിതകളായിരുന്നു. സ്ത്രീകളുടെ ശമ്പ ളക്കാര്യത്തിലുള്ള അസന്തുലിതാവസ്ഥയും വികസിത രാജ്യങ്ങളിൽ ഇപ്പോഴില്ല. ബ്രസീൽ, ദക്ഷിണാഫ്രിക്ക, അർജന്റീന തുടങ്ങിയ വികസ്വര രാജ്യങ്ങളിലെ യൂണിവേഴ്സിറ്റികളിൽവരെ ഇന്ന് വൈസ് ചാൻസലർമാ രാകുന്ന വനിതകൾ 17 ശതമാനത്തിലധികമാണ്. ജീവശാസ്ത്ര ശാഖക ളിൽ ലോകമെമ്പാടുമുള്ള ഗവേഷകരെ പരിഗണിച്ചാൽ അതിൽ 45 മുതൽ 55 ശതമാനം വരെ വനിതകളാണ് ഇപ്പോഴുള്ളത്. കാർഷിക ഗവേഷണ മേഖലയിൽ 40 ശതമാനം വനിതാസാന്നിദ്ധ്യമുണ്ട്. എഞ്ചിനിയറിങ് മേഖ ലയിൽ 28 ശതമാനവും ഫിസിക്കൽ സയൻസിൽ 17 ശതമാനവും ഗണി തശാസ്ത്ര മേഖലയിൽ 10 ശതമാനവും വിദ്യാഭ്യാസ രംഗത്ത് 52 ശതമാ നവും പാരാമെഡിക്കൽ രംഗത്ത് 63 ശതമാനവും ഗവേഷകർ വനിതക

ളാണ്. ലാറ്റിൻ അമേരിക്ക, കിഴക്കൻ, തെക്കുകിഴക്കൻ യൂറോപ്പ്, യൂറോപ്യൻ യൂണിയൻ, ഓസ്ട്രേലിയ, അമേരിക്കൻ ഐക്യനാടുകൾ, ന്യൂസിലന്റ് എന്നിവിടങ്ങളിലെ വിവിധ ശാസ്ത്രശാഖയിലുള്ള ഗവേഷകരിൽ ഭൂരിപക്ഷവും വനിതകളാണ്. തെക്കൻ, തെക്കുകിഴക്കൻ ഏഷ്യ എന്നിവിടങ്ങളിൽ ഇത് 42 ശതമാനവും അറബ് രാജ്യങ്ങളിൽ 37 ശതമാനവും ആഫ്രിക്കയിൽ 30 ശതമാനവുമാണ്. ഇരുപതാം നൂറ്റാണ്ടിന്റെ അവസാന ദശകങ്ങൾ തുടങ്ങി ഇന്നുവരെയുള്ള കാലഘട്ടം നോക്കിയാൽ ശാസ്ത്ര രംഗത്തേക്ക് വനിതകൾ വൻതോതിൽ എത്തുന്നത് കാണാൻ കഴിയും. 1968 ൽ ജെയിംസ് വാട്ട്സന്റെ വിവാദ പ്രസ്താവനയ്ക്ക് ഇന്ന് വനിതകൾ മറുപടി പറയുന്നത് ശാസ്ത്രരംഗത്തെ അവരുടെ സാന്നിദ്ധ്യത്തിലൂടെയാണ്. ഒരു ഫെമിനിസ്റ്റിന് ഏറ്റവും അനുയോജ്യമായ ഇടം പുരുഷന്റെ പരീക്ഷണശാലയാണ് എന്നായിരുന്നു വാട്ട്സന്റെ പ്രസ്താവന. എങ്കിലും ഇപ്പോഴും ലോകത്തിന്റെ പല ഭാഗങ്ങളിലും സ്ത്രീകൾ അവഗണന അനുഭവിക്കുന്നുണ്ട്. മതപരവും സാമൂഹികവുമായ കീഴ്വഴക്കങ്ങൾ ശാസ്ത്ര മേഖലയിൽ ആധിപത്യം പുലർത്തുന്ന ഇത്തരം ഇടങ്ങളിൽ സ്ത്രീകളുടെ ശാസ്ത്രവിദ്യാഭ്യാസവും ഗവേഷണവും ഇപ്പോഴും മൂടുപടത്തിനുള്ളിൽ തന്നെയാണ്.

ലോകത്തിലെ ഏറ്റവും വലിയ ശാസ്ത്രീയ പരീക്ഷണശാലയുടെ മേധാവി ഒരു വനിതയാണ്. ലാർജ് ഹാഡ്രോൺ കൊളൈഡർ സ്ഥിതി ചെയ്യുന്ന സേണിന്റെ ഡയറക്ടറായ ഇറ്റലിക്കാരി ഫാബിയോള ഗിയനോട്ടിയാണ് ആ മഹിളാരത്നം. ബഹിരാകാശത്ത് ഏറ്റവും കാലം താമസിച്ച പെഗ്ഗി വിറ്റ്സൺ സ്ത്രീകളുടെ സ്വപ്നങ്ങൾക്ക് ആകാശം അതിരല്ലെന്ന് തെളിയിച്ചതിനും ഈ നൂറ്റാണ്ട് സാക്ഷ്യം വഹിച്ചു. വാലന്റീന തെരഷ്ക്കോവ, കല്പന ചൗള, സുനിത വില്യംസ്, അനുഷോഷ് അൻസാരി, എത്രയെത്ര വനിതകൾ. ഇവരെല്ലാം ശാസ്ത്രമേഖലയിൽ മാത്രമാണെങ്കിൽ രാഷ്ട്രതന്ത്രത്തിലും സാമ്പത്തിക ശാസ്ത്രത്തിലും കലാ സാഹിത്യ രംഗത്തും സ്ത്രീകളുടെ സാന്നിദ്ധ്യം ഇതിലുമേറെയാണ്. ഇനിയും സ്ത്രീകളെ അടുക്കളയുടെ ചുമരുകൾക്കുള്ളിലും മൂടുപടത്തിനകത്തും തളച്ചിടാമെന്ന് ആരെങ്കിലും കരുതുന്നുണ്ടെങ്കിൽ അവർ വിഡ്ഢികളുടെ സ്വർഗ്ഗത്തിലാണ് ജീവിക്കുന്നത് എന്ന് പറയാതെ വയ്യ.

ജീവൻ കൊടുക്കുന്നതും ജീവനെടുക്കുന്നതും പ്രകാശമാണ്

പ്രകാശത്തിന്റെ പ്രകൃതവും പ്രകൃതിയിൽ പ്രകാശത്തിന്റെ സ്വാധീനവും അന്വേഷിച്ച ആദ്യമനുഷ്യരാണ് പ്രകാശശാസ്ത്രത്തിന് നാന്ദികുറിച്ചത്. പ്രകാശത്തിന്റെ സ്വഭാവം, സഞ്ചാരം, ഉറവിടങ്ങൾ, പ്രതിഭാസങ്ങൾ, പ്രഭാവങ്ങൾ, പ്രായോഗിക തലങ്ങൾ എന്നിവയെല്ലാം ഇന്ന് മറനീക്കി പുറത്തുവന്നുകൊണ്ടിരിക്കുകയാണ്. ഭൗമജീവന്റെ ആധാരശിലയാണ് സൂര്യവെളിച്ചം. ജീവൻ കൊടുക്കുന്നതും ജീവനെടുക്കുന്നതും പ്രകാശമാണ്. പ്രകാശത്തെക്കുറിച്ച് പാടാത്ത കവികളും പറയാത്ത സംസ്കാരങ്ങളുമില്ല. പ്രകാശത്തെയും പ്രകാശ സ്രോതസ്സുകളെയും ആരാധിച്ചിരുന്ന പാരമ്പര്യമാണ് നമുക്കുള്ളത്. മറ്റുള്ളവയെ എല്ലാം വെളിവാക്കിത്തരുമ്പോഴും സ്വയം വെളിപ്പെടുത്താത്ത സ്വഭാവം പ്രകാശത്തെക്കുറിച്ചുള്ള പഠനം സങ്കീർണ്ണമാക്കുകയാണ്. ഇപ്പോഴും എന്താണ് പ്രകാശമെന്ന് തൃപ്തികരമായി നിർവ്വചിക്കാൻ നമുക്ക് സാധിച്ചിട്ടില്ല എന്നതാണ് യാഥാർത്ഥ്യം.

പ്രാചീന ഗ്രീക്ക് ചിന്തകർക്ക് പ്രകാശത്തെക്കുറിച്ച് വ്യത്യസ്തങ്ങളായ വിശ്വാസ പ്രമാണങ്ങളാണുണ്ടായിരുന്നത്. പ്രകാശം സൂക്ഷ്മകണികകളുടെ പ്രവാഹമാണെന്നാണ് പൈഥഗോറസ് (582-500 BC) വിശ്വസിച്ചിരുന്നത്. ഈ കണികകൾ നേത്രത്തിൽ പ്രവേശിക്കുമ്പോഴാണ് കാഴ്ച എന്ന അനുഭവം ഉണ്ടാകുന്നത് എന്നും അദ്ദേഹം പഠിപ്പിച്ചു. എന്നാൽ പ്രകാശം തരംഗമാണെന്നാണ് പ്ലേറ്റോ (427-347 BC) കരുതിയത്. ഈ തരംഗങ്ങൾ പിറക്കുന്നത് നിരീക്ഷകന്റെ കണ്ണുകളിൽനിന്നാണെന്നും അവ എതെങ്കിലുമൊരു വസ്തുവിൽ പതിക്കുമ്പോഴാണ് ദൃശ്യാനുഭവം ഉണ്ടാകുന്നത് എന്നും പ്ലേറ്റോ ചിന്തിച്ചിരുന്നു. പ്രകാശം തരംഗമാണെന്ന വിശ്വാസം തന്നെയാണ് അരിസ്റ്റോട്ടിലും (384-322 BC)

യൂക്ലിഡും (320-275 BC) വച്ചു പുലർത്തിയിരുന്നത്. ഈ തരംഗങ്ങൾ നേർരേഖയിലാണ് സഞ്ചരിക്കുന്നത് എന്ന് യൂക്ലിഡ് സമർത്ഥിച്ചു. താൻ വികസിപ്പിച്ചെടുത്ത ജ്യാമിതീയ സങ്കേതമുപയോഗിച്ച് പ്രകാശത്തിന്റെ സഞ്ചാരപഥം അവതരിപ്പിക്കുന്നതിന് യൂക്ലിഡിന് കഴിഞ്ഞിരുന്നു. അലക്സാൻഡ്രിയയിലെ ഹീറോ (150 BC) ആണ് പ്രകാശത്തിന്റെ സവിശേഷതകളെക്കുറിച്ച് വിശേഷിച്ചും അതിന്റെ പ്രതിഫലന സ്വഭാവത്തെക്കുറിച്ച് ആദ്യമായി, എന്നാൽ ഏറക്കുറെ സമഗ്രമായിത്തന്നെയുള്ള ഒരു പഠനം നടത്തിയത്. പിന്നീട് ക്ലോഡിയസ് ടോളമി (100-170 AD) നടത്തിയ വിശദമായ പരീക്ഷണങ്ങളിൽനിന്നും നേർരേഖയിൽ സഞ്ചരിക്കുന്ന പ്രകാശം അതിന്റെ സഞ്ചാര മാദ്ധ്യമം വ്യത്യാസപ്പെടുമ്പോൾ വളയുന്നതായി കണ്ടെത്തി.

മദ്ധ്യകാലഘട്ടത്തിൽ അറേബ്യൻ ശാസ്ത്രജ്ഞനായ അൽ ഹസൻ പ്രകാശ ശാസ്ത്രവുമായി ബന്ധപ്പെട്ട് ഒരു സിദ്ധാന്തം രൂപീകരിക്കുകയും *കിതാബ് അൽ മനാസിർ* (Book of Optics) എന്ന പേരിൽ ഏഴു വോള്യങ്ങളായി പ്രസിദ്ധീകരിക്കുകയും ചെയ്തു. പ്രകാശത്തിന്റെ അപവർത്തനം, പ്രകീർണ്ണനം, നിഴലുകൾ, ദൃശ്യാനുഭവം, മഴവില്ല്, ഗ്രഹണങ്ങൾ എന്നിവയെക്കുറിച്ചും ഇതിൽ പ്രതിപാദിച്ചിട്ടുണ്ട്. ലിയനാർഡോ ഡാവിൻസിയും (1452–1519) പ്രകാശത്തിന്റെ അപവർത്തന പ്രതിഫലന സ്വഭാവങ്ങളെ കുറിച്ചും മനുഷ്യനേത്രത്തിന്റെ ഘടനയെ സംബന്ധിച്ചും പഠനം നടത്തിയിട്ടുണ്ട്. 1554 ൽ ഫ്രാൻസിസ്കസ് മൊറോലിക്കസ് എഴുതിയ *Light on the subject of light* എന്ന പുസ്തകത്തിൽ പ്രകാശത്തെക്കുറിച്ച് അന്നുവരെയുണ്ടായിരുന്ന വിവിധ ചിന്താധാരകൾ ഏറക്കുറെ സമഗ്രമായി അവതരിപ്പിച്ചിട്ടുണ്ട്. 1621 ൽ ഡച്ച് ശാസ്ത്രജ്ഞനായ വില്ലിബ്രോഡ് സ്നെൽ പ്രകാശ രശ്മിയുടെ പതനകോണും അപവർത്തന കോണും തമ്മിലുള്ള ബന്ധം തെളിയിച്ചു. 1637 ൽ ഫ്രഞ്ച് ശാസ്ത്രജ്ഞനായ റെനെ ദെക്കാർത്തെ രചിച്ച *ലെസ് മീറ്റിയോറസ്* എന്ന ഗ്രന്ഥത്തിൽ മഴവില്ലുണ്ടാകുന്നതിന്റെ ശാസ്ത്രം അപവർത്തന നിയമങ്ങൾ ഉപയോഗിച്ച് വ്യാഖ്യാനിക്കുന്നുണ്ട്. പ്രകാശ പ്രതിഫലനത്തിന്റെ അടിസ്ഥാന തത്ത്വമായ പതനകോണും പ്രതിഫലനകോണും തുല്യമായിരിക്കും എന്ന പ്രസ്താവന തെളിയിച്ചത് ദെക്കാർത്തെയാണ്.

പ്രകാശത്തെക്കുറിച്ചുള്ള നമ്മുടെ ധാരണ കാലാനുസൃതമായി വ്യത്യാസപ്പെട്ടുകൊണ്ടിരുന്നു. പ്രകാശിക ഉപകരണങ്ങളാണ് വെളിച്ചത്തിന്റെ ഏറ്റവും ലളിതമായ പ്രായോഗിക രൂപം. മനുഷ്യനിർമ്മിത വെളിച്ചത്തിന്റെ ആദ്യ രൂപം തീപ്പന്തങ്ങളും ക്യാമ്പ് ഫയറുകളുമാണ്. പിന്നീട് വിളക്കുകളുടെ കാലമായി. മൃഗക്കൊഴുപ്പും പക്ഷികളും മത്സ്യങ്ങളുമൊക്കെയായിരുന്നു ആദ്യകാല വിളക്കുകൾ. അതിനു ശേഷമാണ് മെഴുകുവിളക്കുകൾ വെളിച്ചം ചൊരിഞ്ഞത്. ഫോസിൽ ഇന്ധനങ്ങൾ വിളക്കിന് എണ്ണപകർന്നത് അതിനും ശേഷമാണ്. ദർപ്പണങ്ങളും ലെൻസുകളും ഉപയോഗിച്ച് പ്രകാശത്തെ നിയന്ത്രിക്കുന്ന രീതി ഈ മേഖലയിലുണ്ടായ

വലിയൊരു മുന്നേറ്റമാണ്. പ്രകാശത്തെക്കുറിച്ചും സ്ഫടികത്തെക്കുറിച്ചുമുള്ള ധാരണയിൽ വലിയ മാറ്റം വരുത്തുന്നതിന് അതു കാരണമായി. സിലിക്ക സംസ്കരിച്ചാണ് ആദ്യകാല ഗ്ലാസുകൾ നിർമ്മിച്ചിരുന്നത്. മണലിന്റെ അടിസ്ഥാനഘടകമാണ് സിലിക്ക. ദർപ്പണരൂപത്തിലും ലെൻസ്‌രൂപത്തിലും സ്ഫടികത്തിന് രൂപങ്ങളെയും വസ്തുക്കളെയും വലുതാക്കി കാണിക്കാൻ കഴിയും. ഇത് ദൃശ്യാനുഭവത്തിന്റെ മറ്റൊരു തലമാണ് കാഴ്ച വച്ചത്. ബി സി 700 ൽ നിർമ്മിച്ച അസീറിയൻ ലെൻസുകളാണ് ഏറ്റവും പ്രാചീനമായ സ്ഫടിക നിർമ്മിതിയെന്നാണ് കരുതുന്നത്.

18–ാം നൂറ്റാണ്ടിന്റെ ആരംഭത്തിൽത്തന്നെ നിരവധി ശാസ്ത്രജ്ഞർ പ്രകാശവുമായി ബന്ധപ്പെട്ട് നിരവധി പഠനങ്ങൾ നടത്തിയിരുന്നു. ഐസക് ന്യൂട്ടൺ (1642 –1727 AD) ആയിരുന്നു അവരിൽ പ്രമുഖൻ. പ്രകാശം കണികകളുടെ പ്രവാഹമാണെന്ന് ന്യൂട്ടൺ വാദിച്ചു. *ഒപ്റ്റിക്സ്* (1704 AD) എന്ന വിഖ്യാതമായ ഗ്രന്ഥത്തിലാണ് ന്യൂട്ടൺ തന്റെ കണികാസിദ്ധാന്തം അവതരിപ്പിച്ചത്. കോർപസിൽസ് എന്നാണ് ന്യൂട്ടൺ പ്രകാശകണികകളെ വിളിച്ചത്. നേർരേഖയിൽ സഞ്ചരിക്കുന്ന സൂക്ഷ്മ കണങ്ങൾ കണ്ണിലെത്തുമ്പോഴാണ് ദൃശ്യാനുഭവം ഉണ്ടാവുന്നതെന്നും ന്യൂട്ടൺ സിദ്ധാന്തിച്ചു. പ്രതിഫലനവും ഏതാനും അപവർത്തന നിയമങ്ങളും വിശദീകരിക്കുവാൻ കഴിഞ്ഞു എന്നല്ലാതെ പ്രകാശത്തിന്റെ മറ്റു സവിശേഷതകളൊന്നും അവതരിപ്പിക്കുവാൻ ന്യൂട്ടന്റെ സിദ്ധാന്തത്തിനു കഴിഞ്ഞില്ല. അതുകൊണ്ടുതന്നെ കണികാസിദ്ധാന്തം ഒരു പരാജയമായിത്തീർന്നു. ന്യൂട്ടന്റെ സിദ്ധാന്തമനുസരിച്ച് സാന്ദ്രത കൂടിയ മാദ്ധ്യമങ്ങളിൽ പ്രകാശത്തിന്റെ വേഗത കൂടുതലായിരിക്കും. എന്നാൽ പരീക്ഷണത്തെളിവുകൾ ഇതിനെതിരാണ്. 1850 ൽ ഫൂകോർട്ട് നടത്തിയ പരീക്ഷണത്തിൽ ജലത്തിലൂടെയുള്ള പ്രകാശത്തിന്റെ സഞ്ചാരവേഗത വായുവിലുള്ളതിനേക്കാൾ കുറവാണെന്നു തെളിഞ്ഞു. അതോടെ കണികാസിദ്ധാന്തം കാലഹരണപ്പെടുകയും ചെയ്തു.

ഗ്രീക്കു ചിന്തകരുടെ കാലം മുതൽ 18–ാം നൂറ്റാണ്ടിന്റെ അവസാനം വരെയുള്ള നീണ്ടകാലഘട്ടത്തിൽ പ്രകാശം കിരണങ്ങളായാണ് സഞ്ചരിക്കുന്നത് എന്ന സങ്കല്പത്തിൽ നിരവധി സിദ്ധാന്തങ്ങൾ പിറന്നു. ജ്യാമിതിയിലെ നിയമങ്ങൾ കൊണ്ട് അലങ്കരിച്ച ഇത്തരം സിദ്ധാന്തങ്ങളാണ് കിരണ പ്രകാശികത്തിന് (Ray Optics) രൂപം കൊടുത്തത്. കിരണ പ്രകാശികത്തിന്റെ പ്രയോഗകവല്ക്കരണമാണ് ദർപ്പണങ്ങളും ലെൻസുകളും നിർമ്മിക്കപ്പെടുവാൻ കാരണമായത്. ഹാൻസ് ലപ്പർഷേ, ഹാൻസ് ജാൻസീൻ, സക്കറിയാസ് എന്നീ കണ്ണട നിർമ്മാതാക്കൾ ചേർന്ന് ആദ്യത്തെ സൂക്ഷ്മദർശിനി വികസിപ്പിച്ചു. ലപ്പർഷേയും സക്കറിയാസും ജേക്കബ് മേഷ്യസും ചേർന്ന് 1608 ൽ ആദ്യത്തെ ദൂരദർശിനിയും നിർമ്മിച്ചു. 17–ാം നൂറ്റാണ്ടിന്റെ തുടക്കത്തിൽ ഗലീലിയോയും കെപ്ളറും ദൂരദർശിനിയിൽ നവീകരണ പ്രവർത്തനങ്ങൾ നടത്തുകയും ആകാശ നിരീക്ഷണത്തിന് ഉപയോഗിക്കാനാരംഭിക്കുകയും ചെയ്തു. അമേരിക്കൻ ശാസ്ത്രജ്ഞനായ

ബെഞ്ചമിൻ ഫ്രാങ്ക്ളിൻ (1784 AD) ബൈനോക്കുലർ നിർമ്മിച്ചത് ദൂരക്കാഴ്ചയുടെ പുതിയലോകം തന്നെയാണ് സൃഷ്ടിച്ചത്. ഡച്ചുകാരനായ ല്യൂവൻ ഹോക്ക് (1830 AD) ലെൻസുകളിൽ വരുത്തിയ പരിഷ്കാരങ്ങൾ ശക്തമായ സൂക്ഷ്മദർശിനികളുടെ പിറവിക്ക് കാരണമായി. ക്യാമറയുടെ പിറവി 1820–1830 കാലഘട്ടത്തിലാണ് ഉണ്ടായത്. ജോസഫ് നൈസ്ഫറും ലൂയി ജാക്കും സാങ്കേതികവിദ്യ പൊതു സമൂഹത്തിലേക്ക് എത്തിച്ചതിന്റെ തെളിവായിരുന്നു അത്. 1839 ൽ സർ ജോൺ ഹെർഷൽ ആണ് ഫോട്ടോഗ്രഫി എന്ന വാക്ക് ആദ്യമായി ഉപയോഗിച്ചത്. 1847 ൽ ക്ലോഡ് നീപ്സെ ഫോട്ടോഗ്രഫിക് ഗ്ലാസ് കണ്ടുപിടിച്ചു. 1861 ൽ സ്കോട്ടിഷ് ശാസ്ത്രജ്ഞനായ ജെയിംസ് മാക്സ്വെൽ വർണ്ണ ചിത്രങ്ങൾ നിർമ്മിക്കാനാരംഭിച്ചു. 1888 ൽ ഈസ്റ്റ്മാൻ 'കൊഡാക്' എന്ന പേരിൽ ക്യാമറ പുറത്തിറക്കി. സൂം ലെൻസുകളുടെയും ടെലിഫോട്ടോ ലെൻസുകളുടെയും പിറവി ഛായാഗ്രഹണ രംഗത്ത് വലിയ കുതിച്ചുചാട്ടമാണ് ഉണ്ടാക്കിയത്. ജ്യോതിശാസ്ത്രരംഗത്തും ഇന്ന് ഫോട്ടോഗ്രഫിയുടെ സാദ്ധ്യതകൾ വളരെയധികമാണ്. പ്രത്യേകമായി രൂപകല്പന ചെയ്ത വിവിധോദ്ദേശ്യ ക്യാമറകളും ലെൻസുകളും ടി വി, വീഡിയോ ക്യാമറകളുമെല്ലാമായി ഈ രംഗം വികസനപാതയിലാണ്.

1678 ൽ ഡച്ച് ശാസ്ത്രജ്ഞനായ ക്രിസ്റ്റ്യൻ ഹൈഗൻസ് പ്രകാശത്തിന്റെ തരംഗസിദ്ധാന്തം അവതരിപ്പിച്ചു. ഇതനുസരിച്ച് പ്രകാശം ജലതരംഗം പോലെയോ ശബ്ദതരംഗം പോലെയോ ആണ്. പരീക്ഷണത്തെളിവുകളും തരംഗസിദ്ധാന്തത്തിന് ബലം നല്കി. 1873 ൽ ജെയിംസ് മാക്സ്വെൽ ഈ സിദ്ധാന്തത്തിൽ ചില പരിഷ്കാരങ്ങൾ അവതരിപ്പിച്ചു. ഇതനുസരിച്ച് പ്രകാശം ശബ്ദതരംഗമോ ജലതരംഗമോ പോലെയുള്ള തരംഗങ്ങളല്ലെന്നും അത് വൈദ്യുത ക്ഷേത്രത്തിലും കാന്തിക ക്ഷേത്രത്തിലുമുണ്ടാകുന്ന ആന്ദോളനങ്ങളാണെന്നും അദ്ദേഹം സിദ്ധാന്തിച്ചു. ഈ തരംഗത്തിനു സഞ്ചരിക്കാൻ ഒരു മാദ്ധ്യമം ആവശ്യമില്ലെന്നും ശൂന്യതയിലാണ് ഇതിന്റെ സഞ്ചാരവേഗത പരമാവധിയാകുന്നതെന്നും മാസ്വെൽ സമർത്ഥിച്ചു. വിദ്യുത്കാന്തികതയിലെ സമവാക്യങ്ങളുപയോഗിച്ച് മാക്സ്വെൽ കണ്ടെത്തിയ പ്രകാശവേഗത ഫിസ്യൂവിന്റെ പരീക്ഷണത്തെളിവുമായി ചേർന്നു നില്ക്കുന്നുണ്ട്. ഭൗതികശാസ്ത്രത്തിലെ സുപ്രധാനമായ ഒരു നാഴികക്കല്ലായിരുന്നു ഈ കണ്ടുപിടിത്തം. മാക്സ്വെല്ലിനു പോലും തന്റെ കണ്ടുപിടിത്തത്തെക്കുറിച്ച് അത്ഭുതമാണ് തോന്നിയത്. എവിടെ വൈദ്യുതിയും കാന്തികതയുമുണ്ടോ അവിടെ പ്രകാശവുമുണ്ട് എന്നാണ് അദ്ദേഹം തന്നെ പ്രകാശത്തെ നിർവ്വചിച്ചിട്ടുള്ളത്.

ഇംഗ്ലീഷ് ഭിഷഗ്വരനായ തോമസ് യങ്ങും ഫ്രഞ്ച് എഞ്ചിനീയറായ അഗസ്റ്റിൻ ഫ്രെസ്നലും നടത്തിയ പരീക്ഷണങ്ങൾ പ്രകാശത്തിന്റെ തരംഗസ്വഭാവത്തിന് കൂടുതൽ വെളിവു നല്കി. യങ്ങിന്റെ ഇരട്ട സ്ലിറ്റ് പരീക്ഷണം പ്രകാശത്തിന്റെ തരംഗസ്വഭാവം ഉറപ്പിച്ചു. 1801 ൽ തോസ് യങ് നടത്തിയ ഈ പരീക്ഷണം ഭൗതികശാസ്ത്രത്തിലെ ഏറ്റവും സുന്ദ

രമായ പരീക്ഷണങ്ങളിലൊന്നാണ്. സമാന്തരമായി രണ്ടു ദ്വാരങ്ങളുള്ള ഒരു ലോഹപ്ലേറ്റിലേക്ക് യങ് ഒരു പ്രകാശധാര കടത്തിവിടുകയും മറുവശത്തെത്തുന്ന ധാരയെ ഒരു സ്ക്രീനിൽ പതിപ്പിക്കുകയും ചെയ്തു. സ്ക്രീനിൽ പതിച്ച ധാര പരിശോധിച്ച യങ് അത്ഭുതപ്പെട്ടു. പ്രകാശധാര ഒരേ സമയം ലോഹപ്ലേറ്റിലെ രണ്ടു വിടവുകളിലൂടെയും കടന്നു പോവുകയും സ്ക്രീനിൽ മങ്ങിയതും തെളിഞ്ഞതുമായ നിരവധി വളയങ്ങൾ സൃഷ്ടിക്കുകയും ചെയ്തു. പ്രകാശം തരംഗമായതുകൊണ്ടാണ് ഇങ്ങനെ സംഭവിക്കുന്നത്. പ്രകാശത്തിന്റെ തരംഗദൈർഘ്യം കണ്ടെത്തിയതും തോമസ് യങ്ങാണ്. ആധുനിക ഉപകരണങ്ങൾ ഉപയോഗിച്ച് ഇന്ന് നിർണ്ണയിച്ച തരംഗദൈർഘ്യവും യങ്ങിന്റെ അനുമാനവും ഒന്നുതന്നെയായിരുന്നു എന്നത് അദ്ദേഹത്തിന്റെ പ്രതിഭയുടെ തെളിവാണ്. 1802 ൽ യങ് സൂപ്പർപൊസിഷൻ സിദ്ധാന്തം അവതരിപ്പിച്ചു. വ്യതികരണവും (Interference) വിഭംഗനവും(Difraction) ധ്രുവണവും(Polarization) കൃത്യമായി വിശദീകരിക്കപ്പെട്ടു. തോമസ് യങ്ങിനെ തരംഗസിദ്ധാന്തത്തിന്റെ പിതാവായാണ് കണക്കാക്കുന്നത്.

പ്രകാശത്തെ തരംഗമായി വ്യാഖ്യാനിച്ചുകൊണ്ടുള്ള പരികല്പനകൾ തരംഗപ്രകാശികത്തിന് ജന്മം നല്കി. പ്രകാശ പ്രതിഭാസങ്ങൾ തരംഗദൈർഘ്യത്തെ ആശ്രയിച്ചാണിരിക്കുന്നത് എന്നതാണ് തരംഗപ്രകാശികത്തിന്റെ കാതൽ. എ എ മൈക്കൽസൺ ഇന്റർഫെറോ മീറ്റർ വികസിപ്പിച്ചത് പ്രകാശത്തിന്റെ തരംഗസ്വഭാവത്തെ ആധാരമാക്കിയാണ്. പ്രകാശത്തിന്റെ വിഭംഗനം പരീക്ഷണത്തിലൂടെ തെളിയിച്ചത് ഫ്രാൻസിസ്ക്കോ ഗ്രിമാൾഡിയെന്ന ഇറ്റാലിയൻ ശാസ്ത്രജ്ഞനാണ്. 1821 ൽ ജോസഫ് വോൺ ഫ്രോൺഹോഫർ, 1882 ൽ റൗളണ്ട് എന്നിവർ വിഭംഗനത്തിന്റെ പ്രായോഗിക തലത്തിലേക്കുള്ള ചുവടുവയ്പുകൾ നടത്തിയിട്ടുണ്ട്. ധ്രുവണത്തെക്കുറിച്ച് ആദ്യ പരാമർശം നടത്തിയത് 1678 ൽ ക്രിസ്റ്റ്യൻ ഹൈഗൻസാണ്. യങ്ങിന്റെ വിശദീകരണത്തിനുശേഷം 1808 ൽ ഫ്രഞ്ച് മിലിട്ടറി എഞ്ചിനീയറായ എറ്റിയാനോ മാലസ് ധ്രുവണത്തിന്റെ സാദ്ധ്യതകളെക്കുറിച്ച് ഗവേഷണങ്ങൾ നടത്തിയിട്ടുണ്ട്. 1828 ൽ സ്കോട്ടിഷ് ശാസ്ത്രജ്ഞനായ വില്യം നിക്കോൾ നിർമ്മിച്ച നിക്കോൾ പ്രിസം വളരെ പ്രസിദ്ധമായ പോളറൈസറായിരുന്നു. 1932 ൽ അമേരിക്കക്കാരനായ എഡ്വിൻ ലാൻഡ് വികസിപ്പിച്ച പോളറൈസർ ദൃശ്യപ്രകാശത്തിൽനിന്ന് പോളറൈസ്ഡ് ലൈറ്റ് നിർമ്മിക്കാൻ പര്യാപ്തമായിരുന്നു. തുടർന്നുണ്ടായ ഗവേഷണങ്ങൾ ധ്രുവണം പ്രയോഗികതലത്തിൽ സുപരിചിതമാകുന്നതിന് സഹായകരമായി.

19 –ാം നൂറ്റാണ്ടിന്റെ അവസാനം വരെ പ്രകാശത്തെ സംബന്ധിച്ചുള്ള ഗവേഷണങ്ങളൊക്കെത്തന്നെ തരംഗസിദ്ധാന്തത്തെ ചുറ്റിപ്പറ്റിയുള്ളതായിരുന്നു. എന്നാൽ ഇരുപതാം നൂറ്റാണ്ടിന്റെ തുടക്കത്തിൽ തന്നെ തരംഗസിദ്ധാന്തത്തിന്റെ കോട്ടയിൽ വിള്ളലുകൾ വീഴാനാരംഭിച്ചു. ഫോട്ടോ ഇലക്ട്രിക് പ്രഭാവം, ബ്ലാക്ക്ബോഡി വികിരണങ്ങൾ എന്നിവ വിശദീകരി

ക്കുന്നതിന് തരംഗസിദ്ധാന്തത്തിന് കഴിയില്ല. പ്രകാശം ചില ലോഹങ്ങളിൽ പതിക്കുമ്പോൾ അവയുടെ ആറ്റങ്ങളിൽനിന്ന് ഇലക്ട്രോണുകൾ ഉത്സർജ്ജിക്കപ്പെടും എന്ന തത്ത്വമാണ് ഫോട്ടോ ഇലക്ട്രിക് പ്രഭാവത്തിന്റെ അടിസ്ഥാനം. ഒരു തരംഗത്തിന് ഇലക്ട്രോൺ പോലെയുള്ള കണികകളെ ഓർബിറ്റിൽനിന്ന് ഇടിച്ചുതെറിപ്പിക്കാൻ സാധിക്കില്ല. മാക്സ് പ്ലാങ്ക് (1900), ആൽബർട്ട് ഐൻസ്റ്റൈൻ (1905), നീൽസ് ബോർ (1913) എന്നീ ശാസ്ത്രജ്ഞർ നടത്തിയ ഗവേഷണങ്ങൾ പ്രകാശത്തെ സംബന്ധിച്ച് പുതിയൊരു സിദ്ധാന്തത്തിന്റെ പിറവിക്കു കാരണമായി. അതാണ് പ്രകാശത്തിന്റെ ക്വാണ്ടം സിദ്ധാന്തം. ഈ സിദ്ധാന്തമനുസരിച്ച് പ്രകാശമുൾപ്പെടെയുള്ള വിദ്യുത്കാന്തിക വികിരണങ്ങൾ ഊർജ്ജത്തിന്റെ ചെറിയ പൊതികളായാണ് സഞ്ചരിക്കുന്നത്. ഫോട്ടോണുകൾ എന്നാണ് ഊർജ്ജത്തിന്റെ ഈ പായ്ക്കറ്റുകൾക്ക്, അഥവാ ക്വാണ്ടങ്ങൾക്ക് പറയുന്ന പേര്. ക്വാണ്ടം പ്രകാശികം (Quantum Optics) എന്നൊരു പുതിയ ശാസ്ത്രശാഖയ്ക്കും ഈ സിദ്ധാന്തം തുടക്കംകുറിച്ചു. ഫോട്ടോഇലക്ട്രിക് പ്രഭാവത്തിനും ബ്ലാക്ക് ബോഡി റേഡിയേഷനും തൃപ്തികരമായി വിശദീകരണം നല്കാൻ ക്വാണ്ടം പ്രകാശികത്തിനു കഴിഞ്ഞു. അതോടൊപ്പം പ്രായോഗിക തലത്തിലേക്കുള്ള അതിന്റെ വളർച്ചയ്ക്കും ഇരുപതാം നൂറ്റാണ്ട് സാക്ഷ്യം വഹിച്ചു. അർദ്ധചാലകങ്ങളും അതിചാലകങ്ങളും ഡയോഡുകളുമെല്ലാം ഫോട്ടോണിക്സിന്റെ വിശാലമായ സാദ്ധ്യതകളാണ് പ്രയോജനപ്പെടുത്തുന്നത്. ക്വാണ്ടം ഒപ്റ്റിക്സിന്റെ ഏറ്റവും വലിയ നേട്ടമാണ് 1960 ൽ തിയഡോർ മെയ്മാൻ കണ്ടുപിടിച്ച ലേസർ (Light Amplification by Stimulated Emission of Radiation - LASER). 1947 ൽ ട്രാൻസിസ്റ്ററുകൾ കണ്ടുപിടിച്ചതോടെ അത് ഇലക്ട്രോണിക്സ് യുഗത്തിന്റെ പിറവിക്കും കാരണമായി. ഈ രണ്ടു കണ്ടുപിടിത്തങ്ങളും 21-ാം നൂറ്റാണ്ടിൽ വിവരസാങ്കേതിക വിദ്യയുടെ മേഖലയിലും വൈദ്യശാസ്ത്രരംഗത്തും വിപ്ലവകരമായ പുരോഗതിയാണുണ്ടാക്കിക്കൊണ്ടിരിക്കുന്നത്. ഈ രണ്ടു കണ്ടുപിടിത്തങ്ങളുടെയും അടിസ്ഥാനം ക്വാണ്ടം സിദ്ധാന്തമാണ്. സ്മാർട്ട് ഫോണുകളുടെയും ലാപ്ടോപ്പുകളുടെയും ആധുനിക വൈദ്യശാസ്ത്ര ഉപകരണങ്ങളുടെയും ആധുനിക ലൈറ്റിങ് ടെക്നോളജിയുടെയുമെല്ലാം ആത്മാവ് ഫോട്ടോണിക്സാണ്.

തരംഗസിദ്ധാന്തം പ്രകാശത്തിന്റെ നിരവധി സവിശേഷതകൾ വിവരിക്കാൻ പര്യാപ്തമായിരുന്നു. പിന്നീടുവന്ന ക്വാണ്ടം ഒപ്റ്റിക്സും വിശദീകരിച്ചത് പ്രകാശത്തിന്റെ സവിശേഷതകൾ തന്നെയാണ്, അപ്പോഴൊരു സംശയം തോന്നുക സ്വാഭാവികമാണ്. പ്രകാശം തരംഗമോ അതോ കണികയോ? ക്വാണ്ടങ്ങളുടെ ഭാവമെന്താണ്? അത് കണികയോ അതോ തരംഗമോ? സംശയിക്കേണ്ട കാര്യമൊന്നുമില്ല. പ്രകാശം ഇതു രണ്ടുമാണ്. നീൽസ് ബോർ അവതരിപ്പിച്ച കോംപ്ലിമെന്ററിറ്റി തത്ത്വമനുസരിച്ച് പ്രകാശത്തിന്റെ കണികാതരംഗസ്വഭാവങ്ങൾ പരസ്പരവിരുദ്ധമല്ല, മറിച്ച് അവ പരസ്പര പുരകങ്ങളാണ്. പ്രകാശത്തിന്റെ കണികാ-തരംഗ ദ്വൈത

സ്വഭാവം എന്നാണീ ഗുണത്തെ ബോർ വിളിച്ചത്. വ്യതികരണം, വിഭംഗനം, ധ്രുവണം എന്നീ പ്രതിഭാസങ്ങൾ വിശദീകരിക്കുന്നതിന് പ്രകാശത്തിന്റെ തരംഗസ്വഭാവത്തെ പരിഗണിക്കുമ്പോൾ ഫോട്ടോഇലക്ട്രിക് പ്രഭാവവും ബ്ലാക്ക് ബോഡി റേഡിയേഷനും വിശദീകരിക്കുന്നതിന് കണികാസ്വഭാവം പരിഗണിക്കേണ്ടിവരും.

വികിരണങ്ങളുടെ കണികതരംഗസ്വഭാവങ്ങൾ തെളിയിക്കപ്പെട്ടതോടെ ഫ്രഞ്ച് ശാസ്ത്രജ്ഞനായ ലൂയി ഡിബ്രോളിയുടെ മസ്തിഷ്കത്തിൽ കൊടുങ്കാറ്റുയർന്നു. കഴിഞ്ഞ രണ്ടു നൂറ്റാണ്ടുകളായി തരംഗമെന്നു കരുതപ്പെട്ടിരുന്ന വികിരണങ്ങൾ ഇപ്പോൾ കണികകളാണെന്ന് വന്നിരിക്കുകയാണ്. വികിരണങ്ങൾക്ക് ദ്വൈത സ്വഭാവമുണ്ടാകാമെങ്കിൽ ദ്രവ്യത്തിനും അതുണ്ടാകുമെന്ന് അദ്ദേഹം സിദ്ധാന്തിച്ചു. അന്നുവരെ കരുതപ്പെട്ടിരുന്ന ദ്രവ്യ കണികകൾ എന്ന സങ്കല്പത്തെ ദ്രവ്യ തരംഗങ്ങളെന്ന പുതിയ പരികല്പനയിലേക്ക് നയിക്കുകയായിരുന്നു ഡിബ്രോളി ചെയ്തത്. 1924 ൽ അദ്ദേഹത്തിന്റെ ഡോക്ടറൽ തിസീസ് ആയിരുന്നു ദ്രവ്യ തരംഗങ്ങൾ (Matter Waves) എന്ന ആശയം. 1927 ൽ ഡേവിസനും ഗെർമറും ചേർന്ന് ഇലക്ട്രോണിന്റെ തരംഗ സ്വഭാവം പരീക്ഷണശാലയിൽ തെളിയിച്ചതോടെ മാറ്റർ വേവ്സ് ശാസ്ത്രസത്യമായി.

ദ്രവ്യതരംഗങ്ങളുടെ കണ്ടുപിടിത്തം മൈക്രോസ്കോപ്പി രംഗത്ത് വലിയ വളർച്ചയാണുണ്ടാക്കിയത്. തരംഗസിദ്ധാന്തമനുസരിച്ച് ഒരു സൂക്ഷ്മദർശിനിയുടെ റിസോൾവിങ് പവർ അതിലുപയോഗിക്കുന്ന തരംഗദൈർഘ്യത്തിന്റെ വിപരീത അനുപാതത്തിലായിരിക്കും. ദൃശ്യപ്രകാശത്തെ ആധാരമാക്കി പ്രവർത്തിക്കുന്ന സൂക്ഷ്മദർശിനികളുടെ റിസോൾവിങ് പവർ അതുകൊണ്ടു തന്നെ പരിമിതവുമാണ്. ഡിബ്രോളിയുടെ സിദ്ധാന്തം ഈ പരിമിതി മറികടക്കുന്നതിന് ശാസ്ത്രജ്ഞരെ തുണച്ചു. സൂക്ഷ്മകണികകൾ തരംഗസ്വഭാവം പ്രകടിപ്പിക്കുന്നതുകൊണ്ട് സൂക്ഷ്മദർശിനികളിൽ ദ്രവ്യതരംഗങ്ങളുടെ തരംഗദൈർഘ്യം അവയിലൂടെ കടത്തിവിടുന്ന വൈദ്യുതിയുടെ വോൾട്ടതയനുസരിച്ച് വ്യത്യാസപ്പെടുത്തുന്നതിനും അങ്ങനെ സൂക്ഷ്മദർശിനിയുടെ റിസോൾവിങ് പവർ വർദ്ധിപ്പിക്കുന്നതിനും കഴിയും. അങ്ങനെയാണ് 1932 ൽ ഇലക്ട്രോൺ മൈക്രോസ്കോപ്പ് പിറവിയെടുത്തത്. പിന്നീട് 1981 ൽ ഗെർഡ് ബിന്നിങ്ങും ഹെയ്ൻ റിച്ച് റോഹ്ററും ചേർന്ന് അത്യാധുനിക സ്കാനിങ് ടണലിങ് മൈക്രോസ്കോപ്പ് നിർമ്മിച്ചതിനു പിന്നിലും ദ്രവ്യതരംഗങ്ങളാണുള്ളത്.

പ്രകാശമെന്നാൽ മനുഷ്യനേത്രത്തിനു സംവേദനക്ഷമമാകുന്ന വിദ്യുത്കാന്തിക സ്പെക്ട്രത്തിലെ വളരെ ഇടുങ്ങിയ ഒരു ഭാഗമാണ്. $7x10^{-7}$ മീറ്ററിനും $4x10^{-4}$ മീറ്ററിനും ഇടയിലുള്ള തരംഗദൈർഘ്യമാണ് മനുഷ്യനെ സംബന്ധിച്ചിടത്തോളം ദൃശ്യപ്രകാശം. മനുഷ്യനേത്രം ഇവിടെ ഒരു ക്യാമറ പോലെയാണ് പ്രവർത്തിക്കുന്നത്. കണ്ണിലേക്കു പ്രവേശിക്കുന്ന വെളിച്ചത്തിന്റെ അളവ് നിയന്ത്രിക്കുന്നത് ഐറിസ് ആണ്. കോർണ്ണിയയും ലെൻസും പ്രകാശത്തിന് അപവർത്തനമുണ്ടാക്കുകയും റെറ്റിനയിലേക്ക്

ഫോക്കസ് ചെയ്യുകയും ചെയ്യുന്നു. സീലിയറി പേശികൾ ലെൻസിന്റെ കട്ടി നിയന്ത്രിക്കുകയും അങ്ങനെ ഫോക്കൽ ദൂരം ക്രമീകരിക്കുകയും ചെയ്യും. റെറ്റിനയിൽ പ്രകാശത്തോട് സംവേദനക്ഷമതയുള്ള കോശങ്ങളുണ്ട്. റോഡ്, കോൺ എന്നീ രണ്ടുതരം കോശങ്ങൾ നാഡീസംവേഗങ്ങൾ സൃഷ്ടിക്കുകയും ഈ സംവേഗങ്ങൾ മസ്തിഷ്കത്തിലെത്തി വിർചൽ കോർട്ടക്സിൽ വച്ച് നിർദ്ധാരണം ചെയ്യുമ്പോഴാണ് കാഴ്ചയെന്ന അനുഭവം സൃഷ്ടിക്കപ്പെടുന്നത്.

പ്രകാശത്തിന്റെ ഏറ്റവും വലിയ ദുരൂഹത അതിന്റെ വേഗത തന്നെയാണ്. പല സിദ്ധാന്തങ്ങളും തിരുത്തിയെഴുതിയത് പ്രകാശവേഗതയാണ്. ന്യൂട്ടൺ പരാജയപ്പെട്ടത് പ്രകാശത്തിന്റെ വേഗതയ്ക്കുമുന്നിലാണ്. മാക്സ്വെൽ വിജയിച്ചത് പ്രകാശത്തിന്റെ വേഗത കാരണമാണ്. ഐൻസ്റ്റൈന്റെ സിദ്ധാന്തങ്ങൾ മുഴുവനും പ്രകാശത്തിന്റെ വേഗതയെ ആധാരമാക്കിയാണ് പണിതുയർത്തിയിരിക്കുന്നത്. 1905 ൽ ഐൻസ്റ്റൈൻ ആപേക്ഷികതയുടെ വിശിഷ്ട സിദ്ധാന്തം അവതരിപ്പിച്ചപ്പോൾ പ്രകാശത്തിന്റെ വേഗത സ്ഥിരമായിരിക്കുമെന്നും ഏത് ആധാരവ്യൂഹത്തിലും അത് മാറ്റമില്ലാത്തതായിരിക്കുമെന്നും ഐൻസ്റ്റൈൻ സിദ്ധാന്തിച്ചു. പ്രപഞ്ചത്തിൽ ആപേക്ഷികമല്ലാത്തത് ഒന്നുമാത്രമേയുള്ളൂ. അത് പ്രകാശത്തിന്റെ വേഗതയാണ്. പ്രപഞ്ചത്തിന്റെ വേഗപരിധിയാണ് പ്രകാശത്തിന്റെ പ്രവേഗം. അതുമറികടക്കാൻ മറ്റൊന്നിനുമാകില്ല. 1915 ൽ ഐൻസ്റ്റൈൻ അവതരിപ്പിച്ച പൊതു ആപേക്ഷികതാസിദ്ധാന്തത്തിൽ സ്ഥലകാലങ്ങളുടെ ചതുർമ്മാനത്തിൽ പ്രകാശം എങ്ങനെയാണ് കേന്ദ്രസ്ഥാനം വഹിക്കുന്നതെന്ന് വരച്ചുകാണിച്ചു.

1983 ൽ പ്രകാശ വേഗത ഉപകരണങ്ങളുടെ സഹായത്തോടെ കൃത്യമായി നിർണ്ണയിച്ചു. അതനുസരിച്ച് ശൂന്യതയിലൂടെയുള്ള പ്രകാശത്തിന്റെ സഞ്ചാരവേഗത സെക്കന്റിൽ 299792458 മീറ്ററാണ്. അതിനർത്ഥം പ്രകാശം ശബ്ദത്തിന്റെ 9 ലക്ഷം മടങ്ങ് വേഗതയിൽ സഞ്ചരിക്കുമെന്നാണ്. മണിക്കൂറിൽ 100 കിലോമീറ്റർ വേഗതയിൽ സഞ്ചരിക്കുന്ന ഒരു കാറിന്റെ 1.08 കോടി മടങ്ങ് വേഗതയുണ്ട് പ്രകാശത്തിന്. 1964 ൽ അർനോ പെൻസിയാസ്, റോബർട്ട് വിത്സൻ എന്നീ ശാസ്ത്രജ്ഞർ പരഭാഗ വികിരണങ്ങൾ കണ്ടെത്തി. പ്രപഞ്ചത്തിലെ ഏറ്റവും പഴക്കമുള്ള വെളിച്ചമാണ് പരഭാഗ വികിരണങ്ങൾ. മഹാവിസ്ഫോടനത്തിന്റെ അവശിഷ്ട ഊർജ്ജമായ ഈ പ്രകാശം സ്ഥലകാലത്തിലൂടെ 1400 കോടി വർഷങ്ങളായി സഞ്ചരിച്ചുകൊണ്ടിരിക്കുകയാണ്. വികസിക്കുന്ന പ്രപഞ്ചത്തിലൂടെയുള്ള സഞ്ചാരം ഈ പ്രകാശത്തിന്റെ ഊർജ്ജനില കുറയുന്നതിനും തരംഗദൈർഘ്യം വർദ്ധിച്ച് മൈക്രോവേവ് ശ്രേണിയിലെത്തുന്നതിനും ഇടയായിട്ടുണ്ട്. മഹാവിസ്ഫോടനമെന്ന പ്രപഞ്ച സിദ്ധാന്തത്തിന് ഉറപ്പുള്ള നട്ടെല്ലു സമ്മാനിച്ചത് പരഭാഗ വികിരണങ്ങളെന്ന ആദ്യ പ്രകാശമാണ്.

നിറവുമായി ബന്ധപ്പെട്ടുള്ളതാണ് പ്രകാശത്തിന്റെ മറ്റൊരു ദുരൂഹത. മസ്തിഷ്കം എങ്ങനെയാണ് നിറങ്ങളെ തിരിച്ചറിയുന്നത് എന്നത് വലി

യൊരു പ്രഹേളിക തന്നെയാണ്. പ്രകാശത്തെ ആഗിരണം ചെയ്യുന്നതിനോ പ്രതിഫലിപ്പിക്കുന്നതിനോ ഉള്ള ഒരു വസ്തുവിന്റെ കഴിവിനെ ആശ്രിയിച്ചാണ് നിറങ്ങൾ മസ്തിഷ്കം തിരിച്ചറിയുന്നത് എന്നുവേണമെങ്കിൽ സാമാന്യമായി പറയാം. ചില നിറങ്ങളുടെ, ഉദാഹരണത്തിന് മയിൽപ്പീലിയുടെ വർണ്ണജാലത്തിനു കാരണം വ്യതികരണം എന്ന പ്രകാശ സവിശേഷതയാണ്. ഇറിഡിസൻസ് എന്നും ഈ പ്രതിഭാസത്തെ വിളിക്കാറുണ്ട്. 1666 ൽ തന്റെ പ്രസിദ്ധമായ പ്രിസം പരീക്ഷണത്തിലൂടെ സൂര്യപ്രകാശത്തിന് ഏഴ് ഘടകവർണ്ണങ്ങളുണ്ടെന്ന് ന്യൂട്ടൺ കണ്ടെത്തി. എന്നാൽ പിന്നീട് ഏഴു ഘടകവർണ്ണങ്ങളെല്ല പ്രകാശത്തിനുള്ളതെന്ന് മനസ്സിലായി. 1865 ൽ ഓബർട്ട് ആയിരം വ്യത്യസ്ത വർണ്ണങ്ങളെങ്കിലും പ്രകാശത്തിനുണ്ടെന്ന് കണ്ടെത്തി. 1881 ൽ റൂട്ട് ഇത് രണ്ടു ദശലക്ഷം വരെയാകാമെന്നും സിദ്ധാന്തിച്ചു.

കണ്ണുകളുള്ള ജീവികൾക്കെല്ലാം പ്രകാശം പ്രതീക്ഷയാണ്. സസ്യങ്ങൾ ഭക്ഷണം നിർമ്മിക്കുന്നത് പ്രകാശത്തിന്റെ സാന്നിദ്ധ്യത്തിലാണ്. ഭൗമജീവന്റെ നിലനില്പു തന്നെ സൂര്യനെന്ന പ്രകാശസ്രോതസ്സിനെ ആശ്രയിച്ചാണിരിക്കുന്നത്. ഭൗമജീവന്റെ ഉത്ഭവത്തിനും നിലനില്പിനും കാരണം ഈ പ്രകാശസ്രോതസ്സ് തന്നെയാണ്. അതേസമയം ജീവൻ തുടച്ചുനീക്കുന്നതും സൂര്യനെന്ന വലിയ പ്രകാശമായിരിക്കും. ദുരൂഹത ഇപ്പോഴും അവസാനിക്കുന്നില്ല. എന്താണ് പ്രകാശം? അത് കിരണമോ തരംഗമോ കണികയോ അതോ ഇതെല്ലാമോ?

ആത്മാവിന്റെ രഹസ്യങ്ങൾ

ആത്മാവിനെക്കുറിച്ചും ആത്മീയതയെക്കുറിച്ചും കേൾക്കാത്തവരും ചിന്തിക്കാത്തവരുമായി ആരുംതന്നെ ഉണ്ടാകുമെന്ന് തോന്നുന്നില്ല. വിശേഷിച്ചും പൗരസ്ത്യ രാജ്യങ്ങളിലെ ജനങ്ങൾ ഈ കാര്യങ്ങളിൽ ഏറെ താല്പര്യമുള്ളവരാണ്. എന്നാൽ എന്താണ് ആത്മാവ്, എന്താണ് ആത്മീയത എന്നിങ്ങനെയുള്ള കാര്യങ്ങളിൽ ഒരു സമവായത്തിലെത്താൻ ഇതുവരെ കഴിഞ്ഞിട്ടുമില്ല. എവിടെയാണ് ആത്മാവിന്റെ ഇരിപ്പിടം? ശരീരത്തിന് വെളിയിൽ അതിനൊരു സ്ഥാനമുണ്ടോ? ശരീരത്തെപ്പോലെ ആത്മാവിനും മരണമുണ്ടോ? അതോ മനുഷ്യമസ്തിഷ്ക പ്രവർത്തനങ്ങളുടെ സൃഷ്ടി മാത്രമാണോ ആത്മാവ്? ആത്മീയത എന്നാൽ മനുഷ്യനെ ദൈവത്തിന്റെ ഛായയിലേക്ക് പുനർനിർമ്മിക്കുകയാണെന്നാണ് സെമറ്റിക് പാരമ്പര്യമുള്ള മതങ്ങൾ പറയുന്നത്. എന്നാൽ ആത്മീയതയെ ദൈവസങ്കല്പത്തിന് വെളിയിലാണ് ഭാരതീയ പാരമ്പര്യം നിരീക്ഷിക്കുന്നത്. കാലാകാലങ്ങളിൽ ആത്മീയതയുടെ നിർവ്വചനങ്ങൾക്ക് മാറ്റമുണ്ടായിട്ടുണ്ട്. ആത്മാവിനെ സംബന്ധിക്കുന്നതാണ് ആത്മീയത എന്ന് സാമാന്യമായി പറയാം. ശ്വാസം, ധൈര്യം, മനസ്സ് എന്നെല്ലാം അർത്ഥമുള്ള 'spiritus' എന്ന ലാറ്റിൻ വാക്കിൽനിന്നാണ് സ്പിരിറ്റ് അഥവാ ആത്മാവിന്റെ പിറവി.

പല മതങ്ങളിലും തത്ത്വചിന്തയിലും ജീവികളുടെ അഭൗതികമായ അംശമാണ് ആത്മാവ് എന്ന് വിശേഷിപ്പിക്കുന്നു. മിക്ക മതങ്ങളിലും ആത്മാവിന് ഭൗതിക ശരീരത്തേക്കാൾ പ്രാധാന്യം നല്കിയിട്ടുണ്ട്. ജീവികളിൽ മനുഷ്യന് മാത്രമേ ആത്മാവുള്ളു എന്ന് കരുതുന്ന മതവിശ്വാസികളാണ് ഭൂരിപക്ഷം. ആത്മാവ് അനശ്വരമാണെന്നാണ് ആത്മാവിന്റെ സ്വതന്ത്രനിലനില്പിൽ വിശ്വസിക്കുന്നവർ കരുതുന്നത്. ഒരാളുടെ

ബോധവും വ്യക്തിത്വവും ഉൾക്കൊള്ളുന്ന മനസ്സ്, ആത്മം എന്നീ ആശയങ്ങളുമായി സാമ്യമുള്ള ഒന്നാണ് ആത്മാവ് എന്നാണ് സങ്കല്പം. മരണത്തിനു ശേഷവും ആത്മാവ് നിലനില്ക്കുമെന്നാണ് പൊതുവെ ദൈവവിശ്വാസികൾ കരുതുന്നത്. ദൈവമാണ് ആത്മാവിനെ സൃഷ്ടിക്കുന്നത് എന്നാണ് ചില മതങ്ങൾ പറയുന്നത്. ചില സംസ്കാരങ്ങൾ മനുഷ്യനു മാത്രമല്ല ചേതനവും അചേതനവുമായ എല്ലാ വസ്തുക്കൾക്കും ആത്മാവുണ്ടെന്ന് വിശ്വസിക്കുന്നു.

ആത്മാവ് അനശ്വരമാണ് എന്ന വിശ്വാസം മതങ്ങളുമായാണ് കൂടുതൽ ബന്ധപ്പെട്ടിരിക്കുന്നത്. പുനർജ്ജന്മം, മോക്ഷം എന്നിവ ആത്മീയവാദികളുടെ പ്രധാന ആശയങ്ങളാണ്. അവർ ജീവിതത്തെ ഭൗതികം, ആത്മീയം എന്നിങ്ങനെ രണ്ടായിട്ടാണ് കാണുന്നത്. ശരീരത്തിന്റെ ആവശ്യങ്ങളെ ഭൗതികമെന്നും മനസ്സിന്റെ ആശയങ്ങളെ ആത്മീയമെന്നുമാണ് ഈ തരംതിരിവ്. ഗർഭസ്ഥശിശുവിന് നാലാംമാസത്തിലാണ് ആത്മാവ് ലഭിക്കുന്നതെന്ന് ചില മതങ്ങൾ പഠിപ്പിക്കുമ്പോൾ എപ്പോഴാണ് ഒരു വ്യക്തിക്ക് ആത്മാവ് ലഭിക്കുന്നത് എന്ന് മറ്റു ചില മതങ്ങൾ പറയുന്നില്ല. ആത്മാവ് എന്ന ആശയത്തെ അംഗീകരിക്കാത്ത മതങ്ങളുമുണ്ട്. അതുകൂടാതെ ദൈവത്തേയും ആത്മാവിനെയുമൊന്നും വിശ്വസിക്കാത്ത ഭൗതികവാദികൾ 90 കോടിയിലധികവുമാണ്.

മതത്തെക്കുറിച്ച് പറയുമ്പോൾ എന്താണ് മതം എന്ന ചോദ്യം ഉയരുക സ്വാഭാവികമാണ്. ദൈവിക നിയമങ്ങൾ അനുസരിച്ച് ജീവിക്കുന്നതിന് മനുഷ്യരെ രൂപപ്പെടുത്തുന്നതിന് വേണ്ടി ദൈവം തയ്യാറാക്കുകയും കാലാകാലങ്ങളിൽ ദൈവദൂതൻമാർ വഴി മനുഷ്യരെ അറിയിക്കുകയും ചെയ്ത നിയമങ്ങളുടെ സമാഹാരമാണ് മതമെന്ന് പറയാം. എന്നാൽ ഈ നിയമസംഹിത ഭൂമിയിലുള്ള ഓരോ മതത്തിനും വ്യത്യസ്തമാണ്. എല്ലാ മതങ്ങളും സമാധാനവും ശാന്തിയുമാണ് ഉദ്ഘോഷിക്കുന്നതെന്നു പറയുമ്പോഴും ഏകദൈവത്തെ വ്യത്യസ്ത പേരുകളിലാണ് ഓരോരുത്തരും വിളിക്കുന്നതെന്ന് ന്യായീകരിക്കുമ്പോഴും യഥാർത്ഥ മതവും യഥാർത്ഥ ദൈവവും തങ്ങളുടെ വിശ്വാസ പ്രമാണമനുസരിച്ചുള്ളതാണെന്നാണ് ഓരോ മതവിശ്വാസിയും കരുതുന്നത്. ഇത്തരം വിശ്വാസങ്ങൾ തീവ്രമാകുമ്പോഴാണ് ദൈവത്തിന്റെ പോരാളികളായും വിശ്വാസത്തിന് വേണ്ടി രക്തസാക്ഷികളായും മാറാൻ മനുഷ്യർ തയ്യാറാകുന്നത്. അല്പം പോലും കുറ്റബോധമില്ലാതെ കൊലപാതകം ചെയ്യുന്നതിനും ബലിയറുക്കുന്നതിനും മനുഷ്യരെ പ്രേരിപ്പിക്കുന്നതും ഇത്തരം തീവ്രവിശ്വാസങ്ങളാണ്.

ഒരു മനുഷ്യസമൂഹം അനുഷ്ഠിക്കുന്ന വിശ്വാസങ്ങളേയും ആചാരങ്ങളേയും അവരുടെ മതമായി വിവക്ഷിക്കാം. മുഖ്യധാരാമതങ്ങൾ ഒരു ദൈവത്തിലോ പല ദൈവത്തിലോ ഉള്ള വിശ്വാസവും ആരാധനയും നിഷ്കർഷിക്കുന്നു. മിക്കവാറും എല്ലാ മതങ്ങളിലും രണ്ട് ഭാഗങ്ങളുണ്ട്. ഒന്നാമത്തേത് ദൈവത്തെ എങ്ങനെ ആരാധിക്കണം എന്നതാണ്. രണ്ടാമത്തേത് വിവാഹം, മരണം തുടങ്ങിയ സാമൂഹിക ആചാരങ്ങൾ

എങ്ങനെ പാലിക്കണം എന്നത്. ഇതിൽ ദൈവാരാധനയാണ് മതത്തിന്റെ കാമ്പ്. ആത്മാവിന്റെ ആവിർഭാവം അവിടെ നിന്നാണ്. ദൈവവിശ്വാസമില്ലാത്ത മതങ്ങളിൽ ആത്മാവിനും സ്ഥാനമില്ല. ആത്മാവിന്റെ ഇരിപ്പിടമാണ് ശരീരം. ശരീരത്തിന്റെ മരണത്തോടെ ആത്മാവ് സ്വതന്ത്രമാക്കപ്പെടുകയാണ്. പിന്നീട് ഈ ആത്മാവിന് എന്തു സംഭവിക്കുന്നു എന്ന ചോദ്യത്തിന് വ്യത്യസ്ത ഉത്തരങ്ങളാണ് ഓരോ മതത്തിനും പറയാനുള്ളത്.

ഒരു സജീവ വസ്തുവിന്റെ ജീവിതം അവസാനിക്കുന്നതാണ് മരണം. വാർദ്ധക്യം, രോഗം, അപകടം, ആവാസ വ്യവസ്ഥയുടെ തകർച്ച, ഇരപിടുത്തം, കൊലപാതകം തുടങ്ങിയവയിലൊന്ന് ഒരു സജീവ വസ്തുവിന്റെ മരണത്തിന് കാരണമാകാം. മരണാനന്തരം എന്ന വാക്ക് ഉപയോഗിക്കാൻ മനുഷ്യർ തുടങ്ങിയത് മതങ്ങളുടെ വളർച്ചയോടുകൂടിയാണ്. *കഠോപനിഷത്തിലും ടിബറ്റൻ ബുക്ക് ഓഫ് ദ ഡെഡ്* എന്ന പുസ്തകത്തിലും മരണാനന്തര ജീവിതത്തെപ്പറ്റി വിശദമായി പ്രതിപാദിക്കുന്നുണ്ട്. ആധുനിക കാലഘട്ടത്തിലെ സംഘടിതമതങ്ങളിൽ മരണാനന്തര ജീവിതത്തെപ്പറ്റി വ്യത്യസ്തമായ കാഴ്ചപ്പാടുകളാണുള്ളത്. ദൈവം സൃഷ്ടിച്ച ആത്മാവ് മരണശേഷം ദൈവത്തിലേക്ക് തിരിച്ചു പോകുമെന്ന് ചില മതങ്ങൾ പഠിപ്പിക്കുമ്പോൾ മറ്റു ചില മതങ്ങൾ മരണാനന്തരജീവിതത്തെ വേറെ ചില രീതികളിലാണ് അവതരിപ്പിക്കുന്നത്. ഭൂമിയിൽ വച്ച് മനുഷ്യർ ചെയ്യുന്ന നന്മ തിന്മകൾക്ക് കൃത്യമായ പ്രതിഫലം നല്കുന്നതിന് സാമൂഹിക നിയമങ്ങൾക്ക് കഴിയില്ലെന്നും അതിനാൽ തന്നെ നന്മ തിന്മകൾക്കനുസരിച്ച് പരലോകത്തിൽ വച്ച് ആത്മാവിന് പ്രതിഫലം ലഭിക്കുമെന്നും പരലോകത്തെ കഠിനമായ ശിക്ഷകൾ ഒഴിവാക്കുന്നതിനും പരമമായ ആനന്ദം ലഭിക്കുന്നതിനും മതനിയമങ്ങൾ അനുസരിക്കണമെന്നും നിഷ്കർഷിക്കുന്നു. വേദനയും മൃദുല വികാരങ്ങളും ആത്മാവിനില്ലെന്ന് ചില മതങ്ങൾ പഠിപ്പിക്കുമ്പോൾ മറ്റു ചില മതങ്ങൾ പറയുന്നത് ഇവ ആത്മാവിനും ബാധകമാണെന്നാണ്. മരണാന്തരം പരലോകത്തെത്തുന്ന ആത്മാവിന് അനുയോജ്യമായ ശരീരം ലഭിക്കുകയും ഈ ആത്മാവ്-ശരീര സംഘാതത്തിന് വേദനയും മൃദുല വികാരങ്ങളുമെല്ലാമുണ്ടാകുമെന്നും പറയുകയും അതിന്റെ കാഠിന്യത്തേയും പാരമ്യതയേയും കുറിച്ച് പഠിപ്പിക്കുകയും ചെയ്യുന്നു. എന്നാൽ ഇത്തരം കാര്യങ്ങൾക്ക് ഒരിക്കലും തെളിവുകൾ നല്കാൻ കഴിയില്ലെന്നു മാത്രമല്ല, ചോദ്യം ചെയ്യുന്നത് മതനിയമങ്ങൾക്ക് വിരുദ്ധവുമാണ്. അവിടെ തെളിവുകൾക്കല്ല മറിച്ച് വിശ്വാസത്തിനാണ് സ്ഥാനം. തലച്ചോറിന്റെ പ്രവർത്തനം സ്ഥിരമായി അവസാനിക്കുന്നതാണ് വൈദ്യശാസ്ത്രപരമായി മരണം. അതിനപ്പുറമുള്ള അവസ്ഥയെക്കുറിച്ചും ആത്മാവിനെക്കുറിച്ചും പറയാൻ ഭൗതികശാസ്ത്രത്തിന് കഴിയില്ല. കാരണം ശാസ്ത്രത്തിൽ തെളിവുകളാണ് സംസാരിക്കുന്നത്.

ആത്മാവിന് ഈ ലോകത്തിൽ ജീവിക്കാനുള്ള സംവിധാനമാണ് ശരീരമെന്നാണ് ആധുനിക സംഘടിത മതങ്ങൾ പറയുന്നത്. ആധുനിക മതങ്ങൾ എന്ന പ്രയോഗം തന്നെ മതവിശ്വാസികൾ അംഗീകരിക്കില്ല.

മനുഷ്യ സൃഷ്ടിയോടൊപ്പം മതത്തേയും സൃഷ്ടിച്ചു എന്ന് വിശ്വസിക്കാനാണ് അവർ ഇഷ്ടപ്പെടുന്നത്. അല്ലെങ്കിൽ മതം രൂപീകരിക്കുന്നതിന് മുമ്പ് മരണമടഞ്ഞവരുടെ ആത്മാവിന്റെ കാര്യത്തിൽ ഉത്തരമില്ലാതാകും. അവിടെയും തെളിവുകളുടെ ആവശ്യമില്ല. സാക്ഷിമൊഴികൾ തന്നെ ധാരാളം. സാക്ഷിമൊഴികൾ സത്യമാണെന്ന് വിശ്വസിച്ചാൽ പ്രശ്നം പരിഹരിക്കപ്പെടും. ആത്മാവ് മരണശേഷം ശരീരത്തിൽനിന്ന് വേർപ്പെടുകയും പിന്നീട് ശരീരത്തിന്റെ ഉയിർത്തെഴുന്നേല്പ് വരെ കാത്തിരിക്കുകയും ചെയ്യുന്നു എന്നാണ് വിശ്വാസം. അതിനാൽ അനുശോചിക്കാനോ നിയന്ത്രണമില്ലാതെ നിലവിളിക്കാനോ പറ്റിയ സമയമല്ല മരണമെന്നാണ് ചില മതങ്ങൾ പഠിപ്പിക്കുന്നത്. എന്തായാലും മരണശേഷമുള്ള ജീവിതവും ഉയിർത്തെഴുന്നേല്പും ശാസ്ത്രീയമായി തെളിയിക്കാൻ കഴിയാത്ത കാര്യമായതുകൊണ്ട് ഇത്തരം വിശ്വാസങ്ങളെ അടിസ്ഥാനമാക്കിയാണ് മതങ്ങൾ വളർന്നുവന്നത്. വ്യക്തമായി കാണാൻ കഴിയുന്ന കാര്യങ്ങളെ ശാസ്ത്രീയമായും അല്ലാത്തവയെ വിശ്വാസത്തിന്റെ ഭാഗമായും വ്യാഖ്യാനിക്കുകയാണ് എല്ലാ ആധുനിക മതങ്ങളും ചെയ്യുന്നത്. ഒരു നൂറ്റാണ്ട് മുൻപ് വരെ ദൈവശിക്ഷയായിരുന്ന ഇടിമിന്നൽ ഇന്ന് അങ്ങനെ അല്ലാതായതും ആത്മാവും മരണാന്തര ജീവിതവും ഇപ്പോഴും മാറ്റമില്ലാതെ തുടരുന്നതും ഈ സമീപനത്തിന്റെ ഭാഗമാണ്.

ശ്രീമദ് *ഭഗവദ്ഗീത*യിൽ ആത്മാവിന് നല്കുന്നത് വേറൊരു വേഷപ്പകർച്ചയാണ്. ദേഹത്തിൽനിന്നും വേറിട്ട ആത്മജ്ഞാനം ഉള്ളവരാണ് ജ്ഞാനികൾ. അവരെ സംബന്ധിച്ചിടത്തോളം മരണം എന്നത് ആത്മാവിന്റെ ഉടുപ്പുമാറൽ മാത്രമാണ്. താൻ നിത്യനായ ആത്മാവാണ് എന്ന് അനുഭവത്തിൽ അറിഞ്ഞവർക്ക് മരണം എന്ന അവസ്ഥയിൽ ഭയമോ ദുഃഖമോ ഇല്ല. അതിനാൽ മരിച്ചു പോകുമോ, അതിനു ശേഷമെന്താണെന്നോ ദുഃഖിക്കേണ്ട കാര്യമില്ല. പരബ്രഹ്മത്തിൽ ആശ്ലേഷിക്കുന്ന ജീവാത്മാവിന് സെമറ്റിക് മതങ്ങൾ വാഗ്ദാനം ചെയ്യുന്ന സ്വർഗ്ഗത്തിലെ സുഖസൗകര്യങ്ങൾ ഹിന്ദു മിത്തോളജി നല്കുന്നില്ല. സ്റ്റുവർട്ട് ഹാമറോഫിന്റേയും റോജർ പെൻറോസിന്റേയും ആത്മാവിന്റെ ക്വാണ്ടം തലങ്ങളെക്കുറിച്ചുള്ള പഠനങ്ങൾ ഹിന്ദു മിത്തോളജിയുമായാണ് കൂടുതൽ ചേർന്നു നില്ക്കുന്നത്.

ആത്മാവിന്റെ അമർത്ത്യതയിൽ യഹോവയുടെ സാക്ഷികൾ എന്ന വിഭാഗക്കാർ വിശ്വസിക്കുന്നില്ല. ജൂതപാരമ്പര്യമുള്ള കത്തോലിക്ക, ഇസ്ലാം മതനിയമങ്ങളിൽനിന്ന് വ്യത്യസ്തമായാണ് ക്രിസ്ത്യൻ നാമധാരികളായ ഇക്കൂട്ടരുടെ നിയമസംഹിതകൾ. മരണം എന്നത് എങ്ങും അസ്തിത്വമില്ലാത്ത അവസ്ഥയാണെന്നും അതിനാൽ തന്നെ ആത്മാവിന് ചിന്തിക്കാനോ പ്രവർത്തിക്കാനോ കഴിയില്ലെന്നുമാണ് ഇവരുടെ വിശ്വാസം. നരകം എന്ന് സെമറ്റിക് പാരമ്പര്യമുള്ള മതങ്ങൾ പറയുന്ന ഹീബ്രു പദത്തെ ശവക്കുഴി എന്നാണിവർ അടയാളപ്പെടുത്തുന്നത്. യഹോവയുടെ സാക്ഷികളുടെ ആത്മാവിന് മരിക്കാൻ കഴിയും. എന്നാൽ ഭാവിയിൽ ഒരു

ദൈവരാജ്യം ആഗതമാകുമ്പോൾ ഈ ആത്മാക്കളെല്ലാം ശവക്കുഴിയിൽ നിന്ന് ഉയിർത്തെഴുന്നേല്ക്കും. ഇങ്ങനെ ഉയിർത്തെഴുന്നേല്ക്കുന്ന ആത്മാക്കളിൽ അഭിഷിക്തർ എന്ന വിഭാഗം ദൈവത്തോടൊപ്പം സ്വർഗ്ഗത്തിലും നല്ലവർ ഭൂമിയിലെ പറുദീസയിലും എക്കാലവും ജീവിക്കും. ദുഷ്ടാത്മാക്കൾ ഉയിർത്തെഴുന്നേല്ക്കുക പോലുമില്ല. ഇവിടെ വീണ്ടും ചോദ്യങ്ങൾക്ക് ഇടമുണ്ട്. എന്തല്ല ദൈവസങ്കല്പം എന്നു പറയാൻ എല്ലാ മതവിശ്വാസികൾക്കും കഴിയുമെങ്കിലും എന്താണ് ദൈവമെന്ന് പറയാൻ ഇതുവരെ ആർക്കും കഴിഞ്ഞിട്ടില്ല. ഭാഷയിലെ ചില പദങ്ങൾ അനാവശ്യമായും സങ്കീർണ്ണമായും ഉപയോഗിച്ച് ഒരു സാമാന്യ മസ്തിഷ്കത്തെ അർദ്ധബോധാവസ്ഥയിലാക്കുകയല്ലാതെ കൃത്യമായ ഒരു നിർവ്വചനം നല്കാൻ ഒരു മതത്തിനും കഴിഞ്ഞിട്ടില്ല.

പ്രപഞ്ചത്തിലുള്ള എല്ലാറ്റിന്റെയും സ്രഷ്ടാവും പരിപാലകനുമായി ഉണ്ടെന്നു വിശ്വസിക്കുന്ന ഒരു അസ്തിത്വത്തെയാണ് ദൈവം എന്ന വാക്കുകൊണ്ട് ഉദ്ദേശിക്കുന്നത്. ഈശ്വരവിശ്വാസികൾ ദൈവത്തെ മനുഷ്യബുദ്ധിയുടെ പരിമിതിയിൽ നിന്നുകൊണ്ട് പൂർണ്ണമായി നിർവ്വചിക്കാനാകാത്ത നിത്യസത്യമാണെന്നും സർവ്വ നന്മകളുടെയും പൂർണ്ണഭാവമാണെന്നും വിശ്വസിക്കുന്നു. ഓരോരുത്തരും അവരവരുടെ സാഹചര്യത്തിനും അനുഭവത്തിനും അനുസരിച്ച് വ്യത്യസ്ത പേരുകൾ വിളിക്കുന്നുവെങ്കിലും ശക്തി ഒന്നുതന്നെയാണെന്ന് ദൈവവിശ്വാസികൾക്കിടയിൽ പൊതുവെ സമവായമുണ്ട്. ആത്മാവിന് മതമില്ലെന്ന ധാരണ തന്നെയാണ് പൊതുവെയുള്ളത്. മനുഷ്യശക്തിക്ക് അതീതമായി ഒരു ശക്തിയുണ്ടന്ന് വിശ്വസിക്കാത്തവർക്ക് ദൈവവും ആത്മാവും അന്ധവിശ്വാസം മാത്രമാണ്.

എല്ലാ വസ്തുക്കളും നിർമ്മിക്കപ്പെട്ടിരിക്കുന്നത് ഭൗതിക പദാർത്ഥങ്ങൾ കൊണ്ടാണെന്നും എല്ലാ പ്രവർത്തനങ്ങളും ഭൗതിക വസ്തുക്കളുടെ പരസ്പര ഇടപെടലിന്റെ ഭാഗമായാണ് നടക്കുന്നത് എന്നുമുള്ള ആശയമാണ് ഭൗതികവാദത്തിന് ആധാരമായുള്ളത്. നിലനില്ക്കുന്നു എന്ന് ഉറപ്പിച്ച് പറയാൻ കഴിയുന്നത് ഭൗതിക പദാർത്ഥങ്ങൾ മാത്രമാണ്. അതിനാൽ ദൈവം, ആത്മാവ് തുടങ്ങിയ അതീന്ദ്രിയ ശക്തികളെ ഭൗതികവാദികൾ അംഗീകരിക്കുന്നില്ല. എന്നാൽ ഭൗതിക പദാർത്ഥങ്ങൾ മാത്രമല്ല നിലവിലുള്ളതെന്നും ആത്മീയ ആശയം കൂടിയുണ്ടെന്നുമുള്ള വാദമാണ് ആത്മീയവാദം. നമ്മേക്കാൾ ഉയർന്ന ഒരു ശക്തിയുടെ സൃഷ്ടിയാണ് ഇക്കാണുന്നതെല്ലാമെന്നും അതിന്റെ രഹസ്യങ്ങൾ സങ്കീർണ്ണമാണെന്നും മനുഷ്യന് ഒരിക്കലും മനസ്സിലാക്കാൻ കഴിയില്ലെന്നുമാണ് ആത്മീയവാദക്കാർ സമർത്ഥിക്കുന്നത്. ആത്മീയവാദത്തിലെ ഒരു ചിന്താധാരയാണ് അദ്വൈതം. ഈ ലോകം തന്നെ യഥാർത്ഥമല്ല എന്ന കാഴ്ചപ്പാടാണ് അദ്വൈതവാദത്തിന്റെ അടിസ്ഥാനം. ലോകത്തെ വീക്ഷിക്കുന്നത് പ്രധാനമായും മേൽപ്പറഞ്ഞ രണ്ടു രീതിയിലാണ്. ഒന്ന് എല്ലാം മായയാണ്, പരമമായ സത്യം ഇതൊന്നുമല്ല എന്ന ആത്മീയവാദ

കാഴ്ചപ്പാടിലൂടെയും ഇതിനു വിപരീതമായ ഭൗതികവാദ കാഴ്ചപ്പാടിലൂടെയും. ആദ്യ കാലഘട്ടങ്ങളിൽ ആത്മീയവാദമായിരുന്നു പ്രബലം. ഇതിനെ ശക്തമായി എതിർത്തുകൊണ്ടാണ് ഭൗതികവാദം നിലവിൽ വന്നത്. ആധുനിക ശാസ്ത്രീയ കണ്ടെത്തലുകളിലൂടെ പദാർത്ഥത്തിന്റെ സങ്കീർണ്ണതകൾ വിശദീകരിക്കാൻ ഇതുവരെ പൂർണ്ണമായി സാധിച്ചിട്ടില്ലാത്ത തിനാൽ ഭൗതികവാദത്തിനും ആത്മീയവാദത്തിനും ഒരേ ശാസ്ത്രീയ അടിത്തറയേ ഉള്ളൂ. മനസ്സ്, ചിന്ത, ആശയം, വികാരം, ബോധം തുടങ്ങിയവ എങ്ങനെ പ്രവർത്തിക്കുന്നു എന്ന് വസ്തുനിഷ്ഠവും ശാസ്ത്രീയവുമായി വിശദീകരിക്കാനും ഇതുവരെ കഴിഞ്ഞിട്ടില്ല.

യുക്തി അധിഷ്ഠിതമായ ചിന്താരീതിയാണ് യുക്തിവാദം (Rationalism). അന്തഃപ്രജ്ഞയുടെ സഹായമില്ലാതെ വസ്തുനിഷ്ഠമായി അറിവിനെ വിശകലനം ചെയ്ത് സത്യം കണ്ടെത്താൻ ശ്രമിക്കുന്ന ചിന്താരീതിയാണിത്. യുക്തിവാദികൾ നിരീശ്വരവാദികളാകാമെങ്കിലും ഇതു രണ്ടും രണ്ടാണ്. യുക്തിവാദികൾക്ക് ഈശ്വരനോടോ ആത്മാവിനോടോ എതിർപ്പൊന്നുമില്ല. എന്നാൽ അവ യുക്തിക്കനുസരിച്ച് തെളിയിക്കാൻ കഴിയണം. അതുവരെ ആത്മാവിന് യുക്തിവാദത്തിൽ സ്ഥാനമില്ലെന്നു മാത്രം. എല്ലാ വിശ്വാസങ്ങളേയും സന്ദേഹത്തോടെ വീക്ഷിക്കുകയും ഇന്ദ്രിയങ്ങളിൽനിന്ന് നേരിട്ടു ലഭിക്കുന്ന അനുഭവങ്ങൾ, ചിന്ത, അറിവ്, ബുദ്ധി എന്നിവ ഉപയോഗിച്ച് വിശകലനം ചെയ്ത് സത്യം കണ്ടെത്താനാണ് യുക്തിവാദികൾ ശ്രമിക്കുന്നത്. പുരാതനഭാരതത്തിൽ നില നിന്നിരുന്ന യുക്തിവാദ ചിന്താധാരയാണ് ചാർവ്വാക ദർശനം.

സാമാന്യമായി ദൈവം, പരലോകം, ആത്മാവ് തുടങ്ങിയ കാര്യങ്ങൾ നിരാകരിക്കുന്ന ദർശനമാണ് നിരീശ്വരവാദം (Atheism). പാശ്ചാത്യ ദർശനശാസ്ത്രമനുസരിച്ചുള്ള ഒരു വിഭാഗമാണിത്. ഭാരതീയ ദർശനമനുസരിച്ചുള്ള നാസ്തികവാദം(Heterodoxy) മേല്പ്പറഞ്ഞ നിർവ്വചനമനുസരിച്ചുള്ളതല്ല. വേദങ്ങൾ പ്രമാണമായി അംഗീകരിക്കുന്നുണ്ടോ ഇല്ലയോ എന്നുള്ളതാണ് ഭാരതീയ ദർശനപ്രകാരമുള്ള ആസ്തിക–നാസ്തിക വിഭജനത്തിന്റെ അടിസ്ഥാനം. വേദം പ്രമാണമായി അംഗീകരിക്കുന്ന ആസ്തിക ദർശനമായ സാംഖ്യദർശനം ദൈവത്തെ അംഗീകരിക്കുന്നില്ല. നാസ്തിക ദർശനങ്ങളായ ബുദ്ധമതവും ജൈനമതവും ചാർവ്വാകരും ഈശ്വരനെയോ വേദങ്ങളെയോ അംഗീകരിക്കുന്നില്ല. ദൈവത്തേപ്പറ്റിയോ പ്രപഞ്ചകാര്യങ്ങൾ മുഴുവനുമോ മനുഷ്യബുദ്ധിക്ക്, അതിന്റെ പരിമിതികൊണ്ട് അറിയാൻ കഴിയില്ല എന്ന തത്ത്വശാസ്ത്രപരമായ നിലപാടാണ് അജ്ഞേയവാദം (Agnosticism).

പ്രപഞ്ചം തികച്ചും ഭൗതികമായ ഒന്നാണ് എന്നാണ് സ്വഭാവവാദം പറയുന്നത്. അത് ദ്രവ്യത്തിന്റെ സ്വാഭാവിക പ്രകൃതി നിയമങ്ങളുടെ പ്രവർത്തനഫലമായാണ് ഉത്ഭവിച്ചത്. പ്രപഞ്ചിക പ്രതിഭാസങ്ങൾ പ്രകൃതിനിയമങ്ങൾക്ക് വിധേയമാണ്. പ്രാർത്ഥനയ്ക്കോ വഴിപാടുകൾക്കോ അവയെ സ്വാധീനിക്കാനാവില്ല. ആകസ്മികതാവാദവും ഈശ്വരാസ്തിത്വത്തെ

നിരാകരിക്കുന്നതാണ്. ലോകയാഥാർത്ഥ്യം സങ്കീർണ്ണവും യാദൃച്ഛികവുമാണെന്നാണ് ആകസ്മികതാവാദികൾ പറയുന്നത്.

ദുരിതങ്ങൾക്ക് അറുതി വരുത്തുന്ന പ്രായോഗിക പ്രശ്നങ്ങളിലേക്കാണ് ബുദ്ധൻ തന്റെ ശിഷ്യരുടെ ശ്രദ്ധ ക്ഷണിച്ചത്. അദ്ദേഹം ആദ്ധ്യാത്മിക അന്വേഷണ പദ്ധതികളെ അംഗീകരിച്ചില്ലെന്നു മാത്രമല്ല അവയോട് ഉദാസീനനുമായിരുന്നു. ഈശ്വരാസ്തിത്വത്തിന്റെ പ്രശ്നം അദ്ദേഹത്തെ അലട്ടിയിരുന്നില്ല. ഈശ്വരാന്വേഷണം പ്രയോജന രഹിതമാണെന്ന് കരുതിയതിനാൽ അത്തരം ചർച്ചകൾ ശിഷ്യന്മാർക്കിടയിൽ പോലും ബുദ്ധൻ പ്രോത്സാഹിപ്പിച്ചിരുന്നില്ല. ഈശ്വരാസ്തിത്വത്തേയും സത്താവാദത്തേയും ബുദ്ധൻ നിരാകരിക്കുകയും ധാർമ്മികതയ്ക്ക് പ്രാധാന്യം നല്കുന്ന ദർശനം ആവിഷ്കരിക്കുകയും ചെയ്തതെങ്കിലും പില്ക്കാലത്ത് ബുദ്ധമതം സ്ഥാപനവല്ക്കരിക്കപ്പെടുകയും ജനപ്രീതിയാർജ്ജിക്കുകയും ചെയ്തതോടെ അനുഷ്ഠാന പരതയിലേക്കും ഈശ്വരവാദത്തിലേക്കും വ്യതിചലിക്കുകയുണ്ടായി. ബുദ്ധമതത്തേക്കാൾ പ്രാചീനമായ ജൈനമതം ഈശ്വര സാന്നിദ്ധ്യത്തെക്കുറിച്ച് തികഞ്ഞ ഉദാസീനത കാണിച്ചിരുന്നു. അവർ പ്രപഞ്ചത്തിലെ സർവ്വ വസ്തുക്കളേയും ജീവനുള്ളവയെന്നും ജീവനില്ലാത്തവയെന്നും വിഭജിച്ചു. ജീവനില്ലാത്തവയുമായി ജീവൻ ബന്ധപ്പെട്ടിരിക്കുന്നുവെന്നും ബന്ധനങ്ങളിൽനിന്നും എങ്ങനെ വിമുക്തമാകാമെന്നും വിവരിക്കുന്നതിനാണ് ജൈനമതം ശ്രമിച്ചത്. അതിനിടയിൽ ഒരിടത്തും അവർ ഈശ്വരനെ സങ്കല്പിച്ചിട്ടില്ല. ലോകം നിത്യമാണ് അതുകൊണ്ട് കാര്യമില്ല. ചിലപ്പോൾ സംഭവിക്കുന്നതും ചിലപ്പോൾ സംഭവിക്കാത്തതുമാണ് 'കാര്യം.' ലോകത്തിന് ഈ സ്വഭാവമില്ല. അതുകൊണ്ട് ഇതിന് കാരണവുമില്ല. കാരണമില്ലാത്തതുകൊണ്ട് ഈശ്വരനുമില്ല എന്നാണ് അവരുടെ വാദം.

യൂറോപ്യൻ നവോത്ഥാനക്കാലത്ത് ഹ്യൂമനിസ്റ്റുകളുടെ ചിന്തയും പ്രവർത്തനങ്ങളുമാണ് ആധുനിക കാലത്തെ നിരീശ്വരവാദ സങ്കല്പങ്ങൾക്ക് പ്രേരകശക്തിയായി മാറിയത്. അവർ യുക്തിചിന്തയിൽ അടിയുറച്ച് ജനാധിപത്യത്തിനും സ്വതന്ത്രചിന്തയ്ക്കും വേണ്ടി വാദിച്ചു. പൊതു രാഷ്ട്രീയ ജീവിതത്തിൽ മതത്തിന്റെ ഇടപെടലുകളെ നിശിതമായി എതിർത്തവരായിരുന്നു മതേതര ഹ്യൂമനിസ്റ്റുകൾ. മറ്റ് ചിലർ പ്രകൃത്യാതീത വാദങ്ങളെ തള്ളിക്കളയുകയും ശാസ്ത്രീയ ചിന്തകൾ വച്ചുപുലർത്തുകയും ചെയ്തു. ഹ്യൂമനിസ്റ്റുകളുടെ ചിന്താലോകം പില്ക്കാല നിരീശ്വരവാദത്തിനും ശാസ്ത്രചിന്തയ്ക്കും അടിത്തറ പാകി. പത്തൊമ്പതാം ശതകത്തിൽ ജീവിച്ച ഫോയർബാഹ് മതത്തേയും ആശയവാദത്തേയും എതിർത്ത ചിന്തകനായിരുന്നു. മനുഷ്യവികാരങ്ങളും കാമനകളും ദൈവത്തിൽ ആരോപിക്കപ്പെടുകയാണെന്ന് അദ്ദേഹം കരുതി. മതം മനുഷ്യനെ പരിശുദ്ധനാക്കുന്നില്ലെന്നും പരിശുദ്ധത മതത്തിൽ ആരോപിക്കുകയാണെന്നും അദ്ദേഹം വാദിച്ചു. കാൾ മാർക്സും, ഏംഗൽസും ചേർന്ന് വികസിപ്പിച്ച ചരിത്രപരമായ ഭൗതികവാദ ദർശനം

അതിഭൗതിക, ആശയവാദ സമീപനങ്ങളെ നിരാകരിച്ചുകൊണ്ട് ഒരു പടി കൂടി മുന്നോട്ട് പോയി. മതത്തെ ഒരു സാമൂഹിക പ്രതിഭാസമായി കാണുകയും സാമൂഹിക യാഥാർത്ഥ്യത്തിന്റെ ഭാവനാത്മകമായ പ്രതികരണമായി അതിനെ മനസ്സിലാക്കാൻ ശ്രമിക്കുകയുമാണ് മാർക്സിസ്റ്റ് വൈരുദ്ധ്യാത്മക ഭൗതികവാദം ചെയ്യുന്നത്.

മസ്തിഷ്കകോശങ്ങളായ ന്യൂറോണുകളിലുള്ള മൈക്രോട്യൂബുകളിൽ സൃഷ്ടിക്കപ്പെടുന്ന ക്വാണ്ടം ഗ്രാവിറ്റി പ്രഭാവങ്ങളാണ് ആത്മാവ് എന്നാണ് ഗണിതശാസ്ത്രജ്ഞനായ റോജർ പെൻറോസും മനഃശാസ്ത്രജ്ഞനായ സ്റ്റുവർട്ട് ഹാമറോഫും ചേർന്ന് അവതരിപ്പിച്ച ഓർക്കസ്ട്രേറ്റഡ് ഒബ്ജക്റ്റീവ് റിഡക്ഷൻ (Orch-OR) എന്ന ക്വാണ്ടം പരികല്പന മുന്നോട്ട് വെക്കുന്നത്. മനുഷ്യമസ്തിഷ്കത്തിലെ 100 ട്രില്യണിലധികം വരുന്ന ന്യൂറോൺ ബന്ധനങ്ങളായ സിനാപ്സിലെ രാസപ്രവർത്തനങ്ങളാണ് ജന്തുബോധം സൃഷ്ടിക്കുന്നത്. മുഖ്യധാരാ കോൺഷ്യസ്നെസ്സ് തിയറികളിൽനിന്ന് അകന്നുനിന്നാണ് Orch-OR ആത്മാവിനെ തിരയുന്നത്. ഗണിതവും, ക്വാണ്ടം ഭൗതികവും അനസ്തേഷ്യോളജിയുമെല്ലാം അതിൽ ഉൾപ്പെടും. മനുഷ്യമസ്തിഷ്കം കമ്പ്യൂട്ടർ പോലെ കണക്കുകൂട്ടലുകൾ മാത്രം നടത്തുന്ന ഉപകരണമൊന്നുമല്ല എന്നാണ് റോജർ പെൻറോസ് വാദിക്കുന്നത്.

മസ്തിഷ്കകോശങ്ങളിൽ സംഭവിക്കുന്ന ക്വാണ്ടം പ്രതിഭാസങ്ങളാണ് ജന്തുബോധം സൃഷ്ടിക്കുന്നത്. എന്നാൽ ഇവിടെ എങ്ങനെയാണ് ഇത്തരം പ്രതിഭാസങ്ങൾ സംഭവിക്കുന്നത് എന്ന് വിശദീകരിക്കുന്നത് അത്ര എളുപ്പമല്ല. ഷ്രോഡിങ്ങറുടെ സമവാക്യങ്ങളും ഹൈസൻബെർഗ്ഗിന്റെ അനിശ്ചിതത്വ പ്രമാണവുമെല്ലാം ഇതിനായി പെൻറോസ് സമർത്ഥമായി ഉപയോഗിക്കുന്നുണ്ട്. മസ്തിഷ്കകോശങ്ങളിലെ ന്യൂറോട്രാൻസ്മിറ്ററുകളിൽ സംഭവിക്കുന്ന സാദ്ധ്യതാ തരംഗങ്ങളുടെ തകർച്ച ജന്തുബോധവുമായി ബന്ധിപ്പിക്കാനാണ് പെൻറോസിന്റെ ശ്രമം. സ്ഥലകാല നൈരന്തര്യം സ്ഥൂല പ്രപഞ്ചത്തിന്റെ അടിസ്ഥാന സ്വഭാവമാണ്. എന്നാൽ ദ്രവ്യത്തിന്റെ സൂക്ഷ്മതലങ്ങളിൽ അവ സൃഷ്ടിക്കുന്ന വക്രതയ്ക്ക് നൈരന്തര്യമില്ലെന്നാണ് പെൻറോസ് പറയുന്നത്. ഓരോ സൂപ്പർപൊസിഷനും അതിന്റേതുമാത്രമായ ഒരു സ്ഥലകാല വക്രത സൃഷ്ടിക്കുന്നുണ്ട്. ഇവ ഓരോന്നും മറ്റേതിൽനിന്നും സ്വതന്ത്രമായാണുള്ളത്. പ്ലാങ്ക് മാനങ്ങളിലുള്ള ഈ സ്ഥലകാല കുമിളകളെ അതിനപ്പുറത്തേക്ക് പ്രക്ഷേപിച്ചാൽ സ്ഥലകാലവക്രതയുടെ സാദ്ധ്യതാ തരംഗധർമ്മം തകർക്കപ്പെടുന്നതിന് റോജർ പെൻറോസ് നല്കിയിരിക്കുന്ന പേരാണ് ഒബ്ജക്റ്റീവ് റിഡക്ഷൻ. മനഃശാസ്ത്രജ്ഞനായ സ്റ്റുവർട്ട് ഹാമറോഫിന്റെ കൂട്ടിച്ചേർക്കലായപ്പോൾ Orch-OR എന്ന കോൺഷ്യസ്നെസ്സ് തിയറിയും പിറന്നു. ആത്മാവിന്റേയും ബോധത്തിന്റേയും ഒരു ക്വാണ്ടം പരികല്പന എന്നു വേണമെങ്കിൽ ഇതിനെ വിളിക്കാം.

ആത്മാവ്, ശരീരം എന്ന ദ്വന്ദ്വം തത്ത്വചിന്താപരമായ ഒരു പരാമർശ മായാണ് സാധാരണയായി പരിഗണിക്കുന്നത്. ചില വ്യാഖ്യാനങ്ങളിൽ, ക്വാണ്ടം ഭൗതികത്തിലെ ചില അളവുകളിൽ ജന്തുബോധത്തിന് പ്രത്യേക സ്ഥാനം നല്കുന്നുണ്ട്. ശരീരത്തിന് വെളിയിൽ അല്ലെങ്കിൽ സമാന്ത രമായി ഒരു പ്രവർത്തന മണ്ഡലമാണ് ചിന്തകർ ബോധമനസ്സിന് നല്കി യിരിക്കുന്നത്. ഭൗതികശാസ്ത്രത്തിന്റെ സമവാക്യങ്ങളിലൊതുങ്ങുന്നതല്ല ബോധതലമെന്നാണ് ചില തത്ത്വചിന്തകരെങ്കിലും കരുതുന്നത്. എന്നാൽ ബോധതലത്തെ ക്വാണ്ടം ഭൗതികതലത്തിലെ വ്യാഖ്യാനങ്ങൾക്ക് കീഴിലാക്കാൻ ബോധപൂർവ്വമായ ശ്രമങ്ങൾ 1930 കളിൽ തന്നെ ആരംഭിച്ചിരുന്നു. കണിക തരംഗ ദ്വന്ദ്വങ്ങൾ പോലെ മൈൻഡ് ബോഡി ദ്വന്ദ്വങ്ങൾ ക്വാണ്ടം ഭൗതികത്തിന് വഴങ്ങുമോ എന്ന് ആദ്യം പരിശ്രമിച്ചത് അതിന്റെ പ്രണേതാക്കളായ ഇർവിൻ ഷ്രോഡിങ്ങറും നീൽസ് ബോറും ഹൈസൻബെർഗും പോളിയുമെല്ലാമാണ്.

കാര്യ കാരണ യുക്തിക്കു വേണ്ടിയുള്ള നിർബ്ബന്ധ ബുദ്ധിയും ഭൗതി കവാദത്തിന്റെ അതിപ്രസരവും ക്ലാസിക്കൽ ഭൗതികശാസ്ത്രത്തിന്റെ വീക്ഷണത്തെ ഒരു പരിധിവരെ തത്ത്വചിന്താധാരയിൽനിന്ന് അകറ്റി നിർ ത്തിയിട്ടുണ്ട്. എന്നാൽ ഇന്ന് മനസ്സിന്റെ അർത്ഥതലങ്ങളെക്കുറിച്ച് ഭൗതി കശാസ്ത്രം ചർച്ചചെയ്യുന്നത് തത്ത്വചിന്തകർ ഒരു കാലത്ത് പഠനം നട ത്തിയ ആത്മാവിന്റെ തലത്തിൽ നിന്നുകൊണ്ടു തന്നെയാണ്. ആത്മാവും ബോധവുമെല്ലാം അതിഭൗതികമാണെന്ന് കരുതുന്ന കേവല യുക്തിചിന്ത യ്ക്കപ്പുറമാണ് ക്വാണ്ടം ഭൗതികത്തിന്റെ വീക്ഷണം. മതപുരോഹിതരിൽ നിന്നും ചിന്തകരിൽനിന്നും ഒരുകാലത്തുണ്ടായ തിക്താനുഭവങ്ങളായി രിക്കാം തത്ത്വചിന്തയ്ക്ക് ഇത്ര അയിത്തം കല്പിക്കാൻ ഭൗതികശാസ്ത്ര ജ്ഞരെ നിർബ്ബന്ധിതരാക്കിയത്. എന്നാൽ വൈഗ്നറേപ്പോലെയുള്ളവർ മുഖ്യധാരാ ശാസ്ത്രത്തിനുള്ളിൽ നിന്നുകൊണ്ടു തന്നെ ബോധത്തെയും ആത്മാവിനെയും നിർവ്വചിക്കാൻ കഴിയുമെന്ന് വിശ്വസിച്ചിരുന്നു.

ആത്മാവും ബോധവുമെല്ലാം വിശദീകരിക്കുന്നതിന് പരമ്പരാഗത വിശ്വാസ പ്രമാണങ്ങളും ദൈവസങ്കല്പവുമൊന്നും ആവശ്യമില്ലെന്ന് കരു തുന്ന സമീപനങ്ങളാണ് ആധുനികലോകത്ത് ശ്രദ്ധേയമാകുന്നത്. ശാസ് ത്രീയ നീക്കങ്ങളാണ് ഇതിനായി സ്വീകരിക്കുന്നത്. എന്നാൽ ഇത്തരം നീക്കങ്ങൾക്ക് ശാസ്ത്രത്തിന്റെ സമീപന രീതിയുമായി ഒത്തുപോകാൻ കഴിയുമോ എന്നതും തർക്കവിഷയമാണ്.

കുരങ്ങൻ പരിണമിച്ചല്ല മനുഷ്യൻ ഉണ്ടായത്

പരിണാമസിദ്ധാന്തം ശാസ്ത്രീയമല്ലെന്നും അതുകൊണ്ട് ജീവപരിണാമം പാഠപുസ്തകങ്ങളിൽനിന്ന് നീക്കം ചെയ്യണമെന്നും ഒരു കേന്ദ്രമന്ത്രി പ്രസ്താവിച്ചത് മാധ്യമങ്ങളിൽ വാർത്തയായിരുന്നു. ഒരു ചിമ്പാൻസിയും ഇതുവരെ മനുഷ്യനായിട്ടില്ല എന്നതാണ് തന്റെ വാദത്തിന് പിൻബലമായി അദ്ദേഹം മുന്നോട്ടുവച്ച കണ്ടുപിടുത്തം. മന്ത്രിയുടെ പ്രസ്താവനയെ ശാസ്ത്രലോകം ഗൗരവത്തോടെ കണക്കാക്കുന്നില്ലെങ്കിലും ചില തീവ്ര മതവിശ്വാസികൾക്ക് പ്രതീക്ഷ നല്കുന്നുണ്ട്. കുരങ്ങൻ പരിണമിച്ചാണ് ഇന്നുകാണുന്ന ആധുനിക മനുഷ്യൻ ഉണ്ടായതെന്ന് കരുതുന്ന ചില പരിണാമവാദികൾക്ക് ആശയക്കുഴപ്പമുണ്ടാക്കാനും ഈ പ്രസ്താവന കാരണമാകും. പരിണാമത്തിന് പിന്നിൽ ഒരു ഇന്റലിജന്റ് ഡിസൈനറുണ്ടെന്നാണ് അദ്ദേഹത്തിന്റെ അഭിപ്രായം. പരിണാമം ലക്ഷ്യമില്ലാത്ത ഒരു പ്രയാണമല്ലെന്നും ഒരു ബുദ്ധികേന്ദ്രം ഇതിനു പിന്നിൽ പ്രവർത്തിക്കുന്നുണ്ടെന്നുമുള്ള ആധുനിക സൃഷ്ടിവാദമായ ഇന്റലിജന്റ് ഡിസൈൻ വാദം തന്നെയാണ് അദ്ദേഹത്തിന്റെ ഭാഷ നല്കുന്ന സൂചന. എന്താണ് ജീവപരിണാമമെന്നും ഇന്റലിജന്റ് ഡിസൈൻ എന്നും പരിശോധിക്കുന്നതിനുമുൻപ് ഒരു കാര്യം സൂചിപ്പിക്കുന്നു. ഒരു കുരങ്ങനും പരിണമിച്ച് ഇതുവരെ മനുഷ്യനായിട്ടില്ല. ഇനി ആവുകയുമില്ല. ജീവപരിണാമം എന്നാൽ അതല്ല.

പ്രകൃതിനിർദ്ധാരണം പോലെ ആകസ്മികമായ പ്രക്രിയയിലൂടെ ഉരുത്തിരിഞ്ഞതല്ല, മറിച്ച് ഒരു ബുദ്ധിമാനായ രൂപസംവിധായകന്റെ പ്രവർത്തനഫലമാണ് പ്രപഞ്ചത്തിന്റെയും ജീവികളുടെയും ഉല്പത്തിക്ക് കാരണമെന്ന പരികല്പനയാണ് ഇന്റലിജന്റ് ഡിസൈൻ അഥവാ ബുദ്ധിപൂർവ്വമായ രൂപസംവിധാനം. ഇത് പരമ്പരാഗത സൃഷ്ടിവാദത്തിന്റെ മറ്റൊരു രൂപമാണ്. എന്നാൽ ഡിസൈനറുടെ സ്വാഭാവ പ്രകൃതികൾ ഇവിടെ

ബോധപൂർവ്വം തമസ്കരിക്കുന്നു. പരമ്പരാഗത സൃഷ്ടിവാദം അശാസ്ത്രീയമായതിനാൽ അവ വിദ്യാലയങ്ങളിൽ പഠിപ്പിക്കാൻ സാധിക്കില്ലെന്ന കോടതിവിധിയുടെ പശ്ചാത്തലത്തിൽ ഒരു കൂട്ടം അമേരിക്കൻ ബുദ്ധിജീവികൾ പരിണാമ, സൃഷ്ടിവാദ വിവാദങ്ങൾ പുനഃക്രമീകരിച്ച് വികസിപ്പിച്ചെടുത്തതാണ് ഇന്റലിജന്റ് ഡിസൈൻ എന്ന ആശയം. ഇന്റലിജന്റ് ഡിസൈൻ ശാസ്ത്രീയമാണെന്നാണ് അതിന്റെ വക്താക്കളുടെ വാദമെങ്കിലും ഭൂരിപക്ഷ ശാസ്ത്രസമൂഹങ്ങളും അതിനെ ഒരു ശാസ്ത്രാഭാസമായാണ് കണക്കാക്കുന്നത്.

ഡാർവിന്റെ കറുത്തപെട്ടി എന്ന പുസ്തകത്തിലൂടെ ജീവശാസ്ത്രജ്ഞനായ മൈക്കൽ ബിഹി 1996 ൽ ഇന്റലിജന്റ് ഡിസൈനിങ്ങിന് പിന്തുണ നല്കി. ലഘൂകരിക്കാനാവാത്ത സങ്കീർണ്ണത എന്നാണ് ബിഹിയുടെ ആശയത്തിന് നല്കിയിരിക്കുന്ന പേര്. ഒരു എലിപ്പെട്ടിയാണ് ഇവിടെ അദ്ദേഹം ഉദാഹരിച്ചത്. എലിപ്പെട്ടിയിലെ ചുറ്റിക, അടപ്പ്, കൊളുത്ത്, സ്പ്രിങ് ഇവയിലേതെങ്കിലുമൊന്ന് പ്രവർത്തിച്ചില്ലെങ്കിൽ ഫലത്തിൽ എലിപ്പെട്ടി പ്രവർത്തനക്ഷമമാകില്ല. അതുപോലെത്തന്നെ ആകൃതിയിലും ധർമ്മത്തിലുമൊക്കെ വൈവിദ്ധ്യം പുലർത്തുന്നുവെങ്കിലും നമ്മുടെ ശരീരത്തിലെ കോശങ്ങളെല്ലാം സങ്കീർണ്ണമായ വിധത്തിൽ പരസ്പരം ബന്ധപ്പെട്ടാണിരിക്കുന്നത്. 200 ൽ അധികം വ്യത്യസ്ത തരത്തിലുള്ള ഏതാണ്ട് 100 ലക്ഷം കോടി കോശങ്ങൾ മനുഷ്യശരീരത്തിലുണ്ട്. കോടിക്കണക്കിന് കമ്പ്യൂട്ടറുകളുടെ ആഗോള ശൃംഖലയായ ഇന്റർനെറ്റ് പോലും മനുഷ്യശരീരത്തോടുള്ള താരതമ്യത്തിൽ ഒന്നുമല്ല. ഏറ്റവും ലളിതമായ കോശങ്ങളിൽപ്പോലും കാണുന്ന സാങ്കേതിക മികവിനോട് കിടപിടിക്കാൻ മനുഷ്യന്റെ ഒരു കണ്ടുപിടിത്തത്തിനും സാധിച്ചിട്ടില്ല. അതിനാൽ ഈ സങ്കീർണ്ണമായ ഘടനകൾ രൂപകല്പന ചെയ്തെടുത്ത ഒരു ബുദ്ധിമാനായ ഡിസൈനർ ഉണ്ടെന്നാണ് ബിഹിയുടെ വാദം.

പരിണാമസിദ്ധാന്തം ശരിയാണെങ്കിൽ ആദ്യത്തെ ലഘുകോശം ആകസ്മികമായി ഉണ്ടായത് എങ്ങനെയാണെന്ന് വസ്തുനിഷ്ഠമായ വിശദീകരണം നല്കാൻ കഴിയണമെന്ന് ബിഹി പറയുന്നു. ജീവൻ സൃഷ്ടിക്കപ്പെട്ടതാണെങ്കിൽ ഒരു സൂക്ഷ്മ ജീവിയിൽപ്പോലും ബുദ്ധിപൂർവ്വമായ രൂപകല്പനയുടെ തെളിവുകൾ വേണം. ഏകകോശ ജീവിയായ ബാക്ടീരിയയുടെ വാലാണ് ഇതിന് തെളിവായി ബിഹി ഉപയോഗിച്ചത്. ഒരു തരം ബാക്ടീരിയയുടെ വാലിന് 40 തരം വ്യത്യസ്ത പ്രോട്ടീനുകൾ കൊണ്ട് നിർമ്മിതമായ ഒരു മോട്ടോർ ഉണ്ട്. ഈ വാൽ കറക്കിക്കൊണ്ടാണ് ബാക്ടീരിയ നീങ്ങുന്നത്. ഇവയിലെതെങ്കിലും ഭാഗം നീക്കം ചെയ്താൽ വാലിന്റെ പ്രവർത്തനം നിലയ്ക്കും. അതിനാൽ ഈ വാൽയന്ത്രം ലഘൂകരിക്കാനാവാത്ത സങ്കീർണ്ണതയുടെ ഉദാഹരണമാണെന്ന് ബിഹി അഭിപ്രായപ്പെട്ടു. പരിണാമത്തിന്റെ തത്ത്വമനുസരിച്ച് ഈ ജീവിയുടെ വാലിനെ പരിണാമത്തിനു മുന്നേയുള്ള സ്റ്റേജിലേക്ക് ലഘൂകരിക്കാൻ ശ്രമിച്ചാൽ പ്രവർത്തനരഹിതമായ ഒരു ജീവിയായിരിക്കും ഫലമെന്ന് അദ്ദേഹം പറയുന്നു.

ആയതിനാൽ ഈ ഘടന ഒരു ഇന്റലിജന്റ് ഡിസൈനർ നിർമ്മിച്ചെടുത്ത താണെന്നാണ് ബിഹിയുടെ വാദം.

ആദിമകാലത്ത് ഉണ്ടായിരുന്നു എന്ന് കരുതപ്പെടുന്ന ഭൗമസാഹചര്യങ്ങൾ ഗവേഷകർ പരീക്ഷണശാലയിൽ കൃത്രിമമായി സൃഷ്ടിക്കുകയും തുടർന്നു നടത്തിയ പരീക്ഷണങ്ങളിലൂടെ സചേതന വസ്തുക്കളിൽ കാണപ്പെടുന്ന ചില തന്മാത്രകൾ നിർമ്മിച്ചെടുക്കുകയും ചെയ്തു. ഒരു കോശത്തിന്റെ നിലനില്പിന് പ്രോട്ടീൻ തന്മാത്രകളും ആർ എൻ എ തന്മാത്രകളും സഹകരിച്ച് പ്രവർത്തിക്കേണ്ടതുണ്ട്. ആർ എൻ എയും പ്രോട്ടീനും ഒരേ സമയത്ത്, ഒരേ സ്ഥലത്ത് യാദൃച്ഛികമായി ഉണ്ടാവുകയും അവ സഹകരിച്ച് പ്രവർത്തിക്കുകയും ചെയ്യുക എന്നത് തീർത്തും അസംഭവ്യമാണെന്നാണ് ഇന്റലിജന്റ് ഡിസൈനിങ് വക്താക്കളുടെ വാദം. അജൈവ വസ്തുക്കളിൽനിന്ന് ജീവൻ ആകസ്മികമായി ഉണ്ടാകില്ലെന്ന് അവർ പറയുന്നു. ജീവനില്ലാത്ത യന്ത്രമനുഷ്യനെ ഉണ്ടാക്കി അതിനെ പ്രോഗ്രാം ചെയ്യുന്നതിന് പിന്നിലും, ഒരു കോശത്തിന്റെ ഏറ്റവും ചെറിയ ഘടകമായ തന്മാത്രകളെ നിർമ്മിക്കാനും ഒരു വിദഗ്ദ്ധനായ ശാസ്ത്രജ്ഞൻ വേണമെന്നിരിക്കേ അവയേക്കാൾ അനേകമടങ്ങ് സങ്കീർണ്ണമായ കോശങ്ങളിലെ തന്മാത്രകൾ ആസ്മികമായി ഉണ്ടാവുക അസാദ്ധ്യമാണെന്ന് ഇന്റലിജന്റ് ഡിസൈൻ വക്താക്കൾ സമർത്ഥിക്കുന്നു.

സൃഷ്ടിവാദിയായ രസതന്ത്രജ്ഞൻ ചാൾസ് ടക്സൺ 1986 ൽ ഡി എൻ എയിൽ നടക്കുന്ന വിവര കൈമാറ്റങ്ങൾ ഒരാൾ മുൻകൂട്ടി പ്രോഗ്രാം ചെയ്തതായി കാണപ്പെടുന്നതിനാൽ അതിനെ വിവരസാങ്കേതിക തത്ത്വത്തിൽനിന്നുള്ള നിർദ്ദിഷ്ടമായ സങ്കീർണ്ണത എന്ന് വിളിച്ചു. 1990 ൽ ഈ തത്ത്വത്തെ ദൈവശാസ്ത്രജ്ഞനായ വില്യം ഡെംബിസ്കി വിശദമാക്കി. ഡെംബിസ്കി പറയുന്നതനുസരിച്ച് ഒരു വസ്തു നിർദ്ദിഷ്ട സങ്കീർണ്ണത കാണിക്കുമ്പോൾ – അതായത് വസ്തു സങ്കീർണ്ണമാണ് അതേസമയം നിർദ്ദേശാനുസരണം പ്രവൃത്തിക്കുന്നതുമാണ്– ആ വസ്തു ഒരു രൂപ സംവിധായകൻ വഴി ഉണ്ടായതാണെന്ന് നിരൂപിക്കാൻ കഴിയും എന്നാണ്. ഒരു അക്ഷരം സങ്കീർണ്ണതകളില്ലാതെ നിർദ്ദിഷ്ടമാണ്. എന്നാൽ ഒരു അക്ഷരമാല നിർദ്ദിഷ്ടമല്ലെങ്കിൽ സങ്കീർണ്ണമാണ്. സമാനമായി ജീവകോശങ്ങളുടെ മാസ്റ്റർ പ്രോഗ്രാം ആയ ഡി എൻ എ വളരെ നിർദ്ദിഷ്ടമായ സങ്കീർണ്ണത പ്രകടമാക്കുന്നതിനാൽ അതിലെ നിർദ്ദേശങ്ങൾ നല്കാൻ ഒരു ബുദ്ധിമാനായ ഡിസൈനർ ആവശ്യമാണെന്ന് അദ്ദേഹം പറഞ്ഞു. തന്റെ സാദ്ധ്യതാകണക്കനുസരിച്ച് ജീവൻ ആകസ്മികമായി ഉണ്ടാകാനുള്ള സാദ്ധ്യതയെ ഡെംബിസ്കി കണക്കുകൂട്ടിയെടുക്കുകയുണ്ടായി. അതായത് പ്രപഞ്ചത്തിൽ ആകെയുള്ള ആറ്റങ്ങളുടെ എണ്ണം 10^{85} എന്നും, ഒരു നിമിഷത്തിൽ ആറ്റങ്ങളിൽ വരാൻ സാദ്ധ്യതയുള്ള മാറ്റങ്ങളുടെ അങ്ങേയറ്റം 10^{45} എന്നും, പ്രപഞ്ചത്തിന്റെ തുടക്കം മുതൽ ഇതുവരെയുള്ളതായി കണക്കാക്കപ്പെടുന്ന സമയത്തേക്കാൾ 100 കോടി വർഷങ്ങൾ കൂടുതലുള്ള സംഖ്യ 10^{25} എന്നും കണക്കാക്കിയാൽ ആകെ 10^{150} എന്ന

സംഖ്യ ലഭിക്കും. ഈ സംഖ്യ മഹാവിസ്ഫോടനം തുടങ്ങി ഇന്നുവരെയുള്ള കാലഘട്ടത്തിൽ നടന്നിരിക്കാനുള്ള ആകസ്മികമായ പ്രക്രിയകളുടെ ആകെ തുകയായി കണക്കാക്കപ്പെടുന്നു. അങ്ങനെ വരുമ്പോൾ ജീവൻ ആകസ്മികമായി ഉണ്ടാകാനുള്ള സാദ്ധ്യത 10^{155} ൽ ഒന്നു മാത്രമാണെന്ന് ഡെംബിസ്ക്കി അവകാശപ്പെടുന്നു.

പരിണാമം ശരിയാണെങ്കിൽ ആകസ്മിക സംഭവങ്ങളുടെ ഒരു പരമ്പരയിലൂടെ ഡി എൻ എ ഉളവാക്കപ്പെട്ടു എന്നതിന് കുറച്ചെങ്കിലും തെളിവ് നല്കണമെന്ന് ഇന്റലിജന്റ് ഡിസൈൻ പിൻതാങ്ങുന്നവർ വാദിക്കുന്നു. കൂടാതെ ജനിതക നിയമങ്ങളെക്കുറിച്ച് ചാൾസ് ഡാർവിന്റെ കാലത്ത് കാര്യമായി അറിവില്ലായിരുന്നു എന്നും ഇവർ ഓർമ്മിപ്പിക്കുന്നു. എന്നാൽ ഡി എൻ എയുടെ സൃഷ്ടിക്കു പിന്നിൽ ചിട്ടയോടെ കാര്യങ്ങൾ ചെയ്യുന്ന ഒരു ബുദ്ധികേന്ദ്രം പ്രവർത്തിച്ചിട്ടുണ്ടെന്നതിന് ധാരാളം തെളിവുള്ളതായി ഇവർ വാദിക്കുന്നു. കോശം വേർപിരിയുന്നതിനുമുന്നേ ഡി എൻ എയുടെ പകർപ്പെടുക്കുന്ന പുനരാവർത്തന പ്രക്രിയയും തന്മാത്രകൾ നിർമ്മിക്കാനായി ഡി എൻ എ വായിക്കപ്പെടുന്ന വിധവും അതീവ സങ്കീർണ്ണവും ആസൂത്രിതവുമായി കാണപ്പെടുന്നതിനാൽ അവയെ രൂപസംവിധാനത്തിന്റെ ഉദാഹരണമായി എടുത്തുകാണിക്കാം. A,T,G,C എന്നീ നാല് അക്ഷരങ്ങളാണ് ഡി എൻ എയിൽ കാണുന്ന കോഡുഭാഷയിലുള്ളത്. കോഡുകൾ ചേർന്ന് ജീനുകൾ അഥവാ ഖണ്ഡികകളാകുന്നു. ഓരോ ജീനിലും 27,000 അക്ഷരങ്ങളുണ്ട്. ജീനുകൾ ചേർന്ന് ക്രോമസോം അഥവാ അദ്ധ്യായങ്ങൾ ഉണ്ടാകുന്നു. ഇത്തരം 23 ക്രോമസോമുകൾ ചേർന്ന് പുസ്തകം ഉണ്ടാകുന്നു. ഒരു ജീവിയുടെ ജനിതക വിവരങ്ങളുടെ ആകത്തുകയാണ് ജീനോം. ഒരു കോശത്തിൽ ജീനോമിന്റെ രണ്ട് സമ്പൂർണ്ണ പതിപ്പുകൾ ഉണ്ടാകും. അങ്ങനെ മൊത്തം 46 ക്രോമസോമുകൾ. ഒരു ജീനോമിൽ കോശത്തിന്റെ ഡി എൻ എയിലെ ജനിതക വിവരങ്ങൾ ഒരു സർവ്വവിജ്ഞാനകോശത്തിലാക്കാൻ ശ്രമിച്ചാൽ ഏതാണ്ട് 80 വർഷം നിർത്താതെ ടൈപ്പ് ചെയ്യേണ്ടി വരും. ഇത്തരം 100 ലക്ഷം കോടി അതിസൂക്ഷ്മ കോശങ്ങളുണ്ട്. തന്മാത്രാ ജീവശാസ്ത്രം, കമ്പ്യൂട്ടർ സയൻസ് എന്നീ വിഷയങ്ങളിലെ ഒരു പ്രൊഫസർ ഇങ്ങനെ പറഞ്ഞു. ഒരു ഗ്രാം ഡി എൻ എ നിർജ്ജലീകരിച്ചെടുത്താൽ അതിന്റെ വ്യാപ്തി ഏകദേശം ഒരു ഘനസെന്റിമീറ്റർ വരും. അത്രയും ഡി എൻ എയിൽ ഏതാണ്ട് ഒരു ലക്ഷം കോടി സിഡികളിൽ കൊള്ളുന്നത്ര വിവരങ്ങൾ ശേഖരിക്കാനാകും. വിവരങ്ങളാൽ സാന്ദ്രമാണ് ഡി എൻ എ. ഒരു ടീസ്പൂൺ ഡി എൻ എ ഉപയോഗിച്ച് ഇപ്പോഴത്തെ ലോക ജനസംഖ്യയുടെ 350 മടങ്ങ് മനുഷ്യരെ ഉളവാക്കാനുള്ള വ്യത്യസ്ത വിവരങ്ങൾ ഉൾക്കൊള്ളിക്കാൻ കഴിയും. ആയതിനാൽ എഴുത്തുകാരനില്ലാത്ത പുസ്തകമില്ലാത്തതുപോലെ ഡി എൻ എയിലെ ജനിതക വിവരങ്ങൾക്കും ഒരു രൂപസംവിധായകൻ അല്ലെങ്കിൽ എഴുത്തുകാരൻ ഉണ്ടാവുമെന്ന് ബുദ്ധിപൂർവ്വമായ രൂപസംവിധാനവാദികൾ പറയുന്നു.

ഡി എൻ എയിൽ കാണുന്ന വിവരങ്ങളെ ചിലർ ഒരു ഫാക്ടറിയിലെ കേന്ദ്രഭാഗത്തുള്ള കമ്പ്യൂട്ടർ പ്രോഗ്രാമിനോട് ഉപമിച്ചിരിക്കുന്നു. ഫാക്ടറിയെ ഒരു കോശമായും ഫാക്ടറിയിലെ കേന്ദ്രഭാഗം കോശ മർമ്മമായും അവർ കണക്കാക്കുന്നു. കേന്ദ്രത്തിലെ പ്രോഗ്രാം ഫാക്ടറിയിലെ ഓരോ യന്ത്രവും നിർമ്മിക്കാനും കേടുപോക്കാനും ആവശ്യമായ നിർദ്ദേശങ്ങൾ നിരന്തരം അയക്കുകയും കൂടാതെ സ്വന്തം പകർപ്പ് ഉണ്ടാക്കി അവയുടെ പ്രൂഫ് വായിക്കുകയും ചെയ്യുന്നു. അതുല്യമായ മനുഷ്യശരീരം നിർമ്മിക്കാനും ആജീവനാന്തം അതു പരിരക്ഷിക്കാനും ആവശ്യമായ നിർദ്ദേശങ്ങൾ ഡി എൻ എയിൽ ഉണ്ട്. കൂടാതെ കോശവിഭജനം വളരെ വേഗത്തിലാണ് നടക്കുന്നത്. ഉദാഹരണത്തിന് അമ്മയുടെ ഉദരത്തിൽ കുഞ്ഞ് വികാസം പ്രാപിക്കുമ്പോൾ മിനിട്ടിൽ 2,50,000 എന്ന നിരക്കിലാണ് പുതിയ മസ്തിഷ്കകോശങ്ങൾ ഉണ്ടാകുന്നത്. അവശ്യവസ്തുക്കൾ കണക്കില്ലാതെ ലഭിക്കുന്ന സാഹചര്യം തുടർന്നാൽ വെറും രണ്ട് ദിവസം കൊണ്ട് ഒരൊറ്റകോശം വിഭജിച്ച് ഭൂമിയെക്കാൾ 2,500 മടങ്ങിലേറെ ഭാരമുള്ള ഒരു കോശസഞ്ചയം രൂപം കൊള്ളും. ഡി എൻ എ പ്രവർത്തിക്കുന്നതിന് ഒരു കൂട്ടം തന്മാത്ര യന്ത്രങ്ങൾ അങ്ങേയറ്റം കൃത്യതയോടെ നിമിഷാർദ്ധങ്ങളുടെ പോലും വ്യത്യാസമില്ലാതെ ഒത്തൊരുമിച്ച് പ്രവർത്തിക്കണം. കമ്പ്യൂട്ടർ പ്രോഗ്രാം തനിയെ ഉണ്ടാകാത്തതുപോലെ കോശത്തിലെ അതിസങ്കീർണ്ണമായ ഈ ഡി എൻ എ പ്രോഗ്രാമും അതിലെ പ്രക്രിയയും തനിയെ ഉണ്ടായതല്ല. മറിച്ച് ബുദ്ധിപൂർവ്വമായ രൂപസംവിധായകന്റെ കരവിരുതാണെന്ന് രൂപസംവിധായകവാദികൾ പറയുന്നു.

ജീവശാസ്ത്രത്തിൽനിന്ന് ഉപരിയായുള്ള വാദമുഖങ്ങളും ബുദ്ധിപൂർവ്വമായ രൂപസംവിധാനം എന്ന ആശയത്തിന്റെ പ്രചാരകർ ഉപയോഗിക്കാറുണ്ട്. പ്രപഞ്ചത്തിൽ കാണുന്ന നിയമങ്ങളാണ് അവർ അതിനെ സമർത്ഥിക്കാനുപയോഗിക്കുന്നത്. ഇവയിൽ അടിസ്ഥാന ഭൗതികശാസ്ത്ര സ്ഥിരാങ്കങ്ങൾ, അണുക്കളിൽ കാണപ്പെടുന്ന ശക്തി, ഗുരുത്വാകർഷണ നിയമങ്ങൾ, കാന്തിക വൈദ്യുത ശക്തി എന്നിവയെല്ലാം ഉപയോഗിക്കപ്പെടുന്നു. ഉദാഹരണത്തിനു മിക്ക അടിസ്ഥാന ഭൗതികശാസ്ത്ര സ്ഥിരാങ്കസംഖ്യകളും 120 ദശാംശ അക്കങ്ങളിൽ വരെ കൃത്യത കാട്ടുന്നു. ഈ ഭൗതികശാസ്ത്ര നിയമങ്ങളിലും സ്ഥിരാങ്കങ്ങളിലും എന്തെങ്കിലും ഒരു ചെറിയ മാറ്റം സംഭവിച്ചാൽ അത് ജീവന്റെ നിലനില്പിനെത്തന്നെ അപകടത്തിലാക്കും എന്ന് മാത്രമല്ല പ്രപഞ്ചത്തിന്റെ ഗതി തന്നെ താറുമാറാക്കും.

പരക്കെ എടുത്തുകാട്ടപ്പെടുന്ന ഒരുദാഹരണമാണ് ഭൂമിയുടെ കൃത്യമായ നിയമങ്ങൾ. സൂര്യനിൽനിന്ന് ഭൂമി വളരെ സന്തുലിതമായ അകലം വച്ചുപുലർത്തുന്നു. സൂര്യനിൽനിന്ന് കുറച്ച് കിലോമീറ്റർ അകലുകയാണെങ്കിൽ ഭൂമി ഒരു ഐസ് പാളിയാകും. അതേസമയം കുറച്ച് കിലോമീറ്റർ അടുക്കുകയാണെങ്കിൽ ഭൂമി ഒരു മരുഭൂമിയാകാൻ ഇടയാകും. ഇനി ഭൂമിയുടെ കൃത്യമായ ചരിവ് വ്യത്യസ്ത നാല് കാലാവസ്ഥയ്ക്ക് കാര

ണമാകുന്നു. ഈ ചരിവിന്റെ അളവിൽ എന്തെങ്കിലും മാറ്റം സംഭവിച്ചാൽ കാലാവസ്ഥാചക്രം തന്നെ സ്ഥിരതയില്ലാതാകും. കൂടാതെ ഭൂമിയുടെ കൃത്യമായ വലിപ്പം അതിലെ ഗുരുത്വാകർഷണ ശക്തി ജീവജാലങ്ങൾക്ക് സന്തുലിതമുള്ളതാക്കുന്നു. വലിപ്പം അല്പം കൂടിയാൽ ഗുരുത്വാകർഷണം വർദ്ധിക്കുകയും അങ്ങനെ അത് മർദ്ദം കുറഞ്ഞ അപകടകാരികളായ ഹൈഡ്രജൻ, കാർബൺ ഡയോക്സൈഡ് പോലെയുള്ള വായുവിനെ താഴേക്ക് വലിച്ചുവച്ചുകൊണ്ട് ഭൂമിയെ മനുഷ്യവാസമില്ലാത്തതാക്കി തീർക്കും. ഇനി വലിപ്പം അല്പം ഒന്ന് കുറയുകയാണെങ്കിൽ അത് ജീവിക്കാനാവശ്യമായ ഓക്സിജനെ ബഹിരാകാശത്തേക്ക് കളഞ്ഞ് ഭൂമിയെ മനുഷ്യവാസമില്ലാത്തതാക്കി തീർക്കും. കൂടാതെ ചന്ദ്രന്റെ കൃത്യമായ വലിപ്പമാണ് കടലിൽ തിര വരാനും കാറ്റിനെ നിയന്ത്രിക്കാനും സഹായിക്കുന്നത്. ഭൂമിയുടെ ചരിവ് മാറ്റം വരാതെ നിലനിർത്താനും ചന്ദ്രൻ സഹായിക്കുന്നു. ആയതിനാൽ ഭൂമി ഒരു ബുദ്ധിശക്തിയുള്ള സ്രഷ്ടാവിനാൽ ഉളവായതാണെന്ന് രൂപസംവിധാനവാദികൾ കരുതുന്നു.

ബുദ്ധിപൂർവ്വമായ രൂപസംവിധാനത്തെ ഒരു ശാസ്ത്രമായി അതിന്റെ പ്രചാരകർ വീക്ഷിക്കുന്നതിനാൽ രൂപസംവിധായകന്റെ നിർദ്ദിഷ്ടമായ പ്രകൃതിയും സ്വഭാവഗുണങ്ങളും വിവരിക്കുന്നത് മനഃപൂർവ്വം ഒഴിവാക്കപ്പെടുന്നു. എങ്കിലും ഇവരുടെ ന്യായവാദ രീതികൾ സ്രഷ്ടാവ് ദൈവമാണ് എന്ന രീതിയിലാണ് കാണപ്പെടുന്നത്. രൂപസംവിധാനവാദികൾ പ്രപഞ്ചവും ജീവരൂപങ്ങളും വളരെ വിസ്മയം ജനിപ്പിക്കുന്നതിനാൽ ഇതിന്റെയെല്ലാം സ്രഷ്ടാവിനെക്കുറിച്ച് മനസ്സിലാക്കാൻ മനുഷ്യർക്കാവില്ലെന്നും സ്രഷ്ടാവ് സമയം, കാലം എന്നിവ പോലെയുള്ള കണക്കുകൾക്കതീതനാണെന്നും കരുതുന്നു. തന്റെ സൃഷ്ടികൾ മുഖാന്തരം സ്രഷ്ടാവിനു ഒരു ഉദ്ദേശ്യം ഉണ്ടാകും എന്നും അവർ കരുതുന്നു. മനുഷ്യന്റെ സ്വാഭാവികഗുണങ്ങളുള്ള സ്രഷ്ടാവും സമാനഗുണങ്ങളുള്ള ഒരു വ്യക്തിയാണെന്നും എന്നാൽ മനുഷ്യരുമായി സമ്പർക്കത്തിലാകാതെ നില്ക്കുകയാണെന്നും കരുതുന്നു. ചാൾസ് ഡാർവിൻ പരിണാമവാദം ആദ്യം തുടങ്ങിവച്ചപ്പോൾ പരമ്പരാഗത ചിന്താഗതിക്കാർ എതിർത്തതുപോലെയാണ് തങ്ങളെ ഇന്ന് ശാസ്ത്രലോകം എതിർക്കുന്നതെന്ന് ചില രൂപസംവിധാനവാദികൾ പറയുന്നു. ആയതിനാൽ കാലം മുന്നോട്ട് പോകുംതോറും തങ്ങൾ പറഞ്ഞതാണ് ശരിയെന്ന് ശാസ്ത്രലോകം മനസ്സില്ലാക്കുമെന്ന് അവർ കരുതുന്നു. അമേരിക്കൻ ഐക്യനാടുകളിൽ രൂപസംവിധാനവാദികൾക്ക് അമിത മാധ്യമ പ്രാധാന്യം ലഭിച്ചത് പരിണാമസിദ്ധാന്ത വാദികൾക്ക് തലവേദനയായിട്ടുണ്ട്. 1982 നു ശേഷം ദൈവം ഇല്ല എന്ന് വിശ്വസിക്കുന്നുവരുടെ എണ്ണം ഐക്യനാടുകളിൽ 9% മുതൽ 14% മാത്രമേ ഉള്ളുവെന്ന് ഒരു കണക്കെടുപ്പ് കാണിക്കുന്നു. എന്നാൽ ജീവൻ പരിണമിപ്പിക്കുന്നതിൽ ദൈവം ഇടപെട്ടു എന്ന് കരുതുന്നവർ 35% മുതൽ 40% വരെയും, മനുഷ്യനെ കഴിഞ്ഞ 10,000 വർഷങ്ങൾക്കിടയിൽ ദൈവം നേരിട്ട് സൃഷ്ടിച്ചു എന്ന് വിശ്വസിക്കുന്നവർ 43% മുതൽ

47% വരെയുള്ളതായും കാണപ്പെട്ടു. അവിടെ മുൻപ് ദൈവം ഇല്ല എന്ന് ചിന്തിച്ച ചില പ്രശസ്ത പരിണാമവാദികൾ വരെ ഇപ്പോൾ കൂറുമാറിയ ചരിത്രവും ഉണ്ട്. ശാസ്ത്രമല്ലാത്തതിനാൽ രൂപസംവിധാനവാദം വിദ്യാലയങ്ങളിൽ പഠിപ്പിക്കാനാവില്ല എന്ന് അമേരിക്കയിലെ ഒരു കോടതി വിധിക്കുകയുണ്ടായി. പക്ഷേ, പരിണാമസിദ്ധാന്തത്തിന്റെ പരിമിതികളും തങ്ങളുടെ പുതിയ ശാസ്ത്രവും പഠിപ്പിക്കണമെന്ന് വാദിച്ചുകൊണ്ട് ഡിസ്കവറി ഇൻസ്റ്റിറ്റ്യൂട്ട് വിവാദം പഠിപ്പിക്കുക (Teach the Controversy) എന്ന സമരമുറ പ്രയോഗിക്കുന്നുമുണ്ട്. യൂറോപ്പിലും ഡിസ്കവറി ഇൻസ്റ്റിറ്റ്യൂട്ട് പ്രവർത്തിക്കുന്നുണ്ട്. എന്നാൽ ടർക്കി പോലെയുള്ള ഇസ്ലാമിക രാജ്യങ്ങൾ പരിണാമസിദ്ധാന്തത്തിന്റെ കൂടെ ബുദ്ധിപൂർവ്വമായ രൂപസംവിധാനം എന്ന ആശയവും പഠിപ്പിക്കണമെന്ന് തീരുമാനിച്ചിട്ടുണ്ട്.

ഒരു ജീവിസമൂഹത്തിൽ തലമുറകളിലേക്ക് കൈമാറ്റം ചെയ്യപ്പെടുന്ന സ്വഭാവങ്ങളിൽ ഉണ്ടാവുന്ന ഏതൊരു മാറ്റത്തിനും ജീവപരിണാമം എന്ന് പറയാം. പരിണാമപ്രക്രിയ ജീവികൾക്കിടയിൽ വൈവിദ്ധ്യത്തിന് കാരണമാകുന്നു. ആധുനിക നിഗമനങ്ങൾ അനുസരിച്ച് ഏതാണ്ട് 370 കോടി വർഷം മുൻപ് ജീവിച്ചിരുന്ന ഒരു പൊതുപൂർവ്വിക ജീവിയിൽനിന്നാണ് ഇന്ന് ഭൂമിയിൽ കാണപ്പെടുന്ന ജൈവവൈവിദ്ധ്യം ഉടലെടുത്തത്. വിവിധ ജീവികൾ തമ്മിലുള്ള ശരീരപരമായ സാദൃശ്യങ്ങളും ജൈവരാസപ്രക്രിയ സാദൃശ്യങ്ങളും പൊതുവായ DNA ഭാഗങ്ങളും സൂചിപ്പിക്കുന്നത് പൊതുവായ ഒരു തുടക്കത്തിനു ശേഷം തുടരെയുള്ള വൈവിദ്ധ്യവല്ക്കരണവും സ്പീഷീസ് വേർപിരിയലും വഴി പില്ക്കാലത്തെ ജീവജാതികൾ ഉണ്ടായി എന്നാണ്. സാദൃശ്യങ്ങളുടെ ഏറ്റക്കുറച്ചിൽ അനുസരിച്ച് ജീവികളുടെ വംശവൃക്ഷം തയ്യാറാക്കുകയും ചെയ്യാം. ഇതിന് ജീവിച്ചിരിക്കുന്നവയെയും ഫോസിലുകളെയും ഉപയോഗിക്കുന്നു.

ഴാൻ-ബാറ്റിസ്റ്റ് ലമാർക്കിനെപ്പോലെ പല പരിണാമ സൈദ്ധാന്തികരും നേരത്തെ ഉണ്ടായെങ്കിലും ചാൾസ് ഡാർവിൻ ആണ് ആദ്യമായി പ്രകൃതി നിർദ്ധാരണം മുഖേനയുള്ള പരിണാമത്തെ സംബന്ധിച്ച ശാസ്ത്രീയമായ ഒരു സിദ്ധാന്തം മുന്നോട്ടു വച്ചത്. പ്രകൃതി നിർദ്ധാരണത്തിലൂടെ ഉള്ള പരിണാമം ജീവിസമൂഹങ്ങളുടെ മൂന്ന് പ്രത്യേകതകളിൽനിന്നും മനസ്സിലാക്കാം. (1) ജീവികളുടെ പ്രത്യുല്പാദനം പരിസ്ഥിതിക്ക് ഉൾക്കൊള്ളാവുന്നതിന്റെ പതിന്മടങ്ങാണ്. (2) ജീവസമൂഹത്തിലെ വ്യക്തികൾക്ക് വ്യത്യസ്ത ഘടനകൾ ഉണ്ട്. ഈ വ്യത്യാസങ്ങൾ അതിജീവനത്തെയും പ്രത്യുല്പാദന വിജയത്തെയും ബാധിക്കുന്നു. (3) ഈ വ്യത്യാസങ്ങൾ പാരമ്പര്യമായി കൈമാറ്റം ചെയ്യപ്പെടുന്നു. ഈ കാരണങ്ങൾ കൊണ്ട് ഒരു ജീവിസമൂഹത്തിലെ അംഗങ്ങൾ മരണമടയുമ്പോൾ അവയുടെ സ്ഥാനം അതിലെ അതിജീവനത്തിനും പ്രത്യുല്പാദനത്തിനും മികവും കാണിക്കുന്ന മാതാപിതാക്കളുടെ മക്കൾക്ക് ലഭിക്കുന്നു. ഈ പ്രക്രിയ തുടരുമ്പോൾ ആ പരിസ്ഥിതിയിലെ അതിജീവനത്തിനും യോജിച്ച പാരമ്പര്യസ്വഭാവങ്ങൾ ജീവസമൂഹത്തിൽ പടരാനും അവ ആ സമൂഹത്തിന്റെ

പൊതുവായ അനുകൂലനങ്ങളായി മാറാനും ഇടയാകുന്നു. അനുകൂലനങ്ങൾ ഉണ്ടാവാനുള്ള കാരണം പ്രകൃതി നിർദ്ധാരണം ആണെങ്കിലും `ജനറ്റിക് ഡ്രിഫ്റ്റ്' പോലെ മറ്റു രീതികളിലും അനുകൂലനം ലക്ഷ്യമാക്കാത്ത പരിണാമം ഉണ്ടാവാം.

ഇരുപതാം നൂറ്റാണ്ടിന്റെ ആദ്യപാദത്തിൽ ജനിതകശാസ്ത്രവും ഡാർവിന്റെ പ്രകൃതി നിർദ്ധാരണം വഴിയുള്ള പരിണാമവും തമ്മിൽ പോപ്പുലേഷൻ ജനറ്റിക്സ് എന്ന ശാസ്ത്രശാഖ വഴി യോജിപ്പിക്കപ്പെട്ടു. പ്രകൃതി നിർദ്ധാരണം ജീവശാസ്ത്രത്തിൽ പരക്കെ അംഗീകരിക്കപ്പെട്ടതോടെ പരിണാമത്തിന്റെ ജൈവശക്തി സിദ്ധാന്തങ്ങളും (Othogenesis) പുരോഗതി ലക്ഷ്യമിട്ടുള്ള മാറ്റം എന്ന സങ്കല്പവും കാലഹരണപ്പെട്ടു. മാറ്റങ്ങളോടെയുള്ള പാരമ്പര്യപ്രേഷണം ഇന്ന് ശാസ്ത്രത്തിലെ ഏറ്റവും വിശ്വസനീയമായ വസ്തുതകളിൽ ഒന്നായി ഗണിക്കപ്പെടുന്നു. ഒരു മൃഗം മറ്റൊന്നിൽനിന്നും ഉരുത്തിരിയാം എന്ന ആശയം പുരാതനഗ്രീസിലെ അനാക്സിമാൻഡറും എംപെഡോക്ലസും മറ്റും മുന്നോട്ടു വച്ചിരുന്നു. എന്നാൽ അരിസ്റ്റോട്ടിലാവട്ടെ ജൈവവും അല്ലാത്തതുമായ വസ്തുക്കളെ ചില മൂർത്തരൂപങ്ങളുടെ (Ideals) അപൂർണ്ണ പതിപ്പുകളായി കണ്ടു. ഈ കാഴ്ചപ്പാടിൽ ഒരു മൂർത്തരൂപത്തിന്റെ പ്രായോഗിക ഉദാഹരണം മാത്രമാണ് ഓരോ മൃഗവും. ഈ മൂർത്തരൂപങ്ങളെ ദൈവങ്ങൾ നിശ്ചയിച്ചതും ആണ്. ഈ ആശയം മദ്ധ്യകാല യൂറോപ്പിലും ക്രിസ്തുമതത്തിലും വേരോടുകയും പരിണാമ ചിന്തയ്ക്ക് എതിർനില്ക്കുകയും ചെയ്തു. പതിനേഴാം നൂറ്റാണ്ടിലെ ആധുനിക ശാസ്ത്രത്തിന്റെ വികസനത്തോടെ അരിസ്റ്റോട്ടിലിന്റെ തത്ത്വം ഉപേക്ഷിച്ച് നിരീക്ഷണത്തിൽനിന്നും പ്രകൃതിനിയമങ്ങൾ കണ്ടെത്തുക എന്ന ശൈലിയിലേക്ക് ശാസ്ത്രജ്ഞർ നീങ്ങി. എങ്കിലും 1735 ൽ കാൾ ലിനേയസ് ജീവികളെ വർഗ്ഗീകരിച്ചതും ജീവിവർഗ്ഗങ്ങളെ ഇത്തരം ദൈവസ്ഥാപിത മൂർത്തരൂപങ്ങളായി സങ്കല്പിച്ചാണ്.

എന്നാൽ മറ്റു ശാസ്ത്രജ്ഞർ പ്രകൃതിനിയമങ്ങൾ അനുസരിച്ച് സ്പീഷീസുകൾക്ക് മാറ്റം വരുന്നത് ചിന്തിച്ചു തുടങ്ങി. പ്രത്യുല്പാദനത്തിൽ ഉണ്ടാകുന്ന ചെറിയ മാറ്റങ്ങൾ ചേർന്ന് ക്രമേണ പുതിയ സ്പീഷീസുകൾ ഉണ്ടായേക്കും എന്ന് മോപ്പെർടുയി 1751 ൽ എഴുതി. ബ്യൂഫോ (Georges Luis Leclerc, Count of Buffon) ആവട്ടെ ജീവികൾ ദൈവിക സൃഷ്ടി കഴിഞ്ഞു മാറ്റങ്ങൾക്കും അധഃപതനത്തിനും വിധേയമാകുന്നതായി കരുതി. ഇറാസ്മസ് ഡാർവിൻ ചൂടുരക്തമുള്ള ജീവികൾ എല്ലാം ഒരു സൂക്ഷ്മജീവിയിൽനിന്നും ഉണ്ടായിരിക്കാം എന്ന് നിർദ്ദേശിച്ചു. 1809 ലെ പരിവർത്തന സിദ്ധാന്തത്തിലൂടെ (Transmutation Theory) ആദ്യമായി ഒരു സമ്പൂർണ്ണ പരിണാമവാദം മുന്നോട്ടു വച്ചത് ഴാൻ ബാറ്റിസ്റ്റ് ലാമാർക്ക് ആയിരുന്നു, സൂക്ഷ്മജീവികൾ സ്വതജനനത്തിലൂടെ ഉണ്ടായി സമാന്തര പാതകളിലൂടെ പുരോഗതി ലക്ഷ്യം വച്ച് പരിണമിച്ച് ജൈവവൈവിദ്ധ്യം ഉണ്ടായി എന്ന് അദ്ദേഹം കരുതി. തത്സമയം ഷോർഷ് കുവ്യേ (Georges Cuvier), വില്ല്യം പേയ്‌ലി തുടങ്ങിയവർ സ്പീഷീസുകളുടെ

മാറ്റത്തെ തെളിവില്ലാത്ത ഊഹാപോഹങ്ങൾ എന്ന നിലയിൽ തള്ളിക്കളഞ്ഞു. പേയ്‌ലിയുടെ നാച്ചുറൽ തിയോളജി (സ്വാഭാവിക ദൈവശാസ്ത്രം) ചാൾസ് ഡാർവിനെ സ്വാധീനിച്ച ഒരു വീക്ഷണമായിരുന്നു.

മാറ്റമില്ലാത്ത സ്പീഷീസുകൾ എന്ന വീക്ഷണത്തിൽനിന്നും നിർണ്ണായകമായ വ്യതിചലനം ഉണ്ടാക്കിയത് ചാൾസ് ഡാർവിന്റെ പ്രകൃതി നിർദ്ധാരണം മൂലമുള്ള പരിണാമം എന്ന സിദ്ധാന്തമാണ്. ജനസംഖ്യാവർദ്ധനയെപ്പറ്റിയുള്ള റോബർട്ട് മാൽത്തൂസിന്റെ ലേഖനം വായിച്ച ഡാർവിൻ, മറ്റു ജീവികളിലും ജനപ്പെരുപ്പം അതിജീവനത്തിനുള്ള സമരത്തിൽ എത്തുന്നു എന്നും അത് അതിജീവനത്തിനുതകുന്ന വൈവിദ്ധ്യങ്ങൾ ഇല്ലാത്ത ജീവികളുടെ നാശത്തിനു കാരണമാകുന്നു എന്നും ചിന്തിച്ചു. വിഭവങ്ങളുടെ പരിമിതികൾ മൂലം ഓരോ തലമുറയിലും ധാരാളം ജീവികൾ നശിക്കുന്നു. ഇതുവഴി സാഹചര്യങ്ങൾക്ക് അനുസരിച്ച് ജീവികൾ വിവിധ രീതിയിൽ അനുകൂലനങ്ങൾ ഉണ്ടായി വ്യത്യസ്ത ജീവികൾ ആയേക്കാം. 1838 മുതൽ ഡാർവിൻ പ്രകൃതി നിർദ്ധാരണം എന്ന ഈ ആശയം വികസിപ്പിച്ചു. എന്നാൽ 1858 ൽ ആൽഫ്രെഡ് റസ്സൽ വാലസ് സമാനമായ ആശയം ഉൾക്കൊള്ളിച്ച് ഡാർവിന് തന്റെ ലേഖനം അയക്കുകയും തുടർന്ന് ഇരുവരുടെയും ലേഖനങ്ങൾ ലിന്നെയൻ സൊസൈറ്റിക്ക് സമർപ്പിക്കുകയും ചെയ്തു. തുടർന്ന് 1859 ൽ *വംശോല്പത്തി* എന്ന പുസ്തകത്തിലൂടെ ഡാർവിൻ പ്രകൃതി നിർദ്ധാരണത്തെ വിശദമായും അനേകം തെളിവുകളോടെയും വിശദീകരിക്കുക വഴി ഡാർവിനിയൻ പരിണാമത്തിനു വ്യാപകമായ സ്വീകാര്യത ലഭിച്ചു. തോമസ് ഹെന്റി ഹക്സ്ലി ഡാർവിന്റെ ആശയത്തെ മനുഷ്യരിൽ പ്രയോഗിക്കുകയും ശക്തമായ തെളിവുകൾ നിരത്തി മനുഷ്യരുടെയും ആൾക്കുരങ്ങുകളുടെയും പൊതു പാരമ്പര്യമെന്ന നിഗമനത്തിൽ എത്തുകയും ചെയ്തു. മനുഷ്യരുടെ പ്രകൃതിയിലെ പ്രത്യേകസ്ഥാനം നിഷേധിച്ചത് മൂലം ഇതിന് എതിർപ്പ് നേരിടേണ്ടി വന്നു.

പാരമ്പര്യ പ്രേഷണത്തിന്റെ കൃത്യമായ വിവരങ്ങളും പുതിയ ശാരീരിക സ്വഭാവങ്ങളുടെ ഉദയവും ഡാർവിന് ഒരു സമസ്യയായിരുന്നു. ഇതിനായി ഡാർവിൻ പാൻജനസിസ് എന്ന ഒരു ആശയം മുന്നോട്ടു വച്ചു. എന്നാൽ 1865 ൽ ഗ്രിഗർ മെൻഡൽ തന്റെ സസ്യപരീക്ഷണങ്ങളിലൂടെ പാരമ്പര്യ നിയമങ്ങളും പിന്നീട് ജീനുകൾ എന്ന് വിളിക്കപ്പെട്ട പാരമ്പര്യ കണികകളും കണ്ടെത്തി. മെൻഡലിന്റെ നിയമങ്ങൾ പാൻജനസിസിനെ മൊത്തമായിത്തന്നെ കാലഹരണപ്പെടുത്തി. പ്രത്യുല്പാദന കോശങ്ങളും ശാരീരിക കോശങ്ങളും തമ്മിലുള്ള സുപ്രധാനമായ തിരിവ് ശ്രദ്ധിച്ചതും പാരമ്പര്യവഹനത്തിൽ മറ്റു ശാരീരിക കോശങ്ങൾക്ക് പങ്കില്ല എന്ന് കണ്ടെത്തിയതും ഓഗസ്റ്റ് വൈൻമാൻ ആണ്. യൂഗോ ഡെവ്രീ മുന്നോട്ടു വച്ച മ്യൂട്ടേഷൻ സിദ്ധാന്തം കുറച്ചു കാലം ഡാർവിനിസ്റ്റുകളും ഡെവ്രീസിനെ പിന്തുണച്ചവരും ആയി ആവശ്യമില്ലാത്ത ഒരു വിരുദ്ധതയ്ക്ക് ഇടയാക്കി. എന്നാൽ ഇരുപതാം നൂറ്റാണ്ടോടെ പോപ്പുലേഷൻ ജനറ്റിക്സിന്റെ വികാ

സത്തിന് ചുക്കാൻ പിടിച്ച JBS ഹാൽഡെയ്ൻ, സെവാൽ റൈറ്റ്, റൊണാൾഡ് ഫിഷർ തുടങ്ങിയവർ പ്രകൃതിനിർദ്ധാരണത്തിന് സുസ്ഥിരമായ ഒരു ഗണിതശാസ്ത്ര അടിത്തറ ഉണ്ടാക്കിയെടുത്തു. ഡാർവിനിസവും മ്യൂട്ടേഷനുകളും മെൻഡലിയൻ പാരമ്പര്യശാസ്ത്രവും തമ്മിൽ ഉടലെടുത്ത വിയോജിപ്പ് അതോടെ പരിഹരിക്കപ്പെട്ടു.

ആയിരത്തി തൊള്ളായിരത്തി ഇരുപതുകളിലും മുപ്പതുകളിലും രൂപമെടുത്ത ആധുനിക പരിണാമസംശ്ലേഷണം (Modern Evolutionary Synthesis) പ്രകൃതി നിർദ്ധാരണത്തെയും മ്യൂട്ടേഷൻ സിദ്ധാന്തത്തെയും മെൻഡലിയൻ പാരമ്പര്യശാസ്ത്രത്തെയും പൂർണ്ണമായി ഐക്യപ്പെടുത്തി ബയോളജിയൊട്ടാകെ പ്രയോഗിക്കാൻ യോഗ്യമാക്കി. ആധുനിക സംശ്ലേഷണത്തിന് ഫോസിലുകളിലെയും സ്പീഷീസുകളിലെയും ഭ്രൂണശാസ്ത്രത്തിലെയും വരെ പല പ്രത്യേകതകളും വിശദീകരിക്കാൻ സാധിച്ചു. ജെയിംസ് വാട്സന്റെയും ഫ്രാൻസിസ് ക്രിക്കിന്റെയും 1953 ലെ DNA കണ്ടെത്തൽ പാരമ്പര്യത്തിന് ഭൗതിക അടിത്തറ നല്കി. ജനിതകവും ശരീരവും തമ്മിലുള്ള ബന്ധത്തെപ്പറ്റി തന്മാത്രാജീവശാസ്ത്രം കൂടുതൽ വെളിപ്പെടുത്തി. പരിണാമശ്രേണികളുടെ പഠനം (Phylogenetic Systematics) വികസിച്ച് വംശവൃക്ഷങ്ങളുടെ ഉപയോഗത്തിലൂടെ പരീക്ഷണവിധേയമാക്കാവുന്ന താരതമ്യാധിഷ്ഠിതമായ പരിണാമ മാതൃകകൾ ഉണ്ടാക്കി. പരിണാമത്തിന്റെ വെളിച്ചത്തിലല്ലാതെ ജീവശാസ്ത്രത്തിൽ ഒന്നിനും അർത്ഥമില്ല എന്ന് 1973 ൽ തിയോഡോഷ്യസ് ഡോബ്ഷാൻസ്കി പറഞ്ഞത്, പ്രകൃതിചരിത്രത്തിലെ ചിതറിക്കിടക്കുന്നത് എന്ന് ഒറ്റനോട്ടത്തിൽ തോന്നിയ വിവരങ്ങളെ തമ്മിൽ ബന്ധിപ്പിക്കുകയും പല കാര്യങ്ങൾ വിശദീകരിക്കുകയും പ്രവചിക്കുകയും ചെയ്യാനുള്ള ആധുനിക പരിണാമസിദ്ധാന്തത്തിന്റെ കഴിവിനെ ഉദ്ദേശിച്ചാണ്.

പ്രകൃതിനിർദ്ധാരണത്തിലൂടെയാണ് അതിജീവനത്തിനും പ്രത്യുല്പാദനത്തിനും ഗുണകരമായ ജനിതക വ്യതിയാനങ്ങൾ ഒരു ജീവിസമൂഹത്തിൽ സാധാരണമാകുന്നത്. ഇതിനെ തെളിവ് വേണ്ടാത്ത (self evident) ഒരു യാഥാർത്ഥ്യം എന്ന് വിളിക്കാറുണ്ട്. കാരണം ഈ മൂന്ന് ലളിതമായ വസ്തുതകൾ ഉള്ളപ്പോൾ പ്രകൃതിനിർദ്ധാരണവും ഉണ്ടാകും എന്നത് തന്നെ.

- പാരമ്പര്യമായി പ്രേഷണം ചെയ്യപ്പെടുന്ന വ്യതിയാനങ്ങൾ ഒരു സമൂഹത്തിൽ ഉണ്ട്.
- ജീവികൾ അതിജീവനത്തിനു സാദ്ധ്യമല്ലാത്തത്ര സന്താനങ്ങളെ ഉല്പാദിപ്പിക്കുന്നു.
- വ്യതിയാനങ്ങൾ മൂലം ഈ സന്താനങ്ങൾക്ക് അതിജീവിക്കാനും പ്രത്യുല്പാദനം നടത്താനും ഉള്ള കഴിവ് വ്യത്യസ്തമാണ്.

ഈ സാഹചര്യങ്ങൾ ഒരു വർഗ്ഗത്തിലെ ജീവികൾ തമ്മിൽ അതിജീവനത്തിനും പ്രത്യുല്പാദനത്തിനും വേണ്ടിയുള്ള സമരം സൃഷ്ടിക്കുന്നു. തൽഫലമായി ഈ സമരത്തിൽ വിജയിക്കാൻ സഹായിക്കുന്ന പ്രത്യേക

തകൾ അടുത്ത തലമുറയിലേക്ക് കൈമാറ്റം ചെയ്യപ്പെടുകയും ഗുണകര മല്ലാത്തവ കൂടുതലും കൈമാറ്റം ചെയ്യപ്പെടാതിരിക്കുകയും ചെയ്യുന്നു. പ്രകൃതി നിർദ്ധാരണത്തിന്റെ കാതലായ ആശയം പരിണാമപരമായ ഫിറ്റ്നസ് ആണ്. ഫിറ്റ്നസ് അളക്കുന്നത് അടുത്ത തലമുറയിലേക്കുള്ള ജനിതക സംഭാവന നിർണ്ണയിക്കുക വഴി ഒരു ജീവിയുടെ അതിജീവന ത്തിനും പ്രത്യുല്പാദനത്തിനും ഉള്ള കഴിവിനെ ആസ്പദമാക്കിയാണ്. പക്ഷേ, ഇതിനു സന്താനങ്ങളെ എണ്ണിയാൽ പോര. കാരണം അവർ അതി ജീവനത്തിനു സാധിക്കാത്ത വണ്ണം അശക്തരാണെങ്കിൽ അനേകം ഉണ്ടാ യാലും ഭാവി തലമുറകളിലേക്ക് ഗണ്യമായ ജനിതകസംഭാവന ചെയ്യാ ത്തതിനാൽ ഫിറ്റ്നസ് കുറയുന്നു.

പരിണാമം ജീവികളുടെ രൂപത്തെയും സ്വഭാവത്തെയും മാറ്റി മറി ക്കുന്നു. ഇതിൽ എടുത്തു പറയേണ്ടത് പ്രകൃതി നിർദ്ധാരണം മൂലം ജീവി കളിൽ ഉണ്ടാവുന്ന അനുകൂലനങ്ങളാണ്. ഭക്ഷണം തേടൽ, ഹിംസ്രജീ വികളിൽനിന്ന് ഒഴിഞ്ഞുമാറൽ, ഇണയെ ആകർഷിക്കൽ തുടങ്ങിയവയിൽ സഹായമാകുക വഴി ഇവ ഫിറ്റ്നസിനെ വർദ്ധിപ്പിക്കുന്നു. ജീവികൾ തമ്മിൽ ബന്ധുക്കളെ സഹായിക്കുകയോ ഇരുപക്ഷത്തിനും ഗുണകര മായ സഹജീവനമോ വഴിയുള്ള പരസ്പര സഹകരണവും നിർദ്ധാരണ സമ്മർദ്ദത്തിലൂടെ ഉരുത്തിരിയാം. ഒരു സമൂഹത്തിൽനിന്നും വേർപെട്ടു പോകുന്ന ഉപസമൂഹങ്ങൾ ദീർഘകാലം കൊണ്ട് മാതൃസമൂഹവുമായി പ്രത്യുല്പാദനം നടത്താൻ സാധിക്കാത്ത വിധത്തിൽ മാറാനും അങ്ങനെ പുതിയ സ്പീഷീസ് ആകാനും പരിണാമം ഇടയാക്കുന്നു. ചിലപ്പോൾ ഈ പരിണാമഫലങ്ങളെ സൂക്ഷ്മപരിണാമം, സ്ഥൂലപരിണാമം എന്ന് തിരിക്കാറുണ്ട്. ഇവിടെ അനുകൂലനങ്ങൾ പോലെ താഴ്ന്ന തലത്തിൽ നടക്കുന്ന മാറ്റങ്ങളാണ് സൂക്ഷ്മപരിണാമം. സ്പീഷീസിന് മുകളിൽ നട ക്കുന്ന സ്പീഷീസ് ഉണ്ടാകൽ, വേർപിരിയൽ, വംശനാശം എന്നിവയൊ ക്കയാണ് സ്ഥൂലപരിണാമം. പൊതുവായി പറഞ്ഞാൽ ദീർഘകാലത്തെ സൂക്ഷ്മപരിണാമത്തിന്റെ ഫലമാണ് സ്ഥൂലപരിണാമം എന്ന് കണക്കാ ക്കപ്പെടുന്നു. അതായത് ഇവ രണ്ടും തമ്മിലുള്ള വ്യത്യാസം അടിസ്ഥാന പരമല്ല, മറിച്ച് സമയത്തിന്റേത് മാത്രമാണ്.

പരിണാമത്തെക്കുറിച്ച് സാധാരണ ഉള്ള ഒരു തെറ്റിദ്ധാരണ അതിനു ദീർഘകാല പദ്ധതികളും ലക്ഷ്യങ്ങളും ഉണ്ട് എന്നതാണ്. യഥാർത്ഥ ത്തിൽ പരിണാമത്തിന് ദീർഘകാല ലക്ഷ്യങ്ങളില്ല. സങ്കീർണ്ണത പോലും ഉണ്ടാവണം എന്ന് നിർബ്ബന്ധമില്ല. ജീവികളുടെ എണ്ണവും വൈവിദ്ധ്യവും വർദ്ധിച്ചപ്പോൾ സങ്കീർണ്ണതയുള്ള ജീവികളും ഉണ്ടായി എന്നതൊഴിച്ചാൽ ലളിതമായ ജീവികളാണ് ഇന്നും ജീവികളിൽ ഏറ്റവും അധികം. ഭൂമി യിലെ മൊത്തം ജൈവപദാർത്ഥത്തിന്റെ പകുതിയോളം ഭാരം വരുന്നത് സൂക്ഷ്മജീവികളായ പ്രോകാരിയോട്ടുകൾ ആണ്. വലിയ ജീവികളെ പ്പോലെ ദൃഷ്ടിഗോചരമല്ലെങ്കിലും അവയ്ക്ക് തന്നെയാണ് ഭൂമിയിൽ ഏറെ വൈവിദ്ധ്യവും.

ഒരു ജീവി പരിണമിച്ച് അതിന്റെ സാഹചര്യത്തോട് കൂടുതൽ ഇണങ്ങുന്നതായിത്തീരുന്നതിന് അനുകൂലനം എന്ന് പറയുന്നു. അങ്ങനെ നേടിയ സ്വഭാവവിശേഷത്തിനും ഇങ്ങനെ പറയും. പുല്ലു ചവയ്ക്കാൻ യോജിച്ച പശുവിന്റെ പല്ലുകൾ ഉദാഹരണമാണ്. പ്രകൃതി നിർദ്ധാരണം വഴിയാണ് പ്രകൃതിയിൽ അനുകൂലനങ്ങൾ ഉണ്ടാവുക. അനുകൂലനം വഴി പുതിയ ഗുണകരമായ സവിശേഷതകൾ ഉണ്ടാവാം. അല്ലെങ്കിൽ ദോഷകരമായ പൂർവ്വിക സവിശേഷതകൾ ഇല്ലാതാവാം. ബാക്ടീരിയയിലെ ആന്റിബയോട്ടിക് പ്രതിരോധം രണ്ടിനും ഉദാഹരണം തരുന്നു. കോശത്തിൽനിന്നും ആന്റിബയോട്ടിക്കിനെ നീക്കം ചെയ്യാനുള്ള പമ്പിങ് മെക്കാനിസങ്ങൾ കൂടുതൽ വികാസം പ്രാപിക്കുന്നതാണ് ഒന്ന്. രണ്ടാമത് ആന്റിബയോട്ടിക്കുകൾ ലക്ഷ്യം വയ്ക്കുന്ന കോശഭാഗത്തിന് മാറ്റം വരുന്നത്. ദീർഘകാല ലബോറട്ടറി പരീക്ഷണങ്ങളിൽ ഇ-കോളി ബാക്ടീരിയ സിട്രിക് ആസിഡ് ഭക്ഷിക്കാനുള്ള കഴിവ് നേടിയത് പ്രശസ്തമായ മറ്റൊരു ഉദാഹരണമാണ്. വ്യാവസായിക നൈലോൺ നിർമ്മാണത്തിൽ പുറന്തള്ളപ്പെടുന്ന കെമിക്കലുകളിൽ വളരാനായി ഫ്ളോബാക്ടീരിയത്തിന്റെ പുതിയ എൻസൈം ഉണ്ടായതും മണ്ണിൽ കാണപ്പെടുന്ന സ്ഫിൻഗോബിയം ബാക്ടീരിയത്തിൽ പെന്റാക്ലോറോഫീനോൾ എന്ന കൃത്രിമ കീടനാശിനിയെ വിഘടിപ്പിക്കാനായി പുതിയ ദഹനഘടന ഉണ്ടായതും കൂടുതൽ ഉദാഹരണങ്ങളാണ്.

ഒരു സ്പീഷിസിലെ മാറ്റങ്ങൾ പലപ്പോഴും അതുമായി സ്ഥിരം ഇടപെടുന്ന മറ്റൊരു സ്പീഷിസിലും അനുകൂലനങ്ങൾക്ക് കാരണമാകുന്നു. രണ്ടാമത്തെ സ്പീഷിസിലെ മാറ്റങ്ങൾ വീണ്ടും ആദ്യത്തെ സ്പീഷിസിൽ പുതിയ അനുകൂലനങ്ങൾ ഉണ്ടാക്കുകയും അങ്ങനെ ഈ പ്രക്രിയ ചാക്രികമായി ആവർത്തിക്കുകയും ചെയ്യുന്നതിന് കോ-എവലൂഷൻ എന്ന് പറയുന്നു. ഹിംസ്രജീവിയും ഇരയും തമ്മിൽ ഇങ്ങനെ മത്സരം ഉണ്ടാകുന്നതിന് പരിണാമപരമായ ആയുധപ്പന്തയം എന്ന് പറയാറുണ്ട്. ഇതിന് ഒരു ഉദാഹരണമാണ് കോമൺ ഗാർട്ടർ പാമ്പിന്റെ ഇരയായ റഫ്സ്കിൻഡ് ന്യൂട്ടിന്റെ ശരീരത്തിൽ വിഷം ഉണ്ടായതും തുടർന്നു പാമ്പിൽ അതിനോട് പ്രതിരോധം ഉണ്ടായതും. തുടർന്ന് കൂടിയ അളവിലുള്ള വിഷവും ആനുപാതികമായ കൂടിയ പ്രതിരോധവും ന്യൂട്ടിലും പാമ്പിലും പരിണമിച്ചു.

വിവിധ സ്പീഷീസുകൾ തമ്മിൽ പരിണമിക്കുന്ന എല്ലാ ബന്ധങ്ങളും സംഘർഷഭരിതമല്ല. പരസ്പര സഹായത്തിൽ അധിഷ്ഠിതമായ അനേകം ബന്ധങ്ങളും ഉണ്ട്. സസ്യങ്ങളും അവയെ മണ്ണിൽനിന്നും പോഷകങ്ങൾ വലിച്ചെടുക്കാൻ സഹായിക്കുന്ന മൈക്കോറൈസൽ ഫംഗസുകളും തമ്മിലുള്ള ബന്ധം അങ്ങേയറ്റത്തെ സഹകരണത്തിന് ഉദാഹരണമാണ്. സഹായത്തിനു പകരമായി ഫംഗസുകൾക്ക് സസ്യം പ്രകാശസംശ്ലേഷണം നടത്തി നിർമ്മിച്ച ഊർജ്ജം ലഭിക്കുന്നു. കൂടാതെ സസ്യകോശങ്ങൾക്കുള്ളിൽ വളരുന്ന ഇവ പുറപ്പെടുവിക്കുന്ന ചില രാസസൂചനകൾ വച്ച് ഇവയെ സസ്യത്തിന്റെ പ്രതിരോധസംവിധാനം അവഗണിക്കുകയും

ചെയ്യുന്നു. ഒരേ സ്പീഷീസിലെ ജീവികൾ തമ്മിലുള്ള സഹകരണവും പരിണമിക്കാറുണ്ട്. തേനീച്ചകൾ, ഉറുമ്പുകൾ, ചിതലുകൾ തുടങ്ങിയ സാമൂഹ്യ ഷഡ്പദങ്ങളിൽ കാണുന്ന അതിസാമൂഹ്യതയാണ് ഒരു മികച്ച ഉദാഹരണം. ഒരു സാമൂഹ്യ ഷഡ്പദ കോളനിയിലെ പ്രത്യുല്പാദന ശേഷിയില്ലാത്ത ഭൂരിപക്ഷം ഷഡ്പദങ്ങൾ അതിനു കഴിവുള്ള ന്യൂനപക്ഷത്തെ പരിപാലിക്കുന്ന കോളനിയിലെ ജീവികൾ തമ്മിലുള്ള അടുത്ത ജനിതകബന്ധമാണ് ഈ സഹകരണത്തെ നിലനിർത്തുന്നത്. ഇതിനോട് സദൃശ്യമായ ഒരു ബന്ധമാണ് ഒരു ബഹുകോശ ജീവിയുടെ കോശങ്ങൾ തമ്മിലുള്ളത്. ശാരീരിക കോശങ്ങൾ കോശവിഭജനം മൂലം പെരുകുന്നതിനെ ചില സൂചനകൾ തിരിച്ചറിഞ്ഞ് സ്വയം നിയന്ത്രിക്കുന്നത് മൂലമാണ് ഒരു മൃഗത്തിന് നിശ്ചിതമായ ഒരു രൂപം ഉണ്ടാകുന്നത്. ജീവിയുടെ മരണത്തോടെ നാശം നേരിടുന്ന ഈ ശാരീരിക കോശങ്ങൾ ഏതാനും ചില പ്രത്യുല്പാദന കോശങ്ങളിൽനിന്നും സന്താനങ്ങൾ ഉണ്ടാകാൻ സഹായിക്കുന്നതിനായി നിലനില്ക്കുന്നു. വിഭജനത്തെയും കോശമരണത്തെയും നിയന്ത്രിക്കുന്ന ഈ സൂചനകൾ അവഗണിച്ചു ചില കോശങ്ങൾ പെറ്റു പെരുകിയാൽ ആണ് ക്യാൻസർ ഉണ്ടാകുന്നത്. ഒരു സ്പീഷീസ് കാലക്രമത്തിൽ പരിണമിച്ച് രണ്ടോ അതിൽ അധികമോ സ്പീഷീസുകളായി വേർതിരിയുന്ന പ്രക്രിയയാണ് സ്പീഷീസ് വേർപിരിയൽ അഥവാ സ്പീസിയേഷൻ. സ്പീഷീസ് എന്നതിന് ഒന്നിലധികം നിർവ്വചനങ്ങൾ ഉണ്ട്. ജീവിവിഭാഗങ്ങളുടെ ചില പ്രത്യേകതകൾ, പ്രത്യേകിച്ചും ലൈംഗികതയുടെ സാന്നിദ്ധ്യമോ അഭാവമോ അനുസരിച്ച് നിർവ്വചനങ്ങളുടെ പ്രായോഗികത മാറുന്നതിനാലാണിത്. ലൈംഗിക ജീവികളിലാണെങ്കിൽ പരസ്പരം ഇണ ചേർന്ന് പ്രത്യുല്പാദനം നടത്തുന്നതോ, അതിനു കഴിയുന്നതോ ആയ ജീവികളാണ് പൊതുവേ ഒരു സ്പീഷീസ് ആയി കണക്കാക്കപ്പെടുന്നത്. അലൈംഗിക ജീവികളിൽ മാനദണ്ഡം കൂടുതൽ അവ്യക്തമാണ്.

പൊതുപൂർവ്വികനിൽനിന്നും പരിണമിച്ച് വ്യത്യസ്ത സ്പീഷീസുകളാകുന്ന പരിണാമം ഏത് ഘട്ടം വരെ എത്തി എന്നത് അനുസരിച്ച് രണ്ടു സമൂഹങ്ങളിലെയും ജീവികൾ തമ്മിൽ പ്രത്യുല്പാദനം നടത്തി സന്താനങ്ങളെ ഉണ്ടാക്കാൻ സാധിച്ചേക്കും. കുതിരയുടെയും കഴുതയുടെയും സന്താനമായ കോവർ കഴുത പോലെയുള്ള ഇത്തരം ഹൈബ്രിഡുകൾ പൊതുവേ പ്രത്യുല്പാദന ശേഷി ഇല്ലാത്തവയായിരിക്കും. ഇത് ജീൻ ഫ്ളോയെ തടയുന്നതിനാൽ സ്പീഷീസുകൾ തമ്മിൽ കലരുന്നില്ല. എന്നാൽ അപൂർവ്വമായി പ്രത്യുല്പാദന ശേഷിയുള്ള ഹൈബ്രിഡുകളും ഉണ്ടാകാറുണ്ട്. ഇവയ്ക്ക് രണ്ടു സ്പീഷീസിനും ഇടയിലുള്ള ശാരീരിക സ്വഭാവങ്ങളോ രണ്ടുമായും ബന്ധമില്ലാത്ത സ്വഭാവങ്ങളോ കാണാറുണ്ട്. ഇത്തരം മിശ്രണം പുതിയ സ്പീഷീസുകളുടെ രൂപീകരണത്തിൽ എത്ര ശതമാനം വരുന്നു എന്നത് വ്യക്തമല്ല. എന്തായാലും ഗ്രേ ട്രീ ഫ്രോഗ് പോലെ അനേകം ഉദാഹരണങ്ങൾ ഇതിനു ലഭ്യമാണ്. സ്പീഷീസ് വേർപി

രിയൽ പ്രകൃതിയിലും ലബോറട്ടറിയിലും പല തവണ നിരീക്ഷിക്കപ്പെട്ടിട്ടുണ്ട്. ലൈംഗിക ജീവികളിൽ സ്പീസിയേഷൻ നടക്കുന്നത് ഒരു സമൂഹം മറ്റുള്ളവയിൽനിന്ന് ഒറ്റപ്പെടുകയും പരസ്പരം പ്രത്യുല്പാദനം നടക്കാതെ വരികയും അതുമൂലം പൊതുപാരമ്പര്യത്തിൽനിന്നും അകലുകയും ചെയ്യുമ്പോൾ ആണ്. ഇതിൽത്തന്നെ നാല് രീതികൾ കാണാം. ഏറ്റവും സാധാരണമായതാണ് അല്ലോപാട്രിക് സ്പീസിയേഷൻ. ഇത് രണ്ടുസമൂഹങ്ങൾ എന്തെങ്കിലും ഭൂമിശാസ്ത്രപരമായ തടസ്സം മൂലം വേർതിരിക്കപ്പെടുന്നത് മൂലം സംഭവിക്കുന്നു. ഇതിന് ഒരു സമൂഹത്തിന്റെ കുടിയേറ്റമോ ആവാസവ്യവസ്ഥയിലെ മാറ്റങ്ങളോ കാരണമാകാം. ഈ സാഹചര്യത്തിൽ രണ്ടു സമൂഹങ്ങളിലും പ്രകൃതിനിർദ്ധാരണവും ജനറ്റിക് ഡ്രിഫ്റ്റും മൂലം വ്യത്യസ്ത ദിശകളിൽ ഉണ്ടാകുന്ന മാറ്റങ്ങൾ ക്രമേണ ഭൂമിശാസ്ത്രപരമായ തടസ്സം നീങ്ങിയാലും പരസ്പരം പ്രത്യുല്പാദനം സാദ്ധ്യമാകാത്ത തരത്തിലുള്ള വ്യതിരിക്തതയെ സൃഷ്ടിക്കുന്നു.

രണ്ടാമത്തെ രീതി പെരിപാട്രിക് സ്പീസിയേഷൻ ആണ്. ഇവിടെ ഒറ്റപ്പെടുന്ന പുത്രിസമൂഹം മാതൃസമൂഹത്തെ അപേക്ഷിച്ച് വളരെ ചെറുതാണ് എന്നതാണ് വ്യത്യാസം. ചെറിയ സമൂഹത്തിൽ ഫൗണ്ടർ എഫക്റ്റ് മൂലം പെട്ടെന്ന് സ്പീസിയേഷൻ നടക്കുന്നു. ജനറ്റിക് ഡ്രിഫ്റ്റ് ശക്തമാകുന്നതും ചെറിയ സമൂഹത്തിലെ അന്തഃപ്രജനനം മൂലം ഹോമോസൈഗസ് ആയ ജീവികളിലുള്ള നിർദ്ധാരണം വർദ്ധിക്കുന്നതും ഒക്കെയാണ് ഫലങ്ങൾ. മൂന്നാമത്തെ രീതിയാണ് പാരാപാട്രിക് സ്പീസിയേഷൻ. ഇവിടെയും ഒരു ചെറിയ സമൂഹം പുതിയൊരു ആവാസവ്യവസ്ഥയിലേക്ക് നീങ്ങുന്നു. പക്ഷേ, മാതൃസമൂഹവുമായി കൃത്യമായ ഒരു ഭൗതിക തടസ്സം മൂലമുള്ള വേർതിരിവ് ഇല്ല എന്ന് മാത്രം. പ്രാദേശികമായ അനുകൂലനങ്ങൾ പരിണമിച്ച് തുടങ്ങുന്നതോടെ രണ്ടു സമൂഹവും തമ്മിലുള്ള ജീൻ ഒഴുക്ക് ദോഷകരമായി മാറുന്നു. അതിനാൽ പലപ്പോഴും പരസ്പര മിശ്രണത്തെ തടയുന്ന ജനിതക ഗുണങ്ങൾ കൂടി പരിണമിക്കുന്നു. ആന്തോക്സാന്തം ഓഡോറാറ്റം എന്ന പുല്ലിൽ ഇതിന് ഉദാഹരണം നിരീക്ഷിക്കപ്പെട്ടിട്ടുണ്ട്. ലോഹ ഖനികൾക്ക് സമീപം ലോഹ മലിനീകരണമുള്ള സ്ഥലത്തുള്ള പുല്ലിന് അതിനോട് പ്രതിരോധം പരിണമിച്ചു. തുടർന്ന് അവ മറ്റുള്ള സ്ഥലങ്ങളിൽ ഉള്ള പുല്ലിൽനിന്നും വ്യത്യസ്തമായ സമയത്ത് പൂവിടാൻ തുടങ്ങി. ഇത് ഫലപ്രദമായി പരസ്പരമുള്ള പ്രത്യുല്പാദനത്തെ തടഞ്ഞു. മിശ്രവർഗ്ഗത്തിനെതിരായ നിർദ്ധാരണം മൂലം സ്പീഷിസിനുള്ളിൽ മാത്രം ഇണചേരാനുള്ള സ്വഭാവങ്ങൾ പരിണമിക്കാം. കൂടാതെ സമൂഹങ്ങൾ തമ്മിൽ എളുപ്പത്തിൽ തിരിച്ചറിയാനുതകുന്ന ഭൗതിക വ്യത്യാസങ്ങളും. അവസാനത്തേത് സിംപാട്രിക് സ്പീസിയേഷൻ. ഈ പ്രതിഭാസത്തിൽ ഭൗതികമായ തടസ്സങ്ങൾ കൂടാതെ ഒരേ ആവാസ വ്യവസ്ഥയിൽ തന്നെ പുതിയ സ്പീഷീസ് ഉടലെടുക്കണം എന്നതിനാൽ വളരെ അപൂർവ്വമാണ്.

ഒരു സ്പീഷീസ് പൂർണ്ണമായി നശിച്ചു പോകുന്നതിനെയാണ് വംശനാശം എന്ന് വിളിക്കുന്നത്. ഇത് അപൂർവ്വമായ ഒന്നല്ല. ഭൂമിയുടെ ചരിത്രത്തിൽ ഉടനീളം സ്പീസിയേഷൻ വഴി പുതിയ പുതിയ ജീവികൾ ഉടലെടുക്കുകയും വംശനാശം മൂലം നശിച്ചു പോകുകയും ചെയ്തിട്ടുണ്ട്. ഇന്ന് ഭൂമിയിൽ ജീവിച്ചിരിക്കുന്ന സസ്യ, ജന്തു സ്പീഷീസുകൾ നശിച്ചുപോയവയെ അപേക്ഷിച്ച് തുലോം തുച്ഛമായ എണ്ണം മാത്രമാണ്. ജീവന്റെ ചരിത്രത്തിൽ ഉടനീളം വംശനാശങ്ങൾ നടന്നതു കൂടാതെ കൂട്ട വംശനാശങ്ങൾ എന്നറിയപ്പെടുന്ന സംഭവങ്ങളിൽ ചുരുങ്ങിയ കാലംകൊണ്ട് വളരെയധികം വംശനാശങ്ങൾ നടന്നു. പക്ഷികൾ ഒഴികെയുള്ള ദിനോസറുകൾ നശിച്ച ക്രെറ്റേഷ്യസ്-പാലിയോജീൻ കൂട്ട വംശനാശമാണ് ഏറ്റവും പ്രശസ്തം. എന്നാൽ അതിനുമുൻപ് സംഭവിച്ച പെർമിയൻ-ട്രയാസിക് കൂട്ട വംശനാശം അതിലും വിനാശകരമായിരുന്നു. അന്ന് സമുദ്രജീവികളിൽ 96% സ്പീഷീസുകളും നശിച്ചതായി കണക്കാക്കപ്പെടുന്നു.

ഇവയെ കൂടാതെ നിലവിൽ ഒരു കൂട്ട വംശനാശം നടന്നുകൊണ്ടിരിക്കുന്നതായും ശാസ്ത്രജ്ഞർ കണക്കാക്കുന്നു. ആഫ്രിക്കയിൽനിന്നും ലോകമെങ്ങും കുടിയേറിയ മനുഷ്യരുടെ വ്യാപനവുമായി ബന്ധപ്പെട്ടാണ് ഈ കൂട്ട വംശനാശം ആരംഭിച്ചത്. സ്വാഭാവികമായി നടക്കുന്നതിന്റെ നൂറോ ആയിരമോ ഇരട്ടി തോതിൽ ഇപ്പോൾ വംശനാശങ്ങൾ നടക്കുന്നതായി കരുതപ്പെടുന്നു. ഹോളോസീൻ കൂട്ട വംശനാശം എന്നാണ് ഇതിനെ വിളിക്കുന്നത്. പുരാതന മനുഷ്യർ വലിയ മൃഗങ്ങളെ വേട്ടയാടി വംശനാശത്തിൽ എത്തിച്ചെങ്കിൽ ഇന്ന് ജനപ്പെരുപ്പവും പരിസ്ഥിതി നാശവും കാലാവസ്ഥാ മാറ്റവും കൂടി മറ്റു ജീവികൾക്ക് പ്രതികൂലമാകുന്നു. പരിമിതമായ വിഭവങ്ങൾക്ക് വേണ്ടി മത്സരം ഉണ്ടായി അതിൽ ഒരു സ്പീഷീസ് മറ്റൊരു സ്പീഷീസിനെ പരാജയപ്പെടുത്തിയാൽ വംശനാശം ഉണ്ടാകാം. ഇത് കൂടുതൽ അതിജീവന ശേഷിയുള്ള സ്പീഷീസിനെ അവശേഷിപ്പിക്കുന്നു, വംശീയനിർദ്ധാരണത്തിന് ഇടയാക്കുന്നു. സ്വാഭാവികമായി ഉണ്ടാകുന്ന വംശനാശങ്ങൾ പലപ്പോഴും ഇങ്ങനെയാണ്. ഇടയ്ക്കിടെ ഉണ്ടായ കൂട്ട വംശനാശങ്ങൾ പ്രകൃതിയിലെ ജൈവവൈവിദ്ധ്യത്തെ നാമാവശേഷമാക്കുകയും അതിജീവിക്കുന്ന ചുരുക്കം ജീവികളിൽ വിവിധ പരിസ്ഥിതി സാഹചര്യങ്ങൾക്ക് യോജിച്ച വിധം പെട്ടെന്ന് പരിണമിച്ച് വൈവിദ്ധ്യവല്ക്കരണം നടക്കാനുള്ള അവസരം ഒരുക്കുകയുമാണ് ചെയ്യുക.

ഭൂമിക്ക് ഏകദേശം 454 കോടി വർഷം പഴക്കമുണ്ട്. ഏകദേശം 350 കോടി വർഷംമുൻപ് മുതൽ ജീവന്റെ അനിഷേദ്ധ്യമായ തെളിവുകൾ ലഭ്യമാണ്. ഭൂമി ഉരുകിയ ഹേയ്ഡിയൻ യുഗത്തിനു ശേഷം ഖരമായ ഉപരിതലം രൂപപ്പെട്ട ഇയോ ആർക്കിയൻ യുഗത്തിലേക്ക് കടന്ന ശേഷം ആണിത്. പടിഞ്ഞാറൻ ഓസ്ട്രേലിയയിലെ 348 കോടി വർഷം പഴക്കമുള്ള മണൽക്കല്ലുകളിൽ ഏകകോശ ജീവികളുടെ ഫോസിലുകൾ കാണാം. ഭൂമിയിൽ ജീവിച്ചിട്ടുള്ളതിൽ 99 ശതമാനത്തിലേറെ സ്പീഷീസുകളും, അതായത് അഞ്ഞൂറ് കോടിയിൽ ഏറെ സ്പീഷീ

സുകൾ വംശനാശം വന്ന് മണ്മറഞ്ഞതായി കണക്കാക്കപ്പെടുന്നു. ഇന്ന് ഭൂമിയിൽ ഒരു കോടി മുതൽ 1.4 കോടി വരെ സ്പീഷീസുകൾ ആണുള്ളത്. ആദിമ ഭൂമിയിൽ നിലനിന്ന ഉയർന്ന ഊർജ്ജത്തിലുള്ള രാസപ്രവർത്തനങ്ങൾ സ്വന്തം കോപ്പികൾ ഉണ്ടാക്കാൻ കഴിവുള്ള ഒരു തന്മാത്രയെ സൃഷ്ടിച്ചതാണ് 400 കോടി വർഷം മുൻപ് ജീവന്റെ തുടക്കം എന്ന് കരുതപ്പെടുന്നു. അതിനും അമ്പതുകോടി വർഷങ്ങൾക്ക് ശേഷം ഇന്നത്തെ ജീവികളുടെ മുഴുവൻ പൊതുപൂർവ്വികൻ രൂപപ്പെട്ടു. ആദിമ തന്മാത്രകളിൽ സ്വയം കോപ്പികൾ ഉണ്ടാക്കാൻ കഴിവുള്ള RNA ഉൾപ്പെട്ടിരിക്കാം. ഭൂമിയിൽ ഉള്ള എല്ലാ ജീവികളും ഒരേ പൊതുപൂർവ്വികന്റെ അഥവാ പൂർവ്വിക ജീൻപൂളിന്റെ പിന്മുറക്കാരാണ്. ഇന്ന് നിലവിലുള്ള ജീവികൾ പരിണാമത്തിലെ ഒരു ഘട്ടം മാത്രമാണ്. ഇന്നുള്ള ജീവികളുടെ വൈവിദ്ധ്യം തുടർച്ചയായ സ്പീഷീസ് വേർപിരിയലും വംശനാശവും മൂലം ജീവികൾ ശാഖോപശാഖകളായി തിരിഞ്ഞ് രൂപപ്പെട്ടതാണ്.

ഇന്റലിജന്റ് ഡിസൈനിങ്

ഭൂമിയിലെ ജീവിവർഗ്ഗങ്ങളുടെ ഉല്പത്തി ജീവപരിണാമം വഴിയാണ് സംഭവിച്ചത് എന്നാണ് ശാസ്ത്രം പഠിപ്പിക്കുന്നത്. എന്നാൽ നിലവിൽ ഇല്ലാത്ത ഒന്നിൽനിന്നും മറ്റൊന്നിനെ സൃഷ്ടിക്കാൻ കഴിയില്ലെന്ന കേവലയുക്തി ദൈനംദിന ജീവിതത്തിൽ ആവോളം ഉപയോഗിക്കുമ്പോഴും ഭൂമിയും ഭൗമജീവനും സൃഷ്ടിച്ചത് ഒരു ഇന്റലിജന്റ് ഡിസൈനർ ആണെന്ന് വിശ്വസിക്കാനാണ് ഭൂരിപക്ഷം ആളുകളും ശ്രമിക്കുന്നത്. പരിണാമം ഒരു സങ്കീർണ്ണ പ്രക്രിയയാണ്. പരിണാമ സിദ്ധാന്തവും അങ്ങനെ തന്നെ. പരിണാമ സിദ്ധാന്തമെല്ലാം പഠിച്ച് പ്രകൃതി നിർദ്ധാരണത്തിന്റെ നൂലാമാലകളിലേക്കൊന്നും പോകണ്ട ഇതിനെല്ലാം പിന്നിൽ ഒരു ഇന്റലിജന്റ് ഡിസൈനറുടെ കൈകളുണ്ടെന്ന എളുപ്പവഴി സ്വീകരിക്കാൻ. കുരങ്ങിൽനിന്നാണ് മനുഷ്യൻ ഉണ്ടായതെങ്കിൽ ഇപ്പോഴത്തെ കുരങ്ങൻമാരൊന്നും മനുഷ്യനാകാത്തതെന്താണ് എന്നൊരു വിഡ്ഢിച്ചോദ്യവുമാകാം. പരിണാമ പ്രക്രിയയിലെ മിസിങ് ലിങ്ക് തപ്പിപ്പിടിക്കാൻ പരിണാമ സിദ്ധാന്തമൊന്നാകെ അരിച്ച് പെറുക്കുന്ന ശുഷ്കാന്തി ഒരു ഇന്റലിജന്റ് ഡിസൈനറുടെ കളിമൺ സിദ്ധാന്തത്തിന് മുൻപിൽ കടപുഴകി വീഴും. എന്നാൽ പരിണാമത്തെ പൂർണ്ണമായി തള്ളിക്കളയാൻ മനസ്സുവരാത്ത ചിലരെങ്കിലും പരിണാമത്തിന് പിന്നിലും ഒരു അദൃശ്യ കരത്തിന്റെ സാന്നിദ്ധ്യം കാണാൻ ശ്രമിക്കുന്നുണ്ട്. സൃഷ്ടിവാദികൾ പതുക്കെയെങ്കിലും പരിണാമം അംഗീകരിക്കാൻ തുടങ്ങിയിട്ടുണ്ടെന്നത് യാഥാർത്ഥ്യമാണ്. പരിണാമത്തിന് അവർ കൊടുക്കുന്ന വ്യാഖ്യാനം വിചിത്രമാണെങ്കിലും പരിണാമത്തെ എതിർക്കുന്നത് ബുദ്ധിശൂന്യതയാണെന്ന് മനസ്സിലാക്കുന്നതുകൊണ്ടാണിത്. ഇന്റലിജന്റ് ഡിസൈനിങ്ങിന്റെ വക്താക്കൾ പരിണാമം അംഗീകരിച്ചു തുടങ്ങിയപ്പോൾ ശാസ്ത്രലോകം ഇന്റലിജന്റ്

ഡിസൈനിങ്ങിലേക്കാണ് ഇപ്പോൾ നോക്കുന്നത്. ഇരുപത്തിഒന്നാം നൂറ്റാണ്ട് ഇന്റലിജന്റ് ഡിസൈനിങ്ങിന്റേതാണെന്നാണ് ശാസ്ത്രജ്ഞർ കരുതുന്നത്. ജീവികളിൽ, വിശേഷിച്ചും മനുഷ്യനിൽ ഇനി പരിണാമത്തിന് പ്രസക്തിയില്ല, മറിച്ച് ഡിസൈൻ ചെയ്ത ജീവികളായിരിക്കും ഭാവിയിലുണ്ടാകാൻ പോകുന്നത്. അതൊരുപക്ഷേ ഹോമോസാപിയൻസ് എന്ന ആധുനിക മനുഷ്യന്റെ അന്ത്യവുമായിരിക്കും.

400 കോടി വർഷങ്ങൾക്കുമുമ്പാണ് പരിണാമത്തിലൂടെ ജീവന്റെ മുകുളങ്ങൾ ഭൂമിയിൽ വിരിയാനാരംഭിച്ചത്. പ്രകൃതി നിർദ്ധാരണമാണ് പരിണാമത്തിന്റെ അടിസ്ഥാന ശില. പ്രകൃതി നിർദ്ധാരണം വഴി ജീവിവർഗ്ഗം പരിണമിക്കുന്നതിന് പ്രകൃതിക്ക് അതീതമായ ഒരു ഡിസൈനിങ് വൈദഗ്ദ്ധ്യമൊന്നും ആവശ്യമില്ല. അതുതന്നെയാണ് പരിണാമ സിദ്ധാന്തത്തിന്റെ സൗന്ദര്യവും. സൂക്ഷ്മ ജീവികളിൽ തുടങ്ങി സങ്കീർണ്ണ ഘടനയുള്ള സസ്തനികളിൽ വരെ എത്തിനില്ക്കുന്ന പരിണാമത്തിൽ മസ്തിഷ്കമോ, ബോധമോ ഇല്ലാത്ത മൈക്രോ ഓർഗനിസങ്ങൾക്കുവരെ പങ്കുണ്ടെങ്കിൽ ഇന്റലിജന്റ് ഡിസൈൻ എന്നു പറയുന്ന സൃഷ്ടിവാദത്തിന് ഒരു പങ്കും ഇല്ല എന്നതാണ് വാസ്തവം. ജീവിവർഗ്ഗങ്ങളിൽ ഇത്തരം ഒരു ഡിസൈനിങ് നടത്തണമെങ്കിൽ അതിന് ശേഷിയുള്ളത് മസ്തിഷ്കവളർച്ച കൂടുതലുള്ള ഹോമോസാപിയൻസിന് മാത്രമാണ്. ഒരു ജിറാഫിനോ, സീബ്രയ്ക്കോ ഡിസൈൻ ചെയ്ത സസ്യങ്ങളെ നിർമ്മിക്കാൻ കഴിഞ്ഞിട്ടില്ല. ഒരു കടുവയും സിംഹവും ഡിസൈൻ ചെയ്ത കാട്ടുപോത്തിനെയോ മാനിനെയോ ഉല്പാദിപ്പിച്ചിട്ടില്ല. അങ്ങനെ ചെയ്യാൻ കഴിഞ്ഞിരുന്നെങ്കിൽ വേഗത്തിൽ ഓടാൻ കഴിയാത്തതും തടിച്ചുകൊഴുത്തതുമായ മാനും കാട്ടുപോത്തുമെല്ലാം സൃഷ്ടിക്കപ്പെടുമായിരുന്നു. നിയാണ്ടർതാൽ മനുഷ്യനുപോലും ഡിസൈനർ സ്പീഷീസുകളെ ഉല്പാദിപ്പിക്കാനാവില്ലായിരുന്നു.

ഏകദേശം 10,000 വർഷങ്ങൾക്കു മുമ്പ് കാർഷിക വിപ്ലവത്തിന്റെ കാലഘട്ടത്തിലായിരിക്കണം ആദ്യത്തെ ഡിസൈനർ ജീവി പിറന്നത്. വേഗത്തിൽ സഞ്ചരിക്കാൻ കഴിയാത്ത തടിച്ചുകൊഴുത്ത കോഴിയായിരിക്കണം ഇത്തരത്തിലുണ്ടായ ആദ്യജീവി. കാർഷികവൃത്തിയിലേക്കു തിരിഞ്ഞ ഹോമോസാപിയൻസിന്, വേട്ടയാടി മാംസാഹാരം സമ്പാദിക്കുന്നതിനുള്ള സമയക്കുറവ് ഇത്തരം ജീവികളുടെ സൃഷ്ടിക്ക് കാരണമായിട്ടുണ്ടാകും. തടിച്ച പിടക്കോഴിയും സാവധാനത്തിൽ സഞ്ചരിക്കുന്ന പൂവൻകോഴിയും തമ്മിലുള്ള മേറ്റിങ്ങിലൂടെ ഉണ്ടാകുന്ന കുഞ്ഞുങ്ങളിൽ ചിലതെങ്കിലും ഈ രണ്ടു സവിശേഷതകളും ഒത്തുചേരുന്ന പുതിയ തലമുറയായിരിക്കും. ഇങ്ങനെയുണ്ടാകുന്ന തടിച്ചതും വേഗത കുറഞ്ഞതുമായ കോഴികളെ വീണ്ടും മേറ്റിങ് നടത്തിയാൽ അത്തരം കോഴികൾ ഉല്പാദിപ്പിക്കപ്പെടാനുള്ള സാദ്ധ്യത പലമടങ്ങ് വർദ്ധിക്കും. തീർച്ചയായും ഇതൊരു ഇന്റലിജന്റ് ഡിസൈനിങ് തന്നെയാണ്. എന്നാൽ ഇവിടെ ഡിസൈനർ മനുഷ്യനാണെന്നു മാത്രം.

ഇരുപത്തിയൊന്നാം നൂറ്റാണ്ടിൽ ഇന്റലിജന്റ് ഡിസൈനിങ് വളരെയധികം വ്യാപകമായിക്കഴിഞ്ഞു. ബ്രസീലിയൻ ബയോ–ആർട്ടിസ്റ്റ് ആയ എഡ്വേർഡോ കാക് 2000 ൽ സൃഷ്ടിച്ച അൽബ എന്ന പ്രകാശിക്കുന്ന മുയൽ (Fluorescent Rabbit) ഇന്റലിജന്റ് ഡിസൈനിങ്ങിന്റെ തിളങ്ങുന്ന പ്രതിച്ഛായയയാണ് പ്രകടമാക്കുന്നത്. വെള്ള മുയലിന്റെ ഡി എൻ എയിൽ ഗ്രീൻ ഫ്ളൂറസെന്റ് ജെല്ലിഫിഷ് ഡി എൻ എ ഇംപ്ലാന്റേഷൻ നടത്തിയാണ് ഫ്രഞ്ച് ശാസ്ത്രജ്ഞരുടെ സഹായത്തോടെ ഫ്ളൂറസെന്റ് മുയലിനെ സൃഷ്ടിച്ചത്. പ്രകൃതി നിർദ്ധാരണം വഴിയുള്ള ജീവ പരിണാമത്തിന് അൽബയുടെ അസ്തിത്വം അംഗീകരിക്കാൻ കഴിയില്ല. അവൾ ഒരു ഇന്റലിജന്റ് ഡിസൈനറുടെ സൃഷ്ടിയാണ്. ഭൗമജീവന്റെ 4 ബില്യൺ വർഷത്തെ ചരിത്രത്തിൽ ഒരു പുതിയ വിപ്ലവത്തിനാണ് അൽബ നാന്ദി കുറിച്ചത്. ജീവപരിണാമത്തെ അപ്രസക്തമാക്കുകയാണ് ഈ മുയൽ. ഡിസൈൻ ചെയ്യപ്പെട്ട ജീവിവർഗ്ഗങ്ങളുടെ ആവിർഭാവത്തിനാണ് അൽബ തുടക്കംകുറിച്ചത്. ഭാവികാലം അൽബയെപ്പോലെ ഡിസൈൻ ചെയ്യപ്പെട്ട ജീവിവർഗ്ഗങ്ങളുടേതായിരിക്കുമെന്നാണ് ശാസ്ത്രജ്ഞർ സൂചിപ്പിക്കുന്നത്. അങ്ങനെ സംഭവിച്ചാൽ മനുഷ്യവർഗ്ഗത്തിന്റെ വർത്തമാന ചരിത്രം തന്നെ പുനർനിർണ്ണയിക്കേണ്ടിവരും.

ലളിത ഘടനയുള്ള ജീവികളിൽനിന്ന് സങ്കീർണ്ണ ഘടനയുള്ള ജീവികളിലേക്ക് എന്ന ഡാർവിനിയൻ പരിണാമ സിദ്ധാന്തത്തെ ആധുനിക മനുഷ്യൻ ഇന്റലിജന്റ് ഡിസൈനിങ്ങിലൂടെ അപ്രസക്തമാക്കുന്നതിന് മൂന്ന് സാദ്ധ്യതകളാണ് കാണുന്നത്. ബയോളജിക്കൽ എഞ്ചിനീയറിങ്, സൈബോർഗ് എഞ്ചിനീയറിങ്, ഇൻ–ഓർഗാനിക് എഞ്ചിനീയറിങ് എന്നീ സാദ്ധ്യതകളാണ് ശാസ്ത്രജ്ഞർ ചൂണ്ടിക്കാണിക്കുന്നത്.

ബയോളജിക്കൽ എഞ്ചിനീയറിങ്

ഒരു ജീവിയുടെ ആകൃതിയിലും ജൈവപ്രകൃതിയിലും സ്വഭാവത്തിൽ തന്നെയും മാറ്റങ്ങളുണ്ടാക്കാൻ വേണ്ടി അതിന്റെ ജീനുകളിൽ നടത്തുന്ന മോഡിഫിക്കേഷനാണ് ബയോളജിക്കൽ എഞ്ചിനീയറിങ് എന്നതുകൊണ്ട് ഉദ്ദേശിക്കുന്നത്. കാർഷിക വിപ്ലവത്തിന്റെ തുടക്കത്തിൽ തന്നെ മനുഷ്യർ കാളകളെ വന്ധ്യംകരിച്ച് നിലമുഴുന്നതിന് ഉപയോഗിച്ചിരുന്നു. ഇങ്ങനെ വന്ധ്യംകരിക്കപ്പെട്ട കാളകൾ ആക്രമണോത്സുകത കുറഞ്ഞവയും ജോലി ചെയ്യുന്നതിനുള്ള യന്ത്രങ്ങൾ മാത്രമായിത്തീരുന്നതുമാണ് അനുഭവം. മനുഷ്യരെ തന്നെ ഇത്തരം വന്ധ്യംകരണത്തിന് വിധേയമാക്കിയിട്ടുണ്ട്. പാട്ടുകാരുടെ സ്വരം കിളിനാദമായി നിലനിർത്തുന്നതിനായി കുട്ടിക്കാലത്തു തന്നെ ഷണ്ഡീകരിക്കപ്പെട്ട ഗായകർ എല്ലാ സംസ്കാരങ്ങളിലുമുണ്ടായിരുന്നു. രാജകൊട്ടാരങ്ങളിലെ അന്തപ്പുരത്തിന് കാവൽ നില്ക്കുന്ന പടയാളികളും ഇത്തരം നിർബ്ബന്ധിത ഷണ്ഡീകരണത്തിന് വിധേയരായവർ ആയിരുന്നു.

സ്ഥൂല ശരീരത്തിൽ വരുത്തുന്ന മാറ്റങ്ങളായിരുന്നു ആദ്യകാലത്തെ ബയോളജിക്കൽ എഞ്ചിനീയറിങ് എങ്കിൽ ഇന്നത് സൂക്ഷ്മകോശങ്ങളിലെത്തിനില്ക്കുന്നു. ആറ്റമിക തലത്തിൽ നടക്കുന്ന ഇത്തരം വ്യതിയാനങ്ങൾകൊണ്ട് ഭാവനാതീതമായ സാദ്ധ്യതകളാണ് തുറന്നു തരുന്നത്. ഇന്ന് ഒരു വ്യക്തിയെ ഷണ്ഡീകരിക്കുന്നതിന് ഹോർമോൺ ട്രീറ്റ്മെന്റ് കൊണ്ട് സാധിക്കും. 1996 ൽ നടത്തിയ ഒരു പരീക്ഷണം സവിശേഷ ശ്രദ്ധയാകർഷിക്കുന്നതാണ്. ഒരു ചുണ്ടെലിയുടെ മുതുകിൽ പശുവിന്റെ തരുണാസ്ഥിയിൽ നിന്നെടുത്ത കോശങ്ങൾ ഇംപ്ലാന്റ് ചെയ്യുകയും മനുഷ്യകർണ്ണത്തിനു സമാനമായ ഒരു ഭാഗം വളർത്തിയെടുക്കുകയും ചെയ്തു. ഈ ഭാഗത്തിന്റെ വളർച്ച നിയന്ത്രിക്കുന്നതിനും ശാസ്ത്രജ്ഞർക്ക് കഴിഞ്ഞു. മനുഷ്യകർണ്ണം മാറ്റിവയ്ക്കേണ്ടിവരുന്ന സാഹചര്യത്തിൽ ഇങ്ങനെ കൃത്രിമമായി വികസിപ്പിച്ചെടുത്ത ചെവികൾ ഉപയോഗിക്കാൻ കഴിയും. എന്നാൽ അതൊരു കൃത്രിമച്ചെവിയായി സ്വീകർത്താവിന് അനുഭവപ്പെടുകയുമില്ല.

ജെനിറ്റിക് എഞ്ചിനീയറിങ്ങിന്റെ പുരോഗതി കൂടുതൽ അതിശയകരമായ കണ്ടെത്തലുകൾ നടത്തുന്നുണ്ട്. എന്നാൽ ഈ മേഖലയിലുണ്ടാകുന്ന മുന്നേറ്റത്തിന് രാഷ്ടീയവും മതപരവുമായ ചില കടമ്പകൾ മറികടക്കേണ്ടിവരുന്നുണ്ട്. സാമൂഹിക മൂല്യങ്ങളുടെ ലംഘനങ്ങളിലേക്കാണ് ജെനിറ്റിക് എഞ്ചിനീയറിങ് വിരൽ ചൂണ്ടുന്നത് എന്നാണ് ചില മതങ്ങളുടെ നേതൃത്വം ചൂണ്ടിക്കാണിക്കുന്നത്. സൃഷ്ടിക്കുവാനുള്ള ദൈവത്തിന്റെ മാത്രം അവകാശത്തിലേക്ക് മനുഷ്യൻ കടന്നുകയറാൻ പാടില്ല എന്നാണവരുടെ വാദം. എന്നാൽ എത്രയോ കാലമായി ഇങ്ങനെ ജനിതക വ്യതിയാനം വരുത്തി അത്യുല്പാദനശേഷിയും പ്രതിരോധശേഷിയും നേടിയെടുത്ത കാർഷിക വിളകളാണ് നാം ഉപയോഗിക്കുന്നത് എന്ന യാഥാർത്ഥ്യം വിസ്മരിച്ച് കൊണ്ടാണ് ജന്തുക്കളിൽ-അത് മനുഷ്യനിലായാലും-ജെനിറ്റിക് എഞ്ചിനീയറിങ്ങിനെ എതിർക്കുന്നത്. ദൈവം സൃഷ്ടിച്ച നെല്ലും ഗോതമ്പും പച്ചക്കറിയുമൊന്നുമല്ല ഇന്ന് മനുഷ്യൻ ഭക്ഷണത്തിന് ഉപയോഗിക്കുന്നത്. മനുഷ്യൻ തന്നെ ഡിസൈനറായി നിർമ്മിച്ചെടുത്തവയാണവ. ജന്തുക്കളുടെ രോഗപ്രതിരോധ ശേഷിയും പ്രത്യുല്പാദന ശേഷിയുമെല്ലാം ജെനിറ്റിക് എഞ്ചിനീയറിങ്ങിലൂടെ മാറ്റം വരുത്താൻ കഴിയും. ജന്തുജീവന് സസ്യജീവനേക്കാൾ പ്രാധാന്യമുള്ളതുകൊണ്ടോ, മനുഷ്യജീവന് അതിലുമേറെ പ്രാധാന്യമുള്ളതുകൊണ്ടോ എന്തോ മനുഷ്യനിൽ നടത്തുന്ന ജെനിറ്റിക് എഞ്ചിനീയറിങ്ങിനെ ഭൂരിഭാഗം മതവിശ്വാസികളും എതിർക്കുന്നുണ്ട്. എന്നാൽ നിരീശ്വരവാദികളും യുക്തിവാദികളും ജെനിറ്റിക് എഞ്ചിനീയറിങ്ങിനെ എതിർക്കുന്നില്ല എന്നാണ് കാണാൻ കഴിയുന്നത്. മിണ്ടാപ്രാണികളുടെ അവകാശത്തിന് വേണ്ടി പ്രവർത്തിക്കുന്ന ചില സംഘടനകൾ ഇത്തരം പരീക്ഷണങ്ങൾക്കായി ജീവികളെ ഉപയോഗിക്കുന്നതിൽ എതിർപ്പുള്ളവരാണ്. ഇത്തരം പരീക്ഷണങ്ങൾ ജീവികളുടെ സ്വാഭാവിക ലൈംഗിക ചോദനകൾ തടസ്സപ്പെടുത്തുമെന്നും അത് അവയുടെ അവകാശങ്ങൾക്ക് മേലുള്ള

കടന്നുകയറ്റമായിരിക്കുമെന്നാണ് അവരുടെ വാദം. ജെനിറ്റിക് എഞ്ചിനീയറിങ് സൂപ്പർ മനുഷ്യരുടെ സൃഷ്ടിക്ക് കാരണമാകുമെന്നും അവർ ദുർബ്ബല ജനവിഭാഗങ്ങളെ അടിമകളാക്കുകയോ ഉന്മൂലനം ചെയ്യുകയോ ചെയ്തുകളയുമെന്നാണ് ചില മനുഷ്യാവകാശ സംഘടനകളെങ്കിലും ഭയപ്പെടുന്നത്. ഭയമില്ലാത്ത പടയാളികളും പ്രതികരണ ശേഷിയില്ലാത്ത തൊഴിലാളികളും ജെനിറ്റിക് എഞ്ചിനീയറിങ്ങിന്റെ ദുരന്ത മുഖമാണ് ഭാവിയിൽ കാണിച്ചു തരികയാണെന്നാണ് അവർ ചൂണ്ടിക്കാണിക്കുന്നത്.

മനുഷ്യനിൽ ജെനിറ്റിക് എഞ്ചിനീയറിങ്ങിന്റെ സാദ്ധ്യതകൾ ഉപയോഗിച്ചു തുടങ്ങിയിട്ടില്ലെങ്കിലും രാഷ്ട്രീയവും മതവുമൊന്നുമില്ലാത്ത ജന്തുക്കളിലും സസ്യങ്ങളിലും വലിയ തോതിൽ ഗവേഷണങ്ങൾ നടന്ന് വരുന്നുണ്ട്. മനുഷ്യ മലത്തിൽ കാണപ്പെടുന്ന ഇ-കോളി ബാക്ടീരിയയിൽ നടത്തിയ ജെനിറ്റിക് എഞ്ചിനീയറിങ്ങിലൂടെ ബയോ ഫ്യൂവൽ നിർമ്മിക്കാൻ സാധിച്ചിട്ടുണ്ട്. വിവിധതരം കുമിളുകളിൽ നടത്തുന്ന എഞ്ചിനീയറിങ് വഴി ഇൻസുലിൻ ഉല്പാദിപ്പിക്കുന്നതിനും അതിലൂടെ പ്രമേഹ ചികിത്സാച്ചെലവ് കുറയ്ക്കുന്നതിനും കഴിഞ്ഞിട്ടുണ്ട്. ഒരു തരം ആർട്ടിക്ക് മത്സ്യത്തിന്റെ ജീൻ ഉരുളക്കിഴങ്ങ് ചെടിയിൽ പ്രവേശിപ്പിക്കുന്നതിലൂടെ ഉരുളക്കിഴങ്ങിന് ഈർപ്പത്തെ അതിജീവിക്കാനുള്ള ശേഷി വർദ്ധിപ്പിക്കുവാനും കഴിഞ്ഞിട്ടുണ്ട്. സസ്തനികളിലും ജെനിറ്റിക് എഞ്ചിനീയറിങ്ങിന് വിജയകരമായി പ്രയോഗവല്ക്കരിക്കുന്നുണ്ട്. പശുക്കളിലുണ്ടാകുന്ന അകിടുവീക്കം ജെനിറ്റിക് എഞ്ചിനീയറിങ്ങിലൂടെ തരണം ചെയ്യാൻ കഴിഞ്ഞിട്ടുണ്ട്. പാലുല്പാദനശേഷി കൂടുതലുള്ള ജെനിറ്റിക് എഞ്ചിനീയറിങ്ങിനു വിധേയമായ പശുക്കളുടെ പാലിലുള്ള ലൈസോസ്റ്റാഫിൻ എന്ന രാസവസ്തുവിന് അകിടുവീക്കത്തിന് കാരണമായ ബാക്ടീരിയക്കെതിരെ പ്രവർത്തിക്കുവാൻ കഴിയും. പന്നികളിലും ജെനിറ്റിക് എഞ്ചിനീയറിങ് നടത്തുന്നുണ്ട്. പന്നിയിറച്ചിയിലെ കൊഴുപ്പിലുള്ള ഹാനികരമായ ഒമേഗ-6 കൊളസ്ട്രോൾ ആരോഗ്യകരമായ ഒമേഗ-3 കൊളസ്ട്രോളായി പരിവർത്തനം ചെയ്യാൻ കഴിഞ്ഞിട്ടുണ്ട്. ഒരു തരം വിരയിൽ നിന്നെടുത്ത ജെനറ്റിക്ക് മെറ്റീരിയൽ ഉപയോഗിച്ചാണ് പന്നികളിൽ എഞ്ചിനീയറിങ് നടത്തിയിരിക്കുന്നത്.

നിയാണ്ടർത്താൽ മനുഷ്യർ തിരിച്ച് വരുമോ?

ജുറാസിക് പാർക്ക് എന്ന ഹോളിവുഡ് ചലച്ചിത്രത്തിൽ ദിനോസറുകളെ പുനഃസൃഷ്ടിക്കുന്നതാണ് കഥാതന്തു. ഇതേ രീതിയിലാണ് ശാസ്ത്രജ്ഞർ ചിന്തിക്കുന്നത്. സൈബീരിയയിലെ ഹിമപാളികളിൽനിന്ന് ലഭിച്ച മാമോത്തിന്റെ ശവശരീരത്തിൽനിന്നും അവയുടെ ജീനോം മാപ്പിങ് നടത്തുന്നതിന് ശാസ്ത്രജ്ഞർക്ക് കഴിഞ്ഞിട്ടുണ്ട്. ആനയുടെ പൂർവ്വികനാണ് മാമോത്ത്. പ്രത്യുല്പാദനശേഷിയുള്ള ഒരു മാമോത്ത് സിക്താണ്ഡം വികസിപ്പിച്ചെടുക്കാനുള്ള ശ്രമത്തിലാണ് ഇപ്പോൾ

ശാസ്ത്രസംഘം. ശ്രമം വിജയിച്ചാൽ 5000 വർഷങ്ങൾക്ക് ശേഷം മാമോത്തുകൾ വീണ്ടും ഭൂമിയിൽ പിറക്കും. ഇത്തരം പരീക്ഷണങ്ങൾ മനുഷ്യനിലേക്കും വ്യാപിപ്പിക്കാം എന്ന് കരുതുന്നവരാണ് ഒരു സംഘം ശാസ്ത്രജ്ഞർ. ഹോമോസാപ്പിയൻസിന്റെ കുടിയേറ്റത്തിന് മുൻപ് യൂറോപ്പിലാകമാനം വ്യാപിച്ചിരുന്ന മനുഷ്യവർഗ്ഗമാണ് നിയാണ്ടർത്താൽ മനുഷ്യർ. ഇവരുടെ ഫോസിലുകൾ ലഭിച്ചിട്ടുണ്ട്. ഹാർവാർഡ് യൂണിവേഴ്സിറ്റിയിലെ പ്രൊഫസർ ജോർജ്ജ് ചർച്ചിന്റെ നേതൃത്വത്തിലുള്ള ശാസ്ത്രസംഘം ഇപ്പോൾ നിയാണ്ടർത്താൽ മനുഷ്യന്റെ ജീനോം പ്രോജക്ടിന്റെ വികസന പ്രവർത്തനങ്ങളിൽ മുഴുകിയിരിക്കുകയാണ്. ഇത് പൂർത്തിയായാൽ നിയാണ്ടർത്താൽ ഡി എൻ എ പുനർനിർമ്മിക്കാൻ കഴിയും. പ്രസ്തുത ഡി എൻ എ ഒരു ഹോമോസാപ്പിയൻ വനിതയുടെ ഗർഭനാളിയിൽ നിക്ഷേപിച്ചാൽ 30,000 വർഷങ്ങൾക്ക് ശേഷം വീണ്ടും ഒരു നിയാണ്ടർത്താൽ ശിശു പിറക്കും. ഇതിനകം നിരവധി സ്ത്രീകൾ ഇതിന് സന്നദ്ധത പ്രകടിപ്പിച്ചിട്ടുണ്ട്. ഹോമോസാപ്പിയൻസിനേക്കാൾ കായികക്ഷമത കൂടുതലുള്ള മനുഷ്യവർഗ്ഗമായിരുന്നു നിയാണ്ടർത്താൽ. ആഫ്രിക്കയിൽനിന്നും യൂറോപ്പിലേക്ക് കുടിയേറിയ ഹോമോസാപ്പിയൻസാണ് നിയാണ്ടർത്താൽ മനുഷ്യരുടെ വംശനാശത്തിന് കാരണമായതെന്നാണ് കരുതുന്നത്. സഹിഷ്ണുത തീരെയില്ലാത്ത ജീവിവർഗ്ഗമാണ് ഹോമോസാപ്പിയൻസ്. മതം, രാഷ്ട്രീയം, ഭക്ഷണം, നിറം, ലിംഗ വ്യത്യാസം എന്നിങ്ങനെ ദുർബ്ബലമായ ന്യായങ്ങൾ നിരത്തി സ്വന്തം വർഗ്ഗത്തെ തന്നെ ഉന്മൂലനം ചെയ്യാൻ മടികാണിക്കാത്ത ഹോമാസാപ്പിയൻസിന്റെ ആധുനിക പതിപ്പ് ഏതാനും ആയിരം വർഷങ്ങൾക്ക് മുമ്പ് എത്രമാത്രം ആക്രമണോത്സുകതയുള്ളതായിരിക്കുമെന്ന് ഊഹിക്കാവുന്നതേയുള്ളൂ. ഹോമോസാപ്പിയൻസിന്റെ കടന്നുകയറ്റമാണ് നിയാണ്ടർത്താൽ മനുഷ്യന്റെ വംശനാശത്തിന് കാരണമായതെങ്കിൽ അവരെ പുനരുജ്ജീവിപ്പിക്കുവാനുള്ള ധാർമ്മിക ഉത്തരവാദിത്വം ആധുനിക മനുഷ്യനുണ്ട്.

ഇത്തരം പരീക്ഷണങ്ങൾ നിയാണ്ടർത്താൽ മനുഷ്യനിൽ നിർത്തേണ്ട എന്ന് കരുതുന്ന ശാസ്ത്രജ്ഞരുമുണ്ട്. കുറേക്കൂടി ബുദ്ധിമാന്മാരും ആരോഗ്യവാന്മാരുമായ മനുഷ്യരെ ഡിസൈൻ ചെയ്യാൻ കഴിയുമെന്നാണ് അവർ പ്രതീക്ഷിക്കുന്നത്. എലികളിൽ നടത്തുന്ന ജെനറ്റിക് എഞ്ചിനീയറിങ്ങാണ് അവർക്ക് ഈ പ്രതീക്ഷ നല്കുന്നത്. ഇതിലൂടെ എലികളുടെ ബുദ്ധിശക്തി ഗണ്യമായി വർദ്ധിപ്പിക്കുവാൻ കഴിഞ്ഞിട്ടുണ്ട്. എലിയുടെ ജിനോമിൽ 2.5 ബില്യൻ ന്യൂക്ലിയോ ബേസുകളാണുള്ളത്. മനുഷ്യ ജിനോമിൽ 2.9 ബില്യനാണ് ന്യൂക്ലിയോ ബേസുകൾ. 14 ശതമാനം മാത്രം കൂടുതൽ. അതുകൊണ്ട് തന്നെ ജെനറ്റിക് എഞ്ചിനീയറിങ് ഉപയോഗിച്ച് അതിബുദ്ധിമാന്മാരേയും രോഗപ്രതിരോധശേഷി കൂടിയ മനുഷ്യരേയും ചിരഞ്ജീവികളെത്തന്നെയും സൃഷ്ടിക്കുവാൻ കഴിയുമെന്നാണ് പ്രവചിക്കപ്പെടുന്നത്.

സൈബോർഗ് എഞ്ചിനീയറിങ്

ജൈവ-അജൈവ സംഘാതമാണ് സൈബോർഗ് എഞ്ചിനീയറിങ്. കണ്ണട, കോൺടാക്ട് ലെൻസുകൾ, ദന്തക്രമീകരണ വിദ്യ, പേസ്മേക്കറുകൾ എന്നിങ്ങനെ മനുഷ്യനിൽ സൈബോർഗ് എഞ്ചിനീയറിങ്ങിന്റെ പ്രയോഗം ആരംഭിച്ചിട്ട് വർഷങ്ങളായി. എന്തിനേറെ, കമ്പ്യൂട്ടറുകളും മൊബൈൽ ഫോണും വരെ സൈബോർഗ് എഞ്ചിനീയറിങ്ങിന്റെ ഭാഗമാണ്. തലച്ചോറിന്റെ സ്റ്റോറേജ് ശേഷിയും കണക്കു കൂട്ടൽ ശേഷിയും തലച്ചോറിന് പുറത്തേക്ക് എത്തിക്കുന്നതിനും പല മടങ്ങായി വർദ്ധിപ്പിക്കുന്നതിനും ഇത്തരം ഉപകരണങ്ങൾക്ക് കഴിഞ്ഞിട്ടുണ്ട്. യു എസ് ഡിഫൻസ് അഡ്വാൻസ്ഡ് റിസർച്ച് പ്രോജക്ട് ഏജൻസി (DAPRA) ഈച്ചകളിലും പാറ്റകളിലും സൈബോർഗ് എഞ്ചിനീയറിങ് നടത്തിയിട്ടുണ്ട്. ചാരപ്രവർത്തനങ്ങൾക്കായി ഉപയോഗിക്കുന്ന ഇത്തരം കീടങ്ങൾക്ക് വിവരങ്ങൾ റെക്കോർഡ് ചെയ്യുന്നതിനും ട്രാൻസ്മിറ്റ് ചെയ്യുന്നതിനും സാധിക്കും. അന്തർവാഹിനികളുടെയും മൈനുകളുടെയും സാന്നിദ്ധ്യം കണ്ടെത്തുന്നതിന് സൈബോർഗ് എഞ്ചിനീയറിങ് നടത്തിയ സ്രാവുകളെ ഉപയോഗിക്കുന്നതിനുള്ള ഗവേഷണങ്ങൾ യു എസ് നേവൽ അണ്ടർസീ വാർഫെയർ സെന്റർ 2000 ൽ ആരംഭിച്ചു കഴിഞ്ഞു. ഇത്തരം സ്രാവുകൾ മറ്റേതൊരു മനുഷ്യനിർമ്മിത യന്ത്രസംവിധാനത്തേക്കാളും ഫലപ്രദമാകുമെന്നാണ് കണക്കുകൂട്ടുന്നത്.

മനുഷ്യനും സൈബോർഗുകളായി മാറിക്കൊണ്ടിരിക്കുകയാണ്. പുതുതലമുറ ശ്രവണസഹായികളെ ബയോണിക് ചെവികൾ എന്നു വിളിക്കുന്നതാണ് കൂടുതൽ യോജിക്കുന്നത്. ഇത്തരം ശ്രവണസഹായികൾ ശബ്ദതരംഗങ്ങളെ ഇലക്ട്രിക് സിഗ്നലുകളായി മാറ്റുകയും അവയെ ശ്രവണ നാഡികളിലേക്കും തുടർന്ന് തലച്ചോറിലേക്കെത്തിക്കുകയുമാണ് ചെയ്യുന്നത്. മനുഷ്യരുടെ ആന്തര കർണ്ണം ചെയ്യുന്ന പ്രവർത്തനങ്ങളെല്ലാം ഈ ഉപകരണം ചെയ്യുന്നുണ്ട്. കണ്ണിന്റെ കാര്യത്തിലും ഇങ്ങനെയെല്ലാമാണ് നടക്കുന്നത്. ഒരു ജർമ്മൻ കമ്പനിയുടെ റെറ്റിന ഇംപ്ലാന്റ് വിദ്യയിൽ രോഗിയുടെ കണ്ണിനുള്ളിൽ ഒരു മൈക്രോ ചിപ്പ് ഇംപ്ലാന്റ് ചെയ്യും. കണ്ണിൽ പതിക്കുന്ന പ്രകാശ കണികകളെ ഈ ചിപ്പ് വൈദ്യുത സിഗ്നലുകളായി പരിവർത്തനം ചെയ്യും. ഈ സിഗ്നലുകൾ റെറ്റിനയിലെ നാഡീകോശങ്ങളെ ഉത്തേജിപ്പിക്കും. ഉത്തേജിപ്പിക്കപ്പെട്ട നാഡീകോശങ്ങളിൽ നിന്നുള്ള സംവേഗങ്ങൾ തലച്ചോറിൽ കാഴ്ച യാഥാർത്ഥ്യമാക്കുന്ന കോശങ്ങളെ ഉത്തേജിപ്പിക്കും. അതിലൂടെ ദൃശ്യം വ്യക്തമാകും. ദൃശ്യങ്ങളുടെ ത്രിമാന ദർശനവും വ്യക്തികളുടെ മുഖവും അക്ഷരങ്ങളും നിറവും വരെ തിരിച്ചറിയാൻ ഇത്തരം സൈബോർഗ് എഞ്ചിനീയറിങ്ങിലൂടെ സാധിക്കുന്നുണ്ട്. ജെ സി സള്ളിവൻ എന്ന അമേരിക്കക്കാരന്റെ കാര്യം നോക്കാം. 2001 ൽ ഒരു അപകടത്തിൽപ്പെട്ട് അദ്ദേഹത്തിന്റെ രണ്ടു കൈകളും നഷ്ടമായി. ചിക്കാഗോ റീഹാബിലിറ്റേഷൻ ഇൻസ്റ്റിറ്റ്യൂട്ട് നല്കിയ ബയോണിക് കൈകളാണ് അദ്ദേഹം ഇപ്പോൾ ഉപയോഗിക്കു

ന്നത്. സാധാരണ കൃത്രിമകൈകൾ പോലെയല്ല അദ്ദേഹത്തിന്റെ കൈകൾ പ്രവർത്തിക്കുന്നത്. ഏറക്കുറെ ഒരു സ്വാഭാവിക കൈ പ്രവർത്തിക്കുന്നതു പോലെ മസ്തിഷ്കത്തിന്റെ ചിന്തകൾക്കനുസരിച്ച് പ്രതികരിക്കാൻ അദ്ദേഹത്തിന്റെ കൃത്രിമകൈകൾക്ക് കഴിയും. മസ്തിഷ്ക സന്ദേശങ്ങൾ സള്ളിവന്റെ കൃത്രിമ കൈകളിലുള്ള മൈക്രോ കമ്പ്യൂട്ടറുകൾ ഇലക്ട്രിക് സിഗ്നലുകളായി പരിവർത്തനം ചെയ്യുകയും അതിനനുസരിച്ച് കൈകൾ പ്രവർത്തിക്കുകയും ചെയ്യും. ക്ലോഡിയ മിഷേൽ എന്ന അമേരിക്കൻ സൈനികോദ്യോഗസ്ഥയുടെ കൈയും ഇത്തരം ബയോണിക് കൈയാണ്. ഒരു റോഡപകടത്തിൽ ഇടതുകൈ നഷ്ടമായ മിഷേൽ സൈബോർഗ് എഞ്ചിനീയറിങ്ങിന്റെ സഹായം തേടുകയായിരുന്നു. തലച്ചോറിന്റെ നിർദ്ദേശമനുസരിച്ച് പ്രവർത്തിക്കുന്ന ബയോണിക് കൈകളിൽനിന്നും തലച്ചോറിലേക്ക് സന്ദേശങ്ങൾ അയക്കാൻ കഴിയുന്ന, തികച്ചും സ്വാഭാവികമായി അനുഭവപ്പെടുന്ന കൃത്രിമ കൈകളുടെ വികസന പ്രവർത്തനങ്ങൾ നടന്നുവരികയാണ്. അതുവഴി ചൂടും തണുപ്പും സ്പർശവുമെല്ലാം അറിയാൻ സാധിക്കും. സ്വഭാവിക കൈകാലുകൾക്ക് പകരം ബയോണിക് അവയവങ്ങൾ ഉപയോഗിക്കുന്നകാലം അധികം ദൂരെയല്ല. സൈനികർക്കും കായിക താരങ്ങൾക്കും വിശ്രമമില്ലാതെ തുടർച്ചയായി ജോലി ചെയ്യേണ്ടിവരുമ്പോൾ ഇത്തരം ക്ഷീണം ബാധിക്കാത്ത അവയവങ്ങളായിരിക്കും കൂടുതൽ ഉപയോഗപ്രദം.

നോർത്ത് കരോലിനയിലെ ഡ്യൂക്ക് യൂണിവേഴ്സിറ്റിയിലെ ശാസ്ത്രജ്ഞർ റീസസ് കുരങ്ങുകളുടെ തലച്ചോറിൽ ഇലക്ട്രോഡുകൾ ഇംപ്ലാന്റ് ചെയ്ത് നടത്തിയ പരീക്ഷണം വിജയകരമായിരുന്നു. തലച്ചോറിൽ നിന്നുള്ള സന്ദേശങ്ങൾ ഈ ഇലക്ട്രോഡുകൾ സ്വീകരിക്കുകയും പുറത്തുള്ള ബയോണിക് കൈകളിലേക്ക് ട്രാൻസ്മിറ്റ് ചെയ്യുകയും ചെയ്യുന്നു. അറോറ എന്ന പെൺകുരങ്ങിന് തന്റെ സ്വാഭാവിക കൈകൾക്കൊണ്ട് ചെയ്യാൻ കഴിയുന്ന പ്രവർത്തനങ്ങളെല്ലാം കൃത്രിമ കൈ ഉപയോഗിച്ച് ചെയ്യാൻ കഴിയും. ജപ്പാനിലെ ക്യോട്ടോ യൂണിവേഴ്സിറ്റിയിലുള്ള ഇഡോയ എന്ന റീസസ് കുരങ്ങിന് തന്റെ ബയോണിക് കാലുകളുപയോഗിച്ച് തലച്ചോറിന്റെ നിർദ്ദേശമനുസരിച്ച് നടക്കുന്നതിനും മരം കയറുന്നതിനും സാധിക്കും. മസ്തിഷ്കം പ്രവർത്തനക്ഷമമാണെങ്കിലും ശരീരാവയവങ്ങൾ ചലിപ്പിക്കാനാവാത്ത അവസ്ഥയിലുള്ള രോഗികൾക്ക് സൈബോർഗ് എഞ്ചിനീയറിങ് വലിയ പ്രതീക്ഷയാണ് നല്കുന്നത്. തലച്ചോറിൽ ഇംപ്ലാന്റ് ചെയ്ത ഇലക്ട്രോഡുകളും ബയോണിക് അവയവങ്ങളും ചേർന്ന സംഘാതത്തിന് സ്വാഭാവികമായി ഒരു വ്യക്തി ചെയ്യുന്ന ദൈനദിന കൃത്യങ്ങൾ അനായാസം നിർവ്വഹിക്കാൻ കഴിയും. അതുമാത്രമല്ല, തലച്ചോറിൽ സ്ഥാപിച്ചിട്ടുള്ള ഇലക്ട്രോഡുകളുടെ സഹായത്തോടെ ഒരു വ്യക്തിയുടെ ചിന്തകൾ വരെ മനസ്സിലാക്കാൻ അതിന് കഴിയും. ഇത്തരം സൈബോർഗുകൾക്ക് കമ്പ്യൂട്ടറുകളുമായും ഇന്റർനെറ്റുമായും മറ്റ് സൈബോർഗുകളുമായും ലിങ്ക് ചെയ്യുന്നതിനും കഴിയും.

ഒരാളുടെ ചിന്ത മറ്റു പലർ പങ്ക് വയ്ക്കുന്ന അവസ്ഥ. മസ്തിഷ്കത്തിന്റെ പ്രവർത്തനമികവ് പല മടങ്ങ് വർദ്ധിക്കുമെങ്കിലും ഹോമോസാപിയൻസ് എന്ന ജീവിവർഗ്ഗത്തിന്റെ അനന്യതയ്ക്കും വ്യക്തിപരതയ്ക്കും അത് അവസാനമായിരിക്കും. ആത്മസാക്ഷാൽക്കാരവും ആത്മാവ് എന്ന സങ്കല്പവുമെല്ലാം അപ്രത്യക്ഷമാവും. ഇത്തരം സൈബോർഗുകളെ മനുഷ്യനെന്ന് വിളിക്കാൻ കഴിയുമെന്ന് തോന്നുന്നില്ല. ഒരു ഇന്റലിജെന്റ് ഡിസൈനർക്ക് തന്റെ ഇച്ഛയ്ക്കനുസരിച്ച് സൈബോർഗുകളെ നിയന്ത്രിക്കാൻ കഴിയും. *യൂണിവേഴ്സൽ സോൾജിയർ* എന്ന ഹോളിവുഡ് സിനിമാ പരമ്പരയിലേതുപോലെ തന്നെ.

ഇൻ-ഓർഗാനിക് എഞ്ചിനീയറിങ്

സൈബോർഗുകൾ പകുതി മനുഷ്യനാണെങ്കിൽ ഇൻ-ഓർഗാനിക് എഞ്ചിനീയറിങ്ങിൽ പൂർണ്ണമായും അജൈവ വസ്തുക്കളിലാണ് ഡിസൈനിങ് വരുത്തുന്നത്. കമ്പ്യൂട്ടർ പ്രോഗ്രാമുകളിലും കമ്പ്യൂട്ടർ വൈറസുകളിലുമാണ് ഇനി പരിണാമം സംഭവിക്കുവാൻ പോകുന്നത്. ജെനിറ്റിക് പ്രോഗ്രാമിങ്ങിന് കമ്പ്യൂട്ടർ സയൻസ് വളരെ പ്രാധാന്യം നല്കുന്നുണ്ട്. ജൈവപരിണാമത്തിന്റെ ഘട്ടങ്ങൾക്ക് കമ്പ്യൂട്ടിങ്ങിലും സാധുതയുണ്ടെന്ന് കരുതുന്ന കമ്പ്യൂട്ടർ വിദഗ്ദ്ധർ നിരവധിയാണ്. സ്വതന്ത്രമായി പരിണമിക്കുന്ന കമ്പ്യൂട്ടർ പ്രോഗ്രാമുകളാണ് കമ്പ്യൂട്ടർ പ്രോഗ്രാമേഴ്സിന്റെ ഏറ്റവും വലിയ സ്വപ്നം. പ്രോഗ്രാമിന്റെ സ്രഷ്ടാവ് തുടങ്ങിവച്ചതിൽനിന്ന് മറ്റാരുടേയും സഹായമില്ലാതെ വ്യത്യസ്ത പ്രോഗ്രാമുകളായി സ്വതന്ത്രമായി പരിണമിക്കുവാൻ കഴിയുന്നവ. ഇതൊരു വിദൂര സ്വപ്നവുമൊന്നുമല്ല. കമ്പ്യൂട്ടർ വൈറസുകൾ ഇത്തരം സ്വതന്ത്രപരിണാമത്തിന്റെ പ്രാരംഭഘട്ടത്തിലാണിപ്പോൾ. ഇന്റർനെറ്റിലൂടെ പടർന്ന് പിടിക്കുന്ന ഒരു കമ്പ്യൂട്ടർ വൈറസ് ദശലക്ഷക്കണക്കായി ഇരട്ടിച്ചാണ് കമ്പ്യൂട്ടറുകളുടെ പ്രവർത്തനം താറുമാറാക്കുന്നത്. ആന്റി വൈറസുകൾ സൃഷ്ടിച്ചാണ് ഇത്തരം കമ്പ്യൂട്ടർ വൈറസുകളെ സിസ്റ്റത്തിൽനിന്ന് നീക്കം ചെയ്യുന്നത്. നാളെ ഒരു കമ്പ്യൂട്ടർ വൈറസിന് മ്യൂട്ടേഷൻ സംഭവിച്ച് മറ്റൊരു രീതിയിൽ പ്രവർത്തനം ആരംഭിക്കുവാൻ കഴിയില്ല എന്ന് കരുതുവാൻ വയ്യ. അങ്ങനെ സംഭവിച്ചാൽ അവയെ തടയാൻ ആന്റി വൈറസിന് കഴിയാതെ വരും. ഇങ്ങനെ മ്യൂട്ടേഷൻ സംഭവിച്ച വൈറസുകൾ ദശലക്ഷക്കണക്കിന് പുതിയ വൈറസുകളെ സൃഷ്ടിക്കും. അങ്ങനെ ഒരു ഡിസൈനറുടെ നിർദ്ദേശങ്ങൾ അനുസരിക്കാത്ത സ്വാശ്രയ വൈറസുകൾ സൈബോർഗുകളേയും ആക്രമിക്കും. ഇലക്ട്രോണിക് സർക്യൂട്ടുകൾ കൊണ്ട് മസ്തിഷ്കത്തിലെ ന്യൂറോണുകളെ നിയന്ത്രിക്കുന്ന ഭാവി മനുഷ്യന്റെ മസ്തിഷ്കത്തെ കമ്പ്യൂട്ടർ വൈറസുകൾ ആക്രമിച്ചാൽ പിന്നെയെന്താണ് സംഭവിക്കുകയെന്നത് പ്രവചനാതീതമാണ്.

2005 ൽ ആരംഭിച്ച ഹ്യൂമൻ ബ്രെയിൻ പ്രോജക്ടിന് 2013 ൽ യൂറോപ്യൻ യൂണിയൻ 100 കോടി യൂറോ ആണ് ധനസഹായം ചെയ്തി

രിക്കുന്നത്. ജീവിവർഗ്ഗങ്ങളുടെ സ്വാഭാവിക പരിണാമം പ്രകൃതി നിർദ്ധാരണത്തിലൂടെ നടക്കുന്നതിലല്ല ആധുനിക മനുഷ്യന് താല്പര്യം. മനുഷ്യൻ ഇന്റലിജന്റ് ഡിസൈനർ ആവുകയാണ്. നാളത്തെ ലോകം ഇങ്ങനെ ഡിസൈൻ ചെയ്യപ്പെട്ട മനുഷ്യരുടേയും മറ്റ് ജീവികളുടേതുമായിരിക്കും. ഇന്നത് ആരംഭിച്ചു കഴിഞ്ഞു. നാളെ അത് യാഥാർത്ഥ്യമാവുകയും ചെയ്യും. ഇന്നലെകളിലും ഇത്തരം ഡിസൈനിങ്ങിൽ മനുഷ്യന് താല്പര്യമുണ്ടായിരുന്നു എന്ന് ചരിത്രം പരിശോധിച്ചാൽ കാണാൻ കഴിയും. സ്ഫിങ്സും നരസിംഹവുമെല്ലാം ഭാവനയിലെങ്കിലും മനുഷ്യന്റെ ഡിസൈനിങ് മികവാണ് കാണിക്കുന്നത്. കായികശേഷി കൂടിയ നിയാണ്ടർത്താൽ മനുഷ്യനേയും മറ്റു ജീവിവർഗ്ഗങ്ങളേയും പരാജയപ്പെടുത്തി ഭൂമിയുടെ അധിപരാകാൻ ഹോമോസാപ്പിയൻസിന് കഴിഞ്ഞത് മസ്തിഷ്കത്തിന്റെ വലിപ്പ കൂടുതൽ കൊണ്ടല്ല, മറിച്ച് മസ്തിഷ്കത്തിനുള്ളിൽ നടന്ന ബൗദ്ധിക വിപ്ലവം കാരണമാണ്. അതുകൊണ്ടു തന്നെ വീണ്ടുമൊരു ബൗദ്ധിക വിപ്ലവത്തിന് മനുഷ്യ മസ്തിഷ്കത്തിൽ ഇടമുണ്ട്. മസ്തിഷ്കത്തിന്റെ ആന്തരിക ഘടനയിൽ ചെറിയൊരു മാറ്റം വരുത്തിയാൽ രണ്ടാമത്തെ ബൗദ്ധിക വിപ്ലവം സംഭവിക്കും. എന്നാൽ അങ്ങനെ സൃഷ്ടിക്കപ്പെടുന്ന ഡിസൈനർ ഹോമോസാപ്പിയൻസ് എങ്ങനെയായിരിക്കും ഇപ്പോഴുള്ള മനുഷ്യനോട് പെരുമാറുക എന്ന് പ്രവചിക്കാൻ കഴിയില്ല. പ്രത്യേകിച്ചും അസഹിഷ്ണുത സഹജ സ്വഭാവമായുള്ള ഒരു ജീവിവർഗ്ഗത്തിന്റെ സൂപ്പർ പതിപ്പാകുമ്പോൾ.

സൈബോർഗ്

പെൻഡ്രൈവുകളും യു എസ് ബികളും മെമ്മറി കാർഡുമെല്ലാം റീഡ് ചെയ്യുന്നതിന് റീഡർ ആവശ്യമില്ല. അവ നിങ്ങളുടെ ശരീരത്തിലുള്ള ഒരു പോർട്ടിൽ കുത്തിയാൽ മതിയാകും. ദൂരക്കാഴ്ചയ്ക്കും സൂക്ഷ്മദർശനത്തിനും കഴിയുന്ന ഒരു കണ്ണ് നിങ്ങളുടെ നെറ്റിയിലുണ്ടായാലോ? ആവശ്യനേരത്ത് മാത്രം അവ ഉപയോഗിക്കാൻ കഴിയും. നിങ്ങളുടെ തലയിൽ ഉറപ്പിച്ച ഒരു ആന്റിന ഉപയോഗിച്ച് സെൽഫോണുകളുടെ സഹായമില്ലാതെ സംസാരിക്കുകയോ എഴുതുകയോ ചെയ്യാതെ രണ്ടു വ്യക്തികൾ തമ്മിൽ ആശയവിനിമയം സാദ്ധ്യമാക്കാൻ കഴിയുന്ന അവസ്ഥ ആലോചിച്ചു നോക്കൂ. സയൻസ് ഫിക്ഷനുകൾക്കപ്പുറത്തേക്ക് യാഥാർത്ഥ്യമാവുകയാണ് സൈബോർഗുകൾ എന്ന ഇത്തരം മനുഷ്യ-യന്ത്ര സംഘാതങ്ങൾ.

സൈബർനെറ്റിക് ഓർഗാനിസം എന്നതിന്റെ ചുരുക്കരൂപമാണ് സൈബോർഗ് (Cyborg). നിരവധി ഹോളിവുഡ് സിനിമകളിൽ പ്രതിപാദ്യവിഷയമായ ഈ മനുഷ്യയന്ത്രങ്ങൾ ഇനിയേറെക്കാലം കഥകളിൽ മാത്രം ഒതുങ്ങിനില്ക്കില്ല. ജൈവികവും യാന്ത്രികവുമായ ശരീരഭാഗങ്ങൾ കൂടിച്ചേർന്ന, മസ്തിഷ്കത്തിൽ വരെ യന്ത്രസംവിധാനങ്ങളുള്ള മനുഷ്യയന്ത്രങ്ങളായിരിക്കും ഇനി നിങ്ങളുടെ സുഹൃത്തുക്കൾ. ഒരു പക്ഷേ, നിങ്ങൾ തന്നെയും. പേസ്മേക്കർ ഘടിപ്പിച്ച ഹൃദയമുള്ളവരും കോക്ലിയർ ഇംപ്ലാന്റേഷൻ നടത്തിയവരും കോൺടാക്ട് ലെൻസ് ഉപയോഗിക്കുന്നവരും വരാനിരിക്കുന്ന സൈബോർഗ് യുഗത്തിന്റെ പ്രവചകന്മാരാണ്. മസ്തിഷ്കത്തിന് പുറത്തേക്ക് മെമ്മറി മാറ്റി ശേഖരിക്കുന്ന ഉപകരണമാണ് ഇപ്പോൾ നിങ്ങളുടെ കൈവശമുള്ള സെൽഫോൺ. നാളെ മസ്തിഷ്കത്തിനുള്ളിൽ തന്നെ ഘടിപ്പിക്കുന്ന മെമ്മറി കാർഡുകൾ, അല്ലെങ്കിൽ ചിപ്പു

കൾ മനുഷ്യ മസ്തിഷ്കത്തിന്റെ ഓർമ്മശക്തി പലമടങ്ങായി വർദ്ധിപ്പിക്കും.

പണ്ടു മുതലേ മനുഷ്യർ ഇത്തരം സൂപ്പർ ഹ്യൂമൻ ബീയിങ്ങുകളുടെ ആരാധകരായിരുന്നു എന്ന് പരിശോധിച്ചാൽ മനസ്സിലാകും. സ്പൈഡർമാനും സൂപ്പർമാനും ഹീമാനും ബാറ്റ്മാനുമെല്ലാം ഇപ്പോഴും ലോകം മുഴുവൻ ആരാധകരുണ്ട്. കുട്ടികളുടെ കളിപ്പാട്ടങ്ങൾ മുതൽ സ്പെഷ്യൽ ഇഫക്ടുകളിൽ അവതരിപ്പിക്കുന്ന മെഗാ മൂവീസുകൾ വരെ ഇത്തരം അതിമാനുഷരെ ഇന്നും മനുഷ്യർ ആരാധിക്കുന്നു എന്നതിന്റെ തെളിവാണ്. സ്വാഭാവികമായി ആർജ്ജിക്കാൻ കഴിയാത്ത ശേഷികൾ ഭാവനയ്ക്കനുസരിച്ച് ഒരു വ്യക്തിയിൽ ആരോപിക്കുന്നതാണ് ഇത്തരം അതിമാനുഷ കഥാപാത്രങ്ങൾ പിറക്കാൻ കാരണമാകുന്നത്. എന്നാൽ സൈബോർഗുകൾ എന്ന മനുഷ്യയന്ത്ര സംഘാതം ഇനി അധികകാലം ഫിക്ഷന്റെ കുത്തകയാകില്ല. ഇപ്പോൾ തന്നെ തുടങ്ങിക്കഴിഞ്ഞ സൈബോർഗ് വിപ്ലവം ആന്തര അവയവങ്ങളുടെ റീപ്ലേസ്മെന്റിൽ നിന്നു മാറി രോഗപ്രതിരോധ ശേഷിയും മരണത്തെ അതിജീവിക്കുന്ന കരുത്തുമുള്ള അതിമാനുഷരിൽ എത്തിച്ചേരുന്നതിന് അധികം താമസമുണ്ടാകില്ല.

സൈബോർഗ് എന്ന പേര് ആദ്യമായി അവതരിപ്പിച്ചത് 1960 ൽ മാൻഫ്രെഡ് ക്ലൈൻസ്, നാഥാൻ എസ് ക്ലൈൻ എന്നിവർ ചേർന്നാണ്. ലഘുയന്ത്രങ്ങളോ മരുന്നുകളോ ഉപയോഗിച്ച് സ്വാഭാവിക ആന്തരിക ഘടനയിൽ വ്യത്യാസം വരുത്തിയ മനുഷ്യരെയാണ് സൈബോർഗുകൾ എന്ന് അവർ വിശേഷിപ്പിച്ചത്. സ്വാഭാവിക ജീവിതത്തിൽനിന്ന് വ്യത്യസ്തമായി ഒരു തരം എക്സ്ട്രാ ടെറസ്ട്രിയൽ ജീവിതം നയിക്കുന്ന ഒരു കൂട്ടം മനുഷ്യർ. *യൂണിവേഴ്സൽ സോൾജിയർ* എന്ന ഹോളിവുഡ് മൂവീ സീരീസിൽ ഇത്തരം ഭൗമേതര മനുഷ്യരെക്കുറിച്ചാണ് പറയുന്നത്. മസ്തിഷ്കത്തിൽ ഇംപ്ലാന്റ് ചെയ്തിരിക്കുന്ന കംപ്യൂട്ടർ ചിപ്പിന് ലഭ്യമായ നിർദ്ദേശങ്ങൾക്കനുസരിച്ച് പെരുമാറുന്ന, യുദ്ധം ചെയ്യാൻ മാത്രം അറിയുന്ന മനുഷ്യരെയാണ് ഈ സിനിമകളിൽ അവതരിപ്പിക്കുന്നത്. മറ്റുള്ള മാനുഷിക വികാരങ്ങളൊന്നും തന്നെ അവരെ ഭരിക്കുന്നില്ല. ടെർമിനേറ്റർ സിനിമകളിലും ഇതിനു സമാനമായ അവതരണമാണ് ഉള്ളത്. ഇപ്പോൾ തന്നെ നാമുപയോഗിക്കുന്ന ഔഷധങ്ങൾ എല്ലാം തന്നെ മനുഷ്യന്റെ സ്വാഭാവിക ജീവിതദൈർഘ്യത്തെയും ശാരീരിക ആരോഗ്യ സ്ഥിതിയെയും മാറ്റിമറിച്ചു കൊണ്ടിരിക്കുകയാണ്. അൻപത് വർഷം മുൻപുള്ള മനുഷ്യരുടെ ആയുർദൈർഘ്യമല്ല ഇപ്പോഴുള്ളത്. തകർക്കപ്പെടാത്ത ഒരു റെക്കോർഡും കായിക മേഖലയിലില്ല. കഥകളിലെ നായകന്മാർക്ക് ആനയുടെയും കുതിരയുടെയുമൊക്കെ ശക്തിയുണ്ടെന്ന് പറയുമ്പോഴും ആധുനിക മനുഷ്യന്റെ കായികശേഷി അവർക്കൊന്നുമുണ്ടായിരുന്നില്ലെന്ന് പരിശോധിച്ചാൽ ബോദ്ധ്യമാകും.

ഭൗതികശാസ്ത്രജ്ഞനായ ഫിലിപ്പ് കെന്നഡിയാണ് ആദ്യത്തെ സൈബോർഗിന്റെ സ്രഷ്ടാവ്. തളർവാതം പിടിപെട്ടുകിടന്ന ജോണി റേ

എന്ന വിയറ്റ്നാം പൗരനിൽ കെന്നഡി നടത്തിയ ഇംപ്ലാന്റേഷൻ (Neurotrophic Implantation) വഴി അദ്ദേഹത്തിന് നിവർന്നുനില്ക്കാനും ഏതാനും ചുവട് സഞ്ചരിക്കാനും കഴിഞ്ഞു. സർജറി വിജയമായിരുന്നുവെങ്കിലും നിർഭാഗ്യവശാൽ 2002 ൽ ജോണി റേ അന്തരിക്കുകയാണുണ്ടായത്. തുടർന്ന് റീഡിങ് യൂണിവേഴ്സിറ്റിയിലെ സൈബർനെറ്റിക്സ് വിഭാഗത്തിൽ പ്രൊഫസറായ കെവിൻ വാർവിക്ക് 1998 ൽ നടത്തിയ നിരവധി പരീക്ഷണങ്ങൾ സൈബോർഗ് യുഗത്തിന് പുതിയൊരു മുഖച്ഛായ തന്നെ നല്കി. തന്റെ ഇടതുകൈയിൽ നടത്തിയ ഇംപ്ലാന്റേഷൻ വഴി കേന്ദ്ര നാഡീ വ്യൂഹത്തെ ഒരു കമ്പ്യൂട്ടറുമായി ബന്ധിപ്പിക്കാൻ അദ്ദേഹത്തിന് കഴിഞ്ഞു. ഡോ. മാർക്ക് ഗാസന്റെ നേതൃത്വത്തിലുള്ള ഗവേഷകർ ഈ ഉദ്യമത്തിന് വാർവിക്കിന് പിന്തുണനല്കി. അൾട്രാസോണിക് സെൻസറി പവർ നേടിയെടുക്കുന്നതിന് ഈ ഇംപ്ലാന്റേഷനിലൂടെ അദ്ദേഹത്തിന് കഴിഞ്ഞു. പ്രോജക്ട് സൈബോർഗിന്റെ പിതാവായി അറിയപ്പെടുന്നത് കെവിൻ വാർവിക്കാണ്. തീവ്രമായ വർണ്ണാന്ധത (Achromatopsia) ബാധിച്ച കലാകാരനായിരുന്നു നീൽഹാർബിസൺ. 2004 ൽ അദ്ദേഹത്തിന്റെ തലയോട്ടിക്കുള്ളിൽ ഒരു സ്ഥിരം ആന്റിന സ്ഥാപിക്കുകയുണ്ടായി. രണ്ട് തരത്തിലുള്ള ഇംപ്ലാന്റേഷനുകളാണ് ഇതിലൂടെ നടത്തിയത്. ശബ്ദം/വിറയൽ തിരിച്ചറിയുന്നതിനുള്ള ഒരുപകരണവും ബ്ലൂ ടൂത്ത് വഴി പ്രവർത്തിക്കുന്ന ഒരു ഇന്റർനെറ്റ് സ്രോതസ്സും. ഇതുവഴി കൃത്രിമ ഉപഗ്രങ്ങളിൽനിന്നും മറ്റു ക്യാമറകളിൽ നിന്നും ചിത്രങ്ങളും വർണ്ണങ്ങളും പിടിച്ചെടുക്കുന്നതിന് ഹാർബിസണ് സാധിച്ചു. കൂടാതെ ഫോൺകോളുകൾ നേരിട്ട് സ്വീകരിക്കുന്നതിനും അദ്ദേഹത്തിന് സാധിക്കും. ഒരു സെൽഫോണിന്റെ ആവശ്യമില്ലാതെ തന്നെ. ലോകത്തിലെ ആദ്യത്തെ സൈബോർഗ് ആയി വിശേഷിപ്പിക്കുന്നത് ഹാർബിസണെയാണ്. ജെസി സള്ളിവൻ മറ്റൊരുദാഹരണമാണ്. ഒരു ഇലക്ട്രിക്കൽ ലൈൻമാനായ അദ്ദേഹത്തിന്റെ രണ്ട് കൈകളും 2001 ൽ ഉണ്ടായ ഒരു അപകടത്തിൽ നഷ്ടപ്പെട്ടിരുന്നു. ചിക്കാഗോയിലെ റീഹാബിലിറ്റേഷൻ സെന്റർ അദ്ദേഹത്തിന് രണ്ട് യന്ത്രകൈക്കൾ വാഗ്ദാനം ചെയ്തു. സള്ളിവൻ അത് സന്തോഷപൂർവ്വം സ്വീകരിച്ചു. ഈ ബയോണിക് അവയവത്തെ അദ്ദേഹത്തിന്റെ നാഡികളുമായും പേശിയുമായും ബന്ധിപ്പിക്കാൻ ഡോക്ടർമാർക്ക് സാധിച്ചു. ഇതുവഴി തന്റെ കൈകൾ ഉയർത്തണമെന്ന് അദ്ദേഹം ചിന്തിക്കുമ്പോൾ മാറിടത്തിലെ പേശികൾ ചുരുങ്ങുകയും കൈകൾ ഉയർത്താൻ സാധിക്കുകയും ചെയ്തു. അതായത് കൃത്രിമ കൈകളെ നിയന്ത്രിക്കുന്നതിന് സള്ളിവന്റെ മസ്തിഷ്കത്തിന് കഴിഞ്ഞു എന്നർത്ഥം. കൂടാതെ കൃത്രിമ കൈകളുടെ വിരലുകളിൽ അനുഭവപ്പെടുന്ന ഊഷ്മാവും മർദ്ദവും തിരിച്ചറിയുന്നതിനും സള്ളിവന് സാധിച്ചു. ഇനി സിഗെൽ ഓക്ലാൻഡിന്റെ കാര്യം പരിശോധിക്കാം. ലോഹനിർമ്മാണ ശാലയിലെ തൊഴിലാളിയായിരുന്ന ഓക്ലാൻഡിന്റെ വലതുകരം മുട്ടിനൊപ്പം വരെ ഒരപകടത്തിൽ നഷ്ടപ്പെട്ടു. ഒരു ബയോണിക്–3 കൈയാണ് അദ്ദേഹം ഉപയോഗിച്ചത്. ഈ കൃത്രിമ കൈക

ളുടെ സഹായത്തോടെ അദ്ദേഹത്തിന് മൃദുവും മിനുസമുള്ളതുമായ വസ്തുക്കൾവരെ സ്പർശിച്ചറിയുന്നതിനും എടുക്കുന്നതിനും കഴിയുമായിരുന്നു. ഒരു ഗ്ലാസിൽനിന്ന് മറ്റൊരു ഗ്ലാസിലേക്ക് ചായ പകരുന്നതിനും അദ്ദേഹത്തിന് കഴിഞ്ഞിരുന്നു. ഒരു അപകടത്തിൽപ്പെട്ട് ഇടതുകൈ നഷ്ടപ്പെടുകയും പകരം ബയോണിക് കരം വച്ചുപിടിപ്പിക്കുകയും ചെയ്ത ക്ലോഡിയ മിഷേൽ ആണ് ആദ്യത്തെ വനിതാ സൈബോർഗ്. സ്റ്റെലിയോസ് അർകാസിയോ എന്ന പെർഫോർമസ് ആർട്ടിസ്റ്റിനെ പരിചയപ്പെടാം. അദ്ദേഹം കൃത്രിമമായി നിർമ്മിച്ച ഒരു ചെവി തന്റെ ഇടതു കൈയിൽ വച്ചുപിടിപ്പിച്ചു. മനുഷ്യ ശരീരത്തിന്റെ കഴിവുകൾ പരമാവധി വർദ്ധിപ്പിക്കുക എന്നതായിരുന്നു അദ്ദേഹത്തിന്റെ ലക്ഷ്യം. ചെവിക്കു പുറമെ നിരവധി യന്ത്രസംവിധാനങ്ങൾ അദ്ദേഹത്തിന്റെ ശരീരത്തിനുള്ളിൽ സ്ഥാപിച്ചിട്ടുണ്ട്. അസംഭവ്യം എന്ന് തോന്നുന്ന 26 ൽ പരം പ്രകടനങ്ങൾ ഇത്തരം ഉപകരണങ്ങളുടെ സഹായത്തോടെ അർകാസിയോ നടത്തിവരുന്നു. ഇലക്ട്രോണിക് മസിൽ സ്റ്റിമുലേറ്ററുകൾ ഉപയോഗിച്ച് റിമോട്ടിന്റെ സഹായത്തോടെ ശരീരഭാഗങ്ങളെ ചലിപ്പിക്കുന്നതിന് അദ്ദേഹത്തിന് സാധിക്കും. ഒരു ഇലക്ട്രോണിക് മൂന്നാം കൈയും ചിലന്തിയുടേതുപോലെ ആറ് ഇലക്ട്രോണിക് കാലുകളും ഉപയോഗിച്ച് അദ്ദേഹം പ്രകടനങ്ങൾ നടത്തുന്നുണ്ട്. ഈ കാലുകൾക്ക് അദ്ദേഹത്തിന്റെ മനസ്സിനനുസരിച്ച് ചലിക്കുന്നതിനും കഴിയും. മസ്തിഷ്കാഘാതം തടയാൻ തലച്ചോറിൽ ഇംപ്ലാന്റേഷൻ നടത്തിയ എമിലി ബോർഗാർഡ് സൈബോർഗുകൾക്ക് മറ്റൊരുദാഹരണമാണ്.

ഇപ്പോൾ തന്നെ ലോകത്തിൽ അനേകമാളുകൾ അവരുടെ ശരീരത്തിൽ യന്ത്രസംവിധാനങ്ങൾ ഉപയോഗിക്കുന്നവരാണ്. കൃത്രിമ കൈകാലുകളും പേസ്മേക്കറുകളും കോക്ലിയർ ഇംപ്ലാന്റേഷനും കോൺടാക്ട് ലെൻസും എല്ലാമായിട്ട്. സ്വാഭാവിക അവയവങ്ങളെപ്പോലെ പ്രവർത്തിക്കുന്നതിനും ഇവയ്ക്ക് കഴിയുന്നുണ്ട്. എന്നാൽ പല അനുഭൂതികളും നല്കുന്നതിന് ഇത്തരം കൃത്രിമ അവയവങ്ങൾക്ക് ഇപ്പോൾ കഴിയുന്നില്ല. പ്രിയപ്പെട്ടവരെ സ്പർശിക്കുമ്പോഴുള്ള ഊഷ്മളതയും പട്ടിന്റെ മൃദുത്വവുമെല്ലാം ഇപ്പോഴും അന്യം തന്നെയാണ്. തലച്ചോറിന്റെ സന്ദേശങ്ങൾക്കനുസരിച്ച് പ്രവർത്തിക്കാൻ കഴിയുന്ന കൃത്രിമ അവയവങ്ങളും സാധാരണമായിട്ടില്ല. ഇപ്പോഴത്തെ അവസ്ഥയിൽ ഒരു കൃത്രിമ അവയവം ഘടിപ്പിച്ച ഒരു വ്യക്തിക്ക് അതവിടെ ഉണ്ടോ എന്നറിയണമെങ്കിൽ അതിനെ നോക്കുക തന്നെ വേണം. സ്വാഭാവിക ചർമ്മത്തിന്റെ സവിശേഷതകളുള്ള കൃത്രിമ ചർമ്മം ഉണ്ടാക്കി കൃത്രിമ അവയവങ്ങളെ ആവരണം ചെയ്യുന്നതിനുള്ള ഗവേഷണങ്ങളാണ് ഇപ്പോൾ നടന്നുകൊണ്ടിരിക്കുന്നത്. അതുവഴി സ്വാഭാവിക അവയവത്തിൽനിന്ന് ലഭിക്കുന്ന സ്പർശനം പോലെയുള്ള അനുഭൂതികൾ കൃത്രിമ അവയവത്തിൽനിന്നും ഉണ്ടാക്കാൻ കഴിയും. ഇല്ലിനോയ് യൂണിവേഴ്സിറ്റിയിലെ ശാസ്ത്രജ്ഞനായ ജോൺ റോജേഴ്സും സംഘവും ചേർന്ന് വികസിപ്പിച്ച സൈബോർഗ് എഞ്ചിനീ

യറിങ് ഉല്പന്നങ്ങളെ പരിചയപ്പെടാം. ഹെൽത്ത് മോണിട്ടറിങ് ഉപയോഗങ്ങൾക്കുവേണ്ടിയാണ് അവർ ഈ ഉല്പന്നങ്ങളെ പുറത്തിറക്കിയിരിക്കുന്നത്. ഒരു സെന്റിമീറ്ററിൽ താഴെ വലിപ്പമുള്ള സുതാര്യമായ ഒരു മൈക്രോചിപ്പ് നെറ്റിയിൽ ഒട്ടിച്ചുകഴിഞ്ഞാൽ തലച്ചോറിൽ നടക്കുന്ന വൈദ്യുത പ്രവർത്തനങ്ങൾ പുറമെയുള്ള ഒരാൾക്ക് മനസ്സിലാക്കാൻ കഴിയും. സാധാരണ ഇ ഇ ജി ചെയ്യുന്നതിനു പകരം ഈ സംവിധാനം ഉപയോഗിച്ചാൽ വ്യക്തികളുടെ ചലന സ്വാതന്ത്ര്യം നഷ്ടപ്പെടുന്നില്ലെന്നു മാത്രമല്ല വ്യത്യസ്ത ജോലികൾ ചെയ്തുകൊണ്ടിരിക്കുമ്പോൾ മസ്തിഷ്കത്തിലെ വൈദ്യുത പ്രവർത്തനങ്ങളിലുണ്ടാകുന്ന വ്യതിയാനം കണ്ടുപിടിക്കുന്നതിനും സാധിക്കും. ശിശുക്കളിൽ ഇലക്ട്രോ എൻസിഫാലോഗ്രാഫിക് ഡാറ്റ എടുക്കുന്നതിന് ഏറ്റവും അനുകൂലമായ രീതി കൂടിയാണിത്. സ്വാഭാവികമല്ലാതെയുള്ള ഹൃദയസ്പന്ദനം നിയന്ത്രിക്കുന്നതിനുള്ള ഇലക്ട്രോണിക് സ്തരങ്ങളും റോജേഴ്സിന്റെ നേതൃത്തിലുള്ള സംഘം വികസിപ്പിച്ചെടുത്തിട്ടുണ്ട്. ഹൃദയത്തെ ഇത്തരം സ്തരങ്ങൾക്കൊണ്ട് ആവരണം ചെയ്താൽ ഹൃദയാഘാതം നിയന്ത്രിക്കുന്നതിന് കഴിയും.

വൈദ്യശാസ്ത്രരംഗത്തുള്ള മറ്റൊരു പ്രധാന യന്ത്രവല്ക്കരണമാണ് (Cyborgization) റെറ്റിനൽ ഇംപ്ലാന്റേഷൻ. റെറ്റിനൈറ്റിസ് പിഗമെന്റോസ, കാഴ്ചക്കുറവ് തുടങ്ങി വാർദ്ധക്യം കൊണ്ടുണ്ടാകുന്ന തകരാറുകൾക്ക് ഒരു പരിഹാരമാണ് ഈ ചികിത്സാരീതി. പ്രായക്കൂടുതൽ കൊണ്ട് നഷ്ടമായ ഗാംഗ്ലിയോൺ സെല്ലുകൾക്ക് പകരം ഇലക്ട്രിക്കൽ സ്റ്റിമുലേഷൻ വഴി കണ്ണും തലച്ചോറുമായുള്ള ബന്ധം നിലനിർത്തുകയാണ് റെറ്റിനൽ ഇംപ്ലാന്റേഷൻ വഴി യാഥാർത്ഥ്യമാക്കുന്നത്. റെറ്റിനയും മസ്തിഷ്കവുമായും ബന്ധിപ്പിക്കുന്ന സെല്ലുകളാണ് ഗാംഗ്ലിയോണുകൾ. റെറ്റിനൽ ഇംപ്ലാന്റേഷനിൽ ഇപ്പോൾ തന്നെ കാര്യമായ പുരോഗതിയുണ്ടായിട്ടുണ്ട്. പ്രത്യേകമായി രൂപകല്പന ചെയ്ത കണ്ണടയും കണ്ണിനുള്ളിൽ സ്ഥാപിച്ചിട്ടുള്ള മൈക്രോചിപ്പും വഴി ലൈറ്റ് പാറ്റേണുകളെ വേർതിരിച്ചറിഞ്ഞ് വസ്തുവിന്റെ യഥാർത്ഥ ചിത്രം നല്കാൻ സാധിക്കും. റോബോട്ടിക് സൗണ്ടിങ് വോയ്സ് സ്റ്റിമുലേറ്ററുകളും പ്രചാരത്തിലെത്തിക്കഴിഞ്ഞു. സ്വനപേടകം നഷ്ടമായ ആളുകൾക്ക് ഇതുപയോഗിച്ച് ഭംഗിയായി സംസാരിക്കാൻ കഴിയും. ഒരു സർജറി വഴി ശബ്ദത്തെ നിയന്ത്രിക്കുന്ന നാഡികളിൽ ഇലക്ട്രിക്കൽ സംവേഗങ്ങൾ സൃഷ്ടിക്കാൻ വോയ്സ് സ്റ്റിമുലേറ്ററിന് കഴിയും. ഈ സിഗ്നലുകൾ ഒരു പ്രോസസറിലെത്തുകയും അവിടെ വെച്ച് ശബ്ദത്തിന്റെ ടൈമിങ്ങും പിച്ചും നിയന്ത്രിക്കും. അതേത്തുടർന്ന് സ്റ്റിമുലേറ്റർ കമ്പനം ചെയ്യുകയും വായിലൂടെ ശബ്ദമായി പുറത്തുവരുകയും ചെയ്യും. 2014 ൽ ഇല്ലിനോയ് യൂണിവേഴ്സിറ്റിയിലെയും വാഷിങ്ടൺ യൂണിവേഴ്സിറ്റിയിലെയും ഗവേഷകർ ചേർന്ന് വികസിപ്പിച്ചെടുത്ത പേസ്മേക്കർ ശ്രദ്ധേയമാണ്. ഇതൊരു ഇലക്ട്രിക് സ്തരമാണ്. ചിലന്തിവല പോലെയുള്ള ഈ സ്തരം നിരവധി സെൻസറുകളുടെയും ഇലക്ട്രോഡുകളുടെയും ഒരു സംഘാതമാണ്. ഹൃദയമിടിപ്പ് നിലയ്ക്കാതെ

നിലനിർത്താൻ കഴിയുന്ന ഈ ഉപകരണം സാധാരണ ഉപയോഗിക്കുന്ന പേസ്മേക്കറുകളെ അപേക്ഷിച്ച് ഏറെ കാര്യക്ഷമമാണ്. ഇതിന്റെ ആദ്യ പ്രോട്ടോടൈപ്പ് ഒരു മുയലിൽ ആണ് പരീക്ഷിച്ചത്. പരീക്ഷണം വിജയകരമായിരുന്നു. വ്യാവസായികാടിസ്ഥാനത്തിൽ ഉല്പാദനം ആരംഭിച്ചു കഴിഞ്ഞാൽ പരമ്പരാഗത പേസ്മേക്കറുകൾ മ്യൂസിയങ്ങളിലേക്ക് മാറേണ്ടതായിവരും.

മനുഷ്യ പരിണാമത്തിന്റെ അടുത്തഘട്ടം തീരുമാനിക്കുന്നത് സൈബോർഗുകളായിരിക്കും. വൈദ്യശാസ്ത്ര രംഗത്ത് പുതിയ ഔഷധങ്ങൾ വികസിപ്പിക്കുന്നതിലും ശാസ്ത്രജ്ഞരെ ആകർഷിക്കുന്നത് സൈബോർഗ് എഞ്ചിനീയറിങ്ങിന്റെ വികസനമാണ്. ഇപ്പോൾത്തന്നെ ബയോണിക് ചെവികളും കണ്ണുകളും കൈകാലുകളും പ്രചാരത്തിലായിക്കഴിഞ്ഞു. മനുഷ്യൻ, യന്ത്രം എന്നിങ്ങനെയുള്ള വ്യത്യാസമില്ലാതെ ഇവയുടെ സംയോജിത പ്രവർത്തനങ്ങളിലൂടെ കൂടുതൽ കാര്യക്ഷമതയുള്ള മനുഷ്യരെ രൂപപ്പെടുത്തുകയാണ് സൈബോർഗ് എഞ്ചിനീയറിങ് ചെയ്യുന്നത്. ഗൂഗിൾ സെർച്ച് ചെയ്യുമ്പോൾ നമ്മുടെ മൈൻഡ് റീഡ് ചെയ്യുന്നതും, ഫേസ്ബുക്ക് നമ്മുടെ സുഹൃത്തുക്കളെ കൃത്യമായി കണ്ടെത്തുന്നതും ശ്രദ്ധിച്ചിട്ടുണ്ടാകുമല്ലോ. മനുഷ്യനും യന്ത്രവും തമ്മിലുള്ള അതിരുകൾ ഇല്ലാതായിക്കൊണ്ടിരിക്കുകയാണ്. മൈൻഡ് റീഡിങ്ങും പ്രവചനവുമൊന്നും ഭാവിയിലെ സൈബോർഗുകൾക്ക് ഒരു പ്രശ്നമാകില്ല. ഭാവി പ്രവചനക്കാരും ജ്യോത്സ്യൻമാരും വിശ്രമജീവിതം നയിക്കേണ്ടിവരും. ഒരു പക്ഷേ, സൈബോർഗ് ജ്യോത്സ്യൻമാർ തന്നെ ഉണ്ടായെന്നും വരാം.

2016 ൽ ആദ്യത്തെ സൈബോർഗ് ഒളിമ്പിക്സ് നടന്നു. സൈബത്ത്ലോൺ 2016 എന്ന പേരിൽ സ്വിറ്റ്സർലണ്ടിലെ സൂറിച്ചിലാണ് ഈ മേള നടന്നത്. 16 ടീമുകൾ പങ്കെടുത്ത ഈ മേളയിൽ അംഗവൈകല്യങ്ങളെ സാങ്കേതികവിദ്യകൊണ്ട് മറികടക്കുന്ന അത്‌ലിറ്റുകളാണ് ഉണ്ടായിരുന്നത്. സ്പേസ് എക്സ് സി ഇ ഒ ആയ എലോൺ മസ്ക്ക് അവതരിപ്പിക്കുന്ന ബ്രെയിൻ കമ്പ്യൂട്ടർ ഇന്റർഫേസാണ് ന്യൂറൽലിങ്ക്. മസ്തിഷ്കത്തിൽ നടത്തുന്ന ഇംപ്ലാന്റേഷൻ വഴി ഓർമ്മശക്തിയും കമ്പ്യൂട്ടിങ് ശേഷിയും വർദ്ധിപ്പിക്കുന്നതിനുള്ള മാർഗ്ഗമാണിത്. ഭാവിയിലെ സോഫ്റ്റ് വെയർ എഞ്ചിനീയർമാരെല്ലാം സൈബോർഗുകൾ ആയിരിക്കുമെന്നാണ് ഈ സംരംഭത്തിലൂടെ മസ്ക്ക് പറഞ്ഞുവയ്ക്കുന്നത്. ഒരു മൈക്രോൺ വലിപ്പത്തിലുള്ള ചിപ്പ് തലച്ചോറിൽ ഇംപ്ലാന്റ് ചെയ്യുന്നതിലൂടെ ബ്രെയിൻ-മെഷീൻ ബന്ധം സ്ഥാപിക്കുകയും തലച്ചോറിനുണ്ടാകുന്ന അസുഖങ്ങൾ അതുപയോഗിച്ച് പരിഹരിക്കുകയും ചെയ്യുന്നു എന്നതാണ് ന്യൂറൽ ലിങ്കിലൂടെ എലോൺ മസ്ക്ക് മുന്നോട്ടുവയ്ക്കുന്ന ആശയം. മസ്തിഷ്കാഘാതം, ഓർമ്മക്കുറവ് തുടങ്ങിയ അപകടങ്ങളിൽനിന്ന് ഇതുവഴി പരിഹാരം കണ്ടെത്താൻ കഴിയും. 2021 ആകുമ്പോഴേക്കും ന്യൂറൽലിങ്ക് ഉല്പന്നങ്ങൾ വിപണിയിലെത്തും. വ്യക്തികളുടെ മസ്തി

ഷ്കങ്ങളെ തമ്മിൽ സൈബോർഗ് എഞ്ചിനീയറിങ്ങിലൂടെ പരസ്പരം ബന്ധിപ്പിക്കുക എന്നതാണ് എലോൺ മസ്കിന്റെ മറ്റൊരു സ്വപ്നം. ഇതിലൂടെ സംസാരിക്കുകയോ എഴുതുകയോ ചെയ്യാതെ രണ്ടുവ്യക്തികൾ തമ്മിൽ ആശയവിനിമയം സാദ്ധ്യമാക്കാൻ കഴിയുമെന്നാണ് അദ്ദേഹം പറയുന്നത്.

നിലനില്പും വംശനാശവും പ്രകൃതിനിർദ്ധാരണത്തിന്റെ ഭാഗമാണ്. മനുഷ്യരുടെ കാര്യമെടുത്താൽ പുതിയൊരു തലമുറ ഉണ്ടാകണമെങ്കിൽ ശരാശരി 25–30 വർഷമെടുക്കും. ഇത് അല്പം നീണ്ട ഒരു കാലഘട്ടമാണ്. പരിണാമത്തിന്റെ ഭാഗമായ മ്യൂട്ടേഷൻ സംഭവിക്കുന്നതിന് ആയിരക്കണക്കിന് വർഷങ്ങളും ആവശ്യമാണ്. സാങ്കേതികവിദ്യ മേൽക്കൈ സ്ഥാപിച്ചുകൊണ്ടിരിക്കുന്ന, മത്സരങ്ങൾ നിറഞ്ഞ ഒരു ലോകത്ത് കാര്യശേഷി കൂടുതലുള്ള വ്യക്തികൾ ഉണ്ടാകേണ്ടത് അനിവാര്യമാണ്. സ്വാഭാവിക പരിണാമത്തിലൂടെ കാര്യശേഷി കൂടുതലുള്ള വ്യക്തികൾ രൂപപ്പെടുന്നതിന് നീണ്ട കാത്തിരിപ്പ് വേണ്ടിവരും. അതുകൊണ്ട് പ്രകൃതി നിർദ്ധാരണത്തിൽ സാങ്കേതികവിദ്യ ഇടപെടേണ്ടിവരും. രോഗപ്രതിരോധ ശേഷിയുള്ളതും സൂപ്പർ ബ്രെയിനുകളുള്ളതുമായ സൈബോർഗുകളായിരിക്കും ഇനി പ്രകൃതി നിർദ്ധാരണത്തെ നിർണ്ണയിക്കുക. പുരാണങ്ങളിലെ എന്നും പതിനാറ് വയസ്സായിരിക്കുന്ന കഥാപാത്രത്തെപ്പോലെ നിത്യയൗവനമുള്ളതും മരണമില്ലാത്തതുമായ മനുഷ്യരെ വരെ നാളെ കാണാൻ കഴിഞ്ഞേക്കും. മനുഷ്യരുടെ ആവശ്യങ്ങൾക്ക് പരിധിയില്ല. കാലം കഴിയുന്തോറും ആഗ്രഹങ്ങളും ആവശ്യങ്ങളും ഏറിവരികയാണ്. കഴിഞ്ഞ നൂറ്റാണ്ടിലെ മനുഷ്യനല്ല ഈ നൂറ്റാണ്ടിലുള്ളത്. ഭക്ഷണശീലങ്ങൾ മാറുന്നു. ചിന്തകളുടെ പാറ്റേൺ തന്നെ മാറുന്നു. എന്തിനേറെ അപ്പിയറൻസിൽ തന്നെ വ്യത്യാസമുണ്ടാകുന്നു. ഡ്രൈവറില്ലാത്ത വാഹനങ്ങൾ തിരത്തിലിറങ്ങുന്നു. കമ്പ്യൂട്ടറുകളും സ്മാർട്ട് ഫോണുകളും നമ്മുടെ യജമാനന്മാരാകുന്നു, അവ നമ്മെ തിരിച്ചറിയുന്നു. ഇന്ന് കാറുകൾ മനുഷ്യന്റെ കാലുകളായി. കാൽക്കുലേറ്ററുകൾ നമ്മുടെ മനസ്സും ഗൂഗിൾ നമ്മുടെ ഓർമ്മശക്തിയുമായി. നമ്മുടെ ജീവിതം തന്നെ ഒരു ജൈവിക പ്രക്രിയ അല്ലാതായിക്കൊണ്ടിരിക്കുകയാണ്. ഇനി വരുന്ന തലമുറകൾക്ക് ജൈവ–അജൈവ വ്യത്യാസമില്ലാതാകും കാർബൺ മസ്തിഷ്കവും സിലിക്കൺ മസ്തിഷ്കവും സ്വതന്ത്രമായല്ല, മറിച്ച് ഒരുമിച്ചായിരിക്കും ഇനി പ്രവർത്തിക്കുക. കൃത്രിമ ബുദ്ധി (Artificial Intelligence) മനുഷ്യബുദ്ധിയെ മറികടക്കുന്ന ഒരവസ്ഥയുണ്ടായാൽ യന്ത്രമനുഷ്യർ (Robots) ഭൂമി കീഴടക്കും. സ്റ്റീഫൻ ഹോക്കിങ് ഇത്തമൊരു അപകടത്തെ ഭയപ്പെടുന്നുണ്ട്. ഇതിന് പരിഹാരം കാണണമെങ്കിൽ സാധാരണ മനുഷ്യർ മതിയാകില്ല. മനുഷ്യയന്ത്രങ്ങൾക്ക് മാത്രമേ യന്ത്രമനുഷ്യർ സൃഷ്ടിക്കുന്ന വെല്ലുവിളി അതിജീവിക്കാൻ കഴിയൂ.

ആപേക്ഷികത

ഒരിക്കൽ മായാവിയും രാജുവും കൂടി ഭൂമിയിൽനിന്ന് ഒൻപത് പ്രകാശവർഷം അകലെയുള്ള സിറിയസ് നക്ഷത്രയൂഥത്തിലെ ഒരു ഗ്രഹം സന്ദർശിക്കാൻ തീരുമാനിച്ചു. മായാവിക്ക് പ്രകാശവേഗതയിൽ സഞ്ചരിക്കാൻ കഴിയും. അങ്ങനെ വരുമ്പോൾ സിറിയസിൽ പോയി തിരിച്ചുവരാൻ പതിനെട്ട് വർഷമെടുക്കുമല്ലോ. അത്രയും നാളത്തേക്കുള്ള ഭക്ഷണ സാധനങ്ങൾ എങ്ങനെ കൊണ്ടു പോകും? രാജുവിന് സംശയമായി. എന്നാൽ മായാവി രാജുവിനെ സമാധാനിപ്പിച്ചു. നമുക്ക് പ്രകാശവേഗതയുടെ 99.99 ശതമാനം വേഗതയിൽ സഞ്ചരിക്കാൻ കഴിയും. അപ്പോൾ നമ്മുടെ ബാഹ്യ – ആന്തര ശാരീരിക പ്രവർത്തനങ്ങളും മാനസിക വ്യവഹാരങ്ങളും ഭൂമിയിലുള്ളവരെ അപേക്ഷിച്ച് എഴുപതിനായിരത്തിൽ ഒന്നായി മന്ദീഭവിക്കും. ഭൂമിയിലുള്ള ഒരാൾക്ക് നാം പതിനെട്ടുവർഷം സഞ്ചരിക്കുന്നതായി തോന്നുമ്പോൾ നമുക്കത് ഒരു ദിവസമായേ അനുഭവപ്പെടൂ. രാവിലെ യാത്രപുറപ്പെട്ടാൽ ഉച്ചഭക്ഷണസമയത്ത് നമുക്ക് സിറിയസിലെത്താം. അത്താഴമാകുമ്പോൾ തിരിച്ച് ഭൂമിയിലും.

യാത്രയ്ക്കുശേഷം ഭൂമിയിൽ തിരിച്ചെത്തിയ രാജു അമ്പരന്നുപോയി. അവരെ തിരിച്ചറിയാൻ രാധയ്ക്കു കഴിഞ്ഞില്ല. രാധയ്ക്ക് രാജുവിനേക്കാൾ 18 വയസ്സ് കൂടുതലായിരിക്കുന്നു. കഴിഞ്ഞ 18 വർഷമായി കാണാതിരുന്നതുകൊണ്ട് ബന്ധുക്കളെല്ലാം രാജുവിനെ മറന്നു തുടങ്ങിയിരുന്നു. രാജുവും മായാവിയും പ്രകാശവേഗതയിലും കൂടിയ വേഗതയിലായിരുന്നു സഞ്ചരിച്ചിരുന്നതെങ്കിൽ ഇന്നു യാത്ര പുറപ്പെട്ട അവർക്ക് ഇന്നലെ ഭൂമിയിൽ തിരിച്ചെത്താൻ കഴിയുമായിരുന്നു. പ്രകാശവേഗതയിൽ സമയം നിശ്ചലമാകും. അതിലും കൂടിയ വേഗതയിൽ സമയം പിന്നിലേക്കൊഴുക്കും. പക്ഷേ, ഇതൊന്നും സംഭവിക്കില്ല. കാരണം ആൽബർട്ട് ഐൻസ്റ്റൈൻ സമ്മതിക്കില്ല.

ഈ ഭാവനാ സൃഷ്ടി ബാലിശമാണെന്ന് പറയാൻ വരട്ടെ. ഇതിലേറെ വിചിത്രവും സാമാന്യയുക്തിക്കു ദഹിക്കുന്നതിലപ്പുറവുമുള്ള സങ്കല്പനങ്ങളുള്ള ഒരു ഗണിത സിദ്ധാന്തമാണ് പ്രപഞ്ചത്തിന്റെ സൃഷ്ടി – സ്ഥിതി – സംഹാരങ്ങൾ നിർണ്ണയിക്കുന്നതെന്നറിയുമ്പോഴോ? ആപേക്ഷികത എന്നറിയപ്പെടുന്ന ശാസ്ത്രസിദ്ധാന്തമാണ് സ്ഥൂലപ്രപഞ്ചത്തെ ഭരിക്കുന്നത്. ആപേക്ഷികത എന്താണെന്ന് പൂർണ്ണമായി മനസ്സിലാക്കിയവർ ഇന്നും വിരളമാണ്. അത്രമാത്രം സങ്കീർണ്ണമാണ് അതിലെ നിർദ്ധാരണങ്ങൾ.

ഇരുപതാം നൂറ്റാണ്ടിലെ ഏറ്റവും പ്രതിഭാശാലിയായ ശാസ്ത്രജ്ഞനായി പരക്കെ അംഗീകരിക്കപ്പെടുന്ന വ്യക്തിത്വമാണ് ആൽബർട്ട് ഐൻസ്റ്റൈന്റേത്. അദ്ദേഹം രൂപംകൊടുത്ത ആപേക്ഷികതാ സിദ്ധാന്തങ്ങൾ ആധുനിക ഭൗതിക ശാസ്ത്രത്തിലെ രണ്ട് അടിസ്ഥാന ശിലകളിലൊന്നാണ്. ക്വാണ്ടം മെക്കാനിക്ക്സാണ് അടുത്തത്. ആപേക്ഷികത സ്ഥൂലപ്രപഞ്ചത്തിന്റെ ചര്യകൾ വിവരിക്കുമ്പോൾ ക്വാണ്ടം മെക്കാനിക്ക്സ് പറയുന്നത് സൂക്ഷ്മ പ്രപഞ്ചത്തിന്റെ ചലനനിയമങ്ങളാണ്. ദ്രവ്യവും ഊർജ്ജവും തമ്മിലുള്ള ബന്ധത്തെപ്പറ്റിയുള്ള ഐൻസ്റ്റൈന്റെ സമവാക്യം ($E=mc^2$) ലോകത്തിലെ ഏറ്റവും പ്രശസ്തമായ സമവാക്യമാണ്. ക്വാണ്ടം സിദ്ധാന്തത്തിന്റെ അടിസ്ഥാനം ഈ സമവാക്യമാണ്. എന്നാൽ ആൽബർട്ട് ഐൻസ്റ്റൈൻ ക്വാണ്ടം മെക്കാനിക്ക്സിന്റെ കടുത്ത വിമർശകനായിരുന്നു. ക്വാണ്ടം മെക്കാനിക്ക്സിലെ അനിശ്ചിതത്വവും എൻടാങ്കിൾമെന്റും സൂപ്പർപൊസിഷനുമൊന്നും അദ്ദേഹത്തിന് തീരെ രസിച്ചിരുന്നില്ല. ഫോട്ടോണുകൾ എന്ന പ്രകാശക്വാണ്ടങ്ങളെ ശാസ്ത്രലോകത്തിനു പരിചയപ്പെടുത്തിയത് ഐൻസ്റ്റൈനാണ്. എന്നാൽ ചില ഭൗതിക ശാസ്ത്രജ്ഞരുടെ അമിതാവേശം ക്വാണ്ടം ഭൗതികത്തിന്റെ അന്തഃസത്ത ചോർത്തിക്കളയുകയാണെന്നായിരുന്നു ഐൻസ്റ്റൈന്റെ വിമർശനം. ഇക്കാര്യത്തിൽ ഐൻസ്റ്റൈന്റെ കടുത്ത പ്രതിയോഗിയായിരുന്നു നീൽസ് ബോർ. 1910 മുതലുള്ള മൂന്ന് ദശാബ്ദക്കാലം ഭൗതികശാസ്ത്രജ്ഞരെ രണ്ടു ചേരിയിൽ അണിനിരത്തിയ ഐൻസ്റ്റൈൻ – ബോർ ബൗദ്ധികസംവാദം. ചരിത്രപ്രസിദ്ധമായ കോപ്പൻഹാഗൻ വ്യാഖ്യാനം ഈ സംവാദത്തിന്റെ ഏറ്റവും പ്രബലമായ തെളിവാണ്. പക്ഷേ, വിചിത്രമെന്നു പറയട്ടെ, ആൽബർട്ട് ഐൻസ്റ്റൈന് നൊബേൽ പുരസ്കാരം ലഭിച്ചത് ആപേക്ഷികതാ സിദ്ധാന്തവുമായി ബന്ധപ്പെട്ട പഠനങ്ങൾക്കല്ല. മറിച്ച് ഫോട്ടോ ഇലക്ട്രിക് പ്രഭാവം എന്ന ക്വാണ്ടം പ്രതിഭാസത്തിനാണ്. ലോകചരിത്രത്തെ ഏറ്റവുമധികം സ്വാധീനിച്ച നൂറു വ്യക്തികളുടെ ഹ്രസ്വചരിത്രമാണ് *ദ് ഹൺഡ്രഡ്* എന്ന പേരിൽ 1978 ൽ മൈക്കൽ ഹാർട്ട് പ്രസിദ്ധീകരിച്ച പുസ്തകം. ഈ പട്ടികയിൽ പത്താംസ്ഥാനം ഐൻസ്റ്റൈനാണ്. 1999 ൽ *ടൈം മാഗസിൻ* പേഴ്സൺ ഓഫ് ദി സെഞ്ച്വറിയായി ഐൻസ്റ്റൈനെ തെരഞ്ഞെടുത്തു. മുന്നൂറിലധികം ശാസ്ത്രപ്രബന്ധങ്ങളും നൂറ്റമ്പതിൽ പരം ശാസ്ത്രേതര ഗ്രന്ഥങ്ങളും ഐൻസ്റ്റൈൻ രചി

ച്ചിട്ടുണ്ട്. ഒരു ഭൗതികശാസ്ത്രജ്ഞനിലുപരി മഹാനായ ചിന്തകൻകൂടിയായിരുന്നു അദ്ദേഹം.

1879 മാർച്ച് 14 ന് ജർമ്മനിയിലെ ഉം (Ulm) എന്ന സ്ഥലത്താണ് ആൽബർട്ട് ഐൻസ്റ്റൈൻ ജനിച്ചത്. ആൽബർട്ടിന്റെ പിതാവ് ഹെർമ്മൻ ഐൻസ്റ്റൈൻ ഒരു ഇലക്ട്രിക്കൽ കടയുടമയായിരുന്നു. അമ്മ പൗളിൻ നല്ല വിദ്യാഭ്യാസമുള്ള ഒരു സ്ത്രീയായിരുന്നു. ആൽബർട്ടിന് ഒരു വയസ്സുള്ളപ്പോൾ കുടുംബം മ്യൂണിക്കിലേക്ക് താമസം മാറി. ലജ്ജാശീലനും സ്വപ്നജീവിയുമായിരുന്നു ബാലനായ ഐൻസ്റ്റൈൻ. അമ്മ മനോഹരമായി പിയാനോ വായിക്കുമായിരുന്നു. ആൽബർട്ടും സംഗീതത്തിൽ അതീവ തല്പരനായിരുന്നു. വളരെ വൈകിയാണ് ആൽബർട്ട് സംസാരിക്കാൻ തുടങ്ങിയത്. ബാലൻ സംസാരിക്കാൻ വൈകുന്നതിൽ മാതാപിതാക്കൾക്ക് വലിയ ഉൽക്കണ്ഠയായിരുന്നു. ഒരിക്കൽ കുടുംബാംഗങ്ങളെല്ലാവരും ചേർന്ന് ഭക്ഷണത്തിനിരിക്കുമ്പോൾ ആൽബർട്ട് പെട്ടെന്നു പറഞ്ഞു, “ഈ സൂപ്പിന് ഭയങ്കര ചൂട്” ഇതു കേട്ട് അമ്പരന്ന പൗളിൻ ഇത്രകാലവും സംസാരിക്കാതിരുന്നത് എന്താണെന്നു തിരക്കി. ആൽബർട്ടിന്റെ മറുപടി രസകരമായിരുന്നു. “ഇതുവരെ കാര്യങ്ങളെല്ലാം ചിട്ടയായി ആണ് നടന്നിരുന്നത്. അതുകൊണ്ട് സംസാരിക്കേണ്ട ആവശ്യമുണ്ടായില്ല.”

ശാസ്ത്രീയോപകരണങ്ങളിൽ കുട്ടിക്കാലത്തേ താല്പര്യം തോന്നിയ ഐൻസ്റ്റൈൻ ഗണിതത്തിൽ അതീവ മിടുക്കനും മറ്റു വിഷയങ്ങളിൽ സാധാരണക്കാരനുമായിരുന്നു. പതിനഞ്ചാം വയസ്സിൽ ഐൻസ്റ്റൈന്റെ കുടുംബം ഇറ്റലിയിലേക്ക് താമസം മാറി. സ്വിറ്റ്സർലന്റിലെ സൂറിച്ച് സർവ്വകലാശാലയിലായിരുന്നു ഐൻസ്റ്റൈന്റെ പഠനം. ഇവിടെ വച്ച് അദ്ദേഹത്തിന്റെ പ്രതിഭ വികസിച്ചു. ഭൗതികശാസ്ത്രത്തിലും ഗണിതത്തിലും അദ്ദേഹം അസാമാന്യ മിടുക്കു കാട്ടി. 1900 ൽ പഠനം പൂർത്തിയാക്കിയ അദ്ദേഹത്തിന് ഇഷ്ടപ്പെട്ട അദ്ധ്യാപകജോലി ലഭിച്ചില്ല. അതേത്തുടർന്ന് അദ്ദേഹം ബെർലിനിലെ സ്വിസ് പേറ്റന്റ് ഓഫീസിൽ ഗുമസ്തനായി ജോലിക്കു ചേർന്നു. യുഗോസ്ലാവ്യക്കാരിയും സഹപാഠിയുമായിരുന്ന മിലോവാ മാറക്കിനെ വിവാഹം ചെയ്ത ഐൻസ്റ്റൈന് രണ്ടു പുത്രൻമാരും ജനിച്ചു.

പേറ്റന്റ് ഓഫീസിലെ ഒഴിവുസമയങ്ങളിൽ ഐൻസ്റ്റൈൻ സ്വന്തം ഭൗതിക പരീക്ഷണങ്ങളിൽ മുഴുകി. 1905 ൽ അഞ്ച് ഗവേഷണ പ്രബന്ധങ്ങൾ അദ്ദേഹം പ്രസിദ്ധീകരിച്ചു. അതിലെ വിപ്ലവകരമായ ചില ആശയങ്ങൾ ശാസ്ത്രലോകത്തെ പിടിച്ചു കുലുക്കി. അതിലൊരു പ്രബന്ധം ആപേക്ഷികതയുടെ വിശിഷ്ട സിദ്ധാന്തമായിരുന്നു. അതിൽ പ്രപഞ്ചത്തിലെ വസ്തുക്കളുടെ കേവലമായ ചലനം മിഥ്യയാണെന്നും ആപേക്ഷികമായ ചലനം മാത്രമേയുള്ളുവെന്നും അദ്ദേഹം വാദിച്ചു. മറ്റൊരു പ്രബന്ധത്തിൽ ദ്രവ്യവും ഊർജ്ജവും തമ്മിലുള്ള ബന്ധം ചർച്ചചെയ്തു. ഈ നിർവ്വചനത്തിന്റെ അടിസ്ഥാനത്തിലാണ് 1945 ൽ മാൻഹാട്ടൻ പ്രോജ

ക്ടിന്റെ ഭാഗമായി ന്യൂക്ലിയർ ബോംബ് നിർമ്മിച്ചത്. 1906 ൽ ഐൻസ്റ്റൈൻ സൂറിച്ച് സർവ്വകലാശാലയിൽ പ്രൊഫസറായി നിയമിതനായി. 1915 ൽ ഐൻസ്റ്റൈൻ ഗുരുത്വാകർഷണത്തെ സംബന്ധിക്കുന്ന ഫീൽഡ് സമവാക്യങ്ങൾ നിർമ്മിക്കുകയും നവംബർ മാസത്തിൽ ആപേക്ഷികതയുടെ പൊതുസിദ്ധാന്തം അവതരിപ്പിക്കുകയും ചെയ്തു. 1916 ലാണ് ഈ സിദ്ധാന്തം പ്രസിദ്ധീകരിച്ചത്. അത്യന്തം സങ്കീർണ്ണമായ ഈ സിദ്ധാന്തം അന്ന് ലോകത്തിലെ നാലു ശാസ്ത്രജ്ഞർക്കേ മനസ്സിലായിരുന്നുള്ളുവെന്ന് പറയപ്പെടുന്നു. ഈ സിദ്ധാന്തം ഐൻസ്റ്റൈനെ ഒരു മഹാശാസ്ത്രകാരനാക്കി മാറ്റി.

ഹിറ്റ്ലറുടെ ക്രൂരതകൾ കാരണം 1933 ൽ ഐൻസ്റ്റൈൻ യൂറോപ്പ് വിട്ട് അമേരിക്കയിലേക്ക് കുടിയേറി. യു എസിലെ പ്രിൻസ്റ്റൺ സർവ്വകലാശാല അദ്ദേഹത്തിനൊരു ഉയർന്ന സ്ഥാനം നല്കി ആദരിച്ചു. 1940 ൽ ഐൻസ്റ്റൈൻ അമേരിക്കൻ പൗരത്വം സ്വീകരിച്ചു. ജീവിതം മുഴുവൻ അദ്ദേഹം ഗണിതത്തിലെയും ഭൗതികശാസ്ത്രത്തിലെയും സങ്കീർണ്ണമായ സമസ്യകൾക്ക് ഉത്തരം തേടിക്കൊണ്ടിരുന്നു. സ്നേഹശീലനും സൗമ്യനുമായ അദ്ദേഹം യുദ്ധവിരോധിയായിരുന്നു. ന്യൂക്ലിയർ സാങ്കേതിക വിദ്യ മനുഷ്യനന്മയ്ക്കായി ഉപയോഗിക്കണമെന്ന് അദ്ദേഹം ശക്തിയായി വാദിച്ചിരുന്നു. 1955 ൽ യുദ്ധത്തിനും അണുബോംബിനുമെതിരെയുള്ള പ്രസംഗാവതരണം തയ്യാറാക്കിക്കൊണ്ടിരുന്ന കാലത്ത് ഏപ്രിൽ 18 ന് ഐൻസ്റ്റൈൻ ഈ ലോകത്തോട് വിടപറഞ്ഞു. രണ്ടു തവണ വിവാഹിതനായിരുന്ന ഐൻസ്റ്റൈൻ ജീവിതാന്ത്യത്തിൽ തനിച്ചായിരുന്നു. മഹാത്മാഗാന്ധിയുമായും രവീന്ദ്രനാഥ് ടാഗോറുമായും അദ്ദേഹത്തിന് ഗാഢമായ സൗഹൃദമുണ്ടായിരുന്നു.

ജീവിച്ചിരുന്നപ്പോഴും അതിനുശേഷവും ഐൻസ്റ്റൈനെക്കുറിച്ച് ഏറെ എഴുതപ്പെട്ടിട്ടുണ്ട്. സാധാരണ വ്യവഹാരഭാഷയിൽ കൈകാര്യം ചെയ്യാൻ പറ്റാത്തവിധം സങ്കീർണ്ണമാണ് ഐൻസ്റ്റൈന്റെ സിദ്ധാന്തങ്ങൾ. മസ്തിഷ്കത്തെ പ്രകമ്പനം കൊള്ളിക്കുന്ന ചിന്താപരീക്ഷണങ്ങളും യുക്തിനിർദ്ധാരണങ്ങളും അവയെ സാമ്പ്രദായിക തലത്തിൽനിന്ന് അകറ്റിനിർത്തുന്നു. സിദ്ധാന്തങ്ങളുടെ ഭൗതികപരിണതികൾ സാമാന്യബുദ്ധിക്ക് നിരക്കാത്തതും ഏറക്കുറെ അസംഭവ്യമെന്ന് തോന്നുന്നവയുമാണ്. ഐൻസ്റ്റൈൻ ഉപയോഗിക്കുന്ന സങ്കീർണ്ണവും അമൂർത്തവുമായ ഗണിതം ഏറെ ദുർഗ്രാഹ്യതയുളവാക്കുന്നതാണ്. ഈ സാങ്കേതിക പ്രശ്നം ഐൻസ്റ്റൈന്റെ ബൗദ്ധികനേട്ടങ്ങൾ ശാസ്ത്രവിദ്യാർത്ഥികൾക്കു പോലും അപ്രാപ്യമാകുന്ന സ്ഥിതിവിശേഷം വരുത്തിത്തീർത്തു. അതിലുപരി ഐൻസ്റ്റൈൻ ഉദ്ദേശിച്ചതിൽനിന്നും വ്യതിചലിച്ച് സിദ്ധാന്തങ്ങളുടെ അർത്ഥം വ്യാഖ്യാനിക്കപ്പെടാറുണ്ട്. സ്ഥലകാലത്തിന്റെ നാലുമാനങ്ങളെ തത്ത്വചിന്താപരമായി സമീപിക്കുന്ന നിരവധി ശാസ്ത്രലേഖകർ ഇന്നുമുണ്ട്. ഐൻസ്റ്റൈന്റെ ധൈഷണിക സംഭാവനകളിലൂടെയുള്ള യാത്രയിൽ ഒരുവശത്ത് സങ്കീർണ്ണഗണിതവും വിചിത്ര സങ്കല്പങ്ങളുമാണെങ്കിൽ മറു

വശത്ത് മായികചിന്തയിലേക്കും തത്ത്വദർശനത്തിലേക്കും വഴുതിപ്പോകാനുള്ള നിരവധി സാഹചര്യങ്ങളുമുണ്ട്. പരിമിത ജ്ഞാനത്തിൽനിന്നുകൊണ്ട് ഐൻസ്റ്റൈന്റെ മസ്തിഷ്കത്തെ അളക്കാൻ ശ്രമിക്കുന്നത് അങ്ങേയറ്റം അപകടകരമാണ്.

ജീവിച്ചിരിക്കുമ്പോൾ തന്നെ ഇതിഹാസമായി മാറിയ ഐൻസ്റ്റൈന്റെ ബുദ്ധി ഒരു ആഗോളവിസ്മയമായിരുന്നു. അദ്ദേഹത്തിന്റെ തലച്ചോറിന്റെ ഘടന അറിയാൻ ന്യൂറോളജിസ്റ്റുകൾക്കുണ്ടായ താല്പര്യം മനസ്സിലാക്കിയ ഐൻസ്റ്റൈൻ മരണാനന്തരം തന്റെ മസ്തിഷ്കം ശാസ്ത്രപഠനങ്ങൾക്ക് വിട്ടുകൊടുക്കാൻ സമ്മതിച്ചു. 1955 ഏപ്രിൽ 18 ന് അദ്ദേഹത്തിന്റെ മരണത്തെത്തുടർന്ന് ഒട്ടും വൈകാതെ പ്രിൻസ്ടൺ ഹോസ്പിറ്റലിലെ ഡോക്ടറായ തോമസ് ഹാർവി ഐൻസ്റ്റൈന്റെ മസ്തിഷ്കം പുറത്തെടുത്ത് ഫോർമാലിൻ ലായിനിയിൽ സൂക്ഷിച്ചു. 240 കഷണങ്ങളായാണ് തലച്ചോർ സൂക്ഷിച്ചുവച്ചത്. മുപ്പതുവർഷങ്ങൾക്കുശേഷം അനേകം ന്യൂറോളജിസ്റ്റുകളുടെ പഠനശേഷം റിപ്പോർട്ട് പുറത്തുവന്നു. പതിനൊന്ന് ശരാശരി തലച്ചോറുകളുമായി താരതമ്യം ചെയ്തപ്പോൾ ഐൻസ്റ്റൈൻ തലച്ചോറിൽ ന്യൂറോൺ കോശങ്ങളുടെ എണ്ണം കുറവാണെന്നായിരുന്നു നിഗമനം. ഐൻസ്റ്റൈന്റെ മസ്തിഷ്കഭാരം 1230 ഗ്രാമായിരുന്നു. ഇത് ശരാശരിയിലും (1400ഗ്രാം) കുറവാണ്. സെറിബ്രൽ കോർട്ടക്സ് ലോലമാണെന്നും കണ്ടെത്തി. പിന്നീട് 1999 ൽ ശരാശരി ബുദ്ധിയുള്ള 35 പുരുഷന്മാരുടെയും 58 സ്ത്രീകളുടെയും തലച്ചോറുമായി ഐൻസ്റ്റൈന്റെ തലച്ചോർ താരതമ്യം ചെയ്തു. ഗണിതശേഷിയും ഭാവനയും നിയന്ത്രിക്കുന്ന മണ്ഡലങ്ങൾ ഐൻസ്റ്റൈന്റെ തലച്ചോറിൽ 15 ശതമാനം കൂടുതൽ വ്യാപ്തിയുള്ളതായി കണ്ടെത്തി. കൂടാതെ പാരിയെറ്റൽ ലോബിന്റെ ഉപരിതലത്തിൽ അസാധാരണമായ ചുളിവുകൾ ഉണ്ടെന്നും കണ്ടെത്തി.

സ്ഥിരവേഗതയിൽ സഞ്ചരിക്കുന്ന നിരീക്ഷകനും, ത്വരണഗതിയിലുള്ള നിരീക്ഷകനും ഭൗതികനിയമങ്ങളെ എങ്ങനെയാണ് ദർശിക്കുന്നതെന്ന് പ്രതിപാദിക്കുന്ന വ്യത്യസ്ത സിദ്ധാന്തങ്ങളാണ് വിശിഷ്ട ആപേക്ഷികതയും സാമാന്യ ആപേക്ഷികതയും. വിശിഷ്ട ആപേക്ഷികത ജഡത്വ ആധാരവ്യൂഹങ്ങളിൽ മാത്രം ബാധകമായതുകൊണ്ടാണ് അതിനെ ആപേക്ഷികതയുടെ വിശിഷ്ട സിദ്ധാന്തമെന്നുപറയുന്നത്. എന്നാൽ സാമാന്യ ആപേക്ഷികത എല്ലാ ആധാരവ്യൂഹങ്ങൾക്കും ബാധകമാണ്. വിശിഷ്ട ആപേക്ഷികതയിൽ ഗുരുത്വാകർഷണബലം കൂടി ഉൾപ്പെടുത്തിയാൽ സാമാന്യ ആപേക്ഷികതയുടെ നിർദ്ധാരണങ്ങൾ ലഭിക്കും.

ആപേക്ഷികതയുടെ വിശിഷ്ട സിദ്ധാന്തം (Special Theory of Relativity)

സ്ഥിര വേഗതയിൽ സഞ്ചരിച്ചുകൊണ്ടിരിക്കുന്ന എല്ലാ നിരീക്ഷകരും ഭൗതികനിയമങ്ങളെ ഒരുപോലെ ദർശിക്കുന്നു എന്നതാണ് വിശിഷ്ട

ആപേക്ഷികതാ സിദ്ധാന്തത്തിന്റെ ചുരുക്കം. ഈ സിദ്ധാന്തത്തിന്റെ മൗലികസങ്കല്പനങ്ങളിലൊന്ന് പ്രകാശവേഗത ഒരു സാർവ്വത്രിക സ്ഥിരാങ്കമാണെന്നാണ്. സ്ഥലകാലം ആപേക്ഷികമാണ്. അതുകൊണ്ട് സഞ്ചരിച്ചുകൊണ്ടിരിക്കുന്ന ഒരു വാഹനത്തിലെ ക്ലോക്ക് ഭിത്തിയിൽ സ്ഥാപിച്ചിരിക്കുന്ന ക്ലോക്കിനേക്കാൾ മന്ദഗതിയിലായിരിക്കും പ്രവർത്തിക്കുക. വാഹനത്തിന്റെ വേഗത കൂടുന്നതിനനുസരിച്ച് ക്ലോക്കിന്റെ മന്ദഗമനം ശക്തമാകും. വാഹനം പ്രകാശവേഗതയിലെത്തിയാൽ സമയം നിശ്ചലമാകും. വാഹനം പ്രകാശവേഗതയെ മിറകടന്നാൽ സമയം പിന്നിലേക്ക് സഞ്ചരിക്കും. എന്നാൽ ഇങ്ങനെ ചിന്തിക്കുന്നതിൽ അർത്ഥമില്ല. പ്രകാശവേഗതയെ മറികടക്കാൻ ഒന്നിനുമാകില്ല. പ്രകാശ വേഗത പ്രപഞ്ചത്തിന്റെ വേഗപരിധിയാണ്. വേഗത കൂടുന്നതിനനുസരിച്ച് വാഹനത്തിന്റെ നീളം കുറയുന്നതായും ഭാരം വർദ്ധിക്കുന്നതായും അനുഭവപ്പെടും. പ്രകാശവേഗതയിലെത്തുമ്പോൾ നീളം പൂജ്യമാവുകയും പിണ്ഡം അനന്തമാവുകയും ചെയ്യും. ഇതും സംഭാവ്യമല്ല. പിണ്ഡമുള്ള ഒരു വസ്തുവിനും പ്രകാശവേഗതയിൽ സഞ്ചരിക്കാൻ കഴിയില്ല. ഒരു വസ്തുവിന്റെ ദ്രവ്യമാനം ചലനവേഗത കൂടുമ്പോൾ വർദ്ധിക്കാൻ കാരണം ഗതികോർജ്ജം ദ്രവ്യമായി രൂപാന്തരപ്പെടുന്നതുകൊണ്ടാണ്. അതായത് ഊർജ്ജവും ദ്രവ്യവും യഥാർത്ഥത്തിൽ ഭിന്നങ്ങളല്ല. ഇവയാണ് വിശിഷ്ട ആപേക്ഷികതാ സിദ്ധാന്തത്തിന്റെ മുഖ്യനിഗമനങ്ങൾ. ഈ സിദ്ധാന്തത്തിന്റെ അന്തിമഫലമാണ് ഐൻസ്റ്റൈന്റെ പ്രസിദ്ധമായ $E=mc^2$ എന്ന സമവാക്യം.

വിശിഷ്ട ആപേക്ഷികതയിലൂടെ ഐൻസ്റ്റൈന് സ്ഥലകാല സങ്കല്പങ്ങളെ ഏകീകരിക്കാൻ കഴിഞ്ഞു. സ്ഥലകാലങ്ങളെ പരസ്പര ബന്ധമില്ലാത്തവയായിട്ടാണ് ഐസക് ന്യൂട്ടൺ സങ്കല്പിച്ചിരുന്നത്. എന്നാൽ അവ പരസ്പരം വേർപെടുത്താൻ കഴിയാത്തവണ്ണം ബന്ധപ്പെട്ടിരിക്കുന്നുവെന്നും ഒന്ന് മറ്റൊന്നിന്റെ തുടർച്ചമാത്രമാണെന്നും ഐൻസ്റ്റൈൻ സിദ്ധാന്തിച്ചു. അദ്ദേഹത്തിന്റെ ദൃഷ്ടിയിൽ പ്രപഞ്ചം സ്ഥലകാലങ്ങളുടെ ചതുർമ്മാന സാന്തത്യമാണ് (Four dimensional Spacetime continuum). ഐൻസ്റ്റൈന്റെ ആശയം നിലവിലുണ്ടായിരുന്ന ചിന്താപദ്ധതിയിൽ മാറ്റം ആവശ്യപ്പെടുന്നതായിരുന്നെങ്കിലും അതിലെ യുക്തി സാമാന്യബുദ്ധിക്ക് നിരക്കുന്നതായിരുന്നില്ല. എന്നാൽ ഐൻസ്റ്റൈനായിരുന്നു ശരി. ഏതു സംഭവത്തിന്റെയും പൂർണ്ണമായ വിവരണത്തിന് സ്ഥലവും കാലവും നിർദ്ദിഷ്ടമാക്കണം. അതായത് കാലാപേക്ഷ കൂടാതെ സ്ഥാനനിർണ്ണയമോ, സ്ഥാനാപേക്ഷ കൂടാതെ കാലനിർണ്ണയമോ സാദ്ധ്യമല്ലെന്നു മനസ്സിലാകും.

സാമാന്യ ആപേക്ഷികതാസിദ്ധാന്തം (General Theory of Relativity)

ഐസക് ന്യൂട്ടന്റെ സിദ്ധാന്തമനുസരിച്ച് വസ്തുക്കൾ തമ്മിലുള്ള പരസ്പര ആകർഷണമാണ് ഗുരുത്വബലം. ഭൂമി ആപ്പിളിന്റെ മേൽ ഗുരു

ത്വാകർഷണ ബലം പ്രയോഗിക്കുന്നതുകൊണ്ടാണ് അത് താഴെ വീഴുന്ന തെന്നാണ് ന്യൂട്ടന്റെ അഭിപ്രായം. എന്നാൽ ഐൻസ്റ്റൈന്റെ അഭിപ്രായ ത്തിൽ ഗുരുത്വാകർഷണം ഒരു ബലമല്ല. ആപ്പിൾ സ്ഥലകാലത്തിൽ അതിന്റെ സ്വാഭാവിക ചലനഗതി പിൻതുടരുകയാണ്. അത് യാതൊരു ബാഹ്യബലത്തിനും വിധേയമല്ല. സ്ഥലകാല ജ്യാമിതിയാണ് ചലനത്തെ നിയന്ത്രിക്കുന്നത്.

ജ്യാമിതിയെ ഭൗതിക വിജ്ഞാനത്തിന്റെ ശാഖയായാണ് ഐൻ സ്റ്റൈൻ വീക്ഷിച്ചത്. പ്രപഞ്ചത്തിന്റെ ജ്യാമിതി യൂക്ലീഡിയൻ ആണെന്നാ യിരുന്നു ന്യൂട്ടൺ സങ്കല്പിച്ചത്. ഭൂസർവ്വേയുമായി ബന്ധപ്പെട്ട് ഉടലെ ടുത്ത പ്രായോഗിക വിജ്ഞാനമാണ് പിന്നീട് ഗ്രീക്കുകാർ ജ്യാമിതി എന്ന ഗണിതമായി വികസിപ്പിച്ചെടുത്തത്. ഭൂമി ഉരുണ്ടതാണെങ്കിലും ഭൂമിയി ലുള്ള നിരീക്ഷകന് അതു പരന്നതായാണ് കാണപ്പെടുന്നത്. ഈ പ്രായോ ഗികതയാണ് യൂക്ലീഡിയൻ ജ്യാമിതിയുടെ അടിസ്ഥാനം. നിരീക്ഷകന് അനുഭവപ്പെടുന്ന ഭൂമിയുടെ അവക്രതയാണ് ഈ ജ്യാമിതിയുടെ പ്രത്യേ കതയും. ഒരു ത്രികോണത്തിന്റെ മൂന്നു കോണുകളും ചേർന്നാൽ 180 ഡിഗ്രി കിട്ടുമെന്ന പ്രമേയവും, മട്ടത്രികോണത്തെ സംബന്ധിക്കുന്ന പൈഥ ഗോറസ് സിദ്ധാന്തവും, സമാന്തരരേഖകൾ ഒരിക്കലും കൂട്ടിമുട്ടില്ലെന്ന സങ്കല്പവും യൂക്ലീഡിന്റെ സമതല ജ്യാമിതിയുടെ പ്രത്യക്ഷഫലങ്ങളാണ്.

1829 ൽ റഷ്യൻ ഗണിതശാസ്ത്രജ്ഞനായ ലൊബച്ചേവ്സ്കി ഇരു വശത്തേക്കും ദീർഘിപ്പിച്ചാൽ പരസ്പരം അകലുന്ന സമാന്തരരേഖകളെ ആസ്പദമാക്കി ഒരു പുതിയ ജ്യാമിതി വികസിപ്പിച്ചു. യൂക്ലീഡിയൻ ജ്യാമി തിയിലെ ദ്വിമാനതലം അവക്രമാണെങ്കിൽ ലൊബച്ചേവസ്കിയുടെ ജ്യാമി തിയിൽ തലത്തിന് കുതിര ജീനിയുടെ ആകൃതിയാണുള്ളത്. ഹൈപ്പർ ബോളിക് തലത്തിൽ വരയ്ക്കുന്ന ത്രികോണത്തിന്റ കോണുകളുടെ തുക 180 ഡിഗ്രിയിൽ കുറവായിരിക്കും. ഇവിടെയും സമാന്തര രേഖകൾ ഒരി ക്കലും സന്ധിക്കില്ല. 1854 ൽ റീമാൻ എന്ന ഗണിതശാസ്ത്രജ്ഞൻ സമാ ന്തരരേഖകളെ സംബന്ധിക്കുന്ന സങ്കല്പനത്തിന്റെ അടിസ്ഥാനത്തിൽ വ്യത്യസ്തമായ വേറൊരു ജ്യാമിതി അവതരിപ്പിച്ചു. റീമാന്റെ സമാന്ത രരേഖകൾ വശങ്ങളിലേക്കു നീട്ടിയാൽ പരസ്പരം കൂട്ടിമുട്ടുന്നവയാണ്. ഒരു ഗോളപ്രതലത്തിന്റെ ജ്യാമിതി ഇതാണ്. ഗോളതലത്തിൽ വരയ്ക്കുന്ന ത്രികോണത്തിന്റെ കോണുകളുടെ തുക 180 ഡിഗ്രിയിൽ കൂടുതലായി രിക്കും ഇവയിലേതാണ് പ്രപഞ്ചത്തിന്റെ ജ്യാമിതിയെന്നും, ഗുരുത്വവുമായി അതിനുള്ള ബന്ധമെന്താണെന്നും അറിയണമെങ്കിൽ സ്ഥലകാലത്തിന്റെ സ്വഭാവം വ്യക്തമാകണം.

സ്ഥലകാല വക്രത

സാമാന്യ ആപേക്ഷികതാസിദ്ധാന്തമനുസരിച്ച് ദ്രവ്യോർജ്ജവിതര ണമാണ് സ്ഥലകാലത്തിന്റെ ജ്യാമിതി നിർണ്ണയിക്കുന്നത്. എവിടെ ദ്രവ്യ സഞ്ചയമുണ്ടോ അവിടെ സ്ഥലകാലം വക്രമാകുന്നു. ഈ വക്രത വസ്തു

ക്കളുടെ ത്വരിതഗമനത്തിലൂടെയാണ് പ്രകടമാകുന്നത്. അതായത് വസ്തുക്കളുടെ ത്വരിതഗതിക്കുകാരണം സ്ഥലകാല വക്രതയാണ്. എന്നാൽ ഗുരുത്വബലങ്ങളാണ് ഇത്തരം ത്വരിതഗതി സൃഷ്ടിക്കുന്നത് എന്നതായിരുന്നു ഐസക്ന്യൂട്ടന്റെ നിഗമനം. സ്ഥൂലവസ്തുക്കളുടെ സമീപത്തുകൂടി സഞ്ചരിക്കുന്ന പ്രകാശരശ്മികളുടെ പാത സ്ഥലകാലവക്രത കാരണം വ്യതിചലിക്കുമെന്ന് സാമാന്യ ആപേക്ഷികത പ്രവചിക്കുന്നു. എന്നാൽ ന്യൂട്ടോണിയൻ ഭൗതികത്തിൽ ഇതു സാദ്ധ്യമല്ല. പ്രകാശകണികകൾക്ക് പിണ്ഡമില്ലെന്നും പിണ്ഡമില്ലാത്ത വസ്തുക്കൾക്ക് ഗുരുത്വബലം ബാധകമല്ലെന്നുമാണ് ന്യൂട്ടൻ കരുതിയിരുന്നത്. സാധാരണ വസ്തുക്കളെ സംബന്ധിച്ചിടത്തോളം സാമാന്യ ആപേക്ഷികതാസിദ്ധാന്തത്തിന്റെ അടിസ്ഥാനത്തിൽ നിർണ്ണയിക്കപ്പെടുന്ന സഞ്ചാരപഥങ്ങളും ഗുരുത്വസിദ്ധാന്തപ്രകാരമുള്ള പഥങ്ങളും സമാനമായിരിക്കും. എന്നാൽ ക്വാണ്ടം സിദ്ധാന്തമനുസരിച്ച് ദ്രവ്യമാനമില്ലാത്ത ഫോട്ടോണുകളുടെ ധാരയാണ് പ്രകാശം. ദ്രവ്യമാനമില്ലാത്ത വസ്തു ന്യൂട്ടന്റെ തത്ത്വപ്രകാരം ഗുരുത്വബലത്തിനു വിധേയമല്ല. അതിനാൽ ഫോട്ടോണുകൾ സൂര്യനെപ്പോലെയുള്ള വലിയ ദ്രവ്യപിണ്ഡങ്ങൾക്കു സമീപത്തുകൂടി കടന്നുവരുമ്പോൾ അവയുടെ പഥത്തിന് വ്യതിചലനമുണ്ടാകില്ല. എന്നാൽ ഐൻസ്റ്റൈന്റെ വിശദീകരണം വ്യത്യസ്തമാണ്. കണങ്ങൾക്ക് പിണ്ഡമുണ്ടെങ്കിലും ഇല്ലെങ്കിലും സ്ഥലകാല വക്രതകാരണം പഥവ്യതിചലനം അനിവാര്യമാണ്. കണികകൾ സ്വാഭാവികമായി രോധം കുറഞ്ഞ പഥങ്ങളിലൂടെ (geodesics)സഞ്ചരിക്കുകയാണ് അങ്ങനെ വരുമ്പോൾ വസ്തുക്കളുടെ സ്വാഭാവികചലനത്തെ നിയന്ത്രിക്കുന്നത് സ്ഥലകാലത്തിന്റെ പ്രാദേശിക ജ്യാമിതി ആയിരിക്കും. വിദൂര നക്ഷത്രങ്ങളിൽനിന്നുവരുന്ന പ്രകാശം സൂര്യന്റെ സമീപത്തുകൂടി സഞ്ചരിച്ചാൽ അതിന്റെ പഥത്തിലുണ്ടാകുന്ന വ്യതിചലനം 1.75 ആർക് സെക്കന്റായിരിക്കുമെന്ന് ഐൻസ്റ്റൈൻ പ്രവചിച്ചു. പിന്നീട് സൂര്യഗ്രഹണസമയത്ത് ആർതർ എഡിങ്ടണെപ്പോലെയുള്ള ശാസ്ത്രജ്ഞർ നടത്തിയ പരീക്ഷണങ്ങൾ ഐൻസ്റ്റൈന്റെ പ്രവചനം ശരിയാണെന്നു തെളിയിച്ചു. അതുപോലെ തന്നെ ബുധന്റെ ഭ്രമണപഥത്തിന്റെ ചക്രണഗതിയും (Precessional motion) അതിന്റെ നിരക്കും കൃത്യമായി വിശദീകരിക്കുന്നതിനും ആപേക്ഷികതയ്ക്കു കഴിഞ്ഞു.

ശാസ്ത്രം പരീക്ഷിച്ച മൂന്നാമത്തെ പ്രവചനം ഗുരുത്വമണ്ഡലത്തിൽ സംഭവിക്കുന്ന സമയാന്തരാള ദീർഘനമാണ് (Time dialation). ശക്തമായ ഗുരുത്വാകർഷണമണ്ഡലത്തിലെ സമയ ഇടവേളകൾ അളന്നാൽ സമയം മന്ദമായി ചലിക്കുന്നതായി അനുഭവപ്പെടും. 1908 ൽ തന്നെ ഈ പ്രഭാവം ഐൻസ്റ്റൈൻ പ്രവചിച്ചിരുന്നു. എന്നാൽ 1976 ൽ നാസയുടെ ഗ്രാവിറ്റി പ്രോബ്-എ എന്ന സ്പേസ്ക്രാഫ്റ്റ് ഉപയോഗിച്ചുനടത്തിയ പരീക്ഷണമാണ് ഐൻസ്റ്റൈന്റെ പ്രവചനം സത്യമാണെന്നു തെളിയിച്ചത്.

ചിന്താപരീക്ഷണങ്ങൾ

തന്റെ നിർവ്വാദ സങ്കല്പങ്ങൾ തെളിയിക്കുന്നതിനായി ഐൻസ്റ്റൈൻ നിരവധി ചിന്താപരീക്ഷണങ്ങൾ അവതരിപ്പിച്ചിട്ടുണ്ട്. ഗുരുത്വാകർഷണ വുമായി ബന്ധപ്പെട്ട ദ്രവ്യമാനവും ത്വരണത്തിനെതിരെയുള്ള ജഡത്വം കാരണമുണ്ടാകുന്ന ദ്രവ്യമാനവും തുല്യമായിരിക്കും. ഇവ രണ്ടും തുല്യ മാണെന്നു തെളിയിക്കാൻ ഐൻസ്റ്റൈൻ അവതരിപ്പിച്ച ചിന്താപരീക്ഷണം പ്രസിദ്ധമാണ്. അടച്ചുമൂടിയ റോക്കറ്റിനകത്തുള്ള യാത്രക്കാരനാണ് ഇവിടെ കഥാപാത്രം. വിക്ഷേപണത്തിനു മുമ്പ് ഭൂമിയുടെ ഗുരുത്വാ കർഷണം അയാൾക്കനുഭവപ്പെടും. കൈയിലുള്ള പന്ത് താഴേക്കിട്ടാൽ അത് ഗുരുത്വാകർഷണ ത്വരണത്തോടെ ($9.8m/s^2$) തറയിൽ പതിക്കും. ഇനി റോക്കറ്റ് ബഹിരാകാശത്ത് ഭൂഗുരുത്വം അനുഭവപ്പെടാത്ത ദൂരത്ത് $9.8m/s^2$ നിരക്കിൽ വേഗത വർദ്ധിപ്പിച്ചുകൊണ്ട് സഞ്ചരിച്ചാൽ യാത്രക്കാ രന് ഭൂമിയിൽ സ്ഥിരമായി നില്ക്കുന്ന അതേ പ്രതീതിയാണുണ്ടാവുക. റോക്കറ്റിൽ ചലനത്തിന്റെ എതിർദിശയിൽ അതേ ആകർഷണബലം അനു ഭവപ്പെടും. പന്ത് താഴേക്കിട്ടാൽ ഗുരുത്വാകർഷണ ത്വരണത്തിന്റെ അതേ നിരക്കിൽ റോക്കറ്റിന്റെ തറയിൽ വീഴും. യാത്രക്കാരന് താൻ ഭൂമിയിൽ നില്ക്കുകയാണോ, ത്വരിതസഞ്ചാരം നടത്തുകയാണോ എന്ന് ഉറപ്പിച്ചു പറയാൻ കഴിയില്ല. ചുരുക്കിപ്പറഞ്ഞാൽ ഗുരുത്വദ്രവ്യമാനവും ജഡത്വദ്ര വ്യമാനവും ഒരു നിരീക്ഷകനെ സംബന്ധിച്ചിടത്തോളം തുല്യമായിരിക്കും.

നിർവ്വാദസങ്കല്പത്തിന്റെ പരിണതഫലങ്ങൾ വ്യക്തമാക്കാൻ ഐൻസ്റ്റൈൻ വീണ്ടും ചില ചിന്താപരീക്ഷണങ്ങൾ മുന്നോട്ടു വയ്ക്കു ന്നുണ്ട്. പ്രകാശവേഗതയോടടുത്ത് സഞ്ചരിക്കുന്ന ഒരു റോക്കറ്റിൽനിന്നു കൊണ്ട് തിരശ്ചീനതലത്തിൽ ഒരാൾ ഒരു കിരണപുഞ്ജം പായിക്കുന്നു വെന്ന് ചിന്തിക്കുക. റോക്കറ്റ് നിശ്ചലമാണെങ്കിൽ കിരണപുഞ്ജം നേർരേ ഖയിൽ സഞ്ചരിക്കുന്നു. എന്നാൽ റോക്കറ്റ് ത്വരിതസഞ്ചാരം നടത്തുക യാണെങ്കിൽ കിരണപുഞ്ജം തിരശ്ചീനമായി മുന്നേറിക്കൊണ്ടിരിക്കു മ്പോൾ റോക്കറ്റ് സഞ്ചരിക്കുകയാണോ അതോ ഗുരുത്വാകർഷണ മണ്ഡ ലത്തിൽ സ്ഥിരമായി നില്ക്കുകയാണോ എന്ന് അതിനകത്തുള്ള നിരീ ക്ഷകന് വേർതിരിച്ചറിയാനാവില്ല. ഫലത്തിൽ ശക്തമായ ഗുരുത്വക്ഷേത്ര ത്തിൽ പ്രകാശപുഞ്ജത്തിന്റെ പാത വളയുമെന്ന നിഗമനത്തിൽ എത്തി ച്ചേരുന്നു. ഇരട്ടകളുടെ പ്രഹേളിക, ലിഫ്റ്റിന്റെ സ്വതന്ത്രപതനം, ഐൻ സ്റ്റൈന്റെ തീവണ്ടിയാത്ര എന്നിവയെല്ലാം അദ്ദേഹത്തിന്റെ പ്രശസ്തമായ ചിന്താപരീക്ഷണങ്ങളാണ്.

ആപേക്ഷികതയുടെ പരിധി

ആപേക്ഷികതയുടെ പരിധിയെക്കുറിച്ച് ശാസ്ത്രലോകം ചിന്തിച്ചു തുടങ്ങിയത് 1960 കളിലാണ്. നക്ഷത്ര പരിണാമത്തിന്റെ ഒരു ഘട്ടത്തിൽ തമോദ്വാരങ്ങൾ പോലെയുള്ള പ്രതിഭാസങ്ങൾ ഉണ്ടാകാനുള്ള സാദ്ധ്യ

തയാണ് ഇതിനുപ്രേരകമായത്. അതിശക്തമായ ഗുരുത്വക്ഷേത്രം അനന്തമായസ്ഥലകാല വക്രത സൃഷ്ടിക്കുന്നു. ഇത് സാമാന്യ ആപേക്ഷികതയ്ക്ക് ഉൾക്കൊള്ളാൻ കഴിയില്ല. തുടർന്നുള്ള ദശകങ്ങളിൽ വികസിച്ചുവന്ന ചരടുസിദ്ധാന്തങ്ങളും (String Theories) അടിസ്ഥാനബല ഏകീകരണ പദ്ധതികളും ആപേക്ഷികതയുടെ പരിധിയിലേക്ക് വിരൽ ചൂണ്ടുന്നവയാണ്. എന്നാൽ ആപേക്ഷികതാസിദ്ധാന്തങ്ങളുടെ വിശ്വാസ്യതയെക്കുറിച്ചോ, അതിന്റെ പ്രായോഗികതയെക്കുറിച്ചോ അന്നും ഇന്നും ആർക്കും ഭിന്നാഭിപ്രായമില്ല. സാമാന്യ ആപേക്ഷികതയിലെ ക്ഷേത്രസമവാക്യങ്ങളാണ് പ്രപഞ്ചത്തിന്റെ ജ്യാമിതി പഠിക്കാനും നക്ഷത്ര പരിണാമങ്ങൾ നിർവ്വചിക്കാനും ഇന്നുള്ള ഒരേയൊരു ഗണിതവിദ്യ.

ഒരു സിദ്ധാന്തത്തിന്റെ പരിധിക്കപ്പുറമുള്ള പ്രതിഭാസങ്ങൾ നിരീക്ഷിക്കുമ്പോഴാണ് പുതിയ സിദ്ധാന്തങ്ങൾ പിറക്കുന്നത്. ന്യൂട്ടന്റെ സിദ്ധാന്തത്തിന്റെ പരിമിതികൾ തിരിച്ചറിഞ്ഞപ്പോഴാണ് ആപേക്ഷികതയും ക്വാണ്ടം മെക്കാനിക്ക്സും ജന്മം കൊണ്ടത്. എന്നാൽ പഴയസിദ്ധാന്തം പൂർണ്ണപരാജയമാണെന്ന് അതിനർത്ഥമില്ല. ന്യൂട്ടോണിയൻ ഭൗതികത്തിന്റെ കാര്യം തന്നെനോക്കാം. കുറഞ്ഞവേഗതകളിൽ, സ്ഥൂലപ്രപഞ്ചത്തിൽ ന്യൂട്ടന്റെ നിയമങ്ങൾ ഇന്നും സംഗതമാണ്. വിവിധ എഞ്ചിനീയറിങ് ശാഖകളിലും ജ്യോതിശാസ്ത്രത്തിലും ന്യൂട്ടോണിയൻ ഭൗതികം ഉപയോഗിക്കുന്നുണ്ട്. ബഹിരാകാശവാഹനങ്ങളുടെ സഞ്ചാരവും, ഗ്രഹാന്തരയാത്രകളുമെല്ലാം ന്യൂട്ടന്റെ നിയമങ്ങൾ അനുസരിച്ചു തന്നെയാണ് നടക്കുന്നത്. സ്ഥൂലപ്രപഞ്ചത്തിന്റെ വലിയ അളവുകളിൽ ആപേക്ഷികതയും സൂക്ഷ്മ പ്രപഞ്ചത്തിന്റെ അനിശ്ചിതത്വത്തിൽ ക്വാണ്ടം മെക്കാനിക്ക്സുമാണ് വിജയിക്കുന്നത് എന്നുമാത്രം.

ആപേക്ഷികത ഭൗതിക ശാസ്ത്രത്തിലെ അവസാനവാക്കാണെന്ന് പറയാൻ കഴിയില്ല. ഓരോ സിദ്ധാന്തവും നിർമ്മിക്കപ്പെടുന്നത് ഒരു നിശ്ചിത പരിധിക്കകത്ത് പ്രവർത്തിക്കുന്ന പ്രതിഭാസങ്ങളെ വിശദീകരിക്കുന്നതിനാണ്. അതുകൊണ്ടുതന്നെ ഭൗതിക ശാസ്ത്രത്തിൽ ആത്യന്തികമായ ഒരു സിദ്ധാന്തമുണ്ടെന്ന് പറയാൻ കഴിയില്ല. ഒരു ശാസ്ത്രസിദ്ധാന്തത്തിന്റെ പ്രയോഗപരിധിയുടെ വൈപുല്യവും പ്രതിഭാസങ്ങളെ വിശദീകരിക്കുന്നതിനുള്ള ക്ഷമതയും അനുസരിച്ചാണ് അതിന്റെ മികവും പ്രാധാന്യവും നിശ്ചയിക്കുന്നത്. വിപുലമായ തോതിൽ പ്രതിഭാസങ്ങളെ ഉൾക്കൊള്ളുന്നതുകൊണ്ടും അടിസ്ഥാനസത്തകളെ അഭിമുഖീകരിക്കുന്നതുകൊണ്ടുമാണ് ന്യൂട്ടന്റെ ഗുരുത്വാകർഷണസിദ്ധാന്തവും മാക്സ്വെല്ലിന്റെ വിദ്യുത്കാന്തിക സിദ്ധാന്തവും ഐൻസ്റ്റൈന്റെ ആപേക്ഷികതയും ബോറും ഹൈസൻബെർഗുമെല്ലാം ചേർന്ന് രൂപംകൊടുത്ത ക്വാണ്ടം മെക്കാനിക്ക്സുമെല്ലാം മഹത്തായ സിദ്ധാന്തങ്ങളായി എണ്ണപ്പെടുന്നത്.

വിരദ്വാരങ്ങളും സമയസഞ്ചാരവും

ഭൗതിക ശാസ്ത്രത്തിൽ സ്ഥലകാലത്തിൽ കുറുക്കുവഴി സൃഷ്ടിക്കാൻ കഴിയുന്ന പുഴുത്തുളകളാണ് വിരദ്വാരങ്ങൾ എന്നറിയപ്പെടുന്നത്. ശാസ്ത്രജ്ഞർ ഈ പ്രതിഭാസത്തെ ഐൻസ്റ്റൈൻ–റോസൻ പാലം (Einstein-Rosen Bridge) എന്നാണ് വിളിക്കുന്നത്. ഒരറ്റത്ത് തമോദ്വാരവും മറ്റേ അറ്റത്ത് ശ്വേതദ്വാരവും ഉള്ള വിരദ്വാരത്തിന് രണ്ടു ചോർപ്പുകൾ അവയുടെ ചെറിയ അറ്റങ്ങൾ യോജിപ്പിച്ചു വച്ചാൽ ഉണ്ടാകുന്ന ആകൃതിയായിരിക്കും. ഉണ്ടായപാടെ കഴുത്തു തകർന്നു പോകുന്നതിനാൽ സാധാരണ വിരദ്വാരത്തിന് നൈമിഷികമായ ആയുസ്സേ ഉണ്ടാകൂ. എന്നാൽ പ്രതിദ്രവ്യത്തിന്റെ ഒരു കവചത്തിലൂടെ കഴുത്തിനെ ശക്തമാക്കിയാൽ നിലനില്പുള്ള ഒരു വിരദ്വാരം സൃഷ്ടിക്കാൻ സാധിക്കും. അങ്ങനെയുള്ള ഒരു വിരദ്വാരത്തിലൂടെ സമയസഞ്ചാരം പ്രാവർത്തികമായേക്കുമെന്ന് വിശ്വസിക്കപ്പെടുന്നു. ഉദാഹരണമായി 2018 ജനുവരി ഒന്നാം തീയതിയും വർത്തമാനകാലവുമായി യോജിപ്പിക്കുന്ന നിലനില്പുള്ള ഒരു വിരദ്വാരം സൃഷ്ടിച്ചെന്നിരിക്കട്ടെ. അതിന്റെ തമോദ്വാര ഭാഗം വർത്തമാനകാലത്തും മറുഭാഗമായ ശ്വേതദ്വാരം 2018 ജനുവരി ഒന്നാം തീയതിയുമായിരിക്കും. തമോദ്വാരത്തിലൂടെ വലിച്ചെടുക്കപ്പെടുന്ന ഒരു വസ്തു ശ്വേതദ്വാരത്തിലൂടെ വർഷങ്ങൾ പിന്നിലേക്ക് പുറന്തള്ളപ്പെടുന്നു. പ്രകാശ വേഗത്തിലായിരിക്കും ഒരു വസ്തു വിരദ്വാരത്തിലൂടെ സഞ്ചരിക്കുക. വിരദ്വാരങ്ങൾ അഥവാ ഐൻസ്റ്റൈൻ–റോസൻ പാലം നിലനില്ക്കുന്നതിന്റെ നിരീക്ഷണത്തെളിവുകളൊന്നും ഇതുവരെ ലഭിച്ചിട്ടില്ല. എന്നാൽ ഐൻസ്റ്റൈന്റെ പൊതു ആപേക്ഷികതാ സിദ്ധാന്തത്തിലെ സമവാക്യങ്ങൾ നിർദ്ധാരണം ചെയ്യുമ്പോൾ വിരദ്വാരങ്ങൾ സൈദ്ധാന്തികമായി നിലനില്ക്കുന്നുണ്ട്. പൊതു ആപേക്ഷികതയിൽ നിലനില്ക്കുന്ന ഏറ്റവും വലിയ

പ്രഹേളികയും ഇതുതന്നെയാണ്. വിരദ്വാരങ്ങളുടെ ആദ്യ നിർദ്ധാരണ മൂല്യം കണ്ടെത്തിയത് കാൾ ഷ്വാർസ്ചൈൽഡ് ആണ്. ഷ്വാർസ്ചൈൽഡ് മെട്രിക് ഉപയോഗിച്ച് നിർദ്ധാരണം ചെയ്യാൻ കഴിയുന്ന ലളിതമായ ഒരു വിരദ്വാര പരികല്പനയാണിത്. എന്നാൽ ഈ നിർദ്ധാരണമൂല്യമനുസരിക്കുന്ന വിരദ്വാരങ്ങളുടെ ഒരറ്റത്ത് എന്തെങ്കിലും പ്രവേശിച്ചു കഴിഞ്ഞാൽ വിരദ്വാരമൊന്നാകെ നശിപ്പിക്കപ്പെടും. വിരദ്വാരങ്ങളുടെ രണ്ടറ്റത്തു കൂടിയും പ്രവേശിക്കാൻ കഴിയുന്ന തരത്തിലുള്ള നിർദ്ധാരണങ്ങളുമുണ്ട്. സഞ്ചാരയോഗ്യമായ പുഴുത്തുളകളാണിവ. ഒരു ഋണ ഊർജ്ജ ക്ഷേത്രത്തിലാണ് ഇതു സാദ്ധ്യമാകുന്നത്.

കസീമർ പ്രഭാവമെന്ന ക്വാണ്ടം പരിപ്രേക്ഷ്യത്തിൽ ഇത്തരം ഋണ ഊർജ്ജ മണ്ഡലങ്ങൾക്കു സ്ഥാനമുണ്ട്. ഡാർക്ക് എനർജിയെക്കുറിച്ചു പറയുമ്പോൾ ഉപയോഗിക്കുന്ന വാക്വം എനർജി ഫീൽഡിൽനിന്നും വ്യത്യസ്തമാണിത്. ക്വാണ്ടം ക്ഷേത്ര സിദ്ധാന്തത്തിൽ ഇത്തരം നെഗറ്റീവ് എനർജിയെക്കുറിച്ച് പ്രതിപാദിക്കുന്നുണ്ട്. സ്റ്റീഫൻ ഹോക്കിങ്ങിനെയും കിപ്തോണിനെയും പോലെയുള്ള ഭൗതിക ശാസ്ത്രജ്ഞർ ഇത്തരം ക്വാണ്ടം പ്രതിഭാസങ്ങൾ വിരദ്വാരങ്ങൾക്കുള്ളിൽ സംഭവിക്കുമെന്ന് കരുതുന്നവരാണ്. എന്നാൽ ഇത്തരം വിരദ്വാരങ്ങളുടെ കഴുത്തുകൾ ഋണ ഊർജ്ജ സാന്ദ്രതകൊണ്ട് ദൃഢപ്പെടുത്തിയതായിരിക്കുമെന്ന നിബന്ധനയുമുണ്ട്. ക്വാണ്ടം ഫോം പരികല്പനയിലും വിരദ്വാരങ്ങൾ കടന്നുവരുന്നുണ്ട്. ഇത്തരം സൂക്ഷ്മ വിരദ്വാരങ്ങൾ നിമിഷാർദ്ധങ്ങൾക്കുള്ളിൽ അപ്രത്യക്ഷമാവുകയും ചെയ്യും. പ്ലാങ്ക് മാനങ്ങളിലാണ് അവ നിലനില്ക്കുന്നത്. ഡാർക്ക് മാറ്ററിനെക്കുറിച്ചുള്ള അന്വേഷണം ലക്ഷ്യത്തോടടുക്കുന്നതോടെ വിരദ്വാരങ്ങളെക്കുറിച്ചുള്ള സിദ്ധാന്തങ്ങൾക്കും ബലമേറുകയാണ്. മഹാവിസ്ഫോടനത്തെതുടർന്നുണ്ടായ ത്വരിത വികാസത്തിന്റെ (Cosmic inflation) കാലഘട്ടത്തിലാണ് വിരദ്വാരങ്ങൾ സൃഷ്ടിക്കപ്പെട്ടതെന്ന സങ്കല്പനം ഇപ്പോൾ ശക്തമാണ്.

1957 ൽ അമേരിക്കൻ ഭൗതികശാസ്തജ്ഞനായ ജോൺ ആർച്ചിബാൾഡ് വീലറാണ് ഈ പ്രതിഭാസത്തിന് വിരദ്വാരങ്ങൾ എന്ന പേര് ആദ്യമായി നിർദ്ദേശിച്ചത്. എന്നാൽ 1921 ൽ തന്നെ ജർമ്മൻ ശാസ്ത്രജ്ഞനായ ഹെർമൻ വെയ്ൽ വിരദ്വാര സിദ്ധാന്തം അവതരിപ്പിച്ചിരുന്നു. വിദ്യുത്കാന്തിക ക്ഷേത്രവുമായി ബന്ധപ്പെട്ട അദ്ദേഹത്തിന്റെ പഠനങ്ങളായിരുന്നു ഇത്തരമൊരു സിദ്ധാന്തത്തിന്റെ സൃഷ്ടിക്കു കാരണമായത്.

ഐൻസ്റ്റൈന്റെ ക്ഷേത്രസമവാക്യങ്ങൾ ഉപയോഗിച്ച് കാൾ ഷ്വാർസ്ചൈൽഡ് നിർദ്ധാരണം ചെയ്തെടുത്ത സൈദ്ധാന്തിക പ്രതിഭാസമാണ് ലോറെൻസിയൻ വിരദ്വാരങ്ങൾ എന്നും ഐൻസ്റ്റൈൻ-റോസൻ പാലമെന്നും അറിയപ്പെടുന്ന ഷ്വാർസ്ചൈൽഡ് വിരദ്വാരങ്ങൾ. വൈദ്യുത ചാർജ്ജും ഭ്രമണവുമില്ലാത്ത സ്ഥിര തമോദ്വാരങ്ങളുമായി ബന്ധപ്പെടുത്തി മാത്രമേ ഇത്തരം വിരദ്വാരങ്ങളെ വിശദീകരിക്കാൻ കഴിയുകയുള്ളൂ. ഈ

നിർദ്ധാരണമനുസരിച്ച് ഒരു തമോദ്വാരത്തിന്റെ സംഭവ ചക്രവാളത്തിനുള്ളിലേക്കു പ്രവേശിക്കുന്ന വസ്തുക്കൾക്ക് മറ്റൊരു ശ്വേതദ്വാരത്തിലൂടെ പുറത്തുവരാൻ സാധിക്കും. ഇങ്ങനെ പുറത്തുവരുന്നത് മറ്റൊരു പ്രപഞ്ചത്തിലേക്കുമാകാം. വിരദ്വാരങ്ങളുടെ സങ്കീർണ്ണത അതു കണ്ടെത്തിയ ശാസ്ത്രജ്ഞരിലുമുണ്ട്. ഐൻസ്റ്റൈൻ–റോസൻ പാലം സൈദ്ധാന്തികമായി തെളിയിച്ചത് ആൽബർട്ട് ഐൻസ്റ്റൈനും, നഥാൻ റോസനുമല്ല. ഷ്വാർസ്ചൈൽഡിന്റെ നിർദ്ധാരണമുപയോഗിച്ച് ലുഡ്വിഗ് ഫ്ളാം എന്ന ഗണിത ശാസ്ത്രജ്ഞൻ 1916 ലാണ് ഈ പ്രതിഭാസത്തെ സൈദ്ധാന്തികമായി സ്ഥിരീകരിച്ചത്. എന്നാൽ 1962 ൽ ജോൺ എ വീലറും, റോബർട്ട് ഡബ്ല്യൂ ഫുള്ളറും ചേർന്ന് അവതരിപ്പിച്ച ഗവേഷണ റിപ്പോർട്ടിൽ ഷ്വാർസ്ചൈൽഡിന്റെ വിരദ്വാരങ്ങൾ അസ്ഥിരമാണെന്നു സ്ഥാപിക്കപ്പെട്ടു. ഷ്വാർസ്ചൈൽഡിന്റെ വിരദ്വാരങ്ങൾ സഞ്ചാരയോഗ്യമല്ലെന്നു തെളിയിക്കപ്പെട്ടതോടെ സഞ്ചാരയോഗ്യമായ വിരദ്വാരങ്ങൾക്കായുള്ള ഗവേഷണങ്ങളും ആരംഭിച്ചു.

പൊതു ആപേക്ഷികത അംഗീകരിച്ചാൽ ലോറൻസിയൻ വിരദ്വാരങ്ങൾ സഞ്ചാരയോഗ്യമാണ്. ഈ പ്രപഞ്ചത്തിലുള്ള രണ്ടുസ്ഥാനങ്ങളിലേക്കും, ഇവിടെനിന്ന് മറ്റൊരു പ്രപഞ്ചത്തിലേക്കും ഈ യാത്ര സാദ്ധ്യമാണ്. കിപ്തോൺ, മൈക്ക് മോറിസ് എന്നീ ശാസ്ത്രജ്ഞരുടെ ഗണിത നിർമ്മിതിയിൽ ഈ സാദ്ധ്യത ചൂണ്ടിക്കാണിക്കുന്നുണ്ട്. പൊതു ആപേക്ഷികതാ സിദ്ധാന്തത്തിന്റെ നിർദ്ധാരണത്തിലൂടെ പ്രൊഫ. കിപ് തോണും അദ്ദേഹത്തിന്റെ ഗവേഷണ വിദ്യാർത്ഥിയായ മൈക്ക് മോറിസും ചേർന്ന് 1988 ൽ അവതരിപ്പിച്ച ഗവേഷണ പ്രബന്ധത്തിലാണ് ഈ സാദ്ധ്യത നിലനില്ക്കുന്നത്. മോറിസ്–തോൺ വിരദ്വാരങ്ങൾ എന്നാണീ പരികല്പന അറിയപ്പെടുന്നത്. 1989 ൽ മാറ്റ് വൈസർ പൊതു ആപേക്ഷികതയുമായി ബന്ധപ്പെടുത്തി സഞ്ചാരയോഗ്യമായ വിവരങ്ങളുടെ നിർദ്ധാരണം അവതരിപ്പിച്ചിട്ടുണ്ട്. ഈ പ്രബന്ധം പൊതു ആപേക്ഷികതയിൽ ഗോസ്–ബോണറ്റ് പ്രഭാവം പ്രയോഗിച്ചതിനു ശേഷം പരിവർത്തിപ്പിച്ച മാതൃകയായാണ് അവതരിപ്പിച്ചത്. ഇവിടെ അദൃശ്യ ദ്രവ്യമെന്ന പരികല്പനയ്ക്കും സാദ്ധ്യത നിലനില്ക്കുന്നുണ്ട്. ഇങ്ങനെ പറയുമ്പോൾ സ്ഥലകാലങ്ങളുടെ ചതുർമ്മാന സ്വഭാവം അപര്യാപ്തമാണെന്നു കാണാൻ കഴിയും. എം–തിയറി പറയുന്ന ബ്രേനുകളുടെ പ്രപഞ്ചത്തിലാണ് ഈ സിദ്ധാന്തം പ്രക്ഷേപിക്കാൻ കഴിയുന്നത്. സ്ഥൂലപ്രപഞ്ചത്തിലെ ത്രിമാന പ്രതിബിംബങ്ങൾക്ക് മൂന്നിലധികം മാനങ്ങൾ തിരിച്ചറിയാൻ കഴിയാത്തത് പരിമിതി മാത്രമാണ്. എന്നാൽ ഒരു അദൃശ്യ ദ്രവ്യ രൂപത്തിന്റെ സാന്നിദ്ധ്യമൊന്നും വിരദ്വാരങ്ങൾക്ക് ആവശ്യമില്ല. എന്നു കരുതുന്ന ശാസ്ത്രജ്ഞരുമുണ്ട്. വൈസറുടെ നിർദ്ധാരണത്തിൽ വിരദ്വാരങ്ങളിലൂടെ ഇരുവശത്തേക്കും സഞ്ചരിക്കാൻ കഴിയും. ഗോസ്–ബോണറ്റ് ഗുരുത്വ നിയമങ്ങൾ അനുസരിച്ചാൽ ഇത്തരം വിരദ്വാരങ്ങൾ ശൈശവ പ്രപഞ്ചത്തിൽ സുലഭമായിരിക്കുമെന്ന് കാണാൻ കഴിയും.

ഇവിടെ പൊതു ആപേക്ഷികതയിലെ ഗുരുത്വ നിയമങ്ങൾ പ്രക്ഷേപിക്കാൻ കഴിയില്ലെന്നും കാണാൻ കഴിയും.

വിരദ്വാരങ്ങൾ നിലനില്ക്കുന്നുണ്ടെങ്കിൽ പൊതു ആപേക്ഷികത പ്രവചിക്കുന്ന സമയസഞ്ചാരം യാഥാർത്ഥ്യമാകും. ഈ സഞ്ചാരം ഭൂതകാലത്തിലേക്കും, ഭാവിയിലേക്കും ഒരുപോലെ സാദ്ധ്യമാകും. ഒരു പ്രപഞ്ചത്തിലെ വിവിധ ഇടങ്ങളിലേക്കുള്ള സഞ്ചാരം പോലെത്തന്നെ സമാന്തര പ്രപഞ്ചങ്ങളിലേക്കും ഇത്തരം യാത്രകൾ സാദ്ധ്യമാകും. എന്നാൽ വിരദ്വാരങ്ങൾക്കുള്ളിലെ ക്വാണ്ടം പ്രഭാവങ്ങൾ ആപേക്ഷികതയ്ക്ക് അന്യമാണ്. ക്വാണ്ടം പ്രഭാവങ്ങൾ ആപേക്ഷികതയുമായി സംയോജിപ്പിക്കുന്ന ഗണിത നിർമ്മിതികളിൽ മാത്രമേ ഇത്തരം സമയസഞ്ചാരത്തിനു പ്രസക്തിയുള്ളൂ. ആപേക്ഷികതയിൽ പ്രകാശവേഗം മറികടന്നുകൊണ്ടുള്ള ഒരു യാത്ര സാദ്ധ്യമല്ല. എന്നാൽ വിരദ്വാരങ്ങൾക്കുള്ളിൽ പ്രകാശാതിവേഗ സഞ്ചാരം (Superluminal travel) സാദ്ധ്യമാണ്. പൊതു ആപേക്ഷികതാസിദ്ധാന്തത്തിന്റെ ക്ലിപ്തത (Locality) ക്വാണ്ടം തലത്തിൽ (Non locality) പ്രായോഗികമാകില്ല.

സമാന്തര പ്രപഞ്ചങ്ങൾ ഉണ്ടെങ്കിൽ തന്നെ അതൊരിക്കലും ഒരു ത്രിമാന പ്രതിബിംബത്തിന് തിരിച്ചറിയാൻ കഴിഞ്ഞെന്നു വരില്ല. അതെന്തുകൊണ്ടാണെന്നു പരിശോധിക്കാം. ഉള്ളിൽ പുഴുക്കൾ തുരന്നുണ്ടാക്കിയ സങ്കീർണ്ണമായ ചാലുകളുടെ വ്യൂഹത്തോടു കൂടിയ ഒരു ആപ്പിളിനെ പറ്റി ചിന്തിക്കുക. ഉപരിതലത്തിലെ തൊട്ടടുത്തുള്ള രണ്ടു ബിന്ദുക്കളിൽനിന്ന് തുരന്നു തുടങ്ങുമെങ്കിലും ആപ്പിളിനുള്ളിൽ വച്ച് തങ്ങളുടെ ചാലുകൾ പരസ്പരം മുറിക്കാത്തതും തമ്മിൽ ഇഷ്ടപ്പെടാത്തതുമായ രണ്ടു ജാതി പുഴുക്കളായി ഇവയെ പരിഗണിക്കണം. ഇവയുടെ നിറം കറുപ്പും, വെളുപ്പുമാണെന്നിരിക്കട്ടെ. ചാലുകളുടെ രണ്ടു സ്വതന്ത്ര വ്യൂഹങ്ങളും ശരിക്കും തമ്മിൽ പിണഞ്ഞ് ആപ്പിളിന്റെ ഉൾ ഭാഗം മുഴുവനും നിറഞ്ഞിരിക്കും. ഈ കറുപ്പും, വെളുപ്പും ചാലുകൾ വളരെ അടുത്തു കൂടി പോകുന്നെങ്കിലും ഒരു ചാലിൽനിന്ന് മറ്റേതിലേക്കു കടക്കാൻ ആപ്പിളിന്റെ ഉപരിതലത്തിൽ വന്നേ പറ്റൂ. ഇത്തരം ചാലുകളുടെ എണ്ണം സീമാതീതമായി കുറയുന്നുവെന്നും സങ്കല്പിച്ചാൽ രണ്ടു വ്യത്യസ്ത സ്ഥാനങ്ങൾ അവയുടെ പൊതുവായ ഉപരിതലത്തിൽ മാത്രം സംയോജിപ്പിക്കപ്പെട്ട രീതിയിൽ ഇതിനുള്ളിൽ കൂടിച്ചേർന്നു കിടക്കുകയാണെന്ന് വിഭാവനം ചെയ്യാൻ സാധിക്കും.

അടച്ചുമൂടിയ ഇടനാഴികളുടെയും കോണിപ്പടികളുടേയും ഒരു വ്യൂഹത്തെപ്പറ്റി ചിന്തിക്കുക. ഈ രണ്ടുവ്യൂഹങ്ങളും ഒരു വലിയ ഗോളത്തിന്റെ ഉൾഭാഗത്തു കൂടി മാത്രമല്ല, എല്ലാ ഭാഗത്തു കൂടിയും കടന്നു പോകുന്നുണ്ടെന്നു കരുതുക. എങ്കിലും ഒരു വ്യൂഹത്തിലുള്ള ഒരു സ്ഥാനത്തുനിന്നും ഒരാൾക്ക് മറ്റേതിലുള്ള ഒരു സ്ഥാനത്തേക്കു പോകണമെങ്കിൽ രണ്ടു സ്ഥാനങ്ങളും സമീപസ്ഥമാണെങ്കിൽ കൂടി അപരനെ കാണുന്നതിനോ ഹസ്തദാനം ചെയ്യുന്നതിനോ വളരെയേറെ

ചുറ്റിസഞ്ചരിക്കേണ്ടതായി വന്നേക്കാം. ഈ രണ്ടുവ്യൂഹങ്ങൾ തമ്മിൽ യോജിക്കുന്ന ബിന്ദുക്കൾ ഗോളത്തിലുള്ള മറ്റേതൊരു ബിന്ദുവിൽനിന്നും വ്യത്യസ്തമല്ല എന്നും ശ്രദ്ധിക്കുക. കാരണം ഈ വ്യൂഹത്തെ രൂപപ്പെടുത്തി സംയോജന ബിന്ദുക്കളെ ഉള്ളിലേക്കു വലിക്കുകയോ അകത്തു കാണുന്ന ബിന്ദുക്കളെ ഉപരിതലത്തിലാക്കുകയോ ചെയ്യാവുന്നതാണ്. ഈ രണ്ടുവ്യൂഹങ്ങൾക്കും നിശ്ചിതനീളമേ ഉള്ളുവെങ്കിലും ഒരിടത്ത് വഴിമുട്ടി അവസാനിക്കുന്ന അതിർത്തികളൊന്നുമില്ല എന്നത് പ്രാധാന്യമർഹിക്കുന്ന മറ്റൊരു വസതുതയാണ്. ഭിത്തിയോ, വേലിയോ ഒന്നും പ്രതിബന്ധമായി വരാത്ത രീതിയിൽ നിങ്ങൾക്ക് കോണിപ്പടികളിലൂടെയും ഇടനാഴികളിലൂടെയും എത്ര വേണമെങ്കിലും നടക്കാം. വളരെയേറെ ദൂരം സഞ്ചരിക്കുകയാണെങ്കിൽ നിങ്ങൾ പുറപ്പെട്ട സ്ഥലത്തുതന്നെ വന്നെത്തുകയുംചെയ്യും. ഈ വ്യൂഹങ്ങളെയാകെ പുറമെ നിന്നു നോക്കുന്ന ഒരാൾക്ക് അതിനുള്ളിലൂടെ നടക്കുന്നയാൾ പുറപ്പെട്ട സ്ഥലത്തു തന്നെ തിരിച്ചെത്തുന്നതിന്റെ കാരണം ഇടനാഴികൾ ചുറ്റികറങ്ങി വരത്തക്ക രീതിയിൽ വരച്ചു നിർമ്മിച്ചതാണെന്നു മനസ്സിലാക്കാം. എന്നാൽ ഗോളത്തിലുള്ള ഒരാൾക്ക് ബഹിർഭാഗം എന്നൊന്ന് ഉള്ളതായിത്തന്നെ അറിയാൻ കഴിയാത്തതു കാരണം ഈ സ്ഥലം നിശ്ചിത വലിപ്പമുള്ളതെങ്കിലും കൃത്യമായ അതിർവരമ്പുകൾ ഇല്ലാത്തതായി തോന്നിയേക്കാം. ദൂരദർശിനികളുടെ പരമാവധി ദർശനസീമയിൽ വച്ചു നടത്തിയ നിരീക്ഷണങ്ങളിൽനിന്ന് ഇത്തരം മഹാദൂരങ്ങളിൽ സ്പേസ് വർത്തുളമാകുന്നതായും പുഴുക്കൾ തിന്ന ആപ്പിളിലേതു പോലെ ചാലുകൾ മടങ്ങിവന്ന് സ്വയം അടച്ചുമൂടാനുള്ള പ്രവണത വ്യക്തമാക്കുന്നതായും തെളിഞ്ഞിട്ടുണ്ട്.

വിരദ്വാരങ്ങൾ ഒരു പക്ഷേ, വലിയ ദൂരങ്ങൾ താണ്ടാൻ ഭാവിയിലുപയോഗിക്കുന്ന ടൈം മെഷീനുകളായേക്കാം. ചിലപ്പോൾ അവയെന്നുമൊരു പ്രഹേളികയായി നിലനില്ക്കുകയുമാവാം. മാത്രവുമല്ല, ഒരു വസ്തുവിനുള്ളിൽനിന്നു കൊണ്ടു തന്നെ അതിനെ ശരിയായി വീക്ഷിച്ച് അതിലെ കാര്യങ്ങൾ ഗ്രഹിക്കുക എപ്പോഴും വിഷമകരവുമാണ്.

തകർക്കാൻ പറ്റാത്ത ഗുരുത്വാകർഷണം

ഗ്രാവിറ്റി അഥവാ ഗുരുത്വാകർഷണം എന്നു കേൾക്കാത്തവരായി ആരുമുണ്ടാകില്ല. അർത്ഥമറിഞ്ഞും അറിയാതെയും പലരും നിത്യേന പല പ്രാവശ്യം ആവർത്തിക്കുന്ന വാക്കാണിത്. ഗ്രാവിറ്റി ഒരു ആകർഷണബല മാണെന്ന് അറിയാത്തവർ വിരളമായിരിക്കും. സൂര്യന്റെ ഗുരുത്വാകർഷണ ബലംകൊണ്ടാണ് ഗ്രഹങ്ങൾ സൂര്യന് ചുറ്റും പ്രദക്ഷിണം ചെയ്യുന്ന തെന്നും അറിയുമായിരിക്കും. ഗുരുത്വബലം ഒരു ആകർഷണബലമാ ണെന്ന് പറയുമ്പോൾ കാന്തം ഇരുമ്പു തരികളെ ആകർഷിക്കുന്നതുപോ ലെയല്ല. അങ്ങനെയാണെങ്കിൽ ഗ്രഹങ്ങളും ഉപഗ്രഹങ്ങളുമെല്ലാം സൂര്യ നിൽ ഒട്ടിപ്പിടിച്ചു പോയേനെ. വൈദ്യുത ബലം പോലൊരു ബലമായിരു ന്നെങ്കിൽ ജന്തുക്കളും സസ്യങ്ങളുമെല്ലാം ഭൂമിക്കു ചുറ്റും ഭ്രമണം ചെയ്തേ നെ. ന്യൂക്ലിയർ ബലങ്ങൾ പോലെയുള്ള ബലമായിരുന്നെങ്കിൽ തകർക്കാൻ പറ്റാത്ത വിശ്വാസം എന്നു പറയുന്നതുപോലെ എല്ലാം സൂര്യന്റെ കേന്ദ്ര ത്തിലെത്തിയേനെ.

ഇന്ന് നമുക്കറിയാവുന്ന ബലങ്ങളൊക്കെ പറഞ്ഞുകഴിഞ്ഞു. ഇപ്പ റഞ്ഞ ബലങ്ങളുടെ സ്വഭാവമല്ല ഗുരുത്വാകർഷണത്തിനെന്ന് വ്യക്തമായി കാണും. നമുക്കറിയാവുന്ന ബലങ്ങൾക്കെല്ലാം ആകർഷണവും വികർഷ ണവുമുണ്ട്. എന്നാൽ ഗ്രാവിറ്റിക്ക് ആകർഷണം മാത്രമേ ഉള്ളൂ. ആകർ ഷണം മാത്രമുള്ള ഗുരുത്വബലം കാരണമാണ് ചന്ദ്രൻ ഭൂമിയിലേക്ക് വീഴാ ത്തതെന്നും ഭൂമിയും മറ്റു ഗ്രഹങ്ങളും സൂര്യനിൽ പതിക്കാത്തതെന്നും പറഞ്ഞാൽ അതിൽ എന്തോ പന്തികേട് തോന്നുക സ്വാഭാവികമാണ്. പക്ഷേ, സംഗതി യഥാർത്ഥം തന്നെയാണ്. അങ്ങനെവരുമ്പോൾ നാം കരു തുന്നതുപോലെ അത്ര എളുപ്പത്തിൽ നിർവ്വചിക്കാൻ കഴിയുന്ന ആകർ ഷണ ബലമൊന്നുമല്ല ഗ്രാവിറ്റി എന്ന് മനസ്സിലായിക്കാണും. അരിസ്റ്റോ

ട്ടിൽ, ഗലീലിയോ, ഐസക് ന്യൂട്ടൺ, ആൽബർട്ട് ഐൻസ്റ്റൈൻ തുടങ്ങിയ മഹാരഥൻമാരെല്ലാം ഗുരുത്വാകർഷണത്തിന്റെ പ്രഭാവത്തിനു മുന്നിൽ പലായന പ്രവേഗമാർജ്ജിക്കാനാവാതെ തളർന്നിരുന്നിട്ടുണ്ട്. ആധുനിക ഭൗതികശാസ്ത്രത്തിലെ അത്ഭുതമെന്ന് വിശേഷിപ്പിക്കാവുന്ന ക്വാണ്ടം മെക്കാനിക്ക്സിനും ഗ്രാവിറ്റി ഇതുവരെ പിടികൊടുത്തിട്ടില്ല.

പ്രപഞ്ചഘടന നിയന്ത്രിക്കുന്ന മൗലിക ബലമാണ് ഗുരുത്വാകർഷണം. ഇതിനെ സംബന്ധിക്കുന്ന സുപ്രധാനനിയമം കണ്ടെത്തിയത് ഐസക് ന്യൂട്ടൺ (1643–1724) ആണ്. ന്യൂട്ടന്റെ നിയമമനുസരിച്ച് പിണ്ഡമുള്ള ഏതു രണ്ടുവസ്തുക്കൾ തമ്മിലും ഗുരുത്വാകർഷണമുണ്ടായിരിക്കും. ഈ ബലം അവയുടെ ദ്രവ്യമാനത്തിന് നേർ അനുപാതത്തിലും അവ തമ്മിലുള്ള ദൂരത്തിന്റെ വർഗ്ഗത്തിന് വിപരീത അനുപാതത്തിലുമായിരിക്കും. ആപ്പിൾ തലയിൽ വീണപ്പോൾ അതേക്കുറിച്ച് ചിന്തിച്ചിട്ടാണ് ഗുരുത്വനിയമങ്ങൾ കണ്ടുപിടിച്ചതെന്നെല്ലാമുള്ളത് കഥകൾ മാത്രമാണ്. യഥാർത്ഥത്തിൽ ഖഗോള പിണ്ഡങ്ങളുടെ ചലനത്തെ വിശദീകരിക്കാനാണ് ന്യൂട്ടൺ തന്റെ ഗുരുത്വ നിയമങ്ങൾ വികസിപ്പിച്ചെടുത്തത്. വേലിയേറ്റം, വേലിയിറക്കം, ഗ്രഹങ്ങളുടെയും ഉപഗ്രഹങ്ങളുടെയും ചലനം, നക്ഷത്രപരിണാമം, ഗാലക്സികളുടെ ചലനം എന്നിങ്ങനെയുള്ളവയെല്ലാം ന്യൂട്ടന്റെ ഗുരുത്വനിയമങ്ങളുപയോഗിച്ച് വിശദീകരിക്കാൻ കഴിയുന്നു. ഏറ്റവും ദുർബ്ബലമായ അടിസ്ഥാനബലമാണ് ഇതെങ്കിലും ആകർഷണം മാത്രമേ ഉള്ളൂ എന്നതിനാലും വലിയദൂരങ്ങളിൽ പോലും പ്രഭാവമുണ്ട് എന്നതിനാലും ജ്യോതിശാസ്ത്രത്തിൽ ഏറ്റവും പ്രധാനപ്പെട്ട ബലമാണിത്. ഗുരുത്വാകർഷണ ബലം അനുഭവപ്പെടുന്ന ഇടം ഗുരുത്വാകർഷണ മണ്ഡലം എന്നാണറിയപ്പെടുന്നത്.

ന്യൂട്ടന്റെ ഗുരുത്വാകർഷണ നിയമത്തിലെ സമവാക്യത്തിൽ പ്രത്യക്ഷപ്പെടുന്ന ഒരു സ്ഥിരാങ്കമാണ് ഗുരുത്വാകർഷണ സ്ഥിരാങ്കം. ഇംഗ്ലീഷ് അക്ഷരമാലയിലെ `G' എന്ന അക്ഷരമുപയോഗിച്ചാണ് ഇതിനെ പ്രതിനിധീകരിക്കുന്നത്. വിലനിർണ്ണയിക്കാൻ ഏറെ പ്രയാസമുള്ളതും അതിനാൽ വളരെ കുറവ് കൃത്യതയോടെ മാത്രം വില അറിയാവുന്നതുമായ ഒരു സ്ഥിരാങ്കമാണിത്. അതിന്റെ മൂല്യം അന്താരാഷ്ട്ര യൂണിറ്റിൽ (S.I Unit) $6.7 \times 10^{-11}\ m^2\ Kg^{-1}\ S^{-2}$ ആണ്. ഭൗതികശാസ്ത്രത്തിലെ മറ്റ് സ്ഥിരാങ്കങ്ങളുമായി താരതമ്യപ്പെടുത്തുമ്പോൾ ഇതിന്റെ കൃത്യത കുറവാണ്. ഈ സ്ഥിരാങ്കം വളരെ ചെറുതായതുകൊണ്ട് ദ്രവ്യമാനം കുറഞ്ഞ വസ്തുക്കൾ തമ്മിലുള്ള ഗുരുത്വാകർഷണം വളരെ ദുർബ്ബലമായിരിക്കും. ന്യൂട്ടന്റെ കാലം മുതൽ തന്നെ സമവാക്യങ്ങളിൽ ഉപയോഗിക്കപ്പെട്ടിരുന്നുവെങ്കിലും ആദ്യമായി ഒരു പരീക്ഷണത്തിലൂടെ ഗുരുത്വാകർഷണ സ്ഥിരാങ്കത്തിന്റെ വില കണ്ടെത്തിയത് 1798 ൽ ഹെൻറി കാവൻഡിഷ് ആണ്. ഈ പരീക്ഷണത്തിലൂടെ ഭൂമിയുടെ പിണ്ഡം കണ്ടെത്താനും അദ്ദേഹത്തിന് സാധിച്ചു. കാവൻഡിഷ് കണ്ടെത്തിയ വില ഇന്ന് അംഗീകരിക്കപ്പെട്ടതിൽനിന്ന് ഏറെ വ്യത്യസ്തമല്ല. അദ്ദേഹത്തിനുശേഷം രണ്ട് നൂറ്റാണ്ടുകാലത്തെ പരീക്ഷ

ണങ്ങളിലൂടെയും ഈ സ്ഥിരാങ്കത്തിന്റെ വില കണ്ടെത്തുന്നതിൽ വളരെയധികം കൃത്യത കൈവരിക്കാൻ ശാസ്ത്രലോകത്തിന് സാധിച്ചിട്ടില്ല.

ഗുരുത്വാകർഷണ സിദ്ധാന്തത്തിലെ ഏറ്റവും നവീനമായ മുന്നേറ്റം തുടങ്ങുന്നത് ഗലീലിയോ എന്ന ഇറ്റാലിയൻ ശാസ്ത്രജ്ഞന്റെ സംഭാവനയോടുകൂടിയാണ്. പിസായിലെ ചരിഞ്ഞഗോപുരത്തിൽ വച്ച് നടത്തി എന്നു വിശ്വസിക്കുന്ന പരീക്ഷണവും ചരിഞ്ഞ പ്രതലത്തിൽ കൂടിയുള്ള പന്തുകളുടെ ചലനവും വഴി എല്ലാ വസ്തുക്കളും താഴേക്ക് പതിക്കുന്നത് ഒരേ ത്വരണത്തോടുകൂടിയാണ് എന്ന് അദ്ദേഹം കാണിച്ചുതന്നു. ഇത് ഭാരം കൂടിയ വസ്തുക്കൾ കൂടുതൽ ത്വരണത്തോടെ താഴേക്ക് പതിക്കും എന്ന അരിസ്റ്റോട്ടിലിന്റെ നിഗമനത്തിന് കടകവിരുദ്ധമായിരുന്നു. തൂവലുകൾ പോലെയുള്ള കനം കുറഞ്ഞ വസ്തുക്കൾ കൂടുതൽ സമയമെടുത്ത് താഴേക്കു പതിക്കുന്നത് വായുവിന്റെ ഘർഷണം മൂലമാണെന്ന് ഗലീലിയോ കൃത്യമായ വിശദീകരണവും നല്കി. ഗലീലിയോയുടെ ഈ സംഭാവനയാണ് ന്യൂട്ടന്റെ നവീനമായ ഗുരുത്വാകർഷണ സിദ്ധാന്തത്തിന് അടിത്തറ പാകിയത്.

പിണ്ഡമുള്ള വസ്തുക്കളുടെ അടിസ്ഥാന സ്വഭാവമായാണ് ന്യൂട്ടൺ ഗുരുത്വാകർഷണത്തെ വിശദീകരിക്കുന്നത്. പിണ്ഡവും ഭാരവും വ്യത്യസ്തമാണ്. ഗുരുത്വാകർഷണം ഒരു വസ്തുവിൽ ചെലുത്തുന്ന സ്വാധീനമാണ് അതിന്റെ ഭാരം. ഒരു വസ്തു ഭൂമിയിൽനിന്നും ഗുരുത്വാകർഷണം കുറഞ്ഞ ചന്ദ്രനിലെത്തുമ്പോൾ അതിന്റെ ഭാരം കുറയുന്നെങ്കിലും പിണ്ഡത്തിന് മാറ്റം വരുന്നില്ല. കാരണം ഒരു വസ്തുവിലടങ്ങിയിരിക്കുന്ന ദ്രവ്യത്തിന്റെ അളവാണ് പിണ്ഡം അഥവാ ദ്രവ്യമാനം (mass). ഒരു വസ്തുവിന്റെ പിണ്ഡം അതിലടങ്ങിയിരിക്കുന്ന അണുക്കളുടെ എണ്ണത്തേയും ഓരോ അണുവിന്റെയും പിണ്ഡത്തെയും ആശ്രയിച്ചിരിക്കുന്നു. പിണ്ഡം അളക്കുന്നതിനുള്ള അന്താരാഷ്ട്ര യൂണിറ്റ് കിലോഗ്രാം ആണ്. വസ്തുക്കൾ അവയുടെ പ്രവേഗത്തിൽ വ്യതിയാനം വരുത്തുന്നതിൽ വിമുഖത കാണിക്കുന്നു. ഈ വിമുഖതയുടെ അളവിനെ പിണ്ഡമായി കണക്കാക്കുന്നു. ഒരു വസ്തുവിന്റെ പിണ്ഡവും ഊർജ്ജവും ബന്ധപ്പെട്ടിരിക്കുന്നു. നിശ്ചലമായ ഒരു വസ്തുവിന്റെ പിണ്ഡവും ഊർജ്ജവും തമ്മിലുള്ള തുല്യത കാരണം ഇത് പിണ്ഡത്തിന്റെ അളവായും ഉപയോഗിക്കുന്നു. തന്മാത്രകളുടെ പിണ്ഡം ആറ്റമിക് മാസ് യൂണിറ്റിലാണ് അളക്കുന്നത്.

അടിസ്ഥാന കണികകൾ തമ്മിൽ പ്രതിപ്രവർത്തിക്കുമ്പോൾ നടക്കുന്ന പ്രവർത്തനങ്ങളെയാണ് ഭൗതികശാസ്ത്രത്തിൽ അടിസ്ഥാന ബലങ്ങൾ എന്നു വിളിക്കുന്നത്. ഇവ ഫലത്തിൽ വരുന്നത് ഗേയ്ജ് ബോസോണുകളുടെ കൈമാറ്റത്തിലൂടെയാണ്. ഒരു പ്രവർത്തനം അടിസ്ഥാനപരമാണെന്ന് പറയുന്നത് അവയെ മറ്റു പ്രവർത്തനങ്ങളുപയോഗിച്ച് വിവരിക്കാൻ കഴിയാതിരിക്കുമ്പോഴാണ്. ഇപ്പോഴുള്ള അറിവനുസരിച്ച് അടിസ്ഥാനപ്രവർത്തനങ്ങൾ അഥവാ അടിസ്ഥാനബലങ്ങൾ നാലാണ്. ഗുരുത്വാകർഷണം, വിദ്യുത്കാന്തികത, ദുർബ്ബല പ്രവർത്തനം, ശക്തപ്രവർ

ത്തനം എന്നിവയാണ് അവ. അവയുടെ അളവും പെരുമാറ്റവും വളരെ വ്യത്യാസമുള്ളതാണ്. ശക്തബലവും ക്ഷീണബലവും അണുകേന്ദ്രത്തിനുള്ളിലെ പ്രതിപ്രവർത്തനങ്ങളിൽ മാത്രമാണ് ഇടപെടുന്നത്. ധന വൈദ്യുത ചാർജ്ജ് മാത്രമുള്ള പ്രോട്ടോണുകളും ചാർജ്ജില്ലാത്ത ന്യൂട്രോണുകളും മാത്രമുള്ള അണുകേന്ദ്രം വിഘടിച്ച് അസ്ഥിരമാകാതെ നിലനിർത്തുന്നത് ക്ഷീണബലമാണ്. മൗലിക കണങ്ങളായ ക്വാർക്കുകളെ ചേർത്തുനിർത്തുന്നത് ശക്തബലമാണ്. ആറ്റത്തിനുള്ളിൽ തുടങ്ങി പ്രപഞ്ചത്തിന്റെ വലിയ സീമകളിൽവരെ വ്യാപിച്ചുകിടക്കുന്ന ബലമാണ് വിദ്യുത്കാന്തികത. നാല് പ്രവർത്തനങ്ങളിൽ ഏറ്റവും ദുർബ്ബലം ഗുരുത്വാകർഷണമാണ്. പക്ഷേ, ഉന്നതതല വസ്തുക്കളുടെ കാര്യത്തിലും വലിയ ദൂരപരിധിയിലും ഇത് വളരെ പ്രധാന്യമുള്ളതാണ്. കാരണം, വിദ്യുത്കാന്തികബലത്തെപ്പോലെ ഇതിന്റെ പരിധിയും അനന്തമാണ്. പ്രപഞ്ചത്തിലൊട്ടാകെയുള്ള ദ്രവ്യങ്ങളിൽ സ്വാധീനം ചെലുത്തുന്നത് ഈ ബലം മാത്രമാണ്. ഇത് സ്ഥിരമാണ്. ഇതിനെ പരികർഷണം ചെയ്യാനോ പരിവർത്തനം ചെയ്യാനോ സാദ്ധ്യമല്ല. ഇതിന് ആകർഷണം മാത്രമേയുള്ളു, വികർഷണമില്ല.

സ്ഥിരവൈദ്യുത ചാർജ്ജില്ലാത്ത കണികകളുടെ കാര്യത്തിലും, ഗ്രഹങ്ങൾ, നക്ഷത്രങ്ങൾ, ഗാലക്സികൾ തുടങ്ങിയ വലിയ ഖഗോള വസ്തുക്കളുടെ കാര്യത്തിലും സ്ഥിരവൈദ്യുതി മൂലമുള്ള ആകർഷണം കണക്കിലെടുക്കാവുന്നതല്ല. അവ ഒരേ അളവിൽ ഇലക്ട്രോണുകളെയും പ്രോട്ടോണുകളെയും ഉൾക്കൊള്ളുന്നതുകൊണ്ട് മൊത്തം ചാർജ്ജ് പൂജ്യമായി തീരുന്നു. വൈദ്യുതബലം വളരെ ശക്തമാണെങ്കിലും അതിനെ എളുപ്പത്തിൽ നിഷേധിക്കാവുന്നതാണ്. അതേസമയം ഗുരുത്വാകർഷണത്തെ ഒരിക്കലും നിഷേധിക്കാൻ കഴിയില്ല. കാരണം അത് ആകർഷണം മാത്രമാണ്. വൈദ്യുത ബലത്തിന് ആകർഷണവും വികർഷണവുമുണ്ട്. അതിനാൽത്തന്നെ എല്ലാവസ്തുക്കളും ഗുരുത്വത്തിന് വിധേയമാണ്. അതും ആകർഷണം എന്ന ഒരു ദിശയിൽ മാത്രം.

വലിയ ദൂരപരിധി ആയതിനാൽ തന്നെ പ്രപഞ്ചത്തിൽ കാണപ്പെടുന്ന വലിയ പ്രതിഭാസങ്ങൾ ഗുരുത്വബലത്തിന്റെ ഫലമായി ഉണ്ടാകുന്നവയാണ്. താരാപഥങ്ങളുടെ ഘടന, തമോദ്വാരങ്ങൾ, പ്രപഞ്ചത്തിന്റെ വികാസം തുടങ്ങിയവയും ഗ്രഹങ്ങളുടെ ഭ്രമണപഥത്തിലൂടെയുള്ള സഞ്ചാരം, പിണ്ഡം കൂടിയ വസ്തുക്കൾ ഭൂമിയോട് ഒട്ടിച്ചേർന്ന് കിടക്കുന്നത്, നമുക്ക് ചാടാൻ കഴിയുന്ന ഉയരത്തിന്റെ പരിധി നിർണ്ണയിക്കുന്നത് തുടങ്ങിയവയെല്ലാം ഗുരുത്വബലത്തിന്റെ സ്വാധീനത്താലാണ്. ആധുനിക ഭൗതികശാസ്ത്രം പ്രപഞ്ചത്തിലെ എല്ലാ പ്രവർത്തനങ്ങളെയും ഈ നാല് അടിസ്ഥാന ബലങ്ങളുപയോഗിച്ച് വിശദീകരിക്കാൻ ശ്രമിക്കുന്നു.

പ്രപഞ്ചത്തിൽ ഏറ്റവും വേഗതയുള്ളത് പ്രകാശത്തിനാണ്. അതിനേക്കാൾ വേഗതയിൽ സഞ്ചരിക്കാൻ ഒന്നിനും കഴിയില്ല. ന്യൂട്ടന്റെ ഗുരുത്വാകർഷണ നിയമനുസരിച്ച് ഗുരുത്വാകർഷണത്തിന്റെ സ്വാധീനം അന

ന്തവും സമയത്തെ അതിജീവിക്കുന്നതുമാണ്. സൂര്യൻ പെട്ടെന്ന് അണഞ്ഞുപോയാലും എട്ട് മിനിറ്റ് കഴിഞ്ഞേ ഭൂമിയിൽനിന്ന് പ്രകാശം അപ്രത്യക്ഷമാവുകയുള്ളൂ. എന്നാൽ ഗുരുത്വബലത്തിന്റെ കാര്യം അങ്ങനെയല്ല. സൂര്യൻ അവിടെനിന്നും മാറിയാൽ ആ ക്ഷണത്തിൽ തന്നെ സൗരയൂഥം ഛിന്നഭിന്നമായിപ്പോകും. ഇതെങ്ങനെ സംഭവിക്കും? പ്രകാശത്തേക്കാൾ വേഗതയിൽ ഒന്നിനും സഞ്ചരിക്കാൻ കഴിയില്ലെങ്കിൽ എങ്ങനെയാണ് ഗുരുത്വാകർഷണ സ്വാധീനം അതിലും വേഗതയിൽ നഷ്ടമാകുന്നത്? പ്രകാശത്തേക്കാൾ വേഗതയിൽ എന്തു സന്ദേശമാണ് ഗുരുത്വബലം കൈമാറുന്നത്? ഇവിടെയാണ് ആൽബർട്ട് ഐൻസ്റ്റൈന്റെ പ്രതിഭ കളം നിറയുന്നത്. ഗുരുത്വാകർഷണത്തിന്റെ നിർവ്വചനം തന്നെ മാറ്റിയെഴുതിയ ഒരു മഹാസിദ്ധാന്തത്തിന്റെ, സാമാന്യ ആപേക്ഷികതയുടെ രംഗപ്രവേശവും അതോടെ സംഭവിച്ചു.

ആപേക്ഷികതയ്ക്ക് ഒരു കുഴപ്പം മാത്രമേയുള്ളൂ. എളുപ്പത്തിൽ മനസ്സിലാകില്ല, അല്ലെങ്കിൽ എളുപ്പത്തിൽ മനസ്സിലാകുന്ന രീതിയിൽ അവതരിപ്പിക്കാൻ കഴിയില്ല. സിദ്ധാന്തം അവതരിപ്പിച്ച കാലത്തും, ഇപ്പോഴും ഈ സ്ഥിതിയിൽ വലിയ മാറ്റമൊന്നും ഉണ്ടായിട്ടില്ല. സ്പേസ് എന്നാൽ സ്ഥലകാലത്തിന്റെ നാല് മാനങ്ങളാണ് എന്ന സങ്കല്പത്തിലാണ് ആപേക്ഷികത ഗുരുത്വബലത്തെ വിവരിക്കുന്നത്. സ്ഥലത്തെയും കാലത്തെയും വേർതിരിച്ചുകാണാൻ കഴിയില്ല. പിണ്ഡമുള്ള വസ്തുക്കൾ അവ നിലനില്ക്കുന്ന സ്ഥലകാലത്തിൽ ഒരു വക്രത സൃഷ്ടിക്കും. പിണ്ഡം കൂടുന്നതിനനുസരിച്ച് സ്ഥലകാല വക്രതയും വർദ്ധിക്കും. ഈ ചതുർമ്മാന പ്രതലം സമതലമായിരിക്കും. ചതുർമ്മാന പ്രതലത്തിന്റെ വക്രതയിൽ കൂടി മാത്രമേ എന്തിനും, പ്രകാശത്തിനുപോലും സഞ്ചരിക്കാൻ കഴിയൂ. ചുരുക്കത്തിൽ ദ്രവ്യം സ്ഥലകാലത്തെ എങ്ങനെ വളയണമെന്ന് പഠിപ്പിക്കുന്നു, സ്ഥലകാലം ദ്രവ്യത്തെ എങ്ങനെ സഞ്ചരിക്കണമെന്നും പഠിപ്പിക്കുന്നു.

ഗുരുത്വാകർഷണത്തിന്റെ വ്യാപ്തി വരച്ചുകാണിക്കുന്നതിൽ ഏറ്റവും വിജയിച്ച സിദ്ധാന്തം ഐൻസ്റ്റൈന്റെ സാമാന്യ ആപേക്ഷികതയാണ്. 1915 ൽ അവതരിപ്പിച്ച ഈ സിദ്ധാന്തത്തിനുമുമ്പ് 1905 ൽ ഐൻസ്റ്റൈൻ തന്നെ ആപേക്ഷികതയുടെ വിശിഷ്ട സിദ്ധാന്തം (Special Theory of Relativity) അവതരിപ്പിച്ചിരുന്നു. വസ്തുക്കളുടെ സ്പേസിലൂടെയുള്ള സഞ്ചാരത്തെയാണ് വിശിഷ്ട ആപേക്ഷികതയിൽ വിശദീകരിക്കുന്നത്. പ്രപഞ്ചത്തിലുള്ള ചലനങ്ങളെല്ലാം ആപേക്ഷികമാണെന്നും പ്രകാശ പ്രവേഗം മാത്രം സ്ഥിരമാണെന്നും ഈ സിദ്ധാന്തത്തിലൂടെ ഐൻസ്റ്റൈൻ തെളിയിച്ചു. വിശിഷ്ട ആപേക്ഷികതയിൽ ഗുരുത്വബലത്തെക്കൂടി ഉൾപ്പെടുത്തിയപ്പോഴാണ് ആപേക്ഷികതയുടെ പൊതു സിദ്ധാന്തം പിറക്കുന്നത്. സൗരയൂഥത്തിനുള്ളിലെ ഒട്ടുമിക്ക സംഭവങ്ങളും വിശദീകരിക്കുന്നതിന് ന്യൂട്ടന്റെ ഗുരുത്വനിയമങ്ങൾ ധാരാളം മതിയാകും. എന്നാൽ അതിനപ്പുറം സഞ്ചരിക്കണമെങ്കിൽ ആപേക്ഷികതയുടെ ചിറകിലേറണം. ഐസക് ന്യൂട്ടനേ

പ്പോലൊരു പ്രതിഭയ്ക്ക് ആപേക്ഷികത മനസ്സിലായില്ല എന്നു കരുതാൻ ന്യായമില്ല. എന്നാൽ പതിനേഴാം നൂറ്റാണ്ടിലെ പ്രപഞ്ച ബോധമല്ല ഇരുപതാം നൂറ്റാണ്ടിലേത്. 1500 വർഷക്കാലം നിലനിന്ന അരിസ്റ്റോട്ടിലിന്റെ ഗുരുത്വനിയമങ്ങളെ തകർത്തെറിഞ്ഞുകൊണ്ടാണ് ന്യൂട്ടൺ തന്റെ ഗുരുത്വാകർഷണ സിദ്ധാന്തം അവതരിപ്പിച്ചത്. 300 വർഷത്തിനുശേഷം ന്യൂട്ടന്റെ നിയമങ്ങളെ സൗരയൂഥത്തിനുള്ളിൽ ഒതുക്കിനിർത്തിക്കൊണ്ട് ഐൻസ്റ്റൈൻ തന്റെ ഗുരുത്വാകർഷണ സിദ്ധാന്തം അവതരിപ്പിച്ചു. 100 വർഷങ്ങളായി ആപേക്ഷികതയാണ് ഗുരുത്വാകർഷണം പറയുന്നത്. ഗുരുത്വബലത്തിന്റെ ശക്തി അനന്തമാകുന്ന ചില പ്രതിഭാസങ്ങളിൽ ആപേക്ഷികത നിസ്സഹായമാകുന്നുണ്ട്. ഭാവിയിൽ അത്തരം പ്രതിഭാസങ്ങളെക്കൂടി ഉൾക്കൊള്ളാൻ കഴിയുന്ന ഗുരുത്വ സിദ്ധാന്തങ്ങൾ പിറക്കും.

അടിസ്ഥാനബലങ്ങളിൽ ഏറ്റവും ദുർബ്ബലമായത് ഗുരുത്വാകർഷണമാണ്. വലിയ മേഖലകളിലേക്ക് വ്യാപിച്ചിരിക്കുന്നതുകൊണ്ടാണ് ഇത് സംഭവിക്കുന്നത്. എന്നാൽ ഗുരുത്വബലം ഒരു ചെറിയ മേഖലയിലേക്ക് ചുരുങ്ങിയാൽ അത് അത്യധികം തീവ്രമാകും. ഉദാഹരമായി സൂര്യന്റെ പത്തിരട്ടി വലിപ്പമുള്ള ഒരു നക്ഷത്രം അതിന്റെ ജീവിതാന്ത്യത്തിൽ പൊട്ടിത്തെറിക്കുകയും (Supernova) അവശേഷിക്കുന്ന നക്ഷത്രക്കാമ്പിന്റെ പിണ്ഡം 1.44 സൗരപിണ്ഡത്തിൽ കുറവായാൽ (Chandrasekhar Limit) അതൊരു വെള്ളക്കുള്ളൻ (White dwarf) താരമായും, അതിലുമേറെയായാൽ (Oppenheimer–Tollman–Volkof Limit) അതൊരു ന്യൂട്രോൺ താരമോ, തമോദ്വാരമോ ആയും പരിണമിക്കും. ഗുരുത്വാകർഷണം അത്യധികം സങ്കീർണ്ണമായ മേഖലകളാണിവ. ദ്രവ്യ സാന്ദ്രത നമുക്ക് പരിചിതമായ വസ്തുക്കളിൽനിന്നും കോടിക്കണക്കിന് മടങ്ങ് കൂടുതലാണ് ഒരു ന്യൂട്രോൺ താരത്തിൽ. ന്യൂട്രോൺ താരത്തിൽനിന്നും ഒരു ടീസ്പൂൺ ദ്രവ്യം കോരിയെടുക്കാൻ കഴിഞ്ഞാൽ അതിന് ഈഫൽ ഗോപുരത്തേക്കാൾ ഭാരമുണ്ടാകും. ഇതിലും സങ്കീർണ്ണമാണ് തമോദ്വാരങ്ങളുടെ അവസ്ഥ. നക്ഷത്ര ദ്രവ്യമാകെ ഒരു ബിന്ദുവിലേക്കൊതുങ്ങുന്ന തമോദ്വാരത്തിൽനിന്ന് ഒന്നിനും, പ്രകാശത്തിനുപോലും രക്ഷപ്പെടാൻ കഴിയില്ല. ഗുരുത്വാകർഷണത്തിനല്ലാതെ മറ്റൊരു ബലത്തിനും അവിടെ പ്രസക്തിയില്ല. ചുറ്റുപാടുമുള്ള എല്ലാറ്റിനെയും വിഴുങ്ങുന്ന തമോദ്വാരത്തിൽ അകപ്പെടുന്ന ദ്രവ്യത്തിനും ഊർജ്ജത്തിനും എന്താണ് സംഭവിക്കുന്നതെന്ന് പറയാൻ ആപേക്ഷികതയ്ക്കും കഴിയുന്നില്ല.

പ്രപഞ്ചത്തിന്റെ ആത്യന്തിക സ്വഭാവത്തെ വിശദീകരിക്കുന്ന സിദ്ധാന്തമാണ് സ്റ്റാന്റേർഡ് മോഡൽ. സ്റ്റാന്റേഡ് മോഡൽ ഗ്രാവിറ്റിയോടും, ഗ്രാവിറ്റി തിരിച്ചും എന്താണ് ചെയ്യുന്നതെന്ന് നോക്കാം. ഈ മാതൃകയനുസരിച്ച് മൗലിക കണങ്ങൾ കൈമാറുന്ന ബലങ്ങൾ കണങ്ങളുടെ കൈമാറ്റത്തിൽക്കൂടിത്തന്നെയാണ് നടക്കുന്നത്. നാലുതരം അടിസ്ഥാന ബലങ്ങളെക്കുറിച്ചാണ് സ്റ്റാന്റേർഡ് മോഡൽ പറയുന്നത് ക്വാർക്കുകളെ ചേർത്തുനിർത്തുന്ന ശക്ത ന്യൂക്ലിയർ ബലം, റേഡിയോ ആക്ടീവതയ്ക്ക് കാര

ണമാകുന്ന ക്ഷീണന്യൂക്ലിയർബലം, വിദ്യുത്കാന്തികബലം, ഗുരുത്വാകർഷണ ബലം എന്നിവയാണവ. ശക്തബലത്തിന്റെ വാഹകർ പിണ്ഡമില്ലാത്ത ഗ്ലുവോണുകൾ (gluons) ആണ്. ക്ഷീണ ബലത്തിന്റെ വാഹകർ പിണ്ഡമുള്ള കണികകളായ വെക്ടർ ബോസോണുകളാണ്. വിദ്യുത്കാന്തിക ബലത്തിന്റെ വാഹകർ പിണ്ഡമില്ലാത്ത ഫോട്ടോണുകളാണ്. ഈ മൂന്ന് ബലവാഹികളെയും പരീക്ഷണശാലകളിൽ നിരീക്ഷിക്കപ്പെട്ടിട്ടുണ്ട്. എന്നാൽ ഗുരുത്വാകർഷണത്തിന്റെ വാഹകരെന്ന് കരുതപ്പെടുന്ന പിണ്ഡമില്ലാത്ത കണികയായ ഗ്രാവിറ്റോൺ ഇതുവരെ നിരീക്ഷണ വിധേയമായിട്ടില്ല.

സ്റ്റാന്റേർഡ് മോഡലിൽ ഗ്രാവിറ്റി ഒഴികെയുള്ള മൂന്ന് മൗലിക ബലങ്ങളേയും വ്യത്യസ്തമായി കണക്കാക്കുന്നില്ല. അവ ഒരു ഏകീകൃത ബലത്തിന്റെ വ്യത്യസ്ത വശങ്ങൾ മാത്രമാണ്. താപനിലയിലുള്ള വ്യത്യാസം കൊണ്ടാണ് അവ വ്യത്യസ്തമായി കാണപ്പെടുന്നത്. താപനില ഉയർത്തിയാൽ ഈ മൂന്നു ബലങ്ങളുടെയും ഏകത്വം വ്യക്തമാകും. കണികാപരീക്ഷണശാലകളിൽ വച്ചു നടത്തുന്ന പരീക്ഷണത്തിലൂടെ ഇങ്ങനെ ഏകീകരിക്കാൻ കഴിഞ്ഞ ബലങ്ങൾ വിദ്യുത്കാന്തികതയും ക്ഷീണ ന്യൂക്ലിയർ ബലവുമാണ്. കണികാ സംഘട്ടനം നടക്കുമ്പോൾ ഇവ കൂടിച്ചേർന്ന് വിദ്യുത്ക്ഷീണ ബലമായിത്തീരും. കുറേക്കൂടി ഉയർന്ന താപനിലയിൽ വിദ്യുത്ക്ഷീണബലവും ശക്തന്യൂക്ലിയർ ബലവും ഏകീകരിക്കാൻ കഴിയും. മഹാവിസ്ഫോടനത്തിനുശേഷം പ്രപഞ്ചത്തിന്റെ താപനില 10^{14} കെൽവിനിൽ താഴ്ന്നപ്പോഴാണ് നാല് മൗലിക ബലങ്ങളും വ്യത്യസ്തമായതെന്നാണ് കരുതുന്നത്. ഇത്രയും ഉയർന്ന താപനില കണികാപരീക്ഷണശാലയിൽ സൃഷ്ടിക്കാൻ കഴിഞ്ഞാൽ നാല് ബലങ്ങളെയും ഏകീകരിക്കാൻ കഴിയുമെന്നാണ് പ്രതീക്ഷിക്കുന്നത്.

സ്റ്റാന്റേർഡ് മോഡൽ എന്ന പ്രപഞ്ചസിദ്ധാന്തം ക്വാർക്കുകളും ലെപ്റ്റോണുകളും കൊണ്ട് നിർമ്മിതമായ പദാർത്ഥത്തെയും ശക്ത, ക്ഷീണ, വിദ്യുത്കാന്തിക ബലങ്ങളെയും വിവരിക്കുന്നു. എന്നാൽ ഈ സിദ്ധാന്തം അപൂർണ്ണമാണ്. കാരണം അത് ഗുരുത്വാകർഷണത്തെ ഉൾക്കൊള്ളുന്നില്ല. സിദ്ധാന്തം പ്രവചിക്കുന്ന ഗ്രാവിറ്റോൺ എന്ന ബലവാഹികണത്തെ കണ്ടെത്താൻ കഴിയാത്തതുതന്നെ കാരണം. സ്റ്റാന്റേർഡ് മോഡലിന്റെ അപ്പുറത്തേക്ക് നോക്കുന്ന ചില സിദ്ധാന്തങ്ങളുമുണ്ട്. ഗ്രാന്റ് യുണിഫൈഡ് തിയറി എന്നറിയപ്പെട്ട ഗട്ട് (GUT) സിദ്ധാന്തം മൗലികബലങ്ങളെ കൂട്ടിയോജിപ്പിച്ച് ഒറ്റ സമിതിയുള്ള ഏകീകൃത ഗേയ്ജ് നിയമം ഉണ്ടാക്കാനാണ് ശ്രമിക്കുന്നത്. മൗലിക പ്രതിപ്രവർത്തനങ്ങളെ വിശദീകരിക്കാനുള്ള ക്വാണ്ടം ക്ഷേത്ര സിദ്ധാന്തങ്ങളാണ് (Quantum field theories) ഗേയ്ജ് സിദ്ധാന്തങ്ങൾ. ചരട് സിദ്ധാന്തങ്ങളും (String theories) സൂപ്പർ സിമട്രി സിദ്ധാന്തങ്ങളും ഇത്തരത്തിലുള്ള നീക്കങ്ങളാണ്. സൂപ്പർ സിമട്രിയിൽ മൗലികമായ ബോസോണുകൾക്കും ഫെർമിയോണുകൾക്കും ഒരു സമമിതി ഉപയോഗിക്കാം. ഇതനുസരിച്ച് എല്ലാ ഫെർമിയോണുകൾക്കും

അതിനു സമാനമായ ഒരു ബോസോൺ ഉണ്ടായിരിക്കും. ബലവാഹി കണങ്ങളെയാണ് ബോസോൺ എന്നു വിളിക്കുന്നത്. ഈ രീതിയിൽ അതിസമമിതിയാണ് (supersymmetry) ഈ സിദ്ധാന്തം അവതരിപ്പിക്കുന്നത്. ചരടു സിദ്ധാന്തങ്ങളിൽ പദാർത്ഥത്തിന്റെ അടിസ്ഥാന ഘടകങ്ങൾ കണികകളല്ല. ഏകമാനം (one dimensional) മാത്രമുള്ള ചരടുകളാണ്. ഇത്തരമൊരു ചരടിന്റെ നീളം 10^{-15} മീറ്റർ മാത്രമേയുള്ളൂ. ചരടു സിദ്ധാന്തങ്ങളിൽനിന്ന് വികസിച്ചു വന്ന മറ്റൊരു സിദ്ധാന്തമാണ് എം തിയറി. ഇതിലെ അടിസ്ഥാന ഘടകങ്ങൾ സ്തരങ്ങൾ എന്ന ഉപരിതലങ്ങളാണ്. ഇത്തരം സിദ്ധാന്തങ്ങളെല്ലാം മറ്റ് മൗലിക ബലങ്ങളെപ്പോലെ ഗ്രാവിറ്റിയെയും ക്വാണ്ടീകരിക്കാനുള്ള ശ്രമത്തിലാണ്. എന്നാൽ മേൽപ്പറഞ്ഞ സിദ്ധാന്തങ്ങളെല്ലാം നിലനില്ക്കുന്നതിന് സ്പേസിന് പതിനൊന്ന് ഡയമെൻഷനുകളെങ്കിലും വേണം. സ്പേസിന്റെ നാല് മാനങ്ങൾ പോലും നമുക്ക് ഉൾക്കൊള്ളാൻ കഴിയുന്നതിനപ്പുറമാണ്. ഇത്തരം സിദ്ധാന്തങ്ങളിലുപയോഗിക്കുന്ന ഗണിത ക്രിയകൾ അത്യന്തം സങ്കീർണ്ണവും മനസ്സിലാക്കാൻ പ്രയാസമേറിയതുമാണ്. എന്നാൽ പ്രപഞ്ചകഥ എഴുതുന്നതിനുള്ള ഭാഷ ഗണിതമായതുകൊണ്ട് അതിൽ പരാതി പറഞ്ഞിട്ട് കാര്യമില്ല. പക്ഷേ, ഇവിടെയും ഗ്രാവിറ്റി പിടികൊടുക്കുന്നില്ല എന്നതാണ് യാഥാർത്ഥ്യം.

1980 കളിൽ ചരടു സിദ്ധാന്തങ്ങൾ വീണ്ടും ശ്രദ്ധയാകർഷിച്ചു. ഗുരുത്വാകർഷണ ബലത്തേയും മറ്റ് അടിസ്ഥാനബലങ്ങളേയും ഏകീകരിക്കാൻ കഴിഞ്ഞേക്കും എന്ന ധാരണ ഈ രംഗത്തെ ഗവേഷണത്തിന് ഊർജ്ജം നല്കി. ഗുരുത്വാകർഷണത്തെ സംബന്ധിച്ച് ഐൻസ്റ്റൈന്റെ സിദ്ധാന്തം ഗണിതപരമായി സുന്ദരവും നിരീക്ഷണ ഫലങ്ങളുമായി യോജിച്ചുപോകുന്നതുമാണെങ്കിലും അത് ക്വാണ്ടം മെക്കാനിക്സിന്റെ ചട്ടക്കൂടിനകത്തല്ല എന്ന പോരായ്മയുണ്ട്. ഗുരുത്വാകർഷണത്തെ സംബന്ധിക്കുന്ന ഒരു ക്വാണ്ടം സിദ്ധാന്തം ഉണ്ടാക്കാൻ ചരടു സിദ്ധാന്തങ്ങൾ ഉതകുമെന്ന ധാരണ ശക്തമായിരുന്നു. സ്റ്റാൻഡേർഡ് മോഡലിലെ പ്രശ്നങ്ങളെല്ലാം പരിഹരിക്കാൻ കഴിയുമെന്നും ധാരണ ഉണ്ടായിരുന്നു. ഇങ്ങനെയൊക്കെയാണെങ്കിലും നിരീക്ഷണഫലങ്ങളുമായി തട്ടിച്ചുനോക്കാൻ പറ്റുന്ന പ്രവചനങ്ങളൊന്നും നടത്താൻ കഴിയാത്തതിനാൽ മുഖ്യധാരാ ഭൗതികത്തിന്റെ ഭാഗമാകാൻ ഈ സിദ്ധാന്തങ്ങൾക്കൊന്നും കഴിഞ്ഞിട്ടില്ല.

മൾട്ടിവേഴ്സ്

വലിയൊരു ഇടമാണ് പ്രപഞ്ചം. നമുക്കറിയുന്നതിൽ ഏറ്റവും വലിയ ഇടം. 92 ബില്യൺ പ്രകാശവർഷമെങ്കിലും വ്യാസമുള്ള ഈ പ്രദേശം അതിവേഗം വളർന്നുകൊണ്ടുമിരിക്കുകയാണ്. നമുക്കറിയുന്നതെല്ലാം, സ്ഥലവും കാലവും ദ്രവ്യവും ഊർജ്ജവുമെല്ലാം ഇവിടെയാണുള്ളത്. നക്ഷത്ര സമൂഹങ്ങളും ഗ്രഹ കുടുംബങ്ങളും വാതക പടലങ്ങളും നെബുലകളും തമോദ്വാരങ്ങളും ഇരുട്ടും വെളിച്ചവും ശൂന്യസ്ഥലങ്ങളും ഭൂമിയും ഭൗമസമാന ഗ്രഹങ്ങളും ജീവനും ഭൗമേതര ജീവനുമെല്ലാം ഇവിടെയാണുള്ളത്. എന്നാൽ ഈ മഹാപ്രപഞ്ചം പോലെയുള്ള നിരവധി പ്രപഞ്ചങ്ങൾ നമ്മുടെ തൊട്ടടുത്തുതന്നെയുണ്ടെന്ന് വിശ്വസിക്കേണ്ടിവരുന്ന അവസ്ഥ എന്തായിരിക്കും. ഒരു ഏകപ്രപഞ്ചം പോലും നമ്മുടെ നിരീക്ഷണങ്ങൾക്കും സാങ്കേതിക വിദ്യക്കും അപ്പുറമാണെന്നിരിക്കെ നിരവധി പ്രപഞ്ചങ്ങൾ അഥവാ മൾട്ടിവേഴ്സ് (Multiverse) എന്ന പരികല്പന മസ്തിഷ്കത്തിൽ കൊടുങ്കാറ്റ് ഉയർത്താതിരിക്കില്ല.

മൾട്ടിവേഴ്സ് പരികല്പനയ്ക്ക് ദശാബ്ദങ്ങളുടെ പഴക്കമുണ്ട്. ചില ശാസ്ത്ര ലേഖകരുടെ അതിരുകടന്ന ഭാവനയായോ ക്വാണ്ടം ഭൗതിക ശാസ്ത്രജ്ഞരുടെ ഭ്രാന്തൻ സ്വപ്നങ്ങളായോ ഒക്കെയാണ് ഇത്തരം പരികല്പനകൾ ഭൂരിപക്ഷം ആളുകളും കരുതുന്നത്. സയൻസ് ഫിക്ഷനുകളിൽ അന്യപ്രപഞ്ചങ്ങളുടെ വർണ്ണനകൾ വേണ്ടുവോളമുണ്ട്. നിരവധി ശാസ്ത്രകാരന്മാർ അന്യപ്രപഞ്ചങ്ങളുടെ സാദ്ധ്യതകൾ വിവരിക്കുന്ന ആധികാരികതയുള്ള പുസ്തകങ്ങൾ രചിച്ചിട്ടുമുണ്ട്. എന്നാൽ അന്യപ്രപഞ്ച പരികല്പനയ്ക്ക് വേണ്ടത്ര തെളിവുകൾ നല്കാൻ ഇതുവരെ ശാസ്ത്രലോകത്തിന് കഴിഞ്ഞിട്ടില്ല. പ്രത്യക്ഷ തെളിവ് നല്കാൻ കഴിയി

ല്ലെന്നുറപ്പാണ്. സങ്കീർണ്ണ ഗണിത നിർദ്ധാരണങ്ങൾക്കപ്പുറം പരോക്ഷ തെളിവുകളെങ്കിലും ലഭിച്ചെങ്കിൽ മാത്രമേ മൾട്ടിവേഴ്സ് ഒരു സയന്റിഫിക് ഹൈപ്പോതെസിസ് ആയി അംഗീകരിക്കാൻ കഴിയുകയുള്ളൂ.

ഭൂമിയിൽനിന്ന് 300 കോടി പ്രകാശ വർഷമകലെ 1.8 ബില്യൺ വിസ്തൃതിയിൽ വ്യാപിച്ചു കിടക്കുന്ന അതിശൈത്യ മേഖല മൾട്ടിവേഴ്സിന്റെ പരോക്ഷ തെളിവായാണ് ഡർഹാം യൂണിവേഴ്സിറ്റിയിലെ ഏതാനും ശാസ്ത്രജ്ഞർ ചൂണ്ടിക്കാണിക്കുന്നത്. ചുറ്റുമുള്ള പ്രദേശത്തേക്കാൾ ദ്രവ്യ സാന്നിദ്ധ്യം 20 ശതമാനം കുറവുള്ള ഈ 'കോൾഡ് സ്പോട്ടിലെ' താപനില പ്രപഞ്ചത്തിന്റെ ശരാശരി താപനിലയേക്കാൾ 0.00015 ഡിഗ്രി സെൽഷ്യസ് കുറവാണ്. 2.73 കെൽവിനാണ് പ്രപഞ്ചത്തിന്റെ ശരാശരി താപനിലയായി കണക്കാക്കുന്നത്. പ്രപഞ്ചത്തിലാകമാനം നിറഞ്ഞു നില്ക്കുന്ന പരഭാഗ വികിരണങ്ങളുടെ താപനിലയാണിത്. ഒരു സമാന്തര പ്രപഞ്ചം നമ്മുടെ പ്രപഞ്ചവുമായി കൂട്ടിമുട്ടിയതിന്റെ ഫലമായാണ് ഇത്തമൊരു കോൾഡ് സ്പോട്ട് ഉണ്ടായതെന്നാണ് ശാസ്ത്രജ്ഞർ കരുതുന്നത്. കൂട്ടിയിടിയുടെ ഫലമായി വലിയ അളവിൽ ഊർജ്ജം നഷ്ടപ്പെട്ട മേഖലയാണ് ചുറ്റുപാടുകളെ അപേക്ഷിച്ച് ദ്രവ്യസാന്നിദ്ധ്യവും താപനിലയും കുറഞ്ഞ മേഖലയായി മാറിയതെന്നാണ് കരുതുന്നത്. മൾട്ടിവേഴ്സ് എന്ന പരികല്പനയ്ക്ക് ഒരു നൂറ്റാണ്ടിലധികം പഴക്കമുണ്ട്. അമേരിക്കൻ സൈക്കോളജിസ്റ്റായ വില്യം ജെയിംസ് 1895 ൽ ഇത്തരമൊരു പരാമർശം നടത്തിയിരുന്നു. എന്നാൽ ആധുനിക ഭൗതികശാസ്ത്രം അവതരിപ്പിക്കുന്ന അർത്ഥത്തിലായിരുന്നില്ല ഈ വാക്ക് അദ്ദേഹം ഉപയോഗിച്ചത്. നാം ജീവിക്കുന്ന പ്രപഞ്ചമുൾപ്പടെയുള്ള അനവധി പ്രപഞ്ചങ്ങളുടെ സാദ്ധ്യതയാണ് മൾട്ടിവേഴ്സ് എന്നതുകൊണ്ട് ഭൗതികശാസ്ത്രത്തിൽ അർത്ഥമാക്കുന്നത്. അതായത്, സ്ഥലകാലങ്ങളും ദ്രവ്യവും ഊർജ്ജവും ഭൗതിക സ്ഥിരാങ്കങ്ങളും ഭൗതിക നിയമങ്ങളുമെല്ലാമുള്ള നിരവധി പ്രപഞ്ചകുമിളകൾ. ഇത്തരം പ്രപഞ്ച കുമിളകളെ സമാന്തര പ്രപഞ്ചങ്ങളെന്നും അന്യ പ്രപഞ്ചങ്ങളെന്നുമെല്ലാം വിളിക്കാറുണ്ട്. 1952 ൽ ഡബ്ലിനിൽ നടന്ന ഒരു പ്രഭാഷണത്തിനിടയിൽ പ്രശസ്ത ക്വാണ്ടം ഭൗതികജ്ഞനായ ഇർവിൻ ഷ്രോഡിങ്ങറാണ് നിരവധി പ്രപഞ്ചങ്ങളുടെ സാദ്ധ്യത ആദ്യമായി സംശയിച്ചത്.

നിരവധി പ്രപഞ്ചങ്ങളുടെ സാദ്ധ്യത ഭൗതികശാസ്ത്രം മാത്രമല്ല ചർച്ചചെയ്യുന്നത്. കോസ്മോളജിയിലും, ജ്യോതിശാസ്ത്രത്തിലും, മതത്തിലും, തത്ത്വചിന്തയിലും, മനഃശാസ്ത്രത്തിലും, സാഹിത്യത്തിലുമെല്ലാം അന്യപ്രപഞ്ചങ്ങളെക്കുറിച്ച് വ്യത്യസ്ത വീക്ഷണങ്ങളാണുള്ളത്. സയൻസ് ഫിക്ഷനുകളും ഫാന്റസി കഥകളും മൾട്ടിവേഴ്സിന് വളരെ കൗതുകകരമായ വിവരണമാണ് നല്കുന്നത്. സമാന്തര ലോകങ്ങൾ, സമാന്തര പ്രപഞ്ചങ്ങൾ, ക്വാണ്ടം പ്രപഞ്ചങ്ങൾ, മൾട്ടി ഡയമെൻഷനുകൾ

എന്നിങ്ങനെയെല്ലാം അന്യ പ്രപഞ്ചങ്ങളെ വിശേഷിപ്പിക്കുന്നത് കാണാൻ കഴിയും. ഭൗതികശാസ്ത്രത്തിൽ ദശാബ്ദങ്ങളായി അന്യ പ്രപഞ്ചങ്ങളുടെ സാദ്ധ്യതകൾ ചർച്ച ചെയ്യുന്നുണ്ടെങ്കിലും ശാസ്ത്രജ്ഞർക്ക് ഇക്കാര്യത്തിൽ ഭിന്നാഭിപ്രായമാണുള്ളത്. ഒരു ശാസ്ത്രീയ അന്വേഷണം ആവശ്യമുള്ള സംഗതിയായി മൾട്ടിവേഴ്സിനെ പരിഗണിക്കാൻ കഴിയില്ലെന്ന് വാദിക്കുന്ന ശാസ്ത്രജ്ഞരുമുണ്ട്.

മൾട്ടിവേഴ്സുകൾ അതിഭൗതികമാണെന്നും അവയെക്കുറിച്ചുള്ള ചർച്ചകൾ പൊതുസമൂഹത്തിന് ശാസ്ത്രത്തോടുള്ള മതിപ്പ് കുറയുന്നതിന് കാരണമാകുമെന്നുമാണ് അവരുടെ ഭാഷ്യം. ശാസ്ത്രത്തിന്റെ അടിസ്ഥാന സ്വഭാവങ്ങളിലൊന്നായ അസത്യവല്ക്കരണത്തിന് (falsification) വഴങ്ങാത്തതുകൊണ്ട് അന്യപ്രപഞ്ചങ്ങൾ ശാസ്ത്രത്തിലുപരി തത്ത്വചിന്താപരമായി കാണുന്നതാണ് നല്ലതെന്ന് കരുതുന്ന ശാസ്ത്രകാരന്മാരുമുണ്ട്. 2010 ൽ വിൽക്കിൻസൺ മൈക്രോവേവ് അനൈസോട്രോപി പ്രോബിൽ (WMAP) നിന്നുലഭിച്ച ഡാറ്റകൾ പരിശോധിച്ച് സ്റ്റീഫൻ എം ഫീനിയുടെ നേതൃത്വത്തിലുള്ള ശാസ്ത്രജ്ഞർ ഒരു സമാന്തര പ്രപഞ്ചവുമായി നമ്മുടെ പ്രപഞ്ചം കൂട്ടിയിടിച്ചതിന്റെ സാദ്ധ്യത ചൂണ്ടിക്കാണിച്ചിരുന്നു. എന്നാൽ ഈ സാദ്ധ്യത ശാസ്ത്രലോകം വേണ്ടത്ര പ്രാധാന്യത്തോടെ നോക്കിക്കണ്ടില്ല. ഡബ്ല്യൂ-മാപിനേക്കാൾ മൂന്നിരട്ടിയിലധികം സംവേദന ക്ഷമതയുള്ള പ്ലാങ്ക് സ്പേസ്ക്രാഫ്റ്റ് ഉപയോഗിച്ച് പരഭാഗ വികിരണങ്ങളിൽ നടത്തിയ നിരീക്ഷണങ്ങളിൽ സ്റ്റീഫൻ ഫീനിയുടെ കണ്ടുപിടിത്തത്തിന് പിൻബലമാകുന്ന തെളിവുകളൊന്നും ലഭിക്കുകയുമുണ്ടായില്ല.

മൾട്ടിവേഴ്സ് പരികല്പനയ്ക്ക് പിന്തുണ നല്കുന്നവരിൽ ലോക പ്രശസ്തരായ ശാസ്ത്രജ്ഞരുണ്ട്. സ്റ്റീഫൻ ഹോക്കിങ്, ബ്രയാൻ ഗ്രീൻ, മാക്സ് ടെഗ്മാർക്ക്, അലൻ ഗുത്ത്, ആന്ദ്രേ ലിൻഡേ, മിഷിയോ കാക്കു, ഡേവിഡ് ഡ്യൂഷ്, ലിയനാർഡ് സസ്കിൻഡ്, അലക്സാണ്ടർ വിലെൻകിൻ, യസുനോറി നൊമുറ, ലോറ മെർസിനി, നീൽ ടൈസൺ, ഷാൻ കരോൾ തുടങ്ങിയ മഹാരഥന്മാർ മൾട്ടിവേഴ്സുകളുടെ ആരാധകരായി ഉണ്ട് എന്നത് ഈ പരികല്പന ശാസ്ത്രജ്ഞരെ എത്രത്തോളം ആകർഷിക്കുന്നുണ്ട് എന്നതിന്റെ തെളിവാണ്. എന്നാൽ എതിർഭാഗത്തും പ്രഗത്ഭരുടെ നിര തന്നെയാണുള്ളത്. സ്റ്റീവൻ വെയ്ൻബെർഗ്, ഡേവിഡ് ഗ്രോസ്, പോൾ സ്റ്റെയൻഹാർഡ്, നീൽ ടറോക്ക്, വ്യാസ്ലാവ് മുഖനോവ്, മൈക്കൽ എസ് ടർണർ, റോജർ പെൻറോസ്, ജോർജ് എല്ലിസ്, ജോസഫ് സിൽക്ക്, കാർലോ റോവല്ലി, ആഡം ഫ്രാങ്ക്, മാർസെലോ ഗ്ലൈസർ, ജീം ബാഗോട്ട്, പോൾ ഡേവിസ് തുടങ്ങിയ ഭൗതിക ശാസ്ത്രജ്ഞർ മൾട്ടിവേഴ്സ് പരികല്പനയെ എതിർക്കുന്നവരാണ്.

2003 ൽ പോൾ ഡേവിഡ് എഴുതി പ്രസിദ്ധീകരിച്ച *എ ബ്രീഫ് ഹിസ്റ്ററി ഓഫ് ദ മൾട്ടിവേഴ്സ്* എന്ന പുസ്തകത്തിൽ മൾട്ടിവേഴ്സ് സിദ്ധാന്തങ്ങ

ളുടെ അശാസ്ത്രീയത അക്കമിട്ട് നിരത്തുന്നുണ്ട്. ഏറ്റവും ലളിതമായി പറഞ്ഞാൽ തന്നെ അത്തരം പ്രപഞ്ചങ്ങളുണ്ടെങ്കിൽ അവയെങ്ങനെ ടെസ്റ്റ് ചെയ്യാൻ കഴിയുമെന്നാണ് അദ്ദേഹം ചോദിക്കുന്നത്. 2011 ൽ ജോർജ്ജ് എല്ലിസ് അവതരിപ്പിച്ച ഒരു പേപ്പറിൽ മൾട്ടിവേഴ്സ് തിയറിയെ നിശിതമായി വിമർശിക്കുന്നുണ്ട്. നമ്മുടെ പ്രപഞ്ചത്തിന്റെ ചക്രവാളത്തിനപ്പുറം വേറെയും പ്രപഞ്ചങ്ങളുണ്ടാകാമെന്ന് അദ്ദേഹം സമ്മതിക്കും. എന്നാൽ പ്രപഞ്ചത്തിന്റെ അതിർത്തി ഒരിക്കലും കണ്ടെത്താൻ കഴിയില്ലെന്നിരിക്കെ അന്യപ്രപഞ്ചങ്ങളെ അന്വേഷിക്കുന്നതിൽ കാര്യമൊന്നുമില്ലെന്നാണ് അദ്ദേഹത്തിന്റെ വാദം. ചരട് സിദ്ധാന്തത്തിന്റെ വക്താക്കൾ മൾട്ടിവേഴ്സുകളുടെ ആരാധകരാണ്. അധികമാനങ്ങളിൽ സമാന്തര പ്രപഞ്ചങ്ങളുടെ സാദ്ധ്യത തള്ളിക്കളയാനാകില്ല എന്നാണവരുടെ പക്ഷം.

എം – തിയറിയുടെ വക്താക്കളും മൾട്ടിവേഴ്സിന്റെ ആരാധകരാണ്. നിരവധി ബ്രേൻ പ്രപഞ്ചങ്ങളുണ്ടാകാമെന്നും അവയിലൊന്നു മാത്രമാണ് നാം ജീവിക്കുന്ന, നക്ഷത്രസമൂഹങ്ങളും ഗ്രഹ കുടുംബങ്ങളുമുള്ള ഈ പ്രപഞ്ചമെന്നും കരുതുന്നവരുണ്ട്. ബ്രേനുകൾ ചിലപ്പോഴെങ്കിലും കൂട്ടിമുട്ടാനിടയുണ്ട്. ഇങ്ങനെ കൂട്ടിമുട്ടുമ്പോൾ അവയിലെ നിർമ്മിതികളെല്ലാം തകർക്കപ്പെടും. പുതിയവ രൂപം കൊള്ളുകയുംചെയ്യും. ഇത്തരം കൂട്ടിമുട്ടലുകളെയാണ് `ബിഗ്ബാങ്' എന്ന് വിവക്ഷിക്കുന്നത്. സമാന്തര പ്രപഞ്ചങ്ങൾ എത്രവരെ ആകാമെന്നതിലും എം–തിയറിസ്റ്റുകൾക്ക് ചില കണക്കുകൂട്ടലുകളുണ്ട്. സ്പേസിലെ വാകം സ്റ്റേറ്റുകളെ ആധാരമാക്കിയാണ് ഗണിത സമവാക്യങ്ങളിലൂടെ 10^{1000} തരത്തിലുള്ള ബ്രേൻ പ്രപഞ്ചങ്ങളുടെ സാദ്ധ്യത ചൂണ്ടിക്കാണിക്കുന്നത്. ഇതൊരു വലിയ സംഖ്യയാണ്. ദൃശ്യ പ്രപഞ്ചത്തിലെ ആകെ ആറ്റങ്ങളുടെ എണ്ണം 10^{85} ആകുമ്പോൾ തീർച്ചയായും ഇതൊരു വലിയ സംഖ്യ തന്നെയാണ്.

ജോൺ ഡി ബാരോ എഴുതി 2012 ൽ *വിന്റേജ്* പ്രസിദ്ധീകരിച്ച *ദ ബുക്ക് ഓഫ് യൂണിവേഴ്സസ്* എന്ന പുസ്തകത്തിൽ മൾട്ടിവേഴ്സിന്റെ വിവിധ സാദ്ധ്യതകളാണ് ചർച്ചചെയ്യുന്നത്. സ്വിസ് –ചീസ് യൂണിവേഴ്സിൽ തുടങ്ങി ഹൈപർ യൂണിവേഴ്സ് വരെ 55 സാദ്ധ്യതകളാണ് ബാരോ ചൂണ്ടിക്കാണിക്കുന്നത്. ഇവയ്ക്കെല്ലാമുള്ള വിശദീകരണവും അദ്ദേഹം നല്കുന്നുണ്ട്. ജോൺ ഗ്രിബിൻ എഴുതി 2009 ൽ പെൻഗ്വിൻ ബുക്സ് പ്രസിദ്ധീകരിച്ച *ഇൻ സെർച്ച് ഓഫ് ദ മൾട്ടിവേഴ്സ്* എന്ന പുസ്തകത്തിൽ കുമിളാ പ്രപഞ്ചങ്ങളെക്കുറിച്ചാണ് ചർച്ചചെയ്യുന്നത്. ബ്രയാൻ കോക്സും ജെഫ് ഫോർഷയും ചേർന്ന് എഴുതിയ, 2011 ൽ അലൻ ലേയ്ൻ പ്രസിദ്ധീകരിച്ച *ദ ക്വണ്ടം യൂണിവേഴ്സ് – എവരിതിങ് ദാറ്റ് ക്യാൻ ഹാപ്പൻ ഡസ് ഹാപ്പൻ* എന്ന പുസ്തകത്തിൽ ക്വാണ്ടം യൂണിവേഴ്സുകൾ എന്ന സമാന്തര പ്രപഞ്ചങ്ങളുടെ സാദ്ധ്യതയാണ് പങ്കുവെക്കുന്നത് എന്നാൽ സ്റ്റെയ്ൻ ഹാർഡും നീൽ ടറോക്കും ചേർന്നെഴുതി ഫിനിക്സ് 2007 ൽ പ്രസിദ്ധീകരിച്ച *എൻഡ്‌ലെസ് യൂണിവേഴ്സ്* എന്ന പുസ്തകത്തിൽ സമാന്തര പ്രപഞ്ചങ്ങളുടെ സാദ്ധ്യത തള്ളിക്കളയുന്നുമുണ്ട്.

മാക്സ് ടെഗ്മാർക്കും ബ്രയാൻ ഗ്രീനുമാണ് മൾട്ടിവേഴ്സുകളുടെ സാദ്ധ്യത വിവരിക്കുന്നതിൽ മുന്നിലുള്ളത്. ഇതിൽ ടെഗ്മാർക്കിന്റെ നാല് ലെവലുകളിലുള്ള അന്യ പ്രപഞ്ച പരികല്പനയിൽ ഗണിതവും ഭൗതികവും ഉണ്ടെന്നതും ശ്രദ്ധേയമാണ്. ഇൻഫ്ലേഷനുമായി ബന്ധപ്പെടുത്തിയാണ് ഒന്നാമത്തെ ലെവലിലുള്ള മൾട്ടിവേഴ്സുകളെ ടെഗ്മാർക്ക് വിവരിക്കുന്നത്. ഇത്തരം മൾട്ടിവേഴ്സുകളിൽ ചിലതിന് നമ്മുടെ പ്രപഞ്ചത്തിന്റെ ഭൗതിക സമവാക്യങ്ങൾ ബാധകമാകുമെന്നും അദ്ദേഹം സൂചിപ്പിക്കുന്നുണ്ട്. ഇത്തരമൊരു പ്രപഞ്ച ഇരട്ട നമ്മുടെ പ്രപഞ്ചത്തിൽനിന്നും $10^{10^{115}}$ മീറ്റർ അകലെ ആയിരിക്കുമെന്നും അദ്ദേഹം പറയുന്നു. ഭൗതിക സ്ഥിരാങ്കങ്ങൾ നമ്മുടേതിൽനിന്നും വ്യത്യസ്തമായ സമാന്തര പ്രപഞ്ചങ്ങളെയാണ് ടെഗ്മാർക്ക്, ലെവൽ രണ്ടിൽ ഉൾപ്പെടുത്തിയിരിക്കുന്നത്. കുമിള പ്രപഞ്ചങ്ങളും ജോൺ വീലറുടെ ആന്ദോളനം ചെയ്യുന്ന പ്രപഞ്ചങ്ങളും, ലീ സ്മോളിന്റെ സ്വയം സൃഷ്ടിച്ചുകൊണ്ടിരിക്കുന്ന പ്രപഞ്ച സിദ്ധാന്തവും ലെവൽ രണ്ടിൽ ഉൾപ്പെടുത്താൻ കഴിയും. ക്വാണ്ടം മെക്കാനിക്ക്സ് ആധാരമാക്കി ഹ്യൂ എവ്‌റിറ്റ് പരികല്പന ചെയ്ത 'മെനി വേൾഡ്സ് ഇന്റർപ്രിറ്റേഷനാണ്' ലെവൽ മൂന്നിൽ ഉൾപ്പെടുത്തിയിരിക്കുന്ന മൾട്ടിവേഴ്സ് പരികല്പന. അധികമാനങ്ങളിൽ നിലനില്ക്കുന്ന സമാന്തര പ്രപഞ്ചങ്ങളെക്കുറിച്ചാണ് ഈ ലെവലിൽ ചർച്ച ചെയ്യുന്നത്. നാലാമത്തെ ലെവലിൽ ടെഗ്മാർക്കിന്റെ സ്വന്തം പരികല്പനയായ ഗണിത പ്രപഞ്ചങ്ങളെക്കുറിച്ചാണ് പറയുന്നത്. *ഔവർ മാത്തമാറ്റിക്കൽ യൂണിവേഴ്സ്* (പെൻഗ്വിൻ ബുക്സ് – 2014) എന്ന തന്റെ പുസ്തകത്തിൽ നിരവധി ഗണിത ഘടനകളുള്ള നിരവധി പ്രപഞ്ചങ്ങളുടെ സാദ്ധ്യത ടെഗ്മാർക്ക് വിവരിക്കുന്നുണ്ട്.

സൈദ്ധാന്തിക ഭൗതികജ്ഞനും ചരടു സിദ്ധാന്തത്തിന്റെ വക്താവുമായ ബ്രയാൻ ഗ്രീൻ ഒൻപത് തരം സമാന്തര പ്രപഞ്ചങ്ങളുടെ സാദ്ധ്യതയാണ് ചൂണ്ടിക്കാണിക്കുന്നത്. ക്വിൽറ്റഡ് മൾട്ടിവേഴ്സ്, ഇൻഫ്ളേഷനറി മൾട്ടിവേഴ്സ്, ക്വാണ്ടം മൾട്ടിവേഴ്സ്, ഹോളോഗ്രാഫിക് മൾട്ടിവേഴ്സ്, സിമുലേറ്റഡ് മൾട്ടിവേഴ്സ്, അൾട്ടിമേറ്റ് മൾട്ടിവേഴ്സ് എന്നിങ്ങനെ ഒൻപത് സാദ്ധ്യതകളാണ് ബ്രയാൻ ഗ്രീൻ മുന്നോട്ട് വയ്ക്കുന്നത്. അധിക മാനങ്ങളുടെ മടക്കുകളിൽ രൂപംകൊള്ളുന്ന പ്രപഞ്ചങ്ങളും ഇൻഫ്ളേഷൻ കാരണം രൂപംകൊള്ളുന്ന പ്രപഞ്ച പോക്കറ്റുകളിൽ രൂപീകരിക്കപ്പെടുന്ന സമാന്തര പ്രപഞ്ചങ്ങളും ബ്രേൻ ലോകങ്ങളും ചരടു സിദ്ധാന്തത്തിലെ കലാബി – യോ സ്ഥലകാലത്തിൽ രൂപം കൊള്ളുന്ന പ്രപഞ്ച കുമിളകളും, ക്വാണ്ടം ആന്ദോളനങ്ങൾ കാരണം രൂപംകൊള്ളുന്ന ഊർജ്ജനില കുറഞ്ഞ പ്രപഞ്ച ശിശുക്കളും, ക്വാണ്ടം മൾട്ടിവേഴ്സുകളും, തിയറി ഓഫ് എവരിതിങ് വിഭാവനം ചെയ്യുന്ന സൈദ്ധാന്തിക പ്രപഞ്ചങ്ങളും, സിമുലേറ്റഡ് പ്രപഞ്ചങ്ങളുമെല്ലാം ബ്രയാൻ ഗ്രീൻ മുന്നോട്ടു വച്ച ഒൻപത് പ്രപഞ്ചമാതൃകകളിൽ ഉൾക്കൊള്ളുന്നുണ്ട്.

ഒരു അനന്ത പ്രപഞ്ചത്തിൽ ഇടയ്ക്കിടെ രൂപം കൊള്ളുന്ന മഹാവിസ്ഫോടനങ്ങളും മഹാവിഭംഗനങ്ങളും വഴി സൃഷ്ടിക്കുകയും സംഹരിക്കുകയും ചെയ്യുന്ന നിരവധി ചെറിയ ചാക്രിക പ്രപഞ്ചങ്ങളും മൾട്ടിവേഴ്സുകളേക്കുറിച്ചുതന്നെയാണ് പറയുന്നത്. തമോദ്വാരങ്ങളുമായി ബന്ധപ്പെടുത്തിയും സമാന്തര പ്രപഞ്ചങ്ങളെക്കുറിച്ചുള്ള ചർച്ചകൾ നടക്കുന്നുണ്ട്. തമോദ്വാരങ്ങൾ സമാന്തര പ്രപഞ്ചങ്ങളുടെ ഇടനാഴികളാകാമെന്ന ചിന്തയാണ് സ്റ്റീഫൻ ഹോക്കിങ് മുന്നോട്ടു വയ്ക്കുന്നത്. തമോദ്വാരങ്ങൾ വലിച്ചെടുക്കുന്ന ദ്രവ്യവും ഊർജ്ജവുമെല്ലാം സ്ഥലകാല ചുഴിയിലൂടെ സഞ്ചരിച്ച് മറ്റൊരു പ്രപഞ്ചത്തിലേക്ക് പുറന്തള്ളുകയായിരിക്കാം. തമോദ്വാരങ്ങളിലെ വിവരനഷ്ട പ്രഹേളികയ്ക്ക് (the information lost paradox) സൈദ്ധാന്തിക വിശദീകരണം നല്കിയപ്പോഴാണ് സ്റ്റീഫൻ ഹോക്കിങ് ഇങ്ങനെയൊരാശയം മുന്നോട്ടുവച്ചത്.

നമ്മുടെ പ്രപഞ്ചത്തിന്റെ ഭാഗമായിത്തന്നെ ബേബി യൂണിവേഴ്സ് നിലനില്ക്കുന്നുണ്ടെന്നുള്ള വാദഗതിയും മൾട്ടിവേഴ്സ് പരികല്പനയുടെ ഭാഗമായുണ്ട്. 13.8 ബില്യൺ വർഷമാണ് പ്രപഞ്ചത്തിന്റെ പ്രായമായി കണക്കാക്കുന്നത്. 13.8 ബില്യൺ പ്രകാശവർഷത്തിനപ്പുറമുള്ള ഒരു മേഖലയിൽ പ്രകാശം കടന്നെത്തുകയില്ല. ഈ മേഖല മറ്റൊരു പ്രപഞ്ചമായി പരിഗണിച്ചാൽ അത്തരം നിരവധി തുന്നിച്ചേർത്ത (patchworked Universes) പ്രപഞ്ചമേഖലകൾ ഉണ്ടായിക്കും. എന്നാൽ അവയെ ഒരു മാതൃപ്രപഞ്ചത്തിൽനിന്ന് വേറിട്ടു കാണണമോ എന്നതും വിശദീകരിക്കപ്പെടേണ്ടതുണ്ട്. മഹാവിസ്ഫോടനവുമായി ബന്ധപ്പെട്ട് വേറെയും ചില മൾട്ടിവേഴ്സ് പരികല്പനകളുണ്ട്. മഹാവിസ്ഫോടനത്തിനു ശേഷം ഒരു അണുകേന്ദ്രത്തിന്റെയത്ര മാത്രം വലിപ്പമുണ്ടായിരുന്ന പ്രപഞ്ചം 10^{30} സെക്കന്റിനുള്ളിൽ ഒരു ത്വരിത വികാസത്തിന് വിധേയമായിരിക്കും. കോസ്മിക് ഇൻഫ്ളേഷൻ എന്നറിയപ്പെടുന്ന ഈ ത്വരിത വികാസം മഹാവിസ്ഫോടന ഫലമായുണ്ടായ പ്രതീതി സ്ഥലങ്ങളിൽ നിരവധി തവണ സംഭവിക്കാനും അതുവഴി നിരവധി സമാന്തര പ്രപഞ്ചങ്ങളുണ്ടാകാനും സാദ്ധ്യതയുണ്ട്. ഒരു മാതൃപ്രപഞ്ചത്തിലെ തമോദ്വാരങ്ങൾ നിരവധി ശിശു പ്രപഞ്ചങ്ങളുടെ പിറവിക്ക് കാരണമാകുമെന്നാണ് ലീ സ്മോളിനെപ്പോലെയുള്ള ശാസ്ത്രജ്ഞർ കരുതുന്നത്.

പ്രപഞ്ചം പോലുള്ള വലിയൊരു ഇടത്തെ പരീക്ഷണശാലയുടെ നിയന്ത്രിത സാഹചര്യങ്ങളിൽ ഒതുക്കിനിർത്തി പരീക്ഷിച്ചറിയുക സാദ്ധ്യമല്ല. കമ്പ്യൂട്ടർ സിമുലേഷനുകളും ഗണിത ക്രിയകളുമാണ് അതിനുപയോഗിക്കുന്നത്. അതുകൊണ്ടുതന്നെ ഗണിതപരമായി ഉറപ്പുള്ള അടിത്തറയുള്ള പ്രപഞ്ച സിദ്ധാന്തങ്ങളെ മൾട്ടിവേഴ്സുകളുടെ കാര്യത്തിലും ആശ്രയിക്കാതെ തരമില്ല. എം–തിയറിയെന്ന ക്വാണ്ടം പരികല്പന ഗണിതപരമായി ഉറച്ച അടിത്തറയുള്ള പ്രപഞ്ച സിദ്ധാന്തമാണ്. എം–തിയറി പ്രവ

ചിച്ച ഡി-ബ്രേനുകളുടെ അസ്തിത്വം സൈദ്ധാന്തികമായി തെളിയിക്കാൻ കഴിഞ്ഞിട്ടുമുണ്ട്. രണ്ടു മാനങ്ങൾ മാത്രമുള്ള ബ്രേനുകൾ സ്പേസിൽ ഒഴുകിനടക്കുകയാണ്. ഇവിടെ സ്പേസിന് ആപേക്ഷികത നിർവ്വചിക്കുന്ന അർത്ഥമല്ല നല്കേണ്ടത്. ബ്രേനുകൾക്കിടയിലുള്ള ശൂന്യസ്ഥലമാണ് സ്പേസ് ആയി വിവക്ഷിക്കുന്നത്. ഇത്തരം ബ്രേൻ പ്രപഞ്ചങ്ങൾ പരസ്പരം കൂട്ടിമുട്ടികയോ, അകന്നു പോവുകയോ ഒന്ന് മറ്റൊന്നിനെ പ്രദക്ഷിണം ചെയ്യുകയോ ആകാം. ബ്രേനുകൾ കൂട്ടിമുട്ടുമ്പോൾ പ്രപഞ്ചവും ഒരു ആന്റിബ്രേൻ പ്രപഞ്ചവും പരസ്പരം നിഗ്രഹിച്ച് പൂർണ്ണമായും ഊർജ്ജമായി മാറും. ഗുരുത്വബലം ഒഴികെയുള്ള മൗലിക ബലങ്ങളെല്ലാം ബ്രേനുകളിൽ ബന്ധിപ്പിച്ചിരിക്കുന്നതുകൊണ്ട് ഒരു ബ്രേൻ പ്രപഞ്ചത്തിൽ നിന്ന് മറ്റൊന്നിലേക്കുള്ള സഞ്ചാരം അസാദ്ധ്യമാണ്. ഗുരുത്വ ക്വാണ്ടങ്ങൾ (gravitons) മാത്രം അടഞ്ഞ ചരടുകളായി (closed strings) സ്വതന്ത്രമായി ബ്രേനുകളിൽ സഞ്ചരിക്കുന്നു. ഏകമാനമുള്ള ഈ ചരടുകൾ സ്പേസിന്റെ അധികമാനങ്ങളിൽ അനന്തമായി സഞ്ചരിക്കുന്നതുകൊണ്ട് അവ ക്രമേണ നേർത്തു വരും. സ്പേസിലെ അധികമാനങ്ങളുടെ ക്രമീകരണത്തെ ആശ്രയിച്ചാണ് ഗുരുത്വ ക്വാണ്ടങ്ങളായ ഗ്രാവിറ്റോണുകളുടെ പ്രയാണം. മാത്രവുമല്ല ഗ്രാവിറ്റോണുകൾ ഒരു ബ്രേൻ പ്രപഞ്ചത്തിൽനിന്ന് മറ്റൊന്നിലേക്ക് ലീക്ക് ചെയ്യുന്ന അവസ്ഥയുമുണ്ടാകാം. ഇവിടെ ചരടുകളെന്നും സ്തരമെന്നും പറയുന്നത് മൗലിക കണങ്ങളെ ഉദ്ദേശിച്ചാണ്. ചരട് സിദ്ധാന്തങ്ങളിൽ (string theories) മൗലികകണങ്ങൾ ബിന്ദുക്കൾക്ക് സമാനമല്ല. ഏകമാനമുള്ള (One dimensional) ചരടുകളുടെ കമ്പനമാണ്. ഇവിടെ ഗ്രാവിറ്റോണുകൾ അല്ലാത്ത മൗലിക കണങ്ങളെ തുറന്ന ചരടായാണ് അവതരിപ്പിക്കുന്നത്. ചരടുസിദ്ധാന്തങ്ങളും എം-തിയറിയും മൾട്ടിവേഴ്സ് അസ്തിത്വം അംഗീകരിക്കുന്നുണ്ട്. ഇത്തരം സിദ്ധാന്തങ്ങൾ അവതരിപ്പിക്കുന്ന പ്രപഞ്ചമാതൃകയിൽ സ്ഥലകാലത്തിന് പത്തോ പതിനൊന്നോ മാനങ്ങൾ (dimensions) നിർദ്ദേശിക്കുന്നുണ്ട്.

മൾട്ടിവേഴ്സുകളുടെ നിലനില്പിന് പ്രതീതി സ്ഥലങ്ങളുടെ (false vacuum) ഒരു പ്രാപഞ്ചിക തിരശ്ശീല ആവശ്യമാണ്. രണ്ട് വാക്വം സ്റ്റേറ്റുകളിൽ ഒന്നിന്റെ ഊർജ്ജനിലയിൽ കുറവുണ്ടാകുമ്പോഴാണ് പ്രതീതി സ്ഥലം സൃഷ്ടിക്കപ്പെടുന്നത്. എന്നാൽ പ്രാപഞ്ചിക തിരശ്ശീലയ്ക്ക് ഒരു അതിഭൗതിക നിറമുണ്ടോ എന്ന് സംശയിക്കുന്നവരുമുണ്ട്. ചരടു സിദ്ധാന്തങ്ങൾക്കപ്പുറം സ്ഥലകാലത്തിന്റെ നൈരന്തര്യമില്ലായ്മ ആധാരമാക്കി നിർമ്മിക്കപ്പെട്ട ലൂപ് ക്വാണ്ടം ഗ്രാവിറ്റി, കോസൽ ഡൈനമിക്കൽ ട്രയാംഗുലേഷൻസ്, ക്വാണ്ടം ഗ്രാഫിറ്റി, ഇന്റേർണൽ റിലേറ്റിവിറ്റി, ഇ-8 തുടങ്ങിയ സിദ്ധാന്തങ്ങളൊന്നും ഏകപ്രപഞ്ചമെന്ന വിരസമായ ആശയത്തെ അംഗീകരിക്കുന്നില്ല. തത്ത്വചിന്താപരമായുള്ള ഒരു ചോദ്യവും ഇവിടെ ഉയരാനിടയുണ്ട്. ഒരു പ്രപഞ്ചമുണ്ടെങ്കിൽ എന്തുകൊണ്ട് ഒന്നിലധികം ഉണ്ടായിക്കൂടാ എന്ന ചോദ്യം.

മൾട്ടിവേഴ്സുകളുടെ സാന്നിദ്ധ്യം പരോക്ഷമായെങ്കിലും തെളിയിക്കപ്പെട്ടാൽ അത് ഭൗതിക ശാസ്ത്രത്തിൽ പുതിയൊരു വിപ്ലവമായിരിക്കും. അല്ലെങ്കിൽ തന്നെ ഏകപ്രപഞ്ചമെന്ന പരമ്പരാഗത മുഷിപ്പൻ കാഴ്ചപ്പാടിന് എത്രകാലം നിലനില്ക്കാൻ കഴിയും? സ്ഥലകാലത്തിന്റെ നാല് മാനങ്ങളിൽ (മൂന്നും ഒന്നും എന്നുപറയുന്നതാണ് ശരി) ഒട്ടിപ്പിടിച്ചിരിക്കുന്ന ഭൗമജീവന് രണ്ടു മാനങ്ങൾ മാത്രമുള്ള പ്രതിഭാസങ്ങൾ മാത്രമേ നിരീക്ഷിക്കാൻ കഴിയൂ. പൂജ്യം ഡയമെൻഷനും വൺ ഡയമെൻഷനും നിരീക്ഷണ പരിധിയിലല്ല. ത്രീ–ഡയമെൻഷൻ വരെ സമയത്തിന്റെ സഹായമില്ലാതെ നിരീക്ഷിക്കാൻ കഴിയില്ല. അപ്പോൾ അധികമാനങ്ങളും അധികപ്രപഞ്ചങ്ങളും നിരീക്ഷണ വിധേയമാകും എന്ന് പ്രതീക്ഷിക്കുന്നതിൽ കാര്യമില്ല. പരോക്ഷ തെളിവുകളും ഗണിത ക്രിയകളുംകൊണ്ടാണ് ഇത്തരം പ്രതിഭാസങ്ങളെ ശാസ്ത്രലോകം അംഗീകരിക്കുന്നത്.

തുന്നിച്ചേർത്ത മഹാപ്രപഞ്ചം

പ്രപഞ്ചത്തിന്റെ ആകൃതിയെന്താണ്? അതിന്റെ വലിപ്പമെത്രയാണ്? എന്നിങ്ങനെയുള്ള ചർച്ചകൾ ശാസ്ത്രലോകത്ത് ആരംഭിച്ചിട്ട് ഏതാനും ദശാബ്ദങ്ങളായി. ഇത്തരം ചർച്ചകളിലെല്ലാം യൂണിവേഴ്സ് എന്നാണ് അഭിസംബോധന ചെയ്യപ്പെടുന്നത്. അതിനർത്ഥം പ്രപഞ്ചം ഒന്നുമാത്ര മേയുള്ളൂ എന്നാണ്. എന്നാൽ ഇത്തരമൊരു സംബോധനയ്ക്ക് ഇനി അധികം ആയുസ്സില്ലെന്നാണ് ശാസ്ത്രലോകത്തുനിന്നുള്ള വാർത്തകൾ നല്കുന്ന സൂചന. നിരവധി പ്രപഞ്ചങ്ങളിൽ ഒന്നിലാണ് നാം അധിവസി ക്കുന്നത് എന്ന രീതിയിലേക്കാണ് കാര്യങ്ങൾ പോകുന്നത്. ഇത്തരം ബഹു പ്രപഞ്ചങ്ങളുടെ (multiverse) ആകൃതിയെക്കുറിച്ചും സവിശേഷതകളെ ക്കുറിച്ചുമുള്ള നിരവധി സിദ്ധാന്തങ്ങളാണ് കഴിഞ്ഞ ഏതാനും വർഷങ്ങ ളായി വന്നുകൊണ്ടിരിക്കുന്നത്. പ്രപഞ്ചത്തിന്റെ അപാരവിശാലതകളെ ക്കുറിച്ചുള്ള നമ്മുടെ ധാരണകൾ തിരുത്തപ്പെടേണ്ടിവരുമെന്നാണ് ഇത്തരം സിദ്ധാന്തങ്ങൾ നല്കുന്ന സന്ദേശം. ഈ പ്രപഞ്ചം ബഹുപ്രപഞ്ചങ്ങളായി പിന്നെയും വികസിച്ചുകൊണ്ടിരിക്കുകയാണ്.

മൾട്ടിവേഴ്സുകളുടെ സാന്നിദ്ധ്യം തെളിയിക്കപ്പെട്ടാൽ അത് പ്രപ ഞ്ചവിജ്ഞാന ശാഖയിലും ഭൗതിക ശാസ്ത്രത്തിൽ ആകെത്തന്നെയും പുതിയൊരു വിപ്ലവമായിരിക്കും. പ്രമുഖ ജ്യോതിശാസ്ത്രജ്ഞനായ മാർട്ടിൻ റീസ് ഇതിനെ 'നാലാം കോപ്പർനിക്കസ് വിപ്ലവം' എന്നു വിളി ക്കാനാണ് ഇഷ്ടപ്പെടുന്നത്. പ്രപഞ്ചത്തിന്റെ കേന്ദ്രം ഭൂമിയാണെന്ന നൂറ്റാ ണ്ടുകളായുള്ള വിശ്വാസത്തെ തിരുത്തിയത് എ ഡി 16-ാം നൂറ്റാണ്ടിൽ നിക്കോളാസ് കോപ്പർനിക്കസായിരുന്നു. ആധുനിക ജ്യോതിശാസ്ത്ര ത്തിന് അടിത്തറ പാകിയ കണ്ടെത്തലായിരുന്നു അന്ന് കോപ്പർനിക്കസ് നടത്തിയത്. പിന്നീട് ഗലീലിയോ ഗലീലി ദൂരദർശിനി ഉപയോഗിച്ച് വാന

നിരീക്ഷണം നടത്തിയതോടെ പ്രപഞ്ചത്തിന്റെ മറ്റൊരു ചിത്രം നമുക്ക് ലഭിച്ചു. രാത്രിയിൽ മാനത്തുകാണുന്നതിനും അപ്പുറം നക്ഷത്രങ്ങളും ഗ്രഹങ്ങളുമൊക്കെയായി സാമാന്യം വലിയൊരു പ്രപഞ്ചത്തിലാണ് നാം ജീവിക്കുന്നതെന്ന് അദ്ദേഹത്തിന്റെ നിരീക്ഷണങ്ങളിൽനിന്ന് വ്യക്തമായി. ക്ഷീരപഥം എന്ന നക്ഷത്രസമൂഹത്തിലെ കോടിക്കണക്കിന് നക്ഷത്രങ്ങളിൽ ഒന്നുമാത്രമാണ് സൂര്യനെന്ന് നാം തിരിച്ചറിയുന്നത് അങ്ങനെയാണ്. ആ നക്ഷത്രങ്ങൾക്കുചുറ്റും ഭൂമിയെപ്പോലെയുള്ള ഗ്രഹങ്ങളുമുണ്ടാകാം. ക്ഷീരപഥം കോടിക്കണക്കിനുള്ള നക്ഷത്രസമൂഹങ്ങളിൽ ഒന്നുമാത്രമാണെന്ന് നാം പിന്നീടറിയുന്നു. ഈ അറിവിന്റ അടുത്ത പടിയായാണ് മാർട്ടിൻ റീസ് ബഹുപ്രപഞ്ചങ്ങളെ കാണുന്നത്.

ഗലീലിയോയുടെ കാലത്തിനുമുമ്പുതന്നെ ബഹുപ്രപഞ്ചങ്ങളെക്കുറിച്ച് സംസാരിച്ചവരുണ്ടായിരുന്നു. 12-ാം നൂറ്റാണ്ടിൽ ജീവിച്ചിരുന്ന പേർഷ്യൻ ജ്യോതിശാസ്ത്രജ്ഞനായ അൽറാസിയായിരുന്നു അവരിൽ പ്രമുഖൻ. ഇറ്റാലിയൻ ജ്യോതിശാസ്ത്രജ്ഞനായ ബ്രൂണോയും ബഹുപ്രപഞ്ച വാദത്തിന്റെ വക്താവായിരുന്നു. ഒരു സാദ്ധ്യത എന്നതിലുപരി ഏതെങ്കിലും തരത്തിലുള്ള നിരീക്ഷണത്തിന്റെ അടിസ്ഥാനത്തിലല്ലായിരുന്നു അവരുടെ നിഗമനങ്ങൾ. 20 -ാം നൂറ്റാണ്ടിൽ ജീവിച്ചിരുന്ന ഐറിഷ് ശാസ്ത്രജ്ഞനായ എഡ്മണ്ട് ഫർണിയർ ഡി ആൽബെയാണ് പ്രപഞ്ചക്കുമിളകളെക്കുറിച്ചുള്ള ആധുനിക പരികല്പനകൾ ആദ്യമായി മുന്നോട്ടുവച്ചത്. ബഹുപ്രപഞ്ചങ്ങളുടേതാണ് ഈ ലോകമെന്ന് വിശ്വസിക്കാൻ ഇന്ന് നിരവധി കാരണങ്ങളുണ്ട്. ആധുനിക ശാസ്ത്രത്തിലെ പല കണ്ടെത്തലുകളും ബഹുപ്രപഞ്ചങ്ങളുടെ സാദ്ധ്യതയിലേക്കാണ് വിരൽചൂണ്ടുന്നത്. എന്നാൽ നാം ജീവിക്കുന്ന പ്രപഞ്ചത്തിന്റെ വിശാലത തന്നെ നമ്മുടെ നിരീക്ഷണത്തെ പരിമിതപ്പെടുത്തുന്നുണ്ടെന്നിരിക്കെ, ബഹുപ്രപഞ്ച നിരീക്ഷണം സാദ്ധ്യമല്ലെന്നുതന്നെ പറയേണ്ടിവരും.

നേരിട്ടുള്ള നിരീക്ഷണം സാദ്ധ്യമല്ലെന്നിരിക്കെ മറ്റു മാർഗ്ഗങ്ങളിലൂടെ ബഹുപ്രപഞ്ചങ്ങളെ അറിയാനുള്ള ശ്രമമാണ് ഇപ്പോൾ നടന്നുകൊണ്ടിരിക്കുന്നത്. അതിനനുസൃതമായ സിദ്ധാന്തങ്ങളാണ് ഇപ്പോൾ ശാസ്ത്രലോകം ചർച്ച ചെയ്തുകൊണ്ടിരിക്കുന്നത്. നമ്മുടെ പ്രപഞ്ചത്തിന്റെ ഭാഗമായിത്തന്നെ കുഞ്ഞു പ്രപഞ്ചങ്ങൾ നിലനില്ക്കുന്നുവെന്നതാണ് ബഹുപ്രപഞ്ചങ്ങളെ സംബന്ധിച്ച ഒരു വാദഗതി. പ്രപഞ്ചം അതിദ്രുതം വികസിച്ചുകൊണ്ടിരിക്കുകയാണെന്നാണ് നിലവിലുള്ള ധാരണ. ഇതിന്റെ അനന്തരഫലം തന്നെയാണ് കുഞ്ഞു പ്രപഞ്ചങ്ങളും (Baby Universes). അതായത് 13.8 ബില്യൺ വർഷമാണ് പ്രപഞ്ചത്തിന്റെ പ്രായമായി കണക്കാക്കിയിരിക്കുന്നത്. 13.8 ബില്യൺ പ്രകാശവർഷത്തിനപ്പുറമുള്ള ഒരു പ്രപഞ്ച മേഖലയിൽ പ്രകാശം ചെന്നെത്തുകയില്ല. ഈ ഭാഗം മറ്റൊരു പ്രപഞ്ചമായി കണക്കാക്കുകയാണ് ഇവിടെ. പക്ഷേ, അവ മാതൃപ്രപഞ്ചത്തിൽ നിന്ന് വേറിട്ടു നില്ക്കുന്നുമില്ല. തുന്നിച്ചേർത്ത ഇത്തരം നിരവധി പ്രപ

ഞ്ചങ്ങൾ (Patch worked Universes) ഉണ്ടാകാമെന്നാണ് ഈ സിദ്ധാന്തം വിശദീകരിക്കുന്നത്.

മഹാവിസ്ഫോടനവുമായി ബന്ധപ്പെട്ടുള്ളതാണ് മറ്റൊരു സിദ്ധാന്തം. പ്രപഞ്ചത്തിന്റെ തുടക്കമാണ് മഹാവിസ്ഫോടനം. മഹാവിസ്ഫോടനത്തെത്തുടർന്ന് ഒരു സെക്കന്റിന്റെ വളരെ കുറഞ്ഞ സമയത്തിനുള്ളിൽ പ്രപഞ്ചം പ്രകാശത്തേക്കാൾ വേഗത്തിൽ വികസിച്ചു. കോസ്മിക് ഇൻഫ്ളേഷൻ എന്നാണിത് അറിയപ്പെടുന്നത്. ഇൻഫ്ളേഷൻ ഒറ്റത്തവണയല്ല സംഭവിച്ചതെന്നും മഹാവിസ്ഫോടനത്തിന്റെ ഫലമായുണ്ടായ പ്രതീതി സ്ഥലത്ത് (false vacuum) പിന്നെയും ഇൻഫ്ളേഷൻ സംഭവിച്ചിരിക്കാമെന്നും അത് മറ്റു പ്രപഞ്ചങ്ങളുടെ രൂപീകരണത്തിന് കാരണമായിരിക്കുമെന്നും ഈ സിദ്ധാന്തം പറയുന്നു. അതായത് 13.8 ബില്യൺ വർഷങ്ങൾക്കു മുമ്പ് നമ്മുടെ പ്രപഞ്ചം രൂപംകൊണ്ട സമയത്തുതന്നെ നിരവധി സമാന്തര പ്രപഞ്ചങ്ങളും ഉണ്ടായിട്ടുണ്ട്.

ഒരു മാതൃപ്രപഞ്ചം കുഞ്ഞുപ്രപഞ്ചങ്ങൾക്ക് ജന്മം നല്കുന്നുവെന്നാണ് മറ്റൊരു സിദ്ധാന്തം പറയുന്നത്. കാനഡയിലെ പെരിമീറ്റർ ഇൻസ്റ്റിറ്റ്യൂട്ട് ഫോർ തിയററ്റിക്കൽ ഫിസിക്സിലെ ശാസ്ത്രജ്ഞനായ ലീ സ്മോളിനാണ് ഈ സിദ്ധാന്തത്തിനു പിന്നിൽ. പ്രകൃതി നിർദ്ധാരണം പോലെ തന്നെ പ്രപഞ്ചത്തിനും ചില തെരഞ്ഞെടുപ്പുകൾ (Cosmic Natural Selection) വേണ്ടി വരുമെന്നാണ് അദ്ദേഹത്തിന്റെ നിരീക്ഷണം. അതിന്റെ ഭാഗമായി മാതൃപ്രപഞ്ചത്തിൽ തമോദ്വാരങ്ങൾ ഉണ്ടെങ്കിൽ അത് സാദ്ധ്യമാണെന്നും ലീ സ്മോളിൻ വാദിക്കുന്നു. ഭീമൻ നക്ഷത്രങ്ങൾ അവയുടെ ജീവിതത്തിന്റെ അവസാനഘട്ടത്തിൽ ഗുരുത്വാകർഷണംമൂലം സ്വയം തകർന്നടിയുകയും സമീപമുള്ള വസ്തുക്കളെ, പ്രകാശത്തെപ്പോലും വലിച്ചെടുക്കുകയും ചെയ്യുന്ന അവസ്ഥയാണ് തമോദ്വാരങ്ങൾ എന്നു പറയുന്നത്. 1960 കളിൽ സ്റ്റീഫൻ ഹോക്കിങ്, റോജർ പെൻറോസ് എന്നീ ഗണിതശാസ്ത്രജ്ഞർ നക്ഷത്രങ്ങളുടെ തകർച്ച ബിഗ് ബാങ്ങിന്റെ വിപരീത പ്രകിയയാണെന്ന് നിരീക്ഷിച്ചിട്ടുണ്ട്. ഈ നിരീക്ഷണത്തെ കുറച്ചുകൂടി വിപുലീകരിക്കുകയാണ് ലീ സ്മോളിൻ ചെയ്യുന്നത്. വൈചിത്ര്യത്തിലേക്കുള്ള (singularity) തിരിച്ചുപോക്കാണ് തമോദ്വാരങ്ങളെങ്കിൽ അവയ്ക്ക് ബിഗ് ബാങ് സംഭവിപ്പിക്കാനും അതുവഴി പുതിയ പ്രപഞ്ചങ്ങൾ സൃഷ്ടിക്കാനും കഴിയുമെന്നാണ് അദ്ദേഹത്തിന്റെ വാദം. പ്രപഞ്ചത്തിൽ തമോദ്വാരങ്ങളുണ്ടെങ്കിൽ പിന്നെയും പിന്നെയും കുഞ്ഞു പ്രപഞ്ചങ്ങൾ ഉണ്ടായിക്കൊണ്ടിരിക്കും.

തമോദ്വാരങ്ങൾ മറ്റു പ്രപഞ്ചങ്ങളിലേക്കുള്ള ഇടനാഴികളാകാമെന്ന പരികല്പനയാണ് സ്റ്റീഫൻ ഹോക്കിങ് മുന്നോട്ടുവയ്ക്കുന്നത്. തമോദ്വാരങ്ങളിലെ വിവരനഷ്ട പ്രഹേളികയ്ക്ക് (Information loss paradox) സൈദ്ധാന്തിക വിശദീകരണം നല്കിയ അവസരത്തിൽ 2015 ൽ ആണ് ഹോക്കിങ് ഈ വാദം മുന്നോട്ടു വയ്ക്കുന്നത്. കൂടാതെ ക്വാണ്ടം മൾട്ടിവേഴ്സ്, ബ്രേൻ തിയറി എന്നിങ്ങനെ നിരവധി സിദ്ധാന്തങ്ങൾ ബഹുപ്ര

പഞ്ചങ്ങളുടെ സാന്നിദ്ധ്യം ഉറപ്പിക്കുന്നതിനുള്ള പരിശ്രമത്തിലാണ്. ഇവയെല്ലാം തന്നെ അണുവിന്റെ സൂക്ഷ്മതലത്തിൽ പ്രയോഗിക്കുന്നവയും സങ്കീർണ്ണ ഗണിത ക്രിയകൾ നിറഞ്ഞവയുമാണെന്നതുകൊണ്ട് അവ അനായാസമായി വിവരിക്കുന്നതിനോ ഗ്രഹിക്കുന്നതിനോ സാധിക്കില്ല എന്നൊരു പരമിതിയുമുണ്ട്.

സർവ്വ പ്രപഞ്ചങ്ങളുടെയും സമ്പൂർണ്ണ സിദ്ധാന്തം എന്നറിയപ്പെടുന്ന ഇത്തരം ഗണിതക്രിയകളിൽ ഏറ്റവുമധികം പഠനങ്ങൾ നടന്നിട്ടുള്ളത് ചരടുസിദ്ധാന്തങ്ങളുമായി ബന്ധപ്പെടുത്തിയാണ്. മൗലിക കണങ്ങൾ കണികകളല്ലെന്നും അവ ഏകമാനം മാത്രമുള്ള ചരടുകളുടെ കമ്പനമാണെന്നുമാണ് ഈ സിദ്ധാന്തങ്ങൾ പറയുന്നത്. അതിസൂക്ഷ്മങ്ങളായ ഈ ചരടുകൾ നിരീക്ഷിക്കാൻ കഴിയുന്ന ഉപകരണങ്ങളില്ലാത്തതാണ് അവയെ കണികകളായി തോന്നാൻ കാരണം. ചരടു സിദ്ധാന്തങ്ങൾ സ്ഥലത്തിന്റെ അധികമാനങ്ങളെക്കുറിച്ചാണ് സംസാരിക്കുന്നത്. പക്ഷേ, സ്ഥലകാലത്തിന്റെ നാലുമാനങ്ങളിൽ ഒട്ടിപ്പിടിച്ചിരിക്കുന്ന ഭൗമജീവന് അതൊരിക്കലും ദൃഷ്ടിഗോചരമാകില്ല. ശക്തമായ കണികാത്വരത്രങ്ങളിൽ നടത്തുന്ന പരീക്ഷണങ്ങൾ പ്ലാങ്ക് അളവുകളിലുള്ള അധികമാനങ്ങൾ വെളിച്ചത്തു കൊണ്ടുവരുമെന്നാണ് പ്രതീക്ഷിക്കുന്നത്.

ചരടു സിദ്ധാന്തങ്ങളും അതിന്റെ വകഭേദങ്ങളും സംസാരിക്കുന്നത് സകലതിന്റെയും സമ്പൂർണ്ണ സിദ്ധാന്തത്തിന്റെ ഭാഷയാണ്. ശുദ്ധ ശൂന്യതയും വൈചിത്ര്യ ബിന്ദുവുമൊന്നും ആവശ്യമില്ലെങ്കിലും ചരടു സിദ്ധാന്തങ്ങളെ ലളിതമായി വിവരിക്കുന്നത് ഏറക്കുറെ അസാദ്ധ്യമാണ്. സ്ഥലകാലങ്ങളുടെ അധിക മാനങ്ങളും പ്രകാശത്തേക്കാൾ വേഗതയിലുള്ള കണികകളും ആപേക്ഷികതയിലൂടെ സ്ഥൂല പ്രപഞ്ചത്തെ നിരീക്ഷിക്കുന്ന ഏതൊരാൾക്കും മതിഭ്രമമുണ്ടാക്കുകയും ചെയ്യും. ചരടു സിദ്ധാന്തങ്ങളുടെ പരിഷ്കരിച്ച പതിപ്പുകളാണ് സൂപ്പർ സിമട്രിയും, സൂപ്പർ ഗ്രാവിറ്റിയും. മൗലിക കണങ്ങൾ ബിന്ദുക്കളല്ല, ഏകമാനമുള്ള ചരടുകളുടെ കമ്പനമാണെന്നാണ് ഈ സിദ്ധാന്തങ്ങളെല്ലാം പറയുന്നത്. സ്ഥലത്തിന്റെ പത്തു മാനങ്ങളും കാലത്തിന്റെ ഒരു മാനവുമുൾപ്പടെ പതിനൊന്ന് സ്ഥലകാല മാനങ്ങൾ മുതൽ 25 മാനങ്ങൾ വരെ ആവശ്യമാണ് ഇത്തരം സിദ്ധാന്തങ്ങൾ നിലനില്ക്കുന്നതിന്. ചില മാതൃകകളിൽ കാലത്തിന് ഒന്നിലധികം മാനങ്ങളും ആവശ്യമായി വരും.

ഏറെ വ്യത്യാസങ്ങളുണ്ടെങ്കിലും അടിസ്ഥാന സങ്കല്പനങ്ങളിൽ സൂപ്പർ ഗ്രാവിറ്റി പ്രമാണങ്ങളുമായി ചേർന്നുനില്ക്കുന്ന ക്വാണ്ടം ഗ്രാവിറ്റി സിദ്ധാന്തമാണ് എം-തിയറി. ഭൗതിക ശാസ്ത്രജ്ഞരെയും ഗണിതശാസ്ത്രജ്ഞരെയും ഒരുപോലെ തൃപ്തരാക്കുന്ന എം-തിയറി ഗണിതപരമായി ഏറ്റവുമധികം നിലനില്പുള്ള ചരടു സിദ്ധാന്തമാണ്. എന്നാൽ ചരടു സിദ്ധാന്തങ്ങളിൽ അവതരിപ്പിക്കുന്നതുപോലെ മൗലിക കണങ്ങൾ ചരടുകളുടെ കമ്പനമല്ല, രണ്ടു മാനങ്ങളിലുള്ള സ്തരങ്ങളുടെ ചലനമാണെന്നതാണ് എം-തിയറിയുടെ പ്രധാനവ്യത്യാസം. ഗണിത ഭാഷയിൽ

ഒരു ബിന്ദുവിനെ O-ബ്രേൻ എന്നും, രേഖയെ 1–ബ്രേൻ എന്നും, സ്തരത്തെ 2–ബ്രേൻ എന്നുമാണ് വിളിക്കുന്നത്. പൊതുവെ ഇവയെ P –ബ്രേൻ എന്നാണ് പരിഗണിക്കുന്നത്. `P' എന്നത് ഏതു സംഖ്യയുമാകാം. എം–തിയറിയിലെ `M' എന്താണെന്ന് ഈ സിദ്ധാന്തത്തിന്റെ സ്രഷ്ടാവായ എഡ് വിറ്റൻ നിർവ്വചിച്ചിട്ടില്ല. എങ്കിലും Membrane എന്നതിന്റെ ചുരുക്കരൂപമായി അതിനെ കാണാനാണ് ശാസ്ത്രജ്ഞർ ഇഷ്ടപ്പെടുന്നത്. സ്തരങ്ങളും ചരടുപോലെ തന്നെയാണ് പെരുമാറുന്നത്. എന്നാൽ അവയുടെ ക്രമീകരണത്തിലെ സവിശേഷത കാരണം ഒരു മാനം മാത്രമുള്ള ചരടുകളെ സങ്കല്പിക്കുന്നതിനുള്ള ബുദ്ധിമുട്ട് സ്തരങ്ങൾക്കില്ല. ചുരുങ്ങാനും വലിയാനും കഴിയുന്ന അവയ്ക്ക് ചരടുകളുടെ എല്ലാ സവിശേഷതകളുമുണ്ട്. ചരടുകൾ എന്ന പദം സ്ട്രിങ് തിയറിയിൽ ഇടയ്ക്കിടെ ഉപയോഗിക്കുമ്പോൾ അത് നമ്മുടെ സങ്കല്പത്തിലുള്ള നൂലുപോലെയുള്ള ഒരു ചരടായി കണക്കാക്കരുത്. ചരടുസിദ്ധാന്തങ്ങളിലെ ചരടുകൾക്ക് ഏക മാനമാണ് ഉള്ളത്. എന്നാൽ എത്ര നേർത്ത നൂലാണെങ്കിലും അതിന് നീളവും വീതിയും കനവുമുണ്ടായിരിക്കും (Three Dimensions). ഒരു പേപ്പറിൽ വരയ്ക്കുന്ന രേഖയ്ക്കു തന്നെയും നീളം, വീതി എന്നീ രണ്ടുമാനങ്ങളുണ്ടാകും. മഷിയുടെ കനം പരിഗണിക്കുന്നില്ലെന്നു വയ്ക്കാം. അല്ലെങ്കിൽ കമ്പ്യൂട്ടർ സ്ക്രീനിലെ രേഖകളായി കണക്കാക്കാം. ഈ രേഖകൾക്ക് രണ്ടു മാനങ്ങളാണുള്ളത്. ഏക മാനമുള്ള ഒരു ചരട് സങ്കല്പിക്കുക എത്രത്തോളം ബുദ്ധിമുട്ടാണെന്ന് മനസ്സിലായിരിക്കും.

പ്രപഞ്ചരഹസ്യങ്ങളുടെ ഒരു സമ്പൂർണ്ണ സിദ്ധാന്തം ആവശ്യമാണെന്ന് വാശിപിടിക്കുന്നവർക്ക് ആശ്രയിക്കാവുന്ന തുരുത്താണ് എം–തിയറി. അതുകൂടാതെ ഏക പ്രപഞ്ചമെന്ന യാഥാസ്ഥിതികവും ബോറടിപ്പിക്കുന്നതുമായ കാഴചപ്പാടിൽനിന്നും വിഭിന്നമായി നിരവധി പ്രപഞ്ചങ്ങളുടെ അനന്ത സാദ്ധ്യതകളിലേക്കും ഈ സിദ്ധാന്തം വാതിൽ തുറക്കുന്നുണ്ട്. ഊർജ്ജത്തിന്റെ അതിർ വരമ്പുകൾകൊണ്ട് കൃത്യമായി വേർതിരിക്കപ്പെട്ട നിരവധി പ്രപഞ്ചങ്ങൾ ഒന്നിനു മീതെ മറ്റൊന്ന് എന്ന രീതിയിൽ വിന്യസിക്കപ്പെട്ടിരിക്കുന്ന ചിത്രമാണ് എം–തിയറി വരച്ചുകാണിക്കുന്നത്. എന്നാൽ ഊർജ്ജനിലയിലുള്ള അന്തരം കാരണം ഇത്തരം സമാന്തര പ്രപഞ്ചത്തിലേക്കുള്ള സഞ്ചാരം അസാദ്ധ്യമാണ്. ഗണിത സമവാക്യങ്ങളുപയോഗിച്ച് സൈദ്ധാന്തികമായി തെളിയിക്കാൻ കഴിയുമെന്നല്ലാതെ ഒരിക്കലും അത്തരം പ്രപഞ്ചങ്ങൾ നിരീക്ഷിക്കാൻ കഴിയില്ല.

പരമ്പരാഗത മഹാവിസ്ഫോടന സിദ്ധാന്തത്തെ എം–തിയറി എങ്ങനെയാണ് വ്യാഖ്യാനിക്കുന്നതെന്ന് നോക്കാം. സ്തരങ്ങൾക്കിടയിലുള്ള ഊർജ്ജത്തിന്റെ (Interbrance force) ഫലമായി ബ്രേനുകൾ കൂട്ടിമുട്ടുമ്പോഴാണ് വിസ്ഫോടനങ്ങൾ സംഭവിക്കുന്നത്. ഇങ്ങനെയുള്ള ഓരോ കൂട്ടിമുട്ടലുകളിലും പ്രപഞ്ചത്തിലെ ഐക്യരൂപമില്ലായ്മകൾ നശിപ്പിക്കപ്പെടുകയും പുതിയവയുടെ രൂപീകരണത്തിന് കാരണമാവുകയും ചെയ്യും.

കൈകൾ കൊട്ടുമ്പോൾ ഇരു കൈപ്പത്തികളിലെയും പ്രതലങ്ങൾ ഒരുപോലെ സന്ധിക്കാത്തതുപോലെ സ്തരങ്ങളുടെ കൂട്ടിമുട്ടലുകളിലുണ്ടാകുന്ന ഏറ്റക്കുറച്ചിലുകളാണ് പരഭാഗ വികിരണങ്ങളുടെ അപശ്രുതിക്കു കാരണം. ഐക്യരൂപമുള്ള സമാന്തര സ്തരങ്ങളുടെ ഇടയിലുണ്ടാകുന്ന ഊർജ്ജം സ്തരങ്ങളിൽ ക്വാണ്ടം ആന്ദോളനങ്ങൾക്ക് കാരണമാകുമ്പോൾ ബ്രേനുകൾ കൂട്ടിമുട്ടുന്നു. അത് ഐക്യരൂപമില്ലാത്ത അതാര്യമായ പ്ലാസ്മയുടെ സൃഷ്ടിക്ക് കാരണമാകുന്നു. ബ്രേനുകളുടെ ഇലാസ്തികത കാരണം കൂട്ടിമുട്ടലിനു ശേഷം അവ പരമാവധി അകലുന്നു. മഹാവിസ്ഫോടനത്തെത്തുടർന്ന് ഒരു മൈക്രോ സെക്കന്റിനുള്ളിലായിരിക്കും ഇത് സംഭവിക്കുന്നത്. പരസ്പരം അകലുന്നതിനൊപ്പം ബ്രേനുകൾ വലിഞ്ഞുനീളാൻ തുടങ്ങും. ഈ സമയമാകെ ബ്രേനുകളിൽ വികിരണങ്ങൾ നിറഞ്ഞുനില്ക്കും. ക്രമേണ വികിരണങ്ങൾ നേർത്തു വരികയും ദ്രവ്യം ആധിപത്യം സ്ഥാപിക്കുകയും ചെയ്യുന്നു. ഐക്യരൂപമില്ലാത്ത ബ്രേനുകളിൽ ദ്രവ്യത്തിന്റെ വലിയ നിർമ്മിതികൾ (ഗാലക്സികൾ, നെബുലകൾ) രൂപീകരിക്കപ്പെടുന്നു. ആയിരംകോടി വർഷങ്ങൾ ഈ അവസ്ഥ തുടരും. ക്രമേണ ദ്രവ്യത്തിന്റെ ഗുരുത്വ ബലത്തിനുമേൽ ഡാർക്ക് എനർജിയെന്ന ഋണമർദ്ദം ആധിപത്യം സ്ഥാപിക്കും. ഡാർക്ക് എനർജിയുടെ സാന്നിദ്ധ്യം ബ്രേനുകളുടെ വികാസം ത്വരിത ഗതിയിലാകും. ഒരു ട്രില്യൺ വർഷങ്ങൾ ഈ അവസ്ഥ തുടർന്നുകൊണ്ടിരിക്കും. ഒടുവിൽ ദ്രവ്യമെല്ലാം നേർത്തു നേർത്ത് സ്പേസിൽ അലിഞ്ഞുചേരും. വികിരണങ്ങൾ മാത്രമുള്ള ഐക്യരൂപമുള്ള ബ്രേനുകൾ മാത്രം അവശേഷിക്കും. ഈ ബ്രേനുകൾ മറ്റൊരു ക്വാണ്ടം ആന്ദോളനത്തിന്റെ ഫലമായുണ്ടാകുന്ന മറ്റൊരു മഹാവിസ്ഫോടനത്തിനായി കാത്തിരിക്കും. സമാന്തരങ്ങളായ നിരവധി ബ്രേനുകൾ നിരവധി പ്രപഞ്ചങ്ങളുടെ സാദ്ധ്യതയിലേക്കാണ് വിരൽ ചൂണ്ടുന്നത്. ഒരു പ്രപഞ്ചമുണ്ടെങ്കിൽ എന്തുകൊണ്ട് ഒന്നിലധികമുണ്ടായിക്കൂടാ? എം-തിയറിസ്റ്റുകൾ ചിന്തിക്കുന്നത് നൂറ്റാണ്ടുകൾക്കു മുമ്പ് തത്ത്വചിന്തകർ തുറന്നിട്ട വഴികളിലൂടെ തന്നെയാണ്.

പ്രപഞ്ചരൂപീകരണത്തിലും അതിന്റെ ഭാവി നിർണ്ണയത്തിലും നിർണ്ണായക പങ്കുവഹിക്കുന്നത് ഗുരുത്വാകർഷണ ബലമാണ്. മൗലിക ബലങ്ങളിൽ ഏറ്റവും ദുർബ്ബലമാണെങ്കിലും മറ്റൊരു അടിസ്ഥാനബലവും ചെന്നെത്തിപ്പെടാത്ത സീമകളിൽവരെ ഗുരുത്വാകർഷണ സ്വാധീനമുണ്ടാകും. ക്ഷീണ ന്യൂക്ലിയർ ബലം ഗുരുത്വാകർഷണത്തെ അപേക്ഷിച്ച് 10^{38} മടങ്ങ് ശക്തമാണെങ്കിലും അതിന്റെ പരിധി അണുകേന്ദ്രത്തിനുള്ളിൽ ഒതുങ്ങും. ക്വാർക്കുകളെ യോജിപ്പിച്ചുനിർത്തുന്ന ശക്ത ന്യൂക്ലിയർ ബലത്തിന്റെ പരിധിയും അണുകേന്ദ്രത്തിനുള്ളിൽ മാത്രമാണ്. വിദ്യുത്കാന്തിക ബലമാകട്ടെ ഒരു ആറ്റത്തിനുള്ളിലും. ഈ ബലങ്ങളെല്ലാം ഗുരുത്വാകർഷണത്തിന്റെ പലമടങ്ങ് ശക്തമാണ്. എന്നാൽ ദുർബ്ബലമാണെങ്കിലും ഗുരുത്വാകർഷണത്തിന്റെ പരിധി പ്രപഞ്ചത്തിലെ വലിയ ദൂരങ്ങളിലേക്ക് വ്യാപിച്ചിരിക്കും. ഒരു ഇടത്തരം നക്ഷത്രമായ സൂര്യന്റെ ഗുരുത്വ പ്രഭാവം 1.6

പ്രകാശവർഷം അകലെവരെ വ്യാപിച്ചിരിക്കുമെന്നു പറഞ്ഞാൽ അത് ഗുരുത്വബലത്തിന്റെ വ്യാപ്തിയാണ് കാണിക്കുന്നത്. അതുകൂടാതെ മറ്റു മൗലിക ബലങ്ങളെല്ലാം പരസ്പരവിരുദ്ധ ഗുണങ്ങൾ – ധനാത്മകവും ഋണാത്മകവും – പ്രദർശിപ്പിക്കുമ്പോൾ ഗുരുത്വബലത്തിന് ആകർഷണ സ്വഭാവം മാത്രമേയുള്ളൂ. എം–തിയറി പറയുന്നത് ഗുരുത്വബലം ഒഴികെയുള്ള മറ്റുബലങ്ങളെല്ലാം ബ്രേനുകളിൽ ബന്ധിക്കപ്പെട്ടിരിക്കുന്നുവെന്നാണ്. കണികാസ്വഭാവം പ്രകടിപ്പിക്കുന്ന ബ്രേനുകൾ അടിസ്ഥാന ബലങ്ങളെ വഹിച്ചുകൊണ്ടു പോകുന്നവയാണ്. എന്നാൽ ഗുരുത്വകാണങ്ങൾ (Gravitons) അടഞ്ഞ ചരടുകളുടെ (closed strings) രൂപത്തിൽ സ്വതന്ത്രമായി ബ്രേനുകളിൽ സഞ്ചരിക്കുന്നു. സ്വതന്ത്രമായ ഗ്രാവിറ്റോണുകൾ സ്പേസിന്റെ അധിക മാനങ്ങളിൽ അനന്തമായി സഞ്ചരിക്കുന്നതുകൊണ്ട് അവ ക്രമേണ നേർത്തു വരുന്നു. ഗ്രാവിറ്റോണുകളെ തടഞ്ഞു നിർത്താൻ കഴിയാത്തതുകൊണ്ട് ബ്രേൻ പ്രപഞ്ചത്തെ അതിന്റെ വികാസത്തിൽ നിന്നു തടയാൻ മറ്റു ബലങ്ങൾക്കാവില്ല. ബ്രേൻ പ്രപഞ്ചങ്ങളിലെ അധിക മാനങ്ങളുടെ ക്രമീകരണത്തെ ആശ്രയിച്ചാണ് ഗ്രാവിറ്റോണുകളുടെ പ്രയാണം. ഗ്രാവിറ്റോണുകളുടെ പ്രവേഗത്തെ തടസ്സപ്പെടുത്തുന്ന തരത്തിലുള്ള ക്രമീകരണമാണുള്ളതെങ്കിൽ പ്രപഞ്ചവികാസം അധികകാലം തുടരില്ല. എന്നാൽ ക്രമീകരണം ഈ നിലയിലല്ലെങ്കിൽ പ്രപഞ്ച വികാസം ഒരിക്കലും അവസാനിക്കില്ല. അതുമാത്രമല്ല, ഗ്രാവിറ്റോണുകൾ ബ്രേൻ പ്രപഞ്ചത്തിൽനിന്ന് പുറത്തേക്ക് 'ലീക്ക്' ചെയ്യുന്ന അവസ്ഥയുമുണ്ടാകും.

സ്പേസിൽ രണ്ടുമാനങ്ങളുള്ള ബ്രേനുകൾ ഒഴുകിനടക്കുകയാണ്. സ്പേസ് എന്ന വാക്കിന് ഇവിടെ ആപേക്ഷികത നിർവ്വചിക്കുന്ന അർത്ഥമല്ല ഉള്ളത്. ബ്രേനുകൾക്കിടയിലുള്ള ഊർജ്ജ അതിർവരമ്പുകൾ സൂചിപ്പിക്കുന്നതിനാണ് ഇവിടെ സ്പേസ് എന്ന വാക്കുപയോഗിക്കുന്നത്. ഒഴുകിനടക്കുന്ന ബ്രേനുകൾ പരസ്പരം കൂട്ടിമുട്ടുകയും ഒന്ന് മറ്റൊന്നിനെ ചുറ്റുകയും പരസ്പരം അകന്നു പോവുകയും ചെയ്യും. മേശപ്പുറത്ത് അടുക്കി വച്ചിരിക്കുന്ന പേപ്പറുകൾ കാറ്റിൽ പറന്നുനടക്കുന്നതു പോലെ. എന്നാൽ സ്പേസിന്റെ അധികമാനങ്ങൾ തിരിച്ചറിയാൻ കഴിയുന്ന ഒരു സംവിധാനം ഇന്നില്ല. ബ്രേനുകൾ തമ്മിൽ കൂട്ടിമുട്ടുമ്പോൾ അവയ്ക്കിടയിലുള്ള ഇന്റർ ബ്രേൻ ഫോഴ്സിന് രൂപമാറ്റം വരികയും പ്രപഞ്ചത്തിന്റെ ത്വരിത വികാസത്തിന് (Inflation) തിരിതെളിക്കുകയും ചെയ്യും. ബ്രേനുകൾ കൂട്ടിമുട്ടുമ്പോൾ സൃഷ്ടിക്കപ്പെടുന്ന ഊർജ്ജത്തിന്റെ അളവ് പ്രപഞ്ചത്തിന്റെ ഊർജ്ജനിലയുമായി താരതമ്യം ചെയ്യാൻ കഴിയില്ല. അപ്പോൾ മറ്റു രീതികളിലും ഊർജ്ജോല്പാദനം നടക്കുന്നുണ്ടെന്നുവേണം കരുതാൻ. കണികയും പ്രതികണികയും കൂട്ടിമുട്ടുമ്പോൾ അവ പൂർണ്ണമായി ഊർജ്ജമായി മാറുന്നതുപോലെ ഒരു ബ്രേൻ പ്രപഞ്ചവും അതിന്റെ വിപരീത സ്വഭാവമുള്ള 'ആന്റി ബ്രേൻ' പ്രപഞ്ചവും കൂട്ടിമുട്ടിയാൽ അവ പരസ്പരം നിഗ്രഹിച്ച് പൂർണ്ണമായും ഊർജ്ജമായി രൂപാന്തരപ്പെടും. അങ്ങനെ വരുമ്പോൾ

ഡാർക്ക് എനർജി എന്ന ഋണമർദ്ദത്തിന് തൃപ്തികരമായി വിശദീകരണം നല്കാൻ എം-തിയറിക്ക് കഴിയും.

സ്പേസിന്റെ അധികമാനങ്ങളിൽ സഞ്ചരിക്കുന്ന രണ്ടു ബ്രേനുകൾ പരസ്പരം അടുത്തെത്തിയാൽ അവയുടെ ഗതികോർജ്ജം ദ്രവ്യമായും വികിരണങ്ങളായും പരിവർത്തനം ചെയ്യപ്പെടും. ഈ ഊർജ്ജമെല്ലാം അടിസ്ഥാനപരമായി ബ്രേനുകളുടെ ഗുരുത്വബലത്തിൽ നിന്നാണുണ്ടാകുന്നത്. ഒരു തവണ ബ്രേനിലുണ്ടാകുന്ന ഇളക്കം അവയുടെ തുടർച്ചയായുള്ള ആന്ദോളനങ്ങൾക്ക് കാരണമാകും. ഗുരുത്വബലത്തിന്റെ ഋണാത്മകത കാരണം ഈ കമ്പനങ്ങൾ ഒരിക്കലും അവസാനിക്കില്ല. അതിനർത്ഥം സ്പേസ് തുടർച്ചയായി വികസിച്ചു കൊണ്ടിരിക്കുമെന്നാണ്.

എം-തിയറി മൾട്ടിവേഴ്സുകളെക്കുറിച്ചാണ് പറയുന്നത്. നിരവധി ബ്രേൻ പ്രപഞ്ചങ്ങൾ, അവയിൽ നാം അനുഭവിക്കുന്ന ബ്രേൻ ലോകത്തിനു സമാനമായ ലോകങ്ങളുമുണ്ടാകാം. അവയിലെ ദ്രവ്യ-ഊർജ്ജ വിന്യാസം നമ്മുടെ പ്രപഞ്ചത്തോട് സമാനമാകാം. അത്തരം പ്രപഞ്ചങ്ങളിൽ നക്ഷത്രസമൂഹങ്ങളും ഗ്രഹകുടുംബങ്ങളുമെല്ലാം രൂപം കൊണ്ടിരിക്കും. അത്തരം ബ്രേൻ പ്രപഞ്ചങ്ങളിലെ ജീവന്റെ നിർവ്വചനം നമ്മുടെ പ്രപഞ്ചത്തിലേതുതന്നെയായിരിക്കും. എന്നാൽ ഈ ബ്രേൻ ലോകത്തിൽ നിന്നും വ്യത്യസ്തമായ ക്രമീകരണങ്ങളുള്ള മറ്റൊരു ബ്രേൻ പ്രപഞ്ചത്തിൽ കാര്യങ്ങൾ വളരെ വ്യത്യസ്തമായിരിക്കും. ചില ബ്രേൻ പ്രപഞ്ചങ്ങളിൽ ജീവന്റെ രൂപീകരണത്തിനാവശ്യമായ സാഹചര്യങ്ങൾ സൃഷ്ടിക്കപ്പെടുക പോലുമില്ല.

സമാന്തര പ്രപഞ്ചങ്ങൾ എത്രവരെ ആകാമെന്നതാണ് മറ്റൊരു കാര്യം. അത് സ്പേസിലെ വാകം സ്റ്റേറ്റിനെ ആശ്രയിച്ചാണിരിക്കുന്നത്. സ്പേസിൽ 500 വാകം സ്റ്റേറ്റുകൾ കണക്കാക്കിയാൽ തന്നെ വ്യത്യസ്തങ്ങളായ 10^{500} ക്രമീകരണങ്ങൾ ലഭിക്കും. ഇതൊരു വലിയ സംഖ്യയാണ്. ഒന്നിനുശേഷം 500 പൂജ്യങ്ങൾ വരുന്ന സംഖ്യ. ദൃശ്യപ്രപഞ്ചത്തിലെ ആകെ ആറ്റങ്ങളുടെ എണ്ണം 10^{80} മാത്രമാകുമ്പോൾ തീർച്ചയായും ഇതൊരു വലിയ സംഖ്യ തന്നെയാണ്. പുതിയ ചില കണക്കുകൂട്ടലുകളിൽ ക്രമീകരണങ്ങൾ 10^{1000} വരെ ആകാമെന്നാണ് കണ്ടെത്തിയിരിക്കുന്നത്. 10^{500} ഒരു പഴയ എസ്റ്റിമേറ്റാണത്രേ! അതുകൂടാതെ നമ്മുടെ ബ്രേൻ പ്രപഞ്ചത്തോട് സമാനമായ കോൺഫിഗറേഷനുള്ള 10^{320} പ്രപഞ്ചങ്ങൾ വരെ ഉണ്ടാകാനുള്ള സാദ്ധ്യതയുമുണ്ട്. മറ്റൊരു തരത്തിൽ പറഞ്ഞാൽ നമ്മുടെ പ്രപഞ്ചത്തിനു സമാനമായ 10^{320} പ്രപഞ്ചങ്ങൾ നമ്മുടെ തൊട്ടടുത്ത് തന്നെയുണ്ട്. മൾട്ടിവേഴ്സിൽ 10^{1000} ക്രമീകരണങ്ങൾ ഉണ്ടെന്നുപറഞ്ഞാൽ അത്രയും എണ്ണം പ്രപഞ്ചങ്ങളുണ്ട് എന്നല്ല അർത്ഥമാക്കുന്നത്. മറിച്ച് അത്രയും തരത്തിലുള്ള പ്രപഞ്ചങ്ങളുണ്ടെന്നാണ്. പ്രപഞ്ചങ്ങളുടെ എണ്ണം അതിലുമെത്രയോ അധികമായിരിക്കും.

മൾട്ടിവേഴ്സുകൾക്ക് കേവലമൊരു ശാസ്ത്രനാടകത്തിനപ്പുറം നിലനില്പുണ്ടോ എന്ന് പരിശോധിക്കേണ്ടിയിരിക്കുന്നു. ഭൗതികശാസ്ത്ര

ത്തിൽ പ്രതീതി സ്ഥലം എന്നൊരു പരികല്പന നിലവിലുണ്ട്. രണ്ട് വാക്വം സ്റ്റേറ്റുകളിൽ ഒന്ന് മറ്റൊന്നിനേക്കാൾ ഊർജ്ജനില വർദ്ധിക്കുമ്പോഴാണ് ഇത്തരമൊരു പരികല്പനയുടെ സാദ്ധ്യത ഉയർന്നുവരുന്നത്. ഇങ്ങനെയൊരവസ്ഥയിൽ ഊർജ്ജനില കൂടിയ വാക്വം സ്റ്റേറ്റിൽ ക്വാണ്ടം ആന്ദോളനങ്ങൾ സംഭവിക്കുകയും ഊർജ്ജനില കുറഞ്ഞ വാക്വം സ്റ്റേറ്റിലേക്ക് കടക്കുകയും (tunneling) ചെയ്യും. സ്പേസിന്റെ ത്വരിതവികാസത്തിന് തിരിതെളിക്കുന്നത് ഇത്തരം ക്വാണ്ടം ആന്ദോളനങ്ങളാണ്. ദൃശ്യപ്രപഞ്ചത്തിലെ ഒരു പ്രതീതി സ്ഥലം പോലും നിരവധി പ്രപഞ്ചങ്ങൾക്ക് കാരണമാകുമ്പോൾ മൾട്ടിവേഴ്സുകളുടെ നിലനില്പിന് പ്രതീതി സ്ഥലങ്ങളുടെ ഒരു പ്രാപഞ്ചിക തിരശ്ശീല (Cosmological Landscape) തന്നെ ആവശ്യമാണ്. പ്രാപഞ്ചിക തിരശ്ശീലയ്ക്ക് അതീത ഭൗതികത്തിന്റെ നിറമുണ്ടോ എന്ന സംശയം തികച്ചും സ്വാഭാവികമാണ്. എന്നാൽ ഡി–ബ്രേനുകളുടെ അസ്തിത്വം സൈദ്ധാന്തികമായി തെളിയിക്കപ്പെട്ടിട്ടുള്ളതാണ്. മാത്രവുമല്ല ക്വാണ്ടം കോസ്മോളജിയിൽ ഗണിതപരമായി ഏറ്റവുമധികം സ്ഥിരതയുള്ള സിദ്ധാന്തമാണ് എം–തിയറി. എന്നാൽ ഇത്തരം പ്രപഞ്ച സിദ്ധാന്തങ്ങൾ പരീക്ഷണ ശാലകളിൽ വച്ച് തെളിയിക്കാൻ കഴിയില്ലെന്നതാണ് അവയുടെ പരിമിതി. ഭാവിയിൽ ഉന്നത ഊർജ്ജനിലയിൽ പ്രവർത്തിക്കുന്ന ഭീമൻ കണികാത്വരത്രങ്ങളിൽ (Particle Accelerators) ഒരു പക്ഷേ, ചരടുകളും ബ്രേനുകളും പുനഃസൃഷ്ടിക്കാൻ കഴിഞ്ഞേക്കും.

ചരടു സിദ്ധാന്തങ്ങൾക്കപ്പുറം സ്ഥലത്തിന്റെ നൈരന്തര്യമില്ലായ്മ അടിസ്ഥാനമാക്കി രൂപീകരിച്ച ലൂപ് ക്വാണ്ടം ഗ്രാവിറ്റി, പെന്റാ കൊറോണുകൾ എന്ന ബിൽഡിങ് ബ്ലോക്കുകൾ ആധാരമായി നിർമ്മിച്ച കോസൽ ഡൈനമിക്കൽ ട്രയാംഗുലേഷൻസ്, ക്വാണ്ടം മെക്കാനിക്സും സാമാന്യ ആപേക്ഷികതയും സംയോജിപ്പിക്കാനുള്ള ശ്രമമായ ക്വാണ്ടം ഐൻസ്റ്റൈൻ ഗ്രാവിറ്റി, കുമിളാ പ്രപഞ്ചങ്ങളെക്കുറിച്ച് പറയുന്ന ക്വാണ്ടം ഗ്രാഫിറ്റി, സൂക്ഷ്മ പ്രപഞ്ചത്തിൽ ആപേക്ഷികതയെ പ്രക്ഷേപിക്കുന്ന ഇന്റേർണൽ റിലേറ്റിവിറ്റി, എട്ടു സ്ഥലകാല മാനങ്ങളിൽ നിലനില്ക്കുന്ന ഗണിത പാറ്റേണായ ഇ–8 എന്നിവയെല്ലാം പ്രപഞ്ചത്തെ സ്ഥൂലമെന്നും സൂക്ഷ്മമെന്നും വേർതിരിക്കാതെ നോക്കിക്കാണുന്ന വ്യത്യസ്ത സമീപനങ്ങളാണ്. ഇത്തരം പ്രപഞ്ച സിദ്ധാന്തങ്ങളൊന്നും തന്നെ ഏകപ്രപഞ്ചമെന്ന വിരസമായ ആശയത്തെ പിന്തുണയ്ക്കുന്നുമില്ല.

ലോക്കാലിറ്റി

പ്രപഞ്ചോല്പത്തിയെക്കുറിച്ച് ചിന്തിക്കുമ്പോൾ മഹാവിസ്ഫോടന മാതൃകയായിരിക്കും ഓർമ്മയിലെത്തുന്നത്. ദ്രവ്യ-ഊർജ്ജ സാന്ദ്രത അനന്തമായ വൈചിത്ര്യത്തിലുണ്ടായ ക്വാണ്ടം ആന്ദോളനങ്ങളാണ് ഈ മഹാപ്രപഞ്ചത്തിന്റെ സൃഷ്ടിക്കു കാരണമായതെന്നാണ് പരമ്പരാഗത മഹാവിസ്ഫോടന മാതൃക പറയുന്നത്. ഏകദേശം 1382 കോടി വർഷങ്ങൾക്കു മുമ്പാരംഭിച്ച പ്രപഞ്ചവികാസം ഇന്നും തുടരുകയാണ്. അതിനും മുമ്പ് എന്തായിരുന്നു എന്നു ചോദിക്കുന്നതിൽ അർത്ഥമില്ല. കാരണം പ്രപഞ്ചസൃഷ്ടി സ്ഥലത്തിലും കാലത്തിലുമല്ല സംഭവിച്ചത്. സ്ഥലകാലങ്ങളും ദ്രവ്യവും ഒരുമിച്ചാണ് സൃഷ്ടിക്കപ്പെട്ടത്. പ്രപഞ്ചസീമയ്ക്കപ്പുറമെന്താണെന്നു ചോദിക്കുന്നതിലും അർത്ഥമില്ല. കാരണം അതിനപ്പുറമെന്താണെന്നറിയാൻ കഴിയില്ല, അവിടെനിന്നുള്ള വിദ്യുത്കാന്തികതരംഗങ്ങൾ നമ്മുടെ സമീപമെത്താറായിട്ടില്ല. അതുമാത്രമല്ല, സ്ഥലം സൃഷ്ടിക്കപ്പെടുന്നത് പ്രപഞ്ചസീമയിലാകുമ്പോൾ അതിനപ്പുറമെന്താണെന്നു ചോദിക്കുന്നതു തന്നെ ബാലിശമാണ്. പോരാത്തതിന് ക്വാണ്ടം നിയമങ്ങളനുസരിച്ച് ഒന്നുമില്ലായ്മയിൽനിന്ന് ദ്രവ്യവും ഊർജ്ജവും ഉരുത്തിരിഞ്ഞു വരുന്നത് തെളിയിക്കാനും കഴിയും. ഇനിയും സംശയം തീരാത്തവർക്ക് പരഭാഗ വികിരണങ്ങൾ നല്കുന്ന തെളിവുകളും മഹാവിസ്ഫോടന മാതൃകയ്ക്ക് ബലമേകും.

എന്നാൽ, ഇക്കഴിഞ്ഞ ഏതാനും വർഷങ്ങളായി പ്രപഞ്ച വിജ്ഞാന മേഖലയിലുണ്ടായിട്ടുള്ള പുതിയ കണ്ടെത്തലുകൾ മഹാവിസ്ഫോടന സിദ്ധാന്തത്തിന്റെ വിശ്വാസ്യതയെ ചോദ്യംചെയ്യുകയാണ്. പ്രപഞ്ചത്തിനൊരു തുടക്കമുണ്ടാകാൻ സാദ്ധ്യതയില്ല. മഹാവിസ്ഫോടനം സംഭവിച്ചുകാണുകയുമില്ല. പ്രപഞ്ചത്തിനൊരു തുടക്കമില്ലെങ്കിൽ കാലത്തിനും തുടക്കമുണ്ടാകില്ല. കാലത്തിനു തുടക്കമില്ലെങ്കിൽ സ്ഥലകാലങ്ങൾ രൂപം

കൊണ്ട വൈചിത്ര്യത്തിനും നിലനില്പില്ല. പ്രപഞ്ചവികാസവും സ്ഥല കാലങ്ങളുടെ ഉല്പത്തിയും ചോദ്യംചെയ്യുന്ന കണ്ടെത്തലുമായി രംഗ ത്തെത്തിയത് ഈജിപ്തിലെ സിറ്റി ഓഫ് സയൻസ് ആന്റ് ടെക്നോളജി യിലെ സൈദ്ധാന്തിക ഗവേഷകനായ ഡോ. ആദിൽ അവാദും സംഘവു മാണ്. ഇതിന് പിൻബലമേകുന്നത് റെയിൻബോ ഗ്രാവിറ്റേഷൻ എന്ന നൂതന ക്വാണ്ടം ഗ്രാവിറ്റി സിദ്ധാന്തവും.

സ്ഥൂലപ്രപഞ്ചത്തിന്റെ അവസാനവാക്കായ സാമാന്യ ആപേക്ഷിക തയും സൂക്ഷ്മ പ്രപഞ്ചം അടക്കിവാഴുന്ന ക്വാണ്ടം മെക്കാനിക്സും സംയോജിപ്പിച്ചുകൊണ്ട് ഒരു സമ്പൂർണ്ണ പ്രപഞ്ചസിദ്ധാന്തം രൂപീകരിക്കു ന്നതിന് കഴിഞ്ഞ ഏതാനും ദശാബ്ദങ്ങളായി ഭൗതികശാസ്ത്രജ്ഞർ പരി ശ്രമിക്കുന്നുണ്ട്. ചരടുസിദ്ധാന്തങ്ങളും എം–തിയറിയും സൂപ്പർ ഗ്രാവിറ്റി, ടെക്നികളർ, ലൂപ് ക്വാണ്ടം ഗ്രാവിറ്റി എന്നീ സിദ്ധാന്തങ്ങളും ഇങ്ങനെ സർവ്വതിന്റെയും സമ്പൂർണ്ണ സിദ്ധാന്തമാകുന്നതിനുള്ള തയ്യാറെടുപ്പിലാണ്. ക്വാണ്ടം ഗ്രാവിറ്റി സിദ്ധാന്തങ്ങളെന്നറിയപ്പെടുന്ന ഇത്തരം ഗണിത പ്രമാ ണങ്ങളിലൊന്നാണ് റെയിൻബോ ഗ്രാവിറ്റേഷൻ. മറ്റ് ക്വാണ്ടം ഗ്രാവിറ്റി സിദ്ധാന്തങ്ങളെപ്പോലെ റെയിൻബോ ഗ്രാവിറ്റിയും ശൈശവദശയിലാണ്. പത്തു വയസ്സാകുന്നതേയുള്ളൂ ഈ അത്ഭുതശിശുവിന്.

പ്രപഞ്ചോല്പത്തി വിവരിക്കുമ്പോൾ ഹോട്ട് ബിഗ് ബാങ് വലിയൊരു കീറാമുട്ടി തന്നെയാണ്. കാലത്തിന്റെ തുടക്കവും വൈചിത്ര്യവുമാണ് ഈ മാതൃകയുടെ വലിയ പോരായ്മ. റെയിൻബോ ഗ്രാവിറ്റിയനുസരിച്ച് സ്ഥ ലകാലങ്ങളുടെ ഉത്ഭവം മഹാവിസ്ഫോടന മാതൃകയിൽനിന്നു തികച്ചും വിഭിന്നമാണ്. ഐൻസ്റ്റൈന്റെ സാമാന്യ ആപേക്ഷികതാപ്രമാണമനു സരിച്ച് പിണ്ഡമുള്ള വസ്തുക്കൾ അവ സഞ്ചരിക്കുന്ന സ്ഥലകാലങ്ങ ളിൽ വക്രതയുണ്ടാക്കും. സ്പേസിന്റെ വക്രത അതിൽ സഞ്ചരിക്കുന്ന പ്രകാശത്തിനും ബാധകമായിരിക്കും. മഹാവിസ്ഫോടന മാതൃകയനു സരിച്ച് സ്പേസിന്റെ വക്രത അതിൽ സഞ്ചരിക്കുന്ന കണികകളുടെ ഊർജ്ജനിലയുമായി ബന്ധപ്പെടുന്നില്ല. എന്നാൽ, റെയിൻബോ ഗ്രാവി റ്റി ഇതംഗീകരിക്കുന്നില്ല. വ്യത്യസ്ത ഊർജ്ജനിലയിൽ സഞ്ചരിക്കുന്ന കണികകൾ വ്യത്യസ്ത സ്ഥലകാലങ്ങളിലും വ്യത്യസ്ത ഗുരുത്വക്ഷേ ത്രത്തിലുമാണ് നിലനില്ക്കുന്നത്. പ്രകാശത്തിന്റെ ഘടകവർണ്ണങ്ങൾ നി രീക്ഷിക്കുക. വ്യത്യസ്ത തരംഗദൈർഘ്യമുള്ള പ്രകാശ കണങ്ങളാണ് വ്യത്യസ്ത വർണ്ണങ്ങൾ സൃഷ്ടിക്കുന്നത്. അവ വ്യത്യസ്ത ഊർജ്ജനില യിലും വ്യത്യസ്ത സഞ്ചാരപാതയിലുള്ളവയുമായിരിക്കും. ഈ ഫോട്ടോ ണുകൾ സ്ഥലകാലങ്ങളിൽ സഞ്ചരിക്കുന്നത് വ്യത്യസ്ത ഗുരുത്വക്ഷേ ത്രങ്ങളിലൂടെയുമാണ്.

ഫോട്ടോണുകളുടെ ആവൃത്തിയിലുള്ള വ്യത്യാസം നിസ്സാരമായതു കൊണ്ട് ഗാലക്സികളുടെ നേരിട്ടുള്ള നിരീക്ഷണത്തിൽ ഈ പ്രതിഭാസം തിരിച്ചറിയാൻ കഴിയില്ല. എന്നാൽ ജി ആർ ബി (Gamma Ray Bursts) പോലെയുള്ള അത്യന്തം തീവ്രമായ ഊർജ്ജ വിസ്ഫോടന വേളകളിൽ

ഈ പ്രതിഭാസം അനുഭവപ്പെടുമെന്നാണ് ഡോ. അവാദും സംഘവും വാദിക്കുന്നത്. ഇത്തരം സന്ദർഭങ്ങളിൽ വ്യത്യസ്ത തരംഗദൈർഘ്യമുള്ള ഫോട്ടോണുകൾ ഭൂമിയിലെത്തിച്ചേരുന്ന സമയവും വ്യത്യസ്തമായിരിക്കും. ശതകോടിക്കണക്കിന് പ്രകാശവർഷങ്ങൾ സഞ്ചരിച്ച് ഭൂമിയിലെത്തുന്ന ഫോട്ടോണുകളുടെ കാലവിളംബം ഗണിക്കത്തക്കതുമായിരിക്കും. ഉന്നത ഊർജ്ജനിലയിലാണ് റെയിൻബോ ഗ്രാവിറ്റി നിലനില്ക്കുന്നത്. പ്രപഞ്ചത്തിൽ ഇത്രയധികം സാന്ദ്രമായ ദ്രവ്യ ഊർജ്ജ വിതരണം വിരളമാണ്. എന്നാൽ, ശൈശവ പ്രപഞ്ചത്തിൽ ഇതായിരുന്നില്ല സ്ഥിതി. ഒരുപക്ഷേ, നമുക്ക് ചിന്തിക്കാൻ കഴിയുന്നതിലും സങ്കീർണ്ണമായിരുന്നു അത്. പ്രപഞ്ചോല്പത്തിയുമായി ബന്ധപ്പെട്ട് രണ്ടു സാദ്ധ്യതകളാണ് റെയിൻബോ ഗ്രാവിറ്റി മുന്നോട്ടുവയ്ക്കുന്നത്. നിങ്ങൾ കാലത്തിൽ പിന്നിലേക്കു സഞ്ചരിച്ചാൽ പ്രപഞ്ചത്തിന്റെ സാന്ദ്രത വർദ്ധിക്കുന്നതു തിരിച്ചറിയാൻ കഴിയും. എന്നാൽ ഈ യാത്ര തുടർന്നാൽ മഹാവിസ്ഫോടന മാതൃക പറയുന്ന ദ്രവ്യ-ഊർജ്ജ സാന്ദ്രത അനന്തമായ ഒരു ബിന്ദുവിൽ (singularity) നിങ്ങൾ ഒരിക്കലും എത്തിച്ചേരില്ല. രണ്ടാമത്തെ സാദ്ധ്യത കാലത്തിൽ പിന്നിലേക്കുള്ള സഞ്ചാരം നിങ്ങളെ എത്തിക്കുന്നത് സാന്ദ്രത അത്യന്തം സങ്കീർണ്ണമായ ഒരു മേഖലയിലേക്കായിരിക്കും. അതുമൊരു വൈചിത്ര്യ മേഖലയായിരിക്കില്ല. ചുരുക്കിപ്പറഞ്ഞാൽ ഈ രണ്ടു സാദ്ധ്യതയും വൈചിത്ര്യത്തെ അംഗീകരിക്കുന്നില്ല. ഡോ. അവാദിന്റെയും സംഘത്തിന്റെയും ഗവേഷണം വിരൽചൂണ്ടുന്നതു തുടക്കമില്ലാത്ത ഒരു പ്രപഞ്ചത്തിന്റെ സാദ്ധ്യതയിലേക്കാണ്. കാലത്തിൽ പിന്നിലേക്കുള്ള പ്രയാണം ഒരിക്കലും അവസാനിക്കില്ല.

മഹാവിസ്ഫോടനത്തെ മാറ്റിനിർത്തുന്നതിലുപരി സാമാന്യ ആപേക്ഷികതയ്ക്ക് പരിഷ്കരണം വരുത്തുന്നുവെന്നതാണ് റെയിൻബോ ഗ്രാവിറ്റി നേരിടുന്ന ഏറ്റവും വലിയ വിമർശനം. എന്നാൽ ലീ സ്മോളിനെപ്പോലെയുള്ള പ്രതിഭാശാലികൾ രൂപംകൊടുത്ത റിലേറ്റീവ് ലോക്കാലിറ്റി മാതൃകയുമായി റെയിൻബോ ഗ്രാവിറ്റി സംയോജിപ്പിച്ചുകൊണ്ടുള്ള സൈദ്ധാന്തിക ഗവേഷണവും ഇതിനിടെ ആരംഭിച്ചുകഴിഞ്ഞിട്ടുണ്ട്. ഈ മാതൃകയനുസരിച്ച് സ്ഥലകാലങ്ങളിൽ വ്യത്യസ്ത ലൊക്കേഷനുകളിലുള്ള നിരീക്ഷകർക്ക് സംഭവങ്ങൾ വ്യത്യസ്തമായാണ് അനുഭവപ്പെടുന്നത്. റെയിൻബോ ഗ്രാവിറ്റിയുടെ ആഴത്തിലുള്ള പഠനമാണ് റിലേറ്റീവ് ലോക്കാലിറ്റിയിൽ നടക്കുന്നത്.

മഹാവിസ്ഫോടനം സർവ്വതിന്റെയും തുടക്കമല്ലെന്നും അതിനു മുൻപ് എന്നുപയോഗിക്കുന്നതിൽ തെറ്റില്ലെന്നുമാണ് പുതിയ പഠനങ്ങൾ നല്കുന്ന സൂചന. മഹാവിസ്ഫോടന സിദ്ധാന്തത്തിന്റെ ഏറ്റവും പ്രധാനപ്പെട്ട തെളിവും സ്ഫോടനത്തിന്റെ അവശിഷ്ട ഊർജ്ജവുമാണെന്നു കരുതപ്പെടുന്ന പരഭാഗ വികിരണങ്ങൾക്ക് പ്രപഞ്ചത്തേക്കാൾ കൂടുതൽ പ്രായമുണ്ടെന്നാണ് പുതിയ കണ്ടെത്തൽ എത്തിനില്ക്കുന്നത്. 1965 ൽ അർനോ പെൻസിയാസ്, റോബർട്ട് വിത്സൻ എന്നിവർ ചേർന്ന് വളരെ

ആകസ്മികമായാണ് മൈക്രോവേവ് ബാന്റിലുള്ളതും പ്രപഞ്ചമാകെ വ്യാപിച്ചുകിടക്കുന്നതുമായ ഈ വികിരണങ്ങൾ കണ്ടെത്തിയത്. പരഭാഗ വികിരണങ്ങൾക്കുണ്ടാകുന്ന അപശ്രുതികൾ പഠിക്കുന്നതിനായി നാസ വിക്ഷേപിച്ച ഡബ്ല്യു-മാപ് സ്പേസ്ക്രാഫ്റ്റ് നിർമ്മിച്ച പരഭാഗ വികിരണങ്ങളുടെ ഗ്രാഫ് പരിശോധിച്ച ഓക്സ്ഫഡ് യൂണിവേഴ്സിറ്റിയിലെ ശാസ്ത്രജ്ഞർ ഗ്രാഫിൽ കണ്ടെത്തിയ വലയങ്ങൾ മഹാവിസ്ഫോടനത്തെത്തുടർന്നുണ്ടായതല്ലെന്നും അതിനും എത്രയോ മുമ്പ് ഉണ്ടായതാണെന്നും കണക്കുകൂട്ടി കണ്ടെത്തിയിട്ടുണ്ട്. ശാസ്ത്രസംഘത്തിന് നേതൃത്വംകൊടുത്ത സർ റോജർ പെൻറോസ് ഒരു ദശാബ്ദം മുമ്പെഴുതിയ *സൈക്കിൾസ് ഓഫ് ടൈം* എന്ന പുസ്തകത്തിലും കാലത്തിന് തുടക്കമില്ലെന്നു സൂചിപ്പിച്ചിരുന്നു. ഗ്രാഫിൽ കണ്ടെത്തിയ വലയങ്ങൾക്കു കാരണം അത്യധികം തീവ്രമായ ഗുരുത്വബലമാണെന്നാണ് ശാസ്ത്രജ്ഞരുടെ വാദം. ഇത്ര തീവ്രമായ ഗുരുത്വബലം പ്രദാനം ചെയ്യുന്നത് ഭീമൻ തമോഗർത്തങ്ങൾ ആയിരിക്കും. ഈ തമോഗർത്തങ്ങൾക്ക് നാം അധിവസിക്കുന്ന പ്രപഞ്ചത്തേക്കാൾ പ്രായമുണ്ടാകുമെന്നാണ് പെൻറോസിന്റെയും സംഘത്തിന്റെയും അഭിപ്രായം.

പരഭാഗ വികിരണങ്ങളെക്കുറിച്ച് പഠിക്കാനായി യൂറോപ്യൻ സ്പേസ് ഏജൻസി വിക്ഷേപിച്ച പ്ലാങ്ക് സ്പേസ്ക്രാഫ്റ്റും ഡബ്ല്യു-മാപ് കണ്ടെത്തിയതുപോലെയുള്ള അപശ്രുതികൾ വികിരണങ്ങളുടെ ഗ്രാഫിൽ കണ്ടെത്തിയിട്ടുണ്ട്. എന്നാൽ, പെൻറോസും സംഘവും കരുതുന്നതു പോലെ ഈ അപശ്രുതിക്ക് കാരണം തമോഗർത്തങ്ങളല്ലെന്നാണ് പ്ലാങ്ക് ശാസ്ത്രജ്ഞർ പറയുന്നത്. മറിച്ച് സമാന്തര പ്രപഞ്ചങ്ങൾ സൃഷ്ടിക്കുന്ന ശക്തമായ ഗുരുത്വബലമാണ് ഈ അപശ്രുതിക്ക് കാരണമാകുന്നതത്രേ! കേൾക്കുമ്പോൾ ഒരു കിറുക്കൻ ആശയമാണിതെന്നു തോന്നുന്നവർക്ക് കേംബ്രിഡ്ജ് യൂണിവേഴ്സിറ്റിയിലെ ആസ്ട്രോഫിസിക്സ് പ്രൊഫസറായ ജോർജ് എസ്താതിയോ കൃത്യമായ മറുപടി നല്കുന്നുണ്ട്. മഹാവിസ്ഫോടനമെന്നു കേട്ടാൽ നെറ്റിചുളിക്കാത്തവർക്ക് ഈ മാതൃകയും ഉൾക്കൊള്ളാൻ പ്രയാസമുണ്ടാകില്ലെന്നാണ് അദ്ദേഹത്തിന്റെ വാദം. 2005 ൽ നോർത്ത് കരോലിന യൂണിവേഴ്സിറ്റിയിലെ സൈദ്ധാന്തിക ഭൗതിക ശാസ്ത്രജ്ഞയായ ലോറ മെർസിനിയും കാർനഗി മെലൺ യൂണിവേഴ്സിറ്റിയിലെ അദ്ധ്യാപകനായ പ്രൊഫ. റിച്ചാർഡ് ഹാൾമാനും പരഭാഗ വികിരണങ്ങളുടെ അപശ്രുതിക്ക് കാരണം സമാന്തര പ്രപഞ്ചങ്ങളുടെ സാന്നിദ്ധ്യമാണെന്നു പ്രവചിച്ചിരുന്നു. ഇക്കഴിഞ്ഞ നവംബർ മാസത്തിൽ പ്ലാങ്ക് സ്പേസ്ക്രാഫ്റ്റിൽനിന്നു ലഭിച്ച വിവരങ്ങൾ തങ്ങളുടെ പ്രവചനം ശരിവച്ചിരിക്കുകയാണെന്നാണ് ലോറ മെർസിനി അവകാശപ്പെടുന്നത്. പെൻറോസും സംഘവും കരുതുന്നതുപോലെ തമോഗർത്തങ്ങൾ സൃഷ്ടിക്കുന്ന ഗുരുത്വക്ഷേത്രങ്ങൾ പരഭാഗ വികിരണങ്ങളിൽ അസ്വസ്ഥതകൾ സൃഷ്ടിക്കാമെന്ന പരികല്പന നിലനില്ക്കില്ലെന്നു തന്നെയാണ് നാസയിലെ ശാസ്ത്രജ്ഞരും പറയുന്നത്.

പരഭാഗവികിരണങ്ങളുടെ അസ്വസ്ഥതകൾക്ക് കാരണമന്വേഷിക്കുന്ന ഓക്സ്ഫഡ്-കേംബ്രിഡ്ജ് യൂണിവേഴ്സിറ്റികളിലെ ഗവേഷകർക്ക് ലഭിച്ച ഉത്തരങ്ങൾ വ്യത്യസ്തമായിരുന്നെങ്കിലും ഇതൊരു ഏക പ്രപഞ്ചമാണെന്ന ഒത്തുതീർപ്പിന് ഇരുവിഭാഗവും തയ്യാറല്ല. നിരവധി ലഘു സ്ഫോടനങ്ങളും നിരവധി ലഘു പ്രപഞ്ചങ്ങളുമുള്ള കുമിളാ പ്രപഞ്ചങ്ങളുടെ സാദ്ധ്യതയിലേക്ക് പെൻറോസ് വിരൽചൂണ്ടുമ്പോൾ പ്ലാങ്ക് ശാസ്ത്രജ്ഞർ സമാന്തര പ്രപഞ്ചങ്ങളുടെ സാദ്ധ്യതയാണ് അന്വേഷിക്കുന്നത്. ആധുനിക പ്രപഞ്ച വൈജ്ഞാനികരിലധികവും നിരവധി പ്രപഞ്ചങ്ങളുടെ സാദ്ധ്യത അംഗീകരിക്കുന്നവരുമാണ്.

മഹാവിസ്ഫോടന മാതൃകയിലെ ഏക പ്രപഞ്ചത്തിൽനിന്നു വിഭിന്നമാണെങ്കിലും പെൻറോസിന്റെയും സംഘത്തിന്റെയും മാതൃകകളിലും പ്രപഞ്ചം വികസിക്കുന്നുവെന്ന കാര്യത്തിൽ തർക്കമില്ല. സ്ലോൺ ഡിജിറ്റൽ സ്കൈ സർവ്വേയും ബേര്യോൺ അക്വോസ്റ്റിക് ഓസിലേഷൻ സ്പെക്ട്രോസ്കോപിക് സർവ്വേയും നല്കുന്ന സൂചനകളും പ്രപഞ്ചവികാസം ഒരിക്കലും അവസാനിക്കില്ലെന്നാണ്. എന്നാൽ അടുത്തിടെ ഇതിൽനിന്നും വിഭിന്നമായ മറ്റൊരു പരികല്പന ജർമ്മനിയിലെ ഹൈഡൽബെർഗ് യൂണിവേഴ്സിറ്റിയിലെ സൈദ്ധാന്തിക ഭൗതികജ്ഞനായ ക്രിസ്റ്റോഫ് വെറ്ററിച്ചും സംഘവും അവതരിപ്പിച്ചത് ശ്രദ്ധേയമാണ്. പ്രപഞ്ചം വികസിക്കുന്നില്ലെന്നും മൗലിക കണങ്ങൾക്കുണ്ടാകുന്ന പിണ്ഡവർദ്ധനവ് നിരീക്ഷകനുണ്ടാക്കുന്ന മിഥ്യാദർശനം മാത്രമാണ് പ്രപഞ്ചവികാസത്തിന്റെ തെളിവായി കണക്കാക്കുന്ന ചുമപ്പുനീക്കത്തിന് കാരണമെന്നുമാണ് വെറ്ററിച്ച് പറയുന്നത്.

ചുമപ്പുനീക്കവും നീലനീക്കവും നിരവധി ജ്യോതിശാസ്ത്രജ്ഞരുടെ ഗവേഷണ വിഷയങ്ങളാണ്. ഏതെങ്കിലുമൊരു ദ്രവ്യപിണ്ഡം നിരീക്ഷകനിൽ നിന്നകലുകയോ നിരീക്ഷകനെ സമീപിക്കുകയോ ചെയ്യുന്ന തോത് അളക്കുന്നതിനുള്ള മാനദണ്ഡമാണ് ഭഡോപ്ലർ ഷിഫ്റ്റിങ് എന്നറിയപ്പെടുന്ന ചുമപ്പ്, നീലനീക്കങ്ങൾ. പ്രകാശ സ്രോതസ്സ് നിരീക്ഷകനിൽ നിന്നകലുമ്പോൾ അതു ചുമപ്പുനീക്കമെന്നും നിരീക്ഷകനെ സമീപിക്കുമ്പോൾ നീലനീക്കമെന്നുമാണ് അറിയപ്പെടുന്നത്. ചലിച്ചുകൊണ്ടിരിക്കുന്ന ഒരു ദ്രവ്യപിണ്ഡം ആഗിരണം ചെയ്യുകയോ പുറത്തുവിടുകയോ ചെയ്യുന്ന വിദ്യുത്കാന്തിക തരംഗങ്ങളുടെ ആവൃത്തിയെ അടിസ്ഥാനമാക്കിയാണ് ഈ സങ്കേതം പ്രവർത്തിക്കുന്നത്. ഒരു പ്രകാശ സ്രോതസ്സ് ഭൂമിയിൽ നിന്ന് അകന്നുപോവുകയാണെങ്കിൽ അതിൽനിന്നു പുറപ്പെടുന്ന പ്രകാശ കിരണങ്ങളുടെ തരംഗദൈർഘ്യം വർദ്ധിക്കുകയും വിദ്യുത്കാന്തിക സ്പെക്ട്രത്തിലെ തരംഗദൈർഘ്യം കൂടിയ ഇൻഫ്രാ വേവ് ബാന്റിലേക്ക് നീങ്ങുകയും ചെയ്യും. ഇതാണ് ചുമപ്പുനീക്കം. ഇനി പ്രകാശ സ്രോതസ്സ് ഭൂമിയെ സമീപിക്കുകയാണെങ്കിൽ പ്രകാശകിരണങ്ങളുടെ തരംഗദൈർഘ്യം കുറഞ്ഞ് അൾട്രാവയലറ്റ് വേവ് ബാന്റിലേക്കും നീങ്ങും. ഇതാണ് നീലനീക്കം. പ്രപഞ്ചത്തിലെ വിദൂര ഗാലക്സികളെല്ലാം ശക്തമായ ചുമപ്പു

നീക്കം കാണിക്കുന്നുണ്ട്. നക്ഷത്രസമൂഹങ്ങൾക്ക് നിരീക്ഷകനിൽനിന്നുള്ള അകലം കൂടുന്നതിനനുസരിച്ച് ചുമപ്പുനീക്കവും ശക്തമാകും. വികസിക്കുന്ന പ്രപഞ്ചമാതൃകയ്ക്ക് ഏറ്റവും ശക്തമായ പിൻതുണയാണ് ഡോപ്ലർ പ്രഭാവം പ്രധാനം ചെയ്യുന്നത്.

ഇനി ക്രിസ്റ്റോഫ് വെറ്റെറിച്ച് എന്താണു പറയുന്നതെന്നു നോക്കാം. ആറ്റങ്ങളിൽനിന്ന് ഉത്സർജ്ജിക്കപ്പെടുന്ന വിദ്യുത്കാന്തികവികിരണങ്ങളുടെ സവിശേഷതകൾ അവയിലടങ്ങിയിരിക്കുന്ന മൗലിക കണങ്ങളുടെ, വിശേഷിച്ചും ഇലക്ട്രോണുകളുടെ പിണ്ഡത്തെ ആശ്രയിച്ചാണ് നിർണ്ണയിക്കുന്നത്. മൗലിക കണങ്ങളുടെ പിണ്ഡം വർദ്ധിക്കുന്നതിനനുസരിച്ച് ആറ്റങ്ങളിൽനിന്ന് ഉത്സർജ്ജിക്കപ്പെടുന്ന വികിരണങ്ങളുടെ ഊർജ്ജവും വർദ്ധിക്കും. ഇതുതന്നെയാണ് നീലനീക്കത്തിലും സംഭവിക്കുന്നത്. തരംഗങ്ങളുടെ ഊർജ്ജം വർദ്ധിക്കുകയെന്നാൽ അവയുടെ തരംഗദൈർഘ്യം കുറഞ്ഞ് അൾട്രാവയലറ്റ് ശ്രേണിയിലേക്ക് നീങ്ങുകയാണ്. ഇനി മൗലിക കണങ്ങളുടെ പിണ്ഡം കുറയുന്ന സാദ്ധ്യത പരിശോധിക്കാം. പിണ്ഡം കുറഞ്ഞ മൗലിക കണങ്ങൾ ഉത്സർജ്ജിക്കുന്ന പ്രകാശ തരംഗങ്ങളുടെ ഊർജ്ജനിലയും കുറവായിരിക്കും. ഊർജ്ജനില കുറയുന്നതിനനുസരിച്ച് തരംഗദൈർഘ്യം വർദ്ധിച്ച് ഇൻഫ്രാറെഡ് ശ്രേണിയിലേക്ക് നീങ്ങും. ഇതുതന്നെയാണ് ചുമപ്പുനീക്കം. ഇവിടെയാണ് ക്രിസ്റ്റോഫ് വെറ്റെറിച്ചിന്റെ വാദം ശക്തമാകുന്നത്. പ്രകാശവേഗത സമയത്തെ ആധാരമാക്കിയുള്ള ഒരു ക്ലിപ്തസംഖ്യയാണ്. ഒരു വിദൂര നക്ഷത്രസമൂഹത്തെ നോക്കുന്ന ഭൂമിയിലുള്ള നിരീക്ഷകൻ ലക്ഷങ്ങളോ കോടികളോ വർഷങ്ങൾക്ക് മുമ്പുള്ള നക്ഷത്രസമൂഹത്തെയാണ് കാണുന്നത്. ചതുർമ്മാനങ്ങളിൽ നിലനില്ക്കുന്ന മനുഷ്യനുൾപ്പെടെയുള്ള ത്രിമാന ജീവന് ഭൂതകാലം മാത്രമേ കാണാൻ കഴിയുകയുള്ളൂ. കൂടുതൽ ദൂരേക്ക് നോക്കുമ്പോൾ കാണുന്നത് പ്രപഞ്ചത്തിന്റെ ഭൂതകാലമാണ്. വിദൂര നക്ഷത്രസമൂഹങ്ങൾ പ്രദർശിപ്പിക്കുന്ന ചുമപ്പുനീക്കം അവ അകന്നുപൊയ്ക്കൊണ്ടിരിക്കുന്നതിന്റെ സൂചനയാകണമെന്നില്ല. കോടിക്കണക്കിന് വർഷങ്ങൾക്ക് മുമ്പ് പിണ്ഡം കുറഞ്ഞ ഒരു മൗലിക കണങ്ങൾകൊണ്ടു നിർമ്മിക്കപ്പെട്ട ദ്രവ്യരൂപങ്ങൾ ഉത്സർജ്ജിച്ച തരംഗദൈർഘ്യം കൂടിയ പ്രകാശമാണ് ഇന്ന് നിരീക്ഷകന് ദൃശ്യമാകുന്നത്. ഇതൊരിക്കലും ഗാലക്സികളുടെ ചുമപ്പുനീക്കമായി കണക്കാക്കാൻ കഴിയില്ല. നാം ജീവിക്കുന്ന ഈ മഹാപ്രപഞ്ചം സ്ഥിരമാണ്. അതൊരിക്കലും വികസിക്കുന്നില്ലെന്നും ഒരുപക്ഷേ, സങ്കോചിക്കാനാരംഭിച്ചിട്ടുണ്ടെന്നുമാണ് ക്രിസ്റ്റോഫ് വാദിക്കുന്നത്. അതിന്റെ സൂചനയാണത്രേ മൗലിക കണങ്ങൾക്കുണ്ടാകുന്ന ഭാരവർദ്ധനവ്.

ക്രിസ്റ്റോഫിന്റെ വാദങ്ങൾ ഗംഭീരമാണെങ്കിലും അതൊരിക്കലും പരീക്ഷണശാലയിൽ വച്ച് തെളിയിക്കാൻ കഴിയില്ലെന്നുള്ള പരിമിതിയുണ്ട്. കാരണം ഭാരമെന്നത് അളക്കുന്നതിനുള്ള ഒരു മാനദണ്ഡമാണ്. മറ്റേതെങ്കിലും ഒന്നിനോട് ആപേക്ഷികമായി മാത്രമേ അളക്കാൻ കഴിയുകയുള്ളൂ. ക്രിസ്റ്റോഫിന്റെ വാദമനുസരിച്ച് പ്രപഞ്ചത്തിലുള്ളതിനെല്ലാം ഭാരം വർ

ദ്ധിക്കുകയാണെങ്കിൽ മൗലിക കണങ്ങളുടെ ഭാരവർദ്ധനവ് തിരിച്ചറിയാൻ കഴിയില്ല. കിലോഗ്രാമെന്ന സങ്കല്പത്തിനു തന്നെ ഭാരവർദ്ധനവുണ്ടായാൽ അളക്കപ്പെടുന്ന വസ്തുക്കളുടെ ഭാരവർദ്ധനവ് തിരിച്ചറിയാൻ കഴിയാത്തതുപോലെ. എന്നാൽ, ക്രിസ്റ്റോഫ് വെറ്ററിച്ചിന്റെ വാദങ്ങൾക്ക് ബലം നല്കുന്ന പുതിയ ചില കണ്ടെത്തലും ഇതിനിടെ ഉണ്ടായിട്ടുണ്ട്. പ്ലാങ്ക് സ്പേസ്ക്രാഫ്റ്റ് പരഭാഗ വികിരണങ്ങളിൽ നടത്തിയ നിരീക്ഷണങ്ങളിൽ പ്രപഞ്ചവികാസ നിരക്ക് (ഹബിൾ സ്ഥിരാങ്കം) കുറയുന്നതായി കണ്ടെത്തിയിരുന്നു. പ്രപഞ്ചവികാസ നിരക്ക് 67.3 കിലോമീറ്റർ/സെക്കന്റ്/മെഗാപാർസെക് ആണെന്നാണ് പുതിയ കണ്ടെത്തൽ. മുമ്പ് കരുതിയിരുന്നതു പോലെ 73.3 km/s/mpc അല്ല. ഹബിൾ സ്ഥിരാങ്കത്തിന്റെ ഇടയ്ക്കിടെ വരുത്തുന്ന മാറ്റങ്ങൾ പ്രപഞ്ചവികാസത്തിന്റെ പിന്നിലുള്ള ദുരൂഹതയ്ക്ക് ആക്കംകൂട്ടുന്നുണ്ട്. സമീപകാലത്തൊന്നും എത്തിച്ചേരാത്ത ഏറ്റവും ഉയർന്ന മൂല്യത്തിൽനിന്നും വളരെ പിന്നാക്കം പോകുന്ന തരത്തിലുള്ള വ്യതിചലനങ്ങൾ ഉണ്ടാകുന്നതും ക്രിസ്റ്റോഫ് വെറ്ററിച്ചിനെപ്പോലെ പ്രപഞ്ചവികാസത്തെ എതിർക്കുന്നവരുടെ വാദങ്ങൾക്ക് ബലം നല്കുന്നുണ്ട്.

1948 ലാണ് ജോർജ് ഗാമോവ് മഹാവിസ്ഫോടന മാതൃകയെ ഒരു സിദ്ധാന്തമായി അവതരിപ്പിച്ചത്. അന്നുമുതൽ തന്നെ അതിന്റെ സാധുതയും ചോദ്യംചെയ്യപ്പെട്ടു തുടങ്ങിയിരുന്നു. ഫ്രെഡ് ഹോയ്ൽ, ഹെർമൻ ബ്രോണ്ടി, തോമസ് ഗോൾഡ് എന്നിവർ ചേർന്ന് രൂപംകൊടുത്ത സ്ഥിരസ്ഥിതി പ്രപഞ്ചമാതൃകയായിരുന്നു മഹാവിസ്ഫോടന സിദ്ധാന്തത്തിന്റെ മുഖ്യ എതിരാളി. ലമൈത്രയുടെയും ഗാമോവിന്റെയും മഹാവിസ്ഫോടനത്തേക്കാൾ നാസ്തികരായ തത്വചിന്തകരെ ആകർഷിച്ചത് സ്ഥിരസ്ഥിതി പ്രപഞ്ച മാതൃകയായിരുന്നു. തുടക്കവും ഒടുക്കവും ഒന്നുമില്ലെങ്കിൽപ്പിന്നെ പ്രപഞ്ചത്തിന് ഒരു സ്രഷ്ടാവിന്റെ ആവശ്യമില്ലല്ലോ. എന്നാൽ, മഹാവിസ്ഫോടനത്തിൽ പ്രപഞ്ചത്തിനൊരു തുടക്കമുണ്ട്. ക്വാണ്ടം ആന്ദോളനങ്ങളാണെങ്കിലും വൈചിത്ര്യമാണെങ്കിലും അതിനു പിന്നിൽ സ്രഷ്ടാവിനെ തിരുകിക്കയറ്റാൻ വേണ്ടുവോളം ഇടമുള്ളതുകൊണ്ട് ക്രിസ്തുമത നേതൃത്വത്തിന് ഈ മാതൃക സ്വീകാര്യമായി. 1952 ൽ പയസ് പന്ത്രണ്ടാമൻ മാർപാപ്പ മഹാവിസ്ഫോടന മാതൃക ക്രിസ്ത്യൻ മതപ്രമാണങ്ങൾക്ക് എതിരല്ലെന്നും അതംഗീകരിക്കുന്നതിൽ തെറ്റില്ലെന്നും പ്രഖ്യാപിച്ചു. സ്ഥിരസ്ഥിതി പ്രപഞ്ച മാതൃകയ്ക്ക് ഒരുതരം കമ്യൂണിസ്റ്റ് ഗന്ധമാണുള്ളതത്രേ! ജോർജ് ഗാമോവിന്റെ അഭിപ്രായവും ഇതുതന്നെയായിരുന്നു. എന്നാൽ, സോവിയറ്റ് ജ്യോതിശാസ്ത്രജ്ഞർ ഈ രണ്ടു മാതൃകകളും പൂർണ്ണമായി അംഗീകരിച്ചിരുന്നില്ല. പ്രപഞ്ചദ്രവ്യത്തിന്റെ രൂപീകരണവും ദ്രവ്യ-ഊർജ്ജ സംതുലനം വിവരിക്കുന്നതിലും സ്ഥിരസ്ഥിതി പ്രപഞ്ചമാതൃകയ്ക്കായിരുന്നു വിജയം. എന്നാൽ, ഗാലക്സികളുടെ പ്രായം സംബന്ധിച്ചും രാസമൂലകങ്ങളുടെ വിതരണം സംബന്ധിച്ചും മഹാവിസ്ഫോടന മാതൃക അവതരിപ്പിച്ച ചിത്രമാണ് കൂടുതൽ വിശ്വസനീയം. കൂടു

തൽ ദൂരെയുള്ള ഗാലക്സികൾ കൂടുതൽ പ്രായമുള്ളവയാണെന്ന കണ്ടെത്തൽ കൂടി വന്നതോടെ സ്ഥിരസ്ഥിതി പ്രപഞ്ചമാതൃകയിൽ ചില മാറ്റങ്ങൾ വരുത്താൻ അതിന്റെ സ്രഷ്ടാക്കളെ പ്രേരിപ്പിക്കുകയുണ്ടായി. ഈ രണ്ടു മാതൃകകളും തങ്ങളുടെ വാദങ്ങൾ ബലപ്പെടുത്തി മുന്നേറുമ്പോഴായിരുന്നു 1965 ൽ പെൻസിയാസും വിത്സനും ചേർന്ന് ആകസ്മികമായി പരഭാഗവികിരണങ്ങൾ കണ്ടെത്തുന്നത്. പരഭാഗവികിരണങ്ങൾ മഹാവിസ്ഫോടനത്തിന്റെ അവശിഷ്ട ഊർജ്ജമാണെന്നു സ്ഥാപിക്കാൻ കഴിഞ്ഞത് മഹാവിസ്ഫോടന മാതൃകയുടെ സ്വീകാര്യത പലമടങ്ങ് വർദ്ധിപ്പിച്ചു.

സ്ഥിരസ്ഥിതി പ്രപഞ്ചമാതൃകയ്ക്കുണ്ടായ തിരിച്ചടിയിൽനിന്ന് കരകയറുന്നതിനുള്ള ശ്രമങ്ങളും ഇതിനിടെ ഉണ്ടായിട്ടുണ്ട്. ഫ്രെഡ് ഹോയിൽ, ജയന്ത് നർലിക്കർ, ജെഫ്രി ബാർബ്രിഡ്ജ് എന്നിവർ ചേർന്ന് 1993–95 കാലഘട്ടത്തിൽ സ്ഥിരസ്ഥിതി പ്രപഞ്ചമാതൃകയിൽ ചില ഭേദഗതികൾ വരുത്തി അവതരിപ്പിച്ച ക്വാസി–സ്റ്റെഡി സ്റ്റേറ്റ് കോസ്മോളജി അവയിൽ എടുത്തുപറയേണ്ടൊരു നീക്കമാണ്. പരമ്പരാഗത സ്ഥിരസ്ഥിതി പ്രപഞ്ചമാതൃകയിൽനിന്നും മഹാവിസ്ഫോടന മാതൃകയിൽനിന്നും വ്യക്തമായ അകലം സൃഷ്ടിക്കുന്ന ഈ പ്രപഞ്ച ചിത്രീകരണത്തിൽ ഭബിഗ് ബാങ് അശാസ്ത്രീയമാണെന്ന കാര്യത്തിൽ ഒരൊത്തുതീർപ്പുമില്ല. ഉന്നത താപനിലയിൽ നിലനില്ക്കുന്ന ഒരു നിത്യപ്രപഞ്ചത്തിൽനിന്ന് കുമിളകൾ പോലെ ഉയർന്നുവരുന്ന ചെറുപ്രപഞ്ചങ്ങളിലൊന്നിലാണ് നാം അധിവസിക്കുന്നത്. ക്വാസി സ്റ്റെഡി സ്റ്റേറ്റ് മാതൃകയനുസരിച്ച് പ്രപഞ്ചം ഒരേ സമയം നിത്യവും സൃഷ്ടിപരവുമാണ്. പ്രപഞ്ചത്തിലെ ഋണമർദ്ദം ഊർജ്ജ സംരക്ഷണ നിയമത്തിന് വിള്ളലുകളുണ്ടാക്കാതെ തന്നെ ദ്രവ്യസൃഷ്ടിക്ക് കാരണമാകും. മഹാവിസ്ഫോടനമല്ല, ലഘുവിസ്ഫോടനങ്ങളാണ് ദ്രവ്യസൃഷ്ടിക്കു കാരണമെന്നും ഇത് ഇടയ്ക്കിടെ സംഭവിക്കുന്നുണ്ടെന്നുമാണ് ജയന്ത് നർലിക്കറും സംഘവും വാദിക്കുന്നത്. പ്രപഞ്ചം വികസിക്കുന്നുണ്ടെന്ന് ആർക്കെങ്കിലും പറയാൻ കഴിയുമെങ്കിൽ അത് ദ്രവ്യസൃഷ്ടിയെ മാത്രം ആധാരമാക്കിയാണ്. എന്നാൽ, ഈ വികസനം ഒരു ലഘു കാലഗണനയിൽ മാത്രം ഒതുങ്ങിനില്ക്കുന്നതും ഒരു നിത്യപ്രപഞ്ചത്തിൽ അളക്കാൻ കഴിയുന്നതിലും ചെറുതുമാണ്.

മഹാവിസ്ഫോടന മാതൃക ആവശ്യപ്പെടുന്നതുപോലെയുള്ള ഒരു നോൺ ബേര്യോണിക് ഡാർക് മാറ്ററിന്റെ വലിയ സാന്നിദ്ധ്യമൊന്നും ക്വാസി സ്റ്റെഡി സ്റ്റേറ്റ് മാതൃകയ്ക്ക് ആവശ്യമില്ല. ഈ മാതൃകയ്ക്ക് പരമ്പരാഗത മഹാവിസ്ഫോടന മാതൃകയുമായി പിണക്കം ആരംഭിക്കുന്നത് ഗാലക്സി രൂപീകരണവുമായി ബന്ധപ്പെട്ടാണ്. മഹാവിസ്ഫോടന സിദ്ധാന്ത പ്രകാരം പ്രപഞ്ചത്തിൽ ഏതു കാലത്തും നക്ഷത്രസമൂഹങ്ങൾ സൃഷ്ടിക്കപ്പെടാൻ സാദ്ധ്യതയുണ്ട്. കൂടാതെ ഓരോ നക്ഷത്രസമൂഹത്തിലും വ്യത്യസ്ത പ്രായത്തിലുള്ള നക്ഷത്രങ്ങളുമുണ്ടാകും. അങ്ങനെ വരുമ്പോൾ നാലായിരം കോടി വർഷങ്ങൾവരെ പ്രായമുള്ള നക്ഷത്രങ്ങൾ നക്ഷത്രസമൂഹങ്ങളിലുണ്ടാകും. ഇത് മഹാവിസ്ഫോടനത്തിന്റെ പ്രായ

ത്തേക്കാൾ അധികമാണ്. അതു മാത്രമല്ല, ചുമപ്പുനീക്കമെന്നു പറയുന്ന പ്രതിഭാസം പലപ്പോഴും യുക്തിക്ക് നിരക്കുന്നതല്ലെന്നും ക്വാസി സ്റ്റെഡി സ്റ്റേറ്റ് മാതൃകയുടെ വക്താക്കൾ സമർത്ഥിക്കുന്നു.

ഇതിനിടെ മഹാവിസ്ഫോടന മാതൃകയ്ക്കെതിരെ ചില ക്വാണ്ടം കോസ്മോളജിസ്റ്റുകളുടെ പടപ്പുറപ്പാട് തുടങ്ങിയിട്ടുണ്ട്. ഓസ്ട്രേലിയയിലെ മെൽബൺ യൂണിവേഴ്സിറ്റിയിലെ ഗവേഷകനായ ജെയിംസ് ക്വാക്കിന്റെ നേതൃത്വത്തിലുള്ള ശാസ്ത്രജ്ഞർ ഹോട്ട് ബിഗ് ബാങ് മാതൃക തിരുത്തിയെഴുതാനുള്ള പരിശ്രമത്തിലാണ്. ചൂടുപിടിച്ച ഒരു പൊട്ടിത്തെറിയല്ല, മറിച്ച് നിയതമായ ആകൃതിയില്ലാത്ത ദ്രാവകം തണുത്ത് പരലുകളാകുന്നതുപോലെ (crystallisation) യാണ് പ്രപഞ്ചം രൂപംകൊണ്ടതെന്നാണ് അവരുടെ വാദം. മഹാവിസ്ഫോടനമല്ല, ഒരു മഹാ ഖനീഭവിക്കലാണത്രേ (Big Freeze) സംഭവിച്ചത്. സ്പേസ് ഐക്യരൂപമുള്ളതും തുടർച്ചയായതുമായ ഒരു തിരശ്ശീലയല്ലെന്നും അതിസൂക്ഷ്മമായ നിരവധി ബിൽഡിങ് ബ്ലോക്കുകൾ ചേർന്നതാണെന്നുമാണ് ഈ മാതൃകയിൽ പറയുന്നത്. പ്ലാങ്ക് മാനങ്ങളിലുള്ള (1.6x10^-35 M) ഈ ബിൽഡിങ് ബ്ലോക്കുകൾ നിരീക്ഷിക്കാൻ കഴിയില്ല. ക്വാണ്ടം ഗ്രാഫിറ്റിയെന്ന ഗണിത പ്രമാണങ്ങളുടെ അടിത്തറയിലാണ് ഡോ. ക്വാക്കിന്റെയും സംഘത്തിന്റെയും ബിഗ് ഫ്രീസ് സിദ്ധാന്തം പണിതുയർത്തുന്നത്. 2006 ൽ കാനഡയിലെ പെരിമീറ്റർ ഇൻസ്റ്റിറ്റ്യൂട്ട് ഓഫ് തിയററ്റിക്കൽ ഫിസിക്സിലെ ഗവേഷകരാണ് ക്വാണ്ടം ഗ്രാഫിറ്റിയെന്ന പുതിയ ക്വാണ്ടം കോസ്മോളജി സിദ്ധാന്തം അവതരിപ്പിച്ചത്. ഈ ഗണിത മാതൃകയിൽ സ്ഥലകാലങ്ങൾ ഒരു ഗ്രാഫിലെ അക്ഷങ്ങൾ പോലെയാണ് ചിത്രീകരിച്ചിരിക്കുന്നത്. പ്രപഞ്ചോല്പത്തിയുടെ ആദ്യ നിമിഷങ്ങളിലെ ഉന്നത താപനിലയിൽ ഗ്രാഫിലെ നോഡുകൾ ക്രമരഹിതമായാണ് ബന്ധിച്ചിരിക്കുന്നത്. അതിനർത്ഥം സ്ഥലകാലങ്ങൾ രൂപപ്പെട്ടിട്ടില്ലെന്നും നിർവ്വചിക്കാൻ കഴിയില്ലെന്നുമാണ്. ദ്രാവകപ്രപഞ്ചത്തിന്റെ താപനില കുറഞ്ഞ് ക്രിസ്റ്റലീകരണം നടക്കുന്നതോടെ നോഡുകൾ തമ്മിലുള്ള ബന്ധം ക്രമീകരിക്കപ്പെടുകയും തുടർച്ചയുള്ളതുമാകും. ഇവിടെ വച്ചാണ് സ്ഥലകാലങ്ങൾ രൂപീകരിക്കപ്പെടുന്നത്. സ്ഥൂലപ്രപഞ്ചത്തിൽനിന്നും സൂക്ഷ്മപ്രപഞ്ചത്തിലെത്തുമ്പോൾ സ്പേസിനുണ്ടാകുന്ന ക്രമഭംഗം സ്പേസിന്റെ നൈരന്തര്യമില്ലായ്മയാണ് വരച്ചുകാണിക്കുന്നത്. കോസ്മിക് ഇൻഫ്ളേഷൻ, ചക്രവാള പ്രഹേളിക, പരഭാഗ വികിരണങ്ങളുടെ അപശ്രുതി എന്നിങ്ങനെ പരമ്പരാഗത മഹാവിസ്ഫോടന മാതൃക നേരിടുന്ന പ്രശ്നങ്ങൾക്കെല്ലാം ഈ മാതൃകയിൽ കൃത്യമായ മറുപടി നല്കാൻ കഴിയും. ക്വാക്കിന്റെ ബിഗ് ഫ്രീസ് മാതൃക അതിന്റെ പണിപ്പുരയിലാണ്. നാളെ ഒരുപക്ഷേ, ബിഗ് ബാങ് എന്നതിനു പകരം ബിഗ് ഫ്രീസ് എന്നായിരിക്കും പറയുക.

സമാന്തര പ്രപഞ്ചങ്ങളുടെ ഇടനാഴികൾ

സൈദ്ധാന്തിക ഭൗതികത്തിൽ ഇന്നു നിലനില്ക്കുന്ന ഏറ്റവും വലിയ പ്രഹേളിക എന്താണെന്നു ചോദിച്ചാൽ അതിനൊരു ഉത്തരമേ ഉണ്ടാകൂ. തമോദ്വാരങ്ങളിലെ വിവരനഷ്ട വിരോധാഭാസം (Black hole Information loss paradox). എന്നാൽ ഇനി ഈ പ്രഹേളികയ്ക്ക് ഉത്തരം ലഭിക്കുമെന്നാണ് ശാസ്ത്രലോകത്തുനിന്നു ലഭിക്കുന്ന സൂചന. വിഖ്യാത ഗണിതശാസ്ത്രജ്ഞനായ സ്റ്റീഫൻ ഹോക്കിങ്, സ്റ്റോക്ക്ഹോമിലെ കെ ടി എച്ച് റോയൽ ഇൻസ്റ്റിറ്റ്യൂട്ട് ഓഫ് ടെക്നോളജിയിൽ 2016 ൽ നടത്തിയ എട്ടു മിനിറ്റ് നീണ്ട പ്രഭാഷണത്തിലാണ് ഈ പ്രഹേളിക താൻ പരിഹരിച്ചതായി അവകാശപ്പെട്ടത്. രണ്ടു പരിഹാരനിർദ്ദേശങ്ങളാണ് ഹോക്കിങ് മുന്നോട്ടുവയ്ക്കുന്നത്. കേംബ്രിഡ്ജ് പ്രൊഫസർ മാൽക്കം പെറി, ഹാർവാർഡ് പ്രൊഫസർ ആൻഡ്രൂ സ്ട്രോംബെർഗ് എന്നീ ശാസ്ത്രജ്ഞരും ഹോക്കിങ്ങിനൊപ്പമുണ്ട്. ഹോക്കിങ്ങിന്റെ പരിഹാര നിർദ്ദേശത്തെ ശാസ്ത്രലോകം ഗൗരവത്തോടെയാണ് കാണുന്നത്. കൂടുതൽ സൈദ്ധാന്തിക ഗവേഷണങ്ങൾക്കു ശേഷമേ ഹോക്കിങ്ങിന്റെ പരിഹാരനിർദ്ദേശത്തെ ഒരു സിദ്ധാന്തമായി സ്വീകരിക്കുകയുള്ളൂ. കാൾടെക്കിലെ ഷാൻ കരോൾ, കാലിഫോർണിയ യൂണിവേഴ്സിറ്റിയിലെ ജോസഫ് പോൾഷിൻസ്കി എന്നീ പ്രമുഖ ശാസ്ത്രജ്ഞരും ഈ കണ്ടെത്തലിൽ താല്പര്യം കാണിക്കുന്നുണ്ട്. ഹോക്കിങ്ങിന്റെ നിർദ്ദേശം അംഗീകരിക്കപ്പെട്ടാൽ അത് കഴിഞ്ഞ ഏതാനും ദശാബ്ദങ്ങളായി ഭൗതികശാസ്ത്രജ്ഞരുടെ ഉറക്കം നശിപ്പിച്ചിരുന്ന പ്രഹേളികയ്ക്കു പരിഹാരമാകും.

ജ്യോതിശാസ്ത്രവുമായും ഭൗതികശാസ്ത്രവുമായും അത്ര ബന്ധമില്ലാത്തവർക്കു പോലും തമോദ്വാരങ്ങൾ എന്ന പേര് സുപരിചിതമായി

രിക്കും. വലിയ നക്ഷത്രങ്ങൾക്ക് അവയുടെ ജീവിതാന്ത്യത്തിൽ സംഭവിക്കുന്ന അവസ്ഥാപരിണാമമാണ് തമോദ്വാരം എന്നു പൊതുവെ പറയാം. ഗുരുത്വവലിവുമൂലം തകർന്നടിയുന്ന നക്ഷത്രക്കാമ്പ് സങ്കോചിച്ച് ഒരു ബിന്ദുവിലേക്കൊതുങ്ങുന്നു. പ്രകാശത്തിനുപോലും രക്ഷപ്പെടാൻ കഴിയാത്ത വിധം തീവ്രമായ നിഷ്ക്രമണ പ്രവേഗമുള്ള (Escape velocity) ഈ ജ്യോതിശാസ്ത്ര പ്രതിഭാസത്തെ അതുകൊണ്ടുതന്നെ പ്രതിഫലിക്കുന്നതോ, ഉത്സർജ്ജിക്കുന്നതോ ആയ പ്രകാശകിരണങ്ങൾ ഉപയോഗിച്ച് കണ്ടെത്താൻ കഴിയില്ല. തമോദ്വാരത്തിന്റെ അതിർത്തിയായ സംഭവ ചക്രവാളത്തിന്റെ (Event horizon) ഉള്ളിൽ നടക്കുന്നത് എന്താണെന്ന് ഒരു ബാഹ്യനിരീക്ഷകന് ഒരിക്കലും ദൃശ്യമാകില്ല. അതുകൊണ്ടാണ് ഈ പ്രതിഭാസത്തെ തമോദ്വാരം എന്നു വിളിക്കുന്നത്.

1974 ൽ സ്റ്റീഫൻ ഹോക്കിങ് അവതരിപ്പിച്ച സിദ്ധാന്തത്തിൽ തമോദ്വാരങ്ങൾക്ക് താപനില ഉണ്ടെന്നും അവ വികിരണങ്ങൾ ഉത്സർജ്ജിക്കുന്നുണ്ടെന്നും തെളിയിച്ചിരുന്നു. ഹോക്കിങ് വികിരണങ്ങൾ (Hawking Radiation) എന്നാണീ കണികാ പ്രവാഹം അറിയപ്പെടുന്നത്. ക്വാണ്ടം പ്രഭാവങ്ങൾ കാരണം ഒരു തമോദ്വാരം പുറന്തള്ളുന്ന ബ്ലാക്ക് ബോഡി വർണ്ണരാജിയിൽപ്പെട്ട വികിരണങ്ങളാണിത്. ഇങ്ങനെ വികിരണങ്ങൾ ഉത്സർജ്ജിക്കുന്ന തമോദ്വാരങ്ങൾ ക്രമേണ ബാഷ്പീകരിച്ചു പോകും. എന്നാൽ അവിടെയാണ് പ്രശ്നങ്ങൾ ആരംഭിക്കുന്നത്. അക്കാലമത്രയും തമോദ്വാരങ്ങൾ വിഴുങ്ങിയ നക്ഷത്രദ്രവ്യത്തിനും മറ്റു വസ്തുക്കൾക്കും എന്താണ് സംഭവിക്കുന്നത്? ദ്രവ്യവും ഊർജ്ജവും നഷ്ടപ്പെടാൻ കഴിയില്ല. അത് സംരക്ഷണ നിയമങ്ങൾക്കെതിരാണ്. അപ്രത്യക്ഷമായാലും തടവിൽ കിടന്നാലും അത് ക്വാണ്ടം ബലതന്ത്രത്തിന്റെ നിയമങ്ങൾക്കുമെതിരാകും.

ഇനി ഹോക്കിങ്ങിന്റെ പരിഹാരനിർദ്ദേശങ്ങൾ എന്താണെന്നു പരിശോധിക്കാം. തമോദ്വാരങ്ങൾ വിഴുങ്ങുന്ന വസ്തുക്കൾ (Informations) യഥാർത്ഥത്തിൽ തമോദ്വാരത്തിന്റെ കേന്ദ്രമായ സിംഗുലാരിറ്റിയിൽ എത്തുന്നില്ല. അവ സംഭവചക്രവാളമെന്ന അതിർത്തിയിൽ വച്ച് ഛിന്നഭിന്നമാക്കപ്പെടുകയും ഒരു ദ്വിമാന ഹോളോഗ്രാമായി തിരിച്ചെടുക്കാൻ കഴിയാത്ത വിധം വിന്യസിപ്പിക്കപ്പെടുകയാണ്. `സൂപ്പർ ട്രാൻസിലേഷൻ' എന്നാണീ പ്രതിഭാസത്തെ വിളിക്കുന്നത്. ഒരു പുസ്തകം കത്തിച്ചുകഴിഞ്ഞാൽ അതിലുള്ള വിവരങ്ങൾ തിരിച്ചെടുക്കാൻ കഴിയാത്തതിനു സമാനമാണ് ഈ പ്രതിഭാസം. ദ്വിമാന ഹോളോഗ്രാമിൽ വിന്യസിച്ചിരിക്കുന്ന വിവരങ്ങൾ ക്വാണ്ടം ആന്ദോളനങ്ങളുടെ രൂപത്തിലാണ്. അവ ഡീകോഡ് ചെയ്യാൻ കഴിയില്ല. ഹോക്കിങ്ങിന്റെ നിർദ്ദേശം ക്വാണ്ടം ഭൗതികത്തിലെ അനിശ്ചിതത്വ സിദ്ധാന്തത്തെ (Uncertainty principle) മറികടക്കുന്നില്ല എന്നതും ശ്രദ്ധേയമാണ്.

ഹോക്കിങ്ങിന്റെ രണ്ടാമത്തെ നിർദ്ദേശം കുറേക്കൂടി കൗതുകകര

മാണ്. തമോദ്വാരങ്ങൾ മറ്റു പ്രപഞ്ചങ്ങളിലേക്കുള്ള ഇടനാഴികളാകാമെന്നാണ് അദ്ദേഹം പറയുന്നത്. ഒരു ടണലിന്റെ ആകൃതിയിലുള്ള ഈ ഇടനാഴിയുടെ മറുവശം ഒരു ശ്വേതദ്വാരം (White hole) ആയിരിക്കും. തമോദ്വാരം പിടിച്ചെടുക്കുന്ന ദ്രവ്യവും ഊർജ്ജവുമെല്ലാം ശ്വേതദ്വാരം മറ്റൊരു പ്രപഞ്ചത്തിലേക്ക് പുറന്തള്ളും. തമോദ്വാരത്തിന്റെ വിപരീത പ്രതിഭാസമാണ് ശ്വേതദ്വാരം. എന്നാൽ ഇതിലൂടെ തിരിച്ചൊരു യാത്ര സാദ്ധ്യമല്ല.

ഐൻസ്റ്റൈന്റെ ആപേക്ഷികതാ പ്രമാണങ്ങൾ അനുസരിച്ച് സൈദ്ധാന്തികമായി തെളിയിക്കാൻ കഴിയുമെങ്കിലും ശ്വേതദ്വാരങ്ങൾക്ക് നിരീക്ഷണത്തെളിവുകളൊന്നും ഇതുവരെ ലഭിച്ചിട്ടില്ല. എന്നാൽ ശ്വേതദ്വാരങ്ങൾ ഭൗതികനിയമങ്ങൾ ലംഘിക്കുന്നില്ല എന്നതും ശ്രദ്ധേയമാണ്. ചില പ്രപഞ്ചചിത്രങ്ങളിൽ ബിഗ്ബാങ്ങിനു പകരം ശ്വേതദ്വാരങ്ങളെ അവതരിപ്പിക്കുന്നുമുണ്ട്. മറ്റേതെങ്കിലും പ്രപഞ്ചത്തിൽനിന്ന് പിടിച്ചെടുത്ത് പുറന്തള്ളിയ ദ്രവ്യവും ഊർജ്ജവുമായിരിക്കാം നമ്മുടെ പ്രപഞ്ചത്തിന്റെ ഉല്പത്തിക്കുകാരണം എന്നാണീ വാദത്തിന്റെ അന്തസത്ത. എന്നാൽ ഇത്തരം പരികല്പനകൾ സിദ്ധാന്തവല്ക്കരിക്കുന്നതിന് പരിമിതിയുണ്ട്. നിലവിലുള്ള സാങ്കേതിക വിദ്യയും ഭൗതിക ശാസ്ത്രപ്രമാണങ്ങളും തമോദ്വാരത്തിന്റെ സംഭവചക്രവാളത്തിനു വെളിയിൽ വരെ മാത്രമേ പ്രയോഗിക്കാൻ കഴിയൂ. അതിനുള്ളിൽ എന്താണ് സംഭവിക്കുന്നതെന്ന് ദുരൂഹമാണ്. ഈ പ്രപഞ്ചത്തിലെ ഏറ്റവും ദുരൂഹ പ്രതിഭാസമായി തമോദ്വാരത്തെ ശാസ്ത്രജ്ഞർ ചൂണ്ടിക്കാണിക്കുന്നതും അതുകൊണ്ടാണ്.

ഹോക്കിങ്ങിന്റെ പുതിയ നിർദ്ദേശങ്ങൾ ശാസ്ത്രലോകത്ത് ചർച്ചയായിക്കൊണ്ടിരിക്കുകയാണ്. സൈദ്ധാന്തിക ഭൗതികത്തിൽ ഏറെക്കാലമായി നിലനില്ക്കുന്ന പ്രഹേളിക ഒരുപക്ഷേ, പരിഹരിക്കപ്പെടാനും സാദ്ധ്യതയുണ്ട്. തമോദ്വാരമെന്ന ഈ ദുരൂഹ പ്രതിഭാസത്തെക്കുറിച്ച് ഇതുവരെ ശാസ്ത്രലോകം കണ്ടെത്തിയ വിവരങ്ങൾ ഗണിതപരമായ പരാമർശങ്ങൾ ഒഴിവാക്കിക്കൊണ്ട് പരമാവധി ലളിതമായും സംക്ഷിപ്തമായും അവതരിപ്പിക്കുകയാണിവിടെ.

ഉയർന്ന ഗുരുത്വാകർഷണ ബലം കാരണം പ്രകാശത്തിനുപോലും പുറത്തുകടക്കാൻ കഴിയാത്ത മേഖലയാണ് തമോദ്വോരം. തമോദ്വാരത്തിന്റെ സീമയായ സംഭവചക്രവാളത്തിനകത്തേക്ക് വസ്തുക്കൾക്ക് പ്രവേശിക്കാമെന്നല്ലാതെ യാതൊന്നിനും ഗുരുത്വാകർഷണം മറികടന്ന് ഈ പരിധിക്ക് പുറത്തുകടക്കാനാകില്ല. പ്രകാശം പ്രതിഫലിപ്പിക്കുകയോ പുറത്തുവിടുകയോ ചെയ്യാത്തതിനാൽ തമോദ്വാരം പുറംലോകത്തിന് അദൃശ്യമായിരിക്കും. അദൃശ്യമാണെങ്കിലും ചുറ്റുമുള്ള വസ്തുക്കളിൽ അതു സൃഷ്ടിക്കുന്ന മാറ്റങ്ങളിലൂടെ തമോദ്വാരത്തിന്റെ സാന്നിദ്ധ്യം മനസ്സിലാക്കാനാകും. ഒരു കൂട്ടം നക്ഷത്രങ്ങൾ ശൂന്യമായ സ്ഥലത്തെ പരിക്രമണം ചെയ്യുന്നതായി കാണാനിടയായാൽ അവിടെ ഒരു തമോദ്വാരമുണ്ടെന്ന് ഊഹിക്കാം. ചുറ്റുമുള്ള നക്ഷത്രങ്ങളിൽനിന്ന് തമോദ്വാരത്തി

ലേക്ക് വാതകങ്ങൾ വീഴുകയും ഉയർന്ന താപനിലയിലേക്ക് മാറ്റപ്പെടുന്ന ഇവ എക്സ് വികിരണങ്ങൾ (X-Rays) പുറപ്പെടുവിക്കുകയും ചെയ്യുന്നു. ദൂരദർശിനികൾ വഴി ഈ വികിരണങ്ങൾ കണ്ടെത്താനാകും. ഇത്തരം നിരീക്ഷണങ്ങളിലൂടെയാണ് തമോദ്വാരങ്ങളുടെ അസ്തിത്വം ഉറപ്പാക്കുന്നത്.

ഒരു ജ്യോതിശാസ്ത്ര പ്രതിഭാസത്തിന്റെ സമീപത്തുനിന്നും രക്ഷപ്പെടാനാവശ്യമായ പ്രവേഗത്തെ നിഷ്ക്രമണ പ്രവേഗം എന്നാണു പറയുന്നത്. നിഷ്ക്രമണ പ്രവേഗം പ്രകാശവേഗത്തേക്കാൾ കൂടുതലായ ജ്യോതിശാസ്ത്രവസ്തു എന്നാണ് തമോദ്വാരങ്ങളെ സാധാരണ നിർവ്വചിക്കുന്നത്. ഭൂമിയുടെ നിഷ്ക്രമണ പ്രവേഗം സെക്കന്റിൽ 11.2 കിലോമീറ്ററാണ്. സെക്കന്റിൽ മൂന്നുലക്ഷം കിലോമീറ്റർ പ്രവേഗമുള്ള പ്രകാശത്തിനുപോലും തമോദ്വാരത്തിന്റെ ആകർഷണത്തിൽനിന്ന് രക്ഷപ്പെടാനാവില്ല. അതുകൊണ്ടുതന്നെ ഇവയെ, ഉത്സർജ്ജിക്കുന്നതോ പ്രതിഫലിപ്പിക്കുന്നതോ ആയ പ്രകാശം കൊണ്ട് നിരീക്ഷിക്കാനാവില്ല. എന്നാൽ തമോദ്വാരങ്ങൾക്ക് താപനില ഉണ്ടെന്നും അവയിൽനിന്ന് ഹോക്കിങ് റേഡിയേഷൻ എന്ന പേരിലുള്ള ബ്ലാക്ക് ബോഡി റേഡിയേഷൻ പുറപ്പെടുന്നുണ്ടെന്നും ക്വാണ്ടം പഠനങ്ങൾ തെളിയിച്ചിട്ടുണ്ട്. അതിനർത്ഥം ബ്ലാക്ക് ഹോൾ പൂർണ്ണമായും 'ബ്ലാക്ക്' അല്ലെന്നാണ്. ചില ശാസ്ത്രജ്ഞർ ഗ്രേ ഹോൾ (Grey hole) എന്ന വാക്കാണുപയോഗിക്കുന്നത്. ഇതിനിടെ തമോദ്വാരം എന്നൊന്നില്ലെന്നുള്ള പ്രസ്താവനയുമായി സ്റ്റീഫൻ ഹോക്കിങ് രംഗത്തുവന്നിരുന്നു. ശാസ്ത്രലോകത്തിന്റെ എതിർപ്പു ക്ഷണിച്ചുവരുത്തിയ ആ പ്രസ്താവന ഹോക്കിങ് വിസ്മരിച്ചെന്നുതോന്നുന്നു. അതെന്തായാലും അദ്ദേഹത്തിന്റെ പുതിയ വാദം തമോദ്വാരങ്ങളെ സംബന്ധിച്ചുള്ള പഠനങ്ങൾക്ക് കൂടുതൽ പ്രവേഗം നല്കുക തന്നെ ചെയ്യും.

പ്രകാശത്തിനുപോലും പുറത്തുകടക്കാനാവാത്തത്ര പിണ്ഡമുള്ള വസ്തു എന്ന ആശയം ആദ്യമായി മുന്നോട്ടുവച്ചത് ഭൂഗർഭശാസ്ത്രജ്ഞനായ ജോൺ മിഷെൽ ആയിരുന്നു. 1783 ൽ അദ്ദേഹത്തിന്റെ ഒരു കുറിപ്പിൽ ഇപ്രകാരമാണ് ഈ പ്രതിഭാസത്തെ നിർവ്വചിച്ചത്. "സൂര്യന്റെ സാന്ദ്രതയുള്ളതും എന്നാൽ അഞ്ഞൂറ് ഇരട്ടി പിണ്ഡമുള്ളതുമായ ഒരു ഗോളത്തിന്റെ പ്രതലത്തിലേക്ക് അനന്തതയിൽനിന്ന് വീഴുന്ന ഒരു വസ്തു പ്രകാശത്തേക്കാൾ പ്രവേഗം ആർജ്ജിച്ചിരിക്കും. പ്രകാശം മറ്റുവസ്തുക്കളെപ്പോലെ പിണ്ഡത്തിന് ആനുപാതികമായ ബലത്തിന് വിധേയമാകുന്നു എന്നു കരുതുകയാണെങ്കിൽ അത്തരം വസ്തുവിൽനിന്ന് പുറത്തുവരുന്ന പ്രകാശം അതിന്റെ ഗുരുത്വാകർഷണം മൂലം അതിലേക്കുതന്നെ മടങ്ങുന്നതാണ്". 1796 ൽ ഗണിതശാസ്ത്രജ്ഞനായ സൈമൺ ലാപ്ലാസ് ഈ ആശയത്തെ പിൻതാങ്ങിയെങ്കിലും പിന്നിട് ആ ഉദ്യമത്തിൽനിന്ന് പിന്തിരിഞ്ഞു. പ്രകാശത്തിന് പിണ്ഡമില്ലാത്തതുകൊണ്ട് അത് ഗുരുത്വാകർഷണത്തിന് വിധേയമാകില്ല എന്നായിരുന്ന 19-ാം നൂറ്റാണ്ടിന്റെ അവസാനം വരെയുണ്ടായിരുന്ന ധാരണ.

1915 ൽ സാമാന്യ ആപേക്ഷികതാസിദ്ധാന്തം (General Theory of Relativity) അവതരിപ്പിക്കുന്നതിനു മുമ്പുതന്നെ പ്രകാശത്തെ ഗുരുത്വാകർഷണം സ്വാധീനിക്കുമെന്ന് ആൽബർട്ട് ഐൻസ്റ്റൈൻ സിദ്ധാന്തിച്ചിരുന്നു. തുടർന്ന് കാൾ ഷ്വാർസ്ചൈൽഡ് എന്ന ശാസ്ത്രജ്ഞൻ ഒരു ബിന്ദുവിൽ കേന്ദ്രീകൃതമായ ഗോളീയസമമിതിയുള്ള പിണ്ഡം സൃഷ്ടിക്കുന്ന ഗുരുത്വക്ഷേത്രം എപ്രകാരമായിരിക്കുമെന്ന് കണ്ടെത്തി. അതിലൂടെ തമോദ്വാരത്തിന്റെ സാന്നിദ്ധ്യം അദ്ദേഹം സൈദ്ധാന്തികമായി തെളിയിച്ചു. പിന്നീട് ജൊഹാൻ ഡ്രോസ്റ്റെ ഒരു ബിന്ദുവിൽ കേന്ദ്രീകൃതമായ പിണ്ഡം മൂലമുണ്ടാകുന്ന ഗുരുത്വക്ഷേത്രത്തിന്റെ രൂപം സ്വതന്ത്രമായി കണ്ടെത്തുകയും അതിന്റെ സവിശേഷതകളെക്കുറിച്ച് കൂടുതൽ പഠിക്കുകയും ചെയ്തു. ഭ്രമണം ചെയ്യാത്ത തമോദ്വാരത്തിന്റെ സംഭവചക്രവാളത്തിന്റെ വ്യാസാർദ്ധമാണ് 'ഷ്വാർസ്ചൈൽഡ് റേഡിയസ്' എന്ന് അംഗീകരിക്കപ്പെട്ടു. ഷ്വാർസ് ചൈൽഡിന്റെ നിർദ്ദേശാങ്കവ്യവസ്ഥ ഉപയോഗിച്ച് ഓപ്പൺഹൈമർ, ടോൾമാൻ, വോൾക്കോഫ് എന്നീ ശാസ്തജ്ഞർ തമോദ്വാരങ്ങളെക്കുറിച്ചുള്ള പഠനം നടത്തി. ഷ്വാർസ്ചൈൽഡ് വ്യാസാർദ്ധത്തിൽ ഗണിതപരമായ സിംഗുലാരിറ്റികൾ ഉണ്ടാകാൻ ഈ നിർദ്ദേശാങ്കവ്യവസ്ഥ കാരണമായി. അതിനർത്ഥം സമവാക്യങ്ങളിലെ ചില പദങ്ങളുടെ വില അനന്തമാകുമെന്നാണ്. ഷ്വാർസ് ചൈൽഡ് വ്യാസാർദ്ധത്തിനുള്ളിൽ സമയം ചലിക്കാതെ നില്ക്കുന്നു എന്നാണ് ഇതിനു വിശദീകരണം നല്കപ്പെട്ടത്. ഈ വീക്ഷണം ബാഹ്യനിരീക്ഷകരെ അപേക്ഷിച്ച് ശരിയാണെങ്കിലും ഉള്ളിലേക്ക് വീണുകൊണ്ടിരിക്കുന്ന നിരീക്ഷകനെ അപേക്ഷിച്ച് തെറ്റാണ്. ചലിക്കാതെ നില്ക്കുന്ന സമയം എന്ന ആശയം മിക്ക ഭൗതിക ശാസ്ത്രജ്ഞർക്കും അംഗീകരിക്കാനായില്ല.

എഡിങ്ടൺ-ഫിങ്കെൻസ്റ്റൈൻ നിർദ്ദേശാങ്കങ്ങൾ എന്ന പുതിയൊരു ഗണിതശാസ്ത്ര സങ്കേതത്തിലൂടെ സംഭവചക്രവാളം എന്ന സങ്കല്പം 1958 ൽ ഡേവിഡ് ഫിങ്കെൻസ്റ്റൈൻ വികസിപ്പിച്ചു. ഇതനുസരിച്ച് ഷ്വാർസ്ചൈൽഡ് ആരം ഒരു സിംഗുലാരിറ്റി അല്ലെന്നും അത് വസ്തുക്കളെ ഒരു ദിശയിൽ മാത്രം കടത്തിവിടുന്ന പാടപോലെയാണ് പ്രവർത്തിക്കുന്നതെന്നും അദ്ദേഹം സ്ഥാപിച്ചു. 1963 ൽ റോയ് കെർ ഭ്രമണം ചെയ്യുന്ന തമോദ്വാരങ്ങളെയും ഉൾക്കൊള്ളിച്ചുകൊണ്ട് ഒരു സിദ്ധാന്തമുണ്ടാക്കി. ഈ സിദ്ധാന്തത്തിൽ ഭ്രമണം ചെയ്യുന്ന സിംഗുലാരിറ്റി ഒരു വലയമല്ല, ബിന്ദുവായിരുന്നു. എല്ലാ തമോദ്വാരങ്ങളിലും സിംഗുലാരിറ്റികളുണ്ടാകുമെന്ന് റോജർ പെൻറോസ് പിന്നീട് തെളിയിച്ചു. ഐൻസ്റ്റൈന്റെ ആപേക്ഷികതാസിദ്ധാന്തമനുസരിച്ച് ഒരു ഡീജനറേറ്റ് നക്ഷത്രത്തിലേക്ക് പിണ്ഡം ചേർക്കുമ്പോൾ അത് പെട്ടെന്ന് സങ്കോചിക്കാനാരംഭിക്കുകയും അതിന്റെ ഉയർന്ന ഗുതുത്വാകർഷണ മണ്ഡലം അതിന്റെ മുകളിൽ അടയുകയും ചെയ്യുന്നു. അത്തരം നക്ഷത്രം പ്രപഞ്ചത്തിൽ ഒരു തമോദ്വാരം സൃഷ്ടിക്കുന്നു.

തമോദ്വാരത്തിന് മൂന്ന് സവിശേഷതകളേയുള്ളൂ. പിണ്ഡം, വൈദ്യുത ചാർജ്ജ്, കോണീയ സംവേഗം എന്നിവയാണ് ഈ സവിശേഷതകൾ എന്നാണ് കഷണ്ടിത്തല സിദ്ധാന്തം (No hair theorem) പറയുന്നത്. ഈ മൂന്നിന്റെയും വിലകൾ തുല്യമായുള്ള രണ്ടു തമോദ്വാരങ്ങളെ തമ്മിൽ വേർതിരിച്ചറിയാൻ കഴിയില്ല. ഗോസ് നിയമമനുസരിച്ച് തമോദ്വാരത്തിന്റെ വൈദ്യുത ചാർജ്ജിന്റെ വിലയും, ഗോസ് നിയമത്തിന്റെ തന്നെ ഗുരുത്വാകർഷണവുമായി ബന്ധപ്പെട്ട രൂപമുപയോഗിച്ച് തമോദ്വാരത്തിന്റെ പിണ്ഡവും ഗുരുത്വകാന്തിക മണ്ഡലം മൂലമുള്ള ഫ്രെയിം ഡ്രാഗിങ് ഉപയോഗിച്ച് ദൂരെനിന്നും കോണീയ സംവേഗത്തിന്റെ വിലയും കണക്കാക്കാം. ഏതെങ്കിലുമൊരു ദ്രവ്യത്തെ തമോദ്വാരം വിഴുങ്ങുമ്പോൾ അതിന്റെ സംഭവചക്രവാളം ഒരു പാടയുടേതിനു സമാനമായ രൂപത്തിൽ ആന്ദോളനം ചെയ്യുന്നു. ക്രമേണ ആന്ദോളനം കുറഞ്ഞുവരികയും ഒടുവിൽ സംഭവചക്രവാളം സ്ഥിരമായ ഒരു രൂപത്തിലാവുകയും ചെയ്യുന്നു. ഘർഷണ സമാനമായ പ്രഭാവങ്ങൾ ഒന്നുമില്ലാത്ത മറ്റു ക്ഷേത്ര സിദ്ധാന്തങ്ങളായ വിദ്യുത്കാന്തികത, ഗേജ് സിദ്ധാന്തങ്ങൾ എന്നിവയിൽനിന്ന് വ്യത്യസ്തമാണിത്. അവസാനം പിണ്ഡം, വൈദ്യുതചാർജ്ജ്, കോണീയ സംവേഗം എന്നീ മൂന്ന് ഭൗതിക സവിശേഷതകൾ മാത്രമുള്ള രൂപത്തിലേക്ക് മാറുന്നു എന്നതിനാൽ ആദ്യം നിലവിലുണ്ടായിരുന്ന ദ്രവ്യത്തെക്കുറിച്ചുള്ള വിവരം എന്നെന്നേക്കുമായി നഷ്ടപ്പെടുന്നു. ഗുരുത്വ, വിദ്യുത്കാന്തിക മണ്ഡലങ്ങൾ അകത്തുചെന്നിട്ടുള്ള ദ്രവ്യത്തെക്കുറിച്ച് വളരെ കുറച്ചുമാത്രം വിവരങ്ങളേ നല്കുകയുള്ളൂ. ബേര്യോൺ സംഖ്യ, ലെപ്റ്റോൺ സംഖ്യ മുതലായ കണികാഭൗതികത്തിലെ സംരക്ഷിക്കപ്പെടുന്ന മിക്ക ചാർജ്ജുകളെക്കുറിച്ചുമുള്ള വിവരങ്ങളും നിരീക്ഷിക്കാൻ കഴിയാത്തവിധം നഷ്ടപ്പെടുന്നു. തമോദ്വാരങ്ങളുടെ വിവരനഷ്ടവിരോധാഭാസം (Black hole Information loss paradox) എന്നാണീ പ്രതിഭാസം അറിയപ്പെടുന്നത്.

കഷണ്ടിത്തല സിദ്ധാന്തം പ്രപഞ്ചത്തെക്കുറിച്ചും പ്രപഞ്ചദ്രവ്യത്തെക്കുറിച്ചും ചില പരികല്പനകൾ നടത്തുന്നുണ്ട്. ഇതിൽനിന്ന് വ്യത്യസ്തമായ പരികല്പനകൾ ഉപയോഗിക്കുകയാണെങ്കിൽ ഫലവും വ്യത്യസ്തമായിരിക്കും. ഉദാഹരണമായി ചില സിദ്ധാന്തങ്ങൾ സൂചിപ്പിക്കുന്നതുപോലെ കാന്തിക മോണോപ്പോളുകൾ നിലവിലുണ്ടെങ്കിൽ കാന്തിക ചാർജ്ജ് എന്ന നാലാമത്തെ ഭൗതിക ഗുണം കൂടി തമോദ്വാരത്തിനുണ്ടാകും. താഴെ പറയുന്ന തലങ്ങളിൽ കഷണ്ടിത്തല സിദ്ധാന്തം തെറ്റാണെന്ന് തെളിയിക്കാൻ കഴിയും.

1. സ്ഥലകാലത്തിന് നാലിലേറെ മാനങ്ങളുള്ളപ്പോൾ
2. നോൺ–ആബേലിയൻ യാങ്–മിൽസ് മണ്ഡലങ്ങളുടെ സാന്നിദ്ധ്യത്തിൽ
3. ഡിസ്ക്രീറ്റ് ഗേജ് സമമിതികളിൽ

4. നോൺ–മിനിമലി കപ്പിൾഡ് അദിശമണ്ഡലങ്ങളിൽ
5. സ്കിൻമിയോണുകളുടെ കാര്യത്തിലെന്നപോലെ അദിശങ്ങളെ പിരിക്കാനാകുമ്പോൾ
6. പൊതു ആപേക്ഷികതയിൽനിന്ന് വിഭിന്നമായ ഗുരുത്വാകർഷണ സിദ്ധാന്തങ്ങളിൽ

തമോദ്വാരത്തിന്റെ വിപരീത സ്വഭാവം കാണിക്കുന്ന പ്രതിഭാസമാണ് ശ്വേതദ്വാരം. എന്നാൽ ക്വാണ്ടം ബലതന്ത്രവും താപഗതികത്തിലെ എൻട്രോപ്പിയും ഉപയോഗിച്ചുള്ള നിരീക്ഷണങ്ങൾ ശ്വേതദ്വാരങ്ങളും തമോദ്വാരങ്ങളും ഒന്നുതന്നെയായിരിക്കും എന്നാണു കാണിക്കുന്നത്. തമോദ്വാരത്തെ അംഗീകരിക്കുമ്പോഴും സ്റ്റീഫൻ ഹോക്കിങ് കഷണ്ടിത്തല സിദ്ധാന്തം ശരിയാണെന്നു കരുതുന്നില്ല. എന്നാൽ ഹോക്കിങ്ങിന്റെ ഈ വാദം ശാസ്ത്രലോകം കാര്യമായി പരിഗണിക്കുന്നില്ല,

സംഭവ ചക്രവാളത്തിന്റെ സാന്നിദ്ധ്യമാണ് തമോദ്വാരങ്ങളെ സാധാരണ വസ്തുക്കളിൽനിന്ന് വ്യത്യസ്തമാക്കുന്നത്. സ്ഥലകാലത്തിന്റെ ഈ അതിർത്തിക്കപ്പുറത്തു നടക്കുന്ന സംഭവങ്ങളൊന്നും ഒരു ബാഹ്യനിരീക്ഷകനെ ഒരു വിധത്തിലും ബാധിക്കില്ല. തമോദ്വാരത്തിന്റെ സംഭവചക്രവാളത്തിനകത്ത് സ്ഥലകാലം പുറത്തേക്കു പാതകളൊന്നുമില്ലാത്തത്ര വികലമാകുന്നു. ഇതിനകത്ത് എത്തിക്കഴിഞ്ഞാൽ കേന്ദ്രത്തിലേക്കു പോവുകമാത്രമേ ഒരു കണികയ്ക്ക് വഴിയുള്ളു. ദൂരെയുള്ള നിരീക്ഷകന് സംഭവചക്രവാളത്തിനടുത്തുള്ള ഘടികാരങ്ങൾ ദൂരെയുള്ളവയെക്കാൾ സാവധാനം ചലിക്കുന്നതായി അനുഭവപ്പെടുന്നു. ഈ പ്രഭാവം കാരണം തമോദ്വാരത്തിലേക്ക് വീഴുന്ന വസ്തുക്കളുടെ വേഗതകുറയുന്നതായും അവ സംഭവചക്രവാളത്തിലെത്താൻ അനന്തം സമയമെടുക്കുന്നതായും നിരീക്ഷകന് തോന്നുന്നു. ഇതിനടുത്തുള്ള എല്ലാ പ്രക്രിയകളും ഒരേപോലെ മെല്ലെയായി തോന്നുന്നതിനാൽ അവിടെനിന്നുള്ള പ്രകാശം ചുവന്നതും മങ്ങിയതുമായി കാണുന്നു. ഒരു പരിധികഴിഞ്ഞാൽ സംഭവചക്രവാളത്തിലേക്ക് വീഴുന്ന വസ്തു കാണാൻ കഴിയാത്തത്ര മങ്ങിപ്പോകുന്നു. അതിനാൽ സംഭവചക്രവാളത്തിലെത്തുന്നതിന് തൊട്ടുമുമ്പ് വസ്തു അദൃശ്യമാകുന്നു. തമോദ്വാരങ്ങൾ വികിരണത്തിലൂടെ ഊർജ്ജം പുറത്തുവിടില്ലെങ്കിലും ഹോക്കിങ് വികിരണം മുഖേന സംഭവചക്രവാളത്തിന്റെ തൊട്ടുപുറമെനിന്ന് ദ്രവ്യവും വികിരണങ്ങളും ഉത്സർജ്ജിക്കുന്നുണ്ട്.

തമോദ്വാരത്തിന്റെ കേന്ദ്രത്തിൽ ദ്രവ്യസാന്ദ്രത, ഗുരുത്വാകർഷണബലം, ഇതുകാരണമുണ്ടാകുന്ന സ്ഥലകാല വക്രത എന്നിവ അനന്തമാണ്. അതായത് തമോദ്വാരത്തിന്റെ പിണ്ഡം മുഴുവൻ വ്യാപ്തം ശൂന്യമായ ഒരു മേഖലയിലേക്ക് ചുരുങ്ങുന്നു. വ്യാപ്തം പൂജ്യമായതും സാന്ദ്രത അനന്തമായതുമായ ഈ മേഖലയാണ് സിംഗുലാരിറ്റി. സാമാന്യ ആപേക്ഷികതയിൽ സിംഗുലാരിറ്റികൾ പ്രത്യക്ഷപ്പെടുന്നത് സിദ്ധാന്തത്തിന്റെ പരാജയത്തെയാണ് സൂചിപ്പിക്കുന്നത്. എന്നാൽ ഇതിൽ അത്ര അത്ഭുത

മൊന്നും ഉണ്ടാകേണ്ടതില്ല. ഉയർന്നസാന്ദ്രതയുള്ള ഇത്തരം വ്യവസ്ഥക ളിൽ ക്വാണ്ടം ബലതന്ത്രത്തിനു മാത്രം വിശദീകരിക്കാൻ കഴിയുന്ന പ്രഭാ വങ്ങളും പ്രധാനമാണ്. ക്വാണ്ടം ഭൗതികത്തെയും ഗുരുത്വാകർഷണ സിദ്ധാന്തങ്ങളെയും വിജയകരമായി സംയോജിപ്പിക്കാൻ ഇതുവരെയും ഭൗതികശാസ്ത്രജ്ഞർക്ക് കഴിഞ്ഞിട്ടില്ല. ക്വാണ്ടം ഗ്രാവിറ്റി സിദ്ധാന്ത ങ്ങളിലെ തമോദ്വാരങ്ങൾക്ക് സിംഗുലാരിറ്റികൾ ഉണ്ടാകില്ലെന്നാണ് കരു തുന്നത്.

തമോദ്വാരത്തിന്റെ ഗോളാകൃതിയിലുള്ളതും വീതിയില്ലാത്തതുമായ സൈദ്ധാന്തിക അതിർത്തിയാണ് ഫോട്ടോൺ ഗോളം (Photon sphere). ഈ ഗോളത്തെ സ്പർശിച്ചുകൊണ്ട് ചലിക്കുന്ന ഫോട്ടോൺ വൃത്താകാ രമായ ഒരു പാതയിൽ തമോദ്വാരത്തെ പരിക്രമണം ചെയ്യാൻ നിർബ്ബന്ധി തമാകുന്നു. ഭ്രമണം ചെയ്യാത്ത തമോദ്വാരങ്ങളുടെ ഫോട്ടോൺ ഗോള ത്തിന്റെ ആരം ഷ്വർസ്ചൈൽഡ് ആരത്തിന്റെ ഒന്നരമടങ്ങാണ്. എങ്കിലും ഫോട്ടോണുകളുടെ ഭ്രമണപഥങ്ങൾ അസ്ഥിരമാണ്. ഭ്രമണപഥത്തിലു ണ്ടാകുന്ന ചെറിയ വിക്ഷോഭങ്ങൾ ഭ്രമണപഥങ്ങളെ തമോദ്വാരത്തിൽനിന്ന് രക്ഷപ്പെടും വിധം പുത്തേക്കോ സംഭവചക്രവാളത്തിനുള്ളിലേക്ക് വീഴും വിധം അകത്തേക്കോ ആക്കി മാറ്റുന്നു.

ഭ്രമണം ചെയ്യുന്ന തമോദ്വാരങ്ങൾക്കു ചുറ്റും വസ്തുക്കൾക്ക് നിശ്ച ലമായി നില്ക്കാനാകാത്ത സ്ഥലകാലത്തിലെ ഒരു മേഖലയുണ്ടാകും. ഈ മേഖലയാണ് എർഗോസ്ഫിയർ. ഫ്രെയിം ഡ്രാഗിങ് എന്ന പ്രതി ഭാസം കാരണമാണിത് സംഭവിക്കുന്നത്. ഭ്രമണം ചെയ്യുന്ന വസ്തുക്ക ളെല്ലാം അവയുടെ ചുറ്റുമുള്ള സ്ഥലകാലത്തെ വലിച്ചിഴയ്ക്കുന്നുണ്ട്. അതിനാൽ ഭ്രമണം ചെയ്യുന്ന വസ്തുവിന് ചുറ്റുമുള്ള മറ്റുവസ്തുക്കളും ഇതോടൊപ്പം ചലിക്കാൻ തുടങ്ങുന്നു. ഭ്രമണം ചെയ്യുന്ന തമോദ്വാ രങ്ങളുടെ ചുറ്റുമുള്ള സ്ഥലകാലത്തിൽ ഈ പ്രഭാവം അത്യധികം ശക്ത മായതിനാൽ അവയ്ക്കു ചുറ്റുമുള്ള വസ്തുക്കൾ ഇങ്ങനെ ചലിക്കാതിരി ക്കാൻ വിപരീത ദിശയിൽ പ്രകാശത്തേക്കാൾ വേഗത്തിൽ സഞ്ചരിക്കേ ണ്ടിവരും. വസ്തുക്കളെ പ്രകാശത്തിലും അധികം വേഗത്തിൽ സഞ്ചരി ക്കുന്നതിൽ നിന്ന് ആപേക്ഷികത വിലക്കുന്നുണ്ടെങ്കിലും സ്ഥലകാലത്തെ മറ്റുള്ള സ്ഥലകാലത്തിലെ മറ്റു മേഖലകളെ അപേക്ഷിച്ച് പ്രകാശത്തിലും വേഗത്തിൽ സഞ്ചരിക്കാൻ അനുവദിക്കുന്നുണ്ട്. എർഗോസ്ഫിയറിനു ള്ളിലെ വസ്തുക്കൾക്ക് സംഭവചക്രവാളത്തിനുള്ളിലേക്ക് വീഴാതിരിക്കാൻ സാധിക്കുമെങ്കിലും നിശ്ചലമായിരിക്കാനാവില്ല. എർഗോസ്ഫിയറിനു ള്ളിൽനിന്ന് രക്ഷപ്പെടാനും ചിലപ്പോൾ ഇതിനുള്ളിലെ വസ്തുക്കൾക്ക് സാധിച്ചേക്കാം. പെൻറോസ് പ്രക്രിയ വഴി തമോദ്വാരത്തിന്റെ ഭ്രമണം മൂലമുള്ള ഗതികോർജ്ജത്തിന്റെ ഒരു ഭാഗം സ്വായത്തമാക്കുക വഴിയാ ണിത്. ധാരാളം പിണ്ഡം ഇങ്ങനെ പുറത്തുപോവുകയാണെങ്കിൽ തമോ ദ്വാരത്തിന്റെ ഭ്രമണം ക്രമേണ അവസാനിക്കാനും ഇതുകാരണമാകും.

ഭൗതിക ഗുണങ്ങളനുസരിച്ചുള്ള വർഗ്ഗീകരണത്തിൽ ഏറ്റവും സങ്കീർണ്ണത കുറഞ്ഞ തമോദ്വാരങ്ങൾ പിണ്ഡമുള്ളവയും എന്നാൽ ചാർജ്ജോ, കോണിയ സംവേഗമോ ഇല്ലാത്തവയുമാണ്. 1915 ൽ ഇവയെക്കുറിച്ചുള്ള ഐൻസ്റ്റൈൻ ക്ഷേത്രസമവാക്യങ്ങളുടെ (Einstein's field equations) നിർദ്ധാരണം കണ്ടെത്തിയ കാൾ ഷ്വാർസ്ചൈൽഡിന്റെ ബഹുമാനാർത്ഥം ഷ്വാർസ്ചൈൽഡ് തമോദ്വാരങ്ങൾ എന്നാണിവ അറിയപ്പെടുന്നത്. ഇതിനുശേഷം കൂടുതൽ ഭൗതിക ഗുണങ്ങളുള്ള തമോദ്വാരങ്ങൾക്കുള്ള നിർദ്ധാരണവും കണ്ടുപിടിക്കപ്പെട്ടു. ചാർജ്ജുള്ള തമോദ്വാരത്തെ റൈസ്നർ നോൺഡ്സ്ട്രോം മെട്രിക് വിശദീകരിക്കുമ്പോൾ കെർ മെട്രിക് ഭ്രമണം ചെയ്യുന്ന തമോദ്വാരത്തെ വിശദീകരിക്കുന്നു. സ്ഥലകാലത്തിലുള്ള തമോദ്വാരത്തിനുള്ള നിർദ്ധാരണമായ കെർ–ന്യൂമാൻ മെട്രിക് ചാർജ്ജും ഭ്രമണവും ഉൾക്കൊള്ളുന്നു.

പിണ്ഡമനുസരിച്ച് തമോദ്വാരങ്ങളെ നാലായി വർഗ്ഗീകരിച്ചിട്ടുണ്ട്. സൗരപിണ്ഡത്തിന്റെ ലക്ഷം ഇരട്ടിമുതൽ ആയിരം കോടിയോളം ഇരട്ടിവരെ പിണ്ഡമുള്ളവ അതിസ്ഥൂല തമോദ്വാരങ്ങൾ (Supermassive Black holes) എന്നാണറിയപ്പെടുന്നത്. മിക്കവാറും എല്ലാ ഗാലക്സികളുടെയും കേന്ദ്രത്തിൽ ഇത്തരം തമോദ്വാരങ്ങളുണ്ടാകുമെന്നാണ് കരുതുന്നത്. പിണ്ഡം കുറഞ്ഞ തമോദ്വാരങ്ങൾ കൂടിച്ചേർന്നാണ് ഇവ ഉണ്ടാകുന്നത് എന്നാണ് വിശ്വസിക്കുന്നത്. സൂര്യന്റെ ആയിരം ഇരട്ടിയോളം പിണ്ഡമുള്ളവയാണ് ഇന്റർമീഡിയറ്റ് തമോദ്വാരങ്ങൾ (Intermediate Black holes). ഇവ ഉണ്ടാകുന്നത് എങ്ങനെയാണെന്ന് കൃത്യമായ വിശദീകരണം ലഭ്യമല്ല. കുറഞ്ഞത് 1.4 സൗരപിണ്ഡത്തിനും (ചന്ദ്രശേഖർ സീമ) 3.0 സൗരപിണ്ഡത്തിനും (ടോൾമാൻ- ഓപ്പൺ ഹൈമർ - വോൾക്കോഫ് സീമ) ഇടയിലുള്ളവയാണ് താരകീയ തമോദ്വാരങ്ങൾ (Stellar Black holes). ചിലപ്പോൾ ഇവ 20 സൗരപിണ്ഡം വരെയാകാം. നക്ഷത്രവിസ്ഫോടനങ്ങളിലൂടെയാണ് ഇവ രൂപം കൊള്ളുന്നത്. ക്വാണ്ടം ഗുരുത്വസിദ്ധാന്തമനുസരിച്ച് ഉയർന്ന ഊർജ്ജമുള്ള കോസ്മിക് കിരണങ്ങൾ അന്തരീക്ഷവാതകത്തിലെ കണികകളുമായി കൂട്ടിമുട്ടുമ്പോഴും ലാർജ് ഹാഡ്രോൺ കൊളൈഡർ പോലെയുള്ള കണികാത്വരത്രങ്ങളിൽ നടക്കുന്ന കണികാസംഘട്ടനങ്ങളുടെ ഫലമായും രൂപം കൊള്ളാൻ സാദ്ധ്യതയുള്ള തമോദ്വാരങ്ങളാണ് സൂക്ഷ്മതമോദ്വാരങ്ങൾ (Micro Black holes). ഇത്തരം തമോദ്വാരങ്ങൾ നിമിഷാർദ്ധങ്ങൾക്കുള്ളിൽ ബാഷ്പീകരിച്ചു പോവുകയും ചെയ്യു.

തമോദ്വാരങ്ങളുടെ സവിശേഷതകൾ പരിഗണിക്കുമ്പോൾ ഇവ യഥാർത്ഥത്തിൽ ഉണ്ടോ എന്നു സംശയമുണ്ടാകാം. ഇവ ഐൻസ്റ്റൈന്റെ സമവാക്യങ്ങളുടെ സൈദ്ധാന്തികമായ നിർദ്ധാരണം മാത്രമാണെന്ന് തോന്നാനുമിടയുണ്ട്. ഐൻസ്റ്റൈനു തന്നെയും അവയുടെ അസ്തിത്വത്തെക്കുറിച്ച് ഉറപ്പുണ്ടായിരുന്നില്ല. എന്നാൽ 1960 കളുടെ അവസാനമായപ്പോ

ഴേക്കും മിക്ക ഭൗതികശാസ്ത്രജ്ഞരും സംഭവചക്രവാള രൂപീകരണത്തിന് ഭൗതികമായ തടസ്സമൊന്നുമുണ്ടാകില്ലെന്ന് അംഗീകരിച്ചു. സംഭവചക്രവാളം രൂപീകൃതമായാൽ അതിനുള്ളിൽ ഒരു സിംഗുലാരിറ്റി രൂപീകൃതമാകുമെന്ന് റോജർ പെൻറോസ് തെളിയിച്ചു. അദിശമണ്ഡലങ്ങളോ അത്ഭുത സ്വഭാവമുള്ള ദ്രവ്യത്തിന്റെ സാന്നിദ്ധ്യമോ ഇല്ലാത്തപക്ഷം മഹാവിസ്ഫോടന സംബന്ധിയായ പ്രപഞ്ച ശാസ്ത്രത്തിലെ നിർദ്ധാരണങ്ങളിലും സിംഗുലാരിറ്റികൾ ഉണ്ടാകുമെന്ന് സ്റ്റീഫൻ ഹോക്കിങ്ങും തെളിയിച്ചു. കെർ നിർദ്ധാരണം, കഷണ്ടിത്തല സിദ്ധാന്തം, തമോദ്വാര താപഗതിക നിയമങ്ങൾ എന്നിവ തമോദ്വാരങ്ങളുടെ ഭൗതിക ഗുണങ്ങൾ സരളവും എളുപ്പത്തിൽ മനസ്സിലാക്കാനാകുന്നതുമാണെന്ന് തെളിയിച്ചു. തമോദ്വാരങ്ങളെക്കുറിച്ച് കൂടുതൽ പഠിക്കാൻ ശാസ്ത്രജ്ഞരെ ഇതു സഹായിച്ചു.

തമോദ്വാരങ്ങൾ തീർത്തും ഇരുണ്ടതല്ലെന്നും അവ ചെറിയ അളവിൽ വികിരണങ്ങൾ ഉത്സർജ്ജിക്കുന്നുണ്ടെന്നും 1974 ൽ സ്റ്റീഫൻ ഹോക്കിങ് തെളിയിച്ചു. സ്ഥിരമായ തമോദ്വാര പശ്ചാത്തലത്തിൽ ക്വാണ്ടം ഫീൽഡ് സിദ്ധാന്തമുപയോഗിച്ച് നടത്തിയ കണക്കുകൂട്ടലുകളിൽനിന്നും തമോദ്വാരങ്ങൾ ബ്ലാക്ക് ബോഡി വർണ്ണരാജിയിൽ കണങ്ങളെ ഉത്സർജ്ജിക്കേണ്ടതുണ്ടെന്ന് അദ്ദേഹം കണ്ടെത്തി. ഹോക്കിങ് വികരണം എന്നാണീ പ്രതിഭാസം അറിയപ്പെടുന്നത്. ഹോക്കിങ്ങിന്റെ സിദ്ധാന്തം ശരിയാണെങ്കിൽ തമോദ്വാരങ്ങൾ സാധാരണ നക്ഷത്രങ്ങളെപ്പോലെ ബ്ലാക്ക് ബോഡി റേഡിയേഷൻ പുറപ്പെടുവിക്കുന്നതും ദ്രവ്യോർജ്ജസമത പ്രകാരം പിണ്ഡം നഷ്ടപ്പെടുത്തേണ്ടതുമാണ്. തമോദ്വാരങ്ങൾ ഇങ്ങനെ ചുരുങ്ങുകയും ബാഷ്പീകരിക്കപ്പെടുകയും ചെയ്യും. ഈ വർണ്ണരാജിയുടെ താപനില (ഹോക്കിങ് താപനില) തമോദ്വാരത്തിന്റെ ഉപരിതല ഗുരുത്വാകർഷണത്തിന് ആനുപാതികവും പിണ്ഡത്തിന് വിപരീത അനുപാതത്തിലുമാണ്. അതിനാൽ വലിയ തമോദ്വാരങ്ങൾ ചെറിയവയെ അപേക്ഷിച്ച് കുറച്ചു വികിരണങ്ങൾ മാത്രമേ പുറപ്പെടുവിക്കുകയുള്ളൂ.

സംഭവചക്രവാളത്തിനു ചുറ്റുമുള്ള ഉജ്ജ്വല ശോഭയാർന്ന അക്രീഷൻ ഡിസ്ക്കുകളുടെ (Accretion disc) സാന്നിദ്ധ്യവും പ്രകാശവേഗതയുടെ തൊട്ടടുത്ത് സഞ്ചരിക്കുന്ന വാതക ജെറ്റുകളും തമോദ്വാരത്തിന്റെ സാദ്ധ്യതയിലേക്കാണ് വിരൽ ചൂണ്ടുന്നത്. പ്രകാശവർഷങ്ങൾ ദൈർഘ്യമുള്ള എക്സ്–റേ, ഗാമാ–റേ ജെറ്റുകളും തമോദ്വാരത്തിന്റെ സാന്നിദ്ധ്യത്തിനുള്ള തെളിവായി പരിഗണിക്കുന്നുണ്ട്. സാന്ദ്രതയേറിയ ഒരു ഗോള പിണ്ഡത്തിനുചുറ്റും ക്രമരഹിതമായ ജ്വാലകൾ ഉണ്ടാകുന്നില്ലെങ്കിൽ അത് തമോദ്വാരമാകാനുള്ള സാദ്ധ്യതയുണ്ട്. ശക്തിയേറിയതും ഒരിക്കൽ മാത്രം പ്രത്യക്ഷപ്പെടുന്നതുമായ ഗാമാരശ്മി സ്ഫോടനങ്ങൾ (Gama Ray Burst -GRB) പുതിയ തമോദ്വാരങ്ങളുടെ സാന്നിദ്ധ്യത്തിലേക്ക് വിരൽ ചൂണ്ടുന്നു. ഗ്രാവിറ്റേഷണൽ ലെൻസിങ്ങും തമോദ്വാരത്തിന്റെ സൂചന

യാണ് നല്കുന്നത്. വിദൂര പ്രകാശസ്രോതസ്സുകളിൽനിന്നുള്ള പ്രകാശം സ്രോതസ്സിനും നിരീക്ഷകനുമിടയിലുള്ള തമോദ്വാരം പോലെയുള്ള പിണ്ഡമേറിയ വസ്തുവിനു ചുറ്റും വളഞ്ഞുസഞ്ചരിക്കുന്നതിനാണ് ഗ്രാവിറ്റേഷണൽ ലെൻസിങ് എന്നു പറയുന്നത്.

മിക്ക സജീവ താരാപഥങ്ങളുടെയും കേന്ദ്രത്തിൽ തമോദ്വാരങ്ങളുണ്ടെന്ന് കരുതുന്നുണ്ടെങ്കിലും അവയുടെ ഭൗതിക ഗുണങ്ങൾ കണ്ടെത്താനുള്ള പഠനങ്ങൾ ഏതാനും താരാപഥങ്ങളിൽ മാത്രമേ ഇതുവരെ നടത്തിയിട്ടുള്ളൂ. ക്ഷീരപഥം, ആൻഡ്രോമിഡ, സോംബ്രെറോ, എം 32, എം 87, എൻ ജി സി 3377, എൻ ജ സി 4258 തുടങ്ങിയവ ഉദാഹരണങ്ങളാണ്. ക്ഷീരപഥത്തിന്റെ കേന്ദ്രത്തിൽ സാഗിറ്റാറിയസ് – എ എന്ന അതിസ്ഥൂല തമോദ്വാരം സ്ഥിതിചെയ്യുന്നുണ്ടെന്നാണ് ജ്യോതിശാസ്ത്രജ്ഞർ വിശ്വസിക്കുന്നത്.

തമോദ്വാരങ്ങളെക്കുറിച്ചുള്ള പഠനങ്ങൾ ശൈശവദശയിലാണ് ഇപ്പോഴുമുള്ളത്. അവയുടെ ദൂരവും ദൂരഹതയുമെല്ലാം ഇത്തരം പഠനങ്ങളെ സങ്കീർണ്ണമാക്കുന്നുണ്ട്. പ്രതിഭാശാലികളായ ഗണിത ശാസ്ത്രജ്ഞരുടെ നിർദ്ധാരണങ്ങളാണ് അവയെ ശാസ്ത്രലോകത്തിനും പിന്നീട് പൊതുസമൂഹത്തിനും പരിചിതമാക്കുന്നത്.